ഗ്രീൻ ബുക്സ്

ഒരു വടക്കൻ ഗാഥ

ബുറാൻ സോന്മെസ്

തുർക്കിയിലെ സുപ്രസിദ്ധനായ കവിയും നോവലിസ്റ്റും. അദ്ദേഹത്തിന്റെ മൂന്നു പ്രധാന കൃതികൾ ഇസ്താംബൂൾ ഇസ്താംബൂൾ, നോർത്ത്, മസുമലാർ എന്നിവയാണ്. കവിതയിലായിരുന്നു ബുറാൻ രചനയുടെ ആരംഭം കുറിച്ചത്. കുർദുകളുടെ സാംസ്കാരിക പാരമ്പര്യവും അദ്ദേഹത്തിന്റെ പൈതൃകമാണ്. മനുഷ്യാവകാശങ്ങൾക്കുവേണ്ടിയുള്ള സമരങ്ങളിലും അദ്ദേഹം പങ്കെടുത്തിട്ടുണ്ട്. 1996 തുർക്കി സംഘർഷത്തിൽ പൊലീസ് മർദ്ദനമേറ്റ് ദീർഘകാലം ബ്രിട്ടനിൽ ചികിത്സയിലായിരുന്നു. കേംബ്രിഡ്ജിലും ഇസ്താംബൂളിലും ഇപ്പോൾ താമസം. ഇരുപതിൽ ഏറെ ഭാഷകളിൽ അദ്ദേഹത്തിന്റെ കൃതികൾ വിവർത്തനം ചെയ്യപ്പെട്ടിട്ടുണ്ട്. വിശുദ്ധമാനസർ (മസുമലാർ), ഇസ്താംബൂൾ ഇസ്താംബൂൾ എന്നിവ ഗ്രീൻ ബുക്സ് പ്രസിദ്ധീകരിച്ചു.

സുരേഷ് എം.ജി.: 1962ൽ തൃശൂർ ജില്ലയിലെ ചൊവ്വന്നൂർ പഞ്ചായത്തിൽ പുതുശ്ശേരിയിൽ ജനനം. ഇംഗ്ലീഷ് സാഹിത്യത്തിൽ ബിരുദം. നിരവധി കൃതികൾ ഗ്രീൻ ബുക്സിനുവേണ്ടി വിവർത്തനം ചെയ്തിട്ടുണ്ട്.

നോവൽ

ഒരു വടക്കൻ ഗാഥ

ബുറാൻ സോന്മെസ്

വിവർത്തനം
സുരേഷ് എം.ജി.

ഗ്രീൻ ബുക്സ്

green books private limited
gb building, civil lane road, ayyanthole,
thrissur- 680 003, kerala, ph: +91 487-2381066, 2381039
website: www.greenbooksindia.com
e-mail: info@greenbooksindia.com

original turkish novel
kuzey
novel
by
burhan sönmez

english
north

malayalam
oru vadakkan gadha

translated by
suresh m.g.

first published may 2019

منحة الترجمة
Translation Grant
صندوق منحة الشارقة للترجمة
Sharjah Translation Grant Fund

cover design : mansoor cheruppa

branches:
thrissur 0487-2422515
palakkad 0491-2546162
thiruvananthapuram 0471-2335301
calicut 0495 4854662
kannur 0497-2763038

isbn : 978-93-87357-75-4

GBPL/1055/2019

മുഖക്കുറി

ഗ്രീൻബുക്സ് പ്രസിദ്ധീകരിച്ച ബുറാൻ സോന്മെസിന്റെ മൂന്നാമത്തെ പുസ്തകമാണ് ഒരു വടക്കൻ ഗാഥ. പ്രണയവും ദാർശനികതയും മിത്തുകളും ഇടകലർന്ന സവിശേഷ നോവൽ.

കൃഷ്ണദാസ്
മാനേജിങ് എഡിറ്റർ

ഒന്ന്

നദിക്ക് നദീതടമെന്നപോലെ
രശ്മിക്ക് സൂര്യനെന്നപോലെ
നങ്കൂരത്തിന് കപ്പലെന്നപോലെ,
പാമ്പിൻവാലിന് മുമ്പ് പോയ തലയെപ്പോലെ
ഇന്നിന് ഇന്നലെകളെപ്പോലെ
അച്ഛനെ നമുക്ക് മറക്കാനാകുമോ?

- *ആയിരത്തൊന്ന് രാവുകൾ*

കനബേഗി ഗ്രാമം

ഒരു ഗർത്തത്തിലാണ് ആട്ടിടയർ അസ്ലമിന്റെ നഗ്നശരീരം കണ്ടെത്തിയത്. അപ്പോൾ അവസാന നക്ഷത്രവും വിശ്രമത്തിനൊരുങ്ങുകയായിരുന്നു.

പ്രഭാതത്തിലെഴുന്നേറ്റ ആട്ടിടയർ ഗ്രാമത്തിലേക്കുള്ള യാത്രയിലായിരുന്നു. വീഥിയിലെ കാട്ടുപുല്ലുകൾ പൊടിമഞ്ഞിൽ അമർന്ന് കിടന്നിരുന്നു. അവരുടെ പാദങ്ങൾക്കടിയിൽ പൊടിമഞ്ഞ് അമരുന്നുണ്ടായിരുന്നു. അതിൽ നിന്നുയർന്ന നീരാവി ആട്ടിൻകൂട്ടത്തെ പൊതിഞ്ഞിരുന്നു. മൂടൽമഞ്ഞ് പരക്കുന്ന ചെങ്കുത്തായ പാറകൾ കയറുകയായിരുന്നു അവർ. കാറ്റുള്ള ദിവസങ്ങളിലെ ചൂളംവിളി, ആരോ അവിടെയുപേക്ഷിച്ച ഒരു വൃദ്ധയുടെ കരച്ചിലാണെന്ന് തോന്നിപ്പിച്ചു. ആട്ടിടയാ, ഒന്നെന്റെ അടുത്തേക്ക് വരാമോ എന്നപോലൊരു യാചന. സംഘത്തിലെ ഏറ്റവും ഇളയവൻ അല്പസമയം അവിടെ നിന്ന് താഴേക്കെത്തിനോക്കി. ആ കരച്ചിൽ ഒരിക്കൽ കൂടി കേട്ടുവോ? തന്നോടൊപ്പമുള്ള നായ്ക്കളും നിന്നിരിക്കുന്നു. അയാളുടെ തണുത്ത ചർമ്മം വലിഞ്ഞ് മുറുകി. വിരലിലെ വേദന ശരീരം മുഴുവൻ വ്യാപിച്ചു. ഒരു നിമിഷാർദ്ധം. ആ നിശ്ശബ്ദത കുറെക്കൂടി കനത്തു. കുന്നിൻ ചെരുവിനെ ലക്ഷ്യമാക്കി നായ്ക്കൾ കുരച്ചുകൊണ്ടോടി. അതിനപ്പുറത്തുള്ള ചെങ്കുത്തായ ഇറക്കമാണവയുടെ ലക്ഷ്യം. അവയോട് അവിടെ ഹാജരാകാൻ കല്പിച്ച അതേ സ്വരം

ആട്ടിടയരേയും അങ്ങോട്ട് നയിച്ചു. അവിടെ താഴെ ജീവനില്ലാത്ത ഒരു ശരീരം കിടക്കുന്നത് അവർ കണ്ടു.

ഗ്രാമത്തിലെത്തിയപ്പോഴേക്കും സൂര്യൻ ഉദിച്ചിരുന്നു. ഗ്രാമചത്വരത്തിലെ മാർബിൾ അൾത്താരയിൽ അവർ ആ ശരീരം കിടത്തി. നിറം മങ്ങിയ ഒരു ചിത്രകംബളംകൊണ്ട് ശരീരം പുതപ്പിച്ചു.

ഗ്രാമത്തിലുള്ളവർ വാർത്തയറിഞ്ഞ് എത്തിയപ്പോൾ ആട്ടിടയർ ശവശരീരത്തിലെ രക്തം തുടച്ച് നീക്കുകയായിരുന്നു. പാറക്കെട്ടുകൾക്കിടയിൽപെട്ട് മുറിഞ്ഞ ശരീരമല്ല, അയാളുടെ ചതഞ്ഞരഞ്ഞ മുഖമാണ് അവർ കണ്ടത്. ഇങ്ങനെ വികൃതമായ ശരീരം തങ്ങൾക്ക് പരിചയമുള്ള ആരുടേതെങ്കിലുമാകുമോ എന്ന് ഭയന്നതുപോലെ, ആദ്യം ഒരു ചുവട് മുന്നോട്ട് വച്ച അവർ പൊടുന്നനെ പിന്മാറി.

പ്രഭാതത്തിലെ തണുപ്പ് വിട്ടുമാറിയിട്ടില്ല. ഗ്രാമചത്വരത്തിലെത്തിയവർ തോളിൽ ഷാളുകൾ മുറുകെ കെട്ടിയിട്ടുണ്ടായിരുന്നു. ഇടയ്ക്ക് ഷാളിനിടയിലൂടെ അവർ കൈകൾ പുറത്തെടുക്കും. എന്തൊക്കെയോ പിറുപിറുക്കും. വീണ്ടും നിശ്ശബ്ദരാകും. ഉറക്കച്ചടവ് മാറിയിട്ടില്ല. ഒരു മരണം മുന്നിൽ കണ്ട് ദിവസമാരംഭിക്കണമല്ലോ എന്ന തളർച്ച ആ മുഖങ്ങളിൽ പ്രകടമായിരുന്നു. തങ്ങൾ സംസാരിക്കേണ്ടതിനേക്കാൾ കൂടുതൽ മറ്റുള്ളവർ പറയുന്നത് കേൾക്കേണ്ടിവരുന്ന അവസരങ്ങൾ. അവർ ഒന്നും ഉറപ്പിച്ച് പറയാൻ കഴിയാതെയെന്നപോലെ കൂട്ടമായി നിന്നു. ഒരാളുടെ ശ്വാസം അടുത്തയാളുടെമേൽ പതിക്കുന്നു എന്നുറപ്പുവരുത്തുന്നയത്ര അടുത്ത്.

രക്തം തുടച്ച് നീക്കിയപ്പോൾ ശവശരീരത്തിന്റെ മുഖം വ്യക്തമായി. കൂടി നിന്നവരിൽ ഭയത്തിൽ കലർന്ന ആകാംക്ഷയുണ്ടായി. ആരോ ഒരു പേര് മന്ത്രിച്ചു. ഭയത്താലോ, ശങ്കയാലോ എന്നറിയില്ല, ആ സ്വരം പിന്നെ കേട്ടില്ല. രക്തം മുഴുവൻ തുടച്ച് നീക്കുന്നതുവരേക്കും അവർ അന്ധാളിച്ച് നിന്നു. മറന്നുപോയ ഒരു പേര് ഓർത്തെടുക്കാൻ ബുദ്ധിമുട്ടുന്നതുപോലെ, തെറ്റുപറ്റരുതെന്ന് ചിന്തിച്ചുകൊണ്ട്. എന്നാൽ ആ പേര് ആവർത്തിച്ച് കേട്ടു.

ആ മുഖം അസ്ലമിന്റേതാണെന്നതിൽ മുതിർന്നവർക്കാർക്കും സംശയമുണ്ടായിരുന്നില്ല. ഇരുപത് വർഷമായി അവർ അസ്ലമിനെ കണ്ടിട്ട്. അവൻ തിരിച്ചെത്തിയിരിക്കുന്നത് ജീവനില്ലാതെയാണ്. ഗ്രാമത്തിനെതിർവശത്തുള്ള ചെങ്കുത്തായ പാറകളിൽ വീണ് തകർന്ന് മരണം വരിച്ചെത്തിയിരിക്കുന്നു.

ശവശരീരത്തെ മറച്ച ചിത്രകംബളത്തെ സൗമ്യമായി തഴുകി മാറ്റി അവർ മരിച്ചവന്റെ മുഖം പരിശോധിച്ചു. വർഷങ്ങൾക്ക് മുമ്പ് ഇവിടം വിട്ടുപോയവന് ഒരു മാറ്റവും വന്നിട്ടില്ല. കഴിഞ്ഞ ഋതുവിൽ ഇവിടെനിന്ന് പോയിട്ടേയുള്ളൂ ഇയാളെന്ന് തോന്നും, ഈ മുഖം കണ്ടാൽ. പക്ഷേ

അയാളുടെ ക്ഷീണിച്ച മുഖം, ആകാശത്തേക്ക് നോക്കി ചലനമറ്റ്, മിനുസമേറി, തണുത്ത്, കിടക്കുന്നു. ശവത്തിന്റെ മുമ്പൊരിക്കലും കാണാത്ത തരത്തിലുള്ള മായക്കാഴ്ചയാണത് എന്ന് ഇപ്പോൾ അയാളെ കണ്ടാൽ തോന്നും. ആത്മവിശ്വാസത്തോടെയുള്ള കിടപ്പ്. തന്റെ ജീവിതവും ഈ മരണവും ഒരേ അച്ചിലേക്കൊഴിച്ചതുപോലെ ഒരാത്മവിശ്വാസം.

ഗ്രാമത്തിന്റെ വടക്കേ മൂലയിലുള്ള വീട്ടിൽ ഈ വാർത്തയെത്തിയപ്പോൾ അസ്ലമിന്റെ ഭാര്യ യുമാതിയും മകൾ അദ്ബേസെറും ഭയന്ന് പറന്നെത്തി. അവർ കടന്നുപോയ വീടുകളിൽ നിന്നുള്ളവരെല്ലാം വാലുപോലെ പുറകെ കൂടി. പൊടിപടലങ്ങൾ നിറഞ്ഞ ചത്വരത്തിലേക്ക് ഒരു വലിയ ജനക്കൂട്ടമെത്തി.

ഗ്രാമത്തിലെ എല്ലാ തെരുവുകളിലും പൊടി നിറഞ്ഞു. തോട്ടങ്ങളെല്ലാം ഒഴിഞ്ഞ് കിടക്കുന്നു. ഉറങ്ങിക്കിടന്നവർ എഴുന്നേറ്റു. തീകായാനിരുന്നവർപോലും മറ്റുള്ളവരോടൊപ്പം ചേർന്നു. വാതിലുകൾ മലർക്കെ തുറക്കപ്പെട്ടു. മുറികളൊഴിഞ്ഞു. മുനിഞ്ഞുകത്തിയ തീനാളങ്ങൾ മങ്ങിക്കത്തി.

ചത്വരത്തിലെത്തിയ യുമാതി കിതയ്ക്കുന്നുണ്ടായിരുന്നു. അസ്ലമിന്റെ വിളറിയ മുഖം കണ്ട് അവൾ തരിച്ചു നിന്നു. പ്രഭാതത്തിന്റെ പർദ്ദ സാവധാനത്തിൽ ഉയരുന്നതുപോലെ അവ്യക്തമായ ആ രൂപം അവൾക്ക് മുമ്പിൽ. പിന്നെ അതെവിടേക്കോ വഴുതിപ്പോയി. അണഞ്ഞ് പോകുന്ന സ്വരങ്ങളെപ്പോലെ ലോകം ഇരുട്ടിലേക്കാണ്ടുപോയി. ശൂന്യമായ ഇരുട്ടിലേക്ക്. ആ ഇരുട്ടിൽ ലോകം അപ്രത്യക്ഷമായി. മുന്നിലെ മാർബിൾ അൾത്താരയിൽ അപ്പോൾ ഒരു നിഴലുമാത്രം ശേഷിച്ചു. അനേക രാത്രികളായി താൻ കാണാതിരുന്ന ആ മനുഷ്യൻ ഇപ്പോഴിതാ തന്റെ ശരീരം സ്വന്തം ഇഷ്ടത്തിന് ഉറക്കി കിടത്തിയിരിക്കുന്നു. അവൾ ഇപ്പോൾ വിളിച്ചാൽ അവൻ ഉണർന്നേക്കും. അവൾ വിളിച്ചില്ല. അവളുടെ കാലുകളിലെ ബലം ഊർന്നുവീണു. അവൾ നിലത്തേക്ക് കുഴഞ്ഞ് വീണു.

അമ്മയ്ക്കരികിൽ നിന്ന് അദ്ബേസെർ അച്ഛനെ കണ്ടു. അവൾ അച്ഛനെ ആദ്യമായി കാണുകയാണ്. എങ്കിലും അച്ഛന്റെ മുഖം പരിചയമുള്ളതുപോലെ തോന്നി അവൾക്ക്. തന്റെ ബാല്യത്തിൽ, തീ കായാനിരിക്കുമ്പോൾ, അപ്പുറത്ത് ഈ മുഖമുണ്ടായിരുന്നു. ഘനഗാംഭീര്യമുള്ള സ്വരത്തിൽ അച്ഛൻ അപ്പോൾ കഥകൾ പറഞ്ഞ് കൊടുക്കുമായിരുന്നു. അച്ഛനൊരു നായാട്ടിനു പോയതാണെന്നും ഇപ്പോൾ തിരിച്ചെത്തി തലയിൽ അടിഞ്ഞുകൂടിയ പൊടി കഴുകാൻ വെള്ളം കോരാൻ പോകുമെന്നുമുള്ള മട്ടിലായിരുന്നു ഇത്രയും കാലം അവളുടെ കാത്തിരിപ്പ്. അച്ഛൻ അത്രത്തോളം അവളുടെ സങ്കല്പലോകത്ത് നിറഞ്ഞുനിന്നിരുന്നു. അവൾ അച്ഛന്റെ മുഖത്ത് നോക്കിയിരുന്നു വിതുമ്പാൻ തുടങ്ങി. തന്റെ അച്ഛനെ നഷ്ടമായി എന്ന് അവൾ കണ്ടതുകൊണ്ടാണോ ഇങ്ങനെ വിതുമ്പാൻ തുടങ്ങിയത്? അതോ അവൾ കണ്ടെത്തിയ അച്ഛനെ

നഷ്ടപ്പെട്ടതുകൊണ്ടോ? ഏതെന്നറിയാതെ അവൾ മണ്ണിൽ കയ്യമർത്തി, ഒരു പിടി മണ്ണുവാരി. പിന്നെ ആ കൈകൾകൊണ്ട് മുടി പിടിച്ച് വലിച്ചു. നിർത്താതെ കരഞ്ഞു.

കരഞ്ഞുകൊണ്ടിരുന്ന അമ്മയെയും മകളെയും മറ്റു സ്ത്രീകൾ വീട്ടിലേക്കെടുത്തുകൊണ്ടുപോയി. പിന്നിയിട്ട മുടിയിലെ ഓരോ ഇഴയും അവർ അപ്പോൾ അഴിച്ചിടുന്നുണ്ടായിരുന്നു. ഒരാൾ പഴയൊരു പാട്ട് പാടുന്നുണ്ടായിരുന്നു. അവരെ കൊണ്ടുപോയിരുന്ന സ്ത്രീകളും കരയുന്നുണ്ടായിരുന്നു. അവരിൽ ചിലർ തങ്ങളുടെ നഖമുപയോഗിച്ച് മുഖവും നെഞ്ചും മാന്തിപ്പൊളിച്ചു. എല്ലാ വിലാപയാത്രയും ഇങ്ങനെ തീവ്രമാകാറില്ല. ഈ മരണത്തെക്കുറിച്ചോർത്ത് ഒരു ദിവസം, അല്ലെങ്കിൽ ഏതാനും ദിവസമല്ല അവർ കരഞ്ഞത്. ഇരുപത് വർഷമായി അവർ കരയുകയായിരുന്നു. അതവരുടെ ദുഃഖംകൊണ്ടായിരുന്നു.

അബോധാവസ്ഥയിലായ യുമാതിയെ അവർ ഒരു കമ്പിളിയിൽ കിടത്തി. അസ്ലമിന്റെ ശരീരം തോട്ടത്തിലുള്ള വിശാലമായ ഒരു മുറിയിലും.

ഉച്ചയോടെയാണ് യുമാതി ഉണർന്നത്. അതുവരേക്കും മൃദുസ്വരത്തിൽ സംസാരിച്ചിരുന്ന മുതിർന്നവരുടെ സ്വരം ഇപ്പോൾ ഉച്ചത്തിലായിട്ടുണ്ടായിരുന്നു. വർഷങ്ങൾക്ക്ശേഷം അവർ വീണ്ടും അസ്ലമിന്റെ തിരോധാനത്തെക്കുറിച്ച് സംസാരിക്കുകയാണ്. ഈ ഗ്രാമത്തിലെത്തുമ്പോൾ അയാൾ അപരിചിതനായ ഒരു യുവാവായിരുന്നു. യുമാതിയുമായി പ്രണയത്തിലായി. ഇവിടെ താമസമാക്കി. നല്ലൊരു നായാട്ടുകാരനായിരുന്നു. അയാളുടെ ധൈര്യം ഗ്രാമത്തിലും സമതലത്തിലും പരന്നു. ദൂരെനിന്ന് വന്നവനായതിനാൽ, മണ്ണിന്റെ ഗുണമറിയാവുന്നവനായിരുന്നു. ഗ്രാമീണർ കേട്ടിട്ടില്ലാത്ത കഥകൾ പലതും അയാൾ പറയുമായിരുന്നു. മലമുകളിൽ വർഷങ്ങളായി കത്തിക്കൊണ്ടിരുന്ന തീയിനെക്കുറിച്ച് അവർ സംസാരിച്ചു. അവൻ പറഞ്ഞുകൊടുത്ത സമുദ്രാന്തർഭാഗത്തുള്ള നഗരങ്ങളെക്കുറിച്ച് അവരോർത്തു.

അതുവരേക്കും ആരും കേൾക്കാത്തൊരു പേരാണവൻ അവന്റെ ആദ്യകുഞ്ഞിനു നൽകിയത് – റിൻഡ.

ഗ്രാമത്തിലെത്തിയതിന്റെ മൂന്നാം വർഷം മുതൽ, അവൻ ഗ്രാമീണരുമായി അധികം ഇടപഴകാതായി. സൗഹൃദസ്വഭാവമുള്ള, വാചാലനായ, ഈ മനുഷ്യൻ പെട്ടെന്ന് തന്റെ സ്വന്തം ലോകത്തിലേക്ക് ഉൾവലിഞ്ഞു. ആദ്യമായി ഗ്രാമത്തിലെത്തിയ അപരിചിതന്റെ രൂപത്തിലേക്ക് പിൻവാങ്ങി. തന്റെ വീട് നിന്നിരുന്ന കുന്നിന്റെ ഉച്ചിയിൽ നിന്നും വടക്കൻ മലനിരകളെ നോക്കിയിരിക്കുക, ഏതോ മനോരാജ്യത്തിലെന്നപോലെ സംസാരിച്ചിരിക്കുക എന്നിവ സ്വഭാവമായി. നായാട്ടിനു പോകുന്നതും നിർത്തി. എപ്പോഴെങ്കിലും തന്റെ കുതിരപ്പുറത്തേറി എവിടേക്കോ ഓടിച്ചു പോകുന്നത് കാണാം. തിരികെയെത്തുമ്പോൾ സൂര്യനുദിച്ചിട്ടുണ്ടാകും. അങ്ങനെയുള്ള ദിനങ്ങളും അധികമുണ്ടാവാറില്ല.

നല്ല ഉഷ്ണമുള്ള ഒരു വേനൽ ദിനത്തിലെ സായാഹ്നത്തിൽ അയാൾ യുമാതിയെ ചുംബിച്ചു. യുമാതി അയാളുടെ ജീവിതത്തിലില്ലെന്നതു പോലെയായിട്ട് കാലം കുറച്ചായിരുന്നു. ഒരു ദീർഘയാത്രയ്ക്കുള്ള തയ്യാറെടുപ്പാണ് ആ ചുംബനം എന്ന് വ്യക്തമായിരുന്നു. അയാൾ തന്റെ ആയുധങ്ങളെല്ലാം പെറുക്കിക്കൂട്ടി തോട്ടത്തിലേക്കിറങ്ങി. ആകാശത്തേക്ക് ചൂണ്ടി, ഭാര്യയോട് "എന്നെ കാത്തിരിക്കുമ്പോൾ നക്ഷത്രങ്ങളെ നോക്കുക. മടക്കയാത്രയ്ക്കുള്ള വഴിയപ്പോൾ എനിക്ക് പെട്ടെന്ന് ലഭ്യമാകും" എന്ന് പറഞ്ഞു. അയാൾ വടക്കോട്ട് തന്റെ കുതിരയെ നയിച്ചു. വടക്കോട്ട്, രാജപ്രൗഢിയുള്ള മലനിരകളുടെ ഹൃദയത്തിലേക്ക്.

അസ്ലം യാത്ര പോയപ്പോൾ, അജ്ഞാതരായ ആരൊക്കെയോ ആയി അയാൾ സൗഹൃദത്തിലായിരിക്കുന്നു എന്ന് ചിലർ പറഞ്ഞു. വർഷങ്ങളായി കൊതിച്ച നിധി തേടി പോയതാണയാൾ എന്നായിരുന്നു മറ്റു ചിലരുടെ അഭിപ്രായം. ഇനിയും ചിലർ അയാൾ എവിടെ നിന്ന് വന്നുവോ അവിടേക്ക് തിരിച്ച് പോയി എന്നഭിപ്രായപ്പെട്ടു. സത്യത്തിൽ ഈ കഥകളെല്ലാം അയാൾക്ക് യോജിക്കുന്നതുമായിരുന്നു. അവർ എന്തൊക്കെ ചിന്തിച്ചുവോ അതെല്ലാം ഈ വിചിത്രമനുഷ്യന് യോജിക്കും എന്ന് പറയുകയാകും ഉചിതം. ഇതായിരിക്കാം സാധ്യത എന്ന് ആരെങ്കിലും എപ്പോഴെങ്കിലും പറഞ്ഞാൽ, ആരും അതിനെ നിഷേധിച്ചില്ല. അവർ അവരുടെ മനസ്സിൽ തോന്നിയ സാധ്യതകളും അതിനോടൊപ്പം കൂട്ടിച്ചേർത്തു. അവയൊന്നും തെറ്റാണെന്ന് ആരും പറഞ്ഞില്ല. എന്നാൽ അയാൾ വടക്കോട്ടാണ് പോയത് എന്നു മാത്രം ആരും കരുതിയില്ല, കണ്ടില്ല.

അന്ന് പ്രഭാതത്തിൽ കുതിരപ്പുറത്തേറി യാത്ര തിരിച്ച ഒരു സംഘം സായാഹ്നമായപ്പോൾ തിരിച്ചെത്തി. മൂന്ന് ദിവസം മുമ്പ് നായാട്ടിനായി പോയ റിൻഡയോട് അച്ഛന്റെ മരണവിവരമറിയിക്കാനിറങ്ങിയതായിരുന്നു അവർ. സ്റ്റോൺപാസ്വരെ അവർ തിരഞ്ഞു. എന്നിട്ടും അവനെ കണ്ടെത്തുവാനായില്ല.

സൂര്യൻ അസ്തമിച്ചുകൊണ്ടിരുന്ന ചക്രവാളത്തിന്റെ ദിശയിലേക്ക് ഗ്രാമീണർ തിരിച്ച് നടന്നു. ലോങ്ങ്വാലിയിലേക്ക് നയിക്കുന്ന പാതയുടെ ദിശയിലേക്ക്. അവിടേക്കാണ് മറ്റു കുതിരക്കാരും പോയിരുന്നത്. റിൻഡ ശരത്കാലത്ത് വേട്ടയാടാൻ സാധാരണമായി ഉപയോഗിച്ചിരുന്ന സ്ഥലങ്ങളിലൊന്നാണ് ഈ താഴ്വാരം. ഗ്രാമത്തിലൂടെ ഒഴുകിയിരുന്ന കാൻബേഗി നദിയുടെ ഉറവിടവും ഇവിടെതന്നെ. ആ ഗ്രാമത്തിൽനിന്നും താഴെയുള്ള സമതലത്തിലെ ഗ്രാമങ്ങളെ ലക്ഷ്യമാക്കി നദിയൊഴുകുന്നു.

യുമാതി ഇടയ്ക്കിടെ എഴുന്നേറ്റ് മകൻ വന്നുവോ എന്ന് തിരക്കും. പിന്നെ മറ്റു സ്ത്രീകളോടൊപ്പമിരുന്ന് കൂടുതൽ ഉച്ചത്തിൽ കരയും. മുലയൂട്ടുന്ന അമ്മമാർ മാത്രമാണ് അസ്തമയമായപ്പോൾ അവിടെ നിന്ന് പോയത്. ശേഷിച്ചവരെല്ലാവരും മരണവീട്ടിൽ തന്നെയായിരുന്നു.

കുട്ടികൾ അപ്പോഴും വീടിനടുത്തിരുന്ന് കളിക്കുകയായിരുന്നു. പാലത്തി നടുത്ത് കളിക്കുകയാണ് അവർക്ക് ഇഷ്ടമെങ്കിലും അതിന് അവർ തുനിഞ്ഞില്ല.

ഇരുട്ടായപ്പോൾ ദൂരെനിന്ന് കുതിരക്കുളമ്പടി കേട്ടു. വീടിനകത്തുണ്ടാ യിരുന്നവരെല്ലാം പുറത്തിറങ്ങി. കുന്നിൻചെരുവിലേക്ക് നീങ്ങി. ലോങ്ങ് വാലിയുടെ ദിശയിൽനിന്നും വരുന്ന കുതിരസവാരിക്കാരെ കണ്ടു. ആ അരണ്ട വെളിച്ചത്തിൽ അതാരൊക്കെയാണെന്ന് വ്യക്തമല്ലായിരുന്നു. സവാരിക്കാർ എത്രപേരുണ്ടെന്ന് കുട്ടികൾ എണ്ണിനോക്കി. പ്രഭാതത്തിൽ ഇവിടെനിന്ന് പോയതിലും ഒരാൾ കൂടുതലുണ്ട്. അവരോടൊപ്പം റിൻഡയും തിരിച്ചെത്തുന്നു എന്നറിഞ്ഞ സ്ത്രീപുരുഷന്മാർ ഒന്നിച്ച് കരയാൻ തുടങ്ങി.

അവർ സവാരിക്കാർക്കരികിലേക്ക് നടന്നു.

റിൻഡയെ തിരിച്ചറിയാൻ അയാളുടെ നീളൻ മുടി മാത്രം മതിയായി രുന്നു. അയാളായിരുന്നു മുന്നിൽ. കൂട്ടത്തിൽ ചേരാതെ അയാൾ കുതിര പ്പുറത്തു നിന്നിറങ്ങി. ദൃഢമായ മുഖഭാവം ഇപ്പോൾ തളർന്നിരിക്കുന്നു. ഇരുണ്ട ചർമ്മത്തിലിപ്പോൾ മനസ്സിലാക്കാനാകാത്ത നിഴൽ പരന്നിരി ക്കുന്നു. ഇമ വെട്ടാതെ മുന്നോട്ട് നടന്ന് അയാൾ ജനക്കൂട്ടത്തിനരി കിലെത്തി. അമ്മയേയും സഹോദരിയേയും ആലിംഗനം ചെയ്തു.

വർഷങ്ങളായി അവർ മൂന്നു പേർ മാത്രമേയുള്ളൂ. ഇപ്പോൾ, വീണ്ടും അവർ മൂന്നു പേർ മാത്രമായിരിക്കുന്നു.

സൂര്യാസ്തമയത്തിനും ചന്ദ്രോദയത്തിനുമിടയിൽ നിശ്ശബ്ദത മാത്ര മായിരുന്നു അവിടെ. അപൂർവ്വമായി മുതിർന്നവർ മാത്രം ഏതാനും വാക്കുകൾ പറഞ്ഞു. മരണത്തിന്റെ ആദ്യരാത്രിയിലെ ആചാരങ്ങൾ ക്കനുസരിച്ച്, നിശ്ശബ്ദതയാകും കൂടുതൽ ഉചിതമെന്ന തീരുമാനത്തി ലെത്തിയിരുന്നു എല്ലാവരും.

മരണത്തിന്റെ ആദ്യദിനം, ശവശരീരത്തിനോടൊപ്പം ആത്മാവു മുണ്ടാകും. സൂര്യാസ്തമയമായാൽ ആത്മാവ് വേർപെട്ട് പുതിയ ശരീര ത്തെ അന്വേഷിച്ചിറങ്ങും. ഈ തിരച്ചിൽ രാത്രി മുഴുവൻ നീളും. ആ തിരച്ചിലിനിടയിൽ ആത്മാവ് എല്ലാ സാധ്യതകളും തിരയും. ഗർഭത്തിൽ കിടക്കുന്ന കുഞ്ഞുങ്ങളേയും കൊച്ചുകുട്ടികളേയും വന്യമൃഗങ്ങളെയും സസ്യങ്ങളേയും പക്ഷികളേയും അവർ തിരയും. പിറ്റേന്ന് പ്രഭാതമാകു ന്നതിനു മുമ്പ് അത് മറ്റൊരു ശരീരം കണ്ടെത്തിയിരിക്കും. അങ്ങനെ ആത്മാവ് ഇല്ലാതായ ശരീരം മരണം നടന്നതിന്റെ രണ്ടാം രാവിൽ കത്തിച്ചു കളയും.

റിൻഡയുടെ തലയ്ക്ക് മുകളിൽ നിന്നിരുന്ന അത്തിമരത്തിന്റെ ശിഖര ങ്ങളിൽ ചേക്കേറിയ ഏകതാളത്തിലുള്ള മണിയൊച്ച വീടിനകത്തെ വിലാപത്തെ ഇല്ലാതാക്കാൻ ശ്രമിക്കുന്നുണ്ടായിരുന്നു. എല്ലാവരും നിശ്ശബ്ദരായി. സുഗന്ധദ്രവ്യങ്ങൾ പുകയ്ക്കുന്ന ചെപ്പുകൾ യുവാക്കൾ

വീശിക്കൊണ്ടിരുന്നു. പരിസരങ്ങളിൽ അനിർവചനീയമായ ഒരു ശാന്തി പരന്നു.

അച്ഛന്റെ മുഖം ഓർമ്മയിൽ തെളിയുന്നില്ലെങ്കിലും റിൻഡ അച്ഛനെക്കുറിച്ച് മാത്രം ഓർക്കാൻ ശ്രമിച്ചു. വർഷങ്ങൾക്ക് ശേഷം തിരിച്ച് വരാൻ തീരുമാനിച്ച അച്ഛന് ഒരുപക്ഷേ വഴിയിൽ വച്ച് എന്തെങ്കിലും അപകടം സംഭവിച്ചതാകാം.

അച്ഛനെ കണ്ടത് പൂർണ്ണ നഗ്നനായാണല്ലോ. അതിനാൽ തന്റെ വിശ്വാസത്തിനു സാധുതയില്ലാതാകുന്നു. വിശദീകരണമില്ലാതാകുന്നു. ചെങ്കുത്തായ ഗർത്തത്തിന്റെ ഇങ്ങേഭാഗത്തു നിന്നും കണ്ടെത്തിയ ശരീരം വീണത് മറുഭാഗത്തു നിന്നാകാം എന്നതും ഇതുപോലെ സാധുതയില്ലാത്ത സംശയമാകുന്നു. ഈ രണ്ട് പാറകളും തമ്മിൽ നൂറടിയെങ്കിലും വ്യത്യാസമുണ്ടല്ലോ.

ചിലപ്പോൾ തന്നെ ഉപേക്ഷിച്ചുപോയെന്നും ചിലപ്പോൾ എന്തോ വലിയ അപകടത്തിൽ പെട്ടുപോയെന്നും റിൻഡ കരുതിയിരുന്ന അച്ഛൻ ഇതാ ഒരു ചോദ്യചിഹ്നമായി തനിക്ക് മുന്നിൽ കിടക്കുന്നു. അച്ഛനില്ലാതെ വളർന്നതിനാൽ, തനിക്ക് അച്ഛനേയില്ലെന്ന് ദീർഘകാലമായി റിൻഡ വിചാരിച്ചിരുന്നു. അമ്മയുടെ തേങ്ങലുകളിലല്ലാതെ, റിൻഡയുടെ മനസ്സിൽ അസ്ലമിന് യാതൊരു പ്രാധാന്യവുമില്ലായിരുന്നു. കുഞ്ഞുനാളിൽ വലിയ ക്ഷമയോടെ അച്ഛനെ പ്രതീക്ഷിച്ചിരുന്നിട്ടുണ്ട്. ഒരു ദിവസം വരുമെന്നും തന്റെ ലോകത്തിന്റെ ശൂന്യത നികത്തുമെന്നുമുള്ള പ്രതീക്ഷയോടെ. എങ്ങനെ വിട്ടുപോയോ അതുപോലെ തിരിച്ചെത്തുമെന്ന പ്രതീക്ഷയോടെ. ചിലപ്പോഴെങ്കിലും കരഞ്ഞുകൊണ്ടും കാത്തിരുന്നിട്ടുണ്ട്.

വർഷങ്ങൾ കഴിഞ്ഞപ്പോൾ തനിക്ക് മുന്നിലുള്ള ശൂന്യത നികത്തേണ്ടത് താൻ തന്നെയാണെന്ന് റിൻഡ അറിഞ്ഞുതുടങ്ങി. അച്ഛനെ കാത്തിരിക്കുന്നതിനു പകരം, അങ്ങനെയൊരാളേ ഉണ്ടായിരുന്നില്ല എന്നതുപോലെ പെരുമാറാനാരംഭിച്ചു. അമ്മയുടെ വാക്കുകളിൽ മാത്രമേ അങ്ങനെയൊരാളുണ്ടായിരുന്നുള്ളൂ. റിൻഡ കരഞ്ഞില്ല. പകരം ദീർഘിച്ച നായാട്ട് യാത്രകൾക്കിടയിൽ, വന്യതയെ ലക്ഷ്യം വച്ചുള്ള യാത്രയ്ക്കിടയിൽ, ഈ കുന്നുകളുടേയും നദികളുടേയും സ്വർഗത്തിന്റേയും ഭാഗം മാത്രമാണ് താനെന്നും അതല്ലാതെ ഒന്നുമല്ലെന്നും അയാൾ ആശ്വസിച്ചു. ഒരു അച്ഛന്റെ ആവശ്യം അയാൾക്കില്ലാതായി. അച്ഛനുണ്ടായിരുന്ന കാലം മറന്നു.

അച്ഛനെപ്രതിയുള്ള കൊതി ഇല്ലാതായി. എന്നാൽ കോപമോ, വേദനയോ തോന്നിയില്ല. അയാളെ സംബന്ധിച്ചിടത്തോളം അച്ഛൻ എന്നത് മുഖമില്ലാത്ത ഒരു നിഴൽ മാത്രമായിരുന്നു. അച്ഛനോടൊപ്പം വളർന്ന്, അച്ഛന്റെ മുഖവും സ്വരവും പരിചിതമായതിനുശേഷമാണ് ഇങ്ങനെ സംഭവിച്ചതെങ്കിൽ ഇതേ വികാരമാകുമോ തനിക്കുണ്ടായിരുന്നിരിക്കുക എന്ന ചോദ്യം അയാൾ സ്വയം ചോദിക്കാറുണ്ടായിരുന്നു.

ഒരിക്കൽ ഒരു കലമാൻകുഞ്ഞ് അയാൾ വെച്ച കെണിയിൽ വീണു. മൃഗക്കുഞ്ഞുങ്ങളെ വേട്ടയാടുന്ന നായാട്ടുകാരനല്ല അയാൾ. കലമാൻ കുഞ്ഞിനെ കെണിയിൽ നിന്നും വേർപെടുത്തി സ്വതന്ത്രയാക്കി. അപ്പോഴാണ് അതിന്റെ പിൻകാലിൽ മുറിവ് പറ്റിയിരിക്കുന്നത് കണ്ടത്. കലമാൻകുഞ്ഞിനെ കുറച്ച് ദിവസം റിൻഡ കൂടെക്കൂട്ടി വളർത്തി. കലമാൻ കുഞ്ഞിന്റെ മുറിവിൽ മരുന്നു പുരട്ടി. എന്നും സായാഹ്നത്തിൽ പച്ചില അരച്ച് തേച്ചുകൊടുത്തു. വിഷപ്പൂക്കളുണ്ടാകുന്ന ഒരിനം ചെടിയുടെ തണ്ടുകൾ കത്തിച്ച് ചാരമാക്കി പുരട്ടിക്കൊടുത്തു.

എപ്പോഴൊക്കെ കലമാൻകുഞ്ഞുമൊത്ത് നദിക്കരയിലെത്തിയോ അപ്പോഴൊക്കെ അത് തന്റെ അമ്മയെ തിരയുന്നത് റിൻഡ കണ്ടു. ആ വെള്ളത്തിൽ അമ്മയുടെ നിഴൽ കലമാൻ കുഞ്ഞ് കാണുന്നുണ്ടായിരുന്നു. അവൾ അമ്മയുടെ ശബ്ദം തിരയുകയായിരുന്നു. അതിനായി ചെവി വട്ടം പിടിക്കുകയായിരുന്നു. അമ്മയുടെ മണം പിടിക്കുന്നുണ്ടായിരുന്നു. ഉറക്കമില്ലാതെ ക്ഷീണിച്ചതായിരുന്നു ആ കണ്ണുകൾ. അതിന്റെ തൊണ്ടയിലൂടെ വെള്ളമിറങ്ങുന്നില്ലെന്ന് റിൻഡയറിഞ്ഞു. അപ്പോൾ, ഇത് കാടിനും കുന്നിനും നദിക്കും സ്വന്തമായ കലമാൻ കുഞ്ഞല്ലെന്നും അതിന്റെ അമ്മയ്ക്ക് മാത്രം സ്വന്തമായതാണെന്നും റിൻഡ തിരിച്ചറിഞ്ഞു.

കലമാൻകുഞ്ഞിനെ സ്വതന്ത്രമാക്കിയതിനുശേഷം റിൻഡ അച്ഛനെയോർത്തു. അച്ഛന്റെ മുഖം തന്റേതുപോലെ തന്നെയായിരുന്നോ? അച്ഛന്റെ സ്വരമറിയാമായിരുന്നെങ്കിൽ, കലമാൻകുഞ്ഞ് അമ്മയെ തിരഞ്ഞിരുന്നതുപോലെ താനും ഈ കാട്ടിൽ എല്ലായിടത്തും അച്ഛനെ തേടിയലയുമായിരുന്നോ? അച്ഛനെക്കുറിച്ച് തനിക്ക് ഒന്നുമറിയാത്തതിനാലാകണം അച്ഛനെ നഷ്ടമായി എന്നു തോന്നാത്തത്. ഇരുണ്ട രാവുകളിൽ അച്ഛന്റെ മുഖം പ്രത്യക്ഷമാകാത്തത്. അതല്ലെങ്കിൽ, താനും അച്ഛന്റെ മുഖം തേടി, സ്വരം തേടി, തന്റെ തീവ്രാഭിലാഷങ്ങളുടെ ദാഹം തീർക്കാനുള്ള മാർഗ്ഗം തേടി, അലയുമായിരുന്നു.

അച്ഛൻ സ്വയം മടങ്ങി വന്നിരിക്കുന്നു. വർഷങ്ങൾ കഴിഞ്ഞ് മടങ്ങി വന്നിരിക്കുന്നു. അയാൾ മറന്നുപോയ ചോദ്യങ്ങളെല്ലാം മടങ്ങിയെത്തിയിരിക്കുന്നു. മൺപാത്രങ്ങളിലെ കനലിൽ എരിഞ്ഞ് പുകഞ്ഞുകൊണ്ടിരുന്ന സുഗന്ധദ്രവ്യങ്ങൾക്കമ്പടിയായി, കൂടിയിരുന്ന മുതിർന്നവരും ഇതേ പുകയുന്ന ചിന്തയിലായിരുന്നു. അവർ ചിലപ്പോൾ ചില സ്വപ്നങ്ങളിലേക്ക് കൂപ്പ് കുത്തും. ഗ്രാമത്തിനു താഴെ നദിയുടെ പാട്ട് കേൾക്കുന്നുണ്ടായിരുന്നു.

മുറ്റത്തിന്റെ അങ്ങേത്തലയ്ക്കൽനിന്ന് പൊടുന്നനെ കുതിരകൾ ചിനയ്ക്കുന്ന സ്വരം കേട്ടു. അതുവരേക്കും അനങ്ങാതിരുന്ന തലകളെല്ലാം ഒന്നിച്ച് ആ ദിശയിലേക്ക് തിരിഞ്ഞു. കുതിരകൾ അപ്പോൾ അസ്വസ്ഥരാകേണ്ടതിന് കാരണമൊന്നും കണ്ടില്ല. ഈ സുഗന്ധദ്രവ്യങ്ങളുടെ പുകയാകണം അവയെ അസ്വസ്ഥമാക്കുന്നതെന്ന് മുതിർന്നവർ അഭിപ്രായപ്പെട്ടു.

കുതിരകളെ അഴിച്ച് പുഴക്കരയിലേക്ക് കൊണ്ടുപോകാനും നിർദേശിച്ചു. അക്കൂട്ടത്തിൽ റിൻഡയുടെ കുതിരയായ ബെലെക്കുമുണ്ടായിരുന്നു. ചില യുവാക്കളെഴുന്നേറ്റ് കുതിരകളെ കെട്ടിയ ഇടത്തേക്ക് നടക്കുമ്പോഴേക്കും അവയിൽ ചില കുതിരകൾ തീരെ അസ്വസ്ഥരായിട്ടുണ്ടായിരുന്നു. കോപിഷ്ഠരായിട്ടുണ്ടായിരുന്നു. അവ നിലത്ത് കാലിട്ട് മാന്തുന്നുണ്ടായിരുന്നു. പൊടിപടലമുയർത്തുന്നുണ്ടായിരുന്നു. മരത്തിൽ കെട്ടിയിട്ടിരിക്കുന്ന കയറുകളിൽ നിന്നും മുക്തരാകുവാനെന്നവണ്ണം തലയിട്ടടിക്കുന്നുണ്ടായിരുന്നു. കുതിരകളുടെ സമീപത്തേക്ക് നീങ്ങിയ യുവാക്കൾ മുറിയിൽ തുറന്ന ജനലിനരികിൽ, കിടത്തിയിരുന്ന അസ്ലമിനെ ഒന്ന് നോക്കുവാനൊരു ശ്രമം നടത്തി. എന്നാൽ മുറിയിലെ ഇരുട്ടിൽ അത് അസാധ്യമായിരുന്നു.

യുമാതി എഴുന്നേറ്റ് നാലടി നടന്നു. അവളുടെ മനസ്സിലും മറ്റുള്ളവരുടെ മനസ്സിലുള്ള അതേ ചിന്തയായിരുന്നു. അസ്ലമിന്റെ ആത്മാവ് അവിടെ അലയുന്നുണ്ടാകും. കുതിരകൾക്കരികിൽ പതുങ്ങി നിൽക്കുന്നുണ്ടാകും. അതിലൊന്നിനെ ഒരുപക്ഷേ തന്റെ പുതിയ താവളമാക്കിയാലോ എന്ന് ആ ആത്മാവ് ചിന്തിക്കുന്നുണ്ടാകും. ആത്മാവിനെ അടിച്ചമർത്താത്ത ഒരു ശരീരം അതിനു ലഭിക്കണേ എന്ന് യുമാതി പ്രാർത്ഥിച്ചു. ഏകയായി ഇത്ര നാൾ കഴിഞ്ഞതിനുശേഷം അയാളോടൊപ്പം വീണ്ടും ഒന്നുചേരാനുള്ള ആഗ്രഹത്തിലുമധികമായിരിക്കുന്നു ഇപ്പോൾ അയാളെക്കുറിച്ചുള്ള അവളുടെ വേവലാതി. അസ്ലം ബുദ്ധിമുട്ടുകയാണെന്നതിന്റെ ഏതൊരു സൂചനയും ഇപ്പോൾ അയാളുടെ അസാന്നിദ്ധ്യത്തേക്കാൾ കൂടുതൽ അവളെ വിഷമിപ്പിക്കും. അസ്ലമിന്റെ ശരീരം പോലെ, ആത്മാവും ഇവിടെ നിന്ന് അധികം ദൂരെയല്ലാതൊരിടത്ത് വാസമുറപ്പിക്കുന്നുവെങ്കിൽ അത് യുമാതിയെ സന്തോഷിപ്പിക്കും.

അസ്ലം മരിച്ചിട്ടുണ്ടാകാനാണ് സാധ്യത എന്ന ചിന്ത വർഷങ്ങൾക്ക് മുമ്പേ അവളുടെ മനസ്സിലുണ്ടായിരുന്നു. വർഷങ്ങൾക്ക് മുമ്പ്, ഒരു വസന്തത്തിൽ, ബാല്യം വിട്ട് കൗമാരത്തിലേക്ക് കടക്കുന്ന ഒരു കുതിരക്കുട്ടിയെ റിൻഡ വീട്ടിലേക്ക് കൊണ്ടുവന്നപ്പോഴാണവൾ ആദ്യമായി അങ്ങനെ ചിന്തിച്ചത്. റിൻഡ അപ്പോൾ കൗമാരം വിട്ട് യൗവ്വനത്തിലേക്ക് കടക്കുകയായിരുന്നു. കറുപ്പും വെളുപ്പും പുള്ളികളുള്ള കുതിരക്കുട്ടിയായിരുന്നു അത്. വെളുത്ത ചർമ്മത്തിൽ കറുത്ത കുത്തുകൾ. അലഞ്ഞ് നടക്കുന്ന കാർമേഘങ്ങളെപ്പോലെയുള്ള പുള്ളിക്കുത്തുകൾ. ആ പ്രദേശങ്ങളിലെ മറ്റു കുതിരകളിൽ നിന്നും വ്യത്യസ്തമായ കുതിര. ഈ വ്യത്യസ്തത യുമാതിയെ ഭയപ്പെടുത്തി. ദൂരെ ഏതോ നാട്ടിൽ നിന്നുള്ള ഈ കുതിരക്കുട്ടിയെ അവൾ നിരീക്ഷിച്ചു. അതിന്റെ സ്വഭാവം വ്യാഖ്യാനിക്കുവാൻ ശ്രമിച്ചു. റിൻഡയെ ചോദ്യം ചെയ്തു.

തന്റെ ബാല്യകാലം മുതൽ കാട്ടിൽ കഴിയുക എന്നത് റിൻഡയുടെ ഒരു സ്വഭാവമായിരുന്നു. ദിവസങ്ങളോളം അവൻ അവിടെ കഴിയും. അങ്ങനെയുള്ള ഒരവസരത്തിൽ, ഒരിക്കൽ, തന്റെ സുഹൃത്തായ

സയലോകയുമൊത്ത് പാറകൾക്കപ്പുറത്തേക്ക് ചെന്ന് താഴോട്ടിറങ്ങി. പാറയുടെ മുഖം ചെങ്കുത്തായ താഴ്‌വാരത്തിലേക്കിറങ്ങി നീണ്ട് പരന്നുകിടക്കുകയായിരുന്നു. രണ്ട് ദിവസം നടന്നാലേ അതിന്റെ അങ്ങേതലയ്ക്കലുള്ള പുൽമേട്ടിലെത്തുകയുള്ളൂ.

റിൻഡയും സയലോകയും പുൽമേട്ടിലെത്തി. അവിടെ നിന്നവർ വേർപിരിഞ്ഞു. ഭക്ഷണം തേടിയായിരുന്നു ആ വേർപിരിയൽ. ഇരുവരുടേയും കയ്യിൽ കെഫ്കാനിയുണ്ടായിരുന്നു. വീതികുറഞ്ഞ ഒരു തുകൽ പട്ടയാണിത്. ഒരു കയ്യിന്റെ നീളം. ഇരുവശവും കൂട്ടിപ്പിടിച്ച് മദ്ധ്യത്തിൽ ഒരു കല്ലുവയ്ക്കും. പിന്നെ അതിനെ വീശിയെറിയും. വട്ടം ചുറ്റിവന്നാണെറിച്ചിൽ. അപ്പോൾ കല്ല് അതിവേഗം തെറിച്ച് പോകും.

കെഫ്കാനി ഉപയോഗിക്കുന്നതിൽ അതിവേഗം നിപുണത നേടുകയായിരുന്നു റിൻഡ.

അന്ന് ആ പുൽമേട്ടിൽ മുഴുക്കെ അലഞ്ഞിട്ടും ഒന്നും ലഭിച്ചിരുന്നില്ല. പുൽമേട്ടിന്റെ അരികിലുള്ള കുറ്റിക്കാട്ടിൽ റിൻഡയെത്തി. അവിടേക്ക് കയറിയ ഉടൻ ഉണങ്ങിയ ഇലകളിൽ ചവുട്ടി ആരോ നീങ്ങുന്ന സ്വരം കേട്ടു. തിരച്ചിൽ തുടങ്ങി. മരങ്ങൾക്കിടയിൽ കണ്ട നിഴൽ ഒരു മാനിന്റേതാണെന്നാണാദ്യം കരുതിയത്. ഒരു വലിയ മാനിന്റെ. അതത്രയ്ക്ക് നല്ല കാഴ്ചയായി റിൻഡയ്ക്ക് തോന്നിയില്ല. ഇത്രയും വലിയ ഒരു മാനിനെ ഒരു കല്ലുപയോഗിച്ച് കൊല്ലാനാകുമോ എന്ന സംശയമാണ് അതത്ര നല്ല കാഴ്ചയല്ലെന്ന തോന്നൽ റിൻഡയിലുണ്ടാക്കിയത്. അയാൾ സാവധാനത്തിൽ കുനിഞ്ഞിരുന്നു. അടുത്ത നീക്കത്തിനു മുമ്പ് കാറ്റിന്റെ ഗതിയറിയണം. റിൻഡ ഒരു വിരലിൽ ഉമിനീർ പുരട്ടി ഉയർത്തിപ്പിടിച്ചു. ഇളംകാറ്റ് തനിക്കനുകൂലമാണെന്നത് റിൻഡയെ സന്തോഷിപ്പിച്ചു. കെഫ്കാനി തയ്യാറാക്കി. തന്റെ ഭാഗ്യം പരീക്ഷിക്കാനായി പാതി ഉയർന്നപ്പോൾ, ആ നിഴൽ തനിക്ക് നേരെ വരുന്നത് കണ്ടു. അതിനെ കണ്ട നിമിഷത്തിൽ റിൻഡ അദ്ഭുതപ്പെട്ടു. കാരണം അതൊരു കുതിരക്കുട്ടിയായിരുന്നു.

അതടുത്ത് വന്നപ്പോൾ റിൻഡ അതിന്റെ മൃദുവായ കഴുത്തിൽ തലോടി. കുതിരക്കുട്ടി ശാന്തമായി നിൽക്കുന്നു എന്നറിഞ്ഞപ്പോൾ റിൻഡയ്ക്ക് ആശ്വാസമായി. അയാൾ അതിന്റെ പുറം തടവി. മിനുസമുള്ളതും മൃദുവായതുമായ പുറം. തന്റെ സഹോദരിയുടെ മുടി പോലെ. അപ്പോഴാണ് ഇതിനോടൊപ്പം മറ്റ് കുതിരകളോ ആളുകളോ ഉണ്ടാകാം എന്നു തോന്നിയത്. അയാൾ ചുറ്റിലും നോക്കി. കുതിരക്കുട്ടി വന്നിടത്തേക്ക് നടന്നു. കാട്ടിലെ മരങ്ങൾക്കിടയിൽ തിരഞ്ഞു. വൃക്ഷങ്ങളായ വൃക്ഷങ്ങൾക്കിടയിലും സസ്യലതാദികൾക്കിടയിലും തിരഞ്ഞ് അയാൾ കുന്നിൻചെരുവിലെ സുഗന്ധപുഷ്പങ്ങൾ വിരിഞ്ഞ് നിൽക്കുന്ന ചെടികൾക്കരികിലെത്തി. ചെറുചൂടുള്ള അരുവിപോലെ സുഗന്ധപൂരിതമായിരുന്നു പകൽ. കുതിരക്കുട്ടി റിൻഡയ്ക്ക് പുറകെ നടന്നു. യാത്രയിലെ കൂട്ടുകാരാണെന്നപോലെയായിരുന്നു അവരുടെ നടപ്പ്. ഇത് റിൻഡയ്ക്കും

ഇഷ്ടമായി. മറ്റൊരു ജീവിയേയും കാണാത്തതിനാലും അസ്തമയമാകാൻ തുടങ്ങിയതിനാലും റിൻഡ തിരിച്ച് നടന്നു.

അതിനിടയിൽ സയലോക തന്റെ കെഫ്കാനി ഉപയോഗിച്ചിരുന്നു. അവനപ്പോൾ തീ കൂട്ടുകയായിരുന്നു. റിൻഡ സയലോകയ്ക്കരികിലെത്തി.

അസ്ലമിന്റെ കുതിരയും ഇതുപോലെ കറുപ്പും വെളുപ്പും കലർന്നതായിരുന്നു. അയാൾ ആദ്യമായി ഗ്രാമത്തിലെത്തിയപ്പോൾ അവിടെയുള്ളവർക്കെല്ലാം അയാളോടു തോന്നിയതിനേക്കാൾ താത്പര്യം അയാളുടെ കുതിരയോടായിരുന്നു. ബെലെക് എന്ന് നാമകരണം ചെയ്യപ്പെട്ട ആ ജീവിയെ അവരെല്ലാം അദ്ഭുതത്തോടേയും ആരാധനയോടേയും നോക്കി നിന്നിരുന്നു.

അസ്ലമിന്റേതുപോലെയുള്ള ഒരു കുതിരക്കുട്ടിയുമായി റിൻഡ തിരിച്ചെത്തിയപ്പോൾ എല്ലാവർക്കും ആകാംക്ഷയായി. യുമാതിക്ക് വല്ലാത്ത ഭയം തോന്നി. ഇതൊരു സൂചകമായി അവർ കരുതി. ദുഃഖത്താൽ അതിനെ വിശകലനം ചെയ്തു. അസ്ലം അടുത്തയിടെ മരിച്ചിരിക്കുന്നു, അയാളുടെ ആത്മാവ് ഈ കുതിരക്കുട്ടിയെയാണ് തിരഞ്ഞെടുത്തത്. ഇതാണ് ആ വിശകലനം. അയാളിപ്പോൾ തന്റെ ഏകമകനോടടുത്ത് നിൽക്കുവാൻ ശ്രമിക്കുകയാണ്, അവന്റെ ജീവിതത്തിന്റെ ഭാഗമാകുവാൻ. അയാൾ മരിക്കുമ്പോൾ ചെറുപ്പമായിരുന്നു. ഏത് രാജ്യത്ത്, ഏത് സ്ഥലത്ത് വെച്ചാണയാൾ മരിച്ചതെന്ന് വ്യക്തമല്ല. അതുകൊണ്ട് തന്നെ അതൊരു സ്വാഭാവിക മരണമാകില്ല. അങ്ങനെ പെട്ടെന്നൊരു അപകടത്തിൽപെട്ട് മരിക്കുന്നവനല്ല അയാൾ. അതിനർത്ഥം അയാൾ എന്തോ വിഷമാവസ്ഥകളിൽ ചെന്ന് പെട്ടിരുന്നു എന്നാണ്. ഈ ചിന്തകൾ സൃഷ്ടിച്ച തീവ്രവേദന യുമാതിക്ക് പേക്കിനാവുകൾ സമ്മാനിച്ചു. അന്നുമുതൽ വഴിയിലേക്ക് കണ്ണും നട്ടിരിക്കുന്ന ഒരു സ്ത്രീയായിരുന്നില്ല, പകരം ഭർതൃമരണത്തിൽ ദുഖിച്ചിരിക്കുന്ന വിധവയായിരുന്നു അവർ. ആദ്യദിനം അവരുറങ്ങിയതേയില്ല. അവരിലെ മാറ്റം പ്രകടമായിരുന്നെങ്കിലും അത് എന്തുകൊണ്ടെന്ന് അവരാരോടും പറഞ്ഞില്ല. എന്ത് ചിന്തിക്കുന്നു എന്നും പറഞ്ഞില്ല. തന്റെ മനസ്സിലെ ദുഃഖം നിയന്ത്രിച്ചു. പിറ്റേന്ന് രാത്രിയിൽ അവർ വീട്ടുമുറ്റത്ത് വലിയൊരു തീയുണ്ടാക്കി. എന്തുകൊണ്ടെന്ന് തിരക്കിയവരോട്, ആ കുതിരക്കുട്ടി സ്വന്തം ഇഷ്ടത്തിന് മകനോടൊപ്പം വന്നത് ശുഭസൂചകമാണെന്നും ഈ അഗ്നി അതിനെ കൂടുതൽ ശുഭകരമാക്കുമെന്നും മറുപടി പറഞ്ഞു. ഈ വിശ്വാസം അവളേയും ബാധിച്ചു. അന്നുമുതൽ അസ്ലമിന്റെ അസാന്നിദ്ധ്യത്തെയോർത്ത് അവർ ദുഃഖിച്ചില്ല. പകരം അയാളുടെ ആത്മാവ് അടുത്തുണ്ടെന്ന വിശ്വാസത്തിൽ സന്തോഷിച്ചു. ബെലെക്കിനോട് അവൾക്കുള്ളത്ര താത്പര്യം മറ്റാർക്കുമുണ്ടായിരുന്നില്ല. റിൻഡയും ബെലെക്കും തമ്മിലുള്ള ആത്മബന്ധം അവളെ സന്തോഷിപ്പിച്ചു. അവൾ സ്നേഹിച്ചിരുന്ന രണ്ട് പുരുഷാത്മാക്കളിപ്പോൾ അവൾക്കരികിലുണ്ട്. ദീർഘകാലത്തെ വേർപിരിയലിൽ

നിന്നും ലോകം ശാന്തമായ പുനഃസമാഗമത്തിന്റെ കാലത്തിലേക്ക് നീങ്ങിക്കൊണ്ടിരുന്നു.

ചിനച്ചുകൊണ്ടിരുന്ന കുതിരകൾക്കരികിലുള്ള അച്ഛനെ കിടത്തിയിരിക്കുന്ന മുറി റിൻഡ നിരീക്ഷിച്ചു. ജീവനില്ലാതെ കിടക്കുന്ന അച്ഛനരികിലേക്ക് പോകുമെന്ന് മറ്റുള്ളവർ പ്രതീക്ഷിച്ചത് തെറ്റി. അയാൾ ഇതുവരെ അച്ഛനെ കാണാൻ ആ മുറിയിൽ കയറിയിട്ടില്ല, മുഖത്ത് നോക്കിയിട്ടുമില്ല.

ഉപേക്ഷിക്കപ്പെട്ട ഒരു കുട്ടിയുടെ മുറിവേറ്റ വികാരമാണോ അതോ അതുവരേക്കും അച്ഛനില്ലാതെ ജീവിച്ച കുട്ടി, ഇനിയും അങ്ങനെ മതി എന്ന ഉറച്ച തീരുമാനമെടുത്തതാണോ എന്നവനറിയില്ല. രഹസ്യമാക്കി വച്ചിരിക്കുന്ന കോപം മൂലമുണ്ടായ ദുശ്ശാഠ്യം കാരണം താൻ ഇതുവരേക്കും കണ്ടിട്ടില്ലാത്ത അച്ഛനെ ഇനി കാണണ്ട എന്നയാൾ തീരുമാനിച്ചു. ഒരു മൃതശരീരത്തിൽനിന്നും തനിക്ക് ഇന്നുവരേയും ഇല്ലാതിരുന്ന അച്ഛനെ ഇന്ദ്രജാലംപോലെ വിളിച്ചുണർത്താനായില്ലെങ്കിൽ, അതിനർത്ഥം ഇന്നലെവരെയുണ്ടായിരുന്ന ഏകാന്തത നാളേയും തുടരും എന്ന് മാത്രമാണ്.

ആ മുഖത്തേക്ക് നോക്കിയാൽ അച്ഛനെയല്ല കാണുക, പകരം ഒരു അപരിചിതനെയാകുമെന്ന് അയാൾ ഭയന്നു. തന്റെ അച്ഛൻ ഒരു അപരിചിതനാണെന്നതിന് രണ്ട് സൂചകങ്ങളുണ്ടായിരുന്നു. ആദ്യത്തേത് അച്ഛന്റെ അസാന്നിദ്ധ്യമായിരുന്നെങ്കിൽ രണ്ടാമത്തേത് ആ മുഖത്ത് കാണുന്ന അപരിചിത ഭാവമായിരുന്നു. അസ്സലം എന്നും ഹാജരില്ലാത്തവനായിരുന്നു. ഇപ്പോൾ ദൂരെനിന്നു വരുന്ന, അറിയപ്പെടാത്ത നിഴലുകൾ രൂപം നൽകിയ ഒരു രൂപം മാത്രം. ആ മുഖം കാണുമ്പോൾ അത് റിൻഡയെ സംബന്ധിച്ചിടത്തോളം ഉണങ്ങാത്ത ഒരു മുറിവ് വീണ്ടും തുറക്കുന്നതുപോലെയാകും. മൂടൽമഞ്ഞിൽ നഷ്ടപ്പെട്ട് പോയത് നഷ്ടമായി തന്നെയിരിക്കട്ടെ. പണ്ടെന്നോ മറന്ന് പോയ അച്ഛനെക്കുറിച്ചുള്ള ഓർമ്മകൾ അതുപോലെ, ഇല്ലെന്ന നിലയിൽ, നിലനിർത്തണമെന്ന് അയാൾ ചിന്തിച്ചു. അങ്ങനെയൊരു മുഖമേ ഇല്ലായിരുന്നു എന്ന്. അടുത്ത ദിവസം ചാരമാകാൻ പോകുന്ന ഒരു നിഴൽ മാത്രമാണതെന്ന്. അപ്പുറത്തെ മുറിയിലെ ഇരുട്ടിൽ കിടക്കുന്നത് താനിനിയൊരിക്കലും അറിയാൻ സാധ്യതയില്ലാത്ത ഒരു മനുഷ്യനാണ്.

സൂചനകളൊന്നും നൽകാതെ കുട്ടികൾ ഒച്ചയിടുവാൻ തുടങ്ങി. നിലവിളിക്കാൻ തുടങ്ങി. യുവാക്കൾ അവിടേക്ക് തലതിരിച്ചു. ഈ ഒരു നിമിഷത്തെ കയറിന്റെ അയവ് കുതിരകൾ മുതലെടുത്തു. അവ സ്വയം സ്വതന്ത്രരായി പടിവാതിൽക്കലേക്ക് കുതിച്ചു. കുട്ടികൾ പകച്ച് നോക്കിക്കൊണ്ടിരുന്നു. ആകാശത്തിനു നേരെ എല്ലാവരുടേയും തല അപ്പോൾ തിരിഞ്ഞിരുന്നു.

എല്ലാവരും നിശ്ശബ്ദരായി. സ്ത്രീകളും പുരുഷന്മാരും സ്തംഭിച്ച് നിന്നു. ചിലർ മരവിച്ചു. പൂർണ്ണചന്ദ്രൻ സാവധാനത്തിൽ മറയുകയായിരുന്നു. കാണാനാകാത്ത ഒരു കറുത്ത മേഘത്തിന്റെ നിഴലിനുപുറകിൽ അപ്രത്യക്ഷമാകുകയായിരുന്നു. വീടുകളിൽ, വൃക്ഷങ്ങളിൽ, മുഖങ്ങളിൽ വെളിച്ചം വിതറിയിരുന്ന ചന്ദ്രൻ മാഞ്ഞുപോകുന്നു. അതിന്റെ വെളിച്ചം പൊലിയുന്നു. ചന്ദ്രൻ മാത്രമാണ് അപ്രത്യക്ഷമാകുന്നത്. നക്ഷത്രങ്ങൾക്ക് മുകളിൽ മേഘമില്ല. അവ അവിടെ അപ്പോഴും നിസ്സഹായരായി, ഒട്ടൊന്ന് ബലഹീനരായതുപോലെ നിൽക്കുന്നു. നക്ഷത്രങ്ങൾ ആദ്യം മാഞ്ഞുപോകുന്ന ചന്ദ്രനെ നോക്കി, പിന്നെ താഴെ നിൽക്കുന്ന മനുഷ്യരേയും.

കുറച്ച് നേരം ആരുമൊന്നും പറഞ്ഞില്ല. ആർക്കും അതിനായില്ല. ഇതുവരേക്കും അവർ കണ്ടിട്ടുള്ള, അനുഭവിച്ചിട്ടുള്ള രാവുപോലൊരു രാവല്ലായിരുന്നു അത്.

ചന്ദ്രൻ പതുക്കെ നീങ്ങുന്നത് കണ്ടു. അപ്പോൾ ചന്ദ്രന് വേദനിക്കുന്നുണ്ടായിരുന്നു. രക്ഷപ്പെടാനായി കുതറുന്നുണ്ടായിരുന്നു. അതിന്റെ അരികിൽ നിന്നും വിയർപ്പ് പൊഴിയുന്നുണ്ടായിരുന്നു. അന്ത്യശ്വാസം വലിക്കുന്നതുപോലെ അത് കിതയ്ക്കുന്നുണ്ടായിരുന്നു. അതിന്റെ ആരോഗ്യം പൂർണമായും നഷ്ടമായിട്ടില്ല. എന്നാൽ എന്തോ ഒന്ന് അതിനെ വലയം ചെയ്തിരിക്കുന്നു. അതിന്റെ കരുത്ത് ചോർന്നിരിക്കുന്നു. അത് മരവിച്ചിരിക്കുന്നു. വെളിച്ചത്തിന്റെ ഒരു തരിമ്പുപോലും അതിലില്ലാതാകുന്നു. വിധിയാണതിനെ അവിടെ കെട്ടിനിർത്തിയിരിക്കുന്നത്. നിസ്സഹായമായി അത് ഇരുണ്ട ജലത്തിലേക്ക് കൂപ്പുകുത്തി.

അപ്പോഴാണ് താഴെ നിൽക്കുന്നവർ കൂടുതൽ ഭയചകിതരായത്. ചന്ദ്രന്റെ അഭാവത്തിൽ, പൂർണമായും ഇരുട്ട് പടർന്നപ്പോൾ, കുട്ടികളുടെ കരച്ചിലിനിടയിൽ, മുതിർന്നവർ ചുമരുകളിൽ പറ്റിപ്പിടിച്ച് നിന്നു. അവരെ ഉറ്റുനോക്കുന്ന കണ്ണുകളിൽ നിന്നും രക്ഷ നേടുവാനുള്ള മാർഗം ഇതാണെന്ന മട്ടിൽ. അതായിരുന്നു അവരുടെ ആദ്യ പ്രതികരണം. പെട്ടെന്ന് വന്ന ഇരുട്ട് അറിയാത്ത ഒരു അപകടത്തിന്റെ സാധ്യതയാണ് കാണിക്കുന്നത്. എന്തു ചെയ്താലും എത്ര ശ്രമിച്ചാലും ആ നിമിഷത്തിൽ അവരുടെയെല്ലാം ചിന്തകളിൽ ഭയം മാത്രമായിരുന്നു.

പിന്നെ, വൃദ്ധരൊന്നിച്ച് കൈകളിൽ കിട്ടിയ കല്ലുകൾ കൂട്ടിമുട്ടിച്ചും സ്ത്രീകൾ അവരുടെ കൈകളിലുണ്ടായിരുന്ന കൊച്ചുമണികൾ മുഴക്കിയും സാവധാനത്തിൽ പുറത്തേക്കിറങ്ങി. അവരറിയാതെ, സ്വരച്ചേർച്ചയുള്ള, ശ്രുതി മധുരമായ ഒരു സംഗീതം സൃഷ്ടിച്ചു. ആ സംഗീതത്തിൽ ഗ്രാമത്തിലങ്ങോളമിങ്ങോളമുള്ള നായ്ക്കളുടെ കുര ചേർന്ന് നിന്നു. അത് ഇടയ്ക്ക് സ്വർഗത്തിലേക്കുയർന്നു. പിന്നെ താഴേക്ക് പതിച്ചു. അവരെല്ലാം ഒന്നിച്ച് ഒരേ നിമിഷത്തിൽ മൂളിപ്പാട്ട് പാടാനാരംഭിച്ചു. അവർ

അപ്പോൾ അവർക്ക് നന്നായറിയാവുന്ന ഒരു നൃത്തത്തിനു തയ്യാറെടുക്കുകയായിരുന്നു.

മുറ്റത്ത് അധികം നിരക്കാതെയാണവർ നൃത്തം ചെയ്തത്. ഭയന്നാൽ ഒട്ടൊന്നൊട്ടിനിൽക്കുന്ന സ്വഭാവമുള്ളതുപോലെയായിരുന്നു അപ്പോൾ അവരുടെ പെരുമാറ്റം. ഇരുട്ടിൽ പെട്ടെന്ന് മറയുന്ന ചന്ദ്രനെക്കുറിച്ചുള്ള മുത്തശ്ശിക്കഥകൾ അവരോർത്തു. കേട്ടിട്ടുള്ള, അനുഭവിച്ചറിയാത്ത അപകടങ്ങളോ അദ്ഭുതങ്ങളോ നേരിൽ കാണാനാകുക എന്നത് ഭയപ്പെടുത്തുന്നതാണ്. വളരെ മന്ദഗതിയിലായിരുന്നു അവരുടെ നൃത്തം. ആ നൃത്തത്തിനൊരു കരുത്തുണ്ടായിരുന്നു. പാടിക്കൊണ്ടിരുന്ന പാട്ടുപയോഗിച്ച്, സ്വന്തം ഭയത്തെ ഇല്ലാതാക്കാൻ ശ്രമിക്കുകയായിരുന്നു അവർ. ഉയരങ്ങളിലേക്കെത്തുമ്പോൾ ഒരു കിളിയുടെ ചിറകുകൾക്കെങ്ങനെ ആത്മവിശ്വാസം വർദ്ധിക്കുന്നുവോ അതുപോലെ അവരുടെ ശബ്ദവും സാവധാനത്തിൽ, ആത്മവിശ്വാസം നേടി.

റിൻഡ പുറത്തിറങ്ങിയിരുന്നു. ബെലെക്കിനു സമീപത്തേക്ക് ഓടിച്ചെന്നു. ബെലെക്ക് അപ്പോൾ കുന്നിൻചെരുവിലെ ബദാം മരച്ചുവട്ടിലായിരുന്നു. അവനെങ്ങനെ മറ്റുള്ളവരിൽ നിന്നും തെന്നിമാറി അവിടേക്കെത്തി എന്ന് അറിയില്ലായിരുന്നു. എന്തിനാണ് അവനത് ചെയ്തത് എന്നുമറിയില്ലായിരുന്നു. അതറിയാത്തതിനാലാകണം റിൻഡ വിറയ്ക്കാൻ തുടങ്ങി. കാലുകൾ മാത്രമല്ല, ശരീരം മുഴുവൻ വിറയ്ക്കുകയായിരുന്നു. കാൽചുവട്ടിലെ ഭൂമി തെന്നിമാറുകയായിരുന്നു.

അവൻ ബെലെക്കിന്റെ കഴുത്തിൽ ചുറ്റിവരിഞ്ഞു. ബെലെക്ക് കാത്ത് നിൽക്കുകയായിരുന്നു. ബെലെക്കിന്റെ കറുത്ത കുഞ്ചിരോമത്തിൽ അവൻ മുഖം പൂഴ്ത്തി വച്ചു. പൂർണ്ണചന്ദ്രനെപ്പോലെ തന്നെ അവന്റെ അച്ഛനും രാത്രിയിൽ അപ്രതീക്ഷിതമായി ഒരു നിമിഷത്തേക്കെത്തി, പ്രത്യക്ഷപ്പെട്ട്, പിന്നെ മേഘത്തിന്റെ മറവിലേക്ക്, നിതാന്തമായ ഇരുട്ടിലേക്ക് മറഞ്ഞുപോയി.

മുറ്റത്ത് നൃത്തം ചെയ്തിരുന്നവരിൽനിന്നും അകലെയൊരു ലോകത്തിൽ, നക്ഷത്രങ്ങൾ പോലും മാഞ്ഞുപോയ ഇരുട്ടിൽ, റിൻഡ വിതുമ്പുകയായിരുന്നു അതറിഞ്ഞത് ബെലെക്ക് മാത്രം. അവർ പരസ്പരം ആശ്വസിപ്പിച്ചു. ഒറ്റയ്ക്കായ രണ്ട് കുട്ടികളെപ്പോലെയായിരുന്നു അവർ അപ്പോൾ. അനേകവർഷം ഒന്നിച്ച് വളർന്ന, ഒന്നിച്ചോടിച്ചാടി നടന്ന, ഒന്നിച്ചൊരേ കറുത്ത മുഖങ്ങൾ കണ്ട, എവിടെ ആദ്യസൂര്യകിരണം പതിക്കുമെന്നറിയാവുന്ന, ഒരു പെണ്ണിന്റെ സ്വപ്നത്തിലേക്കെങ്ങനെ കൂപ്പുകുത്തിയിറങ്ങണമെന്നറിയുന്ന, രണ്ട് അനാഥക്കുതിരക്കുഞ്ഞുങ്ങളെപ്പോലെ. പരസ്പരം വേദനയൊപ്പുവാൻ, മുറിവിൽ നിന്നൊഴുകുന്ന ചോരയൊപ്പുവാൻ അവർക്കറിയാമായിരുന്നു. എന്നാൽ റിൻഡ ഇങ്ങനെ വിതുമ്പുന്നത്, കണ്ണീർ വാർക്കുന്നത് ബെലെക് ആദ്യമായി കാണുകയാണ്.

കലക്കവെള്ളത്തിലിത്തിരി വെളിച്ചം കണ്ട് തലയുയർത്തിയ ബെലെക്കാണ് ആദ്യം ചന്ദ്രൻ പതുക്കെ തെളിഞ്ഞുവരികയാണെന്ന് കണ്ടത്. തന്റെ ശരീരത്തിന്റെ വിറയൽ കുറയുകയാണെന്നറിഞ്ഞ റിൻഡ തലയുയർത്തി. അവൻ കുതിരയുടെ മുഖം തടവി. കഴുത്തിലൊരു ഉമ്മ കൊടുത്തു.

പൂർണ്ണചന്ദ്രനോടൊപ്പം റിൻഡയും തിരിച്ചെത്തി. പടിവാതിൽക്കൽ ബെലെക്കിനോടൊപ്പം കാത്തുനിന്നു. മണിമുഴക്കങ്ങളുടെ താളത്തിനൊത്ത് നൃത്തം ചവിട്ടുകയായിരുന്നു നർത്തകർ. കയ്യിലുള്ള വെളിച്ചം ഇടയ്ക്കൊന്ന് ആകാശത്തേക്കുയർത്തിയും പിന്നെ താഴ്ത്തിയും അവർ നൃത്തം തുടർന്നു. കട്ടപിടിച്ചിരുന്ന ഇരുട്ടിൽ മതിഭ്രമത്തിലെത്തുകയായിരുന്നു അവർ. റിൻഡയെ തിരയുകയായിരുന്ന യുമാതി. അവന്റെ തല പടിവാതിൽക്കൽ കണ്ടു. അത് അവളിൽ ആശ്വാസം പകർന്നു. ചന്ദ്രനെ ഒരു നിമിഷത്തേക്ക് ഇരുട്ടിലാഴ്ത്തിയ ശക്തി, ഏതോ അജ്ഞാത ദുഷ്ട ശക്തിയല്ലെന്നും അത് അസ്ലമിന്റെ ആത്മാവാണെന്നും അവർക്കുറപ്പായി. പുതുശരീരം തേടിയിറങ്ങിയ ആത്മാവ് ചന്ദ്രനെ തിരഞ്ഞെടുത്തിരിക്കുന്നു. ഇരുണ്ട മേഘങ്ങൾ ആകാശത്തിലെത്തുകയും താൻ തിരഞ്ഞെടുത്ത വസ്തുവിനൊരു ആവരണമാകുകയും ചെയ്തു. അസ്ലം ഒരു പുതിയ ജീവിതം തിരഞ്ഞെടുത്തിരിക്കുന്നതിൽ ഇനി ദുഃഖിക്കേണ്ടതില്ല. സന്തോഷിക്കാം. ആ രാത്രിയെ അവർ ഉത്സവലഹരിയിൽ മുക്കി. മദ്യമൊഴുകി. അവർ ആഘോഷിച്ചു. പുതിയ ജീവിതത്തെ ആഘോഷമയമാക്കി.

റിൻഡ തന്റെ അച്ഛൻ കിടന്നിരുന്ന മുറിയുടെ വാതിൽക്കലെത്തി. തലതിരിച്ച് അമ്മയെ നോക്കി. അവന്റെ അച്ഛനെപ്പോലെ മകനും ഒരു പുതുജീവിതത്തിനുള്ള തയ്യാറെടുപ്പിലാണെന്ന് യുമാതിയറിഞ്ഞു.

റിൻഡ അകത്ത് പ്രവേശിച്ചു. പുറത്തെ ആൾക്കൂട്ടം നിറഞ്ഞ ലോകത്തിൽനിന്നും തീർത്തും വ്യത്യസ്തമായിരുന്നു അകം. എന്ത് കണ്ടെത്തും എന്ന നിശ്ചയമില്ലാതെ അവൻ ഒരു കുഴിയിലേക്കിറങ്ങുകയാണ്. അങ്ങ് ദൂരെയുള്ള ചുവരിന്റെ അരികിൽ ഒരു മരബെഞ്ചിന്റെ നിഴൽ കാണാനുണ്ട്. അതിൽ കിടക്കുന്ന മൃതദേഹം കാണാനാകുന്നില്ല. അവൻ ഒന്നുകൂടി അടുത്തേക്ക് നീങ്ങി. ബെഞ്ചിനുസമീപം നിന്നു. എന്നിട്ട് ചുവരിലേക്കും മച്ചിലേക്കും നോക്കി. ചുറ്റും ഇരുട്ട് മാത്രം. തന്റെ മുന്നിൽ കിടക്കുന്ന അച്ഛനെ പുതപ്പിച്ച ചിത്രകംബളത്തിലേക്ക് നോക്കി. അതും ഇരുട്ടിലായിരുന്നു. ദീർഘമായൊന്ന് ശ്വസിച്ച്, കണ്ണടച്ച് അവൻ മുട്ടുകുത്തി.

അവൻ അച്ഛനരികിലേക്ക് കുനിഞ്ഞു. അവന്റെ കത്തുന്ന കവിളിലേക്ക് മുടിയിഴകൾ പാറി വീണു. കഴുത്തിൽ നിന്നും ഇറ്റു വീണ വിയർപ്പ് ശരീരത്തിന്റെ എല്ലാ ഭാഗങ്ങളിലൂടേയും ഒലിച്ചിറങ്ങി. ഭയം എന്തെന്ന് അവനറിയാം. ഇപ്പോൾ അവൻ അനുഭവിക്കുന്നത് ഭയമല്ലെന്നും അവനറിയാം. ആകാംക്ഷയെന്തെന്ന് അവനറിയാം. ഇപ്പോൾ അനുഭവിക്കുന്നത്

ആകാംക്ഷയല്ലെന്നും അവനറിയാം. വല്ലാതെ ഉയർന്ന് താഴ്ന്നുകൊണ്ടിരുന്ന അവന്റെ നെഞ്ച് ഏതോ കരുത്താർന്ന തിരകളിലകപ്പെട്ട് ഊഞ്ഞാലാടുകയാണ്. ഇരുപത് വർഷത്തെ ദൂരം കടന്ന് അവൻ അച്ഛനരികിലെത്തിയിരിക്കുന്നു. ഇപ്പോഴിതാ ഒന്ന് മന്ത്രിച്ചാൽ കേൾക്കാവുന്ന ദൂരത്തിൽ അച്ഛനുണ്ട്. അവന്റെ ശ്വാസകോശത്തിൽ നിറയുന്ന അധികവായു അച്ഛന്റേതാണ്. അച്ഛനുവേണ്ടിയാണവൻ ഈ അധികശ്വാസമെടുക്കുന്നത്. മകന്റെ ശ്വാസത്തിൽ അലിയാനായില്ലെങ്കിൽ, അവനിൽ മറ്റൊരു ജീവനായില്ലെങ്കിൽ, അവന്റെ ഭാവിയിൽ ഒരു ഭാഗമായില്ലെങ്കിൽ, അവനില്ലെങ്കിൽ, ഒരച്ഛൻ എങ്ങനെ പിന്നെ അച്ഛനാകും? അങ്ങനെയൊന്നുമില്ലെങ്കിൽ പിന്നെ കുട്ടികളിലും മാംസം വലിച്ചുപറിക്കുന്ന വേദനയല്ലാതെ മറ്റൊന്നുമുണ്ടാകില്ല.

അച്ഛന്റെ ഉറക്കത്തിനു ശല്യം ചെയ്യരുതെന്ന മട്ടിൽ റിൻഡ ശ്വാസഗതി നിയന്ത്രിച്ചു. ഒരക്ഷരമുരിയാടാതെ പരസ്പരം സംവദിക്കുന്ന വൃദ്ധരെപ്പോലെയായിരുന്നു അവർ. അടുത്തടുത്തുണ്ടെന്ന അറിവു മാത്രം മതി, അരികിലുള്ളവനിൽ നിന്നും കരുത്താവാഹിച്ചെടുത്ത് അവർക്ക് അങ്ങനെ ഒരേ നിൽപ്പ് നിൽക്കാൻ. ഈ നിശ്ശബ്ദതയിൽ ഒരായുഷ്കാലത്തെ ആശയക്കുഴപ്പമില്ലാതാകും. ചാരമായി തീർന്ന അവരുടെ ഓർമ്മകളിൽ ഏറ്റവും മുഖ്യം ഒന്ന് പരസ്പരം കാണാനുള്ള ആ തീവ്രാഭിലാഷമായിരുന്നിരിക്കണം.

താനപ്പോൾ എന്താണ് അനുഭവിച്ചുകൊണ്ടിരിക്കുന്നത് എന്നതിനെക്കുറിച്ച് റിൻഡ ബോധവാനല്ലായിരുന്നു. അവൻ അതിസങ്കീർണ്ണമായ ഒരു മാർഗത്തിലൂടെ നടക്കുകയായിരുന്നു. ആ മാർഗം അവനെ എവിടേക്കെത്തിക്കുമെന്ന് അറിയില്ലായിരുന്നു. ഇരുണ്ട ഇടനാഴികൾ പുറകിലാക്കി മുന്നോട്ട് നീങ്ങുമ്പോൾ അവിടെ ഉപേക്ഷിക്കുന്നതെന്തൊക്കെ എന്നും അവൻ കാണുന്നില്ലായിരുന്നു. ഒരു വിളിയെ പിന്തുടരുക മാത്രമായിരുന്നു അപ്പോഴവൻ. അച്ഛനെക്കുറിച്ചുള്ള ഓർമ്മകൾ പോലും ഇല്ലാതായിട്ട് വർഷങ്ങളായിരിക്കുന്നു. അവനിപ്പോൾ ഒരു രഹസ്യത്തിനരികിലാണ്. അവിടെ എന്ത് താൻ കണ്ടെത്തും എന്നറിയില്ല. അവനെ മുന്നോട്ട് കൊണ്ടുപോകുന്നത് അവന്റെ മനസ്സല്ല, ഹൃദയമാണ്. ബുദ്ധിയല്ല, സഹജവാസനയാണ്, അന്തർജ്ഞാനമാണ്. അതാണപ്പോൾ എന്ത് ചെയ്യണമോ അത് ചെയ്യാൻ അവനെ നിർബന്ധിക്കുന്നത്. കണ്ണൊന്ന് തുറക്കാൻ നിർബന്ധിക്കുന്നത്.

അപ്പോഴാണ് ഒരു സുഹൃത്തിന്റെ സഹജാവബോധം തലയൊന്നുയർത്തുവാൻ പ്രേരിപ്പിച്ചത്. തുറന്ന് കിടക്കുന്ന ജാലകത്തിനപ്പുറത്ത് കയ്യിൽ രണ്ട് പന്തങ്ങളുമായി നിൽക്കുന്ന സയലോക്കയ്ക്ക് നേരെ തലയൊന്ന് തിരിക്കാൻ പ്രേരിപ്പിച്ചത്. റിൻഡയെ എപ്പോഴൊക്കെ ഒറ്റയ്ക്ക് വിടരുതെന്നും ഏപ്പോഴൊക്കെ അവനെ അവന്റെ ഏകാന്തത അനുഭവിക്കാൻ അനുവദിക്കണമെന്നും സയലോക്കയ്ക്കറിയാം. പന്തത്തിന്റെ

വെളിച്ചത്തിൽ റിൻഡയുടെ മുഖം അവൻ മങ്ങിക്കണ്ടു. അറിയാവുന്നതിനും അറിയാത്തതിനും പല രഹസ്യങ്ങൾ വെളിപ്പെടുത്തുന്നതിനും, ഒരു രഹസ്യത്തിന്റേയും ഒരു തരിമ്പും വെളിപ്പെടുത്താതിന്റേയും ഇടയിലായിരുന്നു അവരപ്പോൾ. ഇത് സംസാരിക്കാനുള്ള സമയമല്ലെന്ന് ഇരുവർക്കും മനസ്സിലായി.

സയലോക്ക തന്റെ കയ്യിലെ പന്തങ്ങൾ ജനലിന്റെ ഇരുഭാഗത്തുമുള്ള കൊളുത്തുകളിൽ തൂക്കിയിട്ടു. റിൻഡ നേരെ അവന്റെ മുഖത്തേക്ക് നോക്കി കണ്ണടച്ചു.

പിന്നെ ദീർഘമായി ശ്വസിച്ച് കണ്ണു തുറന്നു. അച്ഛന്റെ മുഖം മറച്ച തുണിക്കടിയിൽ മുഖവടിവുകൾ മാഞ്ഞ് ദൂരെയുള്ള കുന്നുകളെപ്പോലെയൊരു രൂപം തെളിഞ്ഞു. എല്ലാവർക്കും ഒരു മലനിരയുടെ ഇത്തിരി ഛായയുണ്ടാകും. അച്ഛന്റെ മലനിരയേത് എന്നിപ്പോൾ അവനു പറയാനാകുന്നില്ല. ഉയരമുള്ളതാണോ അത്, ചെങ്കുത്തായതാണോ, കയറുവാൻ എളുപ്പമുള്ള ചെരിവോടുകൂടിയതോ? ആരെങ്കിലും മരിച്ചാൽ ഒരു മലമുകളിലെ മഞ്ഞുരുകുന്നു. അച്ഛനും അക്കൂട്ടത്തിൽ പെടുമോ? അവൻ അച്ഛന്റെ മുഖം മറച്ചിരിക്കുന്ന തുണിയിലേക്ക് തറപ്പിച്ചു നോക്കി. അതിനടിയിലുള്ള മുഖത്തെ അടുത്തറിയാൻ ശ്രമിച്ചു. ആ കണ്ണുകൾ, മൂക്ക്, വായ് എല്ലാം മറ്റു മനുഷ്യരുടേതുപോലെ തന്നെയായിരുന്നിരിക്കണം. അതോ ഇതുവരേക്കും താൻ കണ്ടിട്ടില്ലാത്തൊരു മുഖമായിരുന്നോ? ചന്ദ്രന്റെ ഉപരിതലത്തിലുള്ള നിഴലുകൾപോലെ കളങ്കം നിറഞ്ഞത്? അപൂർണ്ണമായത്?

ഈ തുണിയൊന്ന് മാറ്റി അച്ഛന്റെ മുഖത്തേക്ക് നോക്കിയാൽ അച്ഛൻ തിരിച്ച് നോക്കുമോ? അപ്പോഴാണ് തന്റെ മുഖവും എങ്ങനെയാണെന്ന് അച്ഛനറിയില്ലല്ലോ എന്നോർമ്മ വന്നത്. ആ ഓർമ്മ അവനിൽ ഒരു ഉൾക്കിടിലമുണ്ടാക്കി. തനിക്ക് അച്ഛന്റെ മുഖം കാണാനുള്ള വെമ്പലിനേക്കാൾ വളരെയധികമാണ് അച്ഛന് തന്റെ മുഖം കാണാനായുള്ള അക്ഷമ. അതുകൊണ്ടാണല്ലോ ഇരുപത് വർഷത്തെ യാത്രയവസാനിപ്പിച്ച് അച്ഛൻ തിരികെ വന്നത്. ഈ തുണിക്കടിയിൽ അച്ഛൻ തന്നെ കാത്തിരിക്കുകയാണ്. കട്ടിക്കമ്പളത്തിലേക്ക് എങ്ങനേയോ നീണ്ടുചെന്ന കൈ വേഗം റിൻഡ ഭയത്തോടെ തിരിച്ചെടുത്തു.

കൈകൾ കൂട്ടിപ്പിടിച്ച് വിറയൽ മാറ്റാൻ അവനൊരു ശ്രമം നടത്തിയെങ്കിലും വിജയിച്ചില്ല. കൈകൾ ആകെ നനഞ്ഞിരുന്നു. ഒരു നിമിഷം മുമ്പ് കത്തിയെരിഞ്ഞിരുന്ന മുഖം തണുത്തുറഞ്ഞിരിക്കുന്നു. തണുത്ത വിയർപ്പ് കഴുത്തിലൂടെ ഒഴുകുന്നു. കട്ടിക്കമ്പിളിക്കടിയിലെ മങ്ങിയ രൂപങ്ങളിൽ കണ്ണുടക്കി കിടന്നു. തന്റെ അച്ഛൻ അവനെത്തന്നെ കാത്തിരിക്കുകയായിരുന്നു എന്നവനറിയാം. റിൻഡ വീണ്ടും ദീർഘമായി ശ്വസിച്ചു. കൈ നീട്ടിപ്പിടിച്ചു. ഹൃദയമിടിപ്പിന്റെ കരുത്ത് കുറയുന്നില്ല. പൊടുന്നനെ അവൻ അച്ഛനെ മറച്ചിരുന്ന തുണിയിൽ കൈ വച്ചു. അപ്പോൾ കൈകളിലൂടെ ഊഷ്മളമായ ഒരു വികാരം ശരീരത്തിൽ പ്രവേശിച്ചു.

റിൻഡ സാവധാനത്തിൽ കട്ടിക്കമ്പളം വലിച്ചു മാറ്റി. അച്ഛന്റെ മുഖത്തേക്ക് നോക്കി. വെള്ളത്തിലേക്ക് ഉറ്റ് നോക്കിയാലെന്നപോലെ, റിൻഡ അവിടെ തന്റെ പ്രതിബിംബം കണ്ടു.

അടുത്ത സായാഹ്നം - ശരീരത്തിലെ അഗ്നി

അപ്പുറത്തെ ചുവരിൽ സൂര്യന്റെ ആദ്യകിരണങ്ങൾ പതിച്ചപ്പോൾ റിൻഡ എഴുന്നേറ്റു. അപ്പോൾ പൂർണ്ണമായും ആശ്വാസത്താലാവണം അച്ഛന്റെ തല ഒരു വശത്തേക്ക് ചെരിഞ്ഞു. അത് നിശ്വസിക്കുകയാണെന്ന് തോന്നി. താനവിടെ അങ്ങനെ അനങ്ങാതെ എത്ര നേരമിരുന്നു എന്ന് റിൻഡയ്ക്കറിയില്ലായിരുന്നു. ശ്വസിക്കുകപോലും ചെയ്യാതെ.

അച്ഛന്റെ ചുണ്ടുകളും ആ പ്രഭാതരശ്മിയിൽ തിളങ്ങുന്നുണ്ട് എന്ന് ശ്രദ്ധിച്ചപ്പോൾ ആദ്യം അവൻ കരുതിയത് അത് തന്റെ കണ്ണിന്റെ ക്ഷീണം മൂലം തോന്നുന്നതാണെന്നാണ്. അവൻ അച്ഛനരികിലേക്ക് കുനിഞ്ഞു. അച്ഛന്റെ പാതി തുറന്ന ചുണ്ടുകൾക്കിടയിൽനിന്നും തിളങ്ങുന്ന ആ വസ്തു അവനെടുത്തു. അത് രണ്ട് വിരലുകൾകൊണ്ട് വായുവിലുയർത്തിപ്പിടിച്ചു. അത് ചില്ലിന്റെ ഒരു തുണ്ടായിരുന്നു. ഒരു വളയം. ഒരു വശം തുറന്ന കാതണി പോലെയുണ്ടായിരുന്നു അത്. വെളിച്ചത്തിലേക്ക് കാണിച്ചപ്പോൾ പച്ചയുടെ വിവിധ വർണ്ണങ്ങൾ അതിനകത്തൊഴുകി നടക്കുന്നത് കണ്ടു. അതിനോടൊപ്പം നക്ഷത്രങ്ങളെപ്പോലെ തിളങ്ങുന്ന അനേകം കൊച്ചുതരികളുമുണ്ടായിരുന്നു.

അപ്പോൾ ആദ്യമായി അച്ഛനരികിലാണെന്നത് അവനെ സന്തോഷിപ്പിച്ചു. അച്ഛൻ തനിക്കായി ഇത്രയെങ്കിലും ഇവിടെ ഉപേക്ഷിച്ചിരിക്കുന്നുവല്ലോ എന്ന സന്തോഷം. അച്ഛന്റെ നഗ്നശരീരം മാത്രമല്ല അവനിവിടേക്കെത്തിച്ചത്. അച്ഛൻ തന്റെ വായിൽ സുരക്ഷിതമായി സൂക്ഷിച്ച ഈ വസ്തു താനും അതുപോലെ സുരക്ഷിതമായി സൂക്ഷിക്കേണ്ടിയിരിക്കുന്നു. അതൊന്ന് കാതിലണിഞ്ഞാലോ എന്നാണ് ആദ്യം കരുതിയത്. പിന്നെ, അത് കഴുത്തിലുള്ള, ത്രികോണാകൃതിയിലുള്ള ഏലസ്സിനകത്ത് സൂക്ഷിക്കാമെന്ന തീരുമാനത്തിലെത്തി. അതിനായി ഏലസ്സൊന്ന് തുറക്കാൻ ശ്രമിച്ച നിമിഷത്തിൽ, ജനലിനരികിൽ ഒരു നിഴലാട്ടം കണ്ടു. അവൻ ഉടൻ മുഷ്ടിക്കകത്ത് കാതണി ഒളിപ്പിച്ചു. വാതിൽ തുറന്നു. സയലോകയായിരുന്നു. അയാൾ അകത്തേക്ക് വന്നില്ല.

“പ്രഭാതമായി. ഒന്ന് വിശ്രമിച്ചുകൂടേ?”

റിൻഡ ശരി എന്ന് തലയാട്ടി. അച്ഛന്റെ മുഖത്തിനു മുകളിലേക്ക് കട്ടിക്കംബളം വലിച്ചിട്ടു. സയലോക്കയ്ക്ക് പുറകെ നടന്നു.

പിറ്റേന്ന് സായാഹ്നത്തിൽ അസ്ലമിന്റെ സംസ്കാരത്തിനു വേണ്ട തയ്യാറെടുപ്പുകൾ ചെയ്തു. ആദ്യമവർ ശവം ചത്വരത്തിന്റെ നടുക്കുള്ള മുറ്റത്തെ അൾത്താരയിലെത്തിച്ചു. സൂര്യാസ്തമയമായപ്പോൾ, ഗ്രാമത്തിലെ

വിവാഹിതരായ സ്ത്രീകൾ, അസ്ലമിന്റെ ജീവനില്ലാത്ത ശരീരത്തിനു മുകളിൽ ഒരു കുമ്പിൾ വെള്ളമൊഴിച്ചു. മരിച്ചത് വിവാഹിതയായ ഒരു സ്ത്രീയായിരുന്നു എങ്കിൽ ഈ കർമ്മം ചെയ്യുക വിവാഹിതരായ പുരുഷന്മാരാകുമായിരുന്നു. വിവാഹിതരല്ലാത്തവരെ വിവാഹിതരല്ലാത്തവർ ഇതുപോലെ കഴുകും. ഇതുവഴി മരിച്ചയാളുടെ അതേ വൈവാഹികാവസ്ഥയിലുള്ള എതിർലിംഗത്തിൽപെട്ടവരിൽനിന്നും അവർക്ക് അന്ത്യോപചാരവും ബഹുമാനവും ലഭ്യമാകുന്നു. മരിച്ചത് കുട്ടികളാണെങ്കിൽ, ഗ്രാമത്തിലെ ഏറ്റവും പ്രായം ചെന്നവരാകും ഈ കർമ്മം ചെയ്യുന്നത്.

ഗ്രാമത്തിന്റെ തെക്കുള്ള കുന്നിൽ, മൂന്ന് പാറകൾക്കിടയിൽ കൂട്ടിയിട്ടിരുന്ന വിറകിന് ഒരു വലിയ മതിലിന്റെ ഉയരമുണ്ട്. മൂന്ന് പാറകൾക്കിടയിൽ വച്ച വലിയ ശിഖരങ്ങൾക്ക് മുകളിൽ മൃതദേഹം കിടത്തി. ഗ്രാമം മുഴുവൻ അസ്ലമിന്റെ വീട്ടിൽ നിന്നും അവിടേക്ക് നീങ്ങി. അപ്പോൾ അവരുടെ പക്കൽ മണികളും കൊച്ചു ചെണ്ടകളും ഡമരുവുമുണ്ടായിരുന്നു. വീടുകൾക്കിടയിലൂടെ ഇഴഞ്ഞ് നീങ്ങിയ വഴിയിൽ ചന്ദനത്തിരിയുടെ സുഗന്ധം നിറഞ്ഞു.

ചുമലിൽ ഞാത്തിയിട്ടിരുന്ന ചെമ്പ് ആഭരണങ്ങളുടെ ഭാരത്താൽ റിൻഡ ചാഞ്ചാടുന്നുണ്ടായിരുന്നു. അവനരികിൽ നടന്നിരുന്ന സയലോക്കയുടെ കൈയിൽ ധൂമക്കൂട്ടുകളുണ്ടായിരുന്നു. അതിൽ നിന്നുള്ള സുഗന്ധം അവൻ ആസ്വദിക്കുന്നുണ്ടായിരുന്നു. അന്നു മുഴുവൻ അവൻ ഒരക്ഷരം ഉരിയാടിയിട്ടില്ല. പ്രഭാതത്തിൽ തന്റെ പക്കൽ വന്നുചേർന്ന ചില്ലുകൊണ്ടുള്ള കാതണിയുടെ കാര്യം സയലോക്കയോട് പറഞ്ഞിട്ടില്ല.

പുതുവസ്ത്രങ്ങളണിഞ്ഞ്, ശബളിമയുള്ള വസ്ത്രങ്ങളണിഞ്ഞ്, പ്രഭാതം മുതൽക്കേ ഗ്രാമം ഈ ചടങ്ങിൽ പങ്കെടുക്കാൻ തയ്യാറെടുത്തിരുന്നു. ഗ്രാമത്തിലെ അവസാന വീടും കടന്ന് അവർ ചത്വരത്തിലേക്ക് നീങ്ങുകയായി. പാലം കടന്നുകൊണ്ടിരിക്കുന്നതിനിടയിൽ കുട്ടികൾ അടുത്തുള്ള മൾബെറി മരങ്ങളിൽ കയറി. പക്ഷിക്കൂട്ടങ്ങൾ മരച്ചില്ലകളിൽ ചേക്കേറുന്നതുപോലെയാണവർ മരത്തിൽ കയറിയത്. മരത്തിന്റെ ശിഖരങ്ങളിലവർ ജപമാലക്കുരുപോലെയുള്ള മണികൾ കെട്ടിയിട്ടു. മരവുമൊത്ത് അവർ എന്നും കളിക്കാറുള്ള കളികളിലേർപ്പെട്ടു.

“കാറ്റിലേക്കയച്ചു ഞാൻ നിങ്ങളുടെ വാക്കുകൾ
നാക്കിലേക്ക് നൽകി ഞാൻ നിങ്ങളുടെ സ്വരങ്ങൾ
ചുവന്ന ചില്ലകളേ, കറുത്ത ചില്ലകളേ
നീയെന്നെയെടുക്കൂ നിന്റെ കൈകളിലേക്ക്...”

അതിലൊരു കുട്ടി പാടി.

അവൻ പാടിക്കൊണ്ടിരുന്നപ്പോൾ മറ്റു കുട്ടികൾ നീളൻ ശിഖരങ്ങളിലേക്ക് പൊത്തിപ്പിടിച്ച് കയറുകയായിരുന്നു. പിന്നെ, ശബ്ദമൊന്നുമുണ്ടാക്കാതെ, മുതിർന്നവരുടെ ശാസനകൾ അനുസരിക്കാതെ, അവർ

മരത്തിനോട് അവരുടെ ചോദ്യത്തിനുള്ള മറുപടി ആവശ്യപ്പെട്ടു. അതിനായി കാത്തിരുന്നു. അധികം താമസിയാതെ ഒരു കൊച്ചുകാറ്റ് വന്നു. അത് ഇലകളെ ഇളക്കി. അതിന്റെ സ്വരം മരത്തിലെ മുത്തുപോലുള്ള കായ്കളിൽ അലിഞ്ഞു. ഞാൻ നിങ്ങളോടൊപ്പമെന്ന മൾബറി മരത്തിന്റെ ഉത്തരമായിരുന്നു അത്. ഇലകളാട്ടി. അവ പറഞ്ഞത്, കുട്ടികളിരിക്കുന്ന വൃക്ഷക്കൊമ്പിനോളം ആയുർദൈർഘ്യം നിങ്ങളോരോരുത്തർക്കുമുണ്ടാകട്ടെ എന്നാണ്. എല്ലാവരും ഒന്നിച്ച് പാടാൻ തുടങ്ങി:

"നിന്റെ ജീവനും ദൈർഘ്യമുള്ളതാകട്ടെ മരമേ,
നിന്റെ മണ്ണ് നനവുള്ളതാകട്ടെ
നിന്റെ മാനത്ത് താരകം നിറയട്ടെ
നിന്റെ മറവി എന്നെത്തേടിയെത്താതിരിക്കട്ടെ."

ചിരിച്ചും കളിച്ചും കുട്ടികൾ മരത്തിൽ നിന്നിറങ്ങി. അവർ പാലത്തിലെത്തി. നദിയിലേക്ക് കല്ലെറിഞ്ഞു. അവരിൽ ആർക്കായിരിക്കും ഏറ്റവും ആയുർദൈർഘ്യം എന്ന് തർക്കിച്ചു. പിന്നെ അവർ ആചാരപ്രകാരം എഴുന്നള്ളിച്ച് കൊണ്ടുപോയിരുന്ന പന്തങ്ങൾക്കൊപ്പമെത്താൻ ഓടി.

നായ്ക്കളുടെ കുര ഉയർന്നു വന്നു. അവർ അധികം ദൂരമോടിയിരുന്നില്ല. ചത്വരത്തിന്റെ അരികിൽ നിന്നു. പുറകിൽനിന്നും വരുന്ന നായകളുടെ കുര പേടിയോടെ നോക്കിനിൽക്കുകയായിരുന്നു അവർ.

പാലത്തിനപ്പുറത്തെ തെരുവിൽ നിന്നും കുര അടുത്തെത്തി. അത് അവസാനവീടും കഴിഞ്ഞുള്ള വളവ് തിരിഞ്ഞു. അപ്പോഴവർ നായ്ക്കൂട്ടത്തിനുമുന്നിൽ നടക്കുന്ന നല്ല ഉയരമുള്ള ഒരു മനുഷ്യനെ കണ്ടു. നിലം മുട്ടുന്ന ളോഹപോലെയുള്ള വസ്ത്രം ധരിച്ച ഒരാൾ. പാമ്പിൻ പത്തിപോലെ എന്തുകൊണ്ടോ മറച്ചിട്ടുള്ളതിനാൽ സ്പഷ്ടമല്ലാത്ത മുഖം. നീണ്ടുനിവർന്ന നടത്തം. കയ്യിൽ ഒരു വടി. വളരെ വേഗത്തിലാണ് അയാൾ നടന്നിരുന്നത്. എന്നാൽ ആ വേഗതയിലും ശാന്തമായിരുന്നു നടത്തം. ഒട്ടൊന്നകലം വിട്ട് തന്നെ പിന്തുടർന്നിരുന്ന നായ്ക്കളെക്കുറിച്ച് ഒട്ടും ജാഗ്രതയില്ലാതെ, അവയെ വകവയ്ക്കാതെയാണ് നടന്നിരുന്നത്. നായ്ക്കളുടെ കുര വന്യവും രൗദ്രമുള്ളതും ആയിരുന്നു. വന്യം മാത്രമല്ല, രൗദ്രവും ക്രൂരവും. അവയ്ക്കെതിരെ വരുന്ന എന്തിനേയും കടിച്ചുകീറും എന്ന് കുര കേട്ടാൽ അറിയാം. എന്നിട്ടും കറുത്ത വസ്ത്രം ധരിച്ച ഈ മനുഷ്യനുമായി ഒരു നിശ്ചിത അകലം അവർ പാലിച്ചു.

പാലത്തിന്റെ മദ്ധ്യത്തിലെത്തിയപ്പോൾ അയാൾ നിന്നു. തിരിഞ്ഞ് നോക്കി. മരപ്പാലത്തിനരികെവരെയെത്തിയ നായ്ക്കൾ നിന്നു. അവ പാലത്തിലേക്ക് ഒരടി വയ്ക്കാൻ വിസമ്മതിച്ചു. അവ പാലത്തിലേക്ക് കയറുകയോ തിരിഞ്ഞ് നടക്കുകയോ ചെയ്തില്ല. അയാൾ നായ്ക്കളെ തുറിച്ച് നോക്കി. നായ്ക്കൾ അയാളേയും. നായ്ക്കൾ കുര നിർത്തിയിരുന്നു. പുഴയൊഴുകുന്ന സ്വരം മാത്രമേ അപ്പോൾ കേൾക്കുന്നുണ്ടായിരുന്നുള്ളൂ. വീണ്ടും അയാൾ നടത്തം തുടർന്നു. നായ്ക്കൾ

നിശ്ശബ്ദം അനങ്ങാതെ നിന്നു. അവയുടെ നാക്ക് മാത്രം പുറത്തേക്ക് തൂങ്ങിക്കിടന്നു.

നായ്ക്കളെ ഇങ്ങനെ ഭീരുക്കളാക്കാൻ, ബലഹീനരാക്കാനുള്ള അയാളുടെ കഴിവിൽ അദ്ഭുതപ്പെട്ട് കുട്ടികൾ ഇരുഭാഗത്തേക്കും മാറി നിന്നു. അയാൾക്ക് കടന്നുപോകുവാൻ വഴിയൊരുക്കി. അയാളെ സൂക്ഷിച്ചു നോക്കി. മുഖത്ത് വീണ പത്തിയുടെ നിഴൽ അയാളുടെ മുഖമോ മുഖഭാവമോ വ്യക്തമാക്കിയില്ല. ആ മുഖം ഒരുപക്ഷേ വൃദ്ധന്റേതായിരിക്കാം. അല്ലെങ്കിൽ യുവാവിന്റേത്. നായ്ക്കളെപ്പോലെ കുട്ടികളും അയാളുടെ കാലടി പിന്തുടർന്നു. ആ കുട്ടികളോടൊന്നും അയാൾ പറഞ്ഞിരുന്നില്ല. നിശ്ശബ്ദം അവർ അങ്ങ് ദൂരെ, കുന്നിന്റെ ചെരുവിലെ വെളിച്ചത്തെ ലക്ഷ്യമാക്കി നടന്നു.

മൂന്ന് പാറകൾക്കരികിലെത്തിയിരുന്ന ഗ്രാമീണർ അവരുടെ നൃത്തം ആരംഭിച്ചിരുന്നു. ചെണ്ടയുടെ സ്വരം അകമ്പടിയായുണ്ടായിരുന്നു. അസ്ലമിനു സമീപം കാത്തുനിന്ന യുവാക്കളാണ് ചെണ്ട കൊട്ടിയിരുന്നത്. കഴുകനെപ്പോലെ കൈകൾ ചിറകുകളാക്കിയാണ് പുരുഷന്മാർ നൃത്തം ചെയ്തിരുന്നത്. സ്ത്രീകൾ ഒടിഞ്ഞുതൂങ്ങിയ മരച്ചില്ലകൾ പോലെ കൈകൾ താഴേക്കിട്ട് വട്ടം കറങ്ങുകയായിരുന്നു.

അസ്ലമിന്റെ ചിതയിൽ കത്തിച്ച പന്തം യുമാതി വെച്ചു. അവൾക്ക് പുറകെ റിൻഡയും അദ്വേസറും പന്തം വെച്ചു. കുന്നിൽ വെളിച്ചം നിറഞ്ഞു. ഉയരുന്ന ജ്വാലകൾ, അസ്ലമിന്റെ ശരീരം കിടന്നിരുന്ന വിറകുകളിലേക്ക് പടർന്നു. അസ്ലം അപ്പോൾ ഒരു വെളുത്ത ശവക്കച്ചയിൽ പൊതിയപ്പെട്ട് കിടക്കുകയായിരുന്നു. ആകാശത്ത് വെട്ടിത്തിളങ്ങി നിന്നിരുന്ന ചന്ദ്രനെ അപ്പോൾ എല്ലാവരും കണ്ടു.

പൂർവസൂരികളുടെ കാലം തൊട്ട് ഇന്നുവരേക്കും മരിച്ചവരുടെ ആത്മാക്കളെല്ലാം മറ്റു ശരീരങ്ങൾ കണ്ടെത്തിയിട്ടുണ്ട്. അതിൽ വളരെ കുറച്ച് മാത്രമേ ഇന്നുള്ളവർ തിരിച്ചറിഞ്ഞിട്ടുള്ളൂ. മറ്റുള്ളവരാരും തങ്ങളേത് ശരീരം തിരഞ്ഞെടുത്തു എന്നതിനൊരു തെളിവും നൽകിയിട്ടില്ല. അസ്ലമിന്റേതുപോലെയൊരു കൂടുമാറ്റത്തെക്കുറിച്ച്, ഇത്രയും അദ്ഭുതകരമായ, ആശ്ചര്യജനകമായ ഒരു കൂടുമാറ്റത്തെക്കുറിച്ച് അവരാരും കേട്ടിട്ടുപോലുമില്ല. ആത്മാവിനങ്ങനെ ചന്ദ്രനിലെത്താൻ കഴിയുമെന്നാരും കരുതിയിട്ടുമില്ല. ഈ മനുഷ്യനെക്കുറിച്ചുള്ളതെല്ലാം അദ്ഭുതപ്പെടുത്തുന്നതായിരുന്നു. അയാൾ ഇവിടെക്കെത്തിയത്, അയാളുടെ തിരോധാനം, മരണം എല്ലാമെല്ലാം ആശ്ചര്യപ്പെടുത്തുന്നതായിരുന്നു. ഗ്രാമത്തിൽ കഴിഞ്ഞ മൂന്ന് വർഷക്കാലത്തിനുള്ളിൽതന്നെ ഗ്രാമത്തിലുള്ളവരിൽ നിന്നുമെല്ലാം അയാൾ വ്യത്യസ്തനാണെന്ന് അവർ മനസ്സിലാക്കിയിരുന്നു. അവർക്കറിയാത്തതെല്ലാം അയാൾക്കറിയാം എന്ന് അവർക്ക് അറിയാമായിരുന്നു. ഇരുപത് വർഷം മുമ്പ് അപ്രത്യക്ഷമായതിനുശേഷം ഇങ്ങനെ

ഒരു നഗ്നജഡമായി അയാൾ എന്തിനു തിരിച്ചെത്തി എന്നതും അയാളുടെ ആത്മാവ് എങ്ങനെ ചന്ദ്രനിലെത്തി എന്നതും അവർക്ക് ആശ്ചര്യമുണ്ടാക്കി. വടക്കോട്ടുള്ള അയാളുടെ യാത്രയ്ക്ക് ഇതുമായി ബന്ധമുണ്ട് എന്നതിൽ തർക്കമില്ല. പൂർണ്ണമനസ്സോടെ അവർ അത് ഏറ്റുവാങ്ങിയിരിക്കുന്നു.

അസ്ലം ഗ്രാമത്തിൽനിന്നും അപ്രത്യക്ഷനായപ്പോൾ പോയത് വടക്കോട്ടാണെന്ന് ആരും വിശ്വസിച്ചില്ല. ഒരു കാരണവുമില്ലാതെ, അസ്ലമിനെപ്പോലെ ഒരു സാധാരണക്കാരൻ എന്തിന് വടക്കോട്ട് യാത്ര തിരിക്കണം എന്നത് അവർക്ക് മനസ്സിലാകുമായിരുന്നില്ല. സൂര്യൻ വെട്ടിത്തിളങ്ങുന്നിടമല്ല, ശാന്തിയും സ്വരച്ചേർച്ചയും അവിടെയില്ല, പൂർവ്വസൂരികളുടെ കാലം തൊട്ടേ ശപിക്കപ്പെട്ട സ്ഥലമാണ് വടക്ക്. അവിടത്തെപ്പോലെ വൈഷമ്യം നിറഞ്ഞ ജീവിതം മറ്റെവിടേയുമില്ല.

സൂര്യൻ ഉദിക്കുന്നത് കിഴക്കു നിന്നാണ്. പടിഞ്ഞാറസ്തമിക്കുന്നു. പക്ഷേ ഒരിക്കൽ പോലും തണുപ്പ് നിറഞ്ഞ വടക്കോട്ടൊന്ന് അത് എത്തിനോക്കാറില്ല. കറുത്ത, ഇരുണ്ട, കാറ്റല്ലാതെ മറ്റൊന്നും അവിടെ നിന്ന് വരാറില്ല. അവിടേക്ക് പോയവരാരും തിരിച്ച് വന്നിട്ടില്ല. അവിടേക്ക് പോയവരിൽ, അസ്ലമിനല്ലാതെ ആർക്കും അവരുടെ ജീവനില്ലാത്ത ശരീരം പോലും സംരക്ഷിക്കുവാനായിട്ടില്ല. പാട്ടുകളിൽ വടക്കിനെക്കുറിച്ച് പറയും. ദീനരോദനങ്ങളിൽ, നിലവിളികളിൽ വടക്കിനെക്കുറിച്ച് പറയും, കുഞ്ഞുനാളുമുതൽ കുട്ടികൾ കേൾക്കുന്ന മുത്തശ്ശിക്കഥകളിലും വടക്കുണ്ടാകും.

വർഷങ്ങൾക്ക് മുമ്പ് ഒരു നായാട്ടുകാരനുണ്ടായിരുന്നു. അയാൾ വൃദ്ധനായി. മരണത്തിന്റെ വക്കിലെത്തി. അപ്പോൾ അയാൾ കുട്ടികളെ വിളിച്ചു. മൂന്നാണും ഒരു പെണ്ണുമാണ് അയാൾക്ക് മക്കളായുണ്ടായിരുന്നത്. "മക്കളേ, എനിക്കറിയാവുന്നതുപോലെ, എനിക്കറിയാവുന്നത്ര, നിങ്ങൾക്കും ഈ മണ്ണിനെക്കുറിച്ചറിയാം. നായാട്ടിനായി കിഴക്കോട്ട് പോകുക. അവിടെ നിങ്ങൾക്കാവശ്യമുള്ളതിലധികം ലഭിക്കും. തെക്കോട്ടും പടിഞ്ഞാട്ടും പോകുക. അവിടേയും നിങ്ങൾക്കാവശ്യമുള്ളതിലധികം ലഭിക്കും. എന്ത് സംഭവിച്ചാലും ഒരിക്കലും സൂര്യൻ പോലും ചെല്ലാൻ ധൈര്യപ്പെടാത്തിടത്തേക്ക് എത്തിനോക്കരുത്. വടക്ക് ശപിക്കപ്പെട്ടതാണ്. സൂര്യനാൽ ശപിക്കപ്പെട്ടത്. അവിടേക്ക് പോയവർ കറുത്ത കാറ്റായി മാത്രമേ തിരികെ വരികയുള്ളൂ. നമ്മളെല്ലാം ജനിക്കുന്നതിനും വളരെ വർഷങ്ങൾക്ക് മുമ്പ് ലഭിച്ച ശാപമാണത്. ആ ശാപം മാറ്റാൻ നമുക്കാകില്ല. ആ മാർഗത്തിൽ സഞ്ചരിച്ച അനേകം പേർ നശിച്ചുപോയിട്ടുണ്ട് എന്നത് ദുഃഖകരമാണ്."

നായാട്ടുകാരൻ മരിച്ചിട്ട് മൂന്ന് വേനൽ കഴിഞ്ഞു. ഓരോ വേനലിലും ഓരോ പ്രദേശങ്ങളിൽ വരൾച്ചയുണ്ടായി. ആദ്യം കിഴക്ക് വരളും. പിന്നെ തെക്ക് പുല്ല് വാടും, നായാടുവാൻ ഇരകളില്ലാതാകും. അതേ വേനലിൽ

പടിഞ്ഞാറും ഇതിന്റെ തനിയാവർത്തനമുണ്ടാകും. നായാട്ടുകാരന്റെ മക്കൾ എന്നും ഒഴിഞ്ഞ കൈയുമായി തിരിച്ചെത്തുവാനാരംഭിച്ചു. ക്ഷമ നശിച്ച അവർ വടക്കോട്ടുള്ള മാർഗ്ഗം ലക്ഷ്യമിട്ടു. അവിടെ വരൾച്ച യുണ്ടാകില്ലെന്ന് പ്രതീക്ഷിച്ചു. അവിടേക്ക് നായാട്ടിനായിറങ്ങാൻ തീരുമാനിച്ചു.

കനിഷ്ഠപുത്രനാണ് ആദ്യമിറങ്ങിയത്. ദിവസം രണ്ട് കഴിഞ്ഞു. മൂന്നും കഴിഞ്ഞു. അയാൾ തിരിച്ചെത്തിയില്ല. അപ്പോൾ രണ്ടാമത്തെ പുത്രനിറങ്ങി. മൂന്ന് ദിവസം കഴിഞ്ഞിട്ടും അയാളെക്കുറിച്ചൊരു വിവരവും ലഭിച്ചില്ല. അപ്പോൾ മൂന്നാമത്തെ പുത്രൻ, ജാക്കാവ് ജ്യേഷ്ഠന്മാരെ തിരഞ്ഞിറങ്ങി. വടക്കോട്ട് യാത്രയാരംഭിച്ചു. നിറഞ്ഞ പച്ചപ്പ് കാണുന്നതു വരേക്കും അയാൾ വിശ്രമമില്ലാതെ യാത്ര ചെയ്തു. നീളൻ പുല്ലും ഹരിതാഭമായ കാടും കണ്ടപ്പോൾ അയാൾക്ക് സ്വന്തം കണ്ണുകളെ വിശ്വസിക്കാനായില്ല.

"എന്ത് സുന്ദരമായ സ്ഥലമാണിത്. അച്ഛൻ എന്തുകൊണ്ടാണിത്രയും സുന്ദരമായ സ്ഥലം ഞങ്ങൾക്ക് നിഷേധിച്ചത്?" അയാൾ ചിന്തിച്ചു.

അയാൾ കുറ്റിക്കാടിനരികിൽ നിൽകുന്ന ഒരു മാനിനെ കണ്ടു. കുതിരയെ അങ്ങോട്ട് തിരിച്ചു. മാനിനു പുറകെ കുതിരയെ പായിക്കുമ്പോൾ, തന്റെ ജ്യേഷ്ഠന്മാർ ഈ പച്ചപ്പ് കണ്ട് മതിമറന്ന് വീണ്ടും വടക്കോട്ട് പോയിരിക്കുമെന്നും അതിനാൽ വൈകിയതാകുമെന്നും കരുതി. കുറ്റിക്കാടിന്റെ അറ്റത്ത് ഒരു ഗ്രാമം പ്രത്യക്ഷമായി. തുറസ്സായ സമതലത്തിലാണ് ആ ഗ്രാമം. ഓടുകയായിരുന്ന മാൻ ഗ്രാമത്തിലെത്തിയപ്പോൾ വീടുകൾക്കിടയിലൂടെ ഊളിയിടുവാൻ ആരംഭിച്ചു. ഗ്രാമം ചുറ്റിവളഞ്ഞോടാനാരംഭിച്ചു. ജാക്കാവ് പുറകിൽ തന്നെയുണ്ടായിരുന്നു. ഗ്രാമത്തിന്റെ അറ്റത്തെത്തിയപ്പോൾ മാൻ തിരിയുന്നത് കണ്ടു. പിന്നെയൊന്ന് നോക്കിയപ്പോൾ മാനിനെ കാണാനില്ല. തെരുവെല്ലാം ശൂന്യമാണെന്ന് ജാക്കാവ് തിരിച്ചറിഞ്ഞു.

ആ ജീവി അപ്രത്യക്ഷമായിരിക്കുന്നു. ജാക്കാവ് ചുറ്റിലും നോക്കി. ഒരു പഴയ ഹർമ്മ്യത്തിനു മുന്നിലിരിക്കുന്ന വൃദ്ധനെ കണ്ടു.

"ഈ ഹർമ്മ്യത്തിലെ തോട്ടത്തിലേക്കാണ് ആ മാൻ ഓടിക്കയറിയത്," അയാൾ പറഞ്ഞു. എഴുന്നേറ്റ് ജാക്കാവിനെ അഭിവാദ്യം ചെയ്തു. ജാക്കാവ് കുതിരപ്പുറത്തുനിന്നിറങ്ങി അകത്തേക്ക് പ്രവേശിച്ചു. "വരൂ, താങ്കളുടെ മാൻ എവിടെപ്പോയി എന്ന് നമുക്കൊന്നന്വേഷിക്കാം."

വൃദ്ധൻ മുന്നിൽ നടക്കാനായി ജാക്കാവ് ഒരടി പുറകിലേക്ക് മാറി.

"പ്രായമായവർക്ക് പുറകെ നടന്നാണ് ശീലം."

വൃദ്ധൻ ആദ്യമൊന്ന് ശങ്കിച്ചു. പിന്നെ വാതിൽക്കലേക്ക് നടന്നു. ജാക്കാവ് പുറകിൽ നടക്കാനാരംഭിച്ചു. പിന്നെ പെട്ടെന്ന് വാളൂരി വൃദ്ധന്റെ തലയറുത്തു.

ജാക്കാവ് തോട്ടത്തിൽ മുഴുവൻ തിരഞ്ഞു. മാനിനെ കണ്ടില്ല. എന്നാൽ തന്റെ രണ്ട് ജ്യേഷ്ഠന്മാരുടേയും ശവം കണ്ടു.

ജാക്കാവിനെല്ലാം അവസാനനിമിഷത്തിലാണ് മനസ്സിലായത്. അതൊരു തിരിച്ചറിവായിരുന്നു. ഗ്രാമത്തിലൂടെ കുതിരയെ ഓടിച്ചപ്പോൾ അവിടെയൊന്നും ജീവനുള്ള ഒന്നുമില്ലായിരുന്നു എന്ന് ജാക്കാവ് തിരിച്ചറിഞ്ഞു. ജീവനുള്ളതായി കണ്ട രണ്ട് രൂപങ്ങളിൽ ഒന്ന് ആ മാനായിരുന്നു. രണ്ടാമത്തേത് ഈ വൃദ്ധനും. അപ്പോൾ തന്റെ ജ്യേഷ്ഠന്മാർക്ക് എന്ത് സംഭവിച്ചിരിക്കും എന്നതിന്റെ ഒരു ഏകദേശധാരണ ജാക്കാവിനു ലഭിച്ചു. തോട്ടത്തിലേക്ക് കയറിയാൽ തനിക്കും അതേ വിധി നേരിടേണ്ടിവരുമെന്ന് ജാക്കാവ് തിരിച്ചറിഞ്ഞപ്പോഴാണ് വൃദ്ധനോട് ആദ്യം മുന്നിൽ നടക്കാനാവശ്യപ്പെട്ടത്.

തന്റെ ജ്യേഷ്ഠന്മാരുടേയും വൃദ്ധന്റേയും ശവം ഒന്നിച്ച് അയാൾ സംസ്കരിച്ചു. ചാരം വരിയായി നിന്നിരുന്ന മൂന്ന് വൃക്ഷങ്ങളുടെ ചുവട്ടിലിട്ടു. വീട്ടിൽ തിരിച്ചെത്തി കഥയെല്ലാം സഹോദരി ഫാമ്മെയെ അറിയിച്ചു. ഫാമ്മെ അപ്പോൾ അയാളെ തിരക്കിയിറങ്ങാൻ തുടങ്ങുകയായിരുന്നു. ആ വൃദ്ധനോടൊപ്പം അവിടെയുള്ള അപകടവും ഒഴിവായി എന്ന വിശ്വാസത്താൽ സഹോദരനും സഹോദരിയും കൂടി വടക്കോട്ടേക്കുതന്നെ വന്നു. പച്ചപ്പുൽ മൈതാനത്തിൽ പോയി താമസിക്കാൻ തീരുമാനിച്ചു. ആ ഹർമ്മ്യത്തിൽ അവരെത്തി. ഗ്രാമത്തിലെ ഏറ്റവും വലുതും ഗംഭീരവുമായ വീട് അതു തന്നെയായിരുന്നു.

ദിവസങ്ങളും മാസങ്ങളും കടന്നുപോയി. അവരെന്നും നായാട്ടിനിറങ്ങി. ആ സ്ഥലമെല്ലാം സ്വന്തം ഉള്ളംകൈ പോലെ അവർക്ക് വ്യക്തമായി. ഒരു ദിവസം അതുവഴി യാത്രക്കാരുടെ കൂട്ടം കടന്ന് പോയി. യാത്രികരിൽ ഐലോൺ എന്ന് പേരുള്ള ഒരു പെൺകുട്ടിയുമുണ്ടായിരുന്നു. അവൾ രോഗാതുരയായിരുന്നു. യാത്ര തുടരാനാകാത്തത്ര ക്ഷീണിതയായിരുന്നു. ജാക്കാവും ഫാമ്മെയും നിർബന്ധിച്ചപ്പോൾ സംഘം അവളെ അവരുടെ വീട്ടിലാക്കി യാത്ര തുടർന്നു. ആയിരത്തൊന്ന് പച്ചമരുന്നുകൾ കൂട്ടിയരച്ച് ജാക്കാവുണ്ടാക്കിയ മരുന്ന് അവളുടെ രോഗം ശമിപ്പിച്ചു. മൂന്ന് ദിവസത്തിനുള്ളിൽ ഐലോൺ വീണ്ടും സംസാരിക്കാനാരംഭിച്ചു.

"ഞാനൊരു ദിവസം മരിക്കും. അതിനാൽ എല്ലാ ദിവസവും ഞാൻ പ്രാണന്റെ വിലയറിഞ്ഞിരുന്നു."

അവരോടൊപ്പം കുറച്ച് ദിവസം താമസിച്ചപ്പോൾ ഐലോൺ പൂർണ സുഖം പ്രാപിച്ചു. അവളുടെ കവിൾത്തടങ്ങളിലെ ചുവപ്പ് തുടുത്ത് വന്നു. ഐലോണിന്റെ സൗന്ദര്യത്തിൽ ഫാമ്മെ മതിമറന്നു. അവളെ ചികിത്സിക്കാനായി ജാക്കാവ് എത്ര ശ്രദ്ധചെലുത്തുന്നു എന്നറിഞ്ഞ ഫാമ്മേ

അവരിരുവരും ഒന്നിച്ചാൽ അതവരുടെ ജീവിതത്തിൽ വലിയ സന്തോഷങ്ങൾക്ക് കാരണമാകും എന്നു പറഞ്ഞു.

ജാക്കാവിനേയും ഐലോണിനേയും ഇത് സന്തുഷ്ടരാക്കി.

ഐലോണിപ്പോൾ ഗർഭിണിയാണ്. അവൾ വീട് വിട്ട് അധികം പുറത്തിറങ്ങാറില്ല. തോട്ടത്തിലുള്ള മരങ്ങളെ ശുശ്രൂഷിക്കും. നായാട്ടിലൊന്നും അവൾക്ക് കമ്പമില്ല. തോട്ടത്തിൽ പലയിനം ചെടികളും പച്ചക്കറികളും നട്ടുപിടിപ്പിക്കും. മരങ്ങളെ വെട്ടിയൊതുക്കി നിർത്തും. മരങ്ങളോട് സുഹൃത്തുക്കളോടെന്നപോലെ പെരുമാറും. മരങ്ങളിൽ പഴങ്ങളുണ്ടാകാൻ തുടങ്ങി. ആപ്പിളും ചെറിയും ശിഖരങ്ങളിൽ നിന്നും തൂങ്ങിയാടുവാനാരംഭിച്ചു. ചെറിയൊഴികെ മറ്റൊരു പഴത്തിനോടും ഐലോണിന് ഒരു കമ്പവും തോന്നിയില്ല. അവൾ ചെറി മാത്രം കഴിച്ചു.

പക്ഷേ, പ്രസവത്തിൽ ഐലോൺ മരിച്ചു. അവൾ ഒരു ആൺ കുഞ്ഞിന് ജന്മം നൽകിയാണ് വിട പറഞ്ഞത്. ഈ ദുഃഖത്തെക്കുറിച്ച് മുൻകൂട്ടി ഒരു സൂചനയും ഇല്ലാതെ പോയി. അവൾ നട്ട അവസാനത്തെ മരത്തയ്യിനു ചുവട്ടിൽ അവർ ഐലോണിന്റെ ചാരം വിതറി. മകന് കിയാചിൻ എന്ന് പേരിട്ടു.

ഫമ്മെ, കിയാചിന്റെ ശുശ്രൂഷയെറ്റെടുത്തു. ശൈശവം മുതൽക്കേ ഫെമ്മെയോടൊപ്പമായിരുന്ന കിയാചിൻ, കൗമാരത്തിലെത്തിയപ്പോഴാണ് തനിക്ക് ഫമ്മെയോട് എന്തോ ഒരു ഭ്രമമുണ്ടെന്ന് തിരിച്ചറിയുന്നത്. ഫമ്മെ ഈ ഭ്രമത്തെ അതുപോലെ തിരിച്ച് നൽകി. ഈ പ്രണയം അവളിൽ ഭയമുണ്ടാക്കിയെങ്കിലും അവനാവശ്യപ്പെട്ടത് നൽകാതിരിക്കാൻ അവൾക്കായില്ല. അവളുടെ ഹൃദയത്തിലും എന്തൊക്കെയോ ആഗ്രഹങ്ങളുണ്ടായിരുന്നു. അതിനെ വകവയ്ക്കാതിരിക്കാനും അവൾക്കാകുന്നില്ല. ഒരു ദിവസം അവരിരുവരും അവരുടെ ആഗ്രഹങ്ങൾക്ക് അടിയറവ് പറഞ്ഞു.

കിയാചിൻ അവന്റെ അമ്മ ഐലോണിനെപ്പോലെയാണ്. നായാട്ടിലൊന്നും താത്പര്യമില്ല. തോട്ടത്തിൽ ചെടികളേയും മരങ്ങളേയും ശുശ്രൂഷിക്കുന്നതിലാണ് താത്പര്യം. ദിവസം മുഴുവൻ അങ്ങനെ ചിലവിടുന്നതിലാണ് ഇഷ്ടം. അച്ഛന് അവനെ ഒരു നായാട്ടുകാരനാക്കണം. അവനിതിഷ്ടവുമില്ല.

ദിവസങ്ങൾ കഴിഞ്ഞപ്പോൾ തന്റെ വയറ്റിലൊരു കുഞ്ഞുവളരുന്നത് ഫമ്മെ അറിഞ്ഞു. ഒരു നായാട്ടിനിടയ്ക്ക് സത്യമെല്ലാം സഹോദരനോട് തുറന്ന് പറയാൻ അവൾ തീരുമാനിച്ചു. എന്നാൽ വാ തുറക്കാനാകും മുമ്പ്, അവർ ഒരു ജോടി മാനുകളെ കണ്ടു. ഒരാണും ഒരു പെണ്ണും. ഫെമ്മെ പെൺമാനിനു പുറകെ കുതിച്ചു. ജാക്കാവ് ആണിനു പുറകേയും. ആൺമാനിനെ ഓട്ടത്തിൽ തോല്പിക്കാൻ അയാൾക്കായില്ല. മാൻ കുറ്റിക്കാട്ടിൽ നിന്നും പുറത്തിറങ്ങി ഗ്രാമത്തിലേക്കെത്തി. തന്റെ കണ്ണു

വെട്ടിച്ചോടിപ്പോകാൻ ജാക്കാവ് അതിനെ അനുവദിച്ചില്ല. ഗ്രാമത്തിലെത്തിയതും മാൻ അപ്രത്യക്ഷമായി. ജാക്കാവ് വീട്ടിലേക്ക് തിരിച്ചു. അപ്പോൾ വീടിനു മുന്നിൽ നിൽക്കുന്ന മകനെ കണ്ടു.

"അച്ഛനൊരു കലമാനെ പിന്തുടരുകയായിരുന്നോ?"

"നീ അതിനെ കണ്ടോ?"

"നമ്മുടെ തോട്ടത്തിലേക്കാണ് അത് ഓടിക്കയറിയത്."

"എങ്കിൽ എളുപ്പം വാ. നമുക്കതിനെ പിടിക്കാം."

കിയാചിൻ നടത്തത്തിന്റെ വേഗത കുറച്ചു. അച്ഛനെ മുന്നിൽ നടക്കാൻ അനുവദിച്ചു. ജാക്കാവ് ആദ്യമൊന്ന് ശങ്കിച്ചു. പിന്നെ പടികടന്ന് അകത്തേക്ക് പ്രവേശിച്ചു. അകത്തേക്കൊരടി വച്ചപ്പോൾ മനസ്സിലെന്തോ മിന്നിമറഞ്ഞു. മകൻ തന്നെയുപദ്രവിക്കില്ല എന്നൊരു ചിന്തയും അതിനോടൊപ്പമുയർന്നു. കൈ വാളിനെ ലക്ഷ്യമാക്കി നീങ്ങാനാരംഭിച്ചെങ്കിലും അത് വേണ്ടെന്ന് വച്ചു. ഒന്ന് തിരിഞ്ഞ് നോക്കി. മകന്റെ കണ്ണിലെ അഗ്നിയെ നേരിടാനുള്ള കരുത്തപ്പോൾ അയാളിലില്ലായിരുന്നു. ആ നിമിഷത്തിൽ ഒരു കഠാര അയാളുടെ കഴുത്തിൽ ആഴ്ന്നിറങ്ങി. രക്തം ഭൂമിയിലേക്കിറ്റു വീണു.

തിരികെ വീട്ടിലെത്തിയ ഫമ്മെ കണ്ടത് ചെറി മരവുമായി സംസാരിച്ച് നിൽക്കുന്ന കിയാചിനെയാണ്. അവൻ ആ മരത്തിനു ചുവട്ടിൽ ചമ്രം പടിഞ്ഞിരിപ്പായിരുന്നു. കിയാചിൻ കരയുന്നുണ്ടായിരുന്നു. അതിനോടൊപ്പം സംസാരിക്കുന്നുമുണ്ടായിരുന്നു. തന്റെ മുന്നിലിരിക്കുന്നത് തന്റെ അച്ഛനാണെന്ന മട്ടിലായിരുന്നു അവന്റെ സംസാരം. താനെത്ര ഏകനായി എന്നും താൻ ജാക്കാവിന്റെ എത്ര സ്നേഹിച്ചുവെന്നും അവൻ പറയുന്നുണ്ടായിരുന്നു. ഇതിനായി താനെത്ര കൊതിച്ചുവെന്നും പറയുന്നുണ്ടായിരുന്നു. അപ്പോൾ മാത്രമാണ് ജാക്കാവിന്റെ ജീവനില്ലാത്ത ശരീരം ചുമരിനരികിൽ കിടക്കുന്നത് അവൾ കണ്ടത്. അപ്പോൾ മാത്രമാണ് എന്ത് സംഭവിച്ചു എന്നവൾക്ക് മനസ്സിലായത്. അവൾ വാളൂരി കിയാചിന്റെ തല വെട്ടി.

തന്റെ ഉദരത്തിൽ വളരുന്ന കുഞ്ഞിനും ഇതേ ശാപം ബാധിച്ചിട്ടുണ്ട് എന്ന് ഫമ്മെ കരുതി. ചെറി മരത്തിനു ചുവട്ടിൽ കിടക്കുന്ന ചാരത്തിൽ നിന്നുള്ള ശാപം. അവൾക്ക് മുന്നിൽ അപ്പോൾ ഒരേയൊരു മാർഗ്ഗമേയുള്ളൂ. തോട്ടത്തിലെ വൃക്ഷങ്ങൾക്കെല്ലാം അവൾ തീയിട്ടു. വീടിനു തീയിട്ടു. എന്നിട്ട് ആളിക്കത്തുന്ന തീയിലേക്കവൾ എടുത്ത് ചാടി. അവിടെനിന്നും തീ ഗ്രാമത്തിലെ മറ്റു വീടുകളിലേക്ക് പടർന്നു. നിമിഷങ്ങൾക്കുള്ളിൽ അതെല്ലാം വെറും ചാമ്പലായി. പിന്നെയൊരു ദിവസം കഴിഞ്ഞപ്പോൾ കാറ്റെത്തി. വരണ്ട ചാരത്തിൽ അത് നൃത്തം ചെയ്തു. ഗ്രാമത്തിൽ മുഴുവൻ ആ ചാരം പരത്തി. ആ ചാരത്തിനോടൊപ്പം കൂടിക്കുഴഞ്ഞ് അതൊരു ഇരുണ്ട കാറ്റായി മാറി.

കുന്നിൻ മുകളിലെ രാത്രി

കൊച്ചുമണികളുടെ ശബ്ദം കാറ്റ് രാത്രിയിലേക്കൂതിവിട്ടപ്പോൾ ചെണ്ടമേളം ഒരമ്പുപോലെ വളഞ്ഞ് ആകാശത്തേക്ക് പറന്നുയർന്നു. ജീവനില്ലാത്ത ശരീരത്തെ അത്യാർത്തിപൂണ്ട തീജ്വാലകൾ നക്കിത്തിന്നാനാരംഭിച്ചു. ചുറ്റിലും കൂടിയവരുടെ ഇടവിട്ട തേങ്ങലിൽ, തീയാളുന്നതിന്റെ കരച്ചിലും കൂട്ടിക്കലർത്തി. അസ്ലമിന്റെ ശരീരം തീജ്വാലകൾക്കിടയിലെ ഒരു ജ്വാലയായി. നൃത്തം ചെയ്തുകൊണ്ടിരുന്നവരുടെ തിളങ്ങുന്ന മാംസത്തിൽ അത് പുതുവിയർപ്പൊഴുക്കി.

പൂർണ്ണചന്ദ്രൻ ഒന്നുകൂടി മിനുത്തിരിക്കുന്നു. അടുത്തുള്ള നക്ഷത്രങ്ങളിൽ നിന്നെല്ലാം അത് വെളിച്ചം കടമെടുത്തിരിക്കുന്നപോലെ. വെളിച്ചത്തിന്റെ ഓരോ തുണ്ടും ഇഷ്ടപ്പെടുന്ന ആകാശം, താഴെ, ഭൂമിയിൽ നിന്നിരുന്നവരുടെ സ്വരങ്ങൾ ശേഖരിച്ച് ഓരോരുത്തർക്കും അവരുടേതായ ഇടങ്ങൾ നല്കി ആദരിച്ചു.

അപ്പോൾ താഴെനിന്ന് കയറിവരുന്നവനെ ചന്ദ്രനും നക്ഷത്രങ്ങളും ശ്രദ്ധിച്ചു. അവന്റെ പത്തി അവർ ശ്രദ്ധിച്ചു. അവന്റെ മുഖത്തേക്കാൾ അവർക്ക് പരിചിതമാണ് ആ പത്തിയും ചുമലുകൾ മറയ്ക്കുന്ന ഷാളും ദേഹത്ത് നുരഞ്ഞൊഴുകുന്ന ഇരുട്ടും. അവൻ തലയുയർത്തി നോക്കിയില്ല. അവന്റെ നോട്ടം മുന്നിലേക്ക് മാത്രമായിരുന്നു. കുന്നിൻചെരുവിൽ എരിയുന്ന ചിതയെ ലക്ഷ്യമാക്കിയാണവൻ നീങ്ങുന്നത്. ആ നിമിഷത്തിൽ ഒരു നക്ഷത്രം, കൂട്ടത്തിൽ നിന്നും സ്വാതന്ത്ര്യം പ്രഖ്യാപിച്ച് താഴേക്ക് പതിച്ചു. അതിഥിയുടെ വരവിനെ സ്വീകരിക്കാൻ, അയാൾക്കഭിവാദ്യമർപ്പിക്കാൻ എന്ന മട്ടിലായിരുന്നു ആ വീഴ്ച. ആകാശത്തിനു കുറുകെ, ചന്ദ്രനും കുറുകെ, പതിച്ച് അത് കത്തിക്കൊണ്ടിരിക്കുന്ന ചിതയിൽ ലയിച്ചു.

തെന്നിവീണ നക്ഷത്രത്തെ കണ്ട് ഗ്രാമീണർ തീയിനു ചുറ്റിലും കൂടി. അവർ നൃത്തമവസാനിപ്പിച്ചു. യുവാക്കൾ വിതരണം ചെയ്തിരുന്ന വീഞ്ഞിന്റെ കോപ്പകൾ കയ്യിലെടുത്തു. യുമാതി മുന്നോട്ട് വന്ന് അസ്ലമിന്റെ ചിതയിൽ ഒരു തുള്ളി വീഞ്ഞൊഴിച്ചു. ചെണ്ടമേളം പുനരാരംഭിച്ചു. ഇപ്പോൾ അയഞ്ഞ താളത്തിലായിരുന്ന മേളം. അങ്ങ് ആകാശത്തേക്ക് പറക്കുകയല്ല, കുന്നിൻചെരുവിനെ ലക്ഷ്യമാക്കി നീങ്ങുകയാണ്. ചെണ്ടമേളത്തിനൊപ്പം ഒരു സ്ത്രീശബ്ദം ഉയർന്നുകേട്ടു. വീഞ്ഞുകോപ്പകൾ ഒഴിഞ്ഞു. അവ വീണ്ടും നിറയ്ക്കപ്പെട്ടു.

ഈ കുന്നിൻ ചെരുവിൽ വച്ചാണ് യുമാതി ആദ്യമായി ലഹരി നുണയുന്നത്. അസ്ലമിനോടൊത്ത്. അന്ന് അസ്ലം വീഞ്ഞുചഷകം കൈമാറിയപ്പോൾ യുമാതിയുടെ ഹൃദയം അതിശക്തമായി മിടിച്ചു. യുവത്വം തുളുമ്പുന്ന ഹൃദയത്തിന്റെ മിടിപ്പ് വീഞ്ഞുനിറഞ്ഞ ചഷകവും തന്റെ ചർമ്മത്തെ തഴുകിയ മന്ദമാരുതനും മൂലമാണെന്ന് അവൾ ഉറപ്പിച്ചു. അതിനു മുമ്പൊരിക്കലും അവൾ അനുഭവിച്ചിട്ടില്ലാത്ത ഉദ്വേഗം,

ഹൃദയത്തെ ഗ്രസിച്ചപ്പോൾ, അവൾ അസ്ലമിനെ ചുറ്റിവരിഞ്ഞു. അവന്റെ ചർമ്മത്തിൽനിന്നപ്പോഴും അപരിചിതയിടങ്ങളിൽ നിന്നുള്ള സുഗന്ധം വരുന്നുണ്ടായിരുന്നു. ധൈര്യം കുമിഞ്ഞുകൂടിയതുകൊണ്ടല്ല അവൾ അപ്പോൾ അവനെ ആലിംഗനം ചെയ്തത്, ഭീതിയെ അകറ്റി നിർത്താനായിരുന്നു. കുറച്ചുകാലമായി അവൾ അസ്ലം എന്ന പേരു കേൾക്കുന്നു. എന്നാൽ അന്ന് മാത്രമാണവൾക്ക് അവനെ നേരിൽ കാണാനായത്. അവൻ അരുവിക്കരയിലൂടെ നടന്നെത്തി അവൾക്കൊരു ലോക്കറ്റ് സമ്മാനിച്ചു. അവളുടെ കഴുത്തിലണിയിച്ചു. അപ്പോൾ അവൾ അവന്റെ മുഖം ശ്രദ്ധിക്കുകയായിരുന്നു. അതിനായി ഒരു നിമിഷം നിന്നപ്പോഴാണ് അവൻ ആ ലോക്കറ്റ് അവളെ അണിയിച്ചത്. അവൾ അതിനെ എതിർത്തില്ല. തുളച്ചുകയറുന്ന നോട്ടമുള്ള ഈ മനുഷ്യനിൽനിന്നും അവൾ ആ ലോക്കറ്റ് സ്വീകരിച്ചു. അന്ന് സായാഹ്നത്തിൽ അവൾ വസന്തത്തെ വരവേൽക്കാനായി, അത് ആഘോഷിക്കാനായി വീഞ്ഞുചഷകത്തിനരികിലിരുന്നു. അസ്ലം വളരെ കുറച്ച് വാക്കുകളേ അവളോട് പറഞ്ഞുള്ളൂ. അവരിരുവരും അപ്പോൾ മൗനത്തിന്റെ നിർച്ചുഴിയിലായിരുന്നു. സായാഹ്നമൊന്നവസാനിച്ചപ്പോഴേക്കും ഈ വീഞ്ഞും കാറ്റുമൊന്നിച്ചാണ് തന്റെ ഹൃദയമിടിപ്പ് വർദ്ധിപ്പിക്കുന്നത് എന്ന് യുമാതി വിശ്വസിച്ചു. ഭയത്തിൽ നേദിച്ച വീഞ്ഞ് അവരിരുവരും ഒന്നിച്ച് രുചിച്ച് കഴിഞ്ഞിരുന്നു.

അവളുടെ ചർമ്മത്തിൽ അരിച്ച് കയറിയ ഭയം വീഞ്ഞുണ്ടാക്കിയതല്ല എന്ന് ഇപ്പോഴവൾക്കറിയാം.

ഇരുട്ടിൽ നിന്ന് അപരിചിതൻ പ്രത്യക്ഷപ്പെട്ടപ്പോൾ യുമാതി അയാൾക്കരികിലേക്ക് നടന്നു. അയാൾക്ക് മുന്നിൽ ചെന്ന് നിന്നു. പത്തിപോലെയുള്ള മുഖത്തേക്ക് തറച്ച് നോക്കി നിന്നു. കയ്യിലുള്ള വീഞ്ഞിന്റെ കോപ്പ അയാൾക്ക് നേരെ നീട്ടി. തന്റെ വൈഷമ്യങ്ങൾ അയാൾ കൂടി രുചിച്ചറിയേണ്ടതുണ്ടെന്ന് അവൾക്ക് തോന്നി. അങ്ങനെ ചെയ്താൽ അവളുടെ ഹൃദയത്തിലെ മുറിവിനെക്കുറിച്ചയാൾക്ക് കൂടുതലറിയാനാകും. നീളൻ നിഴൽ ആ കോപ്പ വാങ്ങി. വീഞ്ഞ് കുടിച്ചു. ഒന്ന് വളഞ്ഞ് യുമാതിയുടെ തലമുടിയിൽ ചുംബിച്ചു.

"എന്റെ സുഹൃത്തിന്റെ വീഞ്ഞ് ഒരു കവിൾ കുടിക്കാനുള്ള സമയത്തിനെത്താനേ എനിക്കായുള്ളൂ."

പാടിക്കൊണ്ടിരുന്ന സ്ത്രീ പാട്ട് നിർത്തി. ചെണ്ടമേളവും അതേ നിമിഷം നിന്നു.

ബഹുമാനിതമായ മൗനത്തിൽ നിറഞ്ഞ് നിൽക്കുന്ന നിഴൽ, ജനക്കൂട്ടം കണ്ടു. "സ്വാഗതം സെഗാ" എന്ന് പറഞ്ഞ് ഗ്രാമത്തിലെ വൃദ്ധർ അയാൾക്കരികിലേക്ക് നടന്നു.

സെഗാ അവരെനോക്കി വണങ്ങി. എന്നിട്ട് ചിതയ്ക്ക് നേരെ നടന്നു. ചിതയിൽനിന്നും വരുന്ന അഗ്നി തന്റെ നീളൻ കുപ്പായത്തിൽ വെളിച്ചം

വിതറാൻ മാത്രം അടുത്തെത്തി. കയ്യിലെ വടി നിലത്ത് വച്ചു. തീ പെട്ടെന്ന് ആളിക്കത്തി. അതിലെ നാളങ്ങൾ ഉയരത്തിൽ നൃത്തം ചെയ്യുവാനാരംഭിച്ചു. തീപ്പൊരിയുടെ ഒരു ചാറ്റൽമഴ സെഗായിലേക്കെത്തി. ഉയർന്ന് കത്തുന്ന തീ നാളങ്ങളെ വകവെയ്ക്കാതെ നിൽക്കുകയാണ് അയാൾ. നാളം അപ്പോഴും അയാളുടെ ളോഹയിൽ വെളിച്ചം നിറയ്ക്കുന്നു. ളോഹയുടെ പിൻഭാഗം അപ്പോഴേക്കും നക്ഷത്രം നിറഞ്ഞ ആകാശം പോലെയായിരിക്കുന്നു. അടുത്ത നിമിഷത്തിൽ ആ നക്ഷത്രങ്ങൾ എരിഞ്ഞടങ്ങി. സെഗാ കയ്യുയർത്തി. തീനാളത്തിലേക്ക് കൈ നീട്ടി. അപ്പോൾ തീനാളം രൗദ്രഭാവം പൂണ്ടു. ഉയരത്തിലേക്കെടുത്ത് ചാടി. പിന്നെയെന്തോ, തോൽവി സമ്മതിച്ചതുപോലെ പിൻവാങ്ങി. പകരം ഇടത്തോട്ടും വലത്തോട്ടും ചാഞ്ചാടാൻ തുടങ്ങി. അപ്പോൾ അതിന് ഒരു വന്യമൃഗത്തിന്റെ ഭാവമുണ്ടായിരുന്നു. അവസാനം ശാന്തമായി. ക്ഷീണിതമായതുപോലെ തോന്നി. നാളങ്ങൾ തിരികെ മണ്ണിലേക്ക് മടങ്ങുവാൻ തുടങ്ങി. സെഗായിൽനിന്നും അകന്ന് നിൽക്കാൻ തുടങ്ങി. അയാളവിടെ എത്തുന്നതിനു മുമ്പ് എരിഞ്ഞിരുന്നതുപോലെ എരിയാനാരംഭിച്ചു.

സെഗാ അഗ്നിയിൽനിന്നും ദൂരേയ്ക്ക് മാറി. വെച്ചുനീട്ടിയ വീഞ്ഞിന്റെ ചഷകം സ്വീകരിച്ചു. ചെണ്ടയുടെ താളം വീണ്ടും അലസമായി. നേരത്തെ പാട്ടുപാടിക്കൊണ്ടിരുന്ന സ്ത്രീ മറ്റൊരു മെലഡി മൂളാനാരംഭിച്ചു.

നല്ല ആരോഗ്യമുള്ള ശരീരമാണെങ്കിലും സെഗാ വൃദ്ധനായിരുന്നിരിക്കണം. മലയുടെ ചെങ്കുത്തായ ഭാഗത്തിലുള്ള പുല്ലു നിറഞ്ഞയിടങ്ങളിലെ ഗുഹകളിലൊന്നിലാണയാൾ വസിക്കുന്നത്. വല്ലപ്പോഴുമേ അയാൾ ഗുഹ വിട്ട് പുറത്തിറങ്ങാറുള്ളൂ. അങ്ങനെയിറങ്ങുന്നത് ദീർഘദൂര യാത്രകൾക്കായിരിക്കും. ദൂരദൂരങ്ങളിലേക്കയാൾ അലഞ്ഞ് നടക്കും. അയാൾക്കെന്തൊക്കെയോ അമാനുഷിക ശക്തികളുണ്ടെന്ന് ഗ്രാമത്തിലുള്ളവരെല്ലാം വിശ്വസിച്ചു. അയാളെക്കുറിച്ച് കഥകൾ പരത്തുന്നതിൽ അവരെല്ലാം ആനന്ദം കൊണ്ടു.

നർത്തകർ നിന്നിരുന്നതിനടുത്താണ് സെഗായും നിന്നത്. ഗ്രാമത്തിലെ മുതിർന്നവരുമായി സംസാരിച്ച് നിൽക്കുകയാണയാൾ. അവർക്കെല്ലാം അയാളെ നല്ലവണ്ണമറിയാം. ഗ്രാമത്തിലേക്കിടയ്ക്കൊക്കെ വരിക എന്ന അയാളുടെ സ്വഭാവമാരംഭിച്ചിട്ട് വർഷം പലത് കഴിഞ്ഞിരിക്കുന്നു. എന്നാൽ ഈയ്യിടെയായി അയാൾ വരാറില്ല. കാട്ടിലെ പച്ചമരുന്നിൽ നിന്നും എല്ലാ രോഗങ്ങൾക്കുമുള്ള മരുന്നുണ്ടാക്കുമായിരുന്നു അയാൾ. പേക്കിനാവുകൾ കണ്ട് ഭയക്കുന്നവരുടെ ഭയമകറ്റാനുള്ള അരിഷ്ടങ്ങളുണ്ടാക്കുമായിരുന്നു. കിംവദന്തികളെന്തുമാകട്ടെ, അമാനുഷികമായി ഒന്നുമില്ലെന്ന് പറയുമായിരുന്നു. അയാളുടെ ഈ വാക്കുകൾ മാത്രം ആരും വിശ്വസിച്ചില്ല.

തന്നെക്കുറിച്ചുള്ള മാസ്മരിക കഥകളൊന്നും സെഗാ ശരിവെച്ചില്ല

അയാളിൽ എന്തൊക്കെയോ കഴിവുകളുണ്ടെന്നും അയാൾ അതൊന്നും പുറത്ത് പറയാൻ ആഗ്രഹിക്കുന്നില്ലെന്നും ഗ്രാമീണർ വിശ്വസിച്ചു.

ഗ്രാമവാസികളുടെ വിശ്വാസം അപ്പാടെ തള്ളിക്കളയുവാനുമാകില്ല. ഒരിക്കൽ സെഗാ ഗ്രാമത്തിലെ വൃദ്ധദമ്പതികളുടെ അതിഥിയായെത്തി. ഗ്രാമത്തിലെ മറ്റു ചില മുതിർന്നവരുമൊത്ത് അത്താഴത്തിനിരുന്നപ്പോൾ അവർ ദീർഘദീർഘം സംസാരിച്ചു. സെഗാ മേശപ്പുറത്തുള്ള വിഭവങ്ങളിൽ പൊരിച്ച കോഴിയൊഴികെ എല്ലാം രുചിച്ച് നോക്കിയിരിക്കുന്നു എന്ന് ആതിഥേയ ശ്രദ്ധിച്ചു. അതെന്തുകൊണ്ടെന്ന് അവർ ചോദിച്ചു. കോഴിയുടെ യഥാർത്ഥ ഉടമയോട് കടബാധ്യതയുള്ളവനായിരിക്കാൻ താൻ ആഗ്രഹിക്കാത്തതിനാൽ എന്നായിരുന്നു ഉത്തരം.

ഈ വാക്കുകൾ അപ്പോൾ ആരും അത്ര ഗൗരവത്തിലെടുത്തില്ല. പിറ്റേന്ന് ഗ്രാമത്തിൽ ഒറ്റയ്ക്ക് താമസിച്ചിരുന്ന ഒരു വൃദ്ധ മരിച്ച വിവരം എല്ലാവരുമറിഞ്ഞു. നമ്മുടെ ആതിഥേയർ താമസിച്ചിരുന്ന അതേ തെരുവിലാണ് ഈ വൃദ്ധയും താമസിച്ചിരുന്നത്. ഈ വൃദ്ധയിൽ നിന്നും കടം വാങ്ങിയതായിരുന്നു ആ കോഴിയെ. ഇതാർക്കും അറിയില്ലായിരുന്നു. മേശപ്പുറത്ത് ഭക്ഷണമെല്ലാം വിളമ്പിക്കൊണ്ടിരുന്ന അതേ സമയത്താണീ വൃദ്ധ അന്തരിച്ചത്. സെഗായുടെ ആതിഥേയർക്ക് അവർ വാങ്ങിയ കടം തിരിച്ച് കൊടുക്കാനായില്ല.

വർഷങ്ങളായി സെഗാ ഇവിടേക്ക് വരാറില്ലായിരുന്നു. അതിന്റെ കാരണം ആർക്കുമറിയില്ല. അയാളെക്കുറിച്ച് അധികം വാർത്തകളും എത്താറില്ല. ഒരു യാത്രയ്ക്കിടയിൽ, ഏതോ ഒരു തുറമുഖ നഗരിയിൽ അയാൾ സ്ഥിരവാസമാക്കി എന്നൊരു കഥ പരന്നു. എല്ലാവരും അത് വിശ്വസിക്കുകയും ചെയ്തു. മറ്റൊരു കഥ അയാൾ ഗുഹയിൽനിന്നും പുറത്തിറങ്ങാറേയില്ല എന്നതായിരുന്നു. ആ ഗുഹ കൃത്യമായി എവിടെയാണെന്ന് ആർക്കുമറിയില്ലതാനും. അതുകൊണ്ട് തന്നെ അസ്ലമിന്റെ ശവസംസ്കാരചടങ്ങിൽ അയാൾ പെട്ടെന്ന് പ്രത്യക്ഷപ്പെട്ടത് അവിടെ അമ്പരപ്പും ആശയക്കുഴപ്പവുമുണ്ടാക്കി. താൻ അടുത്ത ബന്ധം സ്ഥാപിച്ചിരുന്ന ഗ്രാമവുമായി അയാൾ ബന്ധം വേർപെടുത്തി എന്ന് അവർ വിശ്വസിച്ചപ്പോഴുണ്ടായ അതേ ആശയക്കുഴപ്പം.

സെഗാ അസ്ലമിനെ കണ്ടിരുന്നു. എന്നാൽ സെഗായെ ഈ ഗ്രാമത്തിലേക്ക് തിരികെകൊണ്ടുവരാൻ മാത്രം അടുപ്പം അവർ തമ്മിലുണ്ടെന്ന് ആർക്കുമറിയില്ലായിരുന്നു. അതും ഇത്രയേറെ വർഷങ്ങൾക്ക് ശേഷം. അസ്ലം ഈ ഗ്രാമത്തിൽ വസിച്ച ഹ്രസ്വകാലങ്ങളിൽ എപ്പോഴൊക്കെയോ അയാളും സെഗായും കണ്ടുമുട്ടിയിട്ടുണ്ട്. അവരൊന്നിച്ച് ദൂരദേശങ്ങളിലെ കഥകൾ പറഞ്ഞിട്ടുണ്ട്. ആ ദേശങ്ങളെല്ലാം എവിടെയാണെന്ന് അവരിരുവർക്കും മാത്രമറിയാം. അവർ തമ്മിലുള്ള ആത്മബന്ധത്തെക്കുറിച്ച് ആർക്കുമറിയില്ലായിരുന്നു. ഒരുപക്ഷേ, അസ്ലമിന്റെ ആശ്ചര്യജനകമായ

തിരോധാനവും അതിഗൂഢമായ തിരിച്ചുവരവുമാകണം സെഗായെ ഇവിടേക്ക് വീണ്ടുമാകർഷിച്ച് വരുത്തിയത്. അതുകൊണ്ടായിരിക്കണം അയാൾ ആട്ടിടയന്മാരോട് സംസാരിച്ചതും ശവം എങ്ങനെ എവിടെ വെച്ച് കണ്ടു എന്നതിനെക്കുറിച്ച് ചോദ്യങ്ങളുയിർത്തതും.

രണ്ട് യുവആട്ടിടയന്മാർക്ക് വീഞ്ഞു നീട്ടി സെഗാ ചർച്ചയിൽ അവരെ പങ്കെടുപ്പിച്ചു. അവർ പറയുന്നത് സശ്രദ്ധം കേട്ടു. അവരുടെ മുഖഭാവം ശ്രദ്ധിച്ചു. അവരുടെ മുഖത്ത് ചിതയിൽ നിന്നും തീനാളം സൃഷ്ടിച്ച നിഴൽ നൃത്തം ചെയ്യുന്നുണ്ടായിരുന്നു. അയാൾ അവരെത്തന്നെ നോക്കി നിന്നു. അവർ പറയുന്നതിൽ എന്തെങ്കിലും കൃത്യതയില്ലായ്മയുണ്ടോ എന്ന് അവരുടെ വാക്കുകളിൽ നിന്നല്ല, മുഖത്തുനിന്നാണ് അയാൾ വായിച്ചെടുത്തിരുന്നത്. ഗ്രാമവാസികൾക്ക് അസ്ലമിനെ പ്രതിയുണ്ടായിരുന്ന ജിജ്ഞാസ അയാൾക്കുമുണ്ടായിരുന്നു.

മരണം നൽകുന്ന ദുഃഖത്തെ ആശ്വസിപ്പിക്കാൻ സമയത്തേക്കാൾ മികച്ച മരുന്നില്ലെന്ന് അവർക്കറിയാം. കയ്യെത്താദൂരത്ത് വളരുന്ന ഒരു പച്ചിലമരുന്നിന്റെ സുഗന്ധം ഭൂമിയിലേക്ക് തുളച്ച് കയറുന്നു. ആകാശത്ത് പരന്നിരിക്കുന്നു. ഈ പച്ചിലമരുന്നെവിടെ വളരുന്നു എന്നന്വേഷിച്ച് കഴിഞ്ഞകാലങ്ങളിൽ അനേകം പേർ യാത്ര തിരിച്ചിട്ടുണ്ട്. പക്ഷേ, അവിടെയെത്തുന്നതിനുമുമ്പ്, അവരുടെ ജീവിതത്തിന്റെ നിറങ്ങൾ പോലും സമയം എന്ന ചുഴലിയിൽ ഒടുങ്ങിത്തീർന്നു എന്നവർക്കു പോലും മനസ്സിലായില്ല. വടക്കുനിന്നുള്ള കറുത്ത കാറ്റിനുമപ്പുറത്തായിരുന്നു അത്. ഒരു വ്യക്തിക്കും എത്തിപ്പെടാനാകാത്തത്ര ദൂരത്ത്. അവിടെയെത്തണമെങ്കിൽ ഒരു നക്ഷത്രത്തിന്റെയത്ര ജീവിതദൈർഘ്യമെങ്കിലും വേണം.

നർത്തകരുടെ അടുത്താണപ്പോൾ യുമാതി. അവൾക്കരികിൽ റിൻഡയുണ്ട്. അവൾ ഇടയ്ക്കിടെ സെഗായെ ഒളികണ്ണിട്ട് നോക്കി. സെഗാ ചർച്ചയിൽ മുഴുകിയ ആ സംഘത്തെ വിട്ട് തനിക്കരികിലേക്ക് വരുന്നത് കാത്ത് നിൽക്കുകയാണവൾ. ഈ പേര് പല തവണ കേട്ടിട്ടുണ്ടെങ്കിലും റിൻഡ ഇദ്ദേഹത്തെ ആദ്യമായി കാണുകയാണ്. എത്ര ഹൃദ്യമാണ് അയാളുടെ പെരുമാറ്റമെന്ന് റിൻഡ അദ്ഭുതപ്പെട്ടു. അയാളുടെ പ്രായം കണക്കിലെടുക്കാതെ അയാളെ അടിമുതൽ മുടിവരെയൊന്നുഴിഞ്ഞു.

സെഗാ അവർക്കരികിലെത്തി. യുമാതിയുടെ തോളിൽ കൈ വച്ചു.

"നിന്നെക്കണ്ടിട്ട് നാളേറെയായിരിക്കുന്നു യുമാതി. ഇങ്ങനെ ദുഃഖം നിറഞ്ഞ ഒരു അന്തരീക്ഷത്തിലല്ല, മറിച്ച് നല്ല സന്തോഷം തരുന്ന ഒരു നിമിഷത്തിൽ ഇവിടെ എത്തണമെന്നായിരുന്നു ആഗഹം. അസ്ലം വിട്ടു പോയത് വളരെ വൈകിയാണ് അറിഞ്ഞത്. അതുകൊണ്ടാണ് എത്താൻ ഇത്രയും വൈകിയത്."

ഈ മരണത്തെക്കുറിച്ച് അയാളെങ്ങനെ അറിഞ്ഞു എന്ന് യുമാതി അദ്ഭുതപ്പെട്ടു. കഴിഞ്ഞ രണ്ട് ദിവസമായി ഈ ഗ്രാമത്തിലേക്ക് ആരും

കയറി വന്നിട്ടില്ല. ഇവിടെ നിന്നാരും പുറത്തു പോയിട്ടുമില്ല. മരണവിവരം റിൻഡയെ അറിയിക്കാനിറങ്ങിയ കുതിരക്കാർ അടുത്ത ഗ്രാമത്തിൽ ഈ വാർത്തയെത്തിച്ചിട്ടുണ്ടെങ്കിൽ അവരും ശവസംസ്കാരത്തിൽ പങ്കു കൊള്ളാനെത്തുമായിരുന്നു. എന്നാൽ ഇവിടെ ഗ്രാമവാസികളല്ലാത്ത രണ്ടു പേരേയുള്ളൂ. കാൻബേഗിയും സെഗായും.

സെഗാ റിൻഡയ്ക്ക് നേരെ തിരിഞ്ഞു. “നീ റിൻഡയാകണം. കുഞ്ഞാ യിരിക്കുമ്പോൾ കണ്ടതാണ് നിന്നെ. നീ നിന്റെ അച്ഛനെപ്പോലെതന്നെ യാണെന്ന് ഞാൻ കേട്ടിരുന്നു. എന്നാൽ ഇത്ര കൃത്യമാണെന്നൂഹിക്കാ നായില്ല. അവന്റെ അതേ കണ്ണുകളാണ് നിനക്കും.”

“റിൻഡ അവന്റെ അച്ഛനെ ഓർക്കുന്നേയില്ല,” യുമാതി ഇടയ്ക്ക് കയറി പറഞ്ഞു. ”അസ്ലമിനെന്തു പറ്റി എന്നറിയാമോ സെഗാ?”

സെഗാ പത്തിയൊന്ന് താഴ്ത്തി. അപ്പോൾ മറച്ചുവച്ചിരുന്ന നീളൻ മുടി താഴെ ചുമലുവരെയെത്തി. കറുത്ത മുടി തീയിന്റെ പ്രഭയിൽ ചുവന്ന തായി.

“വർഷമനേകം കഴിഞ്ഞിരിക്കുന്നു. വിധി അയാളെ ദൂരദേശങ്ങളി ലേക്ക് കൊണ്ടുപോയി. അയാൾ മരിച്ചു എന്നല്ലാതെ എനിക്കൊന്നു മറിയില്ല. ആ ഇടയന്മാരുമായി ഞാൻ സംസാരിച്ചു. അസ്ലമിനെ കണ്ട പ്പോൾ അയാൾ നഗ്നനായി കിടക്കുകയായിരുന്നു എന്നവർ പറയുന്നു. അയാളുടെ പക്കൽ എന്തെങ്കിലുമുണ്ടായിരുന്നു എങ്കിൽ എനിക്കെന്തെ ങ്കിലുമൊക്കെയൊന്ന് ഊഹിക്കാമായിരുന്നു.”

“അതെ. തുണിപോലുമുണ്ടായിരുന്നില്ല. എന്നാൽ അവർ അദ്ദേഹത്തെ കണ്ടെത്തിയ ആ ചെങ്കുത്തായ താഴ്വാരമൊന്ന് ചെന്ന് നോക്കാൻ ഞങ്ങൾക്കുമായിട്ടില്ല. ഒരുപക്ഷേ അവിടെ എന്തെങ്കിലും സൂചനകൾ അവ ശേഷിക്കുന്നുണ്ടാകും.”

“അത് ഞാൻ ചെയ്ത് കഴിഞ്ഞു.” സെഗാ പറഞ്ഞു. അത് കേട്ട് റിൻഡ അമ്പരക്കുന്നത് അയാൾ കണ്ടു. അതിനോടൊപ്പം യുമാതിയും ഒന്നമ്പരന്നു. “ഞാനതു വഴിയാണ് വന്നത്. അവിടെ ഒന്നുമില്ലായിരുന്നു.” അയാൾ പറഞ്ഞു.

സെഗായെക്കുറിച്ച് അനേകം കഥകൾ റിൻഡ കേട്ടിട്ടുണ്ട്. കുട്ടി ക്കാലം തൊട്ടേ ഈ കഥകൾ കേട്ടാണ് വളർന്നത്. അതുകൊണ്ട് തന്നെ സെഗാ എന്നത് പണ്ടുകാലത്തെ യക്ഷിക്കഥയിലെ ഒരു കഥാപാത്ര മാണെന്ന് അവൻ ധരിച്ചിരുന്നു.

“നീ ഒരു രാത്രി മുഴുവൻ അച്ഛനരികിൽ ഇരുന്നില്ലേ? എന്തെങ്കിലും കണ്ടോ?” റിൻഡയുടെ കണ്ണുകൾ ചിമ്മിയില്ല. സെഗാ കണ്ണുകളിലേക്കു തന്നെ നോക്കി നിൽക്കുകയാണ്. അതിൽനിന്നും സൂചനകളൊന്നും വരുന്നില്ല. “അത്ര പ്രാധാന്യമൊന്നുമില്ലാത്തതെന്ന് തോന്നുന്ന എന്തെ ങ്കിലും? കാതണിപോലെയുള്ളവ? അതൊരുപക്ഷേ നമുക്ക് സഹായകര മായേക്കാം.”

“അച്ഛൻ കാതണിയൊന്നും ധരിക്കാറില്ല.”

സെഗായുടെ നോട്ടം റിൻഡയിൽ നിന്നും പിൻവാങ്ങിയില്ല. റിൻഡ പറഞ്ഞത് കേട്ടിട്ടേയില്ല എന്ന മട്ടിലായിരുന്നു ആ നോട്ടം. ആ ചോദ്യത്തിനൊരുവട്ടം കൂടി ഉത്തരം ലഭിക്കാൻ കാത്തിരിക്കുകയായിരുന്നു അയാൾ. എന്നാൽ അതേ പ്രതികരണം വീണ്ടും ലഭിച്ചപ്പോൾ, അയാൾ പിന്നെ നിർബന്ധിച്ചില്ല. അവനിപ്പോൾ അസ്ലമിനെപ്പോലെയായിരിക്കുന്നു എന്ന് മാത്രം കരുതി.

അത്ര ഗൗരവത്തിൽ ആലോച്ചിട്ടുള്ള മറുപടിയായിരുന്നില്ല റിൻഡയുടേത്. പകരം അപ്പോൾ തോന്നിയ ഒന്നായിരുന്നു. ദുഷ്ടലാക്കുവച്ച് സത്യം സെഗായിൽ നിന്നും മറച്ചു വച്ചതല്ല. പകരം അച്ഛനുമായുള്ള ഏക ബന്ധം തന്റേത് മാത്രമാക്കി സൂക്ഷിക്കാനുള്ള വ്യഗ്രതയാൽ പറഞ്ഞു പോയതായിരുന്നു.

“അച്ഛൻ വടക്കോട്ടാണോ പോയത്?”

സെഗാ ഒരു നിമിഷം നിശ്ശബ്ദത പാലിച്ചു. പിന്നെ റിൻഡയോട് ചോദിച്ചു.

“നീ നക്ഷത്രങ്ങളിലും പ്രവചനങ്ങളിലും വിശ്വസിക്കുന്നുണ്ടോ റിൻഡ?”

“എല്ലാവരേയുമൊക്കെപോലെ തന്നെ.”

“അതിനെക്കുറിച്ചെല്ലാം നല്ലവണ്ണമറിയാമോ?”

“എല്ലാവർക്കുമറിയുന്നതുപോലെ.”

സെഗാ തന്റെ മുഖം വടക്കോട്ട് തിരിച്ചു. അകാശത്തേക്ക് ചൂണ്ടി.

“ഇതാ അവിടേക്ക് നോക്ക്. ആകാശം നിറഞ്ഞുനിൽക്കുന്ന ആ കരടിയെ നിനക്ക് കാണാമോ?”

ചക്രവാളത്തിൽ തന്റെ മഞ്ഞ നക്ഷത്രങ്ങളുമായി നിൽക്കുന്ന കരടി. അവിടെനിന്ന് അവൾക്ക് കാലൊന്ന് താഴ്ത്തിയിട്ടാൽ ഭൂമിയിൽ തൊടാനാകും എന്നതുപോലെ. അവളുടെ വാലിലുള്ള മൂന്ന് നക്ഷത്രങ്ങളുടെ തിളക്കം പുറകിലെ കാലുകളിലെത്തുന്നു. അവിടെ നിന്ന് രണ്ട് നക്ഷത്രങ്ങൾ ഉദരത്തിൽ തിളക്കമെത്തിക്കുന്നു. പിൻകാലുകൾക്കിടയിലുള്ള ഒരു തടസ്സം മറികടന്ന് കയറുവാൻ ശ്രമിക്കുകയാണവൾ എന്ന് തോന്നുമായിരുന്നു ആ നിൽപ്പ് കണ്ടാൽ. എന്നാൽ ആ ഭാഗം കുന്നുകൾക്ക് പുറകിലാണ്. അവർക്ക് കാണാനാകുന്നതിനും അപ്പുറത്ത്.

“നിന്റെ അച്ഛൻ ഇവിടെ നിന്നിറങ്ങിയപ്പോൾ ഈ കരടിയും താഴേക്കിറങ്ങുകയായിരുന്നു. ചക്രവാളത്തിൽ നിന്നും താഴേക്ക്. നമ്മുടെ ലോകത്തിന്റെ രക്ഷിതാവിനെ കാണാൻ ആഗ്രഹിക്കുന്നവരെല്ലാം ഈ നക്ഷത്രസമൂഹത്തെ നോക്കണം. അവളില്ലാതൊരു ജീവിതം നമുക്ക് അസാധ്യമാണ്. ഭൂമിയുടെ അമ്മയാണവൾ. നമുക്ക് കാണാനാകാത്ത അപകടങ്ങളെ ഇല്ലായ്മ ചെയ്യുന്നവളുമാണ്.”

"തന്റെ കുഞ്ഞുങ്ങളെ വളരെയധികം സ്നേഹിക്കുന്നവരാണ് കരടികൾ. ആ സ്നേഹം അവർ പ്രകടിപ്പിക്കുന്നത് കുഞ്ഞുങ്ങളെ നക്കിത്തുടച്ചാണ്." റിൻഡ്ധ പറഞ്ഞു. നക്ഷത്രങ്ങളേക്കാൾ അവന്റെ താത്പര്യം മൃഗങ്ങളിലാണെന്ന് തോന്നി. "അധികം കരടികളെയൊന്നും ഞാൻ കണ്ടിട്ടില്ല. ഏകാന്തവാസികളാണവ. കാടിന്റെയുള്ളിൽ ഒറ്റയ്ക്ക് കഴിയാനാണാവയ്ക്കിഷ്ടം."

ഇത് കേട്ട് അദ്ഭുതപ്പെട്ട സെഗാ തന്റെ നോട്ടം നക്ഷത്രങ്ങളിൽ നിന്നും പിൻവലിച്ച് റിൻഡ്ധയിലുറപ്പിച്ചു.

"അതെ. മഹതിയായ ഈ കരടിയും നമുക്കരികിലുണ്ട്. നമ്മെ സംരക്ഷിച്ച്. അതേ തരളഹൃദയത്തോടെ അവിടെയിരുന്നവൾ ഭൂമിയെ നോക്കുന്നുണ്ട്."

"നായാട്ടിനിറങ്ങുന്ന രാത്രികളിലാണ് ഞാനിതിലൊക്കെ കൂടുതൽ വിശ്വാസമുള്ളവനാകുന്നത്. ഇരുളടഞ്ഞ കാട്ടിൽ ഒറ്റയ്ക്കാകുമ്പോൾ. ചുറ്റിലുമുള്ള ലോകം മുഴുവൻ അപ്പോൾ ആ ഇരുട്ടിൽ അപ്രത്യക്ഷമായി എന്ന് തോന്നും. നില കാണാത്ത ഒരു ഗർത്തമാകുമപ്പോൾ ആകാശം. ഞാനിതാ അതിലേക്ക് തട്ടിത്തടഞ്ഞ് വീഴാൻ പോകുകയാണെന്നെനിക്ക് തോന്നും. അപ്പോഴാണ് ഈ അമ്മക്കരടി നമ്മെയെല്ലാം നോക്കി നിൽക്കുന്നത് ഞാൻ കാണുക. രാത്രിയിൽ നമ്മെയെല്ലാം ശ്രദ്ധിച്ച് നിൽക്കുന്നത്."

"നിന്റെ അച്ഛന് ഇതിലൊന്നും വിശ്വാസമില്ലായിരുന്നു എന്ന് നിനക്കറിയാമായിരുന്നോ?"

ഇത്തവണ റിൻഡ്ധ തന്റെ ഉറച്ച നോട്ടം ആകാശത്തുനിന്നും പിൻവലിച്ച് സെഗായിലുറപ്പിച്ചു. മറ്റാർക്കുമറിയാത്ത കാര്യങ്ങളാണ് ഇയാൾ അസ്ലമിനെക്കുറിച്ച് പറയുന്നത്. അതും പൂർണ്ണവിശ്വാസത്തോടെ. തന്റെ വാക്കുകൾ ഇത്രയും ലാഘവത്തോടെ എല്ലാവരുമെടുക്കുമെന്നയാൾ കരുതുന്നതുപോലെ.

"ഈ നക്ഷത്രക്കൂട്ടം ഒരു കരടിയല്ലെന്നും യുദ്ധത്തിനായി അതിവേഗം പൊയ്ക്കൊണ്ടിരിക്കുന്ന കുതിരകളെ പൂട്ടിയ മൂന്ന് രഥങ്ങളാണെന്നും അസ്ലം പറയാറുണ്ടായിരുന്നു."

"അതെങ്ങിനെ ശരിയാകും?"

"നിന്റെ അച്ഛന് നക്ഷത്രങ്ങളെക്കുറിച്ചെല്ലാം നല്ലവണ്ണമറിയാമായിരുന്നു. അങ്ങ് ദൂരെയുള്ള നാട്ടിൽ നിന്നെവിടെനിന്നോ വന്നതാണയാൾ. നമ്മുടേതല്ലാത്ത വിശ്വാസങ്ങളാണയാൾക്കുണ്ടായിരുന്നത് എന്ന് ഞാൻ കേട്ടിട്ടുണ്ട്. എന്നാൽ, സത്യം പറയട്ടെ, നിന്റെ അച്ഛനെയൊന്ന് നേരിൽ കാണുന്നതുവരേക്കും അയാളുടെ ജ്ഞാനം ഇത്ര ബൃഹത്താണെന്ന് ഞാൻ വിശ്വസിച്ചിരുന്നില്ല."

“അച്ഛൻ എവിടെ നിന്നാണ് വന്നത് എന്നറിയാമോ?”

“ദൂരെയെവിടെനിന്നോ എന്നേ എനിക്കറിയുള്ളൂ. ആ സ്ഥലത്തിന്റെ പേരുപോലും ആരും കേട്ടിരിക്കില്ല.”

ചക്രവാളത്തിനു മുകളിലേക്ക് ഉയരുന്ന നക്ഷത്രക്കൂട്ടത്തെ റിൻഡ ശ്രദ്ധിച്ചു. തന്റെ അച്ഛനെക്കുറിച്ചറിയാവുന്നതിൽ കൂടുതൽ തനിക്ക് ഈ നക്ഷത്രക്കൂട്ടങ്ങളെക്കുറിച്ചറിയാം എന്ന് അപ്പോൾ അവനോർത്തു. ഒന്നു മാത്രമറിയില്ല, അച്ഛൻ എവിടെ നിന്ന് വന്നുവെന്നോ എവിടേക്ക് പോയി എന്നോ അവനിപ്പോഴും അറിയില്ല.

ഈ രണ്ട് പുരുഷന്മാർക്ക് ചർച്ച ചെയ്യാൻ വിഷയങ്ങൾ അനേകമുണ്ടാകുമെന്നുറപ്പിച്ച് യുമാതി അവിടെ നിന്ന് നീങ്ങി. യുമാതി പോയത് ശ്രദ്ധിക്കാതെതന്നെ റിൻഡയും സെഗായും ജനക്കൂട്ടത്തിൽ നിന്നും നടന്നകന്നു. അവർ കുന്നിൻ ചെരുവിനെ ലക്ഷ്യമാക്കി നടന്നു. ചിതയുടെ തീജ്വാലകൾ പടർത്തിയ വെളിച്ചത്തിൽ നിന്നും അകലേക്ക്. അടുത്തു കണ്ട പാറപ്പുറത്ത് അവർ ഇരുവരുമിരുന്നു.

അങ്ങ് താഴ്വാരത്തിൽ, അവരുടെ കാലുകൾക്കടിയിലൂടെ, മഷിക്കറുപ്പുള്ള ഇരുട്ട് പരന്നൊഴുകി. മനുഷ്യരല്ലാതുള്ള എല്ലാ ജീവജാലങ്ങളേയും ആ ഇരുട്ട് നിശ്ശബ്ദമാക്കി. ആ ഇരുട്ടിനെ കണ്ടവരോ കേട്ടവരോ ഇല്ല. ഇരുട്ട് അതിനോടൊപ്പം മൃദുവായി, തന്റെ രഹസ്യവും പേറി ഒഴുകി.

റിൻഡയും സെഗായും കുമ്പിട്ട് താഴെയുള്ള ഇരുട്ടിലേക്ക് നോക്കി. അവിടെ ഇരുവരും കണ്ട ലോകം വ്യത്യസ്തമായിരുന്നു. രണ്ടുപേരും കണ്ടത് രണ്ട് ലോകങ്ങളായിരുന്നു.

“അയാൾ ഈ ഗ്രാമത്തിലെത്തിയതിനു ശേഷമാണ് ഞാൻ ആദ്യമായി കണ്ടത്.” സെഗാ പറഞ്ഞു തുടങ്ങി. “മറ്റുള്ളവരോട് പങ്കുവയ്ക്കാത്ത ചില വിവരങ്ങൾ എന്നോടൊത്ത് പങ്കുവച്ചിരുന്നുവെങ്കിലും അയാളെക്കുറിച്ച് വളരെയധികമറിയാം എന്നൊന്നും എനിക്കവകാശപ്പെടാനാവില്ല. അങ്ങ് ദൂരെയുള്ള ഒരു ദേശത്തുനിന്നാണ് താൻ വരുന്നതെന്ന് ഒരിക്കൽ എന്നോട് പറഞ്ഞിരുന്നു. യുദ്ധത്തിൽ പങ്കെടുത്തിട്ടുണ്ട് എന്നും. എന്നാൽ തന്റെ നാടെന്തുകൊണ്ട് ഉപേക്ഷിച്ചു എന്നൊരിക്കലും പറഞ്ഞില്ല. ഭൂതകാലത്തെക്കുറിച്ചുള്ള ചർച്ചകളിൽ അയാൾക്കത്ര താത്പര്യമില്ലായിരുന്നു.”

“അച്ഛൻ സ്വന്തം ഇഷ്ടപ്രകാരമാണോ ഇവിടെ നിന്ന് പോയത്?”

“ആരിൽ നിന്നെങ്കിലും രക്ഷപ്പെടാൻ ആഗ്രഹിച്ചിരുന്നു അയാളുടെ മനസ്സ് എന്നൊരു സൂചന എനിക്ക് ലഭിച്ചില്ല. സുരക്ഷിതമായിരിക്കാനാണയാൾ ഇത്രയും ദൂരം വന്നത് എന്ന് നിങ്ങൾ കരുതുമായിരിക്കും. എന്നാൽ യാത്ര തുടരാനായി, ഈ പ്രദേശമുപേക്ഷിച്ച് പോകും എന്നൊരു തോന്നൽ അയാൾ ഒരിക്കലുമുണ്ടാക്കിയില്ല.”

"അച്ഛൻ ഇവിടം ഉപേക്ഷിച്ചതായിരിക്കില്ല. എളുപ്പം തിരിച്ചെത്താമെന്ന പ്രതീക്ഷയിൽ യാത്ര തിരിച്ചതായിരിക്കാം." റിൻഡ പറഞ്ഞു. എന്നിട്ട് സെഗായുടെ പ്രതികരണത്തിനായി കാത്തിരുന്നു.

"എവിടേക്കാണ് പോകുന്നത് എന്ന് അയാൾക്ക് കൃത്യമായി അറിവുണ്ടായിരുന്നോ എന്നെനിക്കുറപ്പില്ല." ഒരു നിമിഷം ശങ്കിച്ച് സെഗാ നിർത്തി. പിന്നെ തുടർന്നു. "വടക്കോട്ട് യാത്രയാരംഭിക്കുന്നതിന് ഏതാനും ദിവസം മുമ്പുമുതൽ അയാൾ ആകാശത്തെ കാര്യങ്ങളിൽ വലിയ താത്പര്യം കാണിച്ചുതുടങ്ങിയിരുന്നു. ഒരു സായാഹ്നത്തിൽ അയാൾ എങ്ങനെയൊക്കെയോ എന്റെ ഗുഹ അന്വേഷിച്ച് കണ്ടെത്തി. നക്ഷത്രങ്ങളെക്കുറിച്ചറിയാൻ സഹായിക്കുന്ന ഗണിതങ്ങൾ കാണണമെന്നും അത് പഠിച്ചെടുക്കണമെന്നും എന്നോട് പറഞ്ഞു. എന്റെ പക്കൽ അങ്ങനെയൊന്നുണ്ടെന്ന് ഒരു ചർച്ചയ്ക്കിടെ അയാളോട് പറഞ്ഞിരുന്നു. എന്നാൽ എന്റെ പക്കലുള്ള ചിത്രങ്ങളിൽ നിന്നും ഒട്ടും കുറവല്ല അയാളുടെ ജ്ഞാനമെന്ന് ഞാൻ മനസ്സിലായിരുന്നു."

സെഗാ ആകശത്തേക്ക് നോക്കി. അവിടെ ഒരു ഫലകത്തിൽ നക്ഷത്രങ്ങൾ തൂങ്ങിയാടുന്നുണ്ടായിരുന്നു. സെഗായുടെ വാക്കുകൾ റിൻഡ ശ്രദ്ധിച്ചു കേട്ടു.

"അന്ന് മുതൽ അയാൾ നിത്യവും എന്റെയരികിൽ വന്നുതുടങ്ങി. എന്നും സായാഹ്നത്തിലെത്തും. സൂര്യനുദിച്ചാൽ പോകും. ആകാശത്തിലെ നക്ഷത്രങ്ങളെ നിരീക്ഷിച്ച് അതിന്റെ സ്ഥാനം കണക്ക് കൂട്ടും. എന്തിലോ അയാൾക്കൊരു വിശ്വാസക്കുറവുള്ളതുപോലെ തോന്നിയിരുന്നു. എന്നാൽ അതിനെക്കുറിച്ചൊന്നും പറഞ്ഞില്ല. സ്വയം അയാളിലലിഞ്ഞ് ജോലിയിൽ വ്യാപൃതനാകും. ചിലപ്പോൾ മുഖത്ത് ആകാംക്ഷ കാണാം. ചിലപ്പോൾ വലിയ ഉത്സാഹവും. ചില നിമിഷങ്ങളിൽ അയാൾ അന്വേഷിച്ചതിന് വളരെ അടുത്തയാൾ എത്തിച്ചേർന്നു എന്ന തോന്നലുണ്ടാക്കുമായിരുന്നു, പിന്നെ അടുത്ത നിമിഷത്തിൽ അത് വിരലുകൾക്കിടയിലൂടെ വഴുതിപ്പോയി എന്നും. ചിലപ്പോൾ അയാൾ അത്യാവേശത്തിന്റെ കൊടുമുടിയിലെത്തും. ചിലപ്പോൾ വല്ലാതെ ക്ഷീണിതനായി നിലം പതിക്കും. അപ്പോൾ മുഖത്ത് ഭയം, ആകാംക്ഷ എന്നിവയൊന്നിച്ച് വരുന്നത് കാണാം. പിന്നെ ശ്വസനം മന്ദഗതിയിലാക്കും. ആ സമയങ്ങളിൽ അയാൾ അതിശക്തമായ ഒരു രഹസ്യത്തിന്റെ കൊടുങ്കാറ്റിലകപ്പെട്ടിരിക്കുകയാണെന്ന് എനിക്ക് മനസ്സിലാകുന്നുണ്ടായിരുന്നു." സെഗാ വീണ്ടും നിർത്തി. ഒന്ന് നിശ്വസിച്ചു. എന്നിട്ട് "ആ ദിവസങ്ങൾ അധികം നീണ്ടില്ല" എന്നവസാനിപ്പിച്ചു.

"പോകുന്നതിനു മുമ്പ് അച്ഛൻ എന്തെങ്കിലും വിശദീകരിച്ചിരുന്നോ?"

"യാത്ര പറയാൻ വന്നിരുന്നു. വളരെ കുറച്ചേ സംസാരിച്ചുള്ളൂ.

സംസാരിക്കാതിരിക്കുക എന്നതപ്പോഴേക്കും ഒരു ശീലമായിട്ടുണ്ടായിരുന്നു. ആകാംക്ഷയൊട്ടുമില്ലായിരുന്നു അപ്പോൾ അയാളിൽ."

"അച്ഛൻ എന്ത് തിരയുകയായിരുന്നു എന്ന് ചോദിച്ചാൽ എന്ത് പറയും? നിധിയായിരുന്നോ?"

"സാധ്യതയുണ്ട്. അതെന്തോ ആകട്ടെ, അദ്ദേഹം തിരഞ്ഞിരുന്നതിനദ്ദേഹം വലിയ മൂല്യം കല്പിച്ചിരുന്നു എന്നുറപ്പാണ്."

അപ്പോൾ കുത്തനെയുള്ള ആ മലയടിവാരത്തേക്കായിരുന്നു സെഗായുടെ നോട്ടം. അയാൾ റിൻഡയ്ക്ക് നേരെ തലതിരിച്ചു. "അയാൾ എന്തെങ്കിലും വസ്തു ഇവിടെ ഉപേക്ഷിച്ചിട്ടുണ്ടെങ്കിൽ നമുക്കൊരു പക്ഷേ അയാൾ തിരഞ്ഞിരുന്നത് എന്താണെന്ന് കണ്ടെത്താനാകുമായിരിക്കും."

റിൻഡ സെഗായെ നോക്കിയില്ല. പകരം മലയുടെ ചെങ്കുത്തായ താഴ്വാരത്തിലേക്ക് ശ്രദ്ധിച്ചു.

അവർ രാവിന്റെ പക്ഷികളിലേതിനേയോ പ്രതീക്ഷിച്ചിരിപ്പായിരുന്നുവെങ്കിൽ അത് വന്നില്ല. അതികഠിനമായ നിശ്ശബ്ദത ഒരു കത്തിപോലെ അന്തരീക്ഷത്തെ പിളർന്നെടുത്തു. ഒരു കൊച്ചു ചിറകടിയെങ്കിലും ആ വഴി പോയിരുന്നെങ്കിൽ അത് ഉയരമേറിയ ആ മലയുടെ മുകളിലുള്ള പാറയിൽ തട്ടി പ്രതിഫലിക്കുമായിരുന്നു. റിൻഡ ഇരുട്ടിനുമപ്പുറത്ത്, വടക്കോട്ട് നോക്കിയിരുന്നു.

"അച്ഛൻ എന്തുകൊണ്ടങ്ങോട്ട് പോയി എന്നെനിക്ക് മനസ്സിലാകുന്നില്ല. വളരെ ദൂരെയുള്ള ദേശങ്ങളിലെവിടെനിന്നോ വന്നതാണദ്ദേഹം എന്നെനിക്കറിയാം. വടക്കിനോടിത്ര പ്രിയം അദ്ദേഹത്തിനു തോന്നാൻ കാരണമെന്താണെങ്കിലും അത് അച്ഛന്റെ ബുദ്ധിയെ കാർന്ന് തിന്നിട്ടുണ്ടാകുമെന്നുറപ്പാണ്."

"വടക്ക് ശപിക്കപ്പെട്ടതാണെന്ന് നീ വിശ്വസിക്കുന്നുണ്ടോ?"

"താങ്കൾ അങ്ങനെ വിശ്വസിക്കുന്നില്ലേ?"

"എനിക്കും എന്റേതായ വിശ്വാസങ്ങളുണ്ട്, പ്രിയ റിൻഡാ. എന്തുകൊണ്ട് ചിലയിടങ്ങൾ മാത്രം ശപിക്കപ്പെട്ടതാണെന്ന് നമ്മൾ പറയുന്നു എന്ന് ചിലപ്പോൾ ഞാൻ ചിന്തിക്കാറുണ്ട്. ആ ശാപം നമ്മെ തേടിയെത്തുകയല്ലേ എന്നും."

"അച്ഛൻ വടക്കോട്ടാണ് പോയത് എന്ന് ഗ്രാമവാസികളാരും കരുതുന്നില്ല. എങ്കിലും അച്ഛനിൽ മറ്റാർക്കും മനസ്സിലാകാത്ത എന്തോ ഉണ്ടായിരുന്നു എന്നുതന്നെ ഞാൻ കരുതുന്നു. അച്ഛൻ വടക്കോട്ടാണ് പോയത് എന്നെനിക്കുറപ്പുണ്ട്. ഗ്രാമവാസികളിൽ നിന്നും വ്യത്യസ്തമായി, അച്ഛൻ പോയത് വടക്കോട്ടാണെന്ന് വിശ്വസിക്കുന്ന ഒരു വ്യക്തിയെ ഞാനാദ്യമായി കണ്ടുമുട്ടുകയാണ്."

"അങ്ങനെ വിശ്വസിക്കാൻ കാരണം? ഞാനങ്ങനെയൊന്നും പറഞ്ഞി ല്ലല്ലോ?"

റിൻഡ ചിരിച്ചു. അവൻ ചിരിക്കുന്നത് സെഗാ ആദ്യമായി കാണുക യാണ്. "അങ്ങനെയല്ലെന്നും താങ്കൾ പറഞ്ഞില്ലല്ലോ. മറ്റെല്ലാവരേയും പോലെ താങ്കളും അച്ഛൻ വടക്കോട്ടല്ല പോയത് എന്ന് കരുതുന്നു വെങ്കിൽ അത് നേരത്തെ പറയുമായിരുന്നല്ലോ."

ഇരുട്ടിൽ സെഗാ പുഞ്ചിരിച്ചത് റിൻഡ കണ്ടു.

കുന്നിന്റെ താഴ്‌വാരങ്ങളിലൂടെ അപ്പോഴും ഇരുട്ട് ഒഴുകിക്കൊണ്ടി രുന്നു. പാറപ്പുറത്ത് പ്രഭാതംവരെയിരുന്ന് അവർ ചർച്ച ചെയ്തു. അവ സാനതാരകം അപ്രത്യക്ഷമാകുംവരെ. അവരുടെ ചർച്ചയും ഇരുട്ടി നോടൊപ്പം താഴേക്കൊഴുകി. അങ്ങ് ദൂരെയുള്ള നദിയിൽ ആ സ്വരങ്ങൾ ഒന്നായി.

നക്ഷത്രങ്ങളെ ഭരിക്കാനൊരുങ്ങുന്ന കുന്നുകളെപ്പോലെ തലയന ക്കാതെ പലതും ചർച്ച ചെയ്തു. പഴമൊഴികൾ മുതൽ പ്രേതബാധ കൾ വരെ. നക്ഷത്രങ്ങൾ നൽകുന്ന സൂചകങ്ങൾ മുതൽ വടക്കിനെ ക്കുറിച്ച് വരെ. അവരപ്പോൾ ഒന്നിച്ച് ആ ഇരുളിൽ ഒഴുകി നടക്കുകയായി രുന്നു.

എന്നാൽ ആ ഇരുട്ടിൽ എന്ത് കണ്ടു എന്നവർ പരസ്പരം പറഞ്ഞില്ല.

പിറ്റേന്ന് സായാഹ്നം – വീട്ടിൽ

എന്തോ ശബ്ദം കേട്ടാണ് റിൻഡ ഉണർന്നത്. അവൻ തലയുയർത്തി ചുറ്റുപാടും നോക്കി. അവിടെ ആരുമില്ല. പുറത്തേക്കു നോക്കി. അവിടെ നിന്ന് ഇലകളനങ്ങുന്ന സ്വരമൊഴികെ, കാറ്റ് ചുമരിനെ നക്കിത്തുട യ്ക്കുന്ന സ്വരമൊഴികെ, മറ്റൊന്നുമില്ല. ഉറക്കച്ചടവ് മാറിയിട്ടില്ല. അതു കൊണ്ട്, താൻ കണ്ട സ്വപ്നത്തിന്റെ ഭാഗമായിരുന്നിരിക്കണം എന്ന തീർച്ച പ്പെടുത്തി. വീണ്ടും കണ്ണടച്ചുറങ്ങി. അവിടെ ഒരു സ്വപ്നം അവനെ കാത്തിരിപ്പുണ്ടായിരുന്നു:

സ്വപ്നത്തിൽ അവൻ ഒരാളെ കണ്ടു. ഉണങ്ങിയ ഒരു മരത്തിന്റെ ഏറ്റവും താഴത്തുള്ള ശിഖരത്തിലാണ് അയാൾ ഇരുന്നിരുന്നത്. വിശ്വസി ക്കാനാകാത്തത്ര വലുതായിരുന്നു ആ മരം. താഴ്‌വാരം മുഴുവൻ നിറഞ്ഞ് നിന്ന ശിഖരങ്ങളുണ്ടായിരുന്നു അതിന്. അതിനടിയിലൂടെ ഒരു നദി പാട്ടു പാടിക്കൊണ്ടൊഴുകുന്നു. നല്ല വീതിയുള്ള നദീതടം. ദൂരെയുള്ള മലനിര കളെ ലക്ഷ്യം വച്ചാണ് അതൊഴുകുന്നത്. മരത്തിനു ജീവനില്ല. ജീവ നുള്ളതൊന്നും ചുറ്റിലുമില്ല. നദിക്കരയിലോ അങ്ങ് ദൂരെ, താഴ്‌വാരത്തിന്റെ ചക്രവാളംവരേക്കോ ഒന്നിനേയും കാണാനില്ല. പക്ഷിയില്ല, ഒരു പുൽ ക്കൊടിപോലുമില്ല. സത്യത്തിൽ അവിടെ അങ്ങനെയൊരാളുമില്ലായിരുന്നു. ഈ ലോകം കാണാൻ പ്രത്യേകമായൊരു കണ്ണുവേണം. ആ മനുഷ്യൻ

എന്തൊക്കെയോ കാണുന്നുണ്ട്. അയാൾക്ക് കാണാൻ വേണ്ടി മാത്രമാണവിടെ ആ മരം നിലനിന്നത്.

ഒരു നിമിഷത്തിനു ശേഷം, അയാൾ ഇരുന്നിരുന്ന ശാഖയ്ക്ക് കീഴെ നദി ഉയർന്നുതുടങ്ങി. അത് പതഞ്ഞ് നുരഞ്ഞൊഴുകുവാൻ തുടങ്ങി. അതിൽ നിന്നും നിരാവിയുയരുവാൻ തുടങ്ങി. ഒരു വേലിയേറ്റമുണ്ടായി. അത് നദിയിൽ വെള്ളം ഉയർന്നിടത്തുനിന്നും ഒരു വലിയ വെളുത്ത കുമിളയെ പൊക്കിയെടുത്ത് നദിക്കരയിലെത്തിച്ചു. അധികം താമസിയാതെ ഒരു മുട്ട പൊട്ടിയൊഴുകുംപോലെ ആ കുമിള പൊട്ടിയൊലിക്കാൻ തുടങ്ങി. അതിൽ നിന്നും രക്തമൊലിക്കാൻ തുടങ്ങി. നദിക്കരയും കടന്ന് വേലിയേറ്റം മുന്നേറിക്കൊണ്ടിരുന്നു. അത് ആജാനുബാഹുവായ ആ കുമിളയെ നക്കിത്തുടച്ചു. രക്തം തുടച്ചുമാറ്റി. പിന്നെ വെള്ളം താഴ്ന്ന് തുടങ്ങി. അപ്പോൾ പൊട്ടിത്തകർന്ന് കിടന്നിരുന്ന കുമിളയിൽ നിന്ന് നീളൻ മുടിയുള്ള ഒരു സ്ത്രീ പുറത്തിറങ്ങി. അവൾ കുമിളയുടെ പൊട്ടിയ തുണ്ടിൽ ചാരി നിന്നു. അവളുടെ സ്തനങ്ങളപ്പോൾ വ്യക്തമായി കാണാമായിരുന്നു. അവിടെ നിന്നവൾ കരയിൽ എന്തൊക്കെ നടക്കുന്നു എന്ന് നിരീക്ഷിക്കുകയാണ്. ആ നിമിഷത്തിൽ, അവൾ എവിടേക്കൊക്കെ നോക്കിയോ അവിടെയൊക്കെ ചെടികളും പൂക്കളും നിറയാനാരംഭിച്ചു. ലോകം വർണ്ണാഭമായി. ഈ ലോകത്തിൽ ജീവൻ നിറയ്ക്കുവാനാണവളിങ്ങനെ നോക്കുന്നത്. ആ മനുഷ്യനിരുന്നിരുന്ന ശിഖരവും പച്ചപ്പിനാൽ നിറഞ്ഞു. അയാൾ അപ്പോഴും ചുറ്റിലും കണ്ണിമയ്ക്കാതെ നോക്കുകയായിരുന്നു. അയാൾ നോക്കിക്കൊണ്ടിരിക്കുന്ന വസ്തുക്കളിലാണ് അയാളുടെ ജീവൻ. അയാൾക്കുമാത്രം അപ്പോഴും ജീവൻ വെച്ചിട്ടില്ല.

സൂര്യനുദിച്ചു. ആദ്യമായാണ് ഇത്രയും വർണ്ണാഭമായ പരിസ്ഥിതിയിൽ സൂര്യനുദിക്കുന്നത്. അവളുടെ കണ്ണുചെല്ലുന്നിടം മുഴുവൻ വെട്ടിത്തിളങ്ങുകയാണ്.

അവളുടെ കുമിളയിൽ ഒരു പുതുജീവനുണർന്നു. അതൊരു കൊച്ചു പെൺകുട്ടിയായിരുന്നു. ആ പെൺകുട്ടിക്ക് ജന്മം നൽകിയത് അവളാണോ അതോ ആ കുമിളയാണോ എന്ന് പറയുക അസാധ്യം. ചുറ്റിലും ജീവൻ ജയഭേരി മുഴക്കിയപ്പോൾ അവൾ പൊടുന്നനെ, എവിടെനിന്നോ ജനിക്കുകയായിരുന്നു.

അവൾ നദിക്കരയിൽ നീണ്ട് നിവർന്ന് കിടന്നു. അരയ്ക്ക് കീഴെ അവളൊരു മത്സ്യമായിരുന്നു. വെയിലിൽ അവളുടെ ചെതമ്പലുകൾ വെട്ടിത്തിളങ്ങുന്നുണ്ടായിരുന്നു. ജലത്തിനു അപ്പുറത്തുള്ള ലോകത്തോട് പിണങ്ങിയതുപോലെയാണവളുടെ കിടപ്പ്. അതിവേഗം വളർന്നുകൊണ്ടിരുന്ന പെൺകുട്ടി അപ്പോഴും ആ കുമിളയ്ക്കുള്ളിൽ തന്നെയായിരുന്നു.

ഒരൊഴുക്ക് കുമിളയെ നക്കിത്തുടച്ചു. കുമിള പെട്ടെന്ന് ജലമായി തീർന്നു.

അടുത്ത നിമിഷത്തിൽ നദിയുടെ അങ്ങേക്കരയിൽ ഒരു തീനാളം കണ്ടു. അത് പെട്ടെന്ന് വളരുവാനാരംഭിച്ചു. അത് സ്ത്രീയുടെയും പെൺകുട്ടിയുടെയും അടുത്തേക്ക് നീങ്ങാനാരംഭിച്ചു. കാറ്റ് വീശിയപ്പോൾ ചുറ്റിലും ചാരം പടർന്നു. അഗ്നി അതിന്റെ പാതയിലുള്ള സസ്യങ്ങളെയെല്ലാം വിഴുങ്ങിക്കൊണ്ടിരുന്നു.

തീ അവർക്ക് സമീപമെത്തിയപ്പോൾ മത്സ്യകന്യക ഒന്ന് കുഞ്ഞിനെ തൊട്ടു. അതിനെയൊരു മത്സ്യമാക്കി മാറ്റി. പിന്നെ കരയിൽ നിന്നും ഒരു പുല്ലെടുത്ത് കുഞ്ഞിന്റെ വാലും തന്റെ വാലും കൂടി ബന്ധിച്ചു. അവളും മത്സ്യമായി മാറി. വെള്ളത്തിലേക്ക് കൂപ്പുകുത്തി. നദിയുടെ കുത്തൊഴുക്കിൽ രണ്ട് മത്സ്യങ്ങളും വാലുകൾ തമ്മിൽ തമ്മിൽ കൂട്ടിക്കെട്ടിയിട്ടുള്ളതിനാൽ വേർപെട്ട് പോകില്ലെന്ന് ഉറപ്പ് വരുത്തി ഒന്നിച്ചു നീന്തി.

അവർ പോയപ്പോൾ ചുറ്റിലും ഇരുട്ട് പരന്നു. തീയുമില്ലാതായി.

അപ്പോഴും മത്സ്യകന്യകയും കുഞ്ഞും ജനിച്ച സ്ഥലത്തേക്ക് നക്ഷത്രങ്ങളുടെ ഇത്തിരിവെളിച്ചം വരുന്നുണ്ടായിരുന്നു. ആദ്യമൊരു താരകത്തിൽ നിന്ന്. പിന്നെ നക്ഷത്രങ്ങളുടെ ഒരു കൂട്ടത്തിൽ നിന്ന്. ഒഴുകുന്ന നദിക്ക് പച്ച നിറമായിരുന്നു. ആ കുമിള ജനിച്ചുവീണ സ്ഥലമൊന്ന് കാണാൻ, അത് തന്റേതെന്ന് അവകാശപ്പെടാനെന്ന മട്ടിൽ നക്ഷത്രങ്ങൾ തിക്കിതിരക്കുകയായിരുന്നു. അപ്പോൾ അതിൽ ഏത് നക്ഷത്രം, ഏത് സമൂഹത്തിലേതാണെന്ന് തിരിച്ചറിയുവാനാകില്ലായിരുന്നു. മരത്തിനു മുകളിൽ ഇരുന്നിരുന്ന മനുഷ്യൻ തലയൊന്നുയർത്തി നക്ഷത്രങ്ങളെ നോക്കി. നക്ഷത്രസമൂഹങ്ങൾ അപ്പോൾ സ്വതന്ത്രമായി ആകാശത്ത് തൂങ്ങിയാടുവാൻ തുടങ്ങി. കെട്ടിമറിഞ്ഞ് കിടന്നിരുന്ന രൂപത്തിൽ നിന്ന് അവ മുക്തമായി. അവരുണ്ടാക്കിയ ആശയക്കുഴപ്പം ഇപ്പോൾ ഭൂമിയിൽ പ്രതിഫലിക്കുന്നില്ല. ആ മനുഷ്യനിപ്പോൾ അവയെ കാണാം. അവയെ കാണാനാണല്ലോ അയാളുള്ളത്. ലോകം പെട്ടെന്ന് ഇരുട്ടിലായി.

ദൂരെയെവിടെനിന്നോ ഒരു പുഴയുടെ സ്വരം കേട്ടാണ് റിൻഡ സ്വപ്നത്തിൽനിന്ന് ഉണർന്നത്. അയാൾ ചുറ്റിലും നോക്കി. ഒരു ഷാൾ എടുത്ത് പുതച്ച് അയാൾ വാതിൽക്കലേക്ക് നീങ്ങി.

പുറത്തെ കാറ്റ് അവന്റെ മുഖം തലോടി. ഉള്ളൊന്ന് വിറച്ചു. മുറ്റം വിജനമായിരുന്നു. അവൻ ചുറ്റിലും ഇവിടേക്ക് ആദ്യമായി വരികയാണെന്ന മട്ടിൽ നോക്കി.

പരിചിതമല്ലാത്ത താഴ്വാരങ്ങളിലൂടെ നടന്ന് നീങ്ങുമ്പോഴും ഇതേ നിശ്ശബ്ദത അവനെ തേടിയെത്താറുണ്ട്. ഈ നിശ്ശബ്ദത പരിചിതമായിരുന്നു. താനുറങ്ങിയിരുന്ന മുറിയുടെ ഒരു വശത്തെ ചുമർ പറ്റി അവൻ വീടിന്റെ പുറകിലെത്തി. അവിടെ നിന്ന് കുന്നിൻ ചെരുവിലേക്ക് നടന്നു.

വടക്ക് മലനിരകൾക്ക് മുകളിൽ ഉദിച്ചുയരുന്ന നക്ഷത്രങ്ങളെ അവൻ നോക്കി. പ്രതീക്ഷയൊന്നുമുണ്ടായിരുന്നില്ലെങ്കിലും അപ്പോൾ കണ്ട സ്വപ്നത്തിലെ നക്ഷത്രക്കൂട്ടം അതിലുണ്ടോ എന്നും നോക്കി. സ്വപ്നത്തിലേതു

പോലെ നക്ഷത്രങ്ങളൊന്നും അവിടെയുണ്ടാകില്ല എന്നവന് അറിയമായിരുന്നു. എങ്കിലും എല്ലായിടത്തും ഒന്നു പരതണം എന്ന് തോന്നി. സ്വപ്നത്തിൽ രണ്ട് താരസമൂഹങ്ങൾ ഒന്നിച്ച് ഒരൊറ്റ വലയത്തിലായിട്ടുണ്ടായിരുന്നു. അവയുടെ നിഴൽ ഭൂമിയിൽ പതിക്കുന്നുണ്ടായിരുന്നു. അവ ഇങ്ങനെ കൂടിക്കുഴഞ്ഞ് കിടന്നില്ലായിരുന്നെങ്കിൽ ഒരു പക്ഷേ, അവൻ അവയെ തിരിച്ചറിയുമായിരുന്നു. അതിനു സമാനമായ നക്ഷത്രസമൂഹങ്ങളെ അവൻ ആകാശത്ത് കണ്ടെത്തുമായിരുന്നു. ആകാശത്തെക്കുറിച്ച് തനിക്ക് വളരെ കുറച്ചേ അറിയുകയുള്ളൂ എന്ന് കഴിഞ്ഞ ദിവസം സെഗായുമൊത്ത് നടന്നപ്പോഴാണവന് ബോധ്യമായത്. തനിക്ക് മനസ്സിലാകാത്ത പല സൂചകങ്ങളുമുണ്ടവിടെ. ജീവിതത്തിന്റെ പല രഹസ്യങ്ങളുടേയും ചുരുളഴിക്കാൻ അവയ്ക്കാകും. രഹസ്യനിധിയിലെത്തിച്ചേരാനുള്ള മാർഗ്ഗമേതെന്ന് പറയുവാനാകും. ജനങ്ങൾക്ക് അവരുടെ വിധിയെന്തെന്ന് കാണിച്ചുകൊടുക്കാനാകും. അവയെ വ്യാഖ്യാനിച്ചെടുക്കാനുള്ള കഴിവുള്ളവർക്ക് അവരുടെ കഴിവ് മതിയാകാതെ വരുന്നു. എല്ലാമറിയുന്ന അച്ഛന് എവിടെയാണ് പിഴവ് പറ്റിയത്?

റിൻഡയ്ക്ക് ഉള്ളംകയ്യിൽ, കാതണിയിൽനിന്നുള്ള ചൂട് അനുഭവപ്പെട്ടു. റിൻഡ കാതണി ഉയർത്തിപ്പിടിച്ചു. അതിനകത്തൊഴുകുന്ന തിളങ്ങുന്ന വസ്തു എന്തെന്ന് പരിശോധിച്ചു. അതിനകത്തവ ഒരേ ലയത്തിലാണ് ഇളകികൊണ്ടിരിക്കുന്നത്. ഇടയ്ക്ക് അതിന്റെ തിളക്കം അപ്രത്യക്ഷമാകുന്നു. പിന്നെ വീണ്ടും വരുന്നു. അപ്പോൾ അതിലേത് തരി ഏതിനോട് ചേർന്ന് നിൽക്കുകയാണ് എന്ന് പറയുക പ്രയാസമാകുന്നു.

കാതണി പെട്ടെന്ന് കയ്യിൽ നിന്നും വഴുതി നിലത്ത് വീണു.

വിരലുകൾ അയഞ്ഞിട്ടുണ്ടാകണം. പിടി അയഞ്ഞിട്ടുണ്ടാകണം. കാതണിക്കകത്തെ തിളങ്ങുന്ന വസ്തുക്കൾ അവനെ ഒരു നിമിഷം മറ്റേതോ ലോകത്തിലെത്തിച്ചു. മറ്റേതോ യുഗത്തിലേക്കും. ആ വസ്തുക്കളപ്പോൾ അവന് താൻ സ്വപ്നത്തിൽ കണ്ട നക്ഷത്രങ്ങളാണെന്ന് തോന്നി. ഉറക്കത്തിന്റെ ഇരുളിൽനിന്നും രാവിന്റെ ഇരുളിലേക്കെത്തിപ്പെട്ടവയാണവ. മൂടൽ പിടിച്ച ഈ രൂപങ്ങൾ പരിശോധിച്ചപ്പോൾ തന്റെ കണ്ണിനു തെറ്റിയതാകാം. കാതണിയെടുത്ത് ഒന്നുകൂടി പരിശോധിക്കുകയാകും ഉത്തമം. ഈയിടെയായി കൂടെക്കൂടെ വരുന്ന മഴമൂലം പുല്ല് തഴച്ച് വളർന്നിരിക്കുന്നു. രാവിന്റെ തണുപ്പിൽ ഏതാനും മഞ്ഞുതുള്ളികൾ അവയ്ക്ക് മീതെ പെയ്തൊഴിഞ്ഞിരിക്കുന്നു.

കാതണി...

കാതണി താഴേക്ക് വീണ ശബ്ദം കേട്ടില്ല. നിലത്ത് വീണതിന്റെ ആഘാതത്തിൽ അതൊന്ന് പൊങ്ങിത്താണതുമില്ല. അതുകൊണ്ടുതന്നെ അത് അധികം ദൂരം പോയിരിക്കാൻ സാധ്യതയില്ല. റിൻഡ പുല്ലിൽ പരതാൻ തുടങ്ങി. മുള്ളുകൾ ധാരാളമുണ്ടായിരുന്നു. ഒരു മുള്ള് നഖത്തിനും

മാംസത്തിനുമിടയിൽ തുളച്ച് കയറി. ആഴത്തിലുള്ള മുറിവുണ്ടായി. മുള്ള് അവൻ വലിച്ചൂരി. ഇതുപോലെ രക്തമൊഴുകുന്നത് അടുത്തൊന്നും കണ്ടിട്ടില്ല. ഇനി രണ്ട് മൂന്ന് ദിവസത്തേക്കെങ്കിലും ഈ വിരൽ അനക്കാനാകില്ല. "ഞാൻ ഇടംകൈയനായത് നന്നായി," റിൻഡ സമാധാനിച്ചു. ആകാശത്തേക്ക് നോക്കി അവൻ സങ്കടപ്പെട്ടു. "അവിടെ പൂർണ്ണചന്ദ്രനിലെത്തിയപ്പോൾ സുഖം തോന്നുന്നുണ്ടോ അച്ഛാ? അത് താങ്കളുടെ വിഷമത്തിനിത്തിരി കുറവ് വരുത്തുന്നുണ്ടോ? ഈ പുല്ലിലെ മഞ്ഞ് എന്റെ വിരലിലെ വേദന ശമിപ്പിക്കുന്നുണ്ട്. ധാരാളം രക്തം പോയിരിക്കുന്നു. ഞാൻ വിളറിയിരിക്കുന്നു. ഒരു ചെന്നായയുടെ ചർമ്മം പോലെയായിരിക്കുന്നു ഞാനിപ്പോൾ. മുറിവും വലിച്ചോടുന്ന ചെന്നായയെപ്പോലെ... എന്റെ രക്തം ഇപ്പോൾ ഈ പുല്ലിൽ അലിഞ്ഞ് ചേരുകയാണ്. ആ കാതണിയൊന്ന് കണ്ടെത്താൻ എന്നെ സഹായിക്കൂ. എനിക്ക് വേണ്ടി താങ്കൾ ഇവിടെയുപേക്ഷിച്ചത് അത് മാത്രമാണല്ലോ. ആ കാതണിക്കുള്ളിലെ തിളക്കം താങ്കൾ മറ്റേതോ ആകാശത്തുനിന്ന് കവർന്നെടുത്തതാണോ? ആ കാതണി എവിടെ നിന്ന് ലഭിച്ചു? താങ്കൾ താഴേക്ക് പതിച്ചപ്പോൾ അത് ചുണ്ടുകൾക്കിടയിലേക്ക് പറന്ന് വീണതാണോ? ആ കഥയും എനിക്കറിയാം."

ബന്ധുക്കളായ രണ്ട് ആത്മാക്കളുടെ കഥ. അവർ ഒരു ദ്വീപിൽ നിന്നും ഒരു കാതണി മോഷ്ടിച്ച കഥ. ആ കാതണി ഒരു കന്യകയുടെ ജീവൻ രക്ഷിച്ച കഥ. ദ്വീപിന്റെ അങ്ങേക്കരയിലേക്കുള്ള യാത്രയ്ക്കിടയിൽ അവരിലൊരുവളായ പൂച്ച താൻ കൈയിൽ കാതണി വെക്കാം എന്ന് നിർബന്ധം പിടിച്ചു. മറ്റേ ആത്മാവ് നായയായിരുന്നു. പൂച്ചയ്ക്ക് മനസ്സിനു നിയന്ത്രണമില്ല എന്നതിൽ നായയ്ക്ക് അധൈര്യമുണ്ടെങ്കിലും പൂച്ചയെ എതിർക്കാനാകുന്നില്ല. പൂച്ചയെ തന്റെ പുറത്തിരുത്തി നായ നീന്താൻ തുടങ്ങി. സമുദ്രത്തിന്റെ മദ്ധ്യത്തിലെത്തിയപ്പോൾ ഒരു മത്സ്യം ഉയർന്ന് ചാടി. പൂച്ചയ്ക്കപ്പോൾ നിയന്ത്രിക്കുവാനായില്ല. അതൊന്ന് വാപൊളിച്ചു. ഒരു വശത്തേക്ക് തലയൊന്നുയർത്തി. മത്സ്യത്തെ പിടികൂടാനൊരു ശ്രമം നടത്തി. വായിലുണ്ടായിരുന്ന കാതണി വെള്ളത്തിൽ വീണു. നായ, പൂച്ചയെ ശകാരിച്ചു. അതല്ലാതെ ഒന്നും ചെയ്യാനില്ലായിരുന്നു. മൂന്നാം ദിവസം കരയ്ക്കടിഞ്ഞ ഒരു മീനിന്റെ വായിൽ നിന്നും ആ കാതണി കണ്ടു കിട്ടി. അവർ അതുംകൊണ്ട് കന്യകയെ രക്ഷിക്കാൻ തയ്യാറായി നിന്നിരുന്ന യുവാവിനു സമീപത്തേക്കോടി. "അച്ഛാ, താങ്കളായിരുന്നോ ആ മത്സ്യം? ഈ കാതണി ആരെങ്കിലും കണ്ടെടുക്കട്ടെ എന്ന് കരുതി താങ്കൾ കരയ്ക്കടിഞ്ഞതാണോ? എനിക്കാകെ ആശയക്കുഴപ്പം തോന്നുന്നു. ആ ഗർത്തത്തിലേക്ക് താങ്കൾ വീണപ്പോൾ, മാംസപേശികൾക്കൊരു ആയാസം ലഭിക്കുന്നതിനായി ശരീരത്തിലെ രക്തമെല്ലാം ഒഴുക്കി കളഞ്ഞത് ഒരു നല്ല നീക്കമായിരുന്നല്ലോ. എന്റെ വിരൽ വേദനിക്കുന്നു. എന്റെ ചർമ്മത്തിലെ വിയർപ്പ്, കൈകളുടെ വിറയൽ എന്നിവ ഭയം മൂലമല്ല... എനിക്ക് താങ്കളുടെ കാതണി കണ്ടെത്തണം. ഈ പുല്ലും

മുള്ളുകളും എന്റെ തിരച്ചിൽ വ്യർത്ഥമാക്കുന്നു. നാളെ, മഞ്ഞെല്ലാം പോയാൽ ഞാനിതിനെല്ലാം തീയിടും."

"റിൻഡ"

അവൻ തിരിഞ്ഞു നോക്കി. അമ്മ.

"അമ്മേ, ഒരിക്കൽ ഞാൻ രാവിന്റെ മദ്ധ്യത്തിൽ കാട്ടിൽ ഉറക്കമെഴുന്നേറ്റു. ഞാനെഴുന്നേറ്റപ്പോൾ സമയമെത്രയായിട്ടുണ്ടായിരുന്നു എന്നെനിക്കറിയില്ലായിരുന്നു. രാവാണെന്നും തോന്നിയില്ല. ഏതോ സ്ഥലമെന്നല്ലാതെ കാടാണെന്ന് തോന്നിയില്ല. ഞാനൊരു മൂടൽമഞ്ഞിൽ അകപ്പെട്ടിരിക്കുകയാണെന്ന് തോന്നി. ലോകം അപ്രത്യക്ഷമായിട്ടുണ്ടായിരുന്നു. മരങ്ങളില്ല. ഭൂമിയില്ല. ഞാൻ എവിടെയാണെന്നറിയില്ല. ലോകമില്ലാത്ത ഈ അവസ്ഥയിൽ നമ്മൾ ഒന്നുമല്ലാതാകുന്നു. ശൂന്യമാകുന്നു. വലിയൊരു ഗർത്തത്തിനരികിൽ ചെന്നു നിൽക്കുന്നതുപോലെയാണത്. നിങ്ങളുടെ ശ്വാസം നിലച്ചുപോകുന്നു. ആ ഗർത്തം നിങ്ങളെ അതിലേക്ക് വലിച്ചിടാൻ ശ്രമിക്കുന്നു... അത് നിങ്ങളെ മാടിവിളിക്കുന്നു."

"റിൻഡ... നിനക്ക് സുഖമില്ലേ?" യുമാതി ചോദിച്ചു.

"എനിക്കൊന്നുമില്ല. എഴുന്നേറ്റ് നോക്കിയപ്പോൾ കാട്ടിൽ മൂടൽമഞ്ഞുണ്ടായിരുന്നു. മരങ്ങളെയെല്ലാം അത് നനച്ചിരുന്നു. എന്റെ നഗ്നമേനിയിൽ ഒരു നനഞ്ഞ പുതപ്പുപോലെ അത് സ്വയം പുതച്ച് നിന്നു. ഞാൻ കണ്ണടച്ചു. കൈ നീട്ടി മഞ്ഞുകണങ്ങൾക്കായി തിരഞ്ഞു. ഒരു നിമിഷത്തേക്ക് ഞാൻ അപ്രത്യക്ഷനായി. എന്റെ സ്വപ്നത്തിലുള്ളവരെല്ലാം എവിടേക്കോ പൊയ്മറഞ്ഞിരുന്നു. അതിൽ ഞാനും ഉൾപ്പെടുന്നു. ഞാൻ പറയുന്നത് അമ്മ ശ്രദ്ധിക്കുന്നില്ലെന്ന് തോന്നുന്നു. അതോ എന്റെ ശബ്ദവും അപ്രത്യക്ഷമായോ? ഞാൻ പറഞ്ഞല്ലോ. ആ ചെങ്കുത്തായ ഗർത്തം എന്നെ അതിലേക്ക് വലിച്ചുകൊണ്ടുപോകുകയായിരുന്നു. ഞാൻ വടക്കോട്ടുള്ള യാത്രയിലായിരുന്നു."

"എന്തിന്?" യുമാതിയ്ക്ക് ആകാംക്ഷ തടയാനായില്ല. "അവിടേക്ക് പോയവരാരും തിരിച്ച് വന്നിട്ടില്ല എന്ന് നിനക്കറിയാമല്ലോ. ചന്ദ്രന്റെ മെത്തയിൽ രണ്ടാമതൊരുവനുകൂടി ഇടമുണ്ടെന്ന് നീ കരുതുന്നോ?"

"എന്നെ മറ്റാരേക്കാളും നന്നായി അമ്മയ്ക്കറിയാം. സാധിക്കുമെങ്കിൽ അമ്മയും അവിടേക്ക് പോകുമായിരുന്നു. എന്നെയിങ്ങനെ നോക്കല്ലേ, ആ ഗർത്തത്തിന്റെ അടിയിലേക്കല്ല ഞാൻ തിരിച്ചെത്തുക."

"ഇല്ലാത്ത നിഴലിനെ പിന്തുടരല്ലേ."

"പൂർണ്ണചന്ദ്രനെ നോക്കുമ്പോൾ എനിക്ക് തല കറങ്ങുന്നു. ഒരുപക്ഷേ അത് അങ്ങ് ദൂരെയായതിനാലാകാം. അതല്ലെങ്കിൽ അതെന്നിലേക്ക് പെയ്തിറക്കുന്ന വലകൾ മൂലം. അവരെല്ലാം കടൽ എന്ന് വിളിക്കുന്ന, വലിയ തടാകത്തിലെ വെള്ളം ചന്ദ്രൻ വലിച്ചെടുക്കുമെന്ന് ഇന്നലെ രാത്രി സെഗാ എന്നോട് പറയുകയുണ്ടായി. ആ മലനിരകളെ കണ്ടില്ലേ,

അതിനോളം വിശാലമായ കടലുകൾ. അവ കരയിലേക്ക് എടുത്തെറിയുന്നു. രാവ് മുഴുവൻ വേദനയാൽ പുളയുന്നു, ഓരിയിടുന്നു, മുരളുന്നു, അതിന്റെ കരച്ചിൽ ആകാശത്ത് പ്രതിധ്വനിക്കുന്നു. എനിക്ക് കരയാനായി ഒന്നുമില്ല. എന്നാൽ എന്റെ നെഞ്ചിൽ എന്റെ ശ്വാസം പിടയുന്നു. കാഴ്ച മങ്ങുന്നു. അച്ഛന്റെ ആത്മാവ് ചന്ദ്രനിലേക്ക് പോയതിനു ശേഷമാണത് തുടങ്ങിയത്. ഇന്നലെ. എന്റെ അച്ഛൻ ഇനി തിരിച്ച് വരില്ല. അപ്പോൾ പിന്നെ വടക്കോട്ട് പോയി അച്ഛനെന്താണ് സംഭവിച്ചതെന്ന് കണ്ടുപിടിക്കുകയല്ലാതെ ഞാൻ മറ്റെന്ത് ചെയ്യും?"

"നിന്റെ അച്ഛൻ വളരെ ദൂരെനിന്നാണ് വന്നത്. അതെവിടെ നിന്നാണെന്ന് നമുക്കറിയില്ല. അച്ഛൻ പോയത് വടക്കോട്ടാണോ എന്നും നമുക്കറിയില്ല. അച്ഛനിവിടെ മൂന്ന് വർഷം താമസിച്ചു. അച്ഛന്റെ ഭൂതകാലത്തെക്കുറിച്ച് ഒരക്ഷരം ആരോടും പറഞ്ഞിട്ടില്ല. എവിടെനിന്നാണദ്ദേഹം വന്നത്, എന്തിനാണ് വന്നത് എന്നതൊന്നും വ്യക്തമല്ല. അച്ഛനാരാണെന്ന് കണ്ടെത്തണമെങ്കിൽ, അദ്ദേഹം എവിടെ നിന്ന് വന്നുവോ അവിടേക്ക് പോകുക. അച്ഛന്റെ അമ്മയും അച്ഛനും ജീവിച്ച ഭൂമിയേതെന്നറിയുക. കുട്ടിക്കാലവും യൗവ്വനവും എങ്ങനെ കഴിച്ചു എന്നറിയുക. അപ്പോൾ അച്ഛൻ എന്തുകൊണ്ട് വടക്കോട്ട് പോയി എന്നതിന്റെ കാരണവും നിനക്കറിയാനാകും."

"അച്ഛൻ വടക്കോട്ടെന്തിനു പോയി എന്ന് എനിക്ക് കണ്ടുപിടിക്കാനാകും. ഒരുപക്ഷേ അച്ഛന്റെ ഭൂതകാലം അച്ഛനോടൊപ്പം പോയിട്ടുണ്ടാകും. അച്ഛൻ പോയത് എന്തിന്റെ പുറകെയായാലും അതെനിക്ക് അങ്ങ് വടക്കു നിന്ന് മാത്രമേ കണ്ടെത്തുവാനാകുകയുള്ളൂ."

"ഇന്നലെ ആ കുന്നിൻ മുകളിൽ വച്ച് നീ പറഞ്ഞതോർമ്മയില്ലേ? കരടികൾക്ക് അവയുടെ കുഞ്ഞുങ്ങളോട് വലിയ വലിയ സ്നേഹമാണെന്ന്."

"ഉവ്വ്. വടക്കൻ ആകാശത്തുനിന്ന് ആ കരടിനക്ഷത്രവ്യൂഹം നമ്മെ, നമ്മുടെ വിധിയെ സംരക്ഷിക്കുന്നവരാണെന്ന മട്ടിൽ നോക്കുന്നു. എന്നാൽ ചിലപ്പോൾ നമ്മുടെ കാഴ്ചവട്ടത്തുനിന്നും അപ്രത്യക്ഷമാകുമ്പോൾ അവളെന്തായിരിക്കും ചെയ്യുന്നത് എന്നാശ്ചര്യപ്പെടുകയായിരുന്നു ഞാൻ. അവളപ്പോൾ ശീതകാലനിദ്രയിലമരുകയാണോ? അതോ നമുക്കറിയാത്ത ലോകത്തെ സംരക്ഷിക്കുവാൻ മാറി നിൽക്കുകയോ?"

"നീ പോകണ്ട റിൻഡ. ഇവിടെ നിൽക്ക്. ഈ ചന്ദ്രനു കീഴെ നിൽക്ക്."

"ഒരുപക്ഷേ അവൾ അവിശ്വാസികളെ സംരക്ഷിക്കുന്നില്ലായിരിക്കാം. അതല്ലെങ്കിൽ അമ്മയില്ലാത്തവരെ. എന്നാൽ അമ്മ അവളിൽ വിശ്വസിക്കുന്നുവെങ്കിൽ വടക്കുള്ള ആ മഹതി കരടി എന്നെ സംരക്ഷിക്കും."

"അച്ഛന്റെ ആത്മാവ് കയറിപ്പോയ ഇടത്തുനിന്നാണ് അച്ഛനെ ഏറ്റവും നന്നായി കാണാനാകുക എന്നത് നീ മറക്കരുത്. ഇത്രയും വ്യക്തമായി പൂർണ്ണചന്ദ്രനെ നിനക്ക് എവിടെ നിന്നും കാണാനാകില്ല."

“എനിക്കറിയാം അമ്മേ. കാടെന്നെ പഠിപ്പിച്ച ഒരു വസ്തുതയുണ്ട്. ആൺകരടികൾ പെൺകരടികൾക്കൊപ്പം താമസിക്കാറില്ല. പെൺകരടികൾക്ക് അവരുടെ ഭൂപ്രദേശമുണ്ട്. കുഞ്ഞുങ്ങളെ വളർത്തുന്നതൊറ്റയ്ക്കാണ്. തള്ളക്കരടി ചത്താൽ പെൺമക്കൾ ആ ഭൂപ്രദേശത്തിന്റെ ഉടമകളാകും.”

“അപ്പോൾ ആൺകുട്ടികൾക്ക് എന്ത് സംഭവിക്കും?”

“ഒരു പ്രായം കഴിഞ്ഞാൽ ആൺകുട്ടികൾ അമ്മയിൽ നിന്നും വേർപെട്ട് സ്വന്തം സാമ്രാജ്യം സ്ഥാപിക്കാൻ പോകും.”

“അവരുടെ അച്ഛനെ തിരഞ്ഞോ?”

ഒരു കരടിക്കുഞ്ഞിന്റെ ഏറ്റവും വലിയ ശത്രു ആൺകരടിയാണെന്ന് റിൻഡ്ഢ പറഞ്ഞില്ല. ആൺകരടികൾ വന്ന് കരടിക്കുഞ്ഞുങ്ങളെ കൊല്ലാറുണ്ടെന്നും അവൻ പറഞ്ഞില്ല. അവന്റെ കൈകൾ അപ്പോഴും പുല്ലിൽ പരതുകയായിരുന്നു. പെട്ടെന്ന് കൈവിരലിൽ എന്തോ തടഞ്ഞു. അത് ആ കാതണിയാണെന്ന് അവന് മനസ്സിലായി. അവന്റെ ഏക നിധി.

രക്തത്തിന്റെ ഗന്ധം അതിനെ ആകർഷിച്ചിരിക്കുന്നു.

“അമ്മേ, എവിടെയായിരുന്നു? അത്താഴത്തിന്റെ സമയമായല്ലോ.” അദ്വൈസെർ യുമാതിയേയും റിൻഡ്ഢയേയും അന്വേഷിച്ചെത്തി. വാതിൽക്കൽ നിന്നാണവൾ ഇത് വിളിച്ച് പറഞ്ഞത്. അവൾ റിൻഡ്ഢയുടെ കയ്യിലേക്ക് തുറിച്ച് നോക്കി. “എന്ത് പറ്റി?” ഭയം മറച്ച് വയ്ക്കാതെ അവൾ ചോദിച്ചു.

അദ്വൈസെർ എന്താണ് ഉദ്ദേശിച്ചത് എന്ന് ആദ്യം യുമാതിക്ക് മനസ്സിലായില്ല. കയ്യുയർത്തി റിൻഡ്ഢ ‘അത്രയ്ക്ക് ഗൗരവമുള്ള ഒന്നുമില്ല’ എന്ന് പറഞ്ഞപ്പോൾ തന്റെ ശ്വാസം നിലച്ചതുപോലെ യുമാതിക്ക് തോന്നി.

“ഒരു മുള്ള്. അത്രയേയുള്ളൂ. എന്റെ അശ്രദ്ധകൊണ്ട് സംഭവിച്ചതാണ്.” അത്രയും പറഞ്ഞതും അയാൾക്ക് ശ്വാസംമുട്ടി. കൈവിരലിലെ നഖം കാണാതായിരിക്കുന്നു. അത് വീണ് പോയിരിക്കുന്നു. വിരൽ തുമ്പിൽ രക്തം കട്ടപിടിച്ച് കിടക്കുന്നു.

അദ്വൈസെർ വെള്ളത്തിനായി അകത്തേക്കോടി. യുമാതി റിൻഡ്ഢയുടെ കൈ കടന്നുപിടിച്ചു. അവരുടെ മുഖത്ത് കഠിനദുഃഖം നിഴലിച്ചു.

“എങ്ങും പോകരുത്.” എന്ന് കൈയാംഗ്യം കാണിച്ച് പറഞ്ഞു.

യുമാതി പറഞ്ഞത് റിൻഡ്ഢ കേട്ടില്ല.

“അത്ര വേദനയൊന്നുമില്ലമ്മേ. പേടിക്കാനൊന്നുമില്ല. കുറച്ച് ദിവസത്തിനുള്ളിൽ ശരിയാകും.”

അദ്വൈസെർ ഒരു പാത്രത്തിൽ വെള്ളം കൊണ്ടുവന്ന് റിൻഡ്ഢയുടെ കൈ കഴുകി തുടച്ചു.

"നമുക്കൊരു തുണിയെടുത്ത് ഈ മുറിവ് കെട്ടാം. പിന്നെ ഞാൻ എന്തെങ്കിലും പച്ചമരുന്ന് കണ്ടുപിടിച്ച് കൊണ്ടുവരാം." "അവൾ റിൻഡ യോട് പറഞ്ഞു. "ഞാനെന്റെ കമ്പിളി ജാക്കറ്റെടുത്ത് വരാം." വേദന എന്തുകൊണ്ട് തന്റെ വിരലിനില്ലെന്ന് അവനപ്പോഴും മനസ്സിലായില്ല.

റിൻഡ അകത്തേക്ക് പോയപ്പോൾ യുമാതിയും അഡ്വെസെറും ശബ്ദം താഴ്ത്തി സംസാരിക്കാനാരംഭിച്ചു. ചുറ്റിലും ആരൊക്കെയോ ഉള്ളതു പോലെ, അവരൊന്നും കേൾക്കരുതെന്ന മട്ടിൽ സ്വരം താഴ്ത്തി. പാചക ത്തിനിടയിൽ സ്വരം താഴ്ത്തി അവർ പരസ്പരം പറഞ്ഞത് ശ്രദ്ധിച്ച് കേൾക്കുകയും ചെയ്തു. അത്താഴത്തിന് രണ്ട് അതിഥികൾ വരും. സയ ലോക മത്സ്യം കൊണ്ടുവന്നിട്ടുണ്ട്. കാലത്ത് അയാൾ തന്നെ പിടിച്ചതാണ് മത്സ്യം.

അഡ്വെസെർ മുറ്റത്ത് തീ കത്തിച്ചിരുന്നു. അവൾ അവിടേക്ക് പോയി. മൂന്നു കല്ലിലുണ്ടാക്കിയ അടുപ്പിൽ കനൽ എന്തോ പ്രതീക്ഷിച്ചിട്ടെന്ന പോലെ എരിയുന്നുണ്ടായിരുന്നു. അപ്പോഴാണ് സെഗായും സയോ ലാകയും അവിടേക്ക് കയറി വന്നത്. അവർ തീയിനടുത്തെത്തി.

"ഞങ്ങൾ വൈകിയില്ലല്ലോ മകളേ."

"ഇല്ല. സ്വാഗതം." ഒന്ന് പുഞ്ചിരിച്ച് അഡ്വെസെർ സെഗയെ സ്വാഗതം ചെയ്തു.

വാതിൽക്കൽനിന്ന് റിൻഡയും അവരെ അഭിവാദ്യം ചെയ്തു. അവ രൊന്നിച്ച് അകത്ത് കയറി. നിലത്ത് വിരിച്ച മെത്തയിലിരുന്നു. ചായ കുടിച്ചു. ഭക്ഷണത്തിനു സമയമായപ്പോൾ അവർ മെത്ത ചുരുട്ടി വച്ചു. ഒരു മരപ്പലകയിട്ട് ഭക്ഷണം കഴിക്കാനാരംഭിച്ചു. വലിയ പലകയായി രുന്നു അത്. അഞ്ചുപേർക്ക് സൗകര്യമായി ചമ്രം പടിഞ്ഞിരിക്കാനാ കുന്നത്.

റിൻഡ തന്റെ വലത് കരം ഉടുപ്പിന്റെ കയ്യിനകത്ത് ഒളിപ്പിച്ച് വച്ചിരി ക്കുകയായിരുന്നു.

"നിന്റെ മോതിരവിരലിനെന്ത് പറ്റി?" അത് കണ്ടപ്പോൾ സയലോക ചോദിച്ചു.

"ഒന്ന് മുറിഞ്ഞു. എന്റെ ഏലസ്സ് പുല്ലിൽ വീണു. വീടിനു പുറകിലെ പുല്ലിൽ. അത് തിരയുന്നതിനിടയിൽ സംഭവിച്ചതാണ്."

"അത് കണ്ടെത്താനായില്ല അല്ലേ?" സെഗയാണിത് ചോദിച്ചത്.

മറുപടി പറയാനായി തുനിഞ്ഞ റിൻഡ അവനറിയാതെ കൈ സ്വന്തം കഴുത്തിൽ വച്ചു. കഴുത്ത് ഒഴിഞ്ഞ് കിടക്കുകയായിരുന്നു.

"ഇല്ല. കണ്ടെത്താനായില്ല."

അപ്പോൾ കാതണിക്കായുള്ള തിരച്ചിലിനിടയിൽ ഏലസ്സും നഷ്ട മായിരിക്കുന്നു. അതെപ്പോഴാണ് കഴുത്തിൽ അവസാനമായി കണ്ടതെ ന്നോർത്തെടുക്കാൻ അവനൊരു ശ്രമം നടത്തി. അവന്റെ അമ്മയും അത്

ശ്രദ്ധിച്ചിരുന്നില്ല. നായാട്ടിനുപോയിതുടങ്ങിയ അന്ന് മുതൽ അവൻ ഈ ഏലസ്സ് ധരിക്കുന്നതാണ്. ആദ്യം കൊന്ന ചെന്നായയുടെ ഒരു പല്ല് അവൻ അതിനകത്ത് വച്ചിരുന്നു. അത് ആ ചെന്നായയുടെ ആത്മാവിനെ അതിൽ കുടിയിരുത്താനായിരുന്നു. ഒരു ധൈര്യത്തിന്. അതുകൊണ്ടാണ് അത് എല്ലാ ആപത്തിൽനിന്നും അവനെ സംരക്ഷിക്കും എന്നവർ വിശ്വസിച്ചത്.

"അച്ഛനും ഇടംകൈയ്യനായിരുന്നോ അമ്മേ?"

"അതെ." യുമാതി പറഞ്ഞു.

സെഗായാണ് ആ സംഭാഷണം തുടർന്നത്.

"എനിക്കും ഓർമ്മയുണ്ട്. ഇടംകൈയ്യനായിരുന്നു എങ്കിലും അവന് വലംകൈയും അതുപോലെ ഉപയോഗിക്കാനാകുമായിരുന്നു. ഭക്ഷണം കഴിക്കാനും എഴുതാനുമെല്ലാം."

"അസ്ലമിന് എഴുതാനറിയുമായിരുന്നോ?" യുമാതിക്ക് അദ്ഭുതമടക്കാനായില്ല. ഒരു പുതിയ രഹസ്യമറിഞ്ഞതുപോലെയായിരുന്നു ആ ആകാംക്ഷ.

"ഉവ്വ്." സെഗാ പറഞ്ഞു. "എന്നെ കാണാൻ വന്നപ്പോഴെല്ലാം അയാൾ വായിക്കാറുണ്ടായിരുന്നു. നക്ഷത്രവ്യൂഹങ്ങളെക്കുറിച്ചുള്ള കണക്കുകൾ നിലത്തെഴുതാറുണ്ടായിരുന്നു. എനിക്കറിയാത്ത ഭാഷയിൽ അതിനരികിൽ പിന്നേയും എന്തൊക്കെയോ എഴുതാറുണ്ടായിരുന്നു."

"എന്നുവച്ചാൽ താങ്കൾക്കും അറിയാത്ത പല കാര്യങ്ങളും ഉണ്ട് എന്ന് അല്ലേ?" പുഞ്ചിരിച്ചുകൊണ്ട് റിൻഡ ചോദിച്ചു.

സെഗായുടെ മറുപടിയും പുഞ്ചിരിയായിരുന്നു. "നിന്നെപ്പോലെ അങ്ങനെ കരുതുന്ന ഒരാളെ അവസാനം കണ്ടുമുട്ടി."

എല്ലാവരും ചിരിച്ചു.

"ശരി. ഞാൻ എന്റെ സ്വപ്നത്തെക്കുറിച്ച് പറഞ്ഞാൽ അതൊന്ന് വിശകലനം ചെയ്ത് തരാനാകുമോ?" റിൻഡ ചോദിച്ചു.

"ചില സ്വപ്നങ്ങൾ എനിക്ക് വായിച്ചെടുക്കാനാകും. ഈ സ്വപ്നം കണ്ടത് രാത്രിയോ പകലോ?"

"ഇതിനു രണ്ടിനുമിടയിൽ. സായാഹ്നത്തിൽ ഞാനുറങ്ങുമ്പോൾ."

സെഗാ ഒന്ന് തലയാട്ടി. അർത്ഥവത്തായിരുന്നു ആ തലയാട്ടൽ. "റിൻഡയുടെ സ്വപ്നം കേൾക്കാം. എന്തായാലും താത്പര്യമുണർത്തുന്നതാകും എന്നുറപ്പ്."

റിൻഡ രാക്ഷസരൂപിയായ മരത്തെക്കുറിച്ച് പറഞ്ഞു. നദിയിൽ നിന്നും വന്ന സ്ത്രീയെക്കുറിച്ചും കുഞ്ഞിനെക്കുറിച്ചും പറഞ്ഞു. അഗ്നിയെക്കുറിച്ചും രണ്ട് മത്സ്യങ്ങളെക്കുറിച്ചും പറഞ്ഞു. എല്ലാതിനും ജീവൻ

വച്ചതും നക്ഷത്രങ്ങൾ നിലത്ത് പ്രതിഫലിച്ചതും പിന്നെ അവയെല്ലാം കൂടിക്കുഴഞ്ഞതും പറഞ്ഞു.

അവർ നിശ്ശബ്ദം കാത്തു. സെഗാ എന്ത് പറയുമെന്ന ആകാംക്ഷയിലായിരുന്നു അവർ. സെഗായ്ക്കാകട്ടെ റിൻഡ എന്ത് കണ്ടില്ല എന്നതിലായിരുന്നു കണ്ടതിനേക്കാൾ കൂടുതൽ താത്പര്യം.

"നീ കാണാത്ത കാര്യങ്ങളെക്കുറിച്ചും ഞങ്ങളോട് പറയുന്നുണ്ടോ?"

"ഇല്ല. ഞാൻ കണ്ടത് മാത്രമേ പറയുന്നുള്ളൂ."

"നീ വെറുതെ ചിന്തിച്ച് കൂട്ടുകയല്ലെന്ന് ഉറപ്പുണ്ടോ? മറ്റെവിടേയോ വച്ചുകണ്ടത് നിന്റെ സ്വപ്നത്തിന്റെ ഭാഗമായിരുന്നു എന്ന് നീ ചിന്തിക്കുകയാണോ?"

"അല്ല. ഇതെല്ലാം എന്റെ സ്വപ്നത്തിലുണ്ടായിരുന്നു."

"ആകാശത്തിൽ ആശയക്കുഴപ്പമില്ലാതെ നക്ഷത്രവ്യൂഹം നിന്നു എന്നാണ് നീ പറയുന്നത്."

"അതെ."

"നീ അവയെ കണ്ടോ?"

"നിലത്ത് അവയുടെ പ്രതിഫലനം മാത്രം..."

"ആകാശത്ത് കണ്ടോ?"

"ഇല്ല."

"അപ്പോൾ പിന്നെ അവിടെ അവയ്ക്ക് ആശയക്കുഴപ്പമോ കൂടിക്കുഴയലോ ഇല്ലായിരുന്നു എന്ന് നിനക്കെങ്ങനെ അറിയാം?"

"മരത്തിനു മുകളിലിരുന്നിരുന്ന ആ മനുഷ്യൻ അതെല്ലാം കാണുന്നുണ്ടായിരുന്നു."

"ആ മനുഷ്യൻ നോക്കിയിരുന്ന ആകാശത്തേക്ക് നീയും നോക്കിയോ?"

"ഇല്ല."

"അപ്പോൾ പിന്നെ അയാൾ അത് കണ്ടു എന്ന് നിനക്കെങ്ങനെ അറിയാം?"

"എനിക്കറിയാം."

"നീ കാണാത്ത ഒന്ന് എങ്ങനെ നീ വിശ്വസിക്കുന്നു?"

"എനിക്കറിയാവുന്നത് ഞാൻ വിശ്വസിക്കുന്നു."

അവരിരുവരും നിശ്ശബ്ദരായി. സ്വരത്തിൽ പിരിമുറുക്കം കയറിയിരിക്കുന്നു എന്ന് മനസ്സിലായി. എന്നാൽ മറ്റുള്ളവർ അതറിഞ്ഞില്ല. അവർ താത്പര്യത്തോടെ ഈ സംഭാഷണം ചെവിയോർക്കുകയായിരുന്നു. അവരൊന്നിച്ച് ദീർഘശ്വാസമെടുത്തു. സെഗാ ഒന്ന് പുഞ്ചിരിച്ചു.

വല്ലപ്പോഴും കളിക്കുന്ന രസകരമായ ഒരു കളിയാണിതെന്ന മട്ടിലായിരുന്നു ആ പുഞ്ചിരി. റിൻഡയും പുഞ്ചിരിച്ചു.

അവർ ഭക്ഷണം കഴിച്ചു. മേശയ്ക്കരികിൽനിന്നും മെത്ത വലിച്ച് മാറ്റി. ചുമരിനരികിലിട്ടു. അവർ കൂടുതൽ ചായ കുടിച്ചു. ദിവസത്തിന്റെ നീളം കുറയുന്നതിനെക്കുറിച്ചും നദിയിൽ ധാരാളം മീനുണ്ടാകുന്നതിനെക്കുറിച്ചും സംസാരിച്ചു. തലേന്ന് രാത്രി, ഗ്രാമത്തിൽ പ്രവേശിക്കുന്നതിനു മുമ്പ്, നിങ്ങളെങ്ങനെ ആ നായ്ക്കളെ തടഞ്ഞ് നിർത്തി എന്നവർ സെഗായോട് ചോദിച്ചു. അപ്പോൾ അതിനുള്ള മറുപടി എന്നും എപ്പോഴും സെഗാ അത്തരത്തിലുള്ള ചോദ്യങ്ങൾക്ക് നൽകുന്ന മറുപടി തന്നെയായിരുന്നു. ചോദ്യത്തിൽ നിന്നും ഒഴിഞ്ഞ് മാറുവാനുള്ള മറുപടി. ഒഴിഞ്ഞ് മാറാനായി അയാൾ കറുത്ത നായയുടെ കഥ പറഞ്ഞു.

ഒരു സുൽത്താൻ ഒരിക്കൽ വേഷം മാറി നാട്ടിൽ നടക്കാനിറങ്ങി. ഒരു ആട്ടിടയന്റെ വീട്ടിൽ അതിഥിയായി താമസിച്ചു. ആടുകളെ കെട്ടിയിട്ടിരിക്കുന്നതിനരികിൽ ഒരു കറുത്ത നായയുടെ ജഡം എന്തിനാണ് കെട്ടിഞ്ഞാത്തിയിട്ടിരിക്കുന്നത് എന്നദ്ദേഹം ആട്ടിടയനോട് ചോദിച്ചു. അതിനുത്തരം നൽകാൻ ആട്ടിടയൻ വിസമ്മതിച്ചു. അന്ന് രാത്രി ധാരാളം ചെന്നായ്ക്കൾ അവിടേക്കെത്തി. സുൽത്താൻ ഈ കടങ്കഥയുടെ കെട്ടഴിക്കാൻ പല വിദ്യകളും പ്രയോഗിച്ചു.

രാവിനങ്ങനെ നീളം വച്ചുകൊണ്ടേയിരുന്നു. പുറത്ത് കാറ്റിനു ശക്തി കൂടി. വെളിച്ചം നിഴലുകളുടെ നീളം വർദ്ധിപ്പിച്ചു. ചുമർ മുഷിഞ്ഞു തുടങ്ങി. ഇത് കണ്ടറിഞ്ഞ സെഗാ എഴുന്നേറ്റു.

"എനിക്ക് പോകാൻ സമയമായി."

"എവിടേക്ക്?" റിൻഡ ചോദിച്ചു.

"ഒരർത്ഥത്തിൽ അസ്ലമിനെ കാണാനാണ് ഞാൻ വന്നത്. നിങ്ങളുടെ ആതിഥേയത്തിനു നന്ദി. നിങ്ങളെ കാണാനായതിനു ഞാൻ അവനോട് നന്ദി പറയുന്നു. ഇപ്പോൾ എന്റെ വീട് എന്നെ കാത്തിരിക്കുന്നു."

"ഈ രാത്രിയിലോ?" യുമാതി ഇടപെട്ടു. "ഇന്നിവിടെ തങ്ങൂ. നാളെ കാലത്ത് പോകാം."

"രാവിൽ, ഇരുട്ടിൽ യാത്ര ചെയ്യുന്നതിന് അതിന്റേതായ ഒരു സൗന്ദര്യമുണ്ട് യുമാതി. പകൽ യാത്രകളേക്കാൾ എനിക്കിഷ്ടം അതാണ്." ഇത്രയും പറഞ്ഞ് അയാൾ റിൻഡയ്ക്ക് നേരെ തിരിഞ്ഞു. "നീ നിന്നെ സംരക്ഷിക്കണം റിൻഡ. നീ നിന്റെ വിരലിലെ സംരക്ഷിച്ചതിനേക്കാൾ നല്ല രീതിയിൽ തന്നെ അത് ചെയ്യണം."

"ഞാൻ വടക്കോട്ട് പോകുന്നു."

റിൻഡയുടെ വാക്കുകൾ ആ സായാഹ്നത്തിന് പൂർണ വിരാമമിട്ടു. അതിനു മുകളിൽ കനമേറിയ ഒരു ലോഹപാളി വീണു. സെഗായുടെ മുഖത്ത് ഞെട്ടൽ കണ്ടു. എന്റെ വിരലിനെ ഞാൻ സംരക്ഷിച്ചതിനേക്കാൾ

മെച്ചമായ രീതിയിൽ എന്നെ സംരക്ഷിക്കുവാൻ എനിക്കാകില്ല എന്ന് ഉച്ചത്തിൽ പ്രസ്താവിക്കുന്നതുപോലെയായിരുന്നു റിൻഡയുടെ ആ പ്രഖ്യാപനം.

യുമാതിയുടെ കണ്ണിലേക്ക് സെഗാ നോക്കി. അവളുടെ ആഗ്രഹം അവൻ പോകരുത് എന്നാണെന്ന് അയാൾക്ക് മനസ്സിലായി. അവൾ അതിനായി ചുണ്ടനക്കേണ്ടതില്ല. തന്റെ ഭർത്താവിന്റെ അതേ വിധിയിലേക്ക് മകനെ തള്ളിവിടാൻ യുമാതിക്ക് താത്പര്യമില്ല. അതായത്, ആ സായാഹ്നം മുഴുവൻ അവളുടെ മുഖത്ത് നിഴലിച്ച് കണ്ട വ്യഥ റിൻഡയെ പ്രതിയായിരുന്നു. അവനെ പിന്തിരിപ്പിക്കാനാകുമെന്ന എല്ലാ പ്രതീക്ഷയും അവളിൽ ഇല്ലാതായിരിക്കുന്നു. ചുമരിൽ പന്തങ്ങൾ തീർത്ത നിഴൽ പോലെ അവൾ അനങ്ങാതിരിക്കുന്നു. അത് കണ്ടാലറിയാം അവളുടെ ഉള്ളിൽ വീശിയടിക്കുന്ന കൊടുങ്കാറ്റിനെ. സെഗായിൽ മാത്രമാണിനി അവൾക്കൊരു പ്രതീക്ഷ. അയാളുടെ വാക്കുകൾ റിൻഡയിൽ പ്രഭാവമുണ്ടാക്കണേ എന്ന് പ്രാർത്ഥിക്കുകയാണവൾ. ഞാൻ താങ്കളോട് പ്രാർത്ഥിക്കുന്നു എന്ന് പറയുന്ന മട്ടിൽ കണ്ണിമ അണയ്ക്കാതിരിക്കുകയാണവൾ. ദയവ് ചെയ്ത് അവന്റെ മനം മാറ്റുന്ന രീതിയിൽ എന്തെങ്കിലും പറയൂ എന്ന് പ്രാർത്ഥിക്കുകയാണവൾ.

സെഗാ തന്റെ ഏലസ്സ് അഴിച്ച് റിൻഡയുടെ കഴുത്തിലണിയിച്ചു.

"പോകരുതെന്ന് നിന്റെ അച്ഛനോട് ഞാൻ ആവശ്യപ്പെട്ടില്ല. നിന്നോടും അങ്ങനെ ആവശ്യപ്പെടാൻ എനിക്കൊരു അധികാരവുമില്ല. ഈ ഏലസ്സ് ഏത് വിഷമഘട്ടത്തിലും നിന്നെ സംരക്ഷിക്കട്ടെ. മറ്റേ ഏലസ്സ് നഷ്ടപ്പെടുത്തിയതുപോലെ ഇത് നഷ്ടപ്പെടുത്തരുത്."

ഇത്രയും പറഞ്ഞ് സെഗാ റിൻഡയെ ആലിംഗനം ചെയ്തു. വാതിൽക്കൽ വെച്ചിരുന്ന വടിയെടുത്തു. മറ്റാർക്കെങ്കിലും എന്തെങ്കിലും പറയാനാകും മുമ്പ് പടിയിറങ്ങി. വാതിലിനപ്പുറത്ത് കാറ്റ് വീശി. അതേ വേഗത്തിൽ, അതേ സ്വരത്തിൽ, ഒരു ഓരി കേട്ടു. എന്തോ ആലോചിച്ചുറപ്പിച്ചതുപോലെ ഒരു ഓരി.

അന്ന് രാത്രി സയലോക അവർക്കൊപ്പം താമസിച്ചു. റിൻഡയും അയാളും ഒരേ മുറിയിലാണുറങ്ങിയതെങ്കിലും അധികമൊന്നും സംസാരിച്ചില്ല. റിൻഡയുടെ ജീവിതത്തിൽ ഇങ്ങനെ ഒരു ആകസ്മികത സംഭവിച്ചതിനുശേഷം അവരിരുവർക്കും ഒന്നിരുന്ന് സംസാരിക്കാനായിട്ടില്ല. വാക്കുകളെ ആട്ടിപ്പായിച്ച് അവരിങ്ങനെയിരിക്കുന്നത് ഇതാദ്യമൊന്നുമല്ല. എന്നാൽ മറ്റ് അവസരങ്ങളിൽ നിന്നും വ്യത്യസ്തമായി, സയലോകയ്ക്ക് അന്ന് പിരിമുറുക്കം കൂടുതലനുഭവപ്പെട്ടു. അവരൊന്നിച്ച് വീണ ഒരു വെള്ളച്ചാട്ടമൊന്നുമല്ലിത്. ഒന്നിച്ച് നായാടുന്ന ഒരു മൃഗത്തിനു പുറകിലുമല്ല അവരിപ്പോൾ. ഇപ്പോൾ അയാളൊരു അമ്പെയ്താൽ അതിന് റിൻഡയെ സംരക്ഷിക്കുവാനാകില്ല. അയാൾ നക്ഷത്രങ്ങളെ നോക്കി. എന്നും ചെയ്യുന്നതെന്തോ അത് ചെയ്യാൻ തീരുമാനിച്ചു. ഏറ്റവും

ശോഭയേറിയ നക്ഷത്രത്തിൽ നിന്നും അടുത്തതിലേക്കൊരു വര വരയ്ക്കുക. എന്നാൽ മുകളിലിപ്പോൾ അയാൾക്ക് കാണാനാകുന്നത് മുറിയുടെ മച്ച് മാത്രം. അതല്ലാതെ മറ്റൊന്നുമില്ല. തന്റെ പ്രതീക്ഷയില്ലായ്മ എന്ന ശൂന്യതയാണീ കാണുന്നത്. ഉറക്കം അയാളുടെ കണ്ണുകളിൽ കനംതൂങ്ങി.

പിറ്റേന്ന് റിൻഡ എഴുന്നേറ്റപ്പോൾ ആവശ്യത്തിലധികം ഉറങ്ങിയോ എന്നവന് സംശയം തോന്നി. എഴുന്നേറ്റ് പുതപ്പ് മടക്കി വച്ചു. മുറിയുടെ മൂലയിൽ അത് ഒതുക്കി വെയ്ക്കുമ്പോഴാണ് സയലോകയുടെ അസാന്നിധ്യം ശ്രദ്ധിച്ചത്. എഴുന്നേറ്റ് പോയിരിക്കുന്നു എന്ന് ശ്രദ്ധിച്ചത്. അവരൊരുമിച്ചാണവിടെ ഉറങ്ങാൻ കിടന്നത് എന്നയാൾ മറന്നുപോയതാണോ?

വസ്ത്രം ധരിച്ച് റിൻഡ അമ്പും വില്ലുമെടുത്തു. തൂണീരം കെട്ടിവച്ചു. വാളും അരയിൽ കെട്ടി. പുറത്തെത്തിയപ്പോൾ പ്രഭാതത്തിന്റെ വെളിച്ചം അയാളുടെ മുഖത്തടിച്ചു. നേരം വെളുത്തിട്ട് സമയമധികമായിട്ടില്ല. സയലോകയും അദ്വേസെറും അടുപ്പിൽ തീ പിടിപ്പിച്ചിരിക്കുന്നുണ്ട്. റിൻഡ മുറ്റത്തിനപ്പുറത്തേക്ക് നോക്കി. അവിടെ യുമാതി കുതിരകളെ അഴിച്ച് കെട്ടുന്നു. ബെലെക്കിനു സമീപം സയലോകയുടെ കുതിര നില്പുണ്ട്.

റിൻഡ വീടിനുള്ളിലേക്ക് കയറി. അന്ന് രാത്രി പുല്ലിനിടയിൽ തന്റെ ഏലസ്സ് വീണുപോയിട്ടുണ്ടാകും. വർഷങ്ങളായി അത് അഴിക്കാറില്ല. അതുകൊണ്ടുതന്നെ അതില്ലാതായപ്പോൾ ശരീരത്തിന്റെ ഒരു ഭാഗം കളഞ്ഞുപോയതുപോലെ തോന്നുന്നു. സെഗാ തന്ന ഏലസ്സ് കഴുത്തിലുണ്ടെങ്കിലും അതിന് തന്റെ ഏലസ്സിന്റെ സ്ഥാനം കയ്യേറാനാകുന്നില്ല. അതിനകത്തുള്ള ചെന്നായയുടെ പല്ല് മാംസത്തിന്റെ ഭാഗമായിരിക്കുന്നു. ആ ചെന്നായയുടെ ആത്മാവുമൊത്താണവൻ ജീവിക്കുന്നത്. അന്ന് രാത്രി അത് എവിടെയെങ്കിലും വീണുപോയിട്ടുണ്ടാകുമോ എന്നായി പിന്നത്തെ ചിന്ത. എന്നാൽ നഷ്ടപ്പെട്ടത് എവിടെയാകും എന്ന് എത്രയാലോചിച്ചിട്ടും മനസ്സിലാകുന്നില്ല.

വീടിനു പുറകിൽ കണ്ട കാഴ്ച അയാൾക്ക് വിശ്വസിക്കാനായില്ല. താൻ നടന്നിരുന്ന, ഇഴഞ്ഞ, തന്റെ രക്തം പൊടിഞ്ഞ പുല്ല് കത്തിച്ച് കളഞ്ഞിരിക്കുന്നു. കുന്നിൻചെരിവ് മുഴുവൻ കറുത്ത പൊടിയുടെ ആവരണത്താൽ മൂടപ്പെട്ടിരിക്കുന്നു. അന്ന് രാത്രി നിന്നിരുന്നിടത്തേക്ക് അയാൾ നടന്നു. കാലിനടിയിൽ നിന്നും കറുത്ത പൊടിയുടെ മേഘമുയർന്നു. ഒന്ന് കുമ്പിട്ട് അയാൾ ചുറ്റിലും പരിശോധിച്ചു. തന്റെ നഖത്തിന്റെ തുണ്ടെങ്ങാനവിടെയുണ്ടോ എന്ന് തിരയുന്ന മട്ടിലായിരുന്നു ആ പരിശോധന. തന്റെ നഖമിപ്പോൾ രക്തത്തിന്റെ ചാരമായിക്കാണും. തനിക്കേറ്റവും ആവശ്യമുള്ള നിമിഷമെത്തിയപ്പോൾ തന്റെ പ്രിയ ഏലസ്സ് തന്നെ ഉപേക്ഷിക്കുകയും ചെയ്തിരിക്കുന്നു.

റിൻഡ അടുപ്പിനരികിലേക്ക് തിരിച്ചെത്തി. അവിടെ ഒരു സ്റ്റൂളിൽ ഇരുന്നു. അടുപ്പിൽ കിടന്ന് തിളച്ചിരുന്നതിൽ നിന്ന് കുറച്ച് പാലെടുത്തു. ഒരു തുണ്ട് റൊട്ടി അതിൽ മുക്കി തിന്നാനാരംഭിച്ചു. യുമാതിയും അവനൊപ്പം ചേർന്നു. സയലോകയും അദ്രേസെറും അപ്പോഴേക്കും ഭക്ഷണം കഴിച്ച് കഴിഞ്ഞിരുന്നു.

"സയലോക ഇവിടെ നിൽക്കട്ടെ," അദ്രേസെറിനോടായി റിൻഡ പറഞ്ഞു.

"എന്തിനാണിത് എന്നോട് പറയുന്നത്" എന്ന മട്ടിൽ അദ്വൈസെർ അവനെ നോക്കി. അവളുടെ കവിൾത്തടമൊന്ന് തുടുത്തു.

"ഞാൻ നിന്നോടൊപ്പം വരുന്നു." സയലോക പറഞ്ഞു.

"അതായിരിക്കും എനിക്ക് നല്ലത് എന്ന് നിനക്ക് തോന്നുന്നുണ്ടെങ്കിൽ നിനക്ക് തെറ്റി."

"നമ്മൾ രണ്ടുപേർ ഒന്നിച്ചുണ്ടെങ്കിൽ വിജയിക്കുവാനുള്ള സാധ്യത അധികമാണ്. ആരുടെയെങ്കിലും സഹായം ആവശ്യമുണ്ടെങ്കിൽ നീ ഒറ്റയ്ക്കാകില്ലല്ലോ."

"ഇത് ഞാൻ ഒറ്റയ്ക്ക് പോകേണ്ട ഒരു യാത്രയാണ്. അത് നീ മനസ്സിലാക്കണം. എന്റെ സ്ഥാനത്ത് നീയായിരുന്നെങ്കിൽ ഞാനും നിന്റെ കൂടെ വരാൻ ആഗ്രഹിക്കുമായിരുന്നു. നമ്മൾ എന്നും ഒന്നിച്ചായിരുന്നു. സ്വന്തമായി ഇത്തിരിയിടം നൽകേണ്ട അവസരങ്ങളിൽ ഒന്നാണിതെന്ന് നീ മനസ്സിലാക്കണം."

"ഞാനാണിങ്ങനെ പോകേണ്ടവനായിരുന്നെങ്കിൽ, അരുതെന്ന് ഞാൻ പറഞ്ഞാൽ നീ അനുസരിക്കുമായിരുന്നോ?"

"നീ പറഞ്ഞത് ശരിയാണ്. എന്നാൽ ഇപ്പോൾ എന്നിലുള്ള വികാരം അനന്യമാണ്." റിൻഡ നിശ്ശബ്ദനായി. തല മുന്നോട്ട് വളച്ചു. മുടി ഇരുവശത്തേക്കും തെന്നിവീണു. ഉമിനീരിറക്കി. തൊണ്ടയിൽ എന്തോ കുരുങ്ങിക്കിടക്കുന്നതുപോലെയായിരുന്നു ആ ഉമിനീരിറക്കം. അതിനു ശേഷം അയാൾ ദീർഘമായൊന്ന് ശ്വസിച്ചു.

"ഈ ഏലസ്സ് രണ്ടുപേരെ സംരക്ഷിക്കാനുള്ളതല്ല സയലോക. നീ ഇവിടെയുണ്ടെങ്കിൽ, ഞാൻ പുറകിലുപേക്ഷിച്ചവരെല്ലാം സുരക്ഷിതരാണെന്നൊരു തോന്നൽ എന്നിലുണ്ടാകും. അതെനിക്ക് മനഃസമാധാനം തരും. എനിക്കതെത്ര ആവശ്യമുള്ളതാണെന്ന് നിനക്ക് മനസ്സിലാകില്ലേ?"

പിന്നെ ഒന്നും സംസാരിക്കാതെ റിൻഡ ഭക്ഷണത്തിൽ ശ്രദ്ധിച്ചു. തലയൊന്ന് ഉയർത്തുകപോലും ചെയ്തില്ല. റൊട്ടി കഴിഞ്ഞപ്പോൾ ബാക്കിയുള്ള പാൽ കുടിച്ചു. ഒഴിഞ്ഞ പാത്രം അടുപ്പിനരികിൽ ഉപേക്ഷിച്ചു.

റിൻഡയ്ക്കൊപ്പം എല്ലാവരും എഴുന്നേറ്റു.

“ജീനി കെട്ടിയിട്ടുണ്ട്. ആവശ്യത്തിനു ഭക്ഷണം ഒരു സഞ്ചിയിൽ വച്ചിട്ടുണ്ട്. ബെലെക്കിനു ക്ഷീണം തോന്നുന്നതുവരേക്കും ഓടിക്കാൻ നിനക്കത് മതിയാകും.” യുമാതി പറഞ്ഞു.

“അവനെ ക്ഷീണിപ്പിക്കാൻ അല്ലേ, അങ്ങനെയെങ്കിൽ അവൻ എന്നെ അധിക ദൂരം കൊണ്ടുപോകില്ലല്ലോ.” റിൻഡ അന്നത്തെ പ്രഭാതത്തിൽ ആദ്യമായി പുഞ്ചിരിച്ചു. യുമാതിയെ ആലിംഗനം ചെയ്തു.

“ഒന്നുമില്ലെങ്കിൽ” യുമാതി മന്ത്രിച്ചു. അവളെക്കൂടാതെ മറ്റാരും അത് കേട്ടില്ല. അയാളിൽ മാനസിക പിരിമുറുക്കം ഒട്ടുമില്ലെന്നത് അവൾക്ക് ആശ്വാസം നൽകിയില്ല. യുമാതി ഭയന്നിരിക്കുന്നു. ഇതാ രണ്ടാമതൊരു പുരുഷനെക്കൂടി അതേ പാതയിലൂടെ യാത്രയാക്കുകയാണവൾ. എല്ലാ വരുടേയും വിധി ഒന്നാണോ? അതോ ഓരോരുത്തർക്കും അവരുടേതായ വിധിയുണ്ടോ എന്നവൾക്കറിയില്ല. റിൻഡയുടെ മാർഗവും വിധിയും വ്യത്യസ്തമായിരിക്കണേ എന്നവൾ പ്രാർത്ഥിച്ചു. അവന്റെ അച്ഛൻ പ്രവേശിച്ച ചന്ദ്രൻ ഈ മണ്ണിൽ തന്നെയുണ്ട്. അതീ മണ്ണിലെ മാത്രം ചന്ദ്രനാണ്. അതുകൊണ്ട് ഈ മണ്ണിലേക്ക് എത്രയും വേഗം തന്റെ മകൻ മടങ്ങിവരണം എന്നവൾ ആഗ്രഹിച്ചു.

അദ്വേസെർ അവരിരുവരേയും ആലിംഗനം ചെയ്തു.

“എന്നെ കാത്തിരിക്കുമ്പോൾ നക്ഷത്രങ്ങളെ ശ്രദ്ധിക്കുക. അപ്പോൾ എനിക്ക് വഴി എളുപ്പം കണ്ടെത്താനാകും.” റിൻഡ പറഞ്ഞു.

മുറ്റത്തുനിന്ന് പുറത്ത് കടക്കുന്നതിനു മുമ്പ് റിൻഡ കുതിരപ്പുറത്തേക്ക് ചാടിക്കയറി. വീടിന്റെ പുറകിലേക്കോടിച്ചു. ഇതിലേ പോയാൽ കത്തിച്ചാമ്പലായ കുന്നിൻചെരിവിലേക്ക് വീട്ടുകാർ വരുന്നത് തടയാനാകും എന്നയാൾ ആശിച്ചു. അടുപ്പിൽ വച്ചിരുന്ന വലിയ പാത്രത്തിലെ വെള്ളം അദ്വേസെർ നിലത്തൊഴിച്ചു. യാത്രികൻ എളുപ്പം യാത്ര കഴിഞ്ഞ് വരണമെന്ന പ്രാർത്ഥനയാണത്.

തോട്ടത്തിൽ നിന്നിരുന്ന മരം ഒന്ന് നിശ്വസിച്ചു. അതിൽനിന്നും ഞാത്തിയിട്ടിരുന്ന കുന്തിരക്കക്കുരുക്കൾ മണിനാദം മുഴക്കി. കുതിരക്കുളമ്പടി സാവധാനത്തിൽ ഇല്ലാതായി. അത് ആ വലിയ മുറ്റവും കടന്ന് ദൂരേക്ക് പോയി.

റിൻഡ അതിവേഗം കുന്നിൻചെരിവിലൂടെ തന്റെ കുതിരയെ നയിച്ചു. കുതിരയുടെ കുളമ്പിനടിയിൽ പൊടിമണ്ണ് ആകാശത്തേക്കുയരുവാൻ തുടങ്ങി. ചാരം നാലുപാടും ചിതറി മൂടൽ മഞ്ഞുപോലെ ദൂരേക്ക് പറന്നു. റിൻഡയ്ക്ക് പുറകിൽ ഒരു മേഘം രൂപപ്പെട്ടു. കറുത്ത കാറ്റ് വീശി. എന്നാൽ റിൻഡ തിരിഞ്ഞ് നോക്കിയില്ല. പൊടിയാൽ നിറഞ്ഞ ചക്രവാളത്തിൽ അപ്രത്യക്ഷനാകുക എന്നതാണ് തന്റെ ലക്ഷ്യമെന്ന മട്ടിൽ അയാൾ തന്റെ കുതിരയെ രാജപ്രൗഢിയുള്ള മലനിരകളിലേക്ക് നയിച്ചു.

രണ്ട്

ആത്മാവു ചിലപ്പോൾ
ശരീരം ഉപേക്ഷിക്കുന്നു.
പിന്നെ ശരീരത്തെ
തിരിച്ചെടുക്കുന്നു.
നിങ്ങൾക്കിത് വിശ്വാസമായില്ലെങ്കിൽ
സ്വഭവനത്തിലേക്ക് തിരിച്ചുനടക്കൂ.
ആത്മാവുകൾ കഥ പറയും.
- *റൂമി*

മാൻപേടകൾ പോകുന്ന വഴി

ദിവസം മുഴുക്കെ മഞ്ഞ് പെയ്തുകൊണ്ടേയിരുന്നു. സായാഹ്നത്തിലാണ് അതിനൊരു ശമനമുണ്ടായത്. മഞ്ഞിന്റെ നിറം ആകാശത്തേയും ശുദ്ധീകരിച്ചിരിക്കുന്നു. ആകാശമിപ്പോൾ നീല നിറത്തിൽ തിളങ്ങുന്നു. ആകാശത്തുള്ള തിളങ്ങുന്ന നക്ഷത്രങ്ങളിലേക്കും ഭൂമിയിലെ ധവളിമയിലേക്കും മാറി മാറി നോക്കിയാൽ ഈ മഞ്ഞെല്ലാം നല്ല നീലനിറമുള്ള ജലത്തിൽ കഴുകിയെടുത്തതാണോ എന്നു തോന്നും. പിന്നെ ചിലപ്പോൾ താൻ നോക്കുന്നത് ആകാശത്തേക്കാണോ ഭൂമിയിലേക്കാണോ എന്ന സംശയവുമുണ്ടാകും. തെളിഞ്ഞ രാത്രിയിലാണ് ഗ്ലട്ടിന്റെ അപ്രതീക്ഷിത അതിഥിയെത്തിയത്. കുതിരപ്പുറത്താണ് അയാൾ എത്തിയത്. കുതിര തന്റെ കുളമ്പടിപ്പാടുകൾ മഞ്ഞിൽ പതിപ്പിച്ചിരുന്നു.

വന്യമായ ഈ ഗ്രാമത്തിലുള്ള തന്റെ ഒറ്റമുറിവീട്ടിൽ, ഗ്ലട്ട്. വളരെ നാൾകൂടിയാണ് ഒരു അപ്രതീക്ഷിത അതിഥി എത്തുന്നത്. ഒറ്റയ്ക്കാണെന്ന് പറയാനാവില്ല. വീടിനടുത്തുള്ള കുതിരാലയത്തിലൊരു കുതിരയുണ്ട്. അതിനടുത്തൊരു തൊഴുത്തിൽ രണ്ട് പശുക്കളുണ്ട്. ഇവരെല്ലാം ഗ്ലട്ടിന്റെ കുടുംബാംഗങ്ങളാണ്. അവയുടെ ശ്വാസം ഗ്ലട്ടിനറിയാം. അവയ്ക്ക് രോഗം വന്നാൽ മാത്രമല്ല, അയാളൊറ്റയ്ക്ക് തീ കായാനിരിക്കുമ്പോൾ അവയിൽ നിന്നും വരുന്ന ഉച്ഛ്വാസവും അയാൾ അറിയും. തീ കായാനിരിക്കുമ്പോൾ അയാൾ പാട്ടുപാടും. മഞ്ഞിൽ കുതിര

ക്കുളമ്പടി കേട്ടുണർന്നപ്പോൾ പാതിരാത്രിയേ ആയിട്ടുണ്ടായിരുന്നുള്ളൂ. പാതിമയക്കത്തിലേ ആയിട്ടുണ്ടായിരുന്നുള്ളൂ. ശബ്ദം കേട്ട് ഗ്ലട്ട്, പരിചയമുള്ള ആരോ വരുന്നുണ്ടല്ലോ എന്ന മട്ടിലാണ് വാതിൽക്കലേക്ക് നീങ്ങിയത്.

വാതിൽക്കൽ നിന്ന അപരിചിതനായ കുതിരയുടെ ആവിപാറുന്ന ശ്വാസം ഇരുട്ടിലും കാണാമായിരുന്നു. കിതപ്പ് കണ്ടാലറിയാം വളരെ ദൂരെനിന്നാണതിന്റെ വരവെന്ന്. ഗ്ലട്ടിനെ ഒന്ന് അഭിവാദ്യം ചെയ്യുവാനുള്ള ശാരീരിക, മാനസിക സ്ഥിതിയിലല്ലായിരുന്നു സവാരിക്കാരൻ. നിശ്ശബ്ദം കുതിരപ്പുറത്തുനിന്നിടിഞ്ഞ് അയാൾ വീണു. കുതിരയെ അയാൾ ഓടിക്കുകയായിരുന്നോ അതോ കുതിര അയാളെ ഇവിടെയെത്തിക്കുകയായിരുന്നോ എന്ന് വ്യക്തമല്ലായിരുന്നു.

ഏതാനും അടി മുമ്പോട്ട് വന്ന് ഗ്ലട്ട് സംസാരം തുടങ്ങി. മറുപടിയില്ലെന്ന് കണ്ടപ്പോൾ സവാരിക്കാരനെ മൃദുവായൊന്ന് സ്പർശിച്ചു. പിന്നെ മദ്യപിച്ച് ലക്കുകെട്ടവനെ ഉണർത്താൻ ശ്രമിക്കുന്നതുപോലെ ശക്തമായി കുലുക്കി. സവാരിക്കാരൻ ഉണർന്നില്ല. അയാൾ തന്റെ കൈ ചുരുട്ടി വച്ചിരുന്നു. അയാളുടെ നെഞ്ചിൽ എന്തോ തറച്ചിരിക്കുന്നു. ശ്രദ്ധിച്ചപ്പോഴാണ് അത് ഒരു അമ്പാണെന്ന് വ്യക്തമായത്. അയാളെ പൊക്കിയെടുത്ത് ഗ്ലട്ട് അകത്തേക്ക് കൊണ്ടുപോയി.

സവാരിക്കാരൻ ധരിച്ചിരുന്ന രോമക്കുപ്പായത്തിന്റെ കഴുത്തിലെ ടൈ അയഞ്ഞ് നിലത്ത് വീണു. ആ രോമക്കുപ്പായത്തിനടിയിൽ അയാൾ നഗ്നനായിരുന്നു. ശരീരം മഞ്ഞുപോലെ തണുത്തിരിക്കുന്നു. വലിയൊരു രോമപ്പുതപ്പെടുത്ത് ഗ്ലട്ട് അയാളെ പുതപ്പിച്ചു.

നെഞ്ചിൽ തുളച്ച് കയറിയിരിക്കുന്ന അമ്പിന്റെ കനം ഗ്ലട്ടിനെ അമ്പരപ്പിച്ചു. അത് തുളച്ച് കയറിയ ഇടത്തെ മാംസം പരിശോധിച്ചപ്പോൾ മുറിവിനത്ര ആഴമില്ലെന്ന് മനസ്സിലായി. വളരെ ദൂരെനിന്നാകണം അത് തൊടുത്ത് വിട്ടത്. ലക്ഷ്യത്തിലേക്കെത്തിയപ്പോഴേക്കും വേഗം നഷ്ടപ്പെട്ടിരിക്കണം. എങ്കിലും നെഞ്ചിന്റെ ഇടത് ഭാഗത്ത്, ഹൃദയത്തിനു തൊട്ടു മുകളിലാണ് അത് തറച്ചിരിക്കുന്നത്.

അമ്പിന്റെ കീഴ്ഭാഗത്ത് കൈവച്ച് സവാരിക്കാരന്റെ ഹൃദയമിടിപ്പ് ഗ്ലട്ട് പരിശോധിച്ചു. അയാൾക്ക് ജീവനുണ്ടോ ഇല്ലയോ എന്ന് അപ്പോഴും തീർച്ചപ്പെടുത്താനായില്ല. അയാൾ ഒരു ചിമ്മിനിവിളക്ക് കത്തിച്ചു. നെരിപ്പോടിൽ കൂടുതൽ വിറകിട്ടു. സവാരിക്കാരന്റെ ഹൃദയമിടിപ്പ് വീണ്ടും പരിശോധിച്ചു. ഇത്തവണ കൈകൊണ്ടല്ല, കാതുകൊണ്ടാണ് പരിശോധിച്ചത്. നെഞ്ചിനകത്തു നിന്ന് വരുന്ന ഓരോ സ്വരവും ഒപ്പിയെടുക്കാനായി സ്വന്തം ശ്വാസമടക്കിപ്പിടിച്ചു. ഒരു സ്വരം അയാളെ ത്തേടിയെത്തി. വളരെ മൃദുവായ, തളർന്ന, ഒരു സ്വരം. ആശ്വാസത്തോടെ ഗ്ലട്ട് തലയുയർത്തി. “ഭാഗ്യവാനായ എന്റെ അതിഥിക്കിപ്പോഴും ജീവനുണ്ട്” എന്ന് പറഞ്ഞു.

സവാരിക്കാരന്റെ മുഖത്ത് മുഴുവൻ രക്തമായിരുന്നു. ഒന്നുകിൽ ആരെങ്കിലും അയാളുടെ മുഖത്ത് എന്തുകൊണ്ടെങ്കിലും അടിച്ചിട്ടുണ്ടാകും. അല്ലെങ്കിൽ അയാൾ വീണിട്ടുണ്ടാകും. ഇതൊരുപക്ഷേ തനിക്കറിയാവുന്ന ആരെങ്കിലുമാകാം എന്ന ആകാംക്ഷയിൽ ഗ്ലട്ട് അയാളുടെ മുഖത്തെ രക്തം തുടച്ച് നീക്കി. ആ മനുഷ്യന്റെ മുഖം കാണാനായപ്പോൾ ഗ്ലട്ടിന്റെ ഭയവും ജിജ്ഞാസയും വർദ്ധിച്ചു. അയാൾ ഒന്ന് നിവർന്നിരുന്നു. അതിഥിയുടെ മുഖം ചിമ്മിനിവിളക്കിൽ പ്രകാശിതമായി. ഈ മുഖം പരിചിതമാണ്. ഇത്രയും കാലം കഴിഞ്ഞിട്ടും ഈ മുഖം മറന്നിട്ടില്ല.

ഒരു ദിവസം സായാഹ്നത്തിലാണ് ഈ യാത്രികൻ ആദ്യമെത്തിയത്. ആ രാത്രി അയാൾ ഗ്ലട്ടിന്റെ വീട്ടിൽ കഴിഞ്ഞു. അവിടെ പിന്നേയും അതിഥികളുണ്ടായിരുന്നു. അതൊരു സൗഹൃദമായി വളർന്നു. പിറ്റേന്ന് കാലത്ത് അതിഥി തന്റെ യാത്ര തുടർന്നു.

ഈ മുറിവും വെച്ച് എത്ര ദൂരം ഈ മനുഷ്യൻ അലഞ്ഞിട്ടുണ്ടാകുമെന്നറിയില്ല. എന്തായാലും രക്തം വളരെയധികം പോയിട്ടുണ്ട്. മുഖമാകെ വിളറിയിരിക്കുന്നു. വിളർച്ച കണ്ട് വേവലാതിപ്പെട്ട് ഗ്ലട്ട് പെട്ടെന്ന് കർമ്മനിരതനായി. ഒരു ഇരുമ്പ് ദണ്ഡ് വിറകുകൾക്കിടയിൽ, അടുപ്പിൽ, വച്ചു. അയാളുടെ മുറിവിൽ നിന്നും പുതുതായി കിനിഞ്ഞിറങ്ങിയിരുന്ന രക്തം തുടച്ച് മാറ്റി. അയമോദകത്തിന്റെ വിത്തെടുത്ത് തിളപ്പിക്കാനിട്ടു. സഞ്ചിയിൽ നിന്നും ചില വേരുകളും മഞ്ഞ നിറമുള്ള പൂക്കളുമെടുത്തു. എന്നോ വാടിപ്പോയവയായിരുന്നു ആ പൂക്കൾ. ഇവയെല്ലാം ഒന്നിച്ചരച്ചെടുത്തു. തിളയ്ക്കുന്ന വെള്ളം പുറത്തെ മഞ്ഞിൽ വച്ച് തണുക്കാനനുവദിച്ചു.

മുറിവേറ്റ മനുഷ്യൻ അപ്പോഴും അനങ്ങാതെ കിടക്കുകയാണ്. അയാളുടെ ഹൃദയമിടിപ്പ് നിന്നിരിക്കുന്നു എന്ന് തോന്നുംമട്ടിലാണ് ആ കിടപ്പ്. മരുന്നുണ്ടാക്കുന്നതിനിടയിൽ ഗ്ലട്ടുണ്ടാക്കിയ സ്വരങ്ങളോ, ശരീരത്തിനു ചെറു ചൂട് നൽകിയിരുന്ന അടുപ്പിലെ അഗ്നിയോ അയാളുടെ വിരലുകളെ അനക്കിയില്ല.

അടുപ്പിനു മുകളിലൊരു തട്ടിൽ സൂക്ഷിച്ചിരുന്ന ഒരളുക്കെടുത്ത് ഗ്ലട്ട് അതിൽ ഒരു വിരൽ മുക്കി. അതിനകത്തേതോ പൊടിയായിരുന്നു. ഭസ്മം തേച്ചുപിടിപ്പിക്കുന്നതുപോലെ അതിനെ കൈവെള്ളയിൽ ഉരസി. പച്ച നിറമുള്ള ആ പൊടി ഗ്ലട്ട് അയാളുടെ ചുണ്ടുകൾക്കടിയിൽ തേച്ചുപിടിപ്പിച്ചു. ഗ്ലട്ട് കണ്ണടച്ചു. അപ്പോൾ ഒരു മിന്നൽ അയാളുടെ ശരീരത്തിലൂടെ പാഞ്ഞുപോയി. വായിൽ നിന്നും തുടങ്ങി അത് കാൽനഖംവരെയെത്തി. അതിഥിയുടെ ചുണ്ടൊന്ന് പിളർത്തി, അതേ ലേപനം അയാളുടെ ചുണ്ടിനകത്തും തേച്ച് പിടിപ്പിച്ചു.

ഏറ്റവും കഠിനമായ ജോലിക്കുള്ള സമയമായി. ഗ്ലട്ട് അതിഥിക്ക് സമീപം കുമ്പിട്ടിരുന്നു. മാംസത്തിൽ തുളച്ച് കയറിയിരുന്ന അമ്പിൽ കൈവച്ചു. തന്റെ സ്വന്തം നെഞ്ചിൽ നിന്ന് തന്നെയാണ് ഈ അമ്പ്

പറിച്ചെടുക്കുന്നത് എന്ന മട്ടിൽ ദീർഘമായി ശ്വസിക്കാനാരംഭിച്ചു. അമ്പ് ഒടിഞ്ഞിരിക്കുന്നതിനാൽ അതിൽ പിടി ശരിക്ക് മുറുകിയില്ല. അമ്പ് എത്ര നീളത്തിൽ മുറിഞ്ഞിരിക്കുന്നു, എങ്ങനെ മുറിഞ്ഞിരിക്കുന്നു എന്നതിലൊന്നും അയാൾക്ക് താത്പര്യമില്ല. മാംസത്തിനടിയിലേക്ക് തുളച്ച് കയറിയിരിക്കുന്ന അതിന്റെ തുണ്ട്, അതാരുടെ അമ്പാണെന്നതിനൊരു സൂചന നൽകുമോ എന്നതിൽ മാത്രമാണയാൾക്ക് താത്പര്യം. അത് പൊട്ടിയിരുന്നില്ലെങ്കിൽ, അതാരുടേതാണെന്ന് അയാൾ മനസ്സിലാക്കുമായിരുന്നു. അതിന്റെ അഗ്രത്തിലുണ്ടാകുന്ന മൂന്ന് തൂവ്വലുകളും അമ്പിന്റെ ആകൃതിയും മതി അയാൾക്ക് അതറിയാൻ.

അവസാന ദീർഘശ്വാസത്തിൽ അയാൾ അമ്പ് വലിച്ചൂരി. ഊരുമ്പോൾ കണ്ണടച്ചിരുന്നു. രക്തം പുറത്തേക്ക് കുത്തിയൊഴുകാനാരംഭിച്ചു. മുറിവിൽ ഒരു തുണ്ട് തുണി അമർത്തിപ്പിടിച്ച് അയാൾ തീയിലേക്ക് തിരിഞ്ഞു. ചുവന്ന് പഴുത്ത ഇരുമ്പ് ദണ്ഡ് കയ്യിലെടുത്തു. അതിനോടൊപ്പം ഒരു തുണ്ട് തുണിയും. തുണി രക്തം വാർന്നൊലിക്കുന്ന മുറിവിലേക്കമർത്തി. മുറിവിനെ ചൂട് പിടിപ്പിച്ചു. ഒരു സീൽക്കാരമുയർന്നു. വെള്ളം തീയിൽ വീണാലുണ്ടാകുന്ന സീൽക്കാരം. മുറിവിൽ നിന്നും പുകയുയർന്നു. കത്തുന്ന മാംസത്തിന്റെ ഗന്ധം മുറിയിൽ പരന്നു.

തന്റെ അതിഥി അബോധാവസ്ഥയിലാണെന്നത് ഗ്ലട്ടിനെ അപ്പോൾ സന്തോഷിപ്പിച്ചു. അതിഥിയുടെ നെഞ്ച് ഒരു മൃഗത്തിന്റേതുപോലെ ഉയർന്ന് താഴുന്നുണ്ടായിരുന്നു. വീണ്ടും പച്ചനിറമുള്ള ആ പൊടി ഗ്ലട്ട് തിരഞ്ഞു. അതിൽ നിന്നും ഒരു നുള്ളെടുത്ത് അയാളുടെ മോണയിൽ പുരട്ടി. അതൊരിക്കൽ കൂടി ആവർത്തിച്ചു. ഇനി അയാൾ സുഖമായി ഉറങ്ങും. വേദനയറിയില്ല.

ഗ്ലട്ട് പുറത്തിറങ്ങി തണുപ്പിക്കാൻ വെച്ച പാത്രം തിരികെ കൊണ്ടുവന്നു. അയമോദകക്കുരുക്കളിട്ട് തിളപ്പിച്ചാറ്റിയ വെള്ളമുപയോഗിച്ച് മുറിവ് കഴുകി. രക്തമൊഴുക്ക് നിർത്തുവാനായി മുറിവിനു മുകളിൽ തണുപ്പിച്ച അയമോദകം പുരട്ടി. കുറച്ചു നേരം കാത്തിരുന്നു. സഞ്ചിയിൽ നിന്നെടുത്ത കിഴങ്ങും പൊടിയും വെച്ച് മുറിവ് കെട്ടി. അതിഥിയെ ഉറങ്ങാൻ വിട്ടു.

അന്ന് പ്രഭാതം മുതൽക്കേ ആകാശത്ത് മേഘങ്ങൾ വരിവെച്ചിരുന്നു. പകൽ മുഴുവൻ ചാരനിറത്തിൽ മഞ്ഞ് പെയ്തുകൊണ്ടേയിരുന്നു. സായാഹ്നംവരേക്കും പൊള്ളുന്ന പനിയുണ്ടായിരുന്നു അതിഥിക്ക്. അന്ന് മുഴുവൻ താൻ അതിഥിക്ക് സമീപമായിരുന്നു എന്ന് ഗ്ലട്ട് ഓർത്തതേയില്ല. മുമ്പൊരിക്കൽ തന്റെ അതിഥിയായിരുന്ന മനുഷ്യനിതാ ഇപ്പോൾ ഒരു രോഗിയായി തീ കാഞ്ഞ് കിടക്കുന്നു.

മുറിവിൽ നിന്നും പറിച്ചെടുത്ത അമ്പിൽ അതിനെ വേർതിരിച്ചറിയാനാകുന്ന സ്വഭാവവിശേഷങ്ങളൊന്നുമില്ലായിരുന്നു. അത് നിർമ്മിച്ച മരത്തിൽ നിന്നും ഒരു തെളിവും ലഭിച്ചില്ല. ഇതിനു മുമ്പൊരിക്കലും കണ്ടിട്ടില്ലാത്ത

ഒരു തരം മരമാണ് ഈ അമ്പ് നിർമ്മിക്കാൻ ഉപയോഗിച്ചിരിക്കുന്നത്. തെളിവുകൾ നശിപ്പിക്കുന്നതിനായി അതിനെ പലവട്ടം എണ്ണയിട്ട് ഉണക്കുകയും ചെയ്തിട്ടുണ്ട്. തനിക്കറിയാത്ത എന്തൊക്കെയോ മാർഗ്ഗങ്ങളുപയോഗിച്ച് അമ്പിന്റെ കരുത്ത് വർദ്ധിപ്പിച്ചിട്ടുണ്ട്. വേഗം വർദ്ധിക്കാനായി സാധാരണ നിലയിൽ അമ്പുകൾ മെലിഞ്ഞ കമ്പുകൾ കൊണ്ടാണ് നിർമ്മിക്കാറുള്ളത്. എന്നാൽ ഈ അമ്പ് കനമേറിയതും പരുപരുത്തതുമാണ്. ഇത്തരം അമ്പുകൾ ദീർഘദൂരത്തേക്കെത്തിക്കാൻ വലിയ വില്ലുകളാണവർ ഉപയോഗിക്കുന്നതെങ്കിൽ അതിനർത്ഥം അവർക്ക് അതിനുള്ള ആരോഗ്യമുണ്ടെന്നുതന്നെയാണ്. ആരായിരിക്കും അവർ എന്ന ചിന്ത ഗ്ലട്ടിനെ അസ്വസ്ഥനാക്കി.

മുമ്പൊരു സായാഹ്നത്തിൽ കയറിവരികയും ഒരൊറ്റ രാത്രികൊണ്ട് സൗഹൃദം വളർത്തുകയും ചെയ്ത ഈ മനുഷ്യൻ, യുവാവെങ്കിലും എത്ര ജ്ഞാനിയാണെന്ന് ഗ്ലട്ട് ഓർത്തു. അതിവേഗം ശത്രുക്കളെ സമ്പാദിക്കാനാകുന്ന നിധിയാണ് ജ്ഞാനം. അത് എല്ലാവരിലും വിസ്മയം ജനിപ്പിക്കുന്നു. നല്ലവരിലും മോശക്കാരിലും അത് ഒരുപോലെ. ആയുധധാരിയായ ഒരു സന്ന്യാസി എപ്പോഴും മരണത്തിനൊപ്പമാണ് നൃത്തം ചെയ്യുന്നത്.

അതിഥിയുടെ പക്കലുള്ള ആയുധങ്ങൾ കണ്ടിട്ട് ഇദ്ദേഹമൊരു നിപുണനായ യോദ്ധാവാണെന്ന് തോന്നുന്നു. എന്തോ അപകടം ഇദ്ദേഹത്തെ പിന്തുടരുന്നുണ്ടായിരുന്നു. അതോ, തന്റെ അതിഥി മറ്റാരെയെങ്കിലും പിന്തുടരുകയായിരുന്നോ?

സന്ധ്യയായപ്പോൾ ഗ്ലട്ട് വാതിൽക്കലെത്തി. മേഘങ്ങളില്ലാത്ത രാത്രിയായിരുന്നു. നക്ഷത്രങ്ങൾ ഈ ഭൂമുഖത്തെ വീണ്ടും പ്രകാശമാനമാക്കും. മഞ്ഞിൽ മാഞ്ഞുപൊയ്ക്കൊണ്ടിരിക്കുന്ന രക്തത്തുള്ളികളെ ഗ്ലട്ട് ശ്രദ്ധിച്ചു. അതിൽനിന്നും കുറച്ച് വാരിയെടുത്തു. മഞ്ഞ് പിഴിഞ്ഞെടുക്കാൻ ശ്രമിച്ചു. തണുത്ത വെള്ളം ഉള്ളം കയ്യിൽ നിന്നും നെഞ്ചിലേക്കൊഴുകി.

അപ്പോഴാണ് എന്താണ് ചെയ്യേണ്ടതെന്ന് എന്നോർത്തത്. അതിഥി വന്ന വഴി ഇപ്പോഴും മഞ്ഞിൽ തെളിഞ്ഞു കാണാം. അയാളുടെ ശത്രുക്കൾ ആ പാതയിലൂടെ അന്വേഷിച്ച് വരാം. അയാൾ ഒരു കെട്ട് ചുള്ളിക്കമ്പുകളെടുത്തു. അത് കുതിരയുടെ പുറകിൽ ഒരു കയറുകൊണ്ട് കെട്ടിയിട്ടു. കുതിരയെ അതിഥി വന്ന ദിശയിലേക്കോടിച്ചു. മഞ്ഞിൽ പതിഞ്ഞ കുളമ്പടികളിലൂടെ.

ചുള്ളിക്കമ്പിന്റെ കെട്ടുവലിച്ച് കുതിരയോടിയപ്പോൾ മഞ്ഞുയർന്നു. ഗ്ലട്ടിന്റെ കുതിരയോടിയ പാത മാത്രമല്ല, അയാളുടെ അതിഥിയോടിവന്ന പാതയും അത് മായ്ച്ച് കളഞ്ഞു. ഇത് നേരത്തെ ചെയ്യേണ്ടതായിരുന്നു എന്ന് അയാൾക്ക് തോന്നി. തന്റെ ശ്രദ്ധക്കുറവിൽ അദ്ഭുതം തോന്നി. അന്ന് മുഴുവൻ രോഗിയോടൊത്തായിരുന്നെങ്കിലും ഇങ്ങനെയൊരു

വീഴ്ചയുണ്ടാകരുതായിരുന്നു. എന്നാൽ കുതിരയുമായി കുന്നിൻ മുകളിലെത്തിയപ്പോൾ അവിടെയൊന്നും അതിഥിയുടെ കുതിരയുടേതല്ലാതെ മറ്റു കാലടിപ്പാടുകളൊന്നുമില്ലെന്നത് ആശ്വസിപ്പിച്ചു.

ഈ കുളമ്പടിപ്പാടുകൾ ബഹുദൂരം പിന്തുടർന്നതിനു ശേഷം കുന്നിനു മുകളിലെത്തി. അവിടെ നിന്നു. അവിടെ നിന്ന് പാത ബ്ലാക്ക് ട്രീ പാസിലേക്കാണ് പോകുന്നത്. കുളമ്പടിയുള്ള പാതകൾ ഇവിടേക്കായിരിക്കും തന്നെ നയിക്കുക എന്ന് അയാൾ ചിന്തിച്ചിരുന്നതു തന്നെയാണ്. കുതിര സവാരിക്കിടയിൽ അയാൾ ചുറ്റിലും സശ്രദ്ധം നോക്കുന്നുണ്ടായിരുന്നു. ഇപ്പോൾ അയാൾ നിൽക്കുന്നിടത്തുനിന്ന് ബ്ലാക് ട്രീയിലേക്ക് അര ദിവസത്തെ യാത്രയുണ്ട്. ഇനി മുന്നോട്ട് പോകേണ്ട എന്ന് അയാളുടെ മനസ്സ് പറഞ്ഞു. അങ്ങ് ദൂരെ ചക്രവാളത്തിൽ തലയുയർത്തി നിൽക്കുന്ന കുന്നുകളെ നോക്കി അയാൾ നിശ്വസിച്ചു. ഇനിയും മുന്നോട്ട് പോയാൽ തന്റെ ജിജ്ഞാസയെ തൃപ്തിപ്പെടുത്തുന്ന എന്തെങ്കിലും കണ്ടെത്തുവാനാകുമോ? അതോ അതിഥിയുടെ അതേ വിധി തനിക്കും വരുമോ? തിരിഞ്ഞ് നോക്കി, കുളമ്പടിയുടെ പാടുകളെല്ലാം മായ്ച്ച് കളഞ്ഞിരിക്കുന്നു എന്ന് അയാൾ ഉറപ്പ് വരുത്തി. അത്ര മതി. ഇനിയും മുന്നോട്ട് പോകാൻ കുതിരയ്ക്കും താത്പര്യമില്ല. തിരിച്ച് പോകാം എന്ന തരത്തിൽ കുതിര കാലിട്ടടിക്കുകയും തല തിരിക്കുകയും ചെയ്യുന്നു. കുതിര വിയർപ്പിൽ കുളിച്ചിരിക്കുന്നു. വല്ലാതെ ക്ഷീണിച്ചിരിക്കുന്നു.

ഇനി വേണ്ടത് കുളമ്പടിപ്പാടുകൾ സൃഷ്ടിക്കുകയാണ്. അയാൾ തീരുമാനിച്ചു. ചുള്ളിക്കമ്പിന്റെ കെട്ട് കുതിരപ്പുറത്ത് കയറ്റി വച്ചു. അരയിൽ ഞാത്തിയിട്ടിരുന്ന കത്തിയെടുത്ത് ഇടത് കയ്യിലെ ചെറുവിരലിൽ ഒരു മുറിവുണ്ടാക്കി. രക്തം ഇറ്റ് വീഴാനാരംഭിച്ചു. തന്റെ അതിഥിയാണ് ഈ യാത്രയിൽ എന്ന ഭാവത്തിൽ തന്റെ കുതിരയെ, അപ്പോഴും കുളമ്പടികളുള്ള പാതയിലൂടെ മുന്നോട്ട് നയിച്ചു. തന്റെ അതിഥിയെ പിന്തുടരുന്നതാരായാലും അവർ ഈ രക്തത്തുള്ളികളെ പിന്തുടർന്നാകും വരിക. ഗ്ലട്ട് ഇപ്പോൾ അവരെ നയിക്കുന്നത് നദിക്കരയിലേക്കാണ്. തന്റെ കുതിരയെ വെള്ളത്തിലിറക്കി അയാൾ നദീതടത്തിലൂടെ, ആഴം കുറഞ്ഞ ജലത്തിലൂടെ മുന്നോട്ട് നീങ്ങി. ഇവിടെ നിന്ന് പിന്നെ രക്തത്തുള്ളികൾ വീഴ്ത്തിയ അയാൾ ഏത് ദിശയിലേക്ക് നീങ്ങി എന്ന് ആർക്കും പറയാനാകില്ലല്ലോ.

കുറച്ചധികം ദൂരം മുന്നോട്ട് പോയതിനു ശേഷം നദിയിൽ നിന്നിറങ്ങി. ചുള്ളിക്കമ്പിന്റെ കെട്ട് വീണ്ടും താഴേക്കിട്ടു. താഴേക്ക് കൈയ്യിട്ട് ഒരു കുമ്പിൾ മഞ്ഞ് വാരിയെടുത്തു. അത് മുറിവിൽ അമർത്തി പിടിച്ചു. വീട്ടിലേക്ക് പോകുന്ന വഴി വീണ്ടും ചുള്ളിക്കമ്പിൻ കെട്ടുകൊണ്ട് മാച്ചു. അപ്പോഴേക്കും വിരലിൽ നിന്നും രക്തം വരുന്നതും നിന്നിരുന്നു.

രാത്രി ഏറെ വൈകി ഗ്ലട്ട് വീട്ടിലെത്തിയപ്പോഴേക്കും അതിഥിയുടെ ഞരക്കം നിന്നിരുന്നു. ഗ്ലട്ട് അയാളുടെ നെറ്റിയിൽ കൈ വെച്ച് നോക്കി.

അടുപ്പിൽ കുറച്ച് വിറകിട്ടു. തീ വീണ്ടും ആളിക്കത്തുവാൻ തുടങ്ങി. ഇത്തവണ പക്ഷേ, ഗ്ലട്ട് വിളക്ക് കത്തിച്ചില്ല.

മുറിവിൽ അയാൾ മാതളനാരകത്തിന്റെ തോലു ചതച്ച് പുരട്ടി. ഒരു തുണ്ട് മഞ്ഞെടുത്ത് അതിഥിയുടെ ചുട്ടുപൊള്ളുന്ന നെറ്റിയിൽ വച്ചു.

അതിഥി കണ്ണുതുറന്നു. അയാൾ എവിടേയാണെന്ന് തിരിച്ചറിഞ്ഞില്ല. കണ്ണ് ശരിക്ക് കാണാനാകുന്നില്ല. ഗ്ലട്ട് പുഞ്ചിരിച്ചു. അതിഥിക്ക് ബോധം വന്നിരിക്കുന്നു എന്ന സന്തോഷം. എന്നിട്ട് വളരെ മൃദുവായി 'സ്വാഗതം അസ്ലം' എന്ന് പറഞ്ഞു.

ഒരു പ്രതികരണവുമില്ലാതെ അയാൾ തലയുയർത്തി നോക്കി. ആ വെളിച്ചത്തിൽ ആതിഥേയനെ കാണാനുണ്ട് എന്നാൽ അയാളുടെ ശബ്ദം കേൾക്കാനാകുന്നില്ല എന്ന മട്ടിലായിരുന്നു ആ നോട്ടം. ഗ്ലട്ട് ഒന്ന് ഒച്ചയുയർത്തി "സ്വാഗതം അസ്ലം" എന്ന് ആവർത്തിച്ചു.

അസ്ലം വേദനയിലായിരുന്നു. നാക്ക് വരണ്ടിരുന്നു. ശരീരം മണ്ണിലിട്ട് ഉരച്ചതുപോലെ വരണ്ടിരിക്കുന്നു. അയാൾക്ക് സംസാരിക്കാനാകുന്നില്ല. ഒരു പാത്രത്തിൽ വെള്ളമെടുത്ത് ഗ്ലട്ട് അസ്ലമിന്റെ വായ്ക്കരികിൽ പിടിച്ചു. ഒരു കൈ കൊണ്ട് തലയൊന്ന് താങ്ങിക്കൊടുത്ത് എഴുന്നേറ്റിരിക്കാൻ സഹായിച്ചു. വെള്ളം കുടിച്ച് അസ്ലം ഗ്ലട്ടിനെ ഒന്നുകൂടി നോക്കി. എന്തോ പറയാനാഞ്ഞു. എന്നാൽ എന്തെങ്കിലും പറയുന്നതിനു മുമ്പ് അയാൾക്ക് വീണ്ടും ബോധമില്ലാതായി.

ഗ്ലട്ട്, അസ്ലമിന്റെ മുറിവിലെ കെട്ടഴിച്ചു. മുറിവ് വീർത്തിരിക്കുന്നു. മുറിവിന്റെ അരികിൽ ഇളം ചുവപ്പ് നിറത്തിൽ തുടുത്തിരിക്കുന്നു. ഇത് നല്ലൊരു ലക്ഷണമാണ്. തന്റെ പച്ചമരുന്ന് ഫലം കാണുന്നുണ്ട്. വളരെ സങ്കീർണ്ണമായ ഒരു മുറിവാകയാൽ, അതിൽ നിന്നും രക്തം വരുന്നത് പെട്ടെന്ന് നിർത്താനാകുക എന്നത് ഭാഗ്യത്തെ ആശ്രയിച്ച് മാത്രം നിൽക്കുന്ന ഒന്നാണ്. അതിത്ര എളുപ്പം സംഭവിക്കുമെന്ന് കരുതിയിരുന്നില്ല.

അതിൽ നിന്നും ഇപ്പോഴും ചെറുതായി രക്തം പുറത്തു വരുന്നുണ്ട് എന്ന് കണ്ടപ്പോൾ അയാൾ തുണിയിൽ മഞ്ഞുപൊതിഞ്ഞ് വീണ്ടും മുറിവിൽ വെച്ചു. കുറച്ച് നേരം കഴിഞ്ഞപ്പോൾ അത് ഉണങ്ങിയ തുണി കൊണ്ട് വീണ്ടും തുടച്ചു. അസ്ലമിനു വീണ്ടും ബോധം തിരിച്ചുകിട്ടി. അയാൾ കുറച്ച് വെള്ളം കൂടി കുടിച്ചു. പച്ചില മരുന്ന് കത്തിച്ചുണ്ടാക്കിയ ഭസ്മം വീണ്ടും മുറിവിൽ പുരട്ടി. രോഗിക്കിപ്പോൾ വേദന അതികഠിനമാണ്. ഈ മരുന്ന് അത് ശമിപ്പിക്കും. ഗ്ലട്ട്, മുറിവിൽ വീണ്ടും വൃത്തിയുള്ള തുണിയെടുത്ത് കെട്ടി. ഈ ഭസ്മം മുറിവിൽ നിന്നും രക്തം വരുന്നതും തടയും.

കല്ലുകൊണ്ടുള്ള തിണ്ണയിൽ നിന്നും ഗ്ലട്ട് ഒരു ചെറിയ പാത്രമെടുത്തു. അതിൽനിന്നും വീണ്ടും കുറച്ച് പച്ച ഭസ്മമെടുത്ത് അസ്ലമിന്റെ പാതി

തുറന്നിരുന്ന കീഴ്ചുണ്ടിൽ പുരട്ടി. അതിഥിക്കിപ്പോൾ ആവശ്യം ഉറക്കമാണ്.

രാത്രി മുഴുവൻ അസ്ലം ഞരങ്ങുന്നുണ്ടായിരുന്നു എങ്കിലും ഇപ്പോൾ കുറച്ചുകൂടി സുഖം തോന്നുന്നുണ്ടാകണം എന്ന് കരുതി, ഗ്ലട്ട്, തീയിന്റെ മറുഭാഗത്ത് നിവർന്ന് കിടന്നു. രോഗിക്ക് വേദന തോന്നുന്നുണ്ടെങ്കിൽ അതിനർത്ഥം അയാളുടെ ഇന്ദ്രിയങ്ങൾ പ്രവർത്തിക്കുന്നുണ്ടെന്നാണ്. അതായത് അയാളുടെ ശരീരം വീണ്ടും ജീവനിലേക്ക് തിരിച്ചെത്തുന്നു എന്ന്. അതുകൊണ്ട് ഇടയ്ക്കൊന്ന് എഴുന്നേറ്റ് പരിശോധിച്ചാൽ മാത്രം മതി. ഗ്ലട്ട് ഉറക്കത്തിനു തയ്യാറെടുത്തു. പ്രഭാതത്തിലെഴുന്നേറ്റപ്പോൾ അയാൾക്ക് വല്ലാത്ത വിശപ്പ് തോന്നി. പട്ടിണി കിടന്നതുപോലെ വിശപ്പ്.

പാൽ തിളയ്ക്കുന്നതിനിടയിൽ അയാൾ റൊട്ടിയിൽ ചീസും തേനും പുരട്ടി. പുറത്തിറങ്ങി ചുമരിനരികിൽ നീളൻ കാലുള്ള സ്റ്റൂൾ വച്ച് അതിലിരുന്നു. മേഘങ്ങളൊന്നുമില്ലാത്ത തെളിവുള്ള ദിവസം. അർദ്ധരാത്രി കഴിഞ്ഞപ്പോൾ കാറ്റ് വീശിത്തുടങ്ങിയിരുന്നു.

വാതിൽ തുറന്ന് അസ്ലം പുറത്തിറങ്ങുന്നത് കണ്ടപ്പോൾ ഗ്ലട്ടിന് അദ്ഭുതവും സന്തോഷവും തോന്നി.

"എഴുന്നേറ്റ് നടക്കാൻ മാത്രം സുഖമായോ അസ്ലം?"

അസ്ലമിന്റെ പരുപരുത്ത സ്വരം വിണ്ട് കീറുന്നുണ്ടായിരുന്നു. "ഉവ്വ്." അയാൾ തന്റെ രോമക്കുപ്പായം ധരിച്ചു. ഗ്ലട്ട് തീയിനരികിൽ ഉപേക്ഷിച്ചിരുന്ന ഷാൾ എടുത്ത് അരയിൽ കെട്ടി. അതിന്റെ ഇരുവശവും ഞാന്ന് കിടക്കുന്നുണ്ടായിരുന്നു.

"നമ്മൾ കണ്ടിട്ടെത്ര കാലമായി അസ്ലം? താങ്കളുടെ സുഹൃത്തായ ഗ്ലട്ടിന് പ്രായമേറെയായിരിക്കുന്നു എന്ന് തോന്നുന്നില്ലേ?" പുഞ്ചിരിച്ചുകൊണ്ടാണ് ഗ്ലട്ട് അത് ചോദിച്ചത്.

അയാൾ പറഞ്ഞത് താൻ കേട്ടില്ല എന്ന മട്ടിൽ അസ്ലം മന്ത്രിച്ചു. "ഗ്ലട്ട്..." അയാൾ എതിരെയുള്ള കുന്നുകളിലേക്ക് നോക്കി. ചുറ്റുപാടും. ഇപ്പോൾ അയാളെക്കണ്ടാൽ മുറിവേറ്റ ഒരാളെപ്പോലെ തോന്നുകയില്ല. ദീർഘയാത്ര കഴിഞ്ഞ ഒരു യാത്രികനെപ്പോലെ മാത്രം.

"ഇവിടെ മറ്റാരെങ്കിലുമുണ്ടോ?"

"എന്റെ കുതിരയേയും പശുക്കളേയും എണ്ണുന്നില്ലെങ്കിൽ പിന്നെ ആരുമില്ല. പക്ഷേ ഞാൻ എപ്പോഴും അവയെക്കൂടി എണ്ണത്തിൽ കൂട്ടാറുണ്ടെന്ന് അറിയില്ലേ?"

"കുതിരയോ?"

"അത് ശരി. താങ്കൾ സ്വന്തം കുതിരയെപ്പോലും എണ്ണത്തിലെടുക്കാറില്ലല്ലോ." ഗ്ലട്ട് പുഞ്ചിരിച്ചു.

"എന്റെ ഉള്ളാകെ കത്തുന്നു. ഉള്ളിലെന്തൊക്കെയോ വിണ്ട് കീറുന്നു."

“മുകളിൽ അരുവിയിൽ വെള്ളമുണ്ട്.”

“എനിക്കല്പം ഏകാന്തത വേണം.” അസ്ലം പറഞ്ഞു. “മഞ്ഞിലിപ്പോൾ നടക്കുന്നത് ഗുണം ചെയ്യും.”

അസ്ലം പാദരക്ഷകൾ ധരിച്ചിട്ടില്ലെന്ന് ഗ്ലട്ട് ശ്രദ്ധിച്ചു. എന്നാൽ ധരിച്ചിരിക്കുന്ന രോമക്കുപ്പായം അയാൾക്കെന്തായാലും ചൂട് നൽകും. അയാൾക്കിപ്പോഴും പനിക്കുന്നുണ്ട്. മഞ്ഞ് അയാളെ തണുപ്പിക്കും. അസ്ലമിന്റെ അരയിൽ നിന്നൊരു കത്തി ഞാന്ന് കിടക്കുന്നത് ഗ്ലട്ട് കണ്ടു. അപ്പോൾ അസ്ലം എന്തോ പറയുവാനാഞ്ഞു.

“മഞ്ഞിൽ മാൻപേടകൾ പോയ വഴിയിലൂടെ പൊയ്ക്കോളൂ. കുന്നിൻ ചെരുവിലെ അരുവിയിലേക്ക് അവ നിങ്ങളെ നയിക്കും.” അയാൾ വെള്ളം നിറയ്ക്കാനുള്ള പാത്രം അസ്ലമിനു നേരെ നീട്ടി. “മാൻ പേടകൾ നിങ്ങളെ എത്രവരെ കൊണ്ടുപോകുന്നുവോ അതുവരെ മാത്രമേ പോകാവൂ. അരുവിക്കപ്പുറത്തേക്ക് കടക്കരുത്.”

നടക്കുമ്പോൾ അയാളുടെ കാലുകൾ മഞ്ഞിൽ താഴ്ന്ന് പോകുന്നുണ്ടായിരുന്നു. അതുകൊണ്ട് തന്നെ അസ്ലം വളരെ പതുക്കെയാണ് നടന്നത്. മഞ്ഞിൻകണങ്ങൾ കാൽക്കണ്ണിയിൽനിന്നും തെറിച്ച് കൈകളിൽ പതിച്ചപ്പോൾ മാംസപേശികളെ ആവാഹിച്ചിരുന്ന ക്ഷീണം സാവധാനത്തിൽ കുറഞ്ഞുതുടങ്ങി. ഒരു മാനിനോടൊപ്പമാണ് താൻ നടക്കുന്നതെന്നും മാനിനെപ്പോലെ താനും നഗ്നനാണെന്നും അസ്ലമിനു തോന്നി. തന്റെ കൂടെ നടക്കുന്ന മാനിനെ താൻ ഭയപ്പെടുത്തുമോ എന്ന് ഭയന്ന് അസ്ലം നടത്തത്തിന്റെ വേഗം കുറച്ചു. ശ്വാസത്തിന്റെ ശബ്ദം പുറത്ത് വരരുതെന്ന ലക്ഷ്യത്തോടെയാണ് വേഗം കുറച്ചത്. കൈ അരയിലെത്തിച്ച്, കത്തിയെ അയാൾ രോമക്കുപ്പായത്തിനുള്ളിൽ ഒളിപ്പിച്ചു.

മലമുകളിലെത്തിയപ്പോൾ താഴെ പതഞ്ഞൊഴുകുന്ന അരുവി കണ്ടു. പൂർണ്ണ ചന്ദ്രന്റെ അതേ വലിപ്പത്തിലൊരു നീരുറവയിൽനിന്ന് വെള്ളം അരുവിയിലേക്ക് കുത്തിയൊഴുകുന്നു. അരുവിക്കക്കരെ വെള്ള പുതച്ച് കിടക്കുന്ന സമതലങ്ങളെ അസ്ലം ശ്രദ്ധിച്ചു. അതിനപ്പുറത്ത് വളഞ്ഞുപുളഞ്ഞ് കിടക്കുന്ന കുന്നുകളാണ്. അതിനുമപ്പുറത്ത് മേഘങ്ങളും. ഇങ്ങനെ നടന്നാൽ എവിടേക്കെന്നറിയാതെ, എത്രദൂരമെന്നറിയാതെ നടക്കും. ഓരോ മലയിറങ്ങുമ്പോഴും പുതിയ സമതലങ്ങൾ കാണും.

അയാൾ അരുവിയിലേക്കിറങ്ങി. കയ്യിലുള്ള പാത്രം നിലത്ത് വച്ചു. കുമ്പിട്ട് ഒരു കുമ്പിൾ മഞ്ഞ് കോരിക്കുടിച്ചു.

ജലത്തിന്റെ തണുപ്പ് രുചിക്കുന്നവരുടെ മുഖം ജലം കവർന്നെടുക്കുന്നു. എന്നിട്ടതിനെ സ്വന്തമാക്കി സൂക്ഷിക്കുന്നു. ഈ വെള്ളത്തിൽ കുമിഞ്ഞ് കൂടിയിരിക്കുന്ന, മറ്റു മുഖങ്ങളേതൊക്കെയാകും എന്നറിയാനൊരു ജിജ്ഞാസയുണ്ടായി. ഇതിലേക്ക് വീണ അവസാന മുഖം

ഏതെങ്കിലും മാനിന്റേതാകും. ഗ്ലട്ട് എന്തായാലും ഇന്ന് ഇവിടെ വന്നിട്ടില്ല. മാനുകളുടേതല്ലാതെ ഇവിടെ മറ്റു കാലടികളും കാണാനില്ല.

നിവർന്ന് നിന്ന് ഈ മാൻപേടകളുടെ കാലടികൾ പോകുന്നതെങ്ങോട്ട് എന്നയാൾ നോക്കി. അതെവിടേക്കും പോകുന്നില്ല.

മാനുകളുടെ കാലടിപ്പാടുകൾ കുന്നിറങ്ങി വന്നിരിക്കുന്നു. ഈ അരുവിക്കരികിൽ അവസാനിച്ചിരിക്കുന്നു. ഇവിടെ നിന്നവ തിരിഞ്ഞ് പോകുകയോ അരുവി കടന്നപ്പുറത്തേക്ക് പോകുകയോ ചെയ്തിട്ടില്ല. അരുവിക്കപ്പുറം കടക്കുക എന്നത് വളരെ എളുപ്പമാണ്. അസ്ലം ചുറ്റും നോക്കി. വെള്ളത്തിലൂടെ നടന്ന് അപ്പുറത്തെ കരയിൽ മാനുകളെത്തിയ തിന്റെ അടയാളമൊന്നും കാണുന്നില്ല. ആകാശം ഒരു ആവരണമായി, മാനിനെ മറച്ച് അതിനെ അപ്രത്യക്ഷമാക്കിയിരിക്കുന്നു. കാണാവുന്നിട ത്തോളം ദൂരം ആരും സ്പർശിക്കാത്ത തിളങ്ങുന്ന മഞ്ഞുമാത്രമുണ്ട് മുന്നിൽ.

അധികം താമസിയാതെ തന്റെ അതിഥി കാലുകൾ നീട്ടിവച്ച് നടന്ന് തിരികെ വരുന്നത് ഗ്ലട്ട് കണ്ടു. അസ്ലമിന്റെ പനി എപ്പോഴേ മാറിയിരി ക്കുന്നു. ഗ്ലട്ട് അദ്ദേഹത്തെ അകത്തേക്ക് ക്ഷണിച്ചു. തീ കായാൻ അരികെ യിരുത്തി. കഴിക്കാൻ റൊട്ടിയുണ്ടാക്കി. റൊട്ടിയും തേനും വെണ്ണയും ചതച്ച തക്കാളിയും പച്ചക്കറിയും അതിൽ കുറച്ച് എരിവും.

അസ്ലമിനു മുന്നിൽ ചൂടുള്ള പാലിന്റെ പാത്രം ഗ്ലട്ട് വച്ചപ്പോൾ അസ്ല മിന് തനിക്ക് വിശക്കുന്നുണ്ട് എന്ന തിരിച്ചറിവുണ്ടായി. വിശക്കുന്നുണ്ടാ യിരുന്നു വല്ലാതെ. ഇത്രയും നേരം അതോർത്തില്ല. റൊട്ടി എടുത്ത് പൊട്ടിക്കാൻ തുടങ്ങിയപ്പോൾ നെഞ്ചിൽ എന്തോ കുത്തിത്തറയ്ക്കുന്നതു പോലെ വേദനിക്കുന്നുണ്ടോ എന്നൊരു സംശയം. ഒരുപക്ഷേ, അരുവി യിലെ തണുപ്പിൽ നിന്നപ്പോൾ വേദനയറിയിക്കാതിരുന്ന മുറിവ് ഇപ്പോൾ അതിന്റെ സാന്നിദ്ധ്യമറിയിക്കുന്നതാകണം.

“ഞാനെത്ര നേരം ബോധമില്ലാതെ കിടന്നു ഗ്ലട്ട്?” അസ്ലം ചോദിച്ചു.

“ഇന്നലെ പ്രഭാതത്തിലാണ് താങ്കളെത്തിയത്. ഒന്നുകൂടി വ്യക്തമാക്കി പറഞ്ഞാൽ അപ്പോഴാണ് താങ്കളെ കുതിര ഇവിടെ എത്തിച്ചത്. ഒരു പകലും രാത്രിയും മുഴുവൻ താങ്കളുറങ്ങി. അതിനിടയിൽ ഒരിക്കലു ണർന്നു. കുറച്ച് വെള്ളം കുടിച്ചു. താങ്കളുടെ നെഞ്ചിലൊരു അമ്പുണ്ടാ യിരുന്നു. അത് ഞാൻ പറിച്ച് മാറ്റി. മുറിവിൽ മരുന്ന് പുരട്ടി. വലിയ മുറി വാണത്. പക്ഷേ ഇപ്പോൾ അതിൽ നിന്നും രക്തമൊലിക്കുന്നില്ല.”

“താങ്കളെങ്ങനെ എന്നെ തിരിച്ചറിഞ്ഞു?”

ഈ ചോദ്യം കേട്ട് ഗ്ലട്ട് ആശ്ചര്യഭരിതനായി ചിരിച്ചു. ഇപ്പോഴാ ണിയാൾ സ്വന്തം മുഖം തുറന്നു കാണിക്കുന്നത്. ഗ്ലട്ട് ചിരിച്ചു.

“വയസ്സാകുമ്പോൾ മറവി കൂടേണ്ടതിനുപകരം ഓർമ്മയാണ് കൂടുന്നത്. കാലമേറെ കഴിഞ്ഞെങ്കിലും വളരെ കുറച്ച് സമയമേ താങ്കളി വിടെ കഴിഞ്ഞിട്ടുള്ളൂ എങ്കിലും താങ്കളുടെ മുഖം ഓർമ്മയുണ്ട്.”

“എന്നിൽ ഒരു മാറ്റവുമുണ്ടായിട്ടില്ലേ? എന്റെ സ്വരം പോലും അതു പോലെതന്നെയുണ്ടെന്നോ?”

“സ്വരം പരുപരുത്തിരിക്കുന്നു. ഒരുപക്ഷേ അത് തണുപ്പിൽ ഇത്ര ദൂരം യാത്ര ചെയ്തതുകൊണ്ടാകും. ഒന്ന് രണ്ട് ദിവസത്തിനകം അത് ശരിയായേക്കാം. മറ്റു മാറ്റങ്ങളൊന്നുമില്ല. എല്ലാം പഴയതുപോലെ തന്നെ. ഇടയ്ക്ക് ഇപ്പോഴും വിചിത്രമായ ചോദ്യങ്ങളുന്നയിക്കുന്നു. എന്നിട്ട് ഇതൊരു സാധാരണ ചോദ്യമല്ലേ എന്ന മട്ടിലിരിക്കുന്നു. ഒരു നിമിഷത്തിനുള്ളിൽ താങ്കൾ ഞാൻ സന്ദർശിച്ചിട്ടില്ലാത്ത അസാധാരണ സ്ഥലങ്ങളെക്കുറിച്ചുള്ള കഥകൾ കേൾപ്പിക്കും എന്നറിയാം.”

“ഞാൻ എന്നാണ് ഇതിനു മുമ്പ് ഇവിടേക്ക് വന്നത്?”

“ഹ്ം... ഉത്തരം തരാൻ ഏറ്റവും ബുദ്ധിമുട്ടുള്ള ചോദ്യമാണ് താങ്കൾ ചോദിച്ചത്. അത് വേനലിലോ വസന്തത്തിലോ ആയിരുന്നില്ല. എന്തിനാണേറെ പ്രാധാന്യം, ഋതുവിനോ വർഷത്തിനോ?”

“അതെങ്ങനെ ശരിയാകും ഗ്ലട്ട്? ആദ്യനോട്ടത്തിലേ താങ്കൾ എന്നെ തിരിച്ചറിഞ്ഞു. അപ്പോൾ അതെപ്പോഴായിരുന്നു എന്നോർക്കാനാകുന്നില്ലേ?”

“എനിക്ക് പ്രായമായി എന്ന് കരുതല്ലേ സുഹൃത്തേ. വർഷങ്ങളായി ഞാനിവിടെ ഈ വടക്ക് പ്രദേശത്ത്, താമസിക്കുന്നു. എന്നാൽ കാലം കടന്നുപോകുന്നതിനെക്കുറിച്ച് മാത്രം ഞാനറിയുന്നില്ല. താങ്കൾക്കും അങ്ങനെ തന്നെയായിരിക്കണം.”

“ഇന്ന് രാത്രി ഞാൻ ചോദ്യങ്ങൾ കൊണ്ട് താങ്കളെ പൊതിയും അസ്ലം. എനിക്ക് ചോദിക്കാനുള്ളതിലധികം താങ്കൾക്ക് പറയാനുണ്ടാകും എന്നെനിക്കറിയാം. എന്നിൽ എന്തെങ്കിലും മാറ്റം താങ്കൾ ശ്രദ്ധിച്ചുവോ? എന്റെ മുഖത്തെ ചുളിവുകളിൽ നിന്ന് തുടങ്ങിക്കോളൂ.”

“എനിക്കറിയില്ല.” “എനിക്കറിയാൻ ഒരു മാർഗവുമില്ലായിരുന്നു.”

“എനിക്കറിയാൻ ഒരു മാർഗവുമില്ലായിരുന്നു” എന്ന വാക്കുകൾ ഊന്നിപ്പറഞ്ഞതിനർത്ഥം എന്തോ ഉണ്ടെന്നാണെന്ന് ഗ്ലട്ട് തിരിച്ചറിഞ്ഞു. അയാളുടെ മുഖമപ്പോൾ മണ്ണുപൊതിഞ്ഞ ചുമരുപോലെ വികാരങ്ങളൊന്നുമില്ലാത്തതായിരുന്നു.

“ഞാൻ അസ്ലമല്ല. അദ്ദേഹത്തിന്റെ മകൻ റിൻഡയാണ്.”

ഒരു നിമിഷാർദ്ധത്തിൽ, വെയിൽ അകത്ത് കയറിയതുപോലെ ഗ്ലട്ടിന്റെ നിർവികാരമുഖം പ്രകാശിതമായി. പറന്നിറങ്ങാൻ ശ്രമിക്കുന്ന പക്ഷിയുടെ ചിറകുകൾപോലെ അയാളുടെ കൺപുരികങ്ങൾ നേർരേഖയിലായി. മേഘാവൃതമായിരുന്ന വികാരങ്ങളിൽ അദ്ഭുതം, ജിജ്ഞാസ എന്നിവ ഒന്നിച്ച് തെളിഞ്ഞു. എന്നാൽ ആത്മരോഷത്തോടെ ആ വികാരങ്ങളെ മുന്നിലിരിക്കുന്ന മനുഷ്യനിലേക്ക് ആണിയടിച്ചിറക്കി. ശാന്തമെങ്കിലും

ദൃഢമായ സ്വരത്തിൽ സംസാരിച്ചു. “കഴിഞ്ഞ തവണ കളിച്ച വാക്കുകൾ കൊണ്ടുള്ള ആ കളി കളിക്കാനാണ് താങ്കളിപ്പോഴും ആഗ്രഹിക്കുന്നതെങ്കിൽ ഞാനതിനു തയ്യാറാണ്. എന്നാൽ അധിക ദൂരം പോകരുത്. എന്നെ വിഡ്ഢിയാക്കാമെന്ന് കരുതരുത്. താങ്കൾ എന്റെ സുഹൃത്താണെങ്കിൽ, സുഹൃത്തായി തുടരുക. എന്റെ അതിഥിയായിരിക്കുന്നിടത്തോളം കാലം ഞാൻ എന്റെ ഭക്ഷണവും അടുപ്പിന്റെ ചൂടും താങ്കളുമൊത്ത് പങ്കിടാം. കഴിഞ്ഞതവണ എന്നോട് പറഞ്ഞ ആ കഥ മറന്ന് പോയി എന്നു തോന്നുന്നു. ഇപ്പോൾ പറയുന്നത് ഞാൻ അസ്ലമിന്റെ മകനാണെന്നാണ്. അന്ന് പറഞ്ഞത് എനിക്ക് ഭാര്യയോ മക്കളോ ഇല്ലെന്നും. ഇപ്പോൾ ഒരു പുതിയ കഥ കെട്ടിച്ചമയ്ക്കുവാനാണുദ്ദേശിക്കുന്നതെങ്കിൽ അതിന് കഴിഞ്ഞ കഥയുമായി പുലബന്ധമെങ്കിലും വേണം.”

“ഭാര്യയും കുട്ടികളുമില്ലെന്ന് അല്ലേ?”

“അതെ.”

“ഗ്ലട്ട്, ഞാൻ പറയുന്നത് ശാന്തമായി കേൾക്കണം. എന്നെ വിശ്വസിക്കാനാകുന്നില്ലെങ്കിലും കേൾക്കാൻ തയ്യാറാകണം. താങ്കളുടെ സ്ഥാനത്ത് ഞാനായിരുന്നെങ്കിലും ഇതുപോലെ തന്നെയാകുമായിരുന്നു പ്രതികരണം. ഞാൻ അസ്ലമിന്റെ മകനാണ്. ഒരുപക്ഷേ, തനിക്ക് ഭാര്യയോ മക്കളോ ഇല്ലെന്ന് അച്ഛൻ പറഞ്ഞത് അവരുടെ സുരക്ഷിതത്വമോർത്താകണം. അച്ഛൻ നുണ പറയുകയായിരുന്നു എന്നും ഞാൻ പറയുന്നത് സത്യമാണെന്നും നമുക്ക് കരുതാം. ഞാൻ അച്ഛനെ കണ്ടിട്ടേയില്ല. ഞാൻ കുഞ്ഞായിരുന്ന കാലത്ത് അച്ഛൻ വടക്കോട്ട് യാത്ര തിരിച്ചതാണ്. എന്നാൽ കഴിഞ്ഞ ശരത് കാലത്ത് അച്ഛൻ മരിച്ചു. അങ്ങനെ തിരിച്ച് വന്നു. അച്ഛനെന്താണ് സംഭവിച്ചതെന്നറിയാൻ ഞാൻ വടക്കോട്ട് യാത്രയാരംഭിച്ചു. മാസങ്ങൾക്ക് ശേഷം എന്നെ സ്വീകരിക്കുന്ന ഒരു മനുഷ്യൻ വർഷങ്ങൾക്ക് മുമ്പ് എന്റെ അച്ഛന്റെ ആതിഥേയനായിരുന്നു എന്നത് എന്തൊരു യാദൃച്ഛികതയാണ്.”

ഗ്ലട്ടിന്റെ മുഖഭാവത്തിൽ ഒരു മാറ്റവുമുണ്ടായില്ല. അയാൾ തീയിലേക്ക് കൂടുതൽ വിറകിട്ടു. അതിഥിയുടെ പാൽപാത്രമെടുത്ത് കുറച്ച് പാലുകൂടി ഒഴിച്ചു. എന്നിട്ട് അത് തീയിനു മുകളിൽ വച്ചു.

“ആദ്യമായാണോ വടക്കോട്ടു വരുന്നത്?”

“അതെ. എന്നെക്കാണാൻ അച്ഛനെപ്പോലെതന്നെയുണ്ടെന്ന് എനിക്കറിയാം. മരിച്ച് കിടക്കുന്ന അച്ഛന്റെ മുഖത്തേക്ക് നോക്കിയപ്പോൾ എനിക്കും അത് മനസ്സിലായി. അച്ഛന്റെ മുഖഭാവത്തിനു പക്ഷേ കൂടുതൽ പക്വതയുണ്ടായിരുന്നു. എങ്കിലും അപ്പോൾ ഞാൻ എന്റെ പ്രതിബിംബത്തെ കാണുകയാണോ എന്നു തോന്നിപ്പോയി.”

“അച്ഛൻ എങ്ങനെയാണ് മരിച്ചത്?”

"മലയുടെ ചെങ്കുത്തായ ഇറക്കത്തിനടിയിൽ ആട്ടിടയന്മാർ അദ്ദേഹത്തിന്റെ ശവം കണ്ടെത്തി. അച്ഛനപ്പോൾ നഗ്നനായിരുന്നു. മരിച്ചതെങ്ങിനെ എന്നതിനു സൂചനയൊന്നും ലഭിച്ചില്ല."

"അച്ഛന്റെ കയ്യിൽ ഒന്നുമുണ്ടായിരുന്നില്ലേ? ഒരു കാതണിയോ, ലോക്കറ്റോ എന്തെങ്കിലും?"

തന്റെ അതിഥിയുടെ നോട്ടം ഗ്ലട്ട് ശ്രദ്ധിച്ചു. താൻ ഇതിനുമുമ്പ് കണ്ടിട്ടുള്ള ആരേയോ തിരയുന്നതുപോലെയുണ്ടായിരുന്നു ആ നോട്ടം. മറുപടി എന്തായിരിക്കും എന്ന് ഗ്ലട്ടിനു മനസ്സിലായി. അതുകൊണ്ട് തന്നെ മറുപടി വരുന്നതിനു മുന്നേ ഗ്ലട്ട് തുടർന്നു:

"ഇനി ഞാൻ പറയുന്നത് സത്യമാണെന്ന് കരുതാം. തനിക്ക് കുടുംബം എന്നൊന്നില്ലെന്ന് അസ്ലം എന്നോട് പറഞ്ഞത് സത്യമായിരുന്നു. എന്നോട് നുണ പറയേണ്ട കാര്യമൊന്നും അസ്ലമിനില്ല. അത് താങ്കളായിരുന്നു. വടക്ക് വെച്ച് താങ്കൾക്ക് എന്ത് സംഭവിച്ചുവോ അത് ബാധിച്ചത് താങ്കളുടെ മനസ്സിനാണ്. ആരെങ്കിലും തലയ്ക്കടിച്ചിരിക്കും. മുറിവേറ്റിരിക്കും. ഓർമ്മ നശിച്ചിരിക്കും. ഇപ്പോൾ താങ്കൾ സത്യമല്ലാത്ത ഒരു സ്വപ്നത്തെ ഇതൊക്കെയായി ബന്ധിപ്പിക്കുവാൻ ശ്രമിക്കുകയാണ്. അതല്ല, താങ്കളിപ്പോഴും സ്വപ്നം കാണുകയാണെന്നുണ്ടെങ്കിൽ, അതിൽ നിന്നുണരാനായി ആ തീയിൽ ഒന്ന് കയ്യിട്ടാൽ മതി. ഈ വീട്ടിലേക്കാണ് അതിഥിയായെത്തിയത് എന്നതിൽ യാദൃച്ഛികതയില്ല. കാരണം താങ്കൾ സ്വയം ഇവിടേക്ക് വന്നതല്ല. താങ്കൾക്കപ്പോൾ ബോധമില്ലായിരുന്നു. കുതിരയാണ് താങ്കളെ ഇവിടേക്കെത്തിച്ചത്. താങ്കളുടെ കുതിര ഇതിനുമുമ്പ് ഇവിടേക്ക് വന്നിട്ടില്ലെങ്കിൽ ബ്ലാക്ക് ട്രീ ഫോറസ്റ്റിൽ നിന്നും പിന്നെ അതിവിടേക്കുള്ള വഴിയെങ്ങനെ കണ്ടെത്തി? കുതിരകൾക്ക് അങ്ങനെയുള്ള കഴിവൊക്കെയുണ്ടെന്ന് താങ്കൾക്കുമറിയാമല്ലോ. ഈ കുതിരയുടെ പേര് ബെലെക്ക് എന്നല്ലേ?"

"അത് മറ്റൊരു യാദൃച്ഛികത. ഈ കുതിര കുഞ്ഞായിരുന്നപ്പോൾ എനിക്ക് കണ്ടുകിട്ടിയതാണ്. അമ്മ അച്ഛന്റെ കുതിരയുടെ പേരു തന്നെ ഇതിനും നൽകി. കാരണം അച്ഛന്റെ കുതിരയും ഇതുപോലെ തന്നെയായിരുന്നു. മനുഷ്യവാസമുള്ള സ്ഥലങ്ങൾ തിരിച്ചറിയാൻ കുതിരകൾക്കാകും എന്ന് താങ്കൾക്കറിയാം. അവയുടെ സഹജവാസന അവയെ മനുഷ്യവാസമുള്ളിടത്തേക്ക് നയിക്കുന്നു."

"ശരി. നല്ലത്. അങ്ങനെയെങ്കിൽ താങ്കളിപ്പോൾ എവിടെ നിന്ന് വരുന്നു എന്ന് പറയൂ. അസ്ലമിന്റെ കഥയും റിൻഡയുടെ കഥയും തമ്മിൽ യോജിപ്പുണ്ടോ എന്നൊന്ന് നോക്കട്ടെ."

"ഒരു മകനെ സംബന്ധിച്ചിടത്തോളം വളരെ വിഷമകരമായ കാര്യം പറയുവാനുണ്ട്. അച്ഛൻ എവിടത്തുകാരനാണെന്ന് അറിയില്ല. അമ്മയുടെ ഗ്രാമത്തിൽ എന്നോ എത്തിപ്പെട്ടതാണ് അച്ഛൻ. തന്റെ ഭൂതകാലത്തെ

ക്കുറിച്ച് അച്ഛൻ ആരോടും പറഞ്ഞിട്ടില്ല. മൂന്ന് വർഷം അവിടെ താമസിച്ചതിനു ശേഷം ഗർഭിണിയായ ഭാര്യയേയും മകനേയും ഉപേക്ഷിച്ച് വടക്കോട്ട് പോയി."

"അപ്പോൾ, താങ്കൾ എവിടത്തുകാരനാണ്?"

"കാനബേഗി. സമതലത്തിൽ നദിക്കരയിലാണ് കാനബേഗി. അതുകൊണ്ടാണ് അതിന് ഈ പേരു ലഭിച്ചത്. അതല്ലെങ്കിൽ ഒരുപക്ഷേ തിരിച്ചുമാകാം. സമതലത്തിൽ ഞങ്ങളുടെ ഗ്രാമം പടുത്തുയർത്തിയവർ നദിക്ക് ഈ ഗ്രാമത്തിന്റെ പേരു നൽകിയതാകാം. മുതിർന്നവർ ഇതിനെക്കുറിച്ച് പല കഥകളും പറയാറുണ്ട്."

ഗ്ലട്ട് നിശ്ശബ്ദം ചിരിച്ചു. എഴുന്നേറ്റ് അടുപ്പിന്റെ മുകളിലുള്ള പുകക്കുഴലിൽ സൂക്ഷിച്ചിരുന്ന പാത്രത്തിൽ നിന്ന് പച്ചനിറമുള്ള ഒരു പൊടിയെടുത്ത് റിൻഡയ്ക്ക് മുമ്പിൽ വച്ചു. അതിൽ നിന്ന് ചെറുവിരലുകൊണ്ട് കുറച്ചെടുത്ത് ചുണ്ടിനു കീഴെ തേച്ച് പിടിപ്പിച്ചു.

"ഒന്ന് ശ്രമിച്ച് നോക്കുന്നോ?"

റിൻഡ പ്രതികരിച്ചില്ല. അതെന്താകും എന്ന് ആലോചിക്കുകയായിരുന്നു അയാൾ.

"താങ്കൾ അസ്ലമായാലും റിൻഡയായാലും, താങ്കളുടെ കഥ ആസ്വദിക്കാൻ തന്നെ ഞാൻ തീരുമാനിച്ചു. ഇതിൽ തെറ്റ് ഭാഗികമായി എന്റേത് തന്നെയാണെന്നതും പറയാതെ വയ്യ. മുറിവേറ്റ് അബോധാവസ്ഥയിൽ കിടന്നിരുന്ന സമയത്ത് ഇതിൽ നിന്നും കുറച്ചെടുത്ത് താങ്കളുടെ ചുണ്ടിൽ തേച്ച് പിടിപ്പിച്ചിരുന്നു. ഒരുപക്ഷേ അതിന്റെ അളവ് കൂടിപോയിട്ടുണ്ടാകാം."

ഈ പൊടി തന്റെ വായിലിട്ടിരുന്നു എന്നറിഞ്ഞതും റിൻഡയുടെ കൈ മുഖത്തേക്കുയർന്നു. ചെറുവിരൽകൊണ്ട് കവിളുകൾ പരിശോധിക്കുവാനാരംഭിച്ചു. കണ്ണിൽ ഭയം നിറഞ്ഞു. വായിൽ എന്തോ വേദനയനുഭവപ്പെട്ടു. മുഖം വിളറി. ഹാനികരമായ വസ്തുക്കളെന്തോ ഉപയോഗിച്ച് തന്റെ ചില സ്വകാര്യ താത്പര്യങ്ങളെ ആരോ ഹനിച്ചിരിക്കുന്നു. നാക്ക് ഇളക്കി. പല്ലുകൾ പരിശോധിച്ചു. പിന്നെ, തനിക്ക് ഏറ്റവും ഇഷ്ടപ്പെട്ട പല്ല് കണ്ടെത്തിയെന്നപോലെ പിരിമുറുക്കത്തിന് ഇത്തിരി അയവ് വന്നു. തന്റെ പരിഭ്രമം പ്രകടമാക്കി എന്ന് ഉറപ്പിച്ചു.

"ഭയക്കണ്ട. വളരെ കുറച്ച് താങ്കളുടെ കീഴ്ചുണ്ടിനടിയിൽ വച്ചു എന്നേയുള്ളൂ. അത് പല്ലിനൊരു കേടും വരുത്തില്ല. ഒരു പച്ചമരുന്നിൽ നിന്നും എടുത്തതാണ് ഈ പൊടി. ഇതകത്ത് ചെന്നാൽ പിരിമുറുക്കം കുറയും. മാംസപേശികളൊക്കെ ഒന്നയയും. വേദനയില്ലാതാകും. ഒന്നുറങ്ങാനും വേദന ശമിപ്പിക്കാനുമാണ് ഞാൻ ഈ പൊടി താങ്കൾക്ക് നൽകിയത്. ഇത് താങ്കളുടെ ഭാവനകളെ ഉണർത്തും. മറന്ന ഓർമ്മകളെ തട്ടിയുണർത്തും. മതിഭ്രമങ്ങളുണ്ടാക്കും. ഞാൻ ആവശ്യത്തിലധികം

നൽകി എന്ന് തോന്നുന്നു. താങ്കളുടെ തലയ്ക്കിപ്പോഴും പൂർണ ബോധം കിട്ടിയിട്ടില്ല."

ഒരു സുഹൃത്തിനോടെന്നപോലെ ഗ്ലട്ട് റിൻഡയുടെ പുറത്ത് തട്ടി ചിരിച്ചു. ആതിഥേയന്റെ പെരുമാറ്റത്തിൽ പെട്ടെന്ന് വന്ന ഈ മാറ്റത്തിനേക്കാൾ റിൻഡയ്ക്ക് താത്പര്യം തോന്നിയത് അയാളുടെ കൈവിരലിൽ കെട്ടിയിരിക്കുന്ന ബാൻഡേജായിരുന്നു.

ഗ്ലട്ട് പെട്ടെന്ന് തന്റെ അടക്കിപ്പിടിച്ച സന്തോഷച്ചിരി അവസാനിപ്പിച്ച് ശാന്തമായി കണ്ണടച്ചു. കീഴ്ചുണ്ടിനടിയിൽ തേച്ച് പിടിപ്പിച്ച പച്ചനിറമുള്ള പൊടി, സാവധാനത്തിൽ ഞരമ്പുകളിലേക്ക് പ്രവേശിക്കുകയാണ്. അതവിടെ ഒരു ഇടിമുഴക്കമുണ്ടാക്കുന്നു. തൊണ്ണിൽ ഒരു പുളിപ്പനുഭവപ്പെടുന്നു. രക്തക്കുഴലുകളിൽ ഒരു തിളച്ച് മറിയൽ. മാംസപേശികളിലേക്ക് രക്തം ഇരച്ച് കയറുന്നു. എല്ലാം മഞ്ഞ് മൂടിയതുപോലെ തോന്നുന്നു.

ആവശ്യസമയത്തെല്ലാം കോപത്തെ നിയന്ത്രിക്കാവുന്ന പക്വത റിൻഡയുടെ സഹായത്തിനെത്തി. ഒരു നിമിഷം അയാളും നിശ്ശബ്ദനായി. ഗ്ലട്ടിന്റെ മുഖത്തെ പൊതിഞ്ഞ മൂടൽമഞ്ഞിനടിയിൽ നടക്കുന്ന രൂപാന്തരീകരണം കാണുകയായിരുന്നു അയാൾ.

"എന്നേക്കാൾ പ്രായമേറെയുള്ള എന്റെ പ്രിയ സുഹൃത്തേ, താങ്കളുടെ ചെറുവിരൽ കൊണ്ട് ഇത്തിരി എന്റെ വായിൽ തോണ്ടിയിട്ടേയുള്ളൂ എങ്കിൽ ഞാനത് കാര്യമാക്കുന്നില്ല. എന്നാൽ അതല്ല, ഒരു കുടം മുഴുവൻ വായിൽ കമിഴ്ത്തിയിട്ടുണ്ടെങ്കിലും ഇപ്പോൾ അത് സത്യത്തെ മറയ്ക്കില്ല. ഞാൻ പറഞ്ഞതാണ് സത്യം. ഞാൻ പറഞ്ഞതെല്ലാം സത്യമാണ്. എനിക്ക് സംഭവിച്ചത് പറഞ്ഞു. താങ്കൾ ഈ പച്ചമരുന്നിന് വല്ലാതെ അടിമപ്പെട്ടിരിക്കുന്നു എന്ന് തോന്നുന്നു. അതിനാൽ സത്യവും മിഥ്യയും തിരിച്ചറിയാതായി. താങ്കൾക്ക് എന്നെ അച്ഛനിൽ നിന്നും വേർപെടുത്തി കാണാൻ പോലും ആകുന്നില്ലല്ലോ."

"താങ്കളുടെ സ്വരത്തിലെ ഗൗരവം എനിക്കിഷ്ടമായി." റിൻഡ പറഞ്ഞ സ്വരത്തെ അനുകരിച്ചായിരുന്നു ഗ്ലട്ടിന്റെ മറുപടിയെങ്കിലും അത് മറയ്ക്കാനൊരു ശ്രമമുണ്ടായിരുന്നു. "നഗ്നപാദനായി താങ്കൾ മഞ്ഞിലിറങ്ങി നടന്നപ്പോഴേ എനിക്കത് മനസ്സിലായി." റിൻഡയെ തന്റെ സ്വരം മുറിപ്പെടുത്താതിരിക്കാൻ അയാൾ ശ്രമിക്കുന്നുണ്ടായിരുന്നു. "ഒരു ദിവസം ഞാൻ ഈ പച്ച പൊടി ഇത്തിരി കഴിച്ചു. നല്ല മഞ്ഞുള്ള ദിവസമായിരുന്നു അത്. കുതിരയെ തിരഞ്ഞ് നടക്കുകയായിരുന്നു അന്ന്. അവിടെ നിന്നുള്ള മടക്കയാത്രയിലാണിത് സംഭവിച്ചത്. മരുന്ന് കഴിച്ചതിനു ശേഷം ഉച്ചത്തിൽ പാടാൻ തുടങ്ങി. ചുറ്റിലുമുള്ള വന്യതയെ നോക്കിയായിരുന്നു ഗാനാലാപനം. എന്നെപ്പോലെ തന്നെ ദൂരെ ഏകാന്തതയനുഭവിക്കുന്ന താരകങ്ങളെ നോക്കി പാടി. നല്ല ഉച്ചത്തിൽ തന്നെ. അങ്ങനെ പാടി പാടി വീട്ടിലെത്തി. വീട്ടിലെത്തിയപാടെ കിടന്നുറങ്ങി. അപ്പോൾ എല്ലാം സാധാരണമായി. ഞാൻ ഉറങ്ങിയിട്ടുണ്ടാകും എന്നറിയില്ല. നടന്നതിൽ

എന്തൊക്കെ സ്വപ്നമായിരുന്നു എന്നും എന്തൊക്കെ യാഥാർത്ഥ്യമായിരുന്നു എന്നുമെനിക്കറിയില്ല. പിറ്റേ ദിവസം ഉച്ചവരെ ഉറങ്ങി. എഴുന്നേറ്റപ്പോൾ ശരീരത്തിൽ വസ്ത്രമൊന്നുമില്ലായിരുന്നു. ചുറ്റും നോക്കിയപ്പോഴും വസ്ത്രം കാണാനായില്ല. എന്ത് സംഭവിച്ചിരിക്കും എന്ന് മനസ്സിലായി. ഞാൻ നടന്ന് വന്ന വഴിയിലൂടെ തിരിച്ച് നടന്നു. ഒരു പാറപ്പുറത്ത് എന്റെ ളോഹ കിടപ്പുണ്ടായിരുന്നു. ട്രൗസറും ബൂട്ടും ലഭിച്ചത് നദിക്കരയിൽ നിന്ന്. പാട്ടുപാടുന്നതിനിടയിൽ ഞാൻ വസ്ത്രമെല്ലാം ഉരിഞ്ഞെറിഞ്ഞു. പൂർണ്ണനഗ്നനായി. കയ്യിലുണ്ടായിരുന്ന അമ്പും വില്ലുംവരെ വലിച്ചെറിഞ്ഞിരുന്നു. തണുപ്പ് കാലങ്ങളിൽ ഇവിടെയുള്ള ചെന്നായ്ക്കൾ വളരെ അപകടകാരികളാകും. എന്നാൽ ആ രാത്രിയിൽ അവർക്കും എന്റെ മാനസികാവസ്ഥ മനസ്സിലായിട്ടുണ്ടാകണം. അതുകൊണ്ട് വെറുതെ വിട്ടതാകണം. അന്ന് രാത്രി ചെയ്തതോർത്ത് ചിരിച്ച അത്ര ജീവിതത്തിൽ ചിരിച്ചിട്ടുണ്ടാകില്ല. ശരിക്കും ആസ്വദിച്ചു. തന്നെത്തന്നെ നോക്കി ചിരിക്കാൻ മടിക്കുന്ന ചിലരുണ്ട്. എന്നാൽ ഈ വന്യതയിൽ അവരെപ്പോലെ ജീവിക്കുക എന്നത് അസാധ്യമാണ്."

കല്ലുകൊണ്ട് പണിത ഈ ഒറ്റമുറിയിൽ താമസിക്കുന്ന മനുഷ്യൻ ഇത്ര വിചിത്രമാണെന്നറിഞ്ഞിരുന്നെങ്കിൽ തന്റെ കുതിര വഴിമാറിപ്പോയേനെ എന്ന് റിൻഡയ്ക്ക് തോന്നി. ഗ്ലട്ട് വളരെ സൗഹൃദത്തോടെയാണ് പെരുമാറുന്നത്. സന്തോഷവാനുമാണ്. എന്നാൽ അയളുടെ മനസ്സിന്റെ ഉള്ളിലെവിടെയോ മറ്റൊരു വ്യക്തി കൂടിയുണ്ട്. ചിരിക്കുമ്പോൾ ആ വ്യക്തിയെ ഒറ്റിക്കൊടുക്കുന്നുണ്ടയാൾ.

"എന്നെ വിശ്വസിക്കാൻ ഇനി ഞാൻ എന്ത് ചെയ്യണം എന്നെനിക്കറിയില്ല. എന്തെങ്കിലും മാർഗ്ഗമുണ്ടാകും." റിൻഡ പറഞ്ഞു. "ഈ പച്ച മരുന്ന് എന്തടയാളങ്ങളാണ് നമ്മിൽ അവശേഷിപ്പിക്കുന്നത്?" ഈ വൃദ്ധന് വിവേകത്തോടെ സംസാരിക്കാനാകുമെങ്കിലും അയാൾക്കുള്ളിലുള്ള ഇരട്ട വ്യക്തിത്വം അയാളുടെ ഭ്രാന്തമനസ്സിന് ഭയം നൽകിയിരിക്കുകയാണെന്ന് റിൻഡയ്ക്ക് തോന്നി.

"ഇതൊരടയാളവും ശേഷിപ്പിക്കുന്നില്ല. നിങ്ങളുടെ ചുണ്ടൊന്ന് ചുവക്കും. അധികമായാൽ കണ്ണും ചുവക്കും. ഇതിന്റെ പ്രഭാവം അധിക സമയമൊന്നുമുണ്ടാകില്ല. താങ്കളുടെ കണ്ണിപ്പോഴും ചുവന്നിരിക്കുന്നു. അത്രയേയുള്ളൂ."

"അതല്ല ഞാൻ ഉദ്ദേശിച്ചത്. ഇത് മനസ്സിനെ എങ്ങനെ ബാധിക്കുന്നു?"

"ഈ മരുന്ന് അകത്ത് ചെന്നാൽ ചിലപ്പോൾ എന്തൊക്കെ സംഭവിക്കുന്നു എന്നതൊന്നും ഓർമ്മയിലുണ്ടാകില്ല. ചിലപ്പോൾ നമ്മൾ കാണുന്നതെല്ലാം സ്വപ്നമാണെന്ന് തോന്നും. എന്നിട്ട് നടന്നതെല്ലാം വാസ്തവമാണെന്ന് മറ്റുള്ളവരെ ധരിപ്പിക്കാൻ ശ്രമിക്കും..."

ഇത്രയും പറഞ്ഞവസാനിപ്പിക്കുന്നതിനു മുമ്പ് ജനലിനപ്പുറത്തു

നിന്നൊരു സ്വരം കേട്ടു. ഗ്ലട്ട് അവിടേക്ക് തല തിരിച്ചു. ഗ്ലട്ടിന്റെ കണ്ണ് ചുവന്നിട്ടുണ്ടോ എന്ന് നോക്കുകയായിരുന്നു റിൻഡ അപ്പോൾ.

പുറത്ത് ആരോ ഉണ്ട്. റിൻഡ മുട്ടുകാലിൽ നിന്നു. വാളെടുക്കാൻ ശ്രമിച്ചു. അപ്പോൾ വാൾ ചുമരിൽ ചാരി വച്ചിരിക്കുകയായിരുന്നു. അരയിലുള്ള കത്തിയേക്കാൾ അപ്പോൾ ആഗ്രഹിച്ചത് ആ വാളെടുക്കാനായിരുന്നു. തന്റെ വാൾ അവിടെ ചാരിവച്ചിരിക്കുന്നത് കണ്ടപ്പോൾ, രാവിലെ, വല്ലാത്തൊരു ആശ്വാസം തോന്നിയിരുന്നു. ആരെങ്കിലും ആക്രമണത്തിനു തുനിഞ്ഞാൽ സഹായത്തിനതുണ്ടാകുമല്ലോ. കുഴപ്പമൊന്നുമില്ല, ശാന്തമായിരിക്കൂ എന്ന് ഗ്ലട്ട് ആംഗ്യം കാണിച്ചു. "ഭയക്കാനൊന്നുമില്ല," അയാൾ പറഞ്ഞു.

ജനലിൽ ഒരു പ്രാവ് വന്നിരുന്നു. അതിന്റെ ചിറകടിയൊച്ചയാണ് അവരെ പെട്ടെന്ന് ജാഗരൂകരാക്കിയത്.

ഗ്ലട്ട് പുറത്തിറങ്ങി പ്രാവിനെയെടുത്ത് തിരിച്ച് വന്നു. അതിന്റെ കാലിലുണ്ടായിരുന്ന ഒരു കൊച്ചു മരത്തുണ്ട് എടുത്തുമാറ്റി മുറിയിൽ വിട്ടു. ഇളം മഞ്ഞ തൂവലുകളുള്ള പ്രാവ്. കഴുത്തിൽ ചാരനിറമുള്ള വരകൾ. കാലിനും അതേ നിറം. ഇത്രയും സൗന്ദര്യമുള്ള ഒരു പ്രാവിനെ ഇതിനു മുമ്പ് കണ്ടിട്ടുണ്ടോ എന്നോർക്കാൻ ശ്രമിക്കുകയായിരുന്നു റിൻഡയപ്പോൾ. അതിന്റെ കാലിൽ നിറയെ തൂവ്വലുകളുണ്ട്. തീയിനടുത്തേക്കത് നടന്നപ്പോൾ ഈ തൂവ്വലുകൾക്ക് ഒരു രാജകീയപ്രൗഢി.

ഗ്ലട്ട് ആ ചുള്ളിക്കമ്പൊടിച്ച് അതിനകത്തുണ്ടായിരുന്ന സന്ദേശം വായിച്ചു. "ആകാശത്ത് വീണ്ടും മേഘങ്ങൾ ഉരുണ്ടുകൂടിയിരിക്കുന്നു. വഴിയിൽ മഞ്ഞുണ്ട്. കുറച്ചുകൂടി സമയമെടുത്തിരുന്നുവെങ്കിൽ അവളാകെ തണുത്തുറഞ്ഞ് പോകുമായിരുന്നു."

വിരൽത്തുമ്പുകൊണ്ട് ഗ്ലട്ട് ഒരു ചാക്കിൽ നിന്നും കുറച്ച് ഗോതമ്പ് മണികളെടുത്തു. നിലത്ത് കുഴിച്ചിട്ടിരുന്ന ദ്വാരമുള്ള ഒരു കല്ലിൽ വെള്ളമൊഴിച്ചു. ഗോതമ്പ് കണ്ട പ്രാവ് പറന്നടുത്തെത്തി. ഗ്ലട്ട് റിൻഡയോട് പറഞ്ഞു. "നമുക്കിന്ന് രണ്ട് അതിഥികളുണ്ടാകും. ഇത് അവരുടെ സന്ദേശവാഹകയാണ്. അവർ കുറച്ച് വൈകിയിരിക്കുന്നു."

അടുപ്പിൽ നിന്നും ഒരു പാത്രത്തിലേക്ക് പാലൊഴിച്ചു. റിൻഡയ്ക്ക് നീട്ടി.

"ക്ഷമിക്കണം. താങ്കളെക്കൊണ്ട് സംസാരിപ്പിച്ചുകൊണ്ടേയിരുന്നു. ഭക്ഷണം കഴിക്കാൻ അവസരം തന്നില്ല. ഭക്ഷണം കഴിക്കൂ."

റിൻഡയും പ്രാവും ഭക്ഷണം കഴിച്ചുകൊണ്ടിരിക്കുന്നതിനിടയിൽ പുറത്ത് മഞ്ഞ് പെയ്യാനാരംഭിച്ചു. മഞ്ഞുപാളികൾക്ക് കനമില്ലായിരുന്നു. പറന്ന് വീഴുന്ന മഞ്ഞുപാളികൾ. മാൻപേടകൾ പോകുന്ന വഴിയേക്കാൾ മൃദുലം. നിലത്ത് വീണ മഞ്ഞുതുണ്ടുകൾ ഉരുകിയൊലിച്ച് നദിയിലേക്ക് നീങ്ങി. ഈ ഋതുവിലെ അവസാന മഞ്ഞുവീഴ്ചയാകണമിത്. സമയ

നിഷ്ഠയില്ലാത്ത ഗ്ലട്ടിന്റെ അതിഥികളെപ്പോലെ ഈ വർഷം മഞ്ഞു കാലവും വൈകിയാണെത്തിയത്. വന്നപാടെ അത് ചുറ്റിലുമുള്ള വന്യത യിലാകെ നിറഞ്ഞു. പിന്നെ ക്ഷമ നശിച്ച് വസന്തം വരുന്നത് കാത്തു.

ചക്രവാളത്തിൽ കാർമേഘങ്ങൾ ഉരുണ്ട് കൂടാനാരംഭിച്ചിരുന്നു. ഉച്ച യാകുമ്പോഴേക്കും അവ പിൻവാങ്ങുമെന്ന് തോന്നി. അപ്പോൾ നിലം വെളുത്ത് തുടുത്തിരിക്കും. ആകാശം നീലിച്ചുമിരിക്കും. പുറത്തുള്ള കാറ്റുമായി ഏറ്റുമുട്ടാൻ തയ്യാറല്ലാതെ ഈ ഒറ്റമുറിവീട്ടിലെ അന്തേ വാസികൾ ആകാശം തെളിയുന്നതുവരേക്കും അകത്തിരിക്കാൻ തീരു മാനിച്ചു.

റിൻഡ, എരിവ് നിറച്ച തക്കാളി തന്റെ റൊട്ടിക്ക് മേൽ പതിച്ചുവയ്ക്കു മ്പോൾ പ്രാവ് എന്ത് ചെയ്യുന്നു എന്നത് ശ്രദ്ധിച്ചു. കല്ലുകൊണ്ടുള്ള തറയിൽ അതിന്റെ കൊക്കിടിക്കുന്ന സ്വരം കേട്ടു. ഈ തണുപ്പിൽ കുറെ ദൂരം സഞ്ചരിച്ചിട്ടുണ്ടാകണം. അതിന് നല്ലവണ്ണം തണുക്കുന്നുണ്ട്. വിശക്കുന്നുമുണ്ട്. തന്നെപ്പോലെ തന്നെ. എന്നാൽ അതൊന്നും അതിന്റെ ചിറകുകളിൽ ഒളിച്ചിരിക്കുന്ന പ്രൗഢിക്കൊരു കുറവും വരുത്തിയില്ല. നിലത്തുള്ള ഗോതമ്പുമണിയിൽ ഒന്നുപോലും ശേഷിക്കുന്നില്ലെന്ന് അത് ഉറപ്പ് വരുത്തി. ഗോതമ്പ് മണികൾ കൊത്തിത്തിന്നുന്നതിനിടയിൽ ഇടയ്ക്കിടെ കൊക്ക് വെള്ളത്തിൽ മുക്കി. അതിനിടയിൽ മുറിയിൽ, തണുത്ത കല്ലുകൾക്ക് മുകളിലൂടെ ഒന്ന് ഉലാത്തി.

തനിക്ക് പ്രാവുകളെ വലിയെ ഇഷ്ടമായിരുന്നു എന്ന് റിൻഡ ഓർത്തു. എന്നാൽ പ്രാവിനെ ഇങ്ങനെ ഇണക്കിയെടുക്കാം എന്നറിയില്ലായിരുന്നു. ഗ്ലട്ട് പ്രാവിനെയെടുത്ത് വലതുകയ്യിന്റെ ചൂണ്ടുവിരലിൽ വച്ചു. എന്നിട്ട് റിൻഡയ്ക്ക് നേരെ തിരിഞ്ഞു. ഞാൻ ചെയ്യുന്നത് ശ്രദ്ധിക്കൂ എന്നൊരു ഭാവം അപ്പോൾ അയാളുടെ മുഖത്തുണ്ടായിരുന്നു. ചുമലുയരത്തിൽ പ്രാവിനെ പിടിച്ച് നിൽപായിരുന്നു ഗ്ലട്ട്. പിന്നെ അയാൾ പൊടുന്നനെ തന്റെ വിരലൊന്ന് കുലുക്കി. പ്രാവിനെ മുകളിലേക്ക് തള്ളി. അവൾ നിലത്ത് വീഴുന്നതിനു മുമ്പ് പുറകിലേക്ക് തലകുത്തി മറിഞ്ഞ് ചിറകു കളടിച്ച് തന്റെ സമതുലിതാവസ്ഥ തിരിച്ചെടുത്തു. നിലത്തിറങ്ങി. റിൻഡയും ഗ്ലട്ടും മുഖാമുഖം നോക്കി പുഞ്ചിരിച്ചു. "കഴിഞ്ഞില്ല" എന്ന് പറയുന്നതുപോലെ ഗ്ലട്ടിന്റെ മുഖത്തൊരു ഭാവം. ഗ്ലട്ട് വീണ്ടും പ്രാവിനെ യെടുത്തു. തന്റെ വിരലിലിരുത്തി. ഇത്തവണ അരയ്ക്കൊപ്പം ഉയരത്തി ലാണ് അതിരിക്കുന്നത്. വീണ്ടും വിരൽ പിൻവലിച്ചു. മുമ്പ് ചെയ്തതു പോലെ തന്നെ ചെയ്തു. പ്രാവ് മുകളിലേക്ക് പറന്നു. പുറകിലേക്ക് പറന്നു. ഒന്നുരണ്ട് തവണ ചിറകടിച്ചു. ജനലിനരികിലേക്ക് നീങ്ങി.

അദ്ഭുതത്തോടെയും സ്നേഹത്തോടെയും റിൻഡ പ്രാവിനെ തന്നെ ശ്രദ്ധിച്ചിരിക്കുന്നതിനിടയിൽ ഗ്ലട്ട് അതിനെ വീണ്ടും പിടിച്ചു. "ഇത് കാണൂ. വളരെ താഴ്ന്ന് പറക്കുമ്പോൾ എത്ര തവണ തലകുത്തി മറിയാനാകും എന്നതിനനുസരിച്ചാണ് ഇത്തരം പ്രാവുകൾക്ക് എത്ര നിപുണതയു ണ്ടെന്ന് അളക്കുന്നത്?"

മുട്ട് വളച്ചിരുന്ന് ഗ്ലട്ട് തന്റെ കൈ കാൽമുട്ടിനൊപ്പം ഉയർത്തി. ഇത്ത വണ പ്രാവിനൊരു അഭ്യാസവും ചെയ്യാനാകില്ല എന്നാണ് റിൻഡ കരു തുന്നത് എന്ന് അയാൾക്കറിയാം. അയാൾ തിടുക്കം കൂട്ടിയില്ല. പക്ഷേ അനങ്ങാതെ കുറച്ച് നേരമിരുന്നു. വീണ്ടും വിരൽ മുകളിലേക്ക് തള്ളി. പ്രാവിന്റെ കൊക്കിനു നേരെയായിരുന്നു ഇത്തവണത്തെ തള്ളൽ. അവൾ ഉടൻ ഒന്നിനു പുറകിലൊന്നായി രണ്ടു തവണ തലകുത്തി മറിഞ്ഞു. ചിറകൊരു തവണയടിച്ചു. ഒന്നുകൂടി തലകുത്തി മറിഞ്ഞ് കാലുകളിൽ വന്ന് നിന്നു.

“ഇത് അവിശ്വസനീയം തന്നെ. രണ്ടടി ഉയരത്തിൽ നിന്നും മൂന്ന് തവണ കുട്ടിക്കരണം മറിയുകയോ?” റിൻഡയ്ക്ക് ആവേശമായി.

അയാൾ പ്രാവിനെ കയ്യിലെടുത്തു. അത് അപ്പോൾ പ്രാവ് അയാൾ ക്കരികിൽ വന്നിരിക്കുകയായിരുന്നു. അവൾ ശാന്തയായിരുന്നു. അവളുടെ മഞ്ഞപ്പുതപ്പ് പട്ടുപോലെ മൃദുലമായിരുന്നു. അവൾ മുറിക്കകത്തെ കാലാവസ്ഥയുമായി പൊരുത്തപ്പെട്ടിരിക്കുന്നു. തണുപ്പകന്നിരിക്കുന്നു. അവൾ ചിറകുകൾ വിടർത്തി കുടഞ്ഞു. അതിനകത്തപ്പോഴും മഞ്ഞ് നിറഞ്ഞ കാറ്റിന്റെ കണികയുണ്ടായിരുന്നു. കട്ടിയുള്ള കഴുത്താണ് അവളുടേത്. ഗോതമ്പുമണികൾ നിറഞ്ഞ് നെഞ്ചിനു കനം വച്ചിരിക്കുന്നു. പ്രാവ് പെട്ടെന്ന് കുതറി. റിൻഡയുടെ പിടി അയഞ്ഞപ്പോൾ പറന്നകന്നു.

“താങ്കളുടെ മുറിവ് അവളെ വിഷമിപ്പിച്ചു എന്ന് തോന്നുന്നു,” ഗ്ലട്ട് പറഞ്ഞു. “അത് വൃത്തിയാക്കാൻ സമയമായിരിക്കുന്നു.”

ഗ്ലട്ട് മുറിവ് തുടച്ചു. അപ്പോൾ അതിഥിക്ക് ആദ്യമായി ചർമ്മത്തിനടി യിൽ പൊള്ളുന്ന വേദനയനുഭവപ്പെട്ടു. “എന്റെ നെഞ്ചിൽ നിന്നും വലി ച്ചൂരിയ അമ്പ് എന്ത് ചെയ്തു?”

“ആവനാഴിയിൽ തന്നെ വച്ചിട്ടുണ്ട്. താങ്കളുടെ അമ്പുകൾക്കരികിൽ. കുതിരപ്പുറത്തുണ്ടായിരുന്ന ആയുധമെല്ലാം ഞാനെടുത്ത് വെച്ചു.”

“കുതിരപ്പുറത്തെ സഞ്ചിയിൽ കുറച്ച് ചെറി ഇലകളുണ്ടായിരുന്നു. അത് ഈ മുറിവിലൊന്നുരയ്ക്കാമായിരുന്നു.”

“മുറിവുകളെക്കുറിച്ച് നല്ല അറിവാണല്ലോ.” അയാൾ ആ സഞ്ചി തിര ഞ്ഞെടുത്തു. അതിൽ നിന്നും മുറിഞ്ഞ അമ്പ് തലയുയർത്തി.

റിൻഡ ആ സഞ്ചിയിൽനിന്നും ചെറിയൊരു തോൽസഞ്ചിയെടുത്തു. അതിനകത്തുണ്ടായിരുന്ന ചെറി ഇലകൾ മണത്തു. അതിലപ്പോഴും എണ്ണമയമുണ്ട്. അതുകൊണ്ട് അവ ഉപയോഗിക്കാവുന്ന അവസ്ഥയിൽ തന്നെയാണ്. അതിൽനിന്നുള്ള എണ്ണ അയാൾ മുറിവിൽ പുരട്ടി. കണ്ണടച്ചു. കഴുത്തിൽ നിന്നും മുഖത്തേക്ക് ചൂടിന്റെ ഒരല ഉയർന്നു. പിന്നെ തണു ക്കുന്നതായി തോന്നി.

“താങ്കൾക്ക് പനിക്കുന്നുണ്ട്. ആ രോമക്കുപ്പായം ധരിക്കണ്ട. തീയി നടുത്ത് ഇരിക്കണ്ട. പനി ഒന്നുകൂടി കൂടട്ടെ.”

റിൻഡ മുറിയുടെ എതിർവശത്തേക്ക് നടന്നു. ജനലിനരികിൽ ചുമർ ചാരി നിന്നു. ചുമരിലെ കല്ലുകൾക്ക് നല്ല തണുപ്പ്. ഗ്ലട്ട് കട്ടിയുള്ള ഒരു പായ കൊണ്ടുവന്ന് റിൻഡയുടെ പുറകിൽ വച്ചു. മുറിവ് കെട്ടാൻ ആരംഭിച്ചു. "ഒന്നുറങ്ങണം എന്നാഗ്രഹിക്കുന്നോ?"

"കഴിഞ്ഞ രണ്ട് ദിവസമായി ഉറക്കം മാത്രമായതിനാലാകണം തലയ്ക്ക് വല്ലാത്ത കനം തോന്നുന്നു."

"ഉറങ്ങാനാഗ്രഹിക്കുന്നില്ലെങ്കിൽ, പാലൊന്ന് ചൂടാക്കുന്നതിനിടയിൽ, ഞാൻ താങ്കളെക്കുറിച്ച് പറഞ്ഞോട്ടെ."

"ഇനിയും പാലോ? പാലല്ലാതെ മറ്റ് പാനീയങ്ങളെക്കുറിച്ചൊന്നും താങ്കൾക്ക് അറിയില്ലേ?"

"അറിയാം. തീർച്ചയായും അറിയാം. പക്ഷേ മുന്തിരിച്ചാറു ചേർത്ത പാൽ താങ്കൾക്കിപ്പോൾ നല്ലതാണ്. മുറിവിലൂടെ താങ്കൾക്ക് ധാരാളം രക്തം നഷ്ടമായിട്ടുണ്ട്. ഇത് കഴിച്ചാൽ കരുത്ത് വീണ്ടെടുക്കാനാകും."

ഗ്ലട്ട് പുറത്തിറങ്ങി. റിൻഡ ഒരു കുഞ്ഞിനെപ്പോലെ ശാന്തനായിട്ടുണ്ടായിരുന്നു. സുഖമില്ലെന്ന ചിന്ത അയാളെ അലട്ടുന്നുണ്ടായിരുന്നുവെങ്കിലും മുറിയിൽ ഉലാത്തിയിരുന്ന പ്രാവിനെ നോക്കിയിരുന്നു അയാൾ.

അപരിചിതമായ ഈ സ്ഥലത്ത് എന്നെ കെട്ടിയിട്ടിരിക്കുകയാണ്. ഇന്ന് കാലത്ത് കണ്ണ് തുറന്നപ്പോൾ കണ്ട സ്ഥലം ഇതാണ്. ഇവിടെനിന്ന് എങ്ങോട്ടെങ്കിലും പോകാനുള്ള കരുത്ത് ഇപ്പോൾ ഇല്ല. ഈ സ്ഥലം ഏതെന്ന് അറിയില്ല. എവിടേക്കാണ് പോകേണ്ടത് എന്നും. നാലുഭാഗത്തും ആകാശം ചക്രവാളത്തിൽനിന്നും താഴേക്കിറങ്ങി നിൽക്കുന്നു. കാറ്റിന്റെ ഗതിയെ തടഞ്ഞ് നിർത്തുന്നു. ഏകാന്തമായ വീഥിയിലാണിപ്പോൾ. ഒറ്റയ്ക്കാണിപ്പോൾ. ഒച്ചവച്ചാലും ആരും കേൾക്കില്ല. തിരിച്ച് നടന്നാൽ വഴി തെറ്റുമെന്നുറപ്പ്. അയാൾ കണ്ണടച്ചു. എവിടെനിന്നാണിവിടേക്കെത്തിയത് എന്ന് മറന്നുപോയിരിക്കുന്നു. എന്തിനെയാണ് പിന്തുടർന്നിരുന്നത് എന്നതും. ഈ കൽചുവരുകൾക്കുള്ളിൽ ഒരു ദിവസം താൻ അവസാന ശ്വാസം വലിക്കുമെന്ന് തോന്നി. താൻ ആരാണെന്ന് മനസ്സിലാക്കുന്നതിനായി, താൻ എന്തൊക്കെ ചെയ്തു എന്നോർത്തെടുക്കണമെന്നുണ്ടെങ്കിൽ, ഗ്ലട്ടിന്റെ ആ പച്ചമരുന്ന് ഇനിയും കഴിക്കണമെന്നുണ്ടെങ്കിൽ, അതല്ലാതെ എന്ത് മാർഗമുണ്ട്? ഇനിയുള്ള ഓരോ മലനിരകളിലും തന്നെ കാത്ത് എന്തെല്ലാം ഉണ്ടാകും? ഇവിടെവെച്ച് കണ്ണുതുറന്നപ്പോൾ പരിചിതമായ വസ്തുക്കൾ എന്ന് ഓർമ്മിക്കാൻ തന്റെ ആയുധങ്ങൾ മാത്രമാണുള്ളത്.

ആ പച്ചമരുന്ന് തന്റെ ശരീരത്തിൽ ചെലുത്തിയ പ്രഭാവം പൂർണമായും വിട്ടുപോയിട്ടില്ല എന്ന് റിൻഡ തിരിച്ചറിഞ്ഞു. അതുകൊണ്ടാണ് നഗ്നപാദനായി മഞ്ഞിലൂടെ നടക്കാനായത്. വെള്ളമെടുക്കാൻ കുനിഞ്ഞപ്പോൾ വേദന തോന്നാതിരുന്നതും അതുകൊണ്ടു തന്നെ. മരുന്ന് മാംസ

പേശികളിൽ ഇപ്പോഴും പ്രവർത്തനനിരതമാണെങ്കിലും മനസ്സ് ശാന്തമാണ്. താനൊരു മായാലോകത്താണെന്ന് വിശ്വസിക്കേണ്ട ആവശ്യവുമില്ല.

ഒരു പാത്രത്തിൽ പാലുമായി ഗ്ലട്ട് അകത്തെത്തി. ആ പാലിൽ തന്നെ മയക്കുവാനുള്ള എന്തോ ഉണ്ടെന്ന് റിൻഡ ഭയന്നു. ഗ്ലട്ടിന്റെ രൂപം തന്നെ വ്യക്തമായി കാണാനാകുന്നില്ല.

കല്ലുപാകിയ നിലത്ത് പതിഞ്ഞ പാദപതനശബ്ദം ശ്രദ്ധിച്ച് ആ പ്രാവിന്റെ ചലനങ്ങൾ നോക്കിയിരുന്നു. ആ പച്ചമരുന്ന് ഇത്തിരി കഴിച്ചാലും തന്റെ വികാരങ്ങൾ ഇതിൽ നിന്നും വ്യത്യസ്തമാകില്ല എന്നൊരു തോന്നൽ ഉണ്ടായി. ഗ്ലട്ട് ഒരു പാത്രം അടുപ്പിനു മുകളിൽ വെയ്ക്കുന്നത് അയാൾ കണ്ടില്ല. എന്നാൽ തീ അവ്യക്തമായി ആളിക്കത്തുന്നത് കണ്ടു. ഇതിനുമുമ്പെപ്പോഴെങ്കിലും താൻ ഈ വീട്ടിൽ വന്നിട്ടുണ്ടെങ്കിൽ ഈ തീ അതിന്റെ ഓർമ്മകളെല്ലാം തന്നിലേക്ക് തിരിച്ച് കൊണ്ടുവരും എന്ന് കരുതി.

ഗ്ലട്ടിന്റെ ശബ്ദത്തിനകമ്പടിയായി മുറിക്കകത്തെ മൂടൽ മഞ്ഞുരുകി.

"ഒരു നിമിഷത്തിനുള്ളിൽ പാല് തയ്യാറാകും. ഇങ്ങ് വടക്കോട്ടെത്തുന്നതിനു മുമ്പുള്ള കഥകൾ പറയൂ. താങ്കളുടെ ഗ്രാമത്തെക്കുറിച്ചും താങ്കളുടെ ജീവിതത്തെക്കുറിച്ചുമൊക്കെ. അപ്പോൾ താങ്കളെക്കുറിച്ചെനിക്ക് കൂടുതൽ മനസ്സിലാക്കുവാനാകും. ഈ വൃദ്ധമനസ്സിനിപ്പോൾ കൂടുതൽ വ്യക്തതയുള്ള, തീർച്ചയായുള്ള ചിത്രങ്ങളാണാവശ്യം."

"താങ്കൾ എന്നെ വിശ്വസിക്കാൻ എന്തൊക്കെ ആവശ്യമുണ്ടോ അതെല്ലാം ഞാൻ പറയാം." അപ്പോൾ അയാളുടെ കയ്യിൽ ആ പൊട്ടിയ അമ്പുണ്ടായിരുന്നു. അതയാൾ കയ്യിലിട്ട് തിരിപ്പിക്കുന്നുണ്ടായിരുന്നു. "ഇത്രയും കട്ടിയുള്ള, പാറപോലെ ഉറച്ച ഒരു അമ്പ് ഇതിനുമുമ്പ് കണ്ടിട്ടുണ്ടോ? അതെയ്യുന്നത് ഞാൻ എന്റെ കണ്ണുകൊണ്ട് കണ്ടിരുന്നു എങ്കിൽ ഞാനിത് ഒരു കുന്തമാണെന്ന് ധരിക്കുമായിരുന്നു."

"താങ്കൾ പറഞ്ഞത് ശരിയാണ്. ഇത് എന്നേയും അദ്ഭുതപ്പെടുത്തി. തൂവ്വലുകൾ അതിന്റെ പൊട്ടിപ്പോയ ഭാഗത്താകയാൽ, അമ്പ് ആരുടേതാണെന്ന് അനുമാനിക്കാൻ എനിക്കുമായില്ല. ആരുടെയാണെങ്കിലും അയാൾ അസാമാന്യ കരുത്തുള്ളവനാകണം."

"അതെ. അവർ കരുത്തുള്ളവരായിരുന്നു." ഗ്ലട്ട് പറഞ്ഞത് ശ്രദ്ധിക്കാതെ റിൻഡ പിറുപിറുത്തു. ഈ ആക്രമണം രണ്ട് ദിവസം മുമ്പല്ല പണ്ടെന്നോ നടന്നതാണെന്ന മട്ടിലായിരുന്നു ആ പിറുപിറുക്കൽ.

"പക്ഷേ, അവർ ഉന്നം വച്ചത് നിങ്ങളെയായിരുന്നില്ലല്ലോ..." ഒരു ചോദ്യമെന്നതിലുപരി ആത്മവിശ്വാസം പങ്കുവയ്ക്കുന്നതുപോലെയാണ് ഗ്ലട്ട് പറഞ്ഞത്.

ഇത് കേട്ടപ്പോൾ റിൻഡയ്ക്ക് അസ്വസ്ഥത തോന്നി. തനിക്കറിയാത്ത രഹസ്യങ്ങൾ ഗ്ലട്ടിനറിയുമായിരിക്കണം. തന്നെ ഇവിടെ തടവിലിട്ടിരിക്കുകയാണെന്ന് അയാൾക്ക് തോന്നി. അയാൾ ഒന്ന് നിവർന്നിരുന്നു. അമ്പ് തനിക്ക് നേരെ നീട്ടിപ്പിടിച്ചായിരുന്നു ആ ഇരിപ്പ്. അതങ്ങനെ ബോധപൂർവ്വം ചെയ്തതല്ലയാൾ.

"അതെങ്ങനെയറിയാം?"

"വിഷമിക്കാതിരിക്കൂ. താങ്കളെക്കുറിച്ച് ഞാൻ പറഞ്ഞതൊന്നും താങ്കൾ ശ്രദ്ധിച്ചില്ലെന്ന് തോന്നുന്നു. ആദ്യം ചെയ്യേണ്ടത് ഞാൻ താങ്കളുടെ സുഹൃത്താണെന്ന് വിശ്വസിക്കുകയാണ്. താങ്കൾ ഇപ്പോൾ സുരക്ഷിത കരങ്ങളിലാണ്. താങ്കളുടെ കുതിരയ്ക്ക് അതറിയാം. അതുകൊണ്ടാണത് താങ്കളെ ഇവിടേക്കെത്തിച്ചത്. ഞാൻ താങ്കളുടെ മുറിവ് കഴുകി കെട്ടി. എന്റെ തീ താങ്കളുമൊത്ത് പങ്കുവച്ചു."

"എന്റെ മുറിവിൽ മരുന്നുപുരട്ടുന്നവർ ആരായാലും എനിക്ക് സുഹൃത്താണ്. ഞാൻ ഒറ്റയ്ക്കായിരുന്നില്ല എന്ന് താങ്കൾക്കറിയാമെങ്കിൽ എന്നോടൊത്തുണ്ടായിരുന്ന സുഹൃത്തിനെന്ത് സംഭവിച്ചിരിക്കും എന്നും താങ്കൾക്ക് അറിയാമായിരിക്കും."

ഗ്ലട്ട് ഒരു നിമിഷം ചിന്തിച്ചു. "അയാൾ രക്ഷപ്പെട്ടു എന്ന് തോന്നുന്നു. ആരാണോ പിന്തുടർന്നിരുന്നത്, അവർക്ക് അയാളെ പിടികൂടുവാനായില്ല എന്ന് തോന്നുന്നു."

റിൻഡയ്ക്ക് ആശ്വാസമായി. ഗ്ലട്ടിനെ വിശ്വസിക്കരുത് എന്ന സംശയം അതോടെ ഇല്ലാതായി. ഇത്രയും നല്ലൊരു വാർത്ത നൽകിയ ആതിഥേയനുമൊത്ത് എന്തുകൊണ്ട് സൗഹൃദമായിക്കൂടാ.

"താങ്കളുടെ മനസ്സിന്റെ അടിത്തട്ടിൽ മറ്റൊരു വ്യക്തിത്വമുണ്ടെന്ന് തോന്നുന്നു. അവിടെ എന്തൊക്കെ നിപുണതകളാണ് താങ്കൾ ഒളിച്ചുവച്ചിട്ടുള്ളത് എന്നെനിക്കറിയില്ല. പക്ഷേ താങ്കൾ എന്നെ സഹായിച്ചു. താങ്കളുടെ വീട്ടിലെ തീ എന്നോടൊത്ത് പങ്കിട്ടു. എനിക്ക് നല്ല വാർത്ത തന്നു. അതിനെനിക്ക് നന്ദിയുണ്ട്. പക്ഷേ, ഇതെല്ലാം താങ്കളെങ്ങനെ അറിഞ്ഞു?"

പാതി സ്നേഹവും പാതി ഭ്രാന്തും നിറഞ്ഞ ഒരു ചിരി ഗ്ലട്ടിന്റെ മുഖത്ത് പരന്നു. അത് ആ മുഖത്തെ ജ്വലിപ്പിച്ചു. തന്റെ അതിഥിയെ സന്തോഷിപ്പിക്കാനായി എന്നതുമൂലം ഒരു വൃദ്ധനു ലഭിക്കുന്ന ശാന്തതയോടെ അയാൾ ചോദ്യത്തിൽനിന്നും തെന്നിമാറാൻ ശ്രമിച്ചു.

"നമ്മുടെ പക്കൽ സമയം ധാരാളമുണ്ടല്ലോ. താങ്കൾക്ക് പറയാനുള്ളത് ഞാനാദ്യം കേൾക്കട്ടെ. പിന്നെ എന്റെ കഥ പറയാം." അപ്പോൾ കണ്ടുമുട്ടിയ ഒരാളുടെ വിശ്വാസം നേടാനായ ഏകാന്തപഥികന്റെ സന്തോഷഭാവത്തോടെയാണ് അയാൾ ഇത് പറഞ്ഞത്.

തീയിനു ചുറ്റിലും വച്ചിരുന്ന ഇലകൾക്ക് ചൂട് പിടിച്ചു. അത് മുറിയിൽ ഒരു സുഗന്ധം പരത്തി. പൈനിന്റേയും ഓക്കിന്റേയും സുഗന്ധം. അന്തരീക്ഷത്തിന് ആ ഗന്ധം ഒരു ലാഘവത്വം വരുത്തി. നീണ്ട ഉറക്കം കഴിഞ്ഞെത്തിയ റിൻഡ സംസാരത്തിനായി കൊതിക്കുകയായിരുന്നു. അയാൾ തന്റെ കഥ തുടങ്ങി.

താൻ വന്നിരുന്ന സമതലത്തെക്കുറിച്ച് പറയാൻ തുടങ്ങിയപ്പോൾ, യൗവനത്തിന്റെ വിവിധ ഘട്ടങ്ങളെക്കുറിച്ച് പറഞ്ഞുതുടങ്ങിയപ്പോൾ, താൻ പുറകിലുപേക്ഷിച്ച് വന്ന കുടുംബത്തെക്കുറിച്ച് പറഞ്ഞ് വന്നപ്പോൾ, തനിക്ക് വളരെ മുമ്പ് നടന്ന കാര്യങ്ങൾ ഓർത്തെടുക്കാനാകുന്നില്ലെന്നും ഈയിടെ നടന്നത് മാത്രമേ ഓർമ്മയിൽ വരുന്നുള്ളൂവെന്നും അയാൾ മനസ്സിലാക്കി. ഇതിനു മുമ്പ് അനുഭവപ്പെടാത്ത തരം ഒരു ക്ഷീണം തലയ്ക്കകത്ത് അനുഭവപ്പെട്ടു. ഇത് ആ പച്ചമരുന്നിന്റെ ഫലമാണോ, അമ്പു കൊണ്ടപ്പോൾ തലകുത്തി പാറയ്ക്ക് മുകളിൽ വീണതിനാലാണോ എന്ന് അയാൾക്കുറപ്പില്ലായിരുന്നു. അമിതമായ ഉറക്കത്തിനാലാകണം ഇങ്ങനെ തോന്നുന്നതെന്ന നിഗമനത്തിൽ അയാളെത്തി. ചിലപ്പോൾ ആ ക്ഷീണം വല്ലാതായി. അപ്പോൾ, സംസാരം തുടരുന്നതിനായി മുമ്പിലിരിക്കുന്ന പാത്രത്തിൽ നിന്നും ഒന്നുരണ്ട് കവിൾ പാൽ കുടിച്ചു.

തന്റെ ചരിത്രം വിവരിക്കുന്നതിൽ ഒരു പഴുതുപോലുമുണ്ടാകാതിരിക്കാൻ അയാൾ ശ്രമിക്കുന്നുണ്ടായിരുന്നു. അതുപോലെ തന്നെ സംസാരത്തിനിടയിൽ എന്തിലെങ്കിലും ശങ്കിച്ച് നിൽക്കാതിരിക്കാനും. പറയുന്ന കാര്യം സത്യമായും സംഭവിച്ചതാണോ എന്നതിലും പ്രാധാന്യം തന്റെ ആതിഥേയനെ വിശ്വസിപ്പിക്കുക എന്നതിലായിരുന്നു. സത്യത്തിന്റെ കണികയുണ്ടാകുന്നത് നടന്ന സംഭവങ്ങളിലല്ല ഒരാൾക്ക് അതിലുള്ള വിശ്വാസത്തിലാണ്. പക്ഷേ, ഇടയ്ക്ക് വെച്ച് താൻ കടന്ന് വന്ന ഒരു നദിയെക്കുറിച്ച് പറഞ്ഞപ്പോൾ, അതിനു ശേഷം തന്റെ സ്വപ്നങ്ങളിൽ ആ നദി കടന്ന് വന്നതിനെക്കുറിച്ച് പറഞ്ഞപ്പോൾ, തനിക്ക് വഴി നഷ്ടപ്പെട്ട ഒരു കാടിനെക്കുറിച്ച് പറഞ്ഞപ്പോൾ, താൻ ചെയ്യുന്നത് തന്റെയുള്ളിലെ പ്രതിധ്വനികളെ സ്പഷ്ടമായ വാക്കുകൾ നൽകുകയായിരുന്നു എന്ന് അയാൾക്ക് മനസ്സിലായില്ല. ആ നിമിഷങ്ങളിൽ താൻ വിവരിക്കുന്നത് സത്യമായ അനുഭവങ്ങളെക്കുറിച്ചുള്ള ഓർമ്മകളാണോ അതോ മായാലോകങ്ങളിലൊന്നിൽ നിന്നെത്തിയ പ്രതിബിംബങ്ങളാണോ എന്ന് അയാൾക്ക് ഉറപ്പില്ലായിരുന്നു.

ചൂളയിൽ നിന്നുള്ള പുക അവരെ പൂർണ്ണമായും ആവാഹിക്കാനാരംഭിച്ചു. റിൻഡ ഉറക്കത്തിലേക്ക് വഴുതി. ഇലകളിൽ നിന്നുള്ള ഗന്ധം കുറഞ്ഞ് തുടങ്ങി. കാറ്റും നിലച്ചിരുന്നു. എല്ലാവരും ഉറങ്ങുകയായിരുന്നു. ഗ്ലട്ടും അയാളുടെ പ്രാവും മാത്രമല്ല, കല്ലിന്റെ ചുമരുകളും പുകക്കുഴലിലെ പുകയും ഉറങ്ങി. പുറത്തുള്ള മഞ്ഞുപോലും ഉറക്കത്തിലായി. എല്ലാവരും ഉറക്കമായപ്പോൾ റിൻഡ ഉണർന്നു. അയാളുണർന്നത് രാവിന്റെ

പർദകളോ, കുതിരകളോ അറിഞ്ഞില്ല. എന്നാൽ എല്ലാവരും ഉണർന്നിരിക്കുകയാണെന്ന് അയാൾ ഊഹിച്ചു. താനാണുറങ്ങുന്നതെന്നും മറ്റെല്ലാവരും ഉണർന്നിരിക്കുകയാണെന്നും. തന്റെ ഉറക്കത്തെ ശല്യപ്പെടുത്താതിരിക്കാനായി അയാൾ സാവധാനത്തിൽ നടന്നു. പുറത്തേക്ക് ഇഴഞ്ഞ് നീങ്ങി. അയാൾ നക്ഷത്രങ്ങളെ ശ്രദ്ധിച്ചില്ല, കയ്യിലെടുത്ത മഞ്ഞ് അയാൾക്ക് അപരിചിതമായിരുന്നു. ഇന്നലെ നടന്ന മാൻപേടകൾ പോകുന്ന വഴി കണ്ടിരുന്നെങ്കിൽ അയാൾ ഓർക്കുമായിരുന്നു. അതെവിടേക്ക് പോകുന്നുവോ അവിടേക്ക് നടക്കുമായിരുന്നു. അതിനെക്കുറിച്ചോർമ്മയുണ്ടായിരുന്നെങ്കിൽ അതിനെ അന്വേഷിച്ച് നടക്കുമായിരുന്നു. എന്നാൽ അയാൾ കുന്നിൻ മുകളിലേക്ക് കയറാനാരംഭിച്ചപ്പോൾ സ്വന്തം കാലടികൾ മാത്രം, പുറകിൽ, മഞ്ഞിൽ തെളിഞ്ഞ് കണ്ടു. മാൻ അവിടെയില്ലായിരുന്നു. അന്ന് പ്രഭാതത്തിൽ പെയ്ത മഞ്ഞ് മാൻപേടകൾ പോകുന്ന വഴി മായ്ച്ച് കളഞ്ഞിരിക്കുന്നു. ഒരു മൃഗം അടുത്ത് വരുന്നതുപോലെ അയാൾക്ക് തോന്നി. അതിന്റെ ശ്വാസത്തിന്റെ ശബ്ദം കേൾക്കുന്നതുപോലെ. മാനുകൾ പോകുന്ന വഴിയിൽ നിന്നല്ല. തനിക്കരികിൽ നിന്ന് തന്നെയാണ്. മാനിനെ കാണാനായി അയാൾ തിരിഞ്ഞ് നോക്കി. പക്ഷേ മുന്നിൽ കണ്ടത് തിളങ്ങുന്ന കൂർത്ത പല്ലുകളുള്ള കറുകറുത്ത ഒരു നായ. അരയിൽ നിന്നും കത്തിയെടുക്കാനുള്ള സമയം ലഭിച്ചില്ല. അപ്പോഴേക്കും അയാൾ മഞ്ഞിൽ പുതഞ്ഞിരുന്നു.

അയാളുടെ കൈ നായയുടെ കഴുത്തിൽ അമർന്നു. നായയെ വായുവിൽ ഉയർത്തി നിർത്തുവാനുള്ള ശ്രമത്തിലായിരുന്നു അയാൾ. സാധാരണനിലയിൽ അയാൾ പേടിസ്വപ്നങ്ങൾ കാണാറില്ല. ഈ പേക്കിനാവിൽ നിന്നൊന്നുണർന്നെങ്കിൽ എന്നയാൾ ആഗ്രഹിച്ചു. അയാൾക്ക് വേദനയൊന്നും തോന്നുന്നില്ല. നിലത്തുകിടന്നുരുളുകയാണയാൾ. തന്റെ അടുത്ത് അപ്പോൾ രണ്ട് നായ്ക്കൾ കൂടിയുണ്ടെന്ന് ശ്രദ്ധിച്ചു. അവ ആക്രമണത്തിൽ പങ്കെടുക്കുന്നില്ല. സ്വപ്നത്തിൽ ഇതുവരേക്കും കത്തി ഉപയോഗിച്ചിട്ടില്ല. എന്നാൽ ഇപ്പോൾ അതിനു സമയമായിരിക്കുന്നു. അയാൾ ഒരു വശത്തേക്ക് മറിഞ്ഞു. നായയുടെ ഉദരഭാഗത്തേക്ക്. കത്തി കയ്യിൽ നിന്നും വഴുതി. അതൊന്ന് മുറുകെ പിടിക്കാനുള്ള സാവകാശം ലഭിച്ചിട്ടില്ലായിരുന്നു. പെട്ടെന്ന് “നിർത്ത്” എന്ന് ഉച്ചത്തിലാരോ വിളിച്ച് പറയുന്നത് കേട്ടു. ഒരാൾ ഓടി വന്ന് നായയുടെ പിൻകാലിൽ പിടിച്ച് വലിച്ചിഴച്ച് കൊണ്ടുപോയി. അയാൾക്കൊപ്പം ഒരാൾ കൂടിയുണ്ട്. അവർ സമീപമെത്തി, റിൻഡയെ എഴുന്നേൽക്കാൻ സഹായിച്ചു. അതിലൊരാളുടെ പേര് താവോ എന്നായിരുന്നു. “ഇത് അസ്ലമാണല്ലോ” അയാൾ പറഞ്ഞു. പേക്കിനാവ് അവസാനിച്ചിരിക്കുന്നു. ഇനി സുഖമായി ഉറങ്ങാം. സത്യമായും ഒരു അങ്കം കഴിഞ്ഞ ക്ഷീണമുണ്ടായിരുന്നു അപ്പോൾ. അയാൾ ഗാഢനിദ്രയിലേക്ക് വഴുതി വീണു.

എഴുന്നേറ്റപ്പോൾ ക്ഷീണം തോന്നിയില്ല. പക്ഷേ ഒന്ന് നീണ്ട് നിവർന്നപ്പോൾ കൈ വേദനിക്കുന്നുണ്ട്. പുറത്തു നിന്ന് ശബ്ദം കേട്ടു. അയാൾ

പുറത്തിറങ്ങി. അവിടെ ഗ്ലട്ടിനെക്കൂടാതെ രണ്ടുപേർ കൂടിയുണ്ടായിരുന്നു. അവർ ചുമരിനരികിൽ സ്റ്റൂളിട്ട് ഇരിപ്പായിരുന്നു. സന്ധ്യയായിരിക്കുന്നു. എന്നുവച്ചാൽ അയാൾ പകൽ മുഴുക്കെ ഉറങ്ങുകയായിരുന്നു എന്ന്. കുറച്ച് ദൂരെ ചാരനിറമുള്ള രണ്ട് നായ്ക്കളും ഒരു കറുത്ത നായയും നിലത്ത് കിടന്നുറങ്ങുന്നു. കറുത്ത നായ തലയൊന്നുയർത്തി മുരണ്ടു. നായ ഉറക്കത്തിലേക്ക് മടങ്ങി.

അതിലൊരാൾ സൗഹൃദത്തിന്റെ കൈകൾ നീട്ടി അരികിലെത്തി. "ഇപ്പോൾ കുഴപ്പമൊന്നുമില്ലല്ലോ? ഞാൻ മാമെ. ഇത് എന്റെ സഹോദരൻ താവൊ." അയാൾ പറഞ്ഞു.

അയാൾ ആ രണ്ട് സഹോദരങ്ങളുടേയും മുഖത്തേക്ക് തുറിച്ച് നോക്കി.

"ഞങ്ങൾ ഇരട്ടകളാണ്. ഞാനാണിളയത്." കുട്ടിത്തം നിറഞ്ഞ ചിരിയോടെ മാമെ പറഞ്ഞു.

"നിങ്ങൾ ഇളയതാരാണെന്ന് എന്നോട് ചോദിച്ചാൽ എനിക്ക് പറയാനാകില്ലായിരുന്നു." റിൻഡ പറഞ്ഞു.

"പക്ഷേ, താങ്കളെവിടെനിന്നാണ് വരുന്നതെന്ന് എന്നോട് ചോദിച്ചാൽ ഞാൻ പറയുമായിരുന്നു," എന്നായിരുന്നു മാമെയുടെ മറുപടി.

ഗ്ലട്ട് സംസാരത്തിൽ ഇടപെട്ടു. അവർ അകത്തേക്ക് കയറി. ചർച്ച ചൂളയ്ക്ക് ചുറ്റിലുമിരുന്നായി. അവർ അത്താഴം തയ്യാറാക്കി.

"ഈ ഉണക്കിയ മാംസം കഴിച്ചു നോക്കൂ റിൻഡ. ഇത് വളരെ ദൂരെ നിന്ന് വരുന്നതാണ്." മാമെ പറഞ്ഞു.

മാംസത്തിൽ പുരട്ടിയിരുന്ന സുഗന്ധദ്രവ്യങ്ങളുടെ മണം.

"താങ്കൾ ധരിക്കുന്ന വസ്ത്രം താങ്കളുടെ വലിപ്പത്തിനനുസരിച്ചുള്ളവയല്ല. എന്റെ പക്കലുള്ള അധിക വസ്ത്രവും ബൂട്ടും ഞാൻ തരാം."

"എന്റെ വസ്ത്രഭാണ്ഡത്തിനു സമീപത്തേക്ക് തിരിച്ച് പോകാനൊരു അവസരം എനിക്ക് ലഭിച്ചില്ല. കുതിരപ്പുറത്തേക്ക് ചാടിക്കയറി കാട്ടിലുള്ളവർക്ക് ഒപ്പമെത്താൻ തിടുക്കപ്പെടുകയായിരുന്നു ഞാൻ."

"താങ്കൾ ചിലതൊക്കെ ഗ്ലട്ടിനോട് പറഞ്ഞു. എന്നാൽ അമ്പുകൊണ്ടതെങ്ങനെയെന്നും വടക്ക് എന്തൊക്കെ ബുദ്ധിമുട്ടുകൾ സഹിക്കേണ്ടി വന്നു എന്നും പറഞ്ഞില്ല."

"ഉറക്കമായിരുന്നു മധുരം. കഥയുടെ ആ ഭാഗത്തേക്കെത്തും മുമ്പേ ഉറക്കമെന്നെ കീഴടക്കും."

"ഇനി അധികമുറങ്ങുകയില്ലെങ്കിൽ ഞങ്ങൾ താങ്കളുടെ അച്ഛനെക്കുറിച്ച് പറയാം."

"അച്ഛനെ നിങ്ങൾ അറിയുമോ?"

“അദ്ദേഹമിവിടെ എത്തിയപ്പോൾ ഞങ്ങളും ഗ്ലട്ടിന്റെ അതിഥികളായി ഇവിടെയുണ്ടായിരുന്നു. ഞങ്ങൾ പലതും സംസാരിച്ചു. കഥകൾ പറഞ്ഞു. താങ്കൾ അസ്ലമിന്റെ മകനാണ്. അച്ഛനെപ്പോലെ തന്നെയിരിക്കുന്നു. ഞാനും എന്റെ സഹോദരനുമെന്നപോലെ, ഒരേ ഛായ.”

“അപ്പോൾ ഞാൻ അസ്ലമല്ല എന്ന് താങ്കൾ വിശ്വസിക്കുന്നു.”

“ഞാൻ വിശ്വസിക്കുന്നു. എന്നാൽ താവോ ഗ്ലട്ടിനോടൊപ്പമാണ്.”

“അങ്ങനെയാണോ താവോ?”

“അതെ.”

“എനിക്ക് അച്ഛന്റെ അതേ ഛായയാണെന്നതിനാൽ ഞാൻ അച്ഛനാണെന്ന് കരുതരുത്. അങ്ങനെയെങ്കിൽ താങ്കളും ഇരട്ടയും ഒരേ വ്യക്തിയാകില്ലേ?”

“താങ്കൾ അസ്ലമിന്റെ ഇരട്ടയാണെന്ന് പറയുകയാണെങ്കിൽ ഒരുപക്ഷേ ഞാൻ വിശ്വസിക്കുമായിരുന്നു. എന്നാൽ അച്ഛനും മകനും ഇരട്ടകളെപ്പോലെയാകില്ല. ഒരുപോലെയാകില്ല.”

“അപ്പോൾ ഞങ്ങളുടെ പ്രായവ്യത്യാസത്തെക്കുറിച്ച് എന്ത് പറയുന്നു?”

“ദീർഘയാത്രയ്ക്ക് ശേഷം അല്ലെങ്കിൽ മുറിവേറ്റതിനാൽ ക്ഷീണിതമായ താങ്കളുടെ പക്വതയാർന്ന മുഖത്തെ ഞാൻ പഴിചാരുകയല്ലെന്ന് വിശ്വസിക്കട്ടെ. അതുപോലെ ആ താടിയേയും.”

താവോ ഭക്ഷണം കഴിക്കുന്നത് തുടർന്നു. പറയാനുള്ളതെല്ലാം പറഞ്ഞ് കഴിഞ്ഞു എന്ന മട്ടിലാണയാൾ ഭക്ഷണത്തിലേക്ക് തിരിഞ്ഞത്. അസ്ലമിന്റെ മുഖവും ചെറുതാടിയുള്ള റിൻഡയുടെ മുഖവും ഒരേ കരങ്ങൾ കടഞ്ഞെടുത്തതാണ്. ഒരേ കലാകാരന്റെ കരവിരുതാണ്. ഈ അറിവിൽ പൂർണവിശ്വാസമുള്ളതിനാൽ താവോ പിന്നെ ഒന്നും പറഞ്ഞില്ല. സംഭാഷണം തുടരാനായി റിൻഡയേക്കാൾ ഉദ്വേഗം ഗ്ലട്ടിനാണെന്ന് മനസ്സിലായപ്പോൾ അയാൾ തലയുയർത്തി. “ആ കറുത്ത നായ ആക്രമിച്ചതെന്തുകൊണ്ടാണേന്നാണ് കരുതുന്നത്?”

“ഇതിനു മുമ്പ് ആ നായ എന്നെ കണ്ടിട്ടില്ല.”

“സത്യം. ഗ്ലട്ടിനെ കണ്ടപ്പോഴും അത് പല്ലിളിച്ചു. അത് ആദ്യമായാണ് ഇവിടേക്ക് വരുന്നത്.”

ഇപ്പോൾ സംഭാഷണം തുടരാൻ കാത്തിരുന്നത് റിൻഡയാണ്. ഇടയ്ക്കിടയ്ക്ക് എന്തെങ്കിലുമൊന്ന് വായിലിട്ട്, സംഭാഷണം തുടരാനാകാത്തവനെപ്പോലെയാണ് താവോ. വായിലിട്ട ഭക്ഷണം ചവച്ച് കഴിഞ്ഞപ്പോൾ അയാൾ തുടർന്നു. “അങ്ങനെയെങ്കിൽ, ആ ചാരനിറമുള്ള നായ്ക്കൾ ആക്രമിക്കാതിരുന്നത് എന്തുകൊണ്ട്? ഉത്തരം പറയണമെന്നില്ല. താങ്കളുടെ മനസ്സിൽ എന്താണെന്ന് ഞാൻ പറയാം. അസ്ലം

ഇവിടെയെത്തിയപ്പോൾ ഈ നായ്ക്കളും ഇവിടെയുണ്ടായിരുന്നു. അവർ ആ മണം മറന്നിട്ടില്ല."

"എന്നുവച്ചാൽ എന്നേക്കാൾ വിശ്വാസം നായ്ക്കളെയാണെന്ന് അല്ലേ?"

അവരെല്ലാം ഒന്നിച്ച് ചിരിച്ചു.

റിൻഡയുടെ പിരിമുറുക്കം കുറഞ്ഞു. ഇത് മുമ്പ് കളിക്കാത്ത കളിയാണ്. ഗൗരവമുള്ള കളിയാണ്. എന്തുദ്ദേശിക്കുന്നോ അതല്ല ഈ കളിയിൽ സംഭവിക്കുന്നത്.

അയാൾ ഒരു മുറിയുടെ മൂലയിൽ പോയി. മാമെ തന്ന ട്രൗസറും കയ്യില്ലാത്ത കുപ്പായവും ധരിച്ചു. ബൂട്ട് മാറ്റി. "കൃത്യമായി യോജിക്കുന്നു."

"ഗ്ലട്ടാണിത് തുന്നിയത്. താവോയ്ക്കും ഇതുപോലൊന്ന് നൽകുകയുണ്ടായി. ഒരേപോലെയുള്ള വസ്ത്രങ്ങൾ ധരിച്ച് ഞങ്ങൾ ഇരുവരും നടക്കണമെന്ന് ഗ്ലട്ട് ആഗ്രഹിച്ചു. എന്നാൽ ഈ വസ്ത്രമൊന്ന് പഴകികിട്ടാനായി കാത്തിരിക്കുകയായിരുന്നു ഞങ്ങൾ."

"വിഷമിക്കണ്ട. ഇതുപോലൊന്ന് ഞാനിനിയും നിർമ്മിക്കാം. എന്ത് സൂത്രം പ്രയോഗിച്ചാണെങ്കിലും നിങ്ങളിരുവരും ഒരുപോലുള്ള വസ്ത്രം ധരിക്കുന്നത് ഞാൻ കാണും." ഇത്രയും പറഞ്ഞ് ഗ്ലട്ട് റിൻഡയ്ക്ക് നേരെ തിരിഞ്ഞു. "താങ്കൾക്കും ഒന്ന് തയ്ച്ചെടുക്കാൻ തീരുമാനിച്ചിരിക്കുകയായിരുന്നു ഞാൻ. ഇനി അതിന്റെ ആവശ്യമില്ല."

"ഞങ്ങൾ കുറച്ച് വസ്ത്രവും ഭക്ഷണവും മാത്രമല്ല കൊണ്ടുവന്നിട്ടുള്ളത്. പിന്നേയും ചിലതുണ്ട്. അതും നിങ്ങൾക്കിഷ്ടമാകും." ഗൗരവം കലർന്ന സ്വരത്തിലാണിത് മാമെ റിൻഡയോട് പറഞ്ഞത്.

"അവൻ പറഞ്ഞത് ഗൗരവമായെടുക്കണ്ട." ഗ്ലട്ട് മൃദുമന്ദഹാസത്തോടെ റിൻഡയോട് പറഞ്ഞു.

"കാരണം?" മാമെ ചോദിച്ചു. "താങ്കൾക്കായി ഞങ്ങൾ കൊണ്ടുവന്നിട്ടുള്ള പച്ചനിറമുള്ള ആ പൊടിയിൽ കുറച്ച് ഇദ്ദേഹത്തിനു കൊടുത്താൽ താങ്കൾ ദരിദ്രനായി തീരുമോ?"

ഗ്ലട്ട് പുഞ്ചിരിച്ചു.

"ഇദ്ദേഹം ഇപ്പോഴേ ഇതിനടിമയായിരിക്കുന്നു. വടക്കുള്ള പാതകളിൽ യാത്ര ചെയ്യാൻ ഇതില്ലാതെ ഇനി ഇദ്ദേഹത്തിനാകില്ലെന്നായിരിക്കുന്നു." മാമെ റിൻഡയെ ചോദ്യരൂപേണ നോക്കി. "അങ്ങനെയാകുമെന്ന് തോന്നുന്നുണ്ടോ?"

"എനിക്കാകും."

"ഞങ്ങൾക്ക് നായ്ക്കളെ വിശ്വാസമുണ്ടെന്നത് സത്യമാണ്. താങ്കളുടെ വടക്കൻ ഗാഥ ഗ്ലട്ട് ഞങ്ങളോട് പറയുകയുണ്ടായി. അതും ഞങ്ങൾ വിശ്വസിക്കുന്നു. ജാക്കാവിനും ഫാമെയ്ക്കും ശാപത്തെ മറികടക്കാനായില്ലെന്ന

കഥയറിയില്ലേ... വടക്കാണ് താങ്കളുടെ അച്ഛനേയും പരാജയപ്പെടുത്തിയത് എന്ന് വിശ്വസിക്കുന്നു എങ്കിൽ പിന്നെ വിജയം താങ്കളെത്തേടിയെങ്ങിനെയെത്തും?" താവോയാണിത് പറഞ്ഞത്.

"നിങ്ങളൊക്കെ ഇവിടെ വടക്കുണ്ട് എന്നതിനർത്ഥംതന്നെ നിങ്ങളെല്ലാം വിജയികളായിരിക്കുന്നു എന്നല്ലേ?"

"ഇത് താങ്കളുടെ ആ വടക്കല്ല. ചിലപ്പോൾ വടക്ക് എന്ന് പറയുന്നത് ഒരു സ്ഥലമാകാം. അവിടംവരേക്കും ഞങ്ങളും എത്തിയിട്ടില്ല. ചിലപ്പോൾ അതൊരു വഴിയാകാം. അപ്പോൾ നിങ്ങൾക്കിനിയും അനേകദൂരം സഞ്ചരിക്കാനുണ്ടാകും. ചിലപ്പോഴെങ്കിലും നമ്മൾ എന്ത് വിശ്വസിക്കുന്നു എന്നതനുസരിച്ചല്ല വിജയമുണ്ടാകുന്നത്, എങ്ങനെ വിശ്വസിക്കുന്നു എന്നതിലാണ്. ആ വടക്കൻഗാഥകളിൽ വിശ്വസിക്കുന്നവരാണ് ഞങ്ങളും. എന്നാൽ ആ വിശ്വാസം താങ്കളുടെ വിശ്വാസത്തിന്റെ അതേ അളവിലല്ല. അതുപോലെയല്ല. ജാക്കാവ് ആ വൃദ്ധനെ കൊന്ന് തന്റെ സഹോദരങ്ങളുടെ കൊലപാതകത്തിനു പകരം വീട്ടി എന്ന് കേൾക്കുമ്പോൾ ഞങ്ങൾ സന്തോഷിക്കാറില്ല. കലമാനുകളെ രക്ഷിക്കുക എന്നതായിരുന്നു ആ വൃദ്ധന്റെ കടമ. അവർക്ക് എവിടേയും സുരക്ഷിതത്വമില്ലായിരുന്നു. അതുകൊണ്ട് അവ വടക്ക് അഭയം തേടി. അവിടേയും അവ നായാടപ്പെട്ടു. ആ വൃദ്ധൻ കലമാനുകളുടെ കണ്ണുനീരായിരുന്നു. മറ്റു മാർഗ്ഗങ്ങളില്ലാത്തതിനാലാണ് അയാൾ ജനങ്ങളെ കൊന്നത്. കലമാനുകളെ രക്ഷിക്കാൻ. അയാളുടെ ചാരത്തിൽ നിന്നും പുനർജ്ജന്മം കൊണ്ടവനാണ് കിയാചിൻ. അയാൾ ആ വൃദ്ധന്റെ പേരിൽ മാത്രമല്ല ജാക്കാവിനെ കൊന്നത്, ആ കലമാനുകളുടെ പേരിലുമാണ്. കിയാചിൻ എന്തുകൊണ്ട് മോശക്കാരനും അവനെ കൊന്ന ഫാമ്മെ നല്ലതുമാകണം?"

"വിജയം നിങ്ങൾ എന്തിൽ വിശ്വസിക്കുന്നു എന്നതിലല്ല, എങ്ങനെ വിശ്വസിക്കുന്നു എന്നതിലാണിഷ്ടമെങ്കിൽ, ഞാൻ റിൻഡയോ അസ്ലമോ ആകട്ടെ, അതെന്ത് വ്യത്യാസമുണ്ടാക്കാനാണ്?"

"താങ്കളുടെ വടക്ക് ഇപ്പോഴും അസ്തമിച്ചിട്ടില്ല. ഇനിയും ദീർഘദൂരം യാത്ര ചെയ്യാനുണ്ട്. ആ യാത്രയിലിപ്പോൾ റിൻഡയാണെന്ന് വിശ്വസിക്കുന്നത് അച്ഛൻ മരിച്ചു എന്ന് വിശ്വസിക്കുന്നതിനു തുല്യമാണ്."

"ഇതുവരേക്കും എന്തൊക്കെ നേടിയോ ഞാനതിൽ തുടരാനാകുന്ന അസ്ലമാണ് എന്ന് വിശ്വസിക്കുന്നു എങ്കിൽ, ആ ഓർമ്മ ഇന്നൊരു ശൂന്യതയാണ്. എനിക്ക് എന്റെ ഭൂതകാലമറിയാം. അസ്ലമായാൽ എനിക്ക് അതും നഷ്ടപ്പെടും."

"വ്യത്യസ്തമായ ഒരു അസ്തിത്വം എല്ലാവരും ആഗ്രഹിക്കുന്നതാണ്. ചിലപ്പോൾ അത് പൊടുന്നനെ സംഭവിക്കും. താങ്കൾ തലയടിച്ച് വീണു. ആ പച്ച മരുന്നുപൊടി ആവശ്യത്തിലധികം കഴിച്ചു. താങ്കളുടെ പാത പിന്തുടരുവാൻ ആരെങ്കിലുമുണ്ടായിരുന്നെങ്കിൽ എന്ന് താങ്കൾ ആഗ്രഹിക്കുന്നു. കുടുംബത്തിന്റെ നാഥനാകാൻ. അതുകൊണ്ടിപ്പോൾ സ്വന്തം

മകനാണ് ഞാൻ എന്ന് ചിന്തിക്കുന്നു. പരാജയത്തെക്കുറിച്ച് ഭയക്കുക യാണ് താങ്കൾ. തിരിച്ച് പോകാനാകാത്തതിനെക്കുറിച്ച് ഭയക്കുന്നു. അതുകൊണ്ടാണ് താങ്കളുടെ പക്കലുള്ള ഏകവസ്തുവിനെ വീണ്ടും കണ്ടെത്താൻ ശ്രമിക്കുന്നത്. താങ്കളുടെ ഭൂതകാലമാണത്."

"സത്യം. പക്ഷേ എന്റെ മാത്രം ഭൂതകാലമല്ല. എന്റെ അച്ഛനും ഒരു ഭൂതകാലമുണ്ടായിരുന്നു. അത് കണ്ടെത്താനുള്ള ശ്രമത്തിലാണ്. എന്റെ ഓർമ്മയിൽ അച്ഛനെ പുനഃസൃഷ്ടിക്കുവാൻ."

"താങ്കളുടെ അച്ഛനും മാൻപേടകൾ പോയ വഴി പിന്തുടരുമായിരുന്നു. ഇന്നലെ മഞ്ഞിൽ ആ പാത താങ്കളും കണ്ടതല്ലേ? ആ മാനിനെ അച്ഛൻ കണ്ടിരുന്നുവെങ്കിൽ അച്ഛനതിനെ കൊല്ലുമായിരുന്നു എന്ന് വിശ്വസി ക്കുന്നോ?"

"എനിക്കറിയില്ല. എനിക്ക് എന്നെക്കുറിച്ച് മാത്രമേ അറിയൂ. ഞാനു ദ്ദേശിച്ചത്, അച്ഛന്റെ കൊലയാളികളെ കണ്ടെത്താൻ എനിക്ക് ആകുക യാണെങ്കിൽ അവരെ ഒരു സംശയവുമില്ലാതെ ഞാൻ കൊല്ലുമായിരുന്നു എന്നാണ്."

"അച്ഛൻ എങ്ങനെ മരിച്ചു എന്ന് താങ്കൾക്കറിയില്ല എന്നാണ് ഞാൻ കരുതിയത്. ഞാൻ അച്ഛനല്ല എന്ന് തീർത്ത് പറയുക വഴി താങ്കൾ അസ്ല മിനെ കൊല്ലുകയാണ്."

"ആ വടക്കൻ ഗാഥയിലെ കിയാചിനല്ല ഞാൻ. അച്ഛന്റെ രക്തം വീഴ്ത്താൻ ആഗ്രഹിക്കുന്നവനുമല്ല."

"ഏത് വൃദ്ധന്റെ ചാരത്തിൽ നിന്നാണോ ഉയിർത്തത് അയാളെയാണ് അച്ഛനായി കിയാചിൻ സങ്കല്പിച്ചത്. ആ അച്ഛന്റെ മരണത്തിനു പ്രതി കാരമായാണ് ജാക്കാവിനെ അയാൾ കൊന്നത്. പക്ഷേ, അവസാനം അയാളും നശിപ്പിക്കപ്പെട്ടു. വടക്കൻവീഥികളിൽ നഷ്ടമായവരെക്കുറിച്ച് ഒരു ശോകഗാനമുണ്ട്. ആ ഗാനമാലപിച്ച് ദുഃഖത്താൽ ഞങ്ങൾ 'ഹെയ്‌ലോ' എന്ന് കരയാറുണ്ട്."

"കിയാചിനുവേണ്ടി എനിക്ക് 'ഹെയ്‌ലോ' എന്ന് കരയാനാകില്ല. അയാളെ ഉപദ്രവിക്കുന്ന വിധത്തിൽ അയാളുടെ അച്ഛൻ ജാക്കാവ് ഒന്നും ചെയ്തിട്ടില്ല."

"കിയാചിന്റെ കൈകളിൽ രക്തം പുരണ്ടിട്ടില്ല. നായാട്ട് അയാൾക്ക് ഇഷ്ടമല്ലായിരുന്നു. പകരം മരങ്ങളുടേയും മൃഗങ്ങളുടേയും സൗഹൃദ മായിരുന്നു അയാൾക്കിഷ്ടം. ജാക്കാവ് അയാൾക്കുള്ളിലുള്ള ആ വൃദ്ധനെ യാണ് അറിയാതെ കൊന്നത്. അറിയാതെ, ഓർക്കാതെയാണ് അച്ഛന്മാർ കൊല നടത്തുന്നത്."

"പക്ഷേ കിയാചിൻ അയാളെ വളർത്തി വലുതാക്കിയ വ്യക്തിയെ, ജീവിതത്തിൽ അതുവരേക്കും കണ്ടിട്ടില്ലാത്ത, തനിക്കൊരു പരിചയവു മില്ലാത്ത വ്യക്തിക്കുവേണ്ടിയാണ് കൊല്ലുന്നത്."

“അച്ഛന്റെ കൊലപാതകത്തിനു പ്രതികാരമായി, താങ്കൾക്ക് ഒരു പരിചയവുമില്ലാത്ത വ്യക്തിയെ കണ്ടുകിട്ടിയാൽ കൊല്ലുമെന്ന് തന്നെ യല്ലേ താങ്കളും പറയുന്നത്?”

“വടക്കൻ വീഥിയിലെ സത്യം പുറത്ത് കൊണ്ടുവരാൻ പോകുക യാണ് ഞാൻ.”

“എന്താണ് സത്യം? കണ്ടെത്താനാകുന്ന ഒന്നാണോ സത്യം? അതി ലാണെനിക്ക് ജിജ്ഞാസ.”

ചർച്ച വിരസമായപ്പോൾ മാമെ പുല്ലാങ്കുഴലെടുത്തു. ആട്ടിടയന്റെ പുല്ലാങ്കുഴൽ. എല്ലാവരും നിശ്ശബ്ദരായി.

മഞ്ഞപ്രാവ് ഉണർന്നു. കുറച്ച് നേരം അനങ്ങാതെ നിന്നു. വീണ്ടും ഉറക്കത്തിലേക്ക് വഴുതി.

ഓരോരുത്തരും അവരുടെ മൂലകളിലേക്കൊതുങ്ങി. ഗ്ലട്ട് താവോയ്ക്ക് പച്ചമരുന്നിന്റെ പാത്രം നീട്ടി. കുറച്ച് സ്വയമെടുത്തു. ഒരു മൂലയിൽ ചുരുണ്ട് കൂടി. മുഖത്തെ മാംസപേശികളും ചുളിവുകളും അയഞ്ഞു. അയാൾ തലമുടി തടവി. വിരലുകൾ കൂട്ടിപ്പിടിച്ചു. വട്ടം കറങ്ങിക്കൊണ്ടിരിക്കുന്ന ഒരു ഉരുളൻ കല്ല് അടക്കിപ്പിടിച്ചിരിക്കുന്നെണ്ടന്ന മട്ടിലായിരുന്നു ആ കൂട്ടിപ്പിടുത്തം. അയാൾ കൈ നെഞ്ചിൽ ചേർത്ത് വച്ചു. പുല്ലാങ്കുഴലിന്റെ മധുരനാദം ആസ്വദിക്കാനാണ് ഗ്ലട്ട് ഈ മരുന്നിപ്പോൾ കഴിച്ചതെന്ന് റിൻഡ തിരിച്ചറിഞ്ഞു. അയാളെ ഇത്തിരിയെങ്കിലും താൻ മനസ്സിലാക്കി.

പച്ച മരുന്ന് കഴിച്ചത് വഴി താവോയ്ക്ക് എന്ത് ലഭിച്ചു എന്ന് ഊഹി ക്കാനായില്ല. നല്ല വെയിലേറ്റ് വിശ്രമിക്കുന്ന ഒരു മരം പോലെയല്ല താവോയിപ്പോൾ. ശിഖരങ്ങളുപയോഗിച്ച് കാറ്റിനെ ചെറുക്കുന്നതു പോലെയാണ്. മുഖത്തെ ദുഃഖഭാവം അയാളിലെ ദൃഢസ്വഭാവത്തിന്റെ ഭാഗമല്ല. അത് എപ്പോഴും തനിക്ക് വേണ്ടി അയാൾ കണ്ടെത്തുന്നതാണ്. അതേ സമയം അയാൾ തന്റെ സഹോദരനോട് ഉത്തരവാദിത്വബോധ മുള്ളവനും സഹോദരന് ആശ്രയിക്കാവുന്നവനുമായിരുന്നു. അത് നല്ല താണെന്ന് റിൻഡയ്ക്ക് തോന്നി.

മാമെയുടെ സംഗീതത്തിന്റെ ലഹരിയിലായിരുന്നു. പച്ചമരുന്നി ല്ലെങ്കിലും ഗ്ലട്ടിനേയും താവോയേയും ആ സംഗീതം മറ്റൊരു ലോകത്തി ലെത്തിക്കുമായിരുന്നു.

തീ അണഞ്ഞിരുന്നില്ല. റിൻഡയ്ക്ക് കൂട്ടായിട്ടാണ് താനിപ്പോഴും നിൽക്കുന്നത് എന്ന മട്ടായിരുന്നു അതിന്. അതുകൊണ്ടായിരിക്കണം തീ മാത്രം അതിന്റെ കോണിൽ ചുരുണ്ട് കിടന്നില്ല.

ആട്ടിടയന്റെ പുല്ലാങ്കുഴൽ നാദം അവിടെയുള്ളവരെയെല്ലാം വലയം ചെയ്തിരിക്കുന്നത് റിൻഡയറിഞ്ഞു. താൻ ഈ ലോകത്തിനനുയോജ്യ നല്ലെന്നും അറിഞ്ഞു. ഇതാണോ വടക്കുള്ള ലോകം? അതോ ഇത് ഈ വീട്ടിലുള്ളവരുടെ മാത്രം ലോകമാണോ? ഒരു പക്ഷേ ഈ വടക്കൻ നാടു കളിൽ താനും ആട്ടിടയന്മാരുടെ പുല്ലാങ്കുഴൽ കേട്ടുറങ്ങുന്നത് ശീലിക്കും.

അങ്ങനെയുറങ്ങി സ്വപ്നങ്ങൾ നിറഞ്ഞ ലോകത്തിലേക്ക് വഴുതും. എന്നാൽ താനിങ്ങനെ എപ്പോഴും പച്ചമരുന്ന് കഴിച്ചവനെപ്പോലെ, മറ്റൊരു ലോകത്തിലേക്ക് അപ്രത്യക്ഷമായിക്കൊണ്ടിരിക്കണോ? അതുവരേക്കും അറിയാത്ത വേദനയാൽ ഹൃദയം വിങ്ങുന്നവനെപ്പോലെ, മറ്റൊരു ലോകത്തിൽ അപ്രത്യക്ഷമായിക്കൊണ്ടിരിക്കണോ?

പുറത്തേക്കിറങ്ങിയപ്പോൾ സഹിക്കവയ്യാത്ത തണുപ്പുണ്ടായിരുന്നു. ഒരിക്കൽ തന്റെ അച്ഛൻ യാത്ര ചെയ്തിട്ടുണ്ടാകുമായിരുന്ന പാതയിലേക്ക് അയാൾ നോക്കി. അങ്ങ് ദുരേക്കെത്തുന്ന പാതയിലേക്ക്. നായ്ക്കളുടെ കാലടിപ്പാടുകൾ കാണുന്നിടത്തേക്ക് നടന്നു. ആദ്യത്തെ കുന്ന് കയറി. രണ്ടാമത്തെ കുന്നിലെത്തിയപ്പോഴേക്കും ആട്ടിടയന്റെ പുല്ലാങ്കുഴൽ സ്വരം നേർത്തിരിക്കുന്നു എന്ന് തോന്നി. നിലാവിൽ ഭൂമി നീലനിറമാണ്ട് കിടക്കുന്നു. സെഗാ വിവരിച്ച കടൽ ഇതുപോലെയാണെങ്കിൽ, ഭൂമിയെ മറയ്ക്കുന്ന ഈ മഞ്ഞുപോലെയാണെങ്കിൽ, അത് എല്ലാ ചക്രവാളങ്ങളിലേക്കും പരന്ന് കിടക്കുന്നുവെങ്കിൽ, താൻ സ്വയം ആ വെള്ളത്തിൽ ഉപേക്ഷിക്കപ്പെടാൻ തയ്യാറാണ്. അയാൾ ഒന്ന് കുമ്പിട്ടു. കുറച്ച് മഞ്ഞുവാരി വായിലിട്ടു. കടലിലെ ജലത്തിന്റെ രുചിയെന്താകും? അതും ഈ മഞ്ഞുപോലെ തന്നെയാകുമോ? അതോ നദിയിലെ ജലം പോലെയോ? അതോ നദിക്കരയിലെ മണ്ണ് കലങ്ങിയ ജലം പോലെയോ?

ഒരു ചെറുകാറ്റ് വീശി. ആട്ടിടയന്റെ പുല്ലാങ്കുഴൽ വീണ്ടും കേട്ടു. റിൻഡയെ വിശ്വസിച്ചത് മാമെ മാത്രമാണ്. അയാളിപ്പോൾ രാവിന്റെ രഹസ്യ പോടുകളിലേക്കിറങ്ങിയെത്തുന്നു. അയാളില്ലായിരുന്നെങ്കിൽ, തനിക്ക് തന്നിൽ തന്നെയുള്ള വിശ്വാസത്തെ നിലനിർത്തുവാൻ ഒന്നുമുണ്ടാകില്ലായിരുന്നു. അതുകൊണ്ടാണ് മാമെയുടെ പുല്ലാങ്കുഴൽ തന്റെ അസ്തിത്വം കാണിക്കുന്ന ഒന്നാണെന്ന് റിൻഡ കരുതിയത്. ഇതുവരേക്കും കണ്ടിട്ടില്ലാത്ത കടലിൽ പോലും താൻ വിശ്വസിക്കുമ്പോൾ, പിന്നെയെങ്ങനെ സ്വയം തന്നിൽ വിശ്വസിക്കാതിരിക്കും? കടലിന്റെ രുചിയും ഇത് തന്നെയായിരുന്നു എന്ന് അച്ഛനറിയുമായിരുന്നോ?

ഇതുവരേക്കും പര്യവേഷണം നടത്തപ്പെടാത്ത, വിചിത്രമായ, ഈ ആകാശത്തിൽ എത്ര നക്ഷത്രങ്ങളുണ്ടാകും? തന്റെ കുട്ടിക്കാലത്ത് കേട്ട വടക്കൻഗാഥകളിലേവിടെയെങ്കിലും ഈ നക്ഷത്രങ്ങളെക്കുറിച്ച് പറയുന്നുണ്ടോ? ഓർക്കാനാകുന്നില്ല. നക്ഷത്രങ്ങൾക്ക് അവയുടെ സ്വന്തം മാതൃരാജ്യമുണ്ടായിരുന്നിരിക്കണം. മഴത്തുള്ളികൾപോലെ അവ അവസാനമില്ലാതെ പെരുകുന്നു. ഒരേ സ്രോതസ്സിൽ നിന്നൊഴുകിയെത്തുന്നതുപോലെ. ഓരോ കുന്നിൻപുറകിൽ നിന്നും ഒരു വാൽനക്ഷത്രം ഒഴുകിയെത്തി. അത് ദൂരെയുള്ള രാവിന്റെ നീലക്കടലിൽ അലിഞ്ഞ് തീർന്നു. വളരെയധികമുണ്ടായിരുന്നു, കരുത്തുള്ളവയായിരുന്നു. വളരെ അടുത്തായിരുന്നു. അതിനാൽ ഇളക്കിമറിക്കുന്നവയുമായിരുന്നു. ഇങ്ങനെയൊരു രാവുകണ്ട് അച്ഛനും മതിമറന്നിട്ടുണ്ടാകുമോ? അച്ഛനും ഈ പച്ചമരുന്നിന്റെ

പ്രഭാവത്തിൽ ഗ്ലട്ടിനെപോലെ നഗ്നനായി പ്രഭാതം വരെ നടന്നിട്ടു ണ്ടാകുമോ? ഒരു പക്ഷേ, അതുപോലെ അച്ഛനും പാടിയിട്ടുണ്ടാകും. എന്നിട്ട് നക്ഷത്രസമൂഹങ്ങളിലേക്ക് അപ്രത്യക്ഷമായിട്ടുണ്ടാകും. അവിടെ നിന്ന് ആ മലഞ്ചെരുവിലെ ചെങ്കുത്തായ ഇറക്കത്തിലേക്ക് വീണിട്ടു ണ്ടാകും. മരിച്ച് കിടന്നിരുന്ന അച്ഛന്റെ വായിൽ നിന്നും ചില്ലുകൊണ്ടുള്ള ആ കാതണിയെടുക്കുമ്പോൾ അച്ഛന്റെ ചുണ്ടിന്റെ നിറമെന്തായിരുന്നു? ഓർമ്മയിലെത്തുന്നില്ല. ആ പച്ചമരുന്നുപേക്ഷിച്ച ചുവപ്പ് രാശി അവിടെ കണ്ടെത്താൻ ഒരു ശ്രമം നടത്തി. എന്നാൽ പുറകിൽ നിന്നും വന്ന പന്ത ങ്ങളുടെ വെളിച്ചത്തിൽ എല്ലാ നിറങ്ങളും ഒന്നിച്ച് മങ്ങിപ്പോയി.

താൻ ആരാണെന്നതിനെക്കുറിച്ച് എന്തെങ്കിലും സംശയമുണ്ടായി രുന്നുവെങ്കിൽ അയാൾ ഉടൻ പിന്തിരിയുമായിരുന്നു. തന്റെ ഗ്രാമം കണ്ടെത്തുമായിരുന്നു. അവിടെ എല്ലാവരും അയാളെ റിൻഡ എന്ന് വിളിക്കുമായിരുന്നു. വടക്ക് വഴിതെറ്റാനായി അനേകായിരം മാർഗങ്ങളു ണ്ടെന്ന് അയാൾ അവരോടെല്ലാം പറയുമായിരുന്നു. തന്റെ അച്ഛന്റെ പേരു വഹിച്ച് താനും കാണാതാകപ്പെടുമായിരുന്നു എന്ന് അവരോടെല്ലാം പറയുമായിരുന്നു. ഏത് കഥയും വിശ്വാസം വരാത്തമട്ടിൽ കേട്ടുകൊണ്ടി രിക്കുന്ന ഗ്രാമീണർ മാത്രമല്ല സെഗാ പോലും ഈ കഥ കേട്ട് ആശ്ചര്യ പ്പെടുമായിരുന്നു. വടക്കോട്ട് പോയവരൊക്കെ ഒന്നുകിൽ ഉത്തരങ്ങളു മായി മടങ്ങും അല്ലെങ്കിൽ സ്വയം രഹസ്യമായി മാറും. അസ്ലമും ആ പാത പൂർണ്ണമാക്കി. രഹസ്യത്തിൽ മുങ്ങിപ്പോയി.

റിൻഡ തലയുയർത്തി ചന്ദ്രനെ നോക്കി. ഈ കുന്നുകൂടി കയറി യാൽ നിലാവിന്റെ സ്വരം കേൾക്കാമെന്ന് തോന്നി. അച്ഛന്റെ ആത്മാവ് അതിൽ കയറിയതിനുശേഷം പൂർണ്ണചന്ദ്രൻ ഭൂമിയോട് കൂടുതൽ അടുത്ത് വന്നിരിക്കുന്നു. ചന്ദ്രൻ ആകാശത്തിന്റെ കണ്ണാടിയാണ്. ഉറക്ക ത്തിൽ അച്ഛൻ വന്ന് മകനോട് സംസാരിക്കുന്നു. തന്നോടൊപ്പം ചേരാൻ ക്ഷണിക്കുന്നു. അതിനെക്കുറിച്ചാലോചിച്ചപ്പോൾ റിൻഡയ്ക്ക് തല കറങ്ങുന്നതുപോലെ തോന്നി. അയാളുടെ ഉള്ള് വിങ്ങി. കടലിലെ തിര കളിൽ നിന്നും എന്തോ എടുത്ത് വിഴുങ്ങിയതുപോലെ ഉള്ളെല്ലാം നാലു പാടും ചിതറിത്തെറിക്കുന്നതുപോലെ തോന്നി. കരയിൽ ബന്ധിച്ച് നിർത്തി യിരിക്കുന്ന ഒരു പാറയാണ് താനിപ്പോൾ. ഒരു ചെന്നായയുടെ പൈശാചിക ജന്മത്തിനു തയ്യാറെടുക്കുകയാണ് തന്റെ മാംസമിപ്പോൾ. രക്തത്തിന്റെ മണം മൂക്കിലടിച്ച് കയറുന്നു. തന്റെ പാതയിലുള്ള എല്ലാ തടസ്സങ്ങളും ഇല്ലാതാക്കണം എന്ന് തോന്നി. അതൊരു മരമാകട്ടെ, ചുമരാകട്ടെ, അതിനെ നശിപ്പിച്ച് കളയണം. ഇങ്ങനെയൊരു ആഗ്രഹം ഇതിനു മുമ്പൊരിക്കലും ഉണ്ടായിട്ടില്ല. ഇത് വടക്കിന് അനന്യമായ ഒരു വികാര മാണ്. അയാളുടെ ചർമ്മം വലിഞ്ഞ് മുറുകി. തൊണ്ണ് ചൊറിയാൻ തുടങ്ങി.

അയാൾ തിരിഞ്ഞ് നോക്കി. അകലെ അവ്യക്തമായി കണ്ട രൂപം മാമെയുടേതാണെന്ന് തിരിച്ചറിഞ്ഞു. നായ്ക്കളുടെ കിതപ്പിന്റെ ശബ്ദം തിരിച്ചറിയുംവിധം അടുത്തേക്ക് ആ രൂപം നീങ്ങി. “ഒറ്റയ്ക്ക് താങ്കളെ

വിടാൻ ഞങ്ങൾക്കാകില്ല. ഇത് തണുപ്പ് കാലമാണ്. രാവിൽ ചെന്നായ്ക്കളിറങ്ങുന്ന കാലം. പുറത്ത് വന്നവരിൽ നിങ്ങളെ തേടിപ്പിടിക്കുന്നതിൽ ഏറ്റവും കുശലത കാണിച്ചത് ഈ കറുത്ത നായയായിരുന്നു." മാമെ പറഞ്ഞു.

കറുത്ത നായ മാമെയ്ക്ക് സമീപം നിൽക്കുകയായിരുന്നു. ചാരനിറമുള്ളവ ഇത്തിരി പുറകിലാണ്. അവ കിതയ്ക്കുന്നുണ്ട്. അവയ്ക്ക് പ്രായമായിരിക്കുന്നു.

റിൻഡ തലയുയർത്തി ആകാശത്തേക്ക് നോക്കി. "എത്ര നക്ഷത്രങ്ങളാണ്. ഈ നക്ഷത്രക്കൂട്ടത്തിന്റെ തിരക്കിൽ വഴിതെറ്റുമെന്ന് തോന്നി."

"അച്ഛനെപ്പോലെ താങ്കൾക്കും നക്ഷത്രങ്ങളിൽ താത്പര്യമുണ്ടോ?"

"അച്ഛന്റെയത്ര കൃത്യമായി അവയെക്കുറിച്ച് അറിയില്ല. അവയുടെ ഭാഷ അദ്ദേഹത്തിനറിയാമായിരുന്നു. ഞങ്ങളിൽനിന്നും വ്യത്യസ്തമായി നക്ഷത്രങ്ങളെക്കുറിച്ച് പല വിശ്വാസങ്ങളും അദ്ദേഹത്തിനുണ്ടായിരുന്നു."

"അതെ. ഞങ്ങളിൽ നിന്നും വ്യത്യസ്തമായിരുന്നു അദ്ദേഹം. അന്ന് രാത്രി അദ്ദേഹം ഞങ്ങളെ പുറത്ത് കൊണ്ടുപോയി ആകാശം കാണിച്ച് തന്നു. ധ്രുവനക്ഷത്രം സ്ഥായിയാണെന്നും എന്നാൽ ഇന്ന് അവിടെ കാണുന്ന നക്ഷത്രമല്ല യുഗങ്ങൾക്ക് മുമ്പ് അവിടെയുണ്ടായിരുന്നതെന്നും പറഞ്ഞു. ഒരു പക്ഷേ അക്കാലങ്ങളിൽ നമ്മുടെ ധ്രുവനക്ഷത്രമായിരുന്നിരിക്കില്ല യാത്രികർക്ക് വഴികാട്ടിയായി നിന്നിരുന്നത്. നമ്മുടെ ജീവിതകാലത്തിനുള്ളിൽ ആകാശത്ത് മറ്റൊരു മാറ്റം കൂടിയുണ്ടാകും എന്നും അദ്ദേഹം പറഞ്ഞു. അതിനു നമ്മൾ ദൃക്സാക്ഷിയാകേണ്ടി വരും. അത് പറയുമ്പോൾ അദ്ദേഹത്തിന്റെ സ്വരത്തിൽ ഒരു വ്യതിയാനവും ഞങ്ങൾ കണ്ടില്ല. ആവേശത്തിമർപ്പുണ്ടായിരുന്നില്ല. മാൻപേടകൾ പോകുന്ന വഴിയെക്കുറിച്ച് അദ്ദേഹം ചോദിച്ചത് അതിനു ശേഷമായിരുന്നു."

നക്ഷത്രങ്ങൾ തിങ്ങിനിറഞ്ഞ ആകാശത്തിനാണോ, മാൻപേടകൾ പോകുന്ന മാർഗ്ഗത്തിനാണോ കൂടുതൽ കൗതുകമുള്ളതെന്ന് റിൻഡയ്ക്കറിയില്ലായിരുന്നു. ഇതിലേതാണധികം ജിജ്ഞാസയുളവാക്കുന്നത് എന്നും അറിയില്ലായിരുന്നു. അത് മാമെ തന്നെ തീരുമാനിക്കട്ടെ എന്ന് റിൻഡ കരുതി.

"വസന്തത്തിന്റെ ആരംഭം കുറിക്കുന്ന നക്ഷത്രസമൂഹം ഏതെന്ന് അദ്ദേഹം ഞങ്ങളോട് ചോദിക്കുകയുണ്ടായി. റാം എന്ന് ഞങ്ങൾ ഉത്തരം നൽകി. ഇതിൽ മാറ്റമുണ്ടോ എന്നായിരുന്നു അടുത്ത ചോദ്യം. അപ്പോൾ ഞങ്ങൾ പരസ്പരംനോക്കി. നക്ഷത്രങ്ങൾ അലഞ്ഞ് നടക്കുന്നവരാണ്. അവർ ഓരോ ഋതുവിലും വിവിധ സ്ഥലങ്ങളിലേക്ക് യാത്ര ചെയ്തുകൊണ്ടിരിക്കുന്നു. പിന്നെ തിരിച്ചെത്തുന്നു. അദ്ദേഹം പറഞ്ഞു. അധികം താമസിയാതെ വസന്തമെന്ന ഋതു കുറിക്കുന്ന റാം എന്ന നക്ഷത്രവിന്യാസം എന്നന്നേക്കുമായി വിട്ട് പോകും എന്നദ്ദേഹം പറഞ്ഞു. അപ്പോൾ സംശയത്തോടെ ഞങ്ങൾ അദ്ദേഹത്തെ നോക്കി. വസിക്കുന്ന

നാടിന്റെ അങ്ങേക്കരപോലും കണ്ടിട്ടില്ലാത്ത അനവധിപേരുള്ള ഈ ലോകത്തിലിരുന്ന് അദ്ദേഹം ആകാശത്തിന്റെ വിധിയെക്കുറിച്ച് പറയുക യായിരുന്നു."

"റാം എന്ന നക്ഷത്രവിന്യാസമില്ലെങ്കിൽ പിന്നെ വസന്തമെങ്ങനെ യുണ്ടാകും?"

അവർ വന്ന വഴിയേ തിരിച്ച് നടക്കാനാരംഭിച്ചു. കറുത്ത നായ യ്ക്കൊപ്പമല്ല റിൻഡ നടന്നത്. പകരം വൃദ്ധരായ മറ്റു രണ്ട് നായ്ക്കളെ പിന്തുടർന്ന് സാവധാനത്തിൽ നടന്നു.

"പൂർണ്ണമായ തീർപ്പോടെയാണ് അസ്ലം അക്കാര്യം പറഞ്ഞത്. ഈ ലോകം മറ്റൊരു ഘട്ടത്തിലേക്ക് പ്രവേശിക്കുകയാണെന്ന്. അപ്പോൾ മുതൽ സൂര്യൻ പുതിയ വിന്യാസങ്ങളുമായി പുതുവർഷത്തിലേക്ക് പ്രവേശിക്കും. ഝഷമാണീ വിന്യാസം. റാമിനു പകരം വരുന്ന നക്ഷത്ര വിന്യാസം ഝഷമാണ്."

"ഇത് എപ്പോൾ സംഭവിക്കും എന്നാണ് താങ്കൾ വിശ്വസിക്കുന്നത്?" റിൻഡയ്ക്ക് ഈ സംഭാഷണത്തിൽ താത്പര്യം ജനിച്ചു.

"അടുത്ത ഏതാനും വർഷത്തിനുള്ളിൽ. നമ്മുടെ ആയുസ്സിനിടയിൽ തന്നെ. അതിൽ എന്റെ ആയുസ്സുംപെടുമോ എന്ന് ഗ്ലട്ട് അന്ന് ചോദിക്കുക യുണ്ടായി. ഉവ്വ്, എന്ന് ചിരിച്ചുകൊണ്ട് അസ്ലം മറുപടിയും പറഞ്ഞു. ഝഷ ത്തിന്റെ കാലഘട്ടം മറ്റൊരു ലോകമാകും. മറ്റൊരു ജീവിതവുമാകും. അത് എത്ര നല്ലതാകും അല്ലെങ്കിൽ എത്ര ചീത്തയാകും എന്നൊന്നും അദ്ദേഹത്തിനറിയില്ല. ഒരുപക്ഷേ നൂറ്റാണ്ടുകൾ നീളുന്ന ഒരു പുതുകാല ഘട്ടമാകുമത്. അതു കേട്ട് ഗ്ലട്ട് പൊട്ടിച്ചിരിച്ചു. നമ്മളൊക്കെ ആകാംക്ഷ യടക്കാനാകാതെ കണ്ണു തുറന്ന് കുഴിമാടത്തിൽ കിടക്കുകയാകുമപ്പോൾ എന്ന് പറഞ്ഞു..."

"അതും അച്ഛൻ ഇങ്ങോട്ട് വന്നതുമായി എന്തെങ്കിലും ബന്ധമുണ്ടാ യിരുന്നോ?"

"അത് വെറും താത്പര്യം മാത്രമായിരുന്നു. അദ്ദേഹം വന്നത് മാൻപേടകൾ പോകുന്ന വഴി തേടിയായിരുന്നു."

"മാൻപേടകൾ പോകുന്ന വഴി എല്ലായിടത്തുമുണ്ടല്ലോ. അദ്ദേഹം ഒരുപക്ഷേ ഏതെങ്കിലും ഒരു മാനിനെ അന്വേഷിച്ച് വന്നതാകും."

"ഏതെങ്കിലുമൊരിടത്തെ മാൻപേടകൾ പോകുന്ന വഴിയിൽ മാത്രമ ല്ലായിരുന്നു അദ്ദേഹത്തിന്റെ താത്പര്യം. അവസാനമായപ്പോഴേക്കും അദ്ദേഹം കണ്ട ഓരോ വഴിയും വിവേചിച്ചറിയുവാനൊരു ശ്രമമുണ്ടായി. ഞങ്ങൾ അതുപോലുള്ള ചില വഴികൾ കണ്ടു എന്ന് പറഞ്ഞപ്പോൾ അതിനെക്കുറിച്ച് കൂടുതൽ ചോദിച്ചറിഞ്ഞു. ഞങ്ങൾ കണ്ടവയ്ക്ക് എന്തെ ങ്കിലും സ്വഭാവവിശേഷങ്ങളുണ്ടായിരുന്നോ, അവയിൽ വിചിത്രമായി എന്തെങ്കിലും ഞങ്ങൾ കണ്ടുവോ എന്നൊക്കെ ചോദിച്ചു. നിങ്ങളാണ് വിചിത്രമായിട്ടുള്ളത് എന്ന് ഗ്ലട്ട് അപ്പോൾ പറയുകയും ചെയ്തു."

നായ്ക്കൾ മാമെയ്ക്ക് സമീപമെത്തി. റിൻഡ ഇടയ്ക്കിടെ ചന്ദ്രനെ നോക്കുന്നുണ്ടായിരുന്നു. അതിന്റെ ശോഭയിൽ പുതുവർണ്ണങ്ങൾ എന്തെങ്കിലുമുണ്ടാകുന്നുണ്ടോ എന്നാണ് അയാൾ ഇടംകണ്ണിലൂടെ നോക്കുന്നത്.

"മാൻകൂട്ടങ്ങളെക്കുറിച്ച് അദ്ദേഹം ഒരിക്കലും ചോദിച്ചില്ല. ഒരൊറ്റ മാനിനെക്കുറിച്ചായിരുന്നു ചോദ്യമെല്ലാം. ഒറ്റയാൻ മാൻ നടന്ന് പോകുന്ന വഴി കണ്ടെത്താനായി സ്വന്തം വാളുപോലും ഉപേക്ഷിക്കാൻ അദ്ദേഹം തയ്യാറായിരുന്നു."

പൂർണ്ണചന്ദ്രനിൽ വരുന്ന ചെന്നായ്ക്കളെ റിൻഡയോർത്തു. ഒരൊറ്റ മാനിന്റെ മാംസത്തിനു കൊതിക്കുന്ന ചെന്നായയാണോ തന്റെ അച്ഛൻ? മാൻപേടകളുടെ വഴി കണ്ടാൽ ഒന്ന് കുതിക്കാൻ വെമ്പാത്ത ഏത് അമ്പുണ്ട്? ഏത് നായാട്ടുകാരനുണ്ട്? അതുവഴിയൊരു അമ്പെയ്യാൻ താത്പര്യപ്പെടാത്തത്? അതിനായി ഉറക്കം കളയാത്തത്?

"താവോയുടെ ചോദ്യത്തുത്തരം നൽകാം. ഇതുവഴി അലഞ്ഞ് നടന്ന ആ ഒരൊറ്റമാനിനെ അസ്ലം കണ്ടിട്ടുണ്ടാകും. കണ്ടിട്ടുണ്ടെങ്കിലും അയാൾ അതിനെ കൊന്നിട്ടുണ്ടാകില്ല." മാമെ തുടർന്നു.

"താങ്കൾ അങ്ങനെ എന്തുകൊണ്ട് ചിന്തിക്കുന്നു എന്നദ്ഭുതപ്പെടുകയാണ് ഞാൻ."

"അസ്ലം മാൻപേടകൾ പോകുന്ന മാർഗ്ഗമല്ല അന്വേഷിച്ചിരുന്നത്. അതുവരേക്കും യാത്ര ചെയ്തിട്ടില്ലാത്ത സ്ഥലങ്ങളിലേക്ക് യാത്ര ചെയ്യുവാൻ ഇഷ്ടപ്പെടുന്നവരുടെ കൂട്ടത്തിലാണദ്ദേഹം. അവിടെ ഇത്തിരിക്കാലം താമസിക്കണം, പിന്നെ യാത്ര തുടരണം. ഈ ലോകത്തിലെ ഒന്നിനും കെട്ടിപ്പിടിച്ച് നിർത്തുവാനാകാത്ത ആത്മവിശ്വാസമുള്ളവരുടെ കൂട്ടത്തിൽ പെട്ടയാളാണദ്ദേഹം. അങ്ങനെയുള്ളവർക്ക് എവിടെയുള്ളവരുമായും ബന്ധമുണ്ടാകില്ല. അതുകൊണ്ടാണ് വ്യക്തമായ കാരണങ്ങൾക്ക് പുറകിലല്ലാതെ ആ നിമിഷത്തിൽ ലഭിക്കുന്ന കാരണമേതോ അതിനു പുറകിൽ അവർ അലയുന്നത്. എതെങ്കിലും ഒരു സ്ഥലത്തിനോട് ഒരു വൈമുഖ്യം പെട്ടെന്നുണ്ടാകുക ഇവരിൽ സ്വാഭാവികമാണ്. അവിടെനിന്ന് പോകാനായി വേണ്ട സൂചനകൾ അതിനവർ സ്വയം കണ്ടെത്തും. തനിക്ക് കുടുംബമില്ല എന്ന് പറയുക വഴി അസ്ലം ചെയ്തിരുന്നത് തന്റെ ഭൂതകാലത്തിൽ നിന്നും തന്നെ വേർപെടുത്തുകയായിരുന്നു. അയാൾ എവിടെ നിന്ന് വന്നു എന്ന് നിങ്ങളുടെ ഗ്രാമത്തിലുള്ള ആർക്കുമറിയില്ല. ആരോടും അയാൾ പറഞ്ഞിട്ടുമില്ല."

"അങ്ങനെയെങ്കിൽ അദ്ദേഹം മാൻപേടകൾ പോയ വഴിയെക്കുറിച്ച് ചോദിക്കുന്നതിലോ തിരികെ ഗ്രാമത്തിലേക്ക് വരുന്നതിലോ എന്ത് പ്രാധാന്യമാണുള്ളത്?"

"ആകാശത്തിലെ നക്ഷത്രങ്ങൾക്ക് മാറ്റം വരുന്ന ഈ ലോകത്തിൽ, അയാൾ വീട്ടിലേക്ക് തിരിച്ച് വരുന്നതിൽ യാതൊരു ആശ്ചര്യവും കാണേണ്ടതില്ല. അതല്ല, അയാൾ തന്റെ പഴയ ജീവിതത്തെ പുണരാനല്ല

ഇവിടെ നിന്ന് പോയത് എന്നും നമുക്ക് പറയാനാകില്ല. മാൻപേടകൾ പോകുന്ന വഴിയുടെ കാര്യമാണെങ്കിൽ, തന്നെ അത് എവിടേക്കെങ്കിലും എത്തിക്കും എന്നതിന്റെ സൂചകം മാത്രമായിരുന്നു അയാൾക്ക്. ഒരു പുതിയ നായാട്ടിലേക്കെത്തിക്കുമെന്ന്. അദ്ദേഹത്തിനെപ്പോലെയുള്ള വർക്ക് അതിലൊന്നും ഇതിൽകവിഞ്ഞ പ്രാധാന്യമുണ്ടായിരുന്നില്ല. അവർ ഈ വിശ്വത്തെ ബഹുമാനിക്കുന്നു. അതിൽവരുന്ന ചെറിയ മാറ്റങ്ങൾ പോലുമറിയാൻ കൊതിക്കുന്നു. അതിനായി പരിശ്രമിക്കുന്നു. അതിനവർ തിരഞ്ഞെടുക്കുന്ന മാർഗ്ഗം അവരുടേത് മാത്രമാണ്. അവരുടെ ജീവിതം ലളിതമായിരിക്കും. പ്രതേകതകളുള്ളതായിരിക്കും. അതെന്താണെന്ന് മറ്റാർക്കും തീർച്ചയുണ്ടാകില്ല."

തണുപ്പിൽ മാമെയുടെ ശബ്ദം ഇടറിയില്ല. പക്ഷേ ശ്വാസത്തിന്റെ ചെറു ചൂടിൽ അത് കൂടുതൽ മൃദുവായി. അവർക്ക് തിരിച്ചെത്താൻ ഇനിയും ദൂരമേറെ നടക്കേണ്ടതുണ്ട്. അതറിയാവുന്നതിനാൽ രാവ് അതിന്റെ അതി ശൈത്യമുള്ള കാറ്റുകളെ കുന്നിന്റെ മറുപുറത്ത് തടഞ്ഞ് നിർത്തി.

"അന്ന് രാത്രി ഞങ്ങൾ ചന്ദ്രന് വളരെ അടുത്ത് ഒരു നക്ഷത്രം കണ്ടു. അദ്ദേഹം കുറച്ചുനേരം അതിനെ ഉറ്റ് നോക്കി. അതൊരു ചീത്ത ലക്ഷണ മാണെന്ന് പറഞ്ഞു. എന്തുകൊണ്ടെന്ന് ഞങ്ങൾക്ക് മനസ്സിലായില്ല. അദ്ദേഹം കണ്ണടച്ചു. 'മഹത്തായ രാവേ, നീ എനിക്കത് കാണിച്ച് തരൂ' എന്നദ്ദേഹം ഉറക്കെപ്പറഞ്ഞു. അത് അയാളിലേക്ക് ഒരു സ്വപ്നത്തെ യെത്തിക്കും. ആ സ്വപ്നം അയാൾ തുടർയാത്രയിൽ വിജയിയാകുമോ ഇല്ലയോ എന്നത് വ്യക്തമാക്കും. പിറ്റേന്ന് പ്രഭാതത്തിൽ അദ്ദേഹം തന്റെ സ്വപ്നത്തെക്കുറിച്ചൊന്നും പറഞ്ഞില്ല. അദ്ദേഹം വീടിനു പുറത്ത് തീ കത്തിച്ചു. ഞങ്ങളെല്ലാം അതിനരികിലിരുന്നു. അപ്പോൾ ഞാൻ ഗ്ലട്ടിൽ നിന്നും കേട്ടിരുന്ന മാൻപേടകൾ പോകുന്ന വഴിയെക്കുറിച്ച് പറഞ്ഞു. അദ്ദേഹം ഒന്നും ചോദിച്ചില്ല, പറഞ്ഞില്ല. എന്നാൽ അതൊക്കെ അദ്ദേഹ ത്തിനറിയാം എന്നൊരു തോന്നൽ അപ്പോഴേ എന്നിലുദയം ചെയ്തി രുന്നു."

"അച്ഛൻ കേട്ട ആ കഥ കേൾക്കാൻ എനിക്കും താത്പര്യമുണ്ട്."

അധികം സംസാരപ്രിയനല്ലാത്ത ഒരാളുടെ ലാളിത്യത്തോടെയല്ല, പകരം ആരോടാണോ സംസാരിക്കുന്നത് അയാളുടെ ലാളിത്യത്തെ മാനി ച്ചാണ്, മാമെ സംസാരിച്ചത്. മഞ്ഞിലാഴ്ന്നു പോകുന്ന കാലടിയൊച്ച യിൽ, അത് മഞ്ഞുകണങ്ങളെ തകർക്കുന്ന ഒച്ചയിൽ നിന്ന്, ഈ ലാളിത്യം പ്രകടമായിരുന്നു. നായ്ക്കളും അതുപോലെ ശാന്തമായി നടന്നു. വീട്ടിൽ എളുപ്പമെത്താൻ അയാൾ തിരക്ക് കാണിച്ചില്ല. നായ്ക്കൾക്കും അങ്ങനെയൊരു തിരക്ക് കണ്ടില്ല. എന്നാൽ തണുത്ത കാറ്റിന് കുന്നിന്റെ മറുഭാഗത്ത് വെറുതെ നിൽക്കാനാകില്ലായിരുന്നു. കാറ്റ് അതിന്റെ അനു കമ്പയുള്ള നോട്ടം പ്രകടമാക്കി. മാമെയുടെ കഥ കേൾക്കാനുള്ള ഉത്സുകതയിൽ, ഇത്തിരി കൂടി കാത്തിരിക്കാൻ, രാവ് തയ്യാറായിരുന്നു.

പണ്ട് പണ്ട് കാട്ടിൽ ഒരു വിറകുവെട്ടുകാരനും അയാളുടെ മകളും താമസിച്ചിരുന്നു. ഈ കാടിനെക്കുറിച്ച് അധികമൊന്നും മാമെയ്ക്കും അറിയില്ല. ഒരു രാത്രിയിൽ അവർ ആകാശത്ത് വെട്ടിത്തിളങ്ങിനിന്ന നക്ഷത്രങ്ങളേയും അവിടെ നിന്ന് നിലത്തേക്കോടി വന്നിരുന്ന കൊള്ളി മീനുകളേയും കണ്ടുകൊണ്ടിരിക്കുകയായിരുന്നു.

മുടി പിന്നിയിട്ട് ആ ആകാശത്തിനു ചുവട്ടിലിരിക്കുമ്പോൾ മകൾ, നമ്മൾ എവിടെ നിന്നാണ് വന്നത് എന്ന് ഞാൻ മറന്നുപോയി എന്ന് അച്ഛനോട് പറഞ്ഞു. അതുകേട്ട് അച്ഛൻ കഥ ആവർത്തിച്ചു. മകൾ മറന്ന തല്ലെന്ന് അച്ഛനുമറിയാം. ഭൂതകാലത്തെക്കുറിച്ച് കേൾക്കാൻ മകൾക്ക് വലിയ ഇഷ്ടമാണെന്ന് അയാൾക്കറിയാം.

പണ്ട്, ഈ വിറക് വെട്ടുകാരൻ രണ്ട് നദികൾക്കിടയിലുള്ള സമതല ത്തിലാണ് താമസിച്ചിരുന്നത്. ഇവിടെ നിന്ന് വളരെ ദൂരെയായിരുന്നു അത്. അവിടെ താമസിക്കുന്നവരെ മെറാനികൾ എന്നാണ് വിളിച്ചിരുന്നത്. വലിയ പട്ടണങ്ങളുടേയും പട്ടാളത്തിന്റേയും ഉടമകളായിരുന്നു മെറാനി കൾ. ഈ വിറകുവെട്ടുകാരൻ അവിടെ ഒരു യുവയോദ്ധാവായിരുന്നു. കുടുംബം എന്ന് പറയാനൊന്നുമില്ലായിരുന്നു.

ഒരിക്കൽ ഒരു യുദ്ധത്തിൽ തോറ്റോടുന്നവരെ ഈ യോദ്ധാവ് പിന്തു ടർന്നു. ശത്രുപക്ഷത്തെ സ്ത്രീകളെ അപ്പോഴവർ കണ്ടു. സത്യത്തിൽ അതേ കുലത്തിന്റെ മറ്റൊരു ശാഖ മാത്രമായിരുന്നു അവർ. എന്നാൽ ഈ യുദ്ധം എന്ന് പറയുന്നത് പൗരാണികകാലം മുതൽ മനുഷ്യൻ അനു വർത്തിച്ച് വരുന്ന ഒരു പാരമ്പര്യമാണല്ലോ. യുദ്ധത്തിന്റെ രീതിക്ക് വിരുദ്ധ മായി ഈ യോദ്ധാവ് എതിർപക്ഷത്തെ സ്ത്രീകളെ ഒരു ഗുഹയിൽ ഒളിപ്പിച്ചു. ഇത് അയാളിൽ ദയയുള്ള ഹൃദയമുള്ളതുകൊണ്ടല്ല. ആ സ്ത്രീ കളിൽ നിന്നും ഒരു ജോടി കണ്ണുകൾ അയാളുടെ ഹൃദയത്തെ മഥിച്ച തിനാൽ മാത്രം. അത് ഒരു പരുന്തിനെപ്പോലെ പൊടുന്നനെ താഴേക്കിറങ്ങി വന്ന് അയാളുടെ ഹൃദയം കൊത്തിയെടുത്ത് കൊണ്ടുപോകുകയായി രുന്നു. പ്രണയം പലപ്പോഴും ചീത്ത മനുഷ്യരെ നല്ലവരാക്കാറുണ്ട്.

പട്ടാളമേധാവി ഈ വാർത്തയറിഞ്ഞു. മേധാവി അവരെ പിടികൂടാൻ മറ്റു യോദ്ധാക്കളെ അയച്ചു. വിറകുവെട്ടുകാരൻ സ്ത്രീകളുമായി രക്ഷ പ്പെട്ടു. എന്നാൽ സ്റ്റീലിന്റെ നിറമുള്ള നദിക്കരയിൽ വച്ച് പട്ടാളക്കാർ അവരെ വലയം ചെയ്തു. ഒന്നുകിൽ വാളിന്നിരയാകുക അല്ലെങ്കിൽ അടിമച്ചന്തയിൽ വിൽക്കപ്പെടുക എന്നതല്ലാതെ ഇനിയൊരു മാർഗ മില്ലെന്ന് അവർക്ക് മനസ്സിലായി. അതിൽനിന്നും രക്ഷ നേടാനായി അവർ നദിയിലേക്കെടുത്ത് ചാടി. നദിയിലെ ഒഴുക്കിൽ പെട്ട് അവരിൽ പലരും മരിച്ചുപോയി.

രക്ഷപ്പെട്ടവരിൽ പലരേയും വിറകുവെട്ടുകാരൻ യുദ്ധം ചെയ്യുന്ന തെങ്ങനെ എന്ന് പഠിപ്പിച്ചു. അടിച്ചമർത്തപ്പെട്ടവരെ സഹായിക്കാൻ അവർ തീരുമാനിച്ചു. പട്ടാള സംഘങ്ങളെ അവർ പതിയിരുന്നാക്രമിച്ചു.

യുദ്ധത്തിൽ നിന്നും ഓടി രക്ഷപ്പെടുന്ന സ്ത്രീകളെ അവർ സഹായിച്ചു. അവർ എവിടേയും സ്ഥിരമായി താമസിച്ചില്ല. ഓരോ ഋതുവിലും അവർ പുതിയ ആകാശം തേടി.

ഷഹ്മാരൻ എന്ന് വിളിക്കപ്പെട്ട മറ്റൊരു സംഘം സ്ത്രീപോരാളികളോടൊപ്പം ഈ സംഘവും ചേർന്നു. അവരുടെ അംഗസംഖ്യ വർദ്ധിച്ചുകൊണ്ടിരുന്നു. പക്ഷേ ഒരു രാത്രിയിൽ അവർക്ക് നേരെ ആക്രമണമുണ്ടായി. അവരിൽ പല സ്ത്രീകളെയും പിടികൂടി. അതിൽ കഴുകന്റെ കണ്ണുള്ള നമ്മുടെ പ്രണയിനിയും ഉൾപ്പെട്ടു.

വിറകുവെട്ടുകാരൻ കുറച്ചു ദിവസം കാത്തു. ശേഷിച്ച പോരാളികളെ ഒരുമിച്ചു കൂട്ടി, ശത്രുപാളയത്തിൽ നുഴഞ്ഞ് കയറി. അന്ന് രാത്രി തടങ്കലിൽ കിടന്നിരുന്ന സ്ത്രീകളെ രക്ഷിക്കാനായി അവരൊഴുക്കിയ ചോരപ്പുഴയെയോർത്ത് അവർ പിന്നെ കണ്ണീർ തൂകി. രക്ഷപ്പെട്ട സ്ത്രീകളാണ് അധികവും കരഞ്ഞത്. അതെന്തുകൊണ്ടെന്ന് പിന്നീട് പറയാം. ഒരു ദിവസം താനൊരു കുഞ്ഞിന്റെ അമ്മയാകാൻ പോകുകയാണെന്നും അതിന്റെ അച്ഛനാരാണെന്ന് അറിയില്ലെന്നും കഴുകന്റെ കണ്ണുള്ള പ്രണയിനി തന്റെ സഹോദരിമാരെ അറിയിച്ചു. അവളെ പിടിച്ചുകൊണ്ടു പോയ പട്ടാളമേധാവിയുടെ വിഷവിത്താണോ അവൾ ഉദരത്തിൽ വഹിക്കുന്നത്, അതോ അവൾ പ്രണയിച്ച വിറകുവെട്ടിയുടെ നന്മയാണോ?

"കുഞ്ഞുങ്ങൾ നിഷ്കളങ്കരാണ്. അവർ എല്ലാവരുടേതുമാണ്." മറ്റ് സ്ത്രീകൾ ഒന്നിച്ച് പറഞ്ഞു. അതിൽ നമ്മുടെ വിറകുവെട്ടിയുടെ സ്വരവുമുണ്ടായിരുന്നു. ഗർഭകാലത്തിലെ അവസാനരാവിൽ അവളൊരു സ്വപ്നം കണ്ടു. അത് അവൾ ആ വിറകുവെട്ടിയോട് പറഞ്ഞു.

"നമ്മളെ ആരെങ്കിലും എന്നെങ്കിലും പരാജയപ്പെടുത്തുകയാണെങ്കിൽ, മാൻപേടകൾ പോകുന്ന വഴി തിരയുക. അതുവഴി ഒരു പുതിയ തുടക്കമിടുക. പക്ഷേ ശരിയായ പാത വേണം തിരഞ്ഞെടുക്കാൻ. അന്നത്തെ യുദ്ധത്തിനു ശേഷം താങ്കൾ ഞങ്ങളെ കണ്ടെത്തിയപ്പോൾ, എവിടേക്ക് പോകണമെന്നറിയാതെ പകച്ചുനിന്ന ഞങ്ങൾ മാൻപേടകൾ പോയ വഴിയാണ് തിരഞ്ഞെടുത്തിരുന്നത്. താങ്കൾ അവിടെയെത്തി. യുദ്ധമെങ്ങനെ ചെയ്യണം എന്ന് ഞങ്ങൾക്ക് കാണിച്ച് തന്നു. ഞാനൊരു സ്വപ്നം കണ്ടു. എനിക്കൊരു പെൺകുഞ്ഞ് ജനിച്ചുവെന്നും നിങ്ങൾ രണ്ടുപേരുമൊന്നിച്ച് മാൻപേടകൾ പോയ വഴി പിന്തുടർന്നു എന്നുമായിരുന്നു ആ സ്വപ്നം."

പ്രസവസമയത്ത് വിറകുവെട്ടുകാരന്റെ ഭാര്യ കണ്ണടച്ചു. ആ കണ്ണുകൾ പിന്നെ തുറന്നില്ല. അന്ന് രാത്രി ഹിമപാതമുണ്ടായി. കാറ്റ് ശക്തമായിരുന്നു. കാറ്റ് അവരെ മലനിരകളിലേക്ക് കൊണ്ടുപോയി - കഥയുടെ ഈ ഭാഗമെത്തിയപ്പോൾ മാമെയുടെ സ്വരമിടറി. ഒരു സ്ത്രീയെ സ്നേഹിക്കാനും അവരുടെ കുലീനത തന്നിൽ സൂക്ഷിക്കാനുമറിയുന്നവനാണ് മാമെ.

പ്രസവസമയത്ത് മരിച്ച സ്ത്രീയെക്കുറിച്ച് ശത്രുയോദ്ധാക്കളും കേട്ടു. ദുഷ്ടന്മാർക്ക് സ്നേഹിക്കാനറിയില്ല എന്നു കരുതുന്ന ഹൃദയാലുക്കളുണ്ട്. അത് തെറ്റാണ്. യുദ്ധാനന്തരം താൻ പിടികൂടിയ കഴുകന്റെ കണ്ണുള്ള സ്ത്രീയെ ശത്രുക്കളുടെ മേധാവി മറന്നിട്ടുണ്ടായിരുന്നില്ല. അന്ന് അവളെ കണ്ടതിനു ശേഷം മറ്റൊരു സ്ത്രീയേയും നോക്കാൻ അയാൾക്ക് കരുത്തു ണ്ടായിട്ടില്ല, മനസ്സുണ്ടായിട്ടില്ല. "എനിക്കിനി എന്റേതായി ഒരൊറ്റ പെണ്ണേ ഈ ഉലകിലുള്ളൂ. നിഷ്കളങ്കയായ എന്റെ മകൾ. നമ്മൾ അവളെ കണ്ടെത്തണം!" അയാൾ പറഞ്ഞു. സ്നേഹിക്കുന്ന എല്ലാവരുടേതുമാണ് കുട്ടികൾ.

ഷഹ്മാരൻ സ്ത്രീകൾ വീണ്ടും വീണ്ടും പരാജയപ്പെട്ടു. മുമ്പിലത്തേ ക്കാൾ കൂടുതൽ ആക്രമണങ്ങൾ അവർക്ക് നേരെയുണ്ടായി. ഈ ആക്രമണങ്ങളുടെ തായ്‌വേര് ആ കൊച്ചുപെൺകുട്ടിയിലാണെന്ന് അവർക്കെല്ലാം അറിയാം. തന്റെ മകളെ ഇവിടെ നിന്ന് ദൂരെയെവിടേ ക്കെങ്കിലും കൊണ്ടുപോയാൽ ഈ ആക്രമണങ്ങൾ ഇല്ലാതാകും എന്ന് വിറകുവെട്ടുകാരൻ പറഞ്ഞു. മനമില്ലാമനസ്സോടെ അവരെല്ലാം സമ്മതിച്ചു.

മാൻപേടകൾ പോകുന്ന വഴി വിറകുവെട്ടുകാരനേയും മകളേയും അങ്ങ് ദൂരെദൂരെയുള്ള മലനിരകളിലെത്തിച്ചു. വടക്കുള്ള മലനിരകളിൽ. അവർ എത്തിയത് വലിയ വനത്തിനുള്ളിലായിരുന്നു.

അവിടെയെത്തിയപ്പോൾ യോദ്ധാവ് വിറകുവെട്ടുകാരനായി. കാല മേറെക്കഴിഞ്ഞു. അയാൾ തന്റെ മകളോട് ഈ കഥ പറഞ്ഞു. പൂർണ്ണ ചന്ദ്രനുദിച്ച, നല്ല നിലാവുള്ള രാത്രിയിലാണയാൾ ഈ കഥ പറയാ നിരുന്നത്. അന്നത്തെ രാത്രിക്കെന്തോ പ്രത്യേകതയുണ്ടെന്ന് അവർക്ക പ്പോൾ തോന്നി. ആകാശത്ത് വാൽനക്ഷത്രങ്ങൾ പറന്ന് നടക്കുന്നു. അതിനിടയിൽ ഒരു അഗ്നിഗോളം കണ്ടു. അത് അവർ താമസിക്കുന്ന തിനു പുറകിലുള്ള മലനിരയിൽ പതിച്ചു. ആകാശം പൊട്ടിത്തെറിച്ചു. താഴെ ഭൂമി കുലുങ്ങി. അവർ നിലത്തേക്ക് തെറിച്ച് വീണു.

അവർ മലമുകളിലെത്തി. കത്തിക്കരിഞ്ഞ കുന്നിൻചരുവിലൂടെ നടന്നു. അവിടെ ചാരം മൂടിയ ഒരു പാറ കണ്ടു. തങ്ങൾ താമസിക്കുന്ന കുടിലിനേക്കാൾ വലിയതാണ് ആ പാറ. നിലത്ത് ആഴ്ന്ന് കിടക്കുകയാ ണത്. ഇതൊരു അശുഭലക്ഷണമായി അവർ കണക്കാക്കി. ആകാശത്തു നിന്നും വീണ പാറയ്ക്ക് മുകളിൽ അവർ മണ്ണുവാരിയിട്ടു. അതിനു ചുറ്റിലും മരച്ചില്ലകളിട്ടു.

വിറകു വെട്ടുകാരൻ അതിൽ നിന്ന് ഒരു തുണ്ട് പാറയെടുത്തു. അതിന് വഴുവഴുപ്പുണ്ടായിരുന്നു. അത് തിളങ്ങുന്നുണ്ടായിരുന്നു. അതിൽ നിന്നും സുഗന്ധം വരുന്നുണ്ടായിരുന്നു. കാട്ടുപഴങ്ങളുടെ സുഗന്ധം. വിറകു വെട്ടുകാരൻ അതിൽ നിന്നും രണ്ട് കാതണികൾ കടഞ്ഞെടുത്തു. അവ പെൺകുട്ടിയുടെ കാതിലണിയിച്ചു. "നീ ജീവിച്ചിരിക്കുന്നിടത്തോളം കാലം ഇത് നിന്നെ സംരക്ഷിക്കട്ടെ" എന്ന് ആശീർവദിച്ചു.

പക്ഷേ കാടിനവരെ സംരക്ഷിക്കുവാനായില്ല. മെരാനി യോദ്ധാക്കൾ അവിടേയുമെത്തി. വിറകുവെട്ടുകാരൻ തന്റെ മകളെ ഒരു രഹസ്യ ഗുഹയിലാക്കി. തന്റെ കുടിൽ കെട്ടുമ്പോൾ തന്നെ അയാൾ ഈ ഗുഹയും നിർമ്മിച്ചിരുന്നു. അയാൾക്കതിൽ കയറിയിരിക്കാനുള്ള സ്ഥലമില്ലായിരുന്നു. അത്ര ചെറുതായിരുന്നു അത്. "കുട്ടികൾ അവരെ ആരു സ്നേഹിക്കുന്നുവോ അവരുടേതാണ്" എന്നാണ് അയാൾ അവസാനമായി പറഞ്ഞത്. മുടി ഇരുവശത്തേക്കും പിന്നിയിട്ട പെൺകുട്ടി കരഞ്ഞു. വിറകുവെട്ടുന്നയാൾ തന്റെ അവസാന വാക്കിനൊരു പിൻകുറിപ്പ് ചേർത്തു. "ആ സ്ത്രീകൾ ഷാഹ്മാരാനികളായിരുന്നു. നീ അവരുടെ മകളാണെന്ന് മറക്കരുത്. മാൻപേടകൾ പോയ വഴി പിന്തുടരുക."

അവൾ ഉടൻ അവിടെ നിന്നിറങ്ങിയില്ല. അവർ വിറകുവെട്ടുകാരനെ ചോദ്യം ചെയ്യുന്നതവൾ കേട്ടു. ഗുഹയിലിരുന്നാണവൾ ഇത് കേട്ടത്. അവിടെയെത്തിയ യോദ്ധാക്കളുടെ നേതാവ് താനാണവളുടെ അച്ഛൻ എന്ന് അവകാശപ്പെടുന്നുണ്ടായിരുന്നു. അവർ വിറകുവെട്ടുകാരനെ പീഡിപ്പിച്ചു. ആ പെൺകുട്ടിയെവിടെ എന്ന് ചോദിച്ചു. മാംസം കീറി രക്തമൊലിപ്പിച്ചു. പെൺകുട്ടിക്ക് അവിടെയിരുന്ന് അവരുടെ സ്വരം കേൾക്കാൻ മാത്രമേ ആകുന്നുണ്ടായിരുന്നുള്ളൂ. ഇതിലേത് അച്ഛനെയാണവൾ സ്നേഹിക്കുന്നത് എന്ന് അവരുടെ സ്വരത്തിൽ നിന്നും അവൾ തിരിച്ചറിഞ്ഞു. കാടിനുള്ളിൽ ആ പെൺകുട്ടിയുണ്ടാകുമെന്ന് കരുതി മെരാണികൾ തിരയാനിറങ്ങി. പോകുന്നതിനു മുമ്പ് വീടിനു തീ വച്ചു.

"അങ്ങനെയാണോ കഥ അവസാനിക്കുന്നത്?" ദീർഘനേരം മാമെ നിശ്ശബ്ദനായതുകണ്ട് റിൻഡ ചോദിച്ചു.

"നിന്റെ അച്ഛൻ ഇത് ചോദിച്ചില്ല."

"ഇതുവരെയുള്ള കഥയേ നിങ്ങൾ അച്ഛനോട് പറഞ്ഞിട്ടുള്ളൂ?"

"കഥ ഇനിയും തുടരുന്നുണ്ടോ എന്ന് എനിക്കറിയില്ല. ഒരു ദിവസം ഞാനീ കഥ ഗ്ലട്ടിൽ നിന്നാണ് കേട്ടത്. ഇതുവരെയെത്തിയപ്പോഴേക്കും എനിക്കുറക്കം വന്നു. ഞാനുറങ്ങി. ഈ കഥ വീണ്ടും എപ്പോൾ പറയണമെന്ന് ഗ്ലട്ട് തന്നെ തീരുമാനിക്കും. എന്നെങ്കിലും അയാൾക്കതിനു മനസ്സുണ്ടാകുമെന്നും ആദ്യം തൊട്ട് വീണ്ടും പറയുമെന്നും ഞൻ കരുതുന്നു. അതിനായി കാത്തിരിക്കുന്നു."

"ഒരുപക്ഷേ അയാൾ മറന്ന് പോയിട്ടുണ്ടാകും. താങ്കളോട് കഥയുടെ പാതിയേ പറഞ്ഞിട്ടുള്ളു എന്ന് മറന്ന് പോയിട്ടുണ്ടാകും. നമ്മളൊന്നിച്ച് തീ കായാനിരിക്കുമ്പോൾ കഥയുടെ ബാക്കി ഞാൻ ചോദിക്കുകയാണെങ്കിൽ അതയാൾക്ക് ഒരു പ്രചോദനമാകും എന്ന് കരുതുന്നുണ്ടോ?"

ഗ്ലട്ട് രണ്ടുപേരുടേയും കണ്ണിലേക്ക് ഉറ്റു നോക്കി. ഇതിൽ ആർക്കാണീ കഥയുടെ ബാക്കി ഭാഗമറിയാൻ കൂടുതൽ ആകാംക്ഷ എന്നായിരുന്നു ആ നോട്ടത്തിനർത്ഥം. "ഈ കഥയ്ക്കൊരു ബാക്കി ഭാഗമുണ്ടെന്ന്

വിശ്വസിക്കുന്നുണ്ടോ? കഥകൾ നമ്മുടെ ജീവിതം പോലെയാണ്. പൂർത്തിയായ ഒരൊറ്റ കഥയുമില്ല. മരിച്ചുപോയവരുടെ ജീവിതം പൂർണമായെങ്കിലും അവരും ചില അഴിയാക്കുരുക്കുകൾ ഉപേക്ഷിക്കുന്നുണ്ട്. ഇത് തന്നെയാണ് കഥകളുടേയും കാര്യം. സത്യത്തിൽ കഥ പറയാൻ പറ്റിയ ഒരു രാവാണിത്. നാക്കിന്റെ അടിയിലുള്ള നിധിയിൽ അഗ്നിയിലേക്കെറിയാൻ വെമ്പുന്ന വാക്കുകളെ നമ്മൾ ഒളിപ്പിച്ച് വച്ചിരിക്കുന്നു എന്നും കാണാനാകും. പക്ഷേ അതിനുമുമ്പ് താങ്കളുടെ മുറിവൊന്ന് കഴുകേണ്ടതുണ്ട്."

"താങ്കളെനിക്ക് ഇനിയും ആ പച്ചമരുന്ന് നൽകാൻ ഉദ്ദേശിക്കുന്നുണ്ടോ? അതെന്റെ വേദന കുറയ്ക്കുന്നുണ്ട്." റിൻഡയുടെ പുഞ്ചിരിക്ക് ഗ്ലട്ടിന്റെ മറുപടി പുഞ്ചിരി തന്നെയായിരുന്നു.

"അത് ഗുണത്തേക്കാളേറെ ദോഷം ചെയ്യും. താങ്കളുടെ മനസ്സിനെ കട്ടെടുക്കും."

"അപ്പോൾ താങ്കളുടെ മനസ്സിനെ അത് കവർന്നെടുക്കുന്നില്ലേ?"

"ഇല്ല. എന്റെ മനസ്സിൽ അയഞ്ഞ് കിടക്കുന്ന നൂലുകളെ ബന്ധിച്ച് നിർത്തുക മാത്രമേ ചെയ്യുന്നുള്ളൂ. എന്തോ ആശ്ചര്യമാണത്. ഇതിൽ മാമെ ചേർക്കുന്ന നല്ല പുകയിലയ്ക്ക് പകരം ഓക്കിൽ നിന്നുള്ള എന്തോ അംശമാണെന്നെ സഹായിക്കുന്നത്. എന്റെ ശരീരം അതുമായി പൊരുത്തപ്പെട്ടിരിക്കുന്നു. എന്നാൽ ഇത് ഒരു ദിവസം എന്റെ മനസ്സിനേയും കവർന്നെടുത്ത് കൊണ്ടുപോയാലും ഞാൻ അദ്ഭുതപ്പെടുകയില്ല."

"താങ്കൾ കഥ മുഴുവനാക്കുകയാണെങ്കിൽ ഒരുപക്ഷേ, ഈ മരുന്ന് എങ്ങനെയുണ്ടാക്കി എന്ന് മാമെയും പറയുമായിരിക്കും."

അവരെല്ലാവരും റിൻഡ പറഞ്ഞത് കേട്ട് മാമെയെ നോക്കി. ആ ഒരൊറ്റ നോട്ടത്തിന്റെ അനന്തരഫലം കൂട്ടച്ചിരിയായിരുന്നു. മാമെ എന്ത് പറയണം എന്നറിയാതെ നിൽക്കുകയാണവിടെ. ആരോ അയാളുടെ ഇളകാത്ത പല്ലുകൾ വലിച്ചുപറിച്ചെടുക്കാൻ തുനിയുന്നതുപോലൊരു മുഖഭാവവുമായി. അയാൾ ഒരു കവിൾ വെള്ളമിറക്കി. ആദ്യമായി ആ മുഖത്ത് പിരിമുറുക്കം കണ്ടു. അത് മുഖച്ഛായ തന്നെ മാറ്റി. ഇത് കണ്ട് റിൻഡ അദ്ഭുതപ്പെട്ടു. എന്നാൽ മറ്റുള്ളവർക്ക് ഇത് പരിചിതമായിരുന്നു. അന്ന് രാത്രിമുഴുവൻ വളരെ സന്തോഷവാനായിരുന്ന, നിലാവിൽ ശോഭിച്ചിരുന്ന മാമെ, ഇപ്പോഴിതാ ആകെ നീലിച്ചിരിക്കുന്നു. അയാൾ അയാളല്ലാതായിരിക്കുന്നു. ആക്രമിക്കാൻ വരുന്നവരിൽ നിന്നും ഒളിച്ചോടുന്ന അഭയാർത്ഥിയെപ്പോലെയായിരിക്കുന്നു.

"നിപുണതകളും രഹസ്യങ്ങളും കാക്കുന്നതിൽ വളരെ തത്പരനാണ് താങ്കൾ എന്നെനിക്കറിയാം മാമെ." ഗ്ലട്ട് പറഞ്ഞു. "ഇന്നു മുതൽ ഒരുപക്ഷേ, ഞാനും താങ്കളുടെ മുന്നിൽ വച്ച്, തുകലിൽ നിന്നും വസ്തുക്കളുണ്ടാക്കുന്നതും വസ്ത്രങ്ങളുണ്ടാക്കുന്നതും നിർത്തിവച്ചേക്കുമെന്ന് തോന്നുന്നു."

താവോ ഇടപെട്ടു. "എനിക്ക് മുന്നിൽ വച്ച് താങ്കളുടെ നിപുണതകൾ തുടരാം ഗ്ലട്ട്. എനിക്ക് എന്തായാലും പുതിയ ബൂട്ടും വസ്ത്രങ്ങളും വേണം. എന്റെ പക്കൽ അധികമുള്ളത് ഞാൻ റിൻഡയ്ക്ക് കൊടുക്കുന്നുണ്ട്. അതയാൾ കയ്യിലുള്ള സഞ്ചിയിൽ കരുതിക്കോട്ടെ. വളരെ ദൂരം സഞ്ചരിക്കാനുള്ളതല്ലേ അയാൾക്ക്. ഇത് ഒരു കുടുംബ പാരമ്പര്യമാണ്. വസ്ത്രം നഷ്ടപ്പെടുന്ന ഒരു സ്വഭാവമുണ്ടവർക്ക്."

റിൻഡ മറുപടിയൊന്നും പറഞ്ഞില്ല. വളരെ ഗൗരവത്തിൽ താവോ മനസ്സിൽ മൂർച്ചയുള്ള ചോദ്യങ്ങളുയർത്തി. അയാളുടെ മനസ്സിന്റെ ദൃഢത അയാളെ ആക്രമിക്കാൻ വരുന്നവരിലേക്കും പകരുമെന്ന് തോന്നിപ്പിക്കും വിധം കരുത്തുള്ളതായിരുന്നു. ഈ ഇരട്ട സഹോദരങ്ങളുടെ വസ്ത്രം ധരിച്ച് യാത്ര ചെയ്യുന്നതിൽ തനിക്ക് സന്തോഷമേയുണ്ടാകുകയുള്ളു എന്ന് റിൻഡ കരുതി. അവർ ഒപ്പമുണ്ടാകുകയാണെങ്കിൽ അതും കരുത്താകും. താവോ ഒന്നിച്ചുണ്ടെങ്കിൽ വടക്കുള്ള വീഥികളിലൂടെയുള്ള യാത്ര കൂടുതൽ സുഗമമാകുമോ? താവോയുമായുള്ള സൗഹൃദത്തിൽ നിന്നും അതിശക്തമായ ഊർജം തനിക്ക് ലഭിക്കുന്നുണ്ടെന്നും അയാൾക്ക് തോന്നി. താവോയുടെ വാക്കുകൾ എന്തോ മറച്ച് വയ്ക്കുന്ന ചോദ്യങ്ങളായിരുന്നു. അതായിരുന്നു ആ വാക്കുകളുടെ കരുത്തും.

"ഈ മരുന്നിൽ ഞാൻ ഓക്കിൽ നിന്നുള്ള ചാരം ചേർക്കുന്നു എന്ന് താങ്കൾക്കെങ്ങിനെ മനസ്സിലായി?" വെള്ളം കുടിച്ചതിനുശേഷം മാമെ ഗ്ലട്ടിനോട് ചോദിച്ചു.

പച്ച മരുന്നിനെക്കുറിച്ച് ഗ്ലട്ടിന് കൂടുതൽ എന്തൊക്കെയറിയാം എന്നറിയുകയായിരുന്നു മാമെയുടെ ലക്ഷ്യം. എന്നാൽ ശരിയായ ഉത്തരം ലഭിക്കുമോ എന്ന സംശയം അയാളിലുണ്ടായിരുന്നു. വിറകുവെട്ടുകാരന്റെ കഥയുടെ ബാക്കി ഭാഗം കേൾക്കാനാകുമോ എന്ന സംശയവും അയാളിലുണ്ടായിരുന്നു. കഥകൾ പറയാനുള്ള നിപുണതപോലെ തന്നെ കഥകൾ ഒഴിവാക്കാനുള്ള നിപുണതയും ഗ്ലട്ടിനുണ്ടായിരുന്നു. മറ്റുള്ളവരിൽ നിന്നും വിവരങ്ങൾ ശേഖരിക്കുന്നതിൽ അതിനിപുണതയുണ്ടായിരുന്നു ഗ്ലട്ടിന്. വെറുതെ മറ്റുള്ളവർ പറയുന്നതും കേട്ട് ഒരു രാത്രി മുഴുക്കെയിരിക്കാൻ അയാൾക്കാകുമായിരുന്നു.

"മറ്റാരും പറയാതെ തന്നെ പലതുമറിയാനുള്ള ഒരു വിശേഷ സിദ്ധി ഗ്ലട്ടിനുണ്ടെന്ന് എനിക്ക് തോന്നുന്നു," റിൻഡ പറഞ്ഞു. "ഞാൻ യാത്ര ചെയ്തുകൊണ്ടിരിക്കെ എന്റെ കൂടെ ഒരാൾ കൂടിയുണ്ടായിരുന്നു എന്ന് ഗ്ലട്ടിനറിയാം. എന്നാൽ അതെങ്ങനെ മനസ്സിലായി എന്ന രഹസ്യം ഇതുവരേക്കും പങ്കുവച്ചിട്ടില്ല."

ഗ്ലട്ട് ഒന്ന് പുഞ്ചിരിച്ചു. രഹസ്യം സൂക്ഷിക്കുന്നവന്റെ പുഞ്ചിരി. തന്റെ പക്കൽ ചില രഹസ്യങ്ങളുണ്ടെന്ന് മറ്റുള്ളവർക്കറിയാം എന്നതിലെ സന്തോഷമായിരുന്നില്ല ആ പുഞ്ചിരിയിൽ. മറ്റുള്ളവർ പറഞ്ഞില്ലെങ്കിലും ഇത് അയാളിലുള്ള ബഹുമാനത്തെ വർദ്ധിപ്പിക്കുന്നു എന്നയാൾക്കറിയാം.

തന്റെ ആ രഹസ്യലോകത്തിലേക്ക് മറ്റാർക്കും പ്രവേശിക്കാനാകില്ലെന്നും. അതൊന്ന് തുറന്ന് കാണിക്കാനായി മറ്റുള്ളവർ നിർബന്ധം ചെലുത്തുന്നതുകൊണ്ടൊരു കാര്യവുമില്ല. തന്നിൽ മറ്റൊരു വ്യക്തിത്വമുണ്ടെന്ന് എങ്ങനേയോ അയാൾ മറ്റുള്ളവരെ ധരിപ്പിക്കുന്നു. കരുണയും ഇത്തിരി ഭ്രാന്തും നിറഞ്ഞ ഒരു വ്യക്തിത്വം.

റിൻഡ മറ്റൊരു ചോദ്യവുമായെത്തി. "ഞാൻ വെള്ളമെടുക്കാൻ പോയപ്പോൾ കണ്ട മാൻപേടകളുടെ പാത അരുവിക്കരയിൽ അവസാനിച്ചു. അവ തിരിച്ച് നടന്നിട്ടില്ല. അരുവിയുടേ അങ്ങേക്കരയിലും അവയുടെ കാലടികളുണ്ടായിരുന്നില്ല. അവിടെ മഞ്ഞിലൂടെ ആരും നടന്നിട്ടില്ല. ആ മാനിനെ താങ്കൾ കണ്ടിരുന്നുവോ?"

അവരെല്ലാം റിൻഡയുടെ മുറിവിന്റെ ചുറ്റിലും കൂടി. അതിന്റെ നിറം മാറുന്നത് ശ്രദ്ധിച്ചു. അയാളുടെ വേദനയ്ക്കൊത്ത്, തീയിന്റെ വെളിച്ചത്തിൽ അതിനു നിറവ്യത്യാസം വരുന്നു. മഞ്ഞപ്രാവ് മാത്രം മാറി നിന്നു. പച്ചമരുന്നുകളും ഇലകളും തിളപ്പിച്ചാറ്റിയ ലേപനങ്ങളും തയ്യാറായി. ഒരു നിമിഷത്തേക്ക് എല്ലാവരും നിശ്ശബ്ദരായി.

തലയുയർത്താതെ, മുറിവിൽ തന്നെ നോക്കി, ഗ്ലട്ട് പറഞ്ഞുതുടങ്ങി. "ആ പാത, കാലടിപ്പാടുകൾ, അവിടെ അവസാനിച്ചതിനെക്കുറിച്ച് എനിക്ക് ഒന്നുമറിയില്ല."

"എന്നോടൊപ്പം ആരോ ഉണ്ടായിരുന്നു എന്നറിയാവുന്ന ഗ്ലട്ടിന് അയാൾക്കരികിലുള്ള മാൻപേടകൾ പോകുന്ന വഴിയെക്കുറിച്ച് ഒന്നുമറിയില്ല എന്നാണോ ഉദ്ദേശിച്ചത്?"

"ആ മാനിന്റേതല്ലാതെ മറ്റു കാലടികൾ ഒന്നും താങ്കളും കണ്ടില്ലല്ലോ അല്ലേ? എന്റെ കാലടികൾ അവിടെയുണ്ടായിരുന്നില്ല. ഞാൻ അരുവിക്കരയിൽ പോയിട്ടില്ല. പിന്നെയെങ്ങനെ എനിക്ക് മാൻപേടയുടെ കാലടി അവിടെ അവസാനിച്ചതെങ്ങനെയെന്നറിയാനാകും?"

അയാൾ പറഞ്ഞത് ശരിയാണെന്ന് റിൻഡ സമ്മതിച്ചു. മാൻപേടകൾ പോയ വഴിയിൽ അതിനു പുറകിൽ, ആരുമുണ്ടായിരുന്നില്ല. റിൻഡയുടെ കാലടികൾ മാത്രമേ അതിനുപുറകിൽ, മഞ്ഞിൽ പതിഞ്ഞിട്ടുള്ളൂ. അതായത് മാനിനു പുറകെപോയ ഏകവ്യക്തി അയാൾ മാത്രമായിരുന്നു. ഇത് പക്ഷേ അയാളുടെ ആകാംക്ഷയ്ക്കറുതി വരുത്തിയില്ല.

ഗ്ലട്ട് തലയൊന്നുയർത്തി. ഒരു വൃദ്ധന്റെ കാർക്കശ്യവും കുഞ്ഞിന്റെ കുസൃതിയും ആ നോട്ടത്തിലുണ്ടായിരുന്നു. "മറ്റു വാക്കുകളിൽ പറഞ്ഞാൽ ഇന്ന് രാത്രി എല്ലാ ചോദ്യങ്ങൾക്കും ഉത്തരം നൽകുക എന്നത് എന്റെ കർത്തവ്യമാണ്. വിറകുവെട്ടുകാരന്റെ കഥ, പച്ചനിറമുള്ള മരുന്ന്, താങ്കളോടൊപ്പമുണ്ടായിരുന്ന വ്യക്തി, മാൻപേടകൾ പോകുന്ന വഴി... എല്ലാം. ഞാനതിനു തയ്യാറെടുക്കുന്നതിനിടയിൽ എന്തെങ്കിലും ചോദ്യങ്ങളുണ്ടെങ്കിൽ അത് താവോയോടാകട്ടെ." ഒന്ന് ചിരിക്കാൻ വെമ്പി നിൽക്കുകയായിരുന്നു അയാൾ അപ്പോൾ.

"വേണ്ട. നന്ദി." താവോ ഇടപെട്ടു. "താങ്കളുടെ വികലമായ ചിന്തകൾ മാത്രം മതി എനിക്ക്. ഇത്രയും വർഷം, താങ്കൾ പറഞ്ഞതെല്ലാം തുന്നിക്കൂട്ടാൻ ശ്രമിച്ച് ക്ഷീണിതരായവരാണ് ഞങ്ങൾ. ഇങ്ങനെ വിചിത്രമായ തീർപ്പുകളിൽ താങ്കൾ എത്തിച്ചേരാൻ കാരണമെന്തെന്ന ആലോചനയിൽ. സംഭവങ്ങളുടെ ദൈർഘ്യവും ഭാരവും അളന്നെടുക്കുന്നതിൽ താങ്കൾക്ക് പ്രത്യേക കഴിവുണ്ട്. അതിൽനിന്ന് ആവശ്യത്തിനുള്ളത് താങ്കൾ വെട്ടിക്കിഴിക്കുകയും ചെയ്യുന്നു. എന്നാൽ ക്രിയാത്മകമായ മായാഭ്രമങ്ങളുണ്ടാക്കാൻ താങ്കൾ അവയെ ഉപയോഗിക്കുന്ന രീതി കണ്ട് ഞാൻ നന്നേ ക്ഷീണിച്ചിരിക്കുന്നു. താങ്കളുടെ സങ്കീർണ്ണമായ മനസ്സിന്റെ ചുരുളഴിക്കാൻ ശ്രമിച്ച് ഇനിയും ക്ഷീണിതനാകാൻ ഞാനില്ല. റിൻഡയും മാമെയും ആകാംക്ഷയോടെ കാത്തിരിക്കുകയാണെന്ന് എനിക്കറിയാം. എന്നെ സംബന്ധിച്ചിടത്തോളം റിൻഡയ്ക്ക് എന്ത് സംഭവിച്ചു എന്നറിയുന്നതിനായിരിക്കും എന്റെ ആദ്യ താത്പര്യം."

ചർച്ചയുടെ പൂന്തോട്ടത്തിലേക്കുള്ള വഴിയൊന്ന് തുറന്ന് കിട്ടാൻ, തീകായാനിരിക്കുന്നതിനിടയിൽ, ഈ കഥയിലേക്ക് പ്രവേശിക്കേണ്ടത് അവരുടെ ആവശ്യമായിരുന്നു. അതിനായി താവോ ചാവി റിൻഡയ്ക്ക് കൈമാറി. റിൻഡയുടെ സാഹസികതകൾ എന്തൊക്കെയെന്നറിയാൻ, ആ കഥ കേൾക്കാൻ താത്പര്യമുണ്ടെന്ന് പറഞ്ഞപ്പോൾ പിന്നെ റിൻഡയ്ക്ക് സംസാരിക്കുകയല്ലാതെ മറ്റു മാർഗ്ഗമില്ലെന്നായി. റിൻഡ ആദ്യം ഗ്ലൂട്ടിനെ നോക്കി. അയാൾ അപ്പോഴും മുറിവ് വൃത്തിയാക്കുകയായിരുന്നു. മുറിവ് ഉണങ്ങിത്തുടങ്ങിയിരുന്നു. അവിടെ കറുപ്പ് നിറം വ്യാപിച്ച് തുടങ്ങിയിരുന്നു.

ഗ്ലൂട്ടിന്റെ വിരലുകൾ അയാളുടെ മനസ്സുപോലെ തന്നെ നിപുണങ്ങളായിരുന്നു. അയാളുടെ വിരലുകൾ രഹസ്യങ്ങളൊന്നും സൂക്ഷിക്കാത്തതിനാലാണ് ഈ മുറിവ് ഇത്ര പെട്ടെന്ന് ഉണങ്ങാനാരംഭിച്ചത്.

തന്റെ കൈകൾക്ക് മാനിനെ അമ്പെയ്ത് പരിചയമുണ്ട്. എന്നാൽ ഇപ്പോൾ തനിക്ക് ആ നിപുണത നഷ്ടമായിരിക്കുന്നു എന്ന ചിന്ത റിൻഡയ്ക്കുണ്ടായി. അയാൾ ക്ഷീണിതനാണ്. മൂർച്ചപോയ കത്തിപോലെയായിരിക്കുന്നു അയാൾ. വിരലുകളിൽ കനം തൂങ്ങുന്നു. ഉന്നത്തിൽ അമ്പെത്തിക്കുവാൻ അവയ്ക്കാകുന്നില്ല. അയാൾ വലതുകൈ നെഞ്ചിൽ വച്ചു. വീർത്ത് കിടന്ന ചർമ്മത്തിലും മുറിവിനു ചുറ്റിലും അതോടിച്ച് നോക്കി. ഒന്നമർത്തിയാൽ, മുറിവിനകത്ത് കട്ടപിടിച്ച് കിടക്കുന്ന കറുത്ത രക്തം പുറത്തേക്കൊഴുകും. അതിനോടൊപ്പം വേദനയും ക്ഷീണവും പുറത്തേക്കൊഴുകും.

ചിലർക്ക് മറ്റുള്ളവരേക്കാൾ ജ്ഞാനമുണ്ടാകും. ചിലർ പെട്ടെന്ന് ഭയക്കുന്നു. മറ്റു ചിലർക്ക് ആയുസ്സ് കുറവായിരിക്കും. ഇതെല്ലാം അറിയാൻ താൻ വടക്കോട്ട് യാത്ര ചെയ്യേണ്ടതില്ല. എന്നാൽ ഇവയെല്ലാം കൈവരിക്കുന്ന രൂപങ്ങൾ, ഉദാഹരണത്തിനായി, ഗ്ലൂട്ടിനറിയാവുന്ന ചില കാര്യങ്ങൾ,

ഈ പ്രദേശത്തിനന്യമാണെന്ന് റിൻഡ്ഡ കരുതി. വടക്ക് ഏകാന്തത എങ്ങനെ പ്രത്യക്ഷമാകുന്നു എന്ന് ഗ്രാമം വിട്ട് അനേക ദിനങ്ങൾ കഴിഞ്ഞപ്പോൾ മനസ്സിലായി.

അയാൾ നദികൾക്ക് കുറുകെ കടന്നിട്ടുണ്ട്. മലനിരകൾക്കപ്പുറം കടന്നിട്ടുണ്ട്. പാറക്കെട്ടുകളിലൂടെ താഴേക്കിറങ്ങിയിട്ടുണ്ട്. പക്ഷേ വേട്ടയാടപ്പെടാനുതകുന്ന ഒരൊറ്റ മൃഗത്തിനേയും കണ്ടെത്തിയില്ല. യക്ഷിക്കഥകളിലെ മാൻപേടകളെ കണ്ടില്ല. ഒരു ചെറുമുയലിനെപ്പോലും കണ്ടില്ല. പലനിറങ്ങളിലുള്ള പക്ഷികളെ മാത്രമാണയാൾ കണ്ടിട്ടുള്ളത്. പകൽ നിശ്ശബ്ദമായിരുന്നു. രാവ് ചത്തുകിടക്കുന്ന ജീവിയെപ്പോലെയും.

ആദ്യം തൊട്ടേ, സയലോക്ക തന്നെ പിന്തുടരുന്നുണ്ടെന്ന് അയാൾ കരുതിയിരുന്നു. റിൻഡ്ഡ അരുതെന്ന് പറഞ്ഞിരുന്നുവെങ്കിലും അയാൾ പുറകെ വരാൻ ശ്രമിച്ചിരിക്കണം. ഒരു മലയിടുക്കിൽ വെച്ചാണയാൾക്ക് അതുറപ്പായത്. അവിടെ കിളികളുടെ നാദം മരങ്ങളിലെ ഇലയിളക്കത്തിൽ അലിഞ്ഞ് ചേരുന്നുണ്ടായിരുന്നു. മുകളിൽ നിന്ന് കുറച്ചു കല്ലുകൾ ഉരുണ്ടു വീണു. റിൻഡ്ഡ മുകളിലേക്ക് നോക്കി. അവിടെ പാറകളല്ലാതെ മറ്റൊന്നുമുണ്ടായിരുന്നില്ല. ഒരു കുതിര ചിനയ്ക്കുന്ന സ്വരം കേട്ടു. അതെവിടെ നിന്ന് വന്നു എന്നറിയില്ലെങ്കിലും അതൊരു പരിചിത സ്വരമായിരുന്നു. ഒരു കൂട്ടം കുതിരകളുണ്ടെങ്കിലും അതിൽ നിന്നും സയലോക്കയുടെ കുതിരയെ, കുതിരയുടെ ചിനയ്ക്കലിനെ, തിരിച്ചറിയാൻ അയാൾക്കാകും. തലയുയർത്തി അയാൾ "സയലോക്ക, നീ തന്നെയാണോ അത്" എന്ന് ഉറക്കെ ചോദിച്ചു. പക്ഷികളെല്ലാം നിശ്ശബ്ദരായി. ഇലകൾ അയാളുടെ സ്വരം ശ്രദ്ധിച്ചു. "സയലോക്ക നീ ഉത്തരം താ..." വീണ്ടും ഒന്ന് രണ്ട് കല്ലുകൾ ഉരുണ്ടെത്തി. "നിന്റെ കുതിരയുടെ സ്വരം ഞാൻ തിരിച്ചറിഞ്ഞു. ബെലെക്കിനും അത് മനസ്സിലായി സയലോക്ക. ഇരുട്ടാവാറായി. നമുക്ക് രാത്രി ഒന്നിച്ചു കഴിയാം. നിന്നെ ഞാൻ തിരിച്ചയയ്ക്കില്ല. വടക്ക് എന്തൊക്കെ കണ്ടു എന്ന് നിനക്കെന്നോട് പറയാം. ഞാൻ കണ്ടതെല്ലാം ഞാനും പറയാം. ഞാനിവിടെ കിടന്ന് ഒച്ചയിടുന്നത് കേൾക്കുന്നില്ലേ? മലകളോട് സംസാരിക്കുന്നതുപോലെയാണ് ഞാൻ ഒച്ചയിടുന്നത്. നീ എന്തെങ്കിലും പറയ്. ഞാൻ നിന്റെ മലയാകട്ടെ..."

സയലോക ഉത്തരമൊന്നും നൽകിയില്ല. അയാളുടെ മലയാകാൻ റിൻഡ്ഡയ്ക്ക് അവസരം ലഭിച്ചില്ല. താൻ ഈ യാത്രയിൽ ഏകനല്ല എന്ന് അപ്പോൾ ആദ്യമായി അയാൾ ഉറപ്പിച്ചു.

കറുത്ത കാട്ടിലേക്കയാൾ കയറി. വസന്തമവിടെ നേരത്തെ എത്തിയിരുന്നു. നദിക്കരയിൽ കർപ്പൂരതുളസിയുടെ ഗന്ധം നിറഞ്ഞിരിക്കുന്നു. വെള്ളത്തിലേക്ക് മുഖം കുമ്പിടുന്നതിനു മുമ്പ് അക്കരെയ്ക്കൊന്ന് നോക്കി. ഒരു കഴുകനെപ്പോലെ സുരക്ഷിതമായായിരുന്നു ആ നോട്ടം. ബെലെക്കിന്റെ നോട്ടം സമീപപ്രദേശങ്ങളിലേക്ക് മാത്രമായിരുന്നു. അവൻ പുല്ലിലേക്ക് തലതാഴ്ത്തിയിരുന്നു.

ദീർഘമായ ഇടവേളയ്ക്കുശേഷം സൂര്യൻ തലയുയർത്തിയത് സന്തോഷകരമായി. എല്ലാ നിറങ്ങളിലുമുള്ള വസ്ത്രങ്ങൾ വിൽക്കുന്ന അങ്ങാടിയിലെത്തിപ്പെട്ടതുപോലെയായിരുന്നു അത്. ചെറിയ പുല്ലുകളും പൂക്കളുംപോലും അത്യാകർഷങ്ങളായിരുന്നു. പല്ലികളുടെ കളികൾ കാണേണ്ടതായിരുന്നു. നാലു ഭാഗത്തു നിന്നും നീളൻ ഇലകൾ തലയാട്ടുന്നുണ്ടായിരുന്നു. കിളികൾ നിങ്ങളെ മറ്റു ദിശകളിലേക്കൊക്കെ നോക്കാൻ പ്രേരിപ്പിക്കുന്നുണ്ടായിരുന്നു. ഈ വർണവൈവിധ്യത്തിൽ അകപ്പെട്ടാൽ സ്വയം മറക്കാതിരിക്കുന്നതെങ്ങനെ?

റിൻഡ തലകഴുകി. വെള്ളം കുടിച്ചു. വായ തുറന്ന് നദിയിൽ മലർന്ന് കിടന്നു. അങ്ങനെ കിടന്നപ്പോൾ ഒരു വെള്ളച്ചാട്ടത്തിൽ കിടക്കുന്ന സുഖം. അല്ലെങ്കിൽ കാറ്റടിക്കുന്ന ഒരു ചുരത്തിലൂടെ നടക്കുന്ന സുഖം.

ഈ വെള്ളത്തെ എത്രനേരം ഇങ്ങനെ ചെറുത്ത് നിൽക്കാനാകും? റിൻഡ എഴുന്നേറ്റ് നഗ്നനായി. അയാൾ ബെലെക്കിനെ നോക്കി. ബെലെക്ക് അപ്പോൾ കുറച്ചു ദൂരെയായിരുന്നു. അവൻ അടുത്തുണ്ടായിരുന്നുവെങ്കിൽ പുറത്തെ ഭാണ്ഡക്കെട്ട് അവനെ ഏല്പിക്കാമായിരുന്നു. അതിൽ കുതിരയുടെ ജീനിയും ആയുധങ്ങളുമുണ്ട്. നദിക്കരയിലെ കല്ലുകളിലൂടെ നടന്ന് റിൻഡ വെള്ളത്തിലേക്ക് കൂപ്പുകുത്തി. വിവിധ വർണ്ണങ്ങളുള്ള ഒരു കല്ലുപോലെ, അയാൾ വെള്ളത്തിൽ ആഴ്ന്നു കിടന്നു. സൂര്യനും പല വർണ്ണങ്ങളുതിർത്ത് ആകാശത്ത് വെട്ടിത്തിളങ്ങുന്നുണ്ടായിരുന്നു. വെള്ളത്തിനടിയിൽ നിന്നും സൂര്യന്റെ തേജസ്സ് വിവിധ വർണ്ണങ്ങളായി വിരിയുന്നത് കാണാമായിരുന്നു. റിൻഡ വെള്ളത്തിനു മുകളിലെത്തി ദീർഘശ്വാസമെടുത്തു. പിന്നെ വീണ്ടും നദിക്കടിയിലേക്ക് പോയി. ഇത് അയാൾക്കിഷ്ടപ്പെട്ട ഒരു കളിയാണ്. നദീതടത്തിലെത്തി, താനിപ്പോൾ എത്ര ദൂരം പിന്നിട്ടിട്ടുണ്ടാകും എന്ന് ചിന്തിച്ചിരിക്കുക. പിന്നെ, എപ്പോഴൊക്കെ ജലോപരിതലത്തിലെത്തിയോ അപ്പോഴൊക്കെ അയാൾ ബെലെക്ക് കരയിൽ വന്ന് നിൽക്കുന്നത് കണ്ടു. അയാൾ ജലത്തിനടിയിൽ അധികനേരം ചിലവിട്ടാൽ ബെലെക്ക് ഉടൻ അവിടെയെത്തി അയാളെ കാത്തുനിൽക്കും. ഒഴുക്ക് അയാളെ എത്ര ദൂരം കൊണ്ടുപോയാലും ബെലെക്ക് അയാളെ കണ്ടെത്തും. വെള്ളം കലങ്ങിയതാണെങ്കിലും.

ജലത്തിന്റെ ആഴങ്ങളിൽചെന്ന് അയാൾ നദിയുടെ കരുത്ത് പരിശോധിക്കുകയായിരുന്നു. ഒഴുക്ക് തന്നെ എത്ര ദൂരം കൊണ്ടുപോകുമെന്നായിരുന്നു പരീക്ഷണം. ബെലെക്കിനെ വിഷമിപ്പിക്കാനായി അയാൾ ഞെരമ്പുകൾ പൊട്ടിത്തകരും എന്ന നിലയിലെത്തുന്നതുവരേക്കും ശ്വാസമടക്കിപിടിച്ചു. അയാളെ കാണാതായാൽ ബെലെക്ക് വെള്ളത്തിലിറങ്ങും. ബെലെക്ക് വെള്ളത്തിൽനിന്നും കയറാതെ നിൽക്കുന്നത് ഇപ്പോൾ റിൻഡ അറിയുന്നുണ്ട്.

കണ്ണടച്ച് അയാൾ കുറച്ചുനേരം കൂടി നദീതടത്തിലിരുന്നു. പിന്നെ ചെവി ചൂളം വിളിച്ചപ്പോൾ ജലോപരിതലത്തിലേക്ക് കുതിച്ചെത്തി. ഒരു

കവിൾ വായു അകത്തേക്ക് വലിച്ചെടുക്കുന്നതിനു മുമ്പ് നദിക്കരയിൽ നിൽക്കുന്ന ഒരു പെൺകുട്ടിയുടെ രൂപം അയാളുടെ ഞെരമ്പുകൾ തിരഞ്ഞ് കണ്ടെത്തി. അയാൾ മരവിച്ചുപോയി.

അയാൾ ഭയന്നിരിക്കും എന്ന് ആ പെൺകുട്ടിയും മനസ്സിലാക്കി. അവൾ കൈയുയർത്തി അയാളോട് ശാന്തനായിരിക്കുവാൻ ആംഗ്യം കാണിച്ചു. അവൾ പുഞ്ചിരിക്കുന്നുണ്ടായിരുന്നു. അവളുടെ മുഖത്ത് പിരിമുറുക്കമില്ലായിരുന്നു. അതാണവളുടെ കൈകളും പറഞ്ഞത്. അവളുടെ കയ്യില്ലാത്ത കുപ്പായം കീഴെ വീണ് കിടന്നു.

റിൻഡ ജലത്തിനു മുകളിലേക്ക് തലയുയർത്തി. ചുറ്റിലും നോക്കി. അവളല്ലാതെ മറ്റാരെങ്കിലുമുണ്ടോ എന്നായിരുന്നു നോട്ടം. അവളുടെ ഉടുപ്പിന്റെ കെട്ടഴിച്ച് അതിനെ നിലത്ത് വീഴാൻ അനുവദിച്ച്, താനല്ലാതെ അവിടെ ആരുമില്ലെന്ന് അവൾ അറിയിച്ചു. അതിനകത്ത് അവൾ കൈയില്ലാത്ത ഒരുടുപ്പിട്ടിരുന്നു. തുകൽ കൊണ്ടുള്ളതായിരുന്നു ആ ഉടുപ്പ്. അവളുടെ അരയിൽ ഇരുവശത്തും ഓരോ കത്തികൾ സൂക്ഷിച്ചിരുന്നു.

വടക്ക് എത്തിയതിനുശേഷം അയാൾ കണ്ടുമുട്ടുന്ന ഈ ആദ്യ വ്യക്തിയെ എങ്ങനെ അഭിസംബോധന ചെയ്യണം എന്നയാൾക്ക് അറിയില്ലായിരുന്നു. തന്റെ ആയുധങ്ങൾ കരയിൽ ഉപേക്ഷിച്ചതിൽ തന്നോട് തന്നെ ദേഷ്യം തോന്നി. വസ്ത്രമുരിയാതെ പെൺകുട്ടി വെള്ളത്തിലേക്കെടുത്ത് ചാടി. അവളുടെ കൈകൾ അപ്പോഴും അരയിലെ കത്തിയിൽ തന്നെയായിരുന്നു. അതൊരുപക്ഷേ അവനിൽനിന്നും രക്ഷയ്ക്കായാകാം, അല്ലെങ്കിൽ അവനിൽ പ്രയോഗിക്കാനാകാം.

അവൾ പെട്ടെന്ന് ജലത്തിനടിയിലേക്ക് ഊളിയിട്ടു പോയി. അവൾ കൺവെട്ടത്തിൽ നിന്നു മറഞ്ഞപ്പോൾ അയാൾ നദിയിൽ നിന്നും പുറത്തു വരാൻ തീരുമാനിച്ചു. കരയിലെത്തിയപ്പോൾ നദിയിലേക്ക് തിരിഞ്ഞ് നോക്കി. ആ പെൺകുട്ടി എവിടെ എന്നായിരുന്നു ആ നോട്ടത്തിൽ. അവൾ ജലോപരിതലത്തിലേക്ക് ഉയർന്ന് വരുന്നുണ്ടോ? ഒരക്ഷരം പറയാതെ നദിയിലേക്ക് ഊളയിട്ടത് അവൾക്ക് വെള്ളത്തിനോടുള്ള സ്നേഹം കൊണ്ട് മാത്രമല്ല എന്നുറപ്പ്. ഇരുകയ്യിലും ഓരോ കല്ലെടുത്തുപിടിച്ച് റിൻഡ അടുത്തുള്ള പ്രദേശങ്ങളൊക്കെ നോക്കി. പ്രതീക്ഷിച്ചതിലും കൂടുതൽ സമയം അവൾ വെള്ളത്തിനടിയിൽ കഴിഞ്ഞപ്പോൾ തനിക്ക് മതിഭ്രമമായതാണോ എന്നുപോലും സംശയിച്ചു. വടക്കിന് ഇങ്ങനെ മനുഷ്യനെ വട്ടം കറക്കുന്ന പലതും ചെയ്യാനാകും എന്ന് ഓർമ്മിപ്പിച്ച് അയാൾ ആ പച്ചയുടുപ്പിലേക്ക് വീണ്ടും നോക്കി. വീണ്ടും വെള്ളത്തിലേക്ക് എടുത്ത് ചാടി. ഇത്രയും നേരം അവൾ വെള്ളത്തിനടിയിൽ കഴിയുന്നതിൽ വേവലാതിപൂണ്ടായിരുന്നു ഇത്തവണ അയാൾ വെള്ളത്തിലേക്കെടുത്ത് ചാടിയത്. ഒരുപക്ഷേ, നദീതടത്തിലെ വേരുകൾക്കിടയിലെങ്ങാൻ അവൾ അകപ്പെട്ടിട്ടുണ്ടെങ്കിലോ.

നദിയുടെ മദ്ധ്യത്തിൽ അവളുണ്ടായിരുന്നു. അവൾ എവിടെ ഊളിയിട്ടുവോ അവിടെ തന്നെ. അവൾ റിൻഡയെ കാത്തിരിക്കുകയാണെന്ന് തോന്നി. ഒഴുക്കിനെതിരെ പിടിച്ച് നിൽക്കുകയായിരുന്നു അവൾ. അവളുടെ പുഞ്ചിരി ഇപ്പോൾ കൂടുതൽ പ്രത്യക്ഷമാണ്. ജലത്തിനടിയിൽ സമയത്തിനും കാലത്തിനും വ്യത്യസ്തതയുണ്ടെങ്കിൽ ഈ പെൺകുട്ടി പകലെന്നോ രാവെന്നോ ഇല്ലാതെ ഇവിടം ഭരിക്കുമായിരുന്നു. മീനിന്റെ മുട്ടകൾക്ക് സമീപമാകണം ഇവളെ ഇവളുടെ അമ്മ പ്രസവിച്ചിട്ടത്. ജിജ്ഞാസ അയാളെ എന്തായാലും തന്റെയടുക്കലെത്തിക്കുമെന്ന് അവൾക്കറിയാമായിരുന്നു. അവൾ എന്തുകൊണ്ട് ജലോപരിതലത്തിലേക്കുയരുന്നില്ല എന്ന് അനുമാനിക്കാൻ അയാളൊരു ശ്രമം നടത്തി. അവളിൽ ഒരനക്കം കാണാനായി. ഇടതും വലതും നീന്തി നോക്കി. അവൾ ഒന്നനങ്ങിയാൽ അവളിൽ നിന്നും ഒരു കത്തി പിടിച്ച് വാങ്ങാവുന്ന അത്ര ദൂരത്തിൽ അയാളെത്തി.

തലയൊന്ന് ഉയർത്തിനോക്കിയപ്പോൾ ജലത്തിനു മുകളിൽ ബെലെക്കിന്റെ നിഴൽ കണ്ടു. അവളും അപ്പോൾ അങ്ങോട്ട് തന്നെയാണ് നോക്കുന്നത് എന്ന് അയാൾ ശ്രദ്ധിച്ചു. നദിയുടെ ആഴങ്ങളിലെ പ്രതിധ്വനികൾ ബാഹ്യലോകത്തുനിന്നുള്ള ശബ്ദം തിരിച്ചറിയുന്നത് ബുദ്ധിമുട്ടുണ്ടാക്കി. എന്നാൽ ബെലെക്ക് നദിക്കരയിലേക്ക് കുതിച്ചെത്തിയാൽ അതുണ്ടാക്കുന്ന ശബ്ദപ്രഭാവം ഒരുപക്ഷേ ഭൂതലത്തിൽനിന്ന് നദിയിലേക്ക് തുളച്ച് കയറും. റിൻഡ അതിനായി കാത്തിരിക്കുകയായിരുന്നു.

അയാളുടെ കഴുത്തിൽ കെട്ടിയിരുന്ന ഏലസ്സിൽ തൊടാനായി അവൾ കയ്യൊന്നുയർത്തിയപ്പോൾ അയാൾ പിൻവാങ്ങി. അവൾ കൈ പിൻവലിച്ചു. അയാളെ ഭയപ്പെടുത്തരുത് എന്നതായിരുന്നു അവളുടെ ലക്ഷ്യം. അവൾ അയാളുടെ പക്കലുള്ള രണ്ട് വസ്തുക്കളെയാണ് ലക്ഷ്യമിടുന്നത്, അയാളുടെ ജീവനും ആ ഏലസ്സുമാണ് ആ വസ്തുക്കൾ. അതറിഞ്ഞിട്ടെന്നവണ്ണം അയാൾ കൈകൾ താഴ്ത്തിയിട്ടു. അവളുടെ പക്കലുള്ള കത്തി പിടിച്ചുവാങ്ങുക എന്നതായിരുന്നു അയാളുടെ ലക്ഷ്യം.

ജലോപരിതലത്തിൽ നിന്നും ചില സ്വരങ്ങൾ കേട്ടു. അവൾക്ക് ഒന്ന് ശ്വസിച്ചേ മതിയാകൂ എന്നായി. അവളും ഈ സ്വരം കേട്ടിരിക്കുന്നു. അവളുടെ കഴുത്തിലെ ഞെരമ്പുകൾ വീർത്ത് തുടുത്തിരിക്കുന്നു. അവൾ ജലോപരിതലത്തിലേക്ക് കുതിച്ചു. റിൻഡ അവൾക്ക് പുറകിലുണ്ടായിരുന്നു.

ഏതാനും വാര ദൂരെ ഒരു മനുഷ്യൻ നിൽപുണ്ടായിരുന്നു. അവളുടെ പച്ചയുടുപ്പ് പരിശോധിക്കുകയായിരുന്നു അയാൾ. അവർ ഇരുവരും ജലത്തിന്റെ ഉപരിതലത്തിലേക്കെത്തിയതു കണ്ട അയാൾ അരയിലെ വാളിൽ പിടിമുറുക്കി. റിൻഡയുയുടെ കൈ അടുത്തുള്ള കല്ലിലേക്ക് നീണ്ടു. എന്നാൽ അതിലും വേഗത്തിൽ അവൾ കത്തി വീശിയെറിഞ്ഞിരുന്നു. അത് ചെന്നുതറച്ചത് കരയിൽ നിന്നയാളുടെ ഇടത്തേ നെഞ്ചിൽ.

അയാൾ മലർന്നടിച്ച് വീണു. ആ പെൺകുട്ടി ഓടിച്ചെന്ന് അവളുടെ ഉടുപ്പെടുത്തു. രക്തം പുരണ്ട കത്തി വലിച്ചൂരിയെടുത്തു. "എനിക്ക് പുറകിൽ വരൂ. ഈ കാടിനെ എനിക്ക് നല്ലവണ്ണമറിയാം." അവൾ പറഞ്ഞു. "നീ ഓടിക്കോളൂ. ഞാനൊപ്പമെത്താം. എളുപ്പം പോകൂ." റിൻഡ ഒച്ചയിട്ടു. അവൾ കാടിനകത്തേക്കോടി. നല്ല വേഗത്തിലാണ് അവൾ ഓടിയത്. ഒരായുസ്സ് മുഴുക്കെ ജലത്തിനടിയിൽ കഴിഞ്ഞവളാണ് ഇവൾ എന്നാണയാൾ കരുതിയിരുന്നത്. മത്സ്യത്തെപ്പോലൊരു ജന്മം എന്ന്. അതിനുള്ള കരുത്ത് ഇവൾ നേടുന്നത് ഒരു മാനിനെപ്പോലെ ഈ കാട്ടിൽ ഓടിക്കളിച്ചിട്ടാണ്. അവളിൽ നിന്നും കണ്ണെടുത്ത് റിൻഡ ശബ്ദം വരുന്നിടത്തേക്ക് ശ്രദ്ധ പതിപ്പിച്ചു. അക്കരെ നിന്ന് ഒരു ഡസൻ കുതിരസവാരിക്കാർ നദിക്കരയെ ലക്ഷ്യം വെച്ച് വരുന്നുണ്ടായിരുന്നു.

നദിയുടെ ഒഴുക്കിൽപെട്ട് കുറച്ച് ദൂരം പോയിട്ടുള്ളതിനാൽ പെട്ടെന്ന് വസ്ത്രമുപേക്ഷിച്ചിടത്തേക്ക് തിരിച്ചെത്തുവാനോ വസ്ത്രം വീണ്ടെടുക്കാനോ ആവില്ല എന്നയാൾക്ക് മനസ്സിലായി. ബെലെക്ക് അയാൾക്കരികിലേക്ക് ഓടിയെത്തി. അയാൾ ബെലെക്കിനുപുറത്ത് വച്ചിരുന്ന വില്ലെടുത്തു. സംഘം നദി മുറിച്ച് കടന്ന് ആ പെൺകുട്ടിക്ക് പുറകെയോടി. അവർ അവരുടെ കുതിരകളെ നദിയുടെ അങ്ങേക്കരയിൽ ഉപേക്ഷിച്ചിരുന്നു. കുതിരപ്പുറത്ത് നദിമുറിച്ച് കടക്കാൻ ശ്രമിക്കുന്നതിനിടെ അവരിലൊരാൾ നിലത്ത് വീണു. അയാൾ എഴുന്നേറ്റ് റിൻഡയെ നോക്കി. കുന്തമെറിഞ്ഞു. അത് റിൻഡയുടെ തലയിൽ കൊള്ളാതെ പോയി. അയാൾക്ക് അമ്പും വില്ലുമെടുക്കാൻ റിൻഡ ഒരു അവസരം നൽകിയില്ല. അതിനു മുമ്പ് റിൻഡയുടെ അമ്പ് അയാളെ വീഴ്ത്തി.

പച്ചയുടുപ്പിട്ട പെൺകുട്ടി മിക്കവാറും കാടിനകത്തേക്കെത്തിയിരുന്നു. അവളുടെ ഉടുപ്പിന്റെ നിറം കാടിന്റെ നിറത്തിലലിഞ്ഞ് ചേർന്നിരുന്നു. ഇത്രയും നേരം വെള്ളത്തിനടിയിൽ കഴിഞ്ഞിട്ടും നല്ല വേഗത്തിലോടുന്നുണ്ടവൾ. ആ സംഘത്തിലെ ഒരാൾക്ക് മാത്രമേ അത്രയും വേഗത്തിലോടാനാകുന്നുള്ളൂ. ശേഷിച്ചവരെല്ലാം വളരെ പുറകിലാണ്. റിൻഡ അയാൾക്ക് നേരെ അമ്പ് ഓങ്ങാൻ തുനിഞ്ഞപ്പോഴാണ്, തൊട്ടു മുമ്പ് തന്റെ അമ്പുകൊണ്ട് വീണ മനുഷ്യൻ മുട്ടുകാലിൽ എഴുന്നേറ്റ് റിൻഡയ്ക്ക് നേരെ അമ്പ് തൊടുക്കാൻ തയ്യാറാകുന്നത് കണ്ടത്. ഇത്രയും ദൂരെ നിന്ന് അയാളുടെ വയറിൽ അമ്പെയ്ത് കൊള്ളിച്ചത് അയാൾക്ക് മരണകാരാണമായിട്ടില്ല. അയാളുടെ അമ്പ് വന്നു തറച്ചത് റിൻഡയുടെ നെഞ്ചിലായിരുന്നു.

അന്ന് മുഴുക്കെ അങ്ങനെ മുറിവേറ്റ് കിടന്നിട്ടുണ്ടാകും എന്ന് റിൻഡ ഊഹിക്കുന്നു. ഒന്നെഴുന്നേൽക്കാൻ ശ്രമിച്ചപ്പോഴൊക്കെ തലകറങ്ങി. മൂക്കിൽ നിന്നും രക്തം തൊണ്ടയിലേക്കൊലിച്ചിറങ്ങി. പാറപ്പുറത്ത് വീണ് മുഖം ചതഞ്ഞു. എപ്പോഴൊക്കെ എഴുന്നേൽക്കാൻ ശ്രമിച്ചുവോ അപ്പോഴൊക്കെ വീണു. മരണം എന്നത് ശ്വസിക്കാതെ വെള്ളത്തിനടിയിൽ നിൽക്കുന്നതുപോലെ എന്തോ ഒന്നാണെന്ന് അയാൾ കരുതി.

അയാൾ കാട്ടിലേക്ക് ആ സംഘം അവിടെയുണ്ടോ എന്ന് നോക്കി. അവിടം മുഴുവൻ മൂടൽമഞ്ഞ് വ്യാപിച്ചിരിക്കുന്നതുപോലെ. എന്നാൽ അവരുടെ സ്വരം കേൾക്കാനുമുണ്ട്. അതിനർത്ഥം അവർ അവിടെ തന്നെയുണ്ട് എന്നാണ്. ഭ്രാന്തുപിടിച്ചതുപോലെ ഓടുകയാണവർ. ആ പെൺകുട്ടിയുടെ സ്വരം പക്ഷേ, കേൾക്കാനില്ല. ഒന്നുകിൽ അവൾ കാടിന്റെ ഉള്ളിന്റെയുള്ളിലെത്തിയിരിക്കുന്നു, അല്ലെങ്കിൽ അവളുടെ ഉടുപ്പിന്റെ നിറം അവളുടെ രക്ഷയ്ക്കെത്തിയിരിക്കുന്നു. അവരിൽ ഏറ്റവും വേഗം കൂടിയ മനുഷ്യൻ കാടിനുള്ളിലേക്ക് പ്രവേശിക്കാറായിരിക്കുന്നു. അയാൾക്ക് മാത്രമേ അവളുടെ സമീപമെത്താനാകുകയുള്ളൂ. തന്റെ കയ്യിലെ വില്ലൊന്ന് കുലച്ച് നിർത്തുവാനുള്ള കരുത്ത് പോലും ഇപ്പോൾ തന്നിലില്ലെന്ന് റിൻഡയ്ക്കറിയാം. സാവധാനത്തിൽ അയാൾ എഴുന്നേറ്റു. നെഞ്ചു പിടയുന്നുണ്ടായിരുന്നു. പാറപ്പുറത്തടിച്ചു വീണ് മുഖം നീറുന്നു ണ്ടായിരുന്നു. ഒരുവിധത്തിൽ എഴുന്നേറ്റ് നിന്ന് ബെലെക്കിന്റെ പുറത്തു നിന്ന് അയാൾ തന്റെ കെഫ്കാനിയെടുത്തു.

അയാളുടെ അച്ഛനും കെഫ്കാനി കൊണ്ടുനടക്കുമായിരുന്നു. ആട്ടി ടയന്മാരിലൊരാളെ അതെങ്ങനെ ഉപയോഗിക്കണം എന്ന് പഠിപ്പിച്ചത് അച്ഛനാണ്. റിൻഡ ആ ആട്ടിടയിനിൽ നിന്നാണ് അത് പഠിച്ചത്. താനി പ്പോൾ എന്തിനെയാണ് ഇതുപയോഗിച്ച് വേട്ടയാടാൻ പോകുന്നത് എന്നതിൽ റിൻഡയ്ക്കൊരു താത്പര്യവുമില്ലായിരുന്നു. അച്ഛനെപ്പോലെ ഇതുപയോഗിക്കാനാകുമോ എന്നതിനെക്കുറിച്ച് അയാളിതുവരേക്കും ചിന്തിച്ചിട്ടുമില്ല. തന്നെ ഇതുപയോഗിക്കാൻ പഠിപ്പിച്ച ആട്ടിടയനോടുള്ള കടം വീട്ടുകയാണിപ്പോൾ അയാൾ. അയാൾ ദൂരെയുള്ള കാട്ടിലേക്ക് അതിൽ നിന്നും കല്ലുകളെടുത്ത് എറിയാൻ തുടങ്ങി. ഇലകളായിരുന്നു ലക്ഷ്യം.

അയാളുടെ കരുത്തും കൃത്യതയും കണ്ട് സയലോക്ക വിസ്മയിച്ചു. കെഫ്കാനി ഉപയോഗിക്കാനുള്ള അയാളുടെ പ്രാഗദ്ഭ്യം അദ്ഭുതകരം തന്നെ.

കെഫ്കാനിയുടെ തുകൽ ചട്ടയിൽ അയാൾ ഒരു കല്ലുവച്ചു. അതിന്റെ രണ്ടഗ്രവും കൂട്ടിപ്പിടിച്ചു. എന്നിട്ട് സാവധാനത്തിൽ അതിനെ വട്ടം ചുറ്റിച്ചു. അധികം തിരക്ക് കൂട്ടാതെയാണത് ചെയ്തത്. കെഫ്കാനി സാവധാന ത്തിൽ വേഗം പിടിക്കും. ലക്ഷ്യത്തിലേക്ക് ഉന്നം വയ്ക്കും. ഒരു കഴുകൻ അതിന്റെ ഇരയിലേക്ക് കുതിച്ചിറങ്ങുന്നതുപോലെ അങ്ങ് ദൂരെനിന്നേ അയാൾ തന്റെ ലക്ഷ്യം കാണുമായിരുന്നു. അല്ലെങ്കിൽ ലക്ഷ്യത്തിലെ ത്തുകയില്ല. ഇര നഷ്ടമാകും. ആദ്യം അയാൾ, പിന്നെ കെഫ്കാനി, ഇരയെ കാണണം. കല്ലിന്റെ ഭാരം കയറിയ തുകൽച്ചട്ട വായുവിൽ വട്ടം ചുറ്റു മ്പോൾ സന്തോഷകരമായി മൂളുന്നുണ്ടായിരുന്നു. തനിക്ക് ലക്ഷ്യം കാണാനാകും എന്ന സന്തോഷം. ആ സ്വരം ആവശ്യമില്ലെങ്കിലും അയാൾക്ക് അതൊരു ആവേശമായി. ഏതാനും തവണ കൂടി കൈയൊന്ന്

കറക്കി അയാൾ കല്ലെറിയും. കെഫ്കാനിയുടെ ഒരഗ്രം സ്വതന്ത്രമാക്കിയാണിത് ചെയ്യുന്നത്. സ്വതന്ത്രമായ കല്ല്, വായുവിൽ ഒരു അമ്പ് പോലെ കുതിക്കും. അത് എതിർഭാഗത്തുള്ള മനുഷ്യന്റെ തലയിൽ തന്നെ പതിച്ചു. അയാൾ അപ്പോൾ ആ കാട്ടിലേക്ക് പ്രവേശിക്കുന്നതേയുണ്ടായിരുന്നുള്ളൂ. അയാൾ പിന്നെ എഴുന്നേറ്റില്ല. എന്ത് സംഭവിച്ചു എന്ന് അയാൾക്ക് പുറകിലുള്ളവർക്ക് മനസ്സിലായില്ല. ഒരുപക്ഷേ അയാൾ നിലത്ത് കിടക്കുന്ന എന്തിലെങ്കിലും തട്ടിത്തടഞ്ഞ് വീണതായിരിക്കും എന്നവർ കരുതി. തിരിഞ്ഞുനോക്കിയപ്പോഴും അവരൊന്നും കണ്ടില്ല.

ബെലെക്കിന്റെ പുറത്ത് കയറി, റിൻഡ താൻ അമ്പെയ്തിട്ട മനുഷ്യനു സമീപമെത്തി. വളരെ വിഷമിച്ചാണവിടംവരെയെത്തിയത്. ഉദരത്തിൽ തറച്ച അമ്പ് അയാൾക്ക് നിവർന്ന് നിൽക്കാനാകാത്ത തരത്തിൽ അയാളെ വളച്ചിരിക്കുന്നു. അയാളുടെ കുതിരപ്പുറത്തുണ്ടായിരുന്ന രോമക്കുപ്പായം റിൻഡയെടുത്തു. അത് തോളിലിട്ടു. അതുവരേക്കും കണ്ടതിലും വച്ചേറ്റവും വലിയ രോമക്കുപ്പായമായിരുന്നു അത്. ആ മനുഷ്യനപ്പോൾ ഒരു വലിയ പാറക്കല്ലുപോലെ നിലത്ത് കിടക്കുകയാണെന്ന് റിൻഡ ശ്രദ്ധിച്ചു. തന്റെ നെഞ്ചിൽ തറച്ചിരുന്ന അമ്പ് റിൻഡ പാതിയൊടിച്ചു. ബെലെക്കിനു പുറത്തിരുന്ന് രോമക്കുപ്പായത്തിന്റെ ചരടുകൾ ബന്ധിക്കാൻ റിൻഡ നന്നേ വിഷമിച്ചു.

ആ പെൺകുട്ടിയെ ഓടിച്ചിട്ട് പിടിക്കാൻ ശ്രമിച്ചിരുന്ന സംഘം അപ്രത്യക്ഷമായപ്പോൾ താൻ എന്തിനുവേണ്ടിയാണിങ്ങനെ ആ പെൺകുട്ടിയെ രക്ഷിക്കാൻ സ്വയം അപകടത്തിൽ ചാടിയതെന്ന് അയാൾക്ക് മനസ്സിലായില്ല. ആ പെൺകുട്ടിയും ഒരു പക്ഷേ അയാളെ കൊല്ലാൻ പദ്ധതിയിട്ടിട്ടുണ്ടാകും. റിൻഡയുടെ ശ്രദ്ധ അപ്പോഴും അവരുടെ സ്വരത്തെ പിന്തുടരുകയായിരുന്നു. തന്റെ അച്ഛനെക്കുറിച്ച് തെളിവിന്റെ ഒരു തുമ്പുപോലും ലഭിക്കുന്നതിനു മുമ്പ് തനിക്ക് അമ്പേറ്റിരിക്കുന്നു. ആ അവസ്ഥയിൽ എത്ര ദൂരം, എത്ര നേരം യാത്ര ചെയ്തു എന്ന് അയാൾക്കോർമ്മയില്ല. പിന്നെയെപ്പോഴോ ബോധം നഷ്ടപ്പെട്ടു.

രക്തം ഒലിച്ചിറങ്ങിയപ്പോൾ വേദന വർദ്ധിച്ചു. താഴേക്ക് മറിഞ്ഞ് വീഴാതിരിക്കാൻ അയാൾ ബെലെക്കിന്റെ കഴുത്തിൽ മുറുകെ പിടിച്ചു. താനിപ്പോൾ ആ സംഘത്തെ പിന്തുടരുകയാണെന്ന് ഊഹിച്ചെങ്കിലും സത്യത്തിൽ അവരാണ് തന്നെ പിന്തുടരുന്നതെന്ന് അയാൾ അറിഞ്ഞു. അയാൾ ഏതോ വ്യാമോഹങ്ങളിലായിരുന്നു. ബെലെക്കിന്റെ സഹജബോധങ്ങളിൽ അയാൾക്ക് വിശ്വാസമുണ്ടായിരുന്നു. അതുകൊണ്ടുതന്നെ ബെലെക്കിന്റെ കഴുത്തിൽ മുറുകെ പിടിച്ചു. വടക്കുള്ളവരിൽ നിന്നും പഠിച്ചെടുത്ത ഒരു സ്വഭാവരീതിയായിരിക്കണം, ബെലെക്ക് മാൻപേടകൾ പോയ വഴി പിന്തുടരുകയായിരുന്നു.

മൂന്ന്

സ്വയം എരിഞ്ഞുതീരുന്ന നമ്മൾ
ഇപ്പോൾ ഏതവസ്ഥയിലാണെന്നറിയില്ല.
ഉണർന്നിരിക്കുകയാണോ
കിനാവ് കാണുകയാണോ
അതോ, ഒരു വെളിപാട് മാത്രമാണോ
നമുക്ക് മുന്നിലുള്ളത്?
- മെം ആൻഡ്സിൻ, അഹ്മദി ക്സാനി

വെളുത്ത കുറുക്കൻ

ഗ്ലട്ടിന്റെ വീട്ടിൽ നിന്നും വളരെ ദിവസം മുമ്പിറങ്ങിയ റിൻഡ, കർപ്പൂര തുളസിയുടെ മണമുള്ള നദിക്കരയിലെത്തിയപ്പോൾ സൂര്യൻ വെട്ടിത്തിള ങ്ങുന്നുണ്ടായിരുന്നു. എല്ലാ വർണങ്ങളിലുമുള്ള വസ്ത്രങ്ങൾ വിൽക്കുന്ന അങ്ങാടിയിൽ എത്തിയതുപോലെ സൂര്യൻ വർണ്ണങ്ങൾ വാരി വിതറു ന്നുണ്ടായിരുന്നു. ചെറിയ പുല്ലുകളും പൂക്കൾ പോലും അത്യാകർഷങ്ങ ളായിരുന്നു. പല്ലികളുടെ കളികൾ കാണേണ്ടതായിരുന്നു. നാലു ഭാഗത്തു നിന്നും നീളൻ ഇലകൾ തലയാട്ടുന്നുണ്ടായിരുന്നു. കിളികൾ മറ്റ് ദിശ കളിലേക്കൊക്കെ നോക്കാൻ പ്രേരിപ്പിക്കുന്നുണ്ടായിരുന്നു. ഈ വർണ വൈവിധ്യത്തിൽ അകപ്പെട്ടാൽ സ്വയം മറക്കാതിരിക്കുന്നതെങ്ങനെ?

ഇതെല്ലാം ഒരിക്കൽ കൂടി പറഞ്ഞത് ഈ പ്രദേശം എനിക്ക് അറിയാ വുന്നതിനാലാണ്. സ്വപ്നത്തിൽ പോലും ചില പ്രദേശങ്ങൾ ആവർത്തി ച്ചാവർത്തിച്ച് വരും. ഈ സൂര്യനും മരങ്ങളും പൂക്കളും പരിചിതങ്ങളെന്ന് തോന്നുന്നു

നദിയിലെ കണ്ണാടിപോലുള്ള ജലത്തിൽ റിൻഡ മുഖം പരിശോധിച്ചു. വെള്ളത്തിൽ ബെലെക്കിന്റെ നിഴലും കണ്ടു. ഇന്ന് ഇവിടെ വിശ്രമിച്ച് ഈ വെയിൽ ആസ്വദിക്കാം. ദാഹം തീരുംവരെ അയാൾ വെള്ളം കോരി ക്കുടിച്ചു. വായ തുറന്ന് നദിയിൽ മലർന്ന് കിടന്നു. അങ്ങനെ കിടക്കു ന്നത് ഒരു വെള്ളച്ചാട്ടത്തിൽ കിടക്കുന്ന സുഖം നൽകി. അതല്ലെങ്കിൽ കാറ്റടിക്കുന്ന ഒരു ചുരത്തിലൂടെ നടക്കുന്ന സുഖം. അയാൾക്ക് ഈ

ജലത്തിൽ സ്വയം ഉപേക്ഷിക്കുവാനാകും. ശരീരം ഇതിൽ പല വർണ ങ്ങളുള്ള കല്ലുപോലെ താഴ്ന്ന് പോകും. കൂടുതൽ ആഴത്തിലേക്കെ ത്തിയാൽ കൂടുതൽ വർണ്ണങ്ങളുണ്ടാകും. സ്വന്തം ചർമ്മത്തിൽ മറ്റൊരു ചർമ്മം കൂടിയുണ്ടെങ്കിൽ ഈ ഒഴുക്കിൽ അതിളകി ഒഴുകി പോകും. ഈ തടാകത്തെ എത്രനേരം വേണമെങ്കിലും ചെറുക്കാനാകും...

തന്റെ കയ്യിലുള്ള പാത്രം വെള്ളത്തിലാഴ്ത്തിയപ്പോൾ ഒരു സ്വരം കേട്ടു. പരിചിതമായ ഒരു സ്വരം.

"ആ പാത്രത്തിൽ നിന്ന് കുറച്ച് വെള്ളം എനിക്കും തരാമോ സഹോ ദരാ?" അതൊരു വൃദ്ധനായിരുന്നു. ഒരു മരത്തിനു കീഴെ കിടക്കുകയായി രുന്നു. എഴുന്നേൽക്കാൻ ശ്രമിക്കുന്നുമുണ്ടായിരുന്നു.

അയാളുടെ കൈകൾ അരയിലെ കത്തിയിലേക്ക് നീങ്ങി. അത് യാന്ത്രികമായിരുന്നു. ആ വൃദ്ധനല്ലാതെ അവിടെ മറ്റാരെങ്കിലുമുണ്ടോ എന്ന് റിൻഡ നോക്കി. ബെലെക്കിനു സമീപത്തേക്ക് നീങ്ങി. ആരെങ്കിലും ഈ കാട്ടിൽ ഒളിച്ചിരിപ്പുണ്ടെങ്കിൽ അയാളെ കണ്ടെത്തുക എളുപ്പമല്ല. നല്ല ഇടതൂർന്ന കാടാണ്. പല വർണങ്ങളിലുള്ള ഇലകളുണ്ടിവിടെ. ആ നിമിഷം വരെ റിൻഡ ഈ വൃദ്ധനവിടെ കിടക്കുന്നത് ശ്രദ്ധിച്ചിരുന്നില്ല. കുറച്ച് സമയമായി അയാളവിടെ കിടക്കാൻ തുടങ്ങിയിട്ട് എന്ന് ആ കിടപ്പ് കണ്ടാലറിയാം.

"ഞാനുറങ്ങുകയായിരുന്നു. താങ്കൾ വരുന്നത് കണ്ടില്ല. എന്നോട് ക്ഷമിക്കണേ. എന്റെ കാലുകൾ വേദനിക്കുന്നുണ്ട്. ആ വേദനയൊന്ന് ശമിച്ചാലേ മുമ്പോട്ട് വരാനാകുകയുള്ളൂ."

റിൻഡ തിരിഞ്ഞ് തടാകത്തിലേക്ക് നോക്കി. ജലത്തിൽനിന്നും ആരും പൊങ്ങിവരുന്നില്ല. വൃദ്ധനു സമീപത്തേക്ക് നടക്കുമ്പോൾ മര ങ്ങളുടെ നിഴൽ ശ്രദ്ധിച്ചു. ആ വൃദ്ധനു സമീപമുള്ള ശവപ്പെട്ടി ശ്രദ്ധിച്ചു. റിൻഡയുടെ കയ്യിലുള്ള പാത്രത്തിൽ നിന്നും ഒരു കവിൾ കുടിച്ച് അരി കത്ത് വച്ചു.

"ഇത്രയും മതിയോ? അഭ്യർത്ഥിക്കുന്നത് കേട്ടപ്പോൾ ഇതിലെ വെള്ളം മതിയാകില്ലെന്ന് കരുതി."

"ഇങ്ങനെ സാവധാനം കുടിച്ച് ഞാൻ എന്റെ ശരീരം ആവശ്യപ്പെടുന്ന തെല്ലാം ഉടൻ നൽകാതിരിക്കുന്നു. അതിന്റെ ആഗ്രഹങ്ങളെല്ലാം പൂർത്തീ കരിക്കാതിരിക്കാൻ ശ്രമിക്കുന്നു. അങ്ങനെ വളരെ കുറച്ച് ലഭിച്ചാലും എനിക്ക് മതിയാകുന്നു."

"എത്രകാലമായി ഇങ്ങനെയായിട്ട്?"

"ഏകദേശം പത്ത് വർഷം."

"താങ്കൾക്ക് എഴുന്നേറ്റ് നിൽക്കാനാകാത്തത് എന്തുകൊണ്ടെന്ന് എനിക്കിപ്പോൾ മനസ്സിലായി."

വൃദ്ധന്റെ നീണ്ട താടിയും മുടിയും തൂവെള്ളനിറമായിട്ടുണ്ടായിരുന്നു. അയാൾക്ക് ഉറക്കം വരുന്നതുപോലെ കണ്ണുകൾ അടയുന്നുണ്ടായിരുന്നു. ഒരുവിധത്തിൽ പൂർണ്ണമായും എഴുന്നേറ്റ് നിന്നപ്പോൾ, മരത്തിൽ ചാരി നിന്നപ്പോൾ, റിൻഡ ചോദിക്കാനാരംഭിച്ചു.

"ഇത്രയധികം സെഡാർ മരങ്ങൾ ഈ കാട്ടിലുള്ളപ്പോൾ കിടക്കാനായി ഈ ചെറിമരച്ചുവട് തിരഞ്ഞെടുത്തത് എന്തുകൊണ്ട്? ഇതിന്റെ തണൽ പെട്ടെന്ന് മായുമായിരുന്നു. അങ്ങനെ താങ്കൾ വെയിലിലാകുമായിരുന്നു. അതും ശരീരത്തെ വളരെ കുറച്ചുകൊണ്ട് തൃപ്തിപ്പെടുത്തുവാനായിരുന്നോ?"

"അല്ല." അയാൾ ശാന്തമായി മറുപടി നൽകി. "കുറച്ച് ദിവസം അടുപ്പിച്ച് നടത്തമായിരുന്നു. ക്ഷീണിച്ച് പോയി. നദിക്കരയിൽ ആദ്യം കണ്ട മരത്തിനു ചുവട്ടിൽ തന്നെ കിടന്നു. കാട്ടിൽ ആദ്യമായി കയറിയപ്പോഴും എന്നെ തേടി വന്നത് ചെറിമരത്തിന്റെ സുഗന്ധമായിരുന്നു. അതുകൊണ്ട് ഇവിടെ തന്നെ കിടന്നു. ഇടയ്ക്കിടെ കണ്ണു തുറന്ന് തലയ്ക്ക് മുകളിൽ പൂത്ത് നിൽക്കുന്ന ചെറി പുഷ്പങ്ങളെ കണ്ടു. അതെന്റെ വേദന കുറച്ചു."

തടാകത്തിലൂടെ അതിവേഗം തെന്നി നീങ്ങി വെയിൽ അങ്ങേക്കരയിലുള്ള മരങ്ങളെയെല്ലാം ആലിംഗനം ചെയ്തു. തടാകത്തിനു മുകളിൽ നീർപക്ഷികൾ നിശ്ശബ്ദം പൊങ്ങിക്കിടക്കുന്നുണ്ടായിരുന്നു. കാട്ടിൽ മറ്റാരെങ്കിലുമുണ്ടായിരുന്നുവെങ്കിലും അവരെല്ലാം മരങ്ങൾക്ക് പുറകിൽ രഹസ്യമായൊളിച്ചിരിക്കുകയായിരുന്നിരിക്കണം.

"ഇങ്ങനെ ആയുധമൊന്നുമില്ലാതെ കറങ്ങുമ്പോൾ ഭയം തോന്നുന്നില്ലേ? കാട്ടിൽ ഇങ്ങനെ ഒറ്റയ്ക്കലയുന്നത് ഭാഗ്യഹീനതയല്ലേ?"

"താങ്കൾ പറഞ്ഞത് ശരിയാണ്. പക്ഷേ എന്റെ പക്കൽ സ്വർണ്ണമൊന്നുമില്ല. ആകെയുള്ളത് ഇത് മാത്രമാണ്," എന്ന് പറഞ്ഞ് അയാൾ തന്റെ കൈ ആ ശവപ്പെട്ടിയിന്മേൽ വച്ചു. റിൻഡയുടെ അദ്ഭുതത്തെക്കുറിച്ച് ഓർമ്മിക്കാതെ, റിൻഡയുടെ തുറിച്ച് നോട്ടം അവഗണിച്ച് അയാൾ തുടർന്നു. "ഒരു ചെറിമരത്തിനു ചുവട്ടിൽ വിശ്രമിക്കാൻ കിടക്കുന്ന യാത്രികനെ ആരെങ്കിലും ഉപദ്രവിക്കും എന്നെനിക്ക് തോന്നുന്നില്ല. താങ്കളുടെ കയ്യിൽ ആയുധമുണ്ട്. പക്ഷേ താങ്കൾ എന്നെ ഉപദ്രവിക്കാൻ വരുമെന്ന ചിന്ത എന്നിലില്ല. ഈ ചെറിപൂക്കളുടെ സൗന്ദര്യം ആസ്വദിക്കാത്തവർ മാത്രമേ ഈ വൃത്തികെട്ടവനെ ഒരു കാരണവുമില്ലാതെ ആക്രമിക്കുകയുള്ളൂ. ചെറി ഇഷ്ടമാണോ?"

"അതേ...പക്ഷേ.." റിൻഡ ഒന്ന് മടിച്ചു. അയാൾ ശവപ്പെട്ടിയിൽ നിന്നും കണ്ണെടുത്തു. മരത്തിന്റെ ശിഖരങ്ങളിലേക്ക് നോക്കി. അതിന്റെ പൂക്കളും മൊട്ടും കാടിന്റെ സൗന്ദര്യത്തിനു മാറ്റ് കൂട്ടുന്നു. ഈ സൗന്ദര്യത്തെ വെല്ലുവിളിക്കാൻ അവിടെ മറ്റു മരങ്ങളൊന്നുമില്ല. ഒരു കൊച്ചു

ചെറിമരത്തിനെങ്ങനെ കാടിനെ ഭരിക്കാനാകുന്നു എന്ന് അപ്പോഴയാൾ കണ്ടു. "വടക്ക് വന്നതിനുശേഷം ഇവിടത്തെ ചെറിയൊന്നും രുചിച്ച് നോക്കിയിട്ടില്ല."

"എങ്കിൽ അധികം താമസിയാതെ കഴിക്കാനാകും."

"റിൻഡ ഉത്തരമൊന്നും പറഞ്ഞില്ല. തന്റെ മനസ്സിൽ ഏതാനും നിമിഷമായി തങ്ങിക്കിടക്കുന്നുണ്ടായിരുന്ന ചിന്തയ്ക്ക് അയാൾ സ്വരം നൽകി. "ഈ പെട്ടിയെക്കുറിച്ചാണെന്റെ ആകാംക്ഷ. ഇതിന്റെ ഉടമസ്ഥന്റെ പേരെന്താണെന്ന് ആദ്യമറിഞ്ഞാൽ കൊള്ളാമെന്നുണ്ട്."

"അത് ശരിയാണ്. അങ്ങനെയെങ്കിൽ താങ്കൾക്ക് എന്നെ എന്റെ പേരു ചൊല്ലി വിളിക്കാം...." വൃദ്ധൻ ഒരു നിമിഷം ചിന്തിച്ചു. തന്റെ പേരുതന്നെ മറന്നുപോയിരിക്കുന്നു എന്ന മട്ടിലായിരുന്നു ആ ചിന്ത. "താങ്കൾക്കിഷ്ടമാണെങ്കിൽ എന്നെ ഓസെ എന്ന് വിളിക്കാം. അതെ, അതൊരു നല്ല പേരാണ്. അപ്പോൾ ഞാൻ താങ്കളെയെന്ത് വിളിക്കും?"

അയാളുടെ സംസാരരീതി കേട്ട് റിൻഡ അമ്പരന്നു. അവർ അപ്പോൾ എന്തോ ഒരു കളിയുടെ മദ്ധ്യത്തിലാണെന്നപോലെയായിരുന്നു ആ അമ്പരപ്പ്. എന്നാൽ കളി തുടരാൻ റിൻഡ വൈകിച്ചില്ല. "താങ്കൾക്കെന്നെ...." റിൻഡയും ഒരു നിമിഷം ശങ്കിച്ചു. തലയൊന്നാട്ടി. ആദ്യം വലത്തോട്ട് പിന്നെ ഇടത്തോട്ട്. അപ്പോൾ പേരു തെളിഞ്ഞ് വന്നു എന്ന മട്ടിൽ തുടർന്നു. "എന്നെ റിൻഡ എന്ന് വിളിച്ചോളൂ. അതും ഒരു ചീത്ത പേരല്ല, അല്ലേ?"

"അല്ല. പക്ഷേ ഇങ്ങനെയൊരു പേര് ആദ്യമായി കേൾക്കുകയാണ്. ശരി റിൻഡ.... താങ്കൾ പെട്ടി എന്ന് വിളിച്ച ഈ ശവപ്പെട്ടിക്കകത്ത് ഒരു ശവമാണ്. ഒരു ശവപ്പെട്ടി എന്നാൽ എന്താണെന്ന് താങ്കൾക്കറിയാത്തതിനാൽ, മരിച്ചവരെ അടക്കം ചെയ്യാത്ത ഏതോ നാട്ടിൽ നിന്നാണ് താങ്കൾ വരുന്നതെന്ന് ഞാൻ ഊഹിക്കട്ടെ. അങ്ങനെയെങ്കിൽ നിങ്ങളുടെ നാട്ടുകാർ മരിച്ചവരെ വന്യമൃഗങ്ങൾക്ക് ഭക്ഷണമായി നൽകുകയായിരിക്കാം, അല്ലെങ്കിൽ കത്തിച്ച് കളയുകയാകും, അല്ലേ?"

"ഞങ്ങൾ കത്തിക്കുകയാണ് പതിവ്. അതല്ലെങ്കിൽ ആത്മാവിന് ശരീരത്തിൽനിന്നും പൂർണമായും വേർപെട്ട് പോകാനാകില്ല. അത് അവിടെ കിടന്ന് ബുദ്ധിമുട്ടനുഭവിക്കും."

"ഞങ്ങൾ ശവം കുഴിച്ചിടുന്നു. ആദ്യം ഞങ്ങൾ അതെടുത്ത് ഒരു ശവപ്പെട്ടിയിൽ വയ്ക്കും. പിന്നെ ആഴമുള്ള ഒരു കുഴിയുണ്ടാക്കി അതിൽ വച്ച് അതിനു മുകളിൽ മണ്ണിട്ട് മൂടും."

"അപ്പോൾ ഈ പെട്ടി കുഴിച്ചിടാത്തതെന്തുകൊണ്ട്?"

"ഇത് എന്റെ നിഴലാണ്. നിഴലുകളെ അടക്കം ചെയ്യുന്ന ശ്മശാനം തിരക്കി നടക്കുകയാണ് ഞാൻ."

മരിച്ച നിഴൽ എന്ന പ്രയോഗം കേട്ട അദ്ഭുതത്തിൽ റിൻഡയുടെ ശബ്ദം ഇല്ലാതായി. ഓസെ സംഭാഷണം തുടരുന്നതിനായി കാത്തിരുന്നു.

“ഞങ്ങളുടെ നാട്ടിലെ കുതിരകൾ ഒന്നുകിൽ കറുത്തവയാണ്, അല്ലെങ്കിൽ ചാരനിറമുള്ളവ. താങ്കളുടെ കുതിരയുടെ നിറമുള്ള ഒന്നിനെ ഇതുവരേക്കും ഞാൻ കണ്ടിട്ടില്ല. വെളുത്ത ശരീരത്തിൽ കറുത്ത പാടുകളുള്ള ഒന്നിനെ. ഞങ്ങളുടെ നാട്ടിൽ ഇതുപോലൊരു കുതിര വലിയ കലാപമുണ്ടാക്കും. ഒരു നിഴലിന്റെ മരണത്തേക്കാൾ വലിയ കലാപം.”

അവർ ബെലെക്കിനെ നോക്കി. അവന്റെ കുഞ്ചിരോമത്തിൽ നിന്നും വാലിലേക്കൊഴുകുന്ന നിറങ്ങൾ രോമക്കുപ്പായത്തിനേക്കാൾ ഉപരി ഒരു പുതപ്പ് പോലെ തോന്നിച്ചു. തടാകത്തിൽ നിന്നും ഉദ്ഭവിച്ച ഒരു ജീവിയെപ്പോലെ അവൻ എപ്പോൾ വേണമെങ്കിലും അവിടേക്ക് തിരിച്ചെത്താം. അവനോടൊപ്പം ഈ ശവപ്പെട്ടിയും തടാകത്തിലേക്ക് വഴുതിയിറങ്ങാം. എന്നിട്ട് നദീതടത്തിൽ ഒന്നിച്ച് കുഴിച്ച് മൂടപ്പെടാം.

“ഒരു കുതിരയുടെ നിറം കൊണ്ട് മാത്രം അത് കുതിരയാകുന്നില്ല. കുതിര എന്താണോ അതാണ് വാസ്തവം. നിറം മാറും. ഒരു പുതപ്പ് പോലെയാണത്. താങ്കളെന്താണിപ്പോൾ ചിന്തിക്കുന്നത് എന്ന് എനിക്ക് മനസ്സിലാകും. നിഴൽ എന്നാൽ അതുപോലെയല്ല. അത് നിങ്ങളുടെ ഭാഗമാണ്. അതിനെങ്ങനെ മരിക്കാനാകും, എന്നല്ലേ ചിന്തിക്കുന്നത്?”

റിൻഡ നിശ്ശബ്ദം ശ്രദ്ധിച്ചു. അതുതന്നെയാണ് ഞാനും ചിന്തിച്ചിരുന്നത് എന്ന മട്ടിൽ, മറുപടിയൊന്നും പറയാതെ ശ്രദ്ധിച്ചു.

“ഞാൻ എന്റെ നിഴലിന്റെ കഥ പറയാം. പക്ഷേ ഒരു വ്യവസ്ഥയുണ്ട്. നമ്മളിരുവരും ഒരേ സ്ഥലത്തേക്കാണ് പോകുന്നതെങ്കിൽ, അവിടെ ആരോടും താങ്കൾ ഈ കഥ പറയരുത്.”

ഓസെയുടെ കഥ നിങ്ങളോട് പറയാൻ എന്നെ അനുവദിക്കുക. ഞാൻ അതിനായി ഇത്തിരിക്കാലം പുറകിലേക്ക് പോകട്ടെ.

അസേറോ എന്നാണയാളുടെ യഥാർത്ഥ നാമം. അത് അയാൾ റിൻഡയോട് പറഞ്ഞതല്ല. ഞാൻ നിങ്ങളെ അറിയിക്കുന്നതാണ്. വളരെ ചെറുപ്പത്തിലേ അയാൾക്ക് അച്ഛനെ നഷ്ടമായി. അച്ഛൻ മരിക്കുന്നതിനു മുമ്പ് അയാളെ അച്ഛന്റെ ഒരു സുഹൃത്തിനെ ഏല്പിച്ചിരുന്നു. ഈ കുഞ്ഞ് തന്നെപ്പോലെ ദരിദ്രനാകരുതെന്നും അതേസമയം ധനികനായ ഒരു വ്യാപാരിയുമാകരുതെന്നും സുഹൃത്ത് തീരുമാനിച്ചു. അച്ഛൻ കുഞ്ഞിനായി നീക്കിവച്ചിരുന്ന പണമെല്ലാം അപ്പോഴേക്കും ഈ സുഹൃത്ത് ഉപയോഗിച്ച് തീർത്തിരുന്നു. അയാൾ നാട്ടിലെ പണ്ഡിതരുടെ അടുത്തേക്ക് കുഞ്ഞിനെ അയച്ചു. ഈ കുഞ്ഞിനെ ഒരു ആത്മജ്ഞാനിയാക്കുക എന്നതായിരുന്നു ലക്ഷ്യം.

കഠിനമായി അദ്ധ്വാനിച്ച് അസേറോ ജ്ഞാനിയായി. പല വിഷമ വിഷയങ്ങളും പഠിച്ചെടുത്തു. പ്രായപൂർത്തിയായപ്പോൾ പല ദേശങ്ങളിലേക്കും സഞ്ചരിച്ചു. ഓരോ സ്ഥലത്തേയും പ്രത്യേകതകൾ പഠിച്ചു.

വിവിധ സ്ഥലങ്ങളെക്കുറിച്ച് തന്റേതായ ധാരണകൾ വളർത്തി. ഒരു ദിവസം വസീർ ഒരു പണ്ഡിതസഭ വിളിച്ച് കൂട്ടുന്നു എന്ന വിവരം അയാളെ തേടിയെത്തി. അതിൽ പങ്കെടുക്കാൻ അയാളും തീരുമാനിച്ചു. അവിടെ നടന്ന ചർച്ച മുഴുവൻ അയാളും കേട്ടു. അവരുടെ തെറ്റുകൾ തിരുത്തി. അവർ പറഞ്ഞ വാചകങ്ങളിൽ വിട്ടുപോയവ പൂരിപ്പിച്ചു. അധികം താമസി യാതെ ഒരു വലിയ നഗരത്തിലെ വിദ്യാഭ്യാസസ്ഥാപനങ്ങളിലൊന്നിൽ അയാൾ പഠിപ്പിക്കാനാരംഭിച്ചു.

എങ്ങനെയെന്നോ എന്തുകൊണ്ടെന്നോ അറിയാതെ, എന്തെന്ന് നിശ്ചയമില്ലാത്ത ഒരു സംശയം ഒരു ദിവസം മുതൽ അസേറോവിന്റെ മനസ്സിനെ ശല്യം ചെയ്യാനാരംഭിച്ചു. തന്റെ അറിവിനെക്കുറിച്ചും തന്റെ വിശ്വാസങ്ങളെക്കുറിച്ചുമുള്ള സംശയമായിരുന്നു അത്. ഒരു വ്യക്തി യുടെ ജീവിതത്തെ അപ്പാടെ മാറ്റിമറിക്കുന്ന രണ്ട് കാര്യങ്ങളിൽ ഒന്ന് സംശയമാണെന്ന് മറക്കരുത്. അയാൾ അദ്ധ്യാപനം നിർത്തി നഗരം വിട്ടു. തന്റെ മുപ്പത്തിമൂന്നാം വയസ്സിൽ ഏകാന്തതയിലേക്ക് പിൻവാങ്ങി. തന്റെ ഗുരുക്കന്മാരിൽ ഒരാളുടെ കുഴിമാടത്തിലെത്തി ഇനിയൊരിക്കലും ഒരു ചർച്ചയിലും പങ്കെടുക്കുകയില്ലെന്നൊരു ദൃഢപ്രതിജ്ഞയെടുത്തു.

ഈ പ്രപഞ്ചരഹസ്യമെന്തെന്നറിയാൻ തനിക്കാകുമെന്ന് കരുതിയത് തെറ്റിയപ്പോഴാണ് അയാൾക്ക്, വർഷങ്ങളായി പഠിച്ചതിലും പഠിപ്പിച്ചതിലു മുള്ള വിശ്വാസമെല്ലാം തകർന്നടിഞ്ഞത്. തലയ്ക്ക് മുകളിൽ ഒരു പാറ ക്കല്ലുവീണ് തലയുടഞ്ഞുപോയതുപോലെയായിരുന്നു അത്. സംശയം ഉദയം ചെയ്ത രാവിൽ, മൂന്നൂറ് വിദ്യാർത്ഥികളുടെ അദ്ധ്യാപകനായ ആ മനുഷ്യന്റെ അറിവെല്ലാം എങ്ങോ പോയ്മറഞ്ഞു.

തടാകത്തിന്റെ അങ്ങേക്കരയിൽ, ചെറുതെന്നപോലെ കാണുന്ന ആ മരങ്ങൾക്ക് സത്യത്തിൽ ഇങ്ങേക്കരയിലുള്ള മരങ്ങളുടെ അതേ വലിപ്പ മുണ്ട്. ചെറുതെന്ന് തോന്നുന്നത് ഒരു മായക്കാഴ്ചയാണ്. അതിബൃഹ ത്തായ ആകാരമുള്ള നക്ഷത്രങ്ങളെ നമ്മളെങ്ങനെ ആകാശത്തിലെ ചെറുപൊട്ടുകളായി കണക്കാക്കുന്നുവോ അതുപോലൊരു മായക്കാഴ്ച. അങ്ങനെയെങ്കിൽ ഇന്ദ്രിയങ്ങളിലൂടെ കരസ്ഥമാക്കിയ ജ്ഞാനത്തെ തനിക്കെങ്ങനെ വിശ്വസിക്കാനാകും? അതുപോലെ നമ്മുടെ മനസ്സി നേയും നമുക്ക് ആശ്രയിക്കാനാകില്ല. കാരണം നമ്മുടെ മനസ്സിന്റെ നിജസ്ഥിതി, ഇന്ദ്രിയങ്ങളാൽ വഞ്ചിക്കപ്പെട്ടിരിക്കുന്നതാണെന്നതാണ്. മറ്റു വാക്കുകളിൽ പറഞ്ഞാൽ നമ്മൾ ഇന്ദ്രിയങ്ങളിൽ ആശ്രിതരാണെ ല്ലാത്തിനും. മനസ്സിന്റെ ഭോഷത്തത്തിനുപുറത്തുള്ളവയും കാണാനാ കുന്ന മറ്റൊരു കരുത്ത് നിലവിലുണ്ടെങ്കിലോ? അപ്പോൾ പിന്നെ നമ്മൾ നമ്മുടെ മനസ്സിനെ എങ്ങനെ വിശ്വസിക്കും? നമുക്കറിയാവുന്നവയെ ന്തൊക്കെ എന്നതിൽ തീർപ്പ് കല്പിക്കാൻ നമുക്കാകില്ല. യത്നിച്ച് സത്യത്തെ പ്രാപിക്കാനും നമുക്കാകില്ല. ഇന്ദ്രിയങ്ങളെ അബദ്ധത്തിൽ ചാടിക്കാനാകും. മനസ്സാകട്ടെ വാസ്തവത്തിൽ നിന്നും വളരെ ദൂരെയാണ്

താനും. ഇവയ്ക്ക് രണ്ടിനും പരസ്പരം തെറ്റുതിരുത്തുവാനുള്ള കരുത്തുമില്ല. അപ്പോൾ ഈ ലോകത്തെ അറിയാൻ മറ്റെന്ത് മാർഗം?

സംശയം തോന്നിയ ഒരു രാത്രിയിൽ, കുട്ടിക്കാലത്തെ ഒരു സംഭവം അസെറോയുടെ ഓർമ്മയിലെത്തി. എഴുതിവെച്ച നോട്ടിലെ ഒരു കടലാസ് ഒരു ദിവസം നഷ്ടപ്പെട്ടു. അന്ന് അയാൾക്ക് ശരിയാംവണ്ണം പഠിക്കാനായില്ല. അടുത്തയാഴ്ചയിൽ അദ്ധ്യാപകൻ ചോദിച്ചതിനൊന്നും ശരിയായി ഉത്തരം നൽകാനായില്ല. തന്റെ ജ്ഞാനനിധികുംഭത്തിൽ നിന്നും ഒരു തുള്ളി അടർന്ന് മാറിയപ്പോൾ അത് തനിക്കറിയാവുന്നതിനെയെല്ലാം ഇല്ലാതാക്കാൻ കെല്പുള്ളതാകുന്നു എന്നയാൾ മനസ്സിലാക്കി. അത് ദുർഗ്രഹമായിരുന്നു. അയാളുടെ വിശ്വാസവും മനസ്സും അത് തകർത്തു. അന്നുമുതൽ അയാൾ തന്റെ നോട്ടിലെ ഒരേടും നഷ്ടപ്പെടുത്തിയില്ല. പഠനം പിറ്റേ ദിവസത്തേക്ക് മാറ്റിവച്ചില്ല.

അന്നു രാത്രി അയാൾക്ക് ഉറങ്ങാനായില്ല. വിളക്കിന്റെ വിളറിയ വെളിച്ചത്തിൽ സ്വന്തം നിഴൽ ചുമരിൽ പ്രതിഫലിച്ചു. അയാൾ എഴുന്നേറ്റ് ചുമർ ചാരി നിന്നു. അപ്പോൾ നിഴൽ മെത്തയിൽ കയറി. നിഴൽ തന്റെ ഇന്ദ്രിയങ്ങളും ശരീരവും മനസുമായതുപോലെയായിരുന്നു. രണ്ടു പേരും പൊരുത്തമില്ലാതെ പെരുമാറാൻ തുടങ്ങിയിരുന്നു. അവർ തമ്മിലുള്ള ബന്ധം അറ്റുപോയിത്തുടങ്ങിയിരിക്കുന്നു. പിന്നെ മൂന്ന് രാത്രികളിൽ തുടർച്ചയായി ഇതേ അനുഭവമുണ്ടായി. അതിനുശേഷം നിഴൽ നിലത്ത് വീണു. എഴുന്നേൽക്കാനാകാതെ നിലത്ത് വീണു. ഈ ലോകവുമായുള്ള ബന്ധമറ്റു.

അസെറൊ അതിനെ ഒരു ശവപ്പെട്ടിയിൽ കിടത്തി. വഴിയിലിറങ്ങി. അയാൾക്ക് സ്വന്തം മനസ്സിലുള്ള വിശ്വാസം നഷ്ടപ്പെട്ടിരുന്നു. പൂർണ തീർപ്പുള്ള ഒരു ജ്ഞാനവും നേടാനാകില്ല എന്ന വിശ്വാസം അയാളിൽ രൂഢമൂലമായിട്ടുണ്ടായിരുന്നു. വടക്ക് അയാൾ നിഴലുകളുടെ ശ്മശാനം തിരഞ്ഞ് നടക്കുകയായിരുന്നു.

എന്നെങ്കിലും വെളിച്ചത്തിന്റെ ഒരു തരി അയാളുടെ ഹൃദയത്തെ പ്രകാശിതമാക്കുമോ? അയാളുടെ സംശയങ്ങളുടെ മുറിവ് കെട്ടി നിർത്തുമോ? നിഴലുകളുടെ ശ്മശാനത്തിൽ ഇങ്ങനെ എഴുതിയിരിക്കുന്നു, "ഹൃദയത്തിന് ഉത്തരം കണ്ടെത്താനായില്ലെങ്കിൽ, മനസ്സ് ഒരിക്കലും കണ്ടെത്തില്ല." വിശ്വത്തിന്റെ ആത്മാവെന്ന സത്യത്തിൽ ശുദ്ധമായ ഹൃദയം വഴി എത്തിപ്പെടാനാകുമോ?

സംസാരിക്കുന്നതിനിടയിൽ ഓസെ കൈകൾ വീശി ആംഗ്യങ്ങൾ കാണിക്കുന്നുണ്ടായിരുന്നു. അയാളുടെ വിരലുകൾ സൃഷ്ടിച്ച നിഴലിലായിരുന്നു റിൻഡയുടെ ശ്രദ്ധ. എന്നാൽ ചെറിമരത്തിന്റെ നിഴലിൽ ഓസെയുടെ വിരലിന്റെ നിഴൽ അപ്രത്യക്ഷമായി. ശ്മശാനം എന്നതുകൊണ്ട് അയാൾ ഉദ്ദേശിച്ചത് മരിച്ചവരുടെ ഭൂമി എന്നായിരിക്കണം. കഴിഞ്ഞ പത്ത്

വർഷമായി ഓസെ അതന്വേഷിച്ച് നടക്കുകയാണ്. തന്റെ അച്ഛന്റെ ചിതാ ഭസ്മം പോലും മണ്ണിലിട്ടില്ല എന്ന് റിൻഡ അപ്പോൾ ഓർത്തു. അങ്ങനെ ചെയ്താൽ അത് മരങ്ങളുടെ വേരുകളിൽ ചെന്നിരിക്കും എന്നവർ ഭയപ്പെട്ടിരുന്നു. അതുകൊണ്ട് അത് കാൻബേഗി നദിയിലൊഴുക്കുക യായിരുന്നു. താൻ നിർദ്ദേശിച്ചാൽ ഓസെ ഈ ശവപ്പെട്ടി ദഹിപ്പിക്കാൻ തയ്യാറാകുമോ? ഇങ്ങനെ വലിച്ചുകൊണ്ട് നടക്കുന്നത് ഈ ശവപ്പെട്ടി യോട് ചെയ്യുന്ന ക്രൂരതയാണ്. അയാളോടും ചെയ്യുന്ന ക്രൂരതയാണ്.

"എന്റെയുള്ളിലെ സംശയം വർദ്ധിക്കുന്ന ദിവസങ്ങളിൽ ഈ ശവ പ്പെട്ടിയുടെ ഭാരവും വർദ്ധിക്കുന്നു എന്ന് ഞാൻ ശ്രദ്ധിച്ചിട്ടുണ്ട്." ഓസെ പറഞ്ഞു. "മനസ്സിലെ വേദന ഹൃദയത്തിലെ വേദനയേക്കാൾ മൂർച്ചയേറിയ താണെന്നും ഞാൻ ശ്രദ്ധിച്ചിട്ടുണ്ട്. അതുകൊണ്ടാണ് ഇത്രയും ചെറുപ്പ ത്തിലേ എന്റെ മുഖം എനിക്ക് മടുത്തത്. സത്യത്തിൽ എനിക്കത്ര പ്രായ മൊന്നുമായിട്ടില്ല. ചില വിഷമതകൾക്ക് പോംവഴിയില്ല എന്ന് മാത്രമേ യുള്ളൂ."

"എവിടേക്കാണീ യാത്ര? നിഴലുകൾക്കുള്ള ശ്മശാനത്തിലേക്കുള്ള വഴിയിതാണോ?" റിൻഡ ചോദിച്ചു.

"വടക്ക് എന്ന ദിശ തെറ്റാതിരുന്നാൽ നമ്മൾ അവിടെ എത്തിച്ചേരും."

ഓസെ ബഹുവചനത്തിൽ സംസാരിച്ചത് യാത്രയിൽ അയാൾക്കൊരു കൂട്ടുവേണമെന്ന് സൂചിപ്പിക്കാനാണെന്ന് റിൻഡ കരുതി. അതല്ലെങ്കിൽ താനും കൂടെ ചെല്ലുമെന്ന് അയാൾ എന്തിനു കരുതുന്നു? ഈ പ്രദേശ ങ്ങളിൽ ഇങ്ങനെ ഒറ്റപ്പെടുന്നതിൽ അയാളും ക്ഷീണിതനായിട്ടുണ്ടാ കണം. കൂട്ടിനായി ഒരു ശവം മാത്രമായുള്ള യാത്രയിൽ അയാൾ ക്ഷീണിതനായിട്ടുണ്ടാകണം. റിൻഡ അയാളോടൊപ്പം പോകും. ഒരു പക്ഷേ ഓസെയോടൊപ്പം, ഓസെ തിരയുന്ന ശ്മശാനത്തിലേക്കുള്ള മാർഗ്ഗത്തിൽ എവിടെയെങ്കിലും വെച്ച് താൻ തിരയുന്നതെന്തോ അതും കണ്ടെത്തുമായിരിക്കും.

"സുഖം തോന്നുന്നുണ്ടോ? നടക്കാനാകുമോ?"

"ഉവ്വ്. പക്ഷേ എന്റെ ശവപ്പെട്ടി ഞാൻ തന്നെ ചുമക്കും."

ഇത് കേട്ട് റിൻഡ ഞെട്ടിപ്പോയി. തന്റെ മനസ്സിലുള്ള ചിന്തകളെ പുറത്ത് വിടുംമുമ്പ് മറുപടി ലഭിച്ചിരിക്കുന്നു. "ഇങ്ങനെ ക്ഷീണിതനാകു ന്നതിൽ അർത്ഥമൊന്നുമില്ല. എന്റെ കുതിര അത് ചുമക്കുകയാണെങ്കിൽ ഒരുപക്ഷേ നമുക്ക് അവിടെ നേരത്തെ എത്താനായേക്കും."

"കഴിഞ്ഞ ഏതാനും നിമിഷങ്ങളായി താങ്കളുടെ കുതിര അലഞ്ഞ് തിരിയുകയാണ്. തടാകക്കരയിൽ അവനെത്തിയിരുന്നു. കുന്നിൻ മുകളിലെ പുല്ലുതേടി അവൻ പോയിരുന്നു. എന്നാൽ ആ ശവപ്പെട്ടിക്കരി കിൽ മാത്രം അവൻ ചെന്നിട്ടില്ല. ആ ശവപ്പെട്ടി അവന് ചുമക്കാൻ

താത്പര്യമില്ലെന്നറിഞ്ഞാൽ അതെന്റെ ഹൃദയവേദന വർദ്ധിപ്പിക്കും. താങ്കൾ ചുമക്കാം എന്ന് പറഞ്ഞാൽ ഒരു പക്ഷേ ഞാനത് സമ്മതിക്കു മായിരുന്നു. എന്നാൽ ഒരു ശവം ചുമക്കാൻ താങ്കളുടെ കുതിര തയ്യാറാകും എന്ന് എനിക്കെങ്ങനെ ഉറപ്പാക്കാനാകും? താങ്കൾ നിർബന്ധിക്കുന്ന തിനു മുമ്പ് ഞാൻ എന്റെ നിബന്ധനയൊന്ന് പറയാം. താങ്കൾ നടന്നോളൂ. ഞാനിത്തിരി നേരം കൂടി വിശ്രമിക്കട്ടെ. കുറച്ച് ദൂരം ചെന്നാൽ താങ്കൾ കുതിരയെ അഴിച്ച് വിടണം. അത് താങ്കളോടൊപ്പം നിൽക്കുകയാണെങ്കിൽ ശരി; അതല്ല തിരികെ വരികയാണെങ്കിൽ അവൻ എന്നെ തിരഞ്ഞ് വരിക യാണെന്നുറപ്പിക്കുക. അപ്പോൾ ഞാൻ ഈ ശവപ്പെട്ടി അവന്റെ പുറത്ത് വെയ്ക്കാം. താങ്കൾക്ക് ഞങ്ങൾ വരുന്നതുവരെ കാത്തിരിക്കുകയും ചെയ്യാം."

"എന്നുവച്ചാൽ നമ്മൾ ഈ ദൂരം രണ്ട് തവണ നടക്കണം എന്നാണോ?"

"കുതിരയ്ക്കിഷ്ടമില്ലാതെ അതിനെക്കൊണ്ട് ഈ ശവപ്പെട്ടി ചുമപ്പി ക്കുന്നതിനേക്കാൾ നല്ലത് അതല്ലേ? കുതിര തിരിച്ച് വരുന്നില്ലെങ്കിൽ, ഞാനീ രാത്രി ഇവിടെ ചിലവഴിച്ച് നാളെ പ്രഭാതത്തിൽ യാത്ര തുടങ്ങാം."

അവർ ഒന്നിച്ച് ഭക്ഷണം കഴിച്ചു. റിൻഡ ഔഷധഗുണമുള്ള ചില പച്ചിലകൾ പറിച്ചിരുന്നു. അതും റൊട്ടിയുമായിരുന്നു ഭക്ഷണം. താൻ വടക്കോട്ട് വന്നതെന്തിനെന്ന് റിൻഡ വിശദീകരിച്ചു. കാട്ടിൽ നിശ്ശബ്ദത പരന്നു. ആ വൃക്ഷങ്ങളുമായി അവരിരുവരും വല്ലാതെ കെട്ടുപിണഞ്ഞി രുന്നു. അവരതിനാൽ കണ്ണുകളടച്ചു. ഇത്തിരി നേരം അനങ്ങാതിരുന്നു. ഇനി കണ്ണുതുറക്കുമ്പോൾ സ്വയം വ്യത്യസ്തരാകുമെന്ന് അവർ പ്രതീക്ഷിച്ചു.

കുതിരപ്പുറത്തേറി റിൻഡ യാത്ര തുടങ്ങിയപ്പോൾ തടാകം വീണ്ടും നിശ്ശബ്ദമായി. ചെറിമരത്തിനു കീഴെക്കിടന്ന വൃദ്ധനെ ആരും ശ്രദ്ധിച്ചില്ല. മറ്റെല്ലാ വൃക്ഷങ്ങളും അയാളിൽനിന്ന് വളരെ ദൂരെയായിരുന്നു. ഒറ്റ യ്ക്കിരിക്കുന്നതിലും നല്ലത് ഉറങ്ങുകയാണെന്ന തീരുമാനത്തിലെത്തി ഓസെ. ചെറിമരത്തിന്റെ തണലിലിരുന്ന് കാലു നീട്ടി. നിഴലില്ലാത്ത നിലത്ത് വിശ്രമിച്ചു. ഇപ്പോൾ ഒന്നുറങ്ങി, ഒരു കുതിരയുടെ ചിനച്ചിൽ കേട്ടുണരുകയാണെങ്കിൽ അയാളിലുണ്ടാകുക അദ്ഭുതമാകും. ആ കുതിര ബെലെക്കാണെന്ന് അയാൾക്ക് വിശ്വസിക്കാനാകുമോ? കുതിരയെ നിർബന്ധിക്കാൻ അയാളുടെ മനസ്സിനാകുമോ? കുതിരയെ ഒന്ന് തൊട്ടാൽ, അയാൾക്ക് തന്റെ ഇന്ദ്രിയങ്ങളെ വിശ്വസിക്കാനാകുമോ? അതേ വിശ്വാസം, മറ്റു വാക്കുകളിൽ പറഞ്ഞാൽ, നമ്മളെല്ലാം സത്യത്തിന്റെ ഹൃദയത്തിൽ നിന്നുള്ളവരാണെന്ന വിശ്വാസം, എല്ലാ സ്വപ്നങ്ങളിലും കയറി വരില്ലേ? ഈ കുതിര സത്യമായുമുള്ളതാണെന്ന് അയാൾ ക്കെങ്ങനെ അറിയാം? മനസ്സിൽ ചോദ്യങ്ങൾ നിറഞ്ഞ് ഒരിക്കൽ കൂടി ഓസെ ക്ഷീണിതനായി. സത്യം തനിക്കിനി ഒരിക്കലുമറിയാനാകില്ലെന്ന

സത്യത്തെ സ്വീകരിച്ച് അയാൾ ഉറങ്ങി. സമയം എത്ര കഴിഞ്ഞു എന്നറിയില്ല. ഉണർന്നപ്പോൾ അയാൾ അവിടെ തന്നെയുണ്ട്. ക്ഷീണിതമായ കണ്ണുകൾ തുറന്ന് അയാൾ എഴുന്നേറ്റിരുന്നു. ശവപ്പെട്ടി അടുത്ത് തന്നെയുണ്ട്. ചെറിമരത്തിലെ പൂക്കൾ തലയ്ക്ക് മുകളിലുണ്ട്. അതിന്റെ പ്രകാശം തടാകത്തിൽ പതിക്കുന്നുണ്ട്. സൂര്യൻ ആകാശത്തിന്റെ ഒരരികിലേക്ക് നീങ്ങിയിരിക്കുന്നു. അയാൾ കരുതിയതുപോലെ അധികം താമസിയാതെ ബെലെക്ക് പ്രത്യക്ഷപ്പെട്ടു. റിൻഡ അവനരികിലുണ്ടായിരുന്നില്ല. അലസമായി നടന്ന് അയാൾ കാട്ടിൽനിന്നും പുറത്ത് വന്നില്ല. ഓസെ എഴുന്നേറ്റ് ശവപ്പെട്ടി കുതിരപ്പുറത്ത് വച്ചു. ഇതൊരു സ്വപ്നമാണോ അതോ യാഥാർത്ഥ്യമോ എന്ന് അയാൾ ചോദിച്ചില്ല. അതിനുള്ള ഉത്തരം എന്തായാലും തീർപ്പില്ലാത്തതാകുമല്ലോ. ഇപ്പോൾ ഈ കുതിരയ്ക്കൊപ്പം നടന്ന് തുടങ്ങിയാൽ അയാൾ ഒന്നുകിൽ ഈ ചെറി മരത്തെ ഇവിടെ ഉപേക്ഷിച്ച് പോകും അതല്ലെങ്കിൽ ഇതിനു ചുവട്ടിൽ കുറച്ച് കഴിഞ്ഞ് വീണ്ടും ഉറക്കമുണരും.

ഓസെയുടെ കഥയിൽ നിന്ന് റിൻഡയിലേക്ക് പോകാം. റിൻഡ കാട്ടിൽ നിന്നും പുറത്തിറങ്ങി അധികം കഴിയുന്നതിനു മുമ്പ് വിശാലമായ ഒരു പുൽപറമ്പിന്റെ മദ്ധ്യത്തിൽ നിൽക്കുന്ന കുതിരവണ്ടി കണ്ടു. അതിനു പുറകിൽ നിന്ന് രണ്ടുപേർ സംസാരിക്കുന്നുണ്ട്. കുതിരപ്പുറത്ത് വരുന്ന യാത്രികനെ അവരും ദൂരെനിന്നേ കണ്ടിരിക്കുന്നു. റിൻഡ അവർക്കരികിലെത്തി. അതിലൊരാൾ അന്ധനായിരുന്നു. എന്നാൽ ശബ്ദം വളരെ വ്യക്തമായി തിരിച്ചറിയാനുള്ള കഴിവ് ഉണ്ടായിരുന്നു. റിൻഡയുടെ ശ്വാസത്തിന്റെ ശബ്ദം കേട്ട് അയാൾ രണ്ടടി മുന്നിലേക്ക് നീങ്ങി. റിൻഡയ്ക്ക് സമീപത്തേക്ക്. അവർ കത്തിച്ചുവച്ചിരുന്ന തീയിന്റെ ഉടമയാണയാൾ. അവർ അവരോടൊപ്പം കൂടുവാൻ യാത്രികനെ ക്ഷണിച്ചു. മണ്ണുകൊണ്ടുള്ള ഒരു ചെറിയ കപ്പിൽ അയാൾ റിൻഡയ്ക്ക് ചായ നൽകി. അതെന്തുതരം ചായയാണെന്ന് റിൻഡയ്ക്കറിയില്ലായിരുന്നു. എന്നാൽ അത് ചോദിച്ചറിയേണ്ടതിന്റെ ആവശ്യമുണ്ടെന്ന് അയാൾക്ക് തോന്നിയില്ല. ഈ പാനീയമുണ്ടാക്കാനാണവർ തീ കത്തിച്ചുവച്ചത്. അന്ധൻ ഒരു വഴിവാണിഭക്കാരനാണ്. തന്റെ വണ്ടിയിൽ പല വസ്തുക്കളും കയറ്റി വച്ച് നാടായ നാടൊക്കെ നടന്ന് വിൽക്കുന്നവൻ. വടക്ക്, ആയുധധാരികളല്ലാത്തവരുമായി താൻ ഇനിയും ഇടപഴകേണ്ടിയിരിക്കുന്നുവെന്ന് റിൻഡയ്ക്ക് തോന്നി. ആരും അത്ര അപകടകാരികളല്ല. അല്ലെങ്കിൽ അപകടത്തിന്റെ രൂപം എന്നും ആയുധത്തിന്റേതാകണമെന്നില്ല.

റിൻഡ പരിചയപ്പെടുത്തി. താൻ എവിടെ നിന്ന് വരുന്നു എന്നറിയിച്ചു. ചിലർക്ക് അവരുടെ ജീവിത കഥ അറിയണം. അവർ എന്തൊക്കെ ചെയ്യുന്നു എന്നും. എന്നാൽ റിൻഡയെപ്പോലെയുള്ളവർക്ക് മറ്റുള്ളവരുടെ കഥകൾ കേൾക്കാനാണിഷ്ടം.

ഒരിക്കൽ ഒരു മലഞ്ചെരുവിൽ നമ്മുടെ വഴിവാണിഭക്കാരൻ, ഒരു കഴുകന്റെ കൂടിനടുത്ത് അറിയാതെയെത്തി. അന്നയാൾ യുവാവായിരുന്നു. വടക്കോട്ടുള്ള യാത്രയിലായിരുന്നു. കഴുകൻ അയാളെ ആക്രമിച്ചു. കണ്ണിലായിരുന്നു ആക്രമണം. കഴുകന്റെ ആക്രമണമേറ്റ് അയാൾ കുന്നിൻചെരുവിലെ പാറക്കെട്ടിൽ തലതല്ലിവീണു. അബോധാവസ്ഥ യിലായി. ബോധം വീണപ്പോൾ നടക്കാൻ ശ്രമിച്ചു. രാത്രിയാണെന്നും അതിനാലുള്ള കൂരിരുട്ടാണെന്നുമാണ് അയാൾ ആദ്യം ധരിച്ചത്. എന്നാൽ അത് എന്നന്നേക്കുമായുള്ള ഇരുട്ടായിരുന്നു എന്നും സത്യത്തിൽ രാത്രി യായിട്ടില്ലെന്നും തന്റെ കണ്ണിനുമുകളിൽ ആരോ ഒരു കട്ടിക്കമ്പളം കൊണ്ടുള്ള മൂടുപടം ധരിപ്പിച്ചിരിക്കുന്നു എന്നും പിന്നെ അയാളറിഞ്ഞു. അയാൾ ഉറക്കെ കരഞ്ഞു. സഹായത്തിനായി കേണു. കണ്ണ് മണ്ണുകൊണ്ട് കഴുകാൻ ശ്രമിച്ചു. കഴുകനാണോ, തലയടിച്ച് വീണ കല്ലാണോ കണ്ണിലെ വെളിച്ചം അപഹരിച്ചത് എന്നയാൾക്ക് ഉറപ്പില്ല. പലദിവസം തപ്പിത്തടഞ്ഞ്, എവിടേക്കാണീ യാത്ര എന്ന തീർച്ചയില്ലാതെ, താൻ സത്യത്തിൽ ജീവിച്ചിരിപ്പുണ്ടോ അതോ മരിച്ച് വേറൊരു ലോകത്തിലേക്ക് പോകുക യാണോ എന്നറിയാതെ, അതോ പരിചിതമായ മണ്ണിൽ തന്നെ അലഞ്ഞ് നടക്കുകയാണോ എന്നറിയാതെ, പലതവണ നിലത്ത് വീണും കാൽമുട്ട് പൊട്ടി ചോരയൊലിച്ചും തന്റെ ശബ്ദം കേൾക്കാനായി പലവട്ടം ആർ ത്തലച്ച് കരഞ്ഞും കൈയിൽ കിട്ടിയ പച്ചപ്പുല്ല് തിന്നും തപ്പിത്തടഞ്ഞു കിട്ടിയ വെള്ളം കുടിച്ചും "വടക്കിന്റെ ശാപമായ ഇരുട്ട് ഇതാണോ" എന്ന ചോദ്യമുന്നയിക്കാതെ, അയാളൊരുവിധത്തിൽ പരിചയമുള്ള ആളുകൾക്ക് സമീപമെത്തി. താൻ എത്തിപ്പെട്ടിരിക്കുന്നത് സ്വന്തം ഗ്രാമത്തിൽ തന്നെ യാണെന്ന് തിരിച്ചറിഞ്ഞപ്പോൾ, തനിക്കിനി നയിക്കാനുള്ള ജീവിതം തീർത്തും വ്യത്യസ്തമാണെന്നറിഞ്ഞപ്പോൾ, താനീ കാണുന്നതൊന്നും സ്വപ്നമല്ലെന്ന് ഉറപ്പായപ്പോൾ, ഇനിയൊരിക്കലും വടക്കോട്ടൊരു യാത്ര യില്ലെന്ന് അയാൾ തീർച്ചയാക്കി.

വഴിവാണിഭക്കാരന്റെ കുതിരകൾ ഈ കഥ പലതവണ കേട്ടതാണ്. അതുകൊണ്ടുതന്നെ അവയ്ക്കീ കഥ കേൾക്കുമ്പോൾ ഉദാസീനത മാത്രം. അവയിൽ നിന്നും കുറച്ച് ദൂരെനിൽക്കുന്ന ബെലെക്ക് ഒന്നടുത്ത് വരാൻ കാത്ത് നിൽക്കുകയാണവ. ബെലെക്കാകട്ടെ കാടിനുനേരെ തിരിഞ്ഞൊരേ നിൽപാണ്. റിൻഡ പുറത്തുനിന്നിറങ്ങിയതിനുശേഷം ഒരൊറ്റയടി മുന്നോട്ട് വയ്ക്കുന്നില്ല. ഒന്നുകിലവൻ കാട്ടിൽ നിന്ന് ആരോ ഇറങ്ങിവരുന്നത് പ്രതീക്ഷിക്കുന്നു, അതല്ലെങ്കിൽ അവിടെ ഉപേക്ഷിച്ച് വന്ന സ്വാദിഷ്ഠ മായ ഏതോ പുല്ലിന്റെ ഗന്ധമാസ്വദിക്കുന്നു. വളരെ സാവധാനത്തിലവൻ നടന്ന് തുടങ്ങി. എവിടേക്കാണ് പോകുന്നതെന്ന് അവനറിയാം. അവൻ കാട്ടിലേക്ക് തിരിച്ച് കയറുകയാണ്. അവൻ പോകുന്നത് റിൻഡയോ മറ്റുള്ളവരോ കണ്ടില്ല. എന്നാൽ കുതിരകൾ കണ്ടു. അധികം താമസി യാതെ, കാട്ടിൽ കയറിയാലുടൻ അവൻ ഓടാൻ തുടങ്ങുമെന്ന ഊഹത്തിൽ കുതിരകൾ അവനു പുറകെ പോയില്ല. കുതിരകളെ

കുതിരകൾക്കല്ലേ നല്ലരീതിയിലറിയുക? ഈ കാട്ടിൽ ബെലെക്ക് തനിച്ച് യാത്ര ചെയ്യും. അവനിപ്പോൾ പോകുന്നത് പക്ഷേ, ആ മനുഷ്യനെ അന്വേഷിച്ചാണോ അതോ ശവപ്പെട്ടി അന്വേഷിച്ചാണോ എന്ന് മാത്രം അവനറിയില്ല. ശവപ്പെട്ടിക്കകത്തുള്ള ശവത്തിന്റെ മണം അവൻ ശ്വസിച്ചിട്ടില്ല. ശവപ്പെട്ടിയിലൊരു ശവമില്ലെന്ന് തന്നെ അവൻ ഊഹിച്ചു. എന്നാൽ അതിനകത്തു നിന്ന് രക്ഷപ്പെടാനായി മുരളുകയും കരയുകയും ചെയ്യുന്ന ആരോ ഉണ്ട്. മരിച്ചവരെല്ലാം ഒരുപോലെയല്ല.

ബെലെക്ക് കാട്ടിലേക്ക് തിരിച്ച് പോയി എന്നറിഞ്ഞാൽ അവന് ആ ചെറിപൂക്കളുടെ മണം വല്ലാതെ ഇഷ്ടപ്പെട്ടു എന്നേ റിൻഡയും കരുതുമായിരുന്നുള്ളൂ. ഒരു ചെറിമരത്തിനരികെ ഒരു മനുഷ്യനും ശവപ്പെട്ടിയുമുണ്ടായിരുന്നു എങ്കിൽ, ആ വനത്തിലെ മറ്റേത് മരത്തിനേക്കാളുമേറെ ഒരു കുറിയ ചെറിമരത്തിനാണയാളെ ഏറ്റവും ആകർഷിക്കുവാനായതെങ്കിൽ, ആ കുതിരയും അതേ ആകർഷണത്തിൽപെട്ടില്ലെങ്കിലേ അദ്ഭുതമുള്ളൂ. എന്നാൽ ചായ കുടിക്കുന്നതിനിടയിൽ വഴിവാണിഭക്കാരന്റെ കഥ കേട്ടുകൊണ്ടിരുന്ന റിൻഡ തന്റെ കുതിര നടന്ന് പോകുന്നത് കണ്ടില്ല. ബെലെക്കും മറ്റു രണ്ട് കുതിരകളും പൂർണ്ണതൃപ്തരായിരുന്നു. വെറുതെ ഇങ്ങനെ അലഞ്ഞ് നടക്കുന്നതിലുള്ള തൃപ്തി.

മറ്റേയാൾ മദ്ധ്യവയസ്കനായിരുന്നു. വൃത്തിയായി ഷേവ് ചെയ്തിട്ടുണ്ടായിരുന്നു. തനിക്കൊരു പേരു കണ്ടെത്താൻ ശ്രമിക്കുകയാണ് എന്ന മുഖവുരയോടെയാണ് അയാൾ തുടങ്ങിയത്. പുഞ്ചിരിച്ചുകൊണ്ടാണിത് പറഞ്ഞത്. ഏതാനും ദിവസം മുമ്പാണ് അയാൾ വഴിവാണിഭക്കാരൻ സുഹൃത്തിനെ കണ്ടുമുട്ടിയത്. അവരൊന്നിച്ച് ഇപ്പോൾ സഫാലിയിലേക്ക് പോകുകയാണ്. വടക്കുള്ള ഏറ്റവും വലിയ നഗരമാണ് സഫാലി. അവരിരുവരും അവിടേക്ക് ആദ്യമായി പോകുകയാണ്. അവിടെ പണ്ഡിതസഭ നടക്കുന്നുണ്ട്. അതിൽ പങ്കെടുക്കാനും അവരിൽ ചിലരെ നേരിൽ കാണാനുമാണ് ഇരുവരും പോകുന്നത്.

പട്ടണത്തിലേക്കുള്ള വഴി കണ്ടെത്തുന്നതിനായി ചില സൂചകങ്ങൾക്ക് പിന്നാലെ പോകേണ്ടിയിരുന്നു. അവ എവിടെയെന്നറിയാൻ വഴിവാണിഭക്കാരൻ ചുറ്റിത്തിരഞ്ഞു. കണ്ണുകാണുന്നവർ എന്തു പറഞ്ഞു എന്നു കേട്ടു. അങ്ങനെ തനിക്ക് കാണാനാകാത്തത് എങ്ങനെയിരിക്കും എന്നതിന്റെ ഏകദേശരൂപമുണ്ടാക്കി. ആ പട്ടണത്തെ ചുവന്ന പട്ടണം എന്നും അതിന് പേരുണ്ട്. അവിടത്തെ മേൽക്കൂരകളും ചുമരുകളും ചുവപ്പ് നിറത്താൽ അലങ്കരിക്കപ്പെട്ടിരിക്കുന്നതിനാൽ മാത്രമല്ല, പട്ടണങ്ങൾക്ക് ആത്മാവുണ്ടെങ്കിൽ സഫാലിയുടെ ആത്മാവിന് രക്തത്തിന്റെ നിറമായിരിക്കും എന്ന് അവിടത്തുകാർ വിശ്വസിച്ചതിനാൽ കൂടിയാണ് ഈ പേരിന്റെ പിന്നിലുള്ള രഹസ്യം. ചില പട്ടണങ്ങൾ അവയുടെ ആത്മാവിനെ, എവിടേക്കും പോകാൻ അനുവദിക്കാതെ, സ്വന്തം തെരുവുകളിൽ തളച്ചിടുന്നു. സഫാലിയും അങ്ങനെയാണ്. അത് സ്വന്തം നിറം ഉള്ളിൽ സൂക്ഷിക്കുന്നു.

വടക്കുള്ള മറ്റു നഗരങ്ങളിൽ കാണുന്ന ചുവപ്പ് ഈ നഗരത്തിനു സ്വന്തമായതാണെന്ന് കരുതുന്നവരുണ്ടെങ്കിൽ അവർക്ക് മാർഗഭ്രംശം സംഭവിച്ചിരിക്കുന്നു എന്ന് കരുതിയാൽ മതി. ചുവപ്പ് കലർന്ന മലനിരകളോ ചക്രവാളത്തിനറ്റത്ത്, രക്തച്ഛവിയോടെ ചിലപ്പോൾ എത്തുന്ന സായന്തന മേഘങ്ങളോ സഫാലിയുടെ പ്രതിബിംബമാണെന്ന് കരുതിയവർ മറ്റൊരു വടക്ക് ലക്ഷ്യമാക്കി നീങ്ങുന്നവരും മാർഗഭ്രംശം സംഭവിച്ചവരുമാണ് എന്ന് അനുമാനിക്കാം.

വഴിവാണിഭക്കാരൻ ഇടയ്ക്ക് തെറ്റായ നിറങ്ങളാൽ പ്രലോഭിക്കപ്പെട്ടു. കൂട്ടുകാരൻ, സഫാലിയെക്കുറിച്ച് അയാൾക്ക് ലഭിച്ചിരുന്ന സന്ദേശങ്ങൾ അനുസരിച്ചുള്ള സൂചകങ്ങൾ അന്വേഷിച്ച് അലഞ്ഞു. അതുകൊണ്ട് മാസങ്ങളായുള്ള ഈ യാത്രയ്ക്കിടയിൽ രണ്ടുപേരും പല തവണ തെറ്റായ പാതകളിൽ ചെന്നുപെട്ടു. പാതകളിൽ നിന്നും അവർക്ക് ലഭിച്ച വിവരങ്ങൾ പുനഃപരിശോധിച്ചു. ഈ മാർഗ്ഗങ്ങളിലൂടെ പോയതിലെ നൈരാശ്യം, അവരുടെ തെറ്റുകളെ കണ്ടുപിടിച്ചല്ലോ എന്നതിൽ സംതൃപ്തി പൂണ്ടു. ഏതാനും ദിവസം മുമ്പ് നദിക്കരയിൽ വെച്ച് അവർ കണ്ടുമുട്ടി. രണ്ടുപേരുടേയും പക്കലുള്ള തെളിവുകൾ യോജിപ്പിച്ച് അവയുടെ ഉത്തരം കണ്ടെത്തി. വിട്ടുപോയവ പൂരിപ്പിച്ചു. ഇനിയും ശരിയായ പാത കണ്ടെത്താനാകും എന്ന് അവർക്ക് ഉറപ്പായി.

സായാഹ്നത്തിലെ ചുവന്ന വെയിലിൽ ബെലെക്ക് യാത്രയായി. ചായ കുടിച്ച്, കൂട്ടുകാർ രണ്ടുപേരുടേയും ചർച്ചയും ശ്രദ്ധിച്ചുകൊണ്ടിരുന്ന റിൻഡ, ബെലെക്ക് ഓടിപ്പോകുന്നത് കണ്ടിരുന്നെങ്കിൽ ചായക്കപ്പ് കയ്യിൽ നിന്നും വീഴുമായിരുന്നു. വീണ് പൊട്ടിത്തകരുമായിരുന്നു. ഇത്രയും ഭ്രാന്തമായ രീതിയിൽ താനിതിനു മുമ്പ് ഏതെങ്കിലും അപരിചിതരുടെയടുക്കലേക്ക് ഓടിപ്പോയിട്ടുണ്ടോ എന്ന് ബെലെക്കിനും ഓർമ്മയില്ല. എന്നും എപ്പോഴും റിൻഡയ്ക്ക് സമീപമാണവൻ. എന്നാൽ ഇപ്പോൾ ഓടണം എന്ന ചിന്ത മാത്രമേ മനസ്സിലുള്ളൂ. ഒരു കാരണവുമില്ലാതെ കുതിരകൾ പലപ്പോഴും ഓടിപ്പോകുന്നത് വെറുതെ ഓടാൻ വേണ്ടി മാത്രമാണ്. ഒന്ന് വൈകിയാൽ ആ ചെറിമരവും അതിനു കീഴെ ഉറങ്ങുന്ന മനുഷ്യനും അപ്രത്യക്ഷമാകും എന്ന മട്ടിലായിരുന്നു ബെലെക്കിന്റെ ഓട്ടം. കിതപ്പുപോലും വകവയ്ക്കാതെയാണവൻ ഓടുന്നത്. റിൻഡ ഒരു കവിൾ ചായകൂടി കുടിച്ചു.

സഫാലിയിലെ പണ്ഡിതസംഗമം അത്ര വലിയതൊന്നുമല്ല. അവിടെ സന്നിഹിതരാകുന്നവരെ 'ശുദ്ധഹൃദയരായ സഹോദരങ്ങൾ' എന്നാണ് വിളിക്കുന്നത്. രാത്രിയിൽ ചർച്ച, പകൽ ഉറക്കം എന്നതാണ് അവരുടെ ശീലം. അവിടെ കൃത്യമായി എത്ര സഹോദരങ്ങളുണ്ട് എന്ന് ആർക്കുമറിയില്ല. ശുദ്ധമായ ഹൃദയത്തിനും ആത്മാവിനും വില കല്പിക്കുന്നവരായിരുന്നു അവരെല്ലാം. ശുദ്ധതയില്ലാത്ത ഹൃദയവുമായി എന്ത്

ജ്ഞാനം നേടിയാലും അത് ഉപയോഗശൂന്യമാകും. മൂല്യമില്ലാത്തതാകും. നല്ല ജീവിതത്തിന്റെ അടിസ്ഥാനം ജ്ഞാനമാണ്. ജ്ഞാനസമ്പാദനത്തിന് നല്ലൊരു ജീവിതം നയിക്കേണ്ടതും ആവശ്യമാണ്. ചിലപ്പോൾ പണ്ഡിതരെ അതിഥികളായി ക്ഷണിച്ച് അവരോടൊത്ത് പലതും ചർച്ച ചെയ്യാറുണ്ട്. ഔചിത്യത്തോടെ അഗാധമായ ജ്ഞാനം നേടുക, അതിനെ മഹത്ത്വവൽക്കരിക്കുക എന്നതിലായിരുന്നു അവരുടെ നിപുണത. വാളോ ആശയങ്ങളോ അവരെ ഭയപ്പെടുത്തിയില്ല. അതിന്റെ മൂർച്ച അവർക്ക് ധൈര്യമാണ് നൽകിയത്. അവർക്ക് വാക്കായിരുന്നു എല്ലാം. അത് ആരിൽ നിന്ന് വന്നു എന്നതിന് അവർ വലിയ പ്രാധാന്യം നൽകാറില്ല.

വിധിവശാൽ വടക്കിന്റെ ഈ ഭാഗത്തെത്തിച്ച് അവർ സഫാലിയുടെ കഥ കേട്ട് ഇതുവഴിയെത്തി. ഇത്രയും പ്രാധാന്യമുള്ള ഒരു പട്ടണത്തെക്കുറിച്ച് താൻ ഗ്ലട്ടിൽ നിന്നോ, താവോയിൽ നിന്നോ മാമെയിൽ നിന്നോ കേട്ടില്ലല്ലോ എന്നദ്ഭുതപ്പെടുകയായിരുന്നു റിൻഡ. ഗ്ലട്ടിന്റെ കുടിൽ ഇവിടെനിന്നും വളരെ ദൂരെയായതുകൊണ്ടാണോ അങ്ങനെ സംഭവിച്ചത്? അതോ അവരുടെ അതിർത്തിക്കപ്പുറത്തുള്ളതൊന്നും അവർക്കറിയില്ല എന്നതുകൊണ്ടോ? അതിർത്തിക്കപ്പുറത്തുള്ളതൊന്നും അറിയില്ലെന്നത് വടക്കിന്റെ രീതിയാണോ? അതുകൊണ്ടുതന്നെ ഇത് നന്നായി മണത്തെടുക്കാനായത് ബെലെക്കിനാണ്. അവൻ മൂലമാണല്ലോ അവരിരുവരും ഇവിടെയെത്തിയത്.

റിൻഡ ബെലെക്കിനെ തിരഞ്ഞു. അവനെ കണ്ടില്ല. വഴിവാണിഭക്കാരന്റെ കുതിരകളും പാറക്കെട്ടുകളിലേക്ക് പോയിരുന്നു. ഈ രണ്ട് സുഹൃത്തുക്കളെ അഭിവാദ്യം ചെയ്ത് അവരുമൊന്നിച്ച് സംഭാഷണത്തിനിരുന്നപ്പോൾ ബെലെക്കിനെ ശ്രദ്ധിച്ചതേയില്ല എന്ന് റിൻഡ ഓർത്തു. അവൻ എവിടെയെങ്കിലും പോയി മേഞ്ഞുകൊള്ളും എന്നു കരുതി. അതായിരുന്നല്ലോ ശീലം. കുതിര ഒരുപക്ഷേ തിരിച്ച് വന്നേക്കാം എന്ന് ഓസെ പറഞ്ഞത് അയാൾ മറന്നുപോയിരുന്നു.

“എന്റെ കുതിരയെ കാണാനില്ല.”

സൂര്യൻ അസ്തമിച്ചിരിക്കുന്നു. സായാഹ്നത്തിന്റെ ചുവപ്പ് ചുറ്റുപാടും അഗ്നിപോലെ തുടുത്ത് നിൽക്കുന്നു. ശാന്തമാണ് മനസ്സ് എന്ന് കാണിക്കാനായി റിൻഡ സാവധാനത്തിൽ നടന്നു. വഴിവാണിഭക്കാരന്റെ കുതിരകൾക്കരികിലെത്തി. അതിലൊന്നിനെ എടുത്ത് കാട്ടിലേക്ക് തിരിച്ചുപോകുക എന്നതായിരുന്നു ലക്ഷ്യം.

മറ്റേയാളും എഴുന്നേറ്റ് നിന്നു. ചുറ്റിലും നോക്കി. കുതിരകൾക്ക് ഇങ്ങനെ അലഞ്ഞ് നടന്ന് തിരിച്ച് വരുന്ന ഒരു സ്വഭാവമുണ്ടെന്ന് അയാൾക്കുമറിയാം. അതിനാൽ അയാളിലും ആകാംക്ഷയൊന്നുമുണ്ടായില്ല. എന്നാൽ ശബ്ദങ്ങളെ ശ്രദ്ധിച്ച വഴിവാണിഭക്കാരൻ 'ആരോ കാട്ടിൽനിന്നും വരുന്നുണ്ട്' എന്ന് പറഞ്ഞപ്പോൾ ബെലെക്കും ഓസെയുമാണെന്ന് അവർ

മണത്തറിഞ്ഞു. അവരുടെ വരവിൽ റിൻഡയ്ക്ക് അദ്ഭുതമൊന്നുമുണ്ടായില്ല. അയാൾ ഇതറിയാതെ എത്ര സമയം കഴിഞ്ഞുവല്ലോ എന്ന് മാത്രമായിരുന്നു റിൻഡയുടേ അദ്ഭുതം.

അവർ ശവപ്പെട്ടി താഴെയിറക്കി. അത് കുതിരവണ്ടിക്ക് സമീപം വെച്ചു. തീ ഒന്നുകൂടി കത്തിച്ചു. അതിനു ചുറ്റിലുമിരുന്നു. കൂടുതൽ ചായ തിളപ്പിച്ചു. ഓസെ പറഞ്ഞത് കേട്ടു. സഫാലിയെക്കുറിച്ച് ചർച്ച ചെയ്തു. അയാളും ആ പട്ടണം തിരയുകയായിരുന്നു. നിഴലിന്റെ ശ്മശാനത്തെക്കുറിച്ചറിയാവുന്ന ചില പണ്ഡിതരെ കാണാൻ അയാൾക്കും താത്പര്യമുണ്ട്. ഒന്നിച്ച് യാത്രയാകാം എന്നവർ തീരുമാനിച്ചു. പിന്നെ വഴിവാണിഭക്കാരൻ അയാളെക്കുറിച്ച് പറഞ്ഞ കഥ കേട്ടു.

വടക്കോട്ടുള്ള വഴിയിൽനിന്നും അന്ധനായി തിരിച്ചെത്തിയ വഴിവാണിഭക്കാരൻ ഏതാനും വർഷങ്ങൾ കഴിഞ്ഞപ്പോൾ തനിക്ക് സ്വപ്നം കാണാനാകുന്നില്ലെന്ന് തിരിച്ചറിഞ്ഞു. സ്വപ്നങ്ങൾ കുറയുന്നു എന്ന്. മറ്റ് വാക്കുകളിൽ പറഞ്ഞാൽ ഈ ലോകത്തെ പിടിച്ചുനിർത്തുവാനാകുന്ന ഏക ഇടമായ സ്വപ്നങ്ങൾ തന്നിൽനിന്നും അകന്നുപോകുന്നു എന്ന്. അവയെ നഷ്ടമായിക്കൊണ്ടിരിക്കുകയാണെന്ന്. ഓർമ്മയിൽ അപ്പോഴും തങ്ങിനിൽപുണ്ടായിരുന്ന രൂപങ്ങൾ മാഞ്ഞ് പോകാതിരിക്കാനായി അയാൾ ലോകം മുഴുവൻ കറങ്ങി. എല്ലാവരോടും ഇതിനെന്താണ് മാർഗ്ഗമെന്ന് അന്വേഷിച്ചു. മനസ്സിനും കണ്ണുണ്ടെന്ന് എല്ലാവരോടും അയാൾ പറഞ്ഞ് നടന്നു. മനസ്സിനറിയാവുന്നവയെ അതിനു കാണാനുമാകും. ആ കഴിവ് നഷ്ടപ്പെടുന്നതിന്റെ വക്കിലാണിപ്പോൾ അയാൾ. അതിനാൽ ചുറ്റുമുള്ളവരോടെല്ലാം സഹായമഭ്യർത്ഥിച്ചു. അപരിചിതരിൽ നിന്നുപോലും. മറ്റുള്ളവർ കളിയാക്കിയതൊന്നും അയാളെ ബാധിച്ചില്ല. ഇതേ ദൗർഭാഗ്യം നേരിടുന്ന, മറ്റ് അന്ധർ പറഞ്ഞ കഥകൾ പൂർണതാത്പര്യത്തോടെ അയാൾ കേട്ടു. അവർ പറഞ്ഞത് ശരിയോ തെറ്റോ എന്നൊന്നും അയാൾക്കറിയില്ലായിരുന്നു. വീണ്ടും സ്വപ്നം കാണാനുള്ള പോംവഴി മറ്റുള്ളവരുടെ സ്വപ്നങ്ങൾ തന്നിൽ ശേഖരിച്ച് വയ്ക്കുകയാണെന്ന് അവസാനം അയാൾക്ക് മനസ്സിലായി. അങ്ങനെ അയാൾ ഒരു വഴിവാണിഭക്കാരനായി.

സ്വപ്നങ്ങൾ പങ്കുവെച്ചവർക്കൊക്കെ സാധനങ്ങൾ വണ്ടിയിൽ കൊണ്ടുനടന്ന് വിതരണം നടത്തി. താൻ നൽകിയ വസ്തുവിനേക്കാൾ അമൂല്യമായിരുന്നു അവർ തന്നോട് പങ്കിട്ട സ്വപ്നമെന്ന് അയാൾ അവരോട് പറഞ്ഞു. അതിനയാൾ നന്ദിയുള്ളവനായിരിക്കുമെന്നറിയിച്ചു. ആരെങ്കിലും സ്വപ്നങ്ങളെന്നു പറഞ്ഞ് അയാളോട് കളവ് ചെയ്താൽ അതുടൻ തിരിച്ചറിഞ്ഞു. വിളിച്ചുപറഞ്ഞു. നല്ല സ്വപ്നങ്ങളെ പ്രകീർത്തിച്ചു. ഇതേ വികാരമാണ് അയാളുടെ കുതിരകളേയും മുന്നോട്ട് നയിച്ചത്. അങ്ങനെയുള്ള തന്റെ മനസ്സിന് പുതിയ ചിത്രങ്ങളെ സമ്മാനിക്കാനാണ് അയാൾ ഉത്തരദിക്കിലെത്തിയിട്ടുള്ളത്.

അന്ന് കണ്ടതാണ് അയാൾ വിശ്വസിച്ചിരുന്നതെങ്കിൽ ഇന്ന് കാണാത്തതാണ് വിശ്വസിക്കുന്നത്. സ്വപ്നം കാണുക എളുപ്പമാണെന്നും കണ്ട സ്വപ്നങ്ങളുമായുള്ള ബന്ധം നിലനിർത്തുകയാണ് വിഷമമെന്നും അയാൾ പറഞ്ഞു. ആ സ്വപ്നങ്ങളുമൊത്ത് ജീവിതകാലം കഴിച്ചുകൂട്ടുകയാണ് വിഷമമെന്ന്. തിരിച്ചും സാധ്യമാണ്. നമ്മെ അടിമയാക്കുന്ന ഒരു സ്വപ്നത്തിൽ നിന്നും അതിന്റെ ചങ്ങലക്കെട്ട് പൊട്ടിച്ച് പുറത്ത് വരാനാകും. "മറ്റൊരാളുടെ സ്വപ്നം വളരെ മുമ്പ് കേട്ടിട്ടുള്ളതുകൊണ്ടാണ് ഞാനിത് പറയുന്നത്."

അയാൾ അത് ഇപ്പോൾ എന്നോട് പറയാനൊരുമ്പെടുകയാണ്. കുറഞ്ഞപക്ഷം എല്ലാവരേയും അറിയുന്ന ഞാൻ, കാണാവുന്നതെല്ലാമായി പരിചയമുള്ള ഞാൻ... അറിയപ്പെടാൻ പോകുകയാണ്.

"ഒരു കുറുക്കൻ എന്നാൽ എന്താണെന്ന് ഞാൻ പറയുന്നു എന്ന് വെയ്ക്കുക. ഏതാനും ദിവസം മുമ്പ് കാട്ടിൽ വെച്ച് ഞാനൊരു വെളുത്ത കുറുക്കനെ സ്വപ്നം കാണുകയുണ്ടായി എന്ന്. പറഞ്ഞാൽ താങ്കൾ വിശ്വസിക്കുമോ?" വഴിവാണിഭക്കാരൻ ചോദിച്ചു.

അയാൾ പറയുന്നത് സത്യമാണ്. പക്ഷേ ഞാനും മനുഷ്യനാണ്. ഞാൻ കാണുന്ന സ്വപ്നത്തിൽ ഞാൻ കുറുക്കനാണ് എന്നത് വിചിത്രമായിരിക്കാം. അതിനെ ഏതാനും വാക്കുകളിൽ നിങ്ങൾക്ക് ഒതുക്കി നിർത്താനാകും. എന്നാൽ ഇത് സത്യമല്ലെന്ന് എനിക്കല്ലേ അറിയൂ. ഈ വിശ്വം എത്ര അനന്തമാണെന്ന് അതിൽ ജീവിക്കുമ്പോഴല്ലേ അറിയൂ.

അവർ കോപ്പയിൽ വീണ്ടും ചായ നിറച്ചു. ആകാശത്തുള്ള അവസാനമേഘങ്ങളും പിൻവാങ്ങുകയായിരുന്നു. നക്ഷത്രങ്ങൾ പെറ്റുപെരുകിക്കൊണ്ടിരുന്നു. വഴിവാണിഭക്കാരൻ താൻ കണ്ട ഒരു സ്വപ്നത്തെക്കുറിച്ച് വീണ്ടും പറഞ്ഞു.

"അയാൾ സത്യമായും ഒരു മനുഷ്യനായിരുന്നു. ഒരു ദിവസം താനൊരു വെള്ളക്കുറുക്കനാണെന്നയാൾ സ്വപ്നം കണ്ടു. അതെവിടേക്കാണ് തന്നെ നയിക്കുക എന്നത് ഊഹിക്കുന്നതിനു പകരം അയാൾ ചുറ്റും ചാടിച്ചാടിനടന്നു. ഓരിയിട്ടു. കുന്നിൻചെരുവിലലഞ്ഞു. വെയിൽ കാഞ്ഞു. വഴിയിൽ കണ്ട പഴങ്ങളൊക്കെ രുചിച്ച് നോക്കി. എത്രദൂരം നടന്നു എന്നോർക്കാതെ അലഞ്ഞു. ഒരു രാത്രിയിൽ കാട്ടിലെ ഇരുട്ടിൽ അയാളൊരു വെളിച്ചം കണ്ടു. അതിനടുത്ത് ചെന്നു. അതൊരു കൊച്ചു കുടിലിൽ നിന്നാണ്. അതിനകത്തിരുന്ന് ഒരു വൃദ്ധ തുന്നുന്നുണ്ടായിരുന്നു. അവരെ ഭയപ്പെടുത്തുന്നതിനായി അയാൾ ജനലിലേക്ക് കൊച്ചുകല്ല് വലിച്ചെറിഞ്ഞു. മനുഷ്യനായല്ല, വെളുത്ത കുറുക്കനായാണയാൾ ഇങ്ങനെ കല്ലു വലിച്ചെറിഞ്ഞത്. അതിനോടൊപ്പം "അമ്മൂമ്മേ... അമ്മൂമ്മേ, മഞ്ഞമുടിയുള്ളമ്മൂമ്മേ... വീടിന്റെ മുന്നിൽ നിറയെ ചോളമുണ്ടല്ലോ..." എന്ന് നീട്ടിപ്പാടി.

അയാൾ പിന്നേയും നടന്നു. പുതിയ താഴ്‌വാരങ്ങൾ തിരഞ്ഞ് നടന്നു. ഇതുപോലുള്ള കാഴ്ചകൾ തിരഞ്ഞു നടന്നു. പിറ്റേന്ന് രാത്രി അയാൾ ആ കുടിലിനരികിലേക്ക് തിരിച്ചെത്തി. വീണ്ടും ഒരു കല്ല് വലിച്ചെറിഞ്ഞു. എന്നിട്ട് “അമ്മൂമ്മേ... അമ്മൂമ്മേ... മഞ്ഞമുടിയുള്ളമ്മൂമ്മേ... വീട്ടിലേക്കുള്ള വഴി പറ അമ്മൂമ്മേ...” എന്ന് പാടി. അതുകേട്ട് വൃദ്ധ മുരണ്ടു. മുറുമുറുത്തു.

“എന്തിനിങ്ങനെ കോപിക്കുന്നു. ഇതൊരു സ്വപ്നം മാത്രമല്ലേ. ഞാനതൊന്ന് ആസ്വദിക്കാൻ ശ്രമിക്കുകയല്ലേ” എന്നായി അയാൾ.

വൃദ്ധ അപ്പോഴും കോപിഷ്ഠയായിരുന്നു.

“നിനക്കിത് നിന്റെ സ്വപ്നമായിരിക്കാം. എന്നാൽ എനിക്കെന്റെ ജീവിതമാണ്,” വൃദ്ധ വിളിച്ച് പറഞ്ഞു.

പിറ്റേന്ന് രാത്രിയും അയാൾ അവിടെയെത്തി. ഇത്തവണ അബദ്ധ വശാൽ അയാൾ വൃദ്ധയുടെ കുടിലിന്റെ ജനൽ തകർത്തു. വലിച്ചെറിഞ്ഞ കല്ല് ഇത്തിരി വലുതായിപ്പോയതിനാലാണ് ഈ അബദ്ധം പറ്റിയത്. വൃദ്ധ അയാളെ ശപിച്ചു: “നീ ഇനി ഈ സ്വപ്നത്തിൽ നിന്നും ഉണരാതിരിക്കട്ടെ. നീ എന്നെന്നും ഒരു കുറുക്കനായിരിക്കട്ടെ.”

അയാൾ പിന്നേയും യാത്ര തുടർന്നു. ചൂളമടിച്ച് നടന്നു. ഓരോ ദിവസവും പുതിയവ കണ്ടെത്തി. പെട്ടെന്നൊരു ദിവസം ഇതേ സ്വപ്നത്തിൽ താനെത്ര കാലമായി അലയുന്നു എന്ന തോന്നലുണ്ടായി. ഉണരാനെന്ത് മാർഗ്ഗം എന്നാലോചിച്ചു. അതിനായി ഉയരമേറിയ പാറക്കെട്ടുകളിൽ നിന്ന് അതിവേഗമൊഴുകുന്ന നദിയിലേക്കെടുത്ത് ചാടി. ഉണരുക അസാധ്യമെന്ന് തിരിച്ചറിഞ്ഞു.

അയാൾ വീണ്ടും വൃദ്ധയുടെ കുടിലിൽ തിരിച്ചത്തി. കുടിലിനകത്ത് ആരുമില്ലായിരുന്നു. അയാളുടെ ആകാംക്ഷ ഭയമായി. അവിടെ അയാൾ ഒരു മുയലിനെ കണ്ടു. “അവരിവിടെ നിന്നിറങ്ങുമ്പോൾ ഞാനൊരു മഞ്ഞമുടിയുള്ള അമ്മൂമ്മയാണെന്ന് മൂളുന്നുണ്ടായിരുന്നു” എന്ന് മുയൽ പറഞ്ഞു. അയാൾ വീണ്ടും വഴിയിലേക്കിറങ്ങി. വഴിയിൽ കണ്ടവരോടൊക്കെ അന്വേഷിച്ചു. നിരന്തരം ഉറങ്ങുക എന്നതല്ലാതെ വേറെ മാർഗ്ഗമില്ലാതായി. ഉണരണമെങ്കിൽ നിരന്തരം ഉറങ്ങണമെന്നയാൾ കരുതി. ഉറക്കം എപ്പോൾ തുടങ്ങിയെന്നത് പലപ്പോഴും മറന്നുപോയി. ഇപ്പോൾ എന്താണ് താൻ തിരയുന്നത് എന്നറിയാതെ ജീവിക്കുകയാണയാൾ.

ഞാൻ ഒരു സ്വപ്നത്തിൽ നിന്നും മുക്തനാകാൻ പരിശ്രമിക്കുന്നു. വഴിവാണിഭക്കാരനാകട്ടെ സ്വപ്നത്തിലൂടെ മാത്രമേ ജീവിക്കാനാകുന്നുള്ളൂ. എന്നെയുണർത്താൻ അയാൾക്കാകില്ലെന്ന് അയാൾ അറിയിച്ചു. എല്ലാ ശ്രമങ്ങളും ഞാൻ നടത്തിയിരിക്കുന്നു എന്ന് പറഞ്ഞപ്പോൾ, ഉറങ്ങുക മാത്രമല്ല, ഉറക്കത്തിൽ സ്വപ്നങ്ങളുമുണ്ടാകുന്നു എന്നവരോട് പറഞ്ഞപ്പോൾ,ഇനി മരണം മാത്രമേ ഒരു പോംവഴിയുള്ളൂ എന്ന് അഭിപ്രായപ്പെട്ടു.

എന്നാൽ സ്വപ്നങ്ങളിലും ഈ ലോകത്തിലും ഒരുപോലെയല്ല സമയം ഒഴുകുന്നത് എന്നവർ മറന്നുപോയി. സമയത്തെ ഒരു കൊച്ചു നിമിഷത്തിലേക്കമർത്തിയൊതുക്കി നിർത്തിയാലും ജീവിക്കണമെങ്കിൽ ഈ ലോകം മുഴുവൻ അത് നിറയണം എന്നവർക്കറിയില്ലായിരുന്നു.

നക്ഷത്രങ്ങൾ അടക്കമുള്ള ഈ ഭൗതികലോകം അതിന്റെ ആയുസ്സ് ജീവിച്ച് തീർക്കാനായി കാത്തിരിക്കുമ്പോൾ അതെനിക്ക് അടിമത്തത്തിനു തുല്യമാകും. അതല്ലെങ്കിൽ അവസാനദിനം വരുന്നതിനുള്ള കാത്തിരിപ്പ് മാത്രമാകും രക്ഷപ്പെടുന്നതിനുള്ള പോംവഴി. ഒരു നായാട്ടുകാരൻ എന്നെ വേട്ടയാടുമെന്ന്, വെടിവച്ചിടുമെന്ന് അവർ പറയുകയുണ്ടായി. എനിക്കും അതാണ് വേണ്ടത് എന്ന മട്ടിലായിരുന്നു അവർ അത് പറഞ്ഞ് നിർത്തിയത്. അതൊരു സ്പ്നം മാത്രമായിരുന്നുവെങ്കിലും മരണത്തെ സ്വീകരിക്കുക എന്നത് അത്ര എളുപ്പമല്ല. അതിനെക്കുറിച്ച് ഞാൻ ചിന്തിച്ചിട്ടേയില്ല എന്നല്ല, തീയിനടുത്തുവരെ ചെന്നതാണ് ഞാൻ, പക്ഷേ പിൻവാങ്ങി. ആഴങ്ങളിലേക്ക് കൂപ്പുകുത്താനിറങ്ങിയതാണ് ഞാൻ, പക്ഷേ പിൻവാങ്ങി. വെള്ളത്തിൽ മുങ്ങിയപ്പോഴും ആഗ്രഹിച്ചത് എങ്ങനെയെങ്കിലും ഉപരിതലത്തിലെത്തണമെന്ന് തന്നെയാണ്. നമ്മളെല്ലാം ജീവിതത്തിനോട് അത്യാകർഷണമുള്ളവരായിതീരുന്നു. ഈ ജീവിതം എന്ന പറയുന്നത് വാസ്തവത്തിലുള്ളതാണോ എന്നു പോലും അപ്പോൾ നമ്മൾ ശ്രദ്ധിക്കാറില്ല. എന്റെ സ്വപ്നം എന്നിൽനിന്നും എടുത്ത് മാറ്റിയാൽ ഞാൻ എന്റെ പൂർവ്വജന്മത്തിലേക്ക് തിരിച്ച് പോകുമോ എന്നെനിക്കറിയില്ല. എന്നാൽ ആ അറിവില്ലായ്മ എനിക്കിന്നുള്ള ജീവിതത്തെ തേയ്ച്ച് മായ്ച്ച് കളയുന്നുമില്ല. ഞാനിപ്പോൾ ഈ നിമിഷത്തിൽ കുടുങ്ങിക്കിടക്കുന്നു. നിങ്ങൾ മരണാനന്തരജീവിതത്തിൽ വിശ്വസിക്കുന്നവരല്ലേ, നിങ്ങളും മരണത്തേക്കാൾ കൂടുതൽ ഈ ജീവിതത്തിനോടല്ലേ ഭ്രമം കാണിക്കുന്നത്?"

"നിങ്ങളുടെ ജീവിതം സ്വപ്നത്തിലെ വെളുത്ത കുറുക്കനല്ലാതെ മറ്റൊന്നുമല്ലെന്നാണോ പറഞ്ഞുവരുന്നത്?" എന്ന് അവർ ചോദിക്കുമ്പോൾ അവരുടെ കണ്ണുകൾ തീനാളത്തിലുടക്കി കിടക്കുകയായിരുന്നു. "ഈ വിശ്വം എന്നത് ഒരു സ്വപ്നം മാത്രമാണോ?"

"ജീവിതം എന്നത് വളരെ പ്രാധാന്യമുള്ള ഒന്നാണെന്ന് കരുതാനാണ് ആഗ്രഹം. നമ്മൾ ജനിച്ചതിനെക്കുറിച്ച് ഓർത്തെടുക്കാൻ നമുക്കാകാത്തതുപോലെതന്നെ ജീവിതം എവിടെ തുടങ്ങുന്നു എവിടെ അവസാനിക്കുന്നു എന്നൊന്നും നമുക്ക് കാണാനാകില്ല. നമ്മൾ മരിക്കാൻ പോകുന്ന ആ നിമിഷത്തെക്കുറിച്ച് ചിന്തിക്കുവാൻ പറ്റിയ അവസരവും നമുക്ക് ലഭിക്കുകയില്ല. അതുകൊണ്ട് നമുക്കധീനമായിട്ടുള്ളത്, നന്നായി ജീവിക്കുക എന്നത് മാത്രമാണ്." വഴിവാണിഭക്കാരൻ പറഞ്ഞു. വിഷമം പിടിച്ചവയെങ്കിലും രസാവഹമായേക്കാവുന്ന ചോദ്യങ്ങൾ തുടരാൻ അവർ മടിച്ചതാണോ അതോ, സ്വപ്നം പോലുള്ള ഈ തീയിനടുത്തിരുന്ന്

മറ്റൊരു ജീവിതത്തിന്റെ അതിർത്തികളിലേക്ക് കയറിച്ചെല്ലണ്ട എന്ന് തീരുമാനിച്ചതാണോ എന്നറിയില്ല. അതിർത്തികൾക്കപ്പുറത്തുള്ള മറ്റേ ജീവിതം, ഒരു സ്വപ്നത്തിലെങ്കിലും അവിടേക്ക് കയറിച്ചെല്ലണ്ട എന്ന് തീരുമാനിച്ചതാണോ എന്നും. മറ്റൊരിക്കലായിരുന്നെങ്കിൽ ഇതൊക്കെ സംസാരിക്കാൻ എളുപ്പമാകുമായിരുന്നു. എന്നാൽ ഇതാ ഇവിടെ ഒരു കുറുക്കൻ ഞങ്ങളെല്ലാവരേയും തുറിച്ച് നോക്കി നിൽപുണ്ടെന്നറിയുന്നത്, നമ്മെ പൂർണ്ണമായും വലയം ചെയ്ത് അനന്തമായ അകാശം നില്പുണ്ടെന്നറിയുന്നത്, വിചിത്രമായൊരു വിഷമമാണ്. ആ കുറുക്കൻ ഒരുപക്ഷേ ഈ പാറക്കെട്ടുകൾക്ക് പുറകിലാകാം, മരങ്ങൾക്ക് പുറകിലാകാം. കുറുക്കന്റെ സ്വപ്നം ഈ തീജ്വാലകളിലേക്ക് ഞെട്ടിയിറങ്ങി വരുന്നതിനാലാകാം ജ്വലിച്ചുകൊണ്ടിരിക്കുന്നത്, തണുത്ത കാറ്റിനെ ഇവിടെ നിന്ന് ഒരു നിമിഷത്തേക്കെങ്കിലും ഇറക്കിവിടുന്നത്.

തീജ്വാലകളുടേയും താരകങ്ങളുടേയും തരംഗിതസ്വഭാവം വഴി വാണിഭക്കാരന് പറഞ്ഞുകൊടുത്തുകൊണ്ട് രാത്രിയേറേ വൈകും വരേക്കും അവർ ഇരുന്നു. അവരിൽ ഉണ്ടായിരുന്ന സ്വപ്നങ്ങളേക്കാൾ വലിയൊരു സ്വപ്നത്തിന്റെ ഭാരം പേറിയിരുന്നതിനാൽ അവർ താന്താങ്ങളുടെ സ്വപ്നം പങ്കുവെയ്ക്കേണ്ടെന്ന് ഉറപ്പിച്ചു. ഇതറിയാമായിരുന്ന കാട് കൂടുതൽ നിശ്ശബ്ദമായി. മലനിരകളാകട്ടെ വളരെ ദൂരെയായിരുന്നു. അവർക്കപ്പുറത്തുണ്ടായിരുന്ന മൂന്ന് കുതിരകളും സ്വന്തം സ്വപ്നത്തിൽ കിടന്നുറങ്ങി.

സംസാരം ഇടയ്ക്കൊന്ന് മുറിഞ്ഞപ്പോൾ ദൂരെ, പാറക്കെട്ടുകളിൽ നിന്നും ചെന്നായയുടെ ഓരി കേട്ടു. അവർ നിശ്ശബ്ദരായി. അത് പ്രതീക്ഷിക്കുന്നു എന്ന പോലെ. റൊട്ടി പങ്കുവച്ചു. ചെന്നായയുടെ ഓരി കേട്ട് കുതിരകൾ എഴുന്നേറ്റു. ഒരു നിമിഷം അനങ്ങാതെ നിന്നു. പിന്നെ വീണ്ടും ഉറക്കമായി.

ഓസെയുടെ മുഖം ശാന്തമാകുന്നത് റിൻഡ കണ്ടു. ഒരു തുണ്ട് റൊട്ടി അകത്ത് ചെന്നതിന്റെ പ്രഭാവമായിരുന്നു അത്. ഓസെ മുടിയിലൂടെ വിരലോടിച്ചു. വിരലുകൾ പിന്നെ കൂട്ടിപ്പിടിച്ചു. കയ്യിൽ ഒരു ഉരുളൻ കല്ലുള്ളതുപോലെയാണപ്പോൾ വിരലുകൾ ഇറുകെ പിടിച്ചത്. കൈ ചുരുട്ടി നെഞ്ചത്ത് വച്ചു. നിഴലില്ലാത്ത തന്റെ ശരീരത്തിന് അയാൾ ഭക്ഷണം നിഷേധിച്ചിരിക്കുകയായിരുന്നു എന്നും ഇത് ദുഃഖാചരണത്തിന്റെ ഭാഗമായിരുന്നു എന്നും അദ്ഭുതത്തോടെ റിൻഡ തിരിച്ചറിഞ്ഞു. നിഴലുകൾക്കുള്ള ശ്മശാനം കണ്ടെത്തുംവരേക്കും അങ്ങനെ തുടരാനായിരുന്നു അയാളുടെ തീരുമാനം. ഇപ്പോൾ കുറച്ചെങ്കിലും തനിക്ക് അയാളെ തിരിച്ചറിയാനാകുന്നു. റിൻഡ കരുതി.

അവർ മൂന്ന് പേരെക്കൂടാതെ, മരിച്ചുപോയ നിഴൽ, വെളുത്ത കുറുക്കൻ, ജീവിതത്തിലാദ്യമായി തന്നെ ഒഴിവാക്കിയ കുതിര എന്നിവയേയും

വടക്കുള്ള തിരക്കേറിയ ഈ ദിവസത്തിലേക്ക് ഞെക്കിയൊതുക്കിവെയ്ക്കുവാൻ അയാൾക്കായിരിക്കുന്നു. ഇത്രയുംനേരം ഒന്നും പറയാതെ, നിശ്ശബ്ദമായിരുന്നതിന്റെ ക്ഷീണമല്ല അയാൾ അനുഭവിക്കുന്നത്. കുറുക്കന്റെ സ്വപ്നം കേട്ടപ്പോൾ മുതൽ അയാളെ കീഴടക്കിയിരുന്ന, ഉറങ്ങണം എന്ന തീവ്രാഭിലാഷമായിരുന്നു.

താൻ ഉറങ്ങാൻ പോകുന്നു എന്ന് വഴിവാണിഭക്കാരൻ വിളിച്ച് പറഞ്ഞു. അന്ന് മുഴുവൻ ഒന്നും കാണാനാകാത്തതിന്റെ ക്ഷീണം കണ്ണിനെ ബാധിച്ചിരിക്കുന്നു എന്നു പറഞ്ഞു. റിൻഡ അയാൾക്കൊപ്പം ചേർന്നപ്പോൾ മറ്റുള്ളവരും അതുതന്നെ ചെയ്യും എന്നയാൾ പ്രതീക്ഷിച്ചു. എന്നാൽ ഓസെയും വഴിവാണിഭക്കാരന്റെ സുഹൃത്തും ഇത്തിരി നേരം കൂടി തീ കാഞ്ഞ് സംസാരിച്ചിരിക്കാൻ തീരുമാനിച്ചു. മറ്റേയാളുമായി പൊടുന്നനെ സൗഹൃദം സ്ഥാപിച്ച ഓസെ, തീ കാഞ്ഞിരിക്കുമ്പോൾ പുഞ്ചിരിക്കുന്നുണ്ടായിരുന്നു. ശാന്തനായിരുന്നു. തന്റെ സുഹൃത്തിനെ കോൺഫിഡന്റ് എന്നാണ് ഓസെ അഭിസംബോധന ചെയ്തിരുന്നത്. താൻ ക്ഷീണിതനല്ലെന്നും ഉറങ്ങാൻ തിരക്കുകൂട്ടുകയില്ലെന്നുമൊരു ഭാവം അപ്പോൾ അയാളിലുണ്ടായിരുന്നു. ഓസെയെ കൂട്ടുകിട്ടിയപ്പോൾ കോൺഫിഡന്റിന്റെ നാക്കും അയഞ്ഞു. ഒരു പഴയ സുഹൃത്തിനെ വീണ്ടും കണ്ടെന്നപ്പോഴെന്നപോലെ അയാൾ സംസാരിക്കാനാരംഭിച്ചു.

വഴിവാണിഭക്കാരൻ കുതിരവണ്ടിയിലേക്ക് കയറിയപ്പോൾ, റിൻഡ നിലത്ത് ശവപ്പെട്ടിക്കരികിൽ കിടന്നു. യാത്രാസഞ്ചി തലയിണയാക്കി കിടന്നു. കണ്ണൊന്നടയുന്നതിനുമുമ്പേ താനൊരു നദിയിലാണെന്ന് സ്വപ്നം കണ്ടു. പല വർണങ്ങളുള്ള ഒരു കല്ലുപോലെ അയാൾ തന്റെ ശരീരം ആ വെള്ളത്തിൽ ഉപേക്ഷിച്ചു. താഴേക്ക് നീങ്ങിയപ്പോൾ അവിടെ വർണങ്ങളുടെ ആധിക്യമുണ്ട് എന്നറിഞ്ഞു. തന്റെ ചർമ്മത്തിനു മുകളിൽ മറ്റൊരു ചർമ്മമുണ്ട്. അത് ശരീരത്തിൽ നിന്നും വേർപെട്ട് വേലിയേറ്റത്തിൽ വെള്ളത്തിനുമുകളിൽ പൊങ്ങിക്കിടക്കുന്നു, ഒഴുകിപോകുന്നു.

കുതിരവണ്ടിക്ക് സമീപം വച്ചിരുന്ന ശവപ്പെട്ടിയിൽ നക്ഷത്രങ്ങൾ വെട്ടിത്തിളങ്ങി. അതിനരികിലേക്ക് റിൻഡ തലയൊന്ന് തിരിച്ചപ്പോൾ മണ്ണിന്റെ മണമല്ല അയാളുടെ മൂക്കിലേക്കടിച്ച് കയറിയത്, ശവപ്പെട്ടിയുടെ മണമായിരുന്നു. അതേത് മരംകൊണ്ട് നിർമ്മിച്ചതായാലും പുതിയതായിരുന്നു. ജടപിടിച്ച മുടിപോലെയുള്ള ശിഖരങ്ങളുള്ള മരമായിരുന്നു അത്. ഇഷ്ടക്കാരാരെങ്കിലും മരിച്ചാൽ അവരുടെ ഇഷ്ടമരത്തിന്റെ ചില്ലകൾ ഇങ്ങനെ ജട പോലെയാക്കുന്നവരുണ്ട്. മരിച്ചവരുടെ ഓർമ്മയ്ക്കായാണ് ഇത് ചെയ്യുന്നത്. അതോ അങ്ങനെ ജട കെട്ടിയ ചുള്ളിക്കമ്പുകൾ വെച്ച ശവപ്പെട്ടിയിൽ കയറിയവർ അതിനകത്ത് കയറി ഭ്രമിക്കട്ടെ എന്ന് കരുതുന്നതാണോ? റിൻഡയ്ക്കതറിയില്ല. അതുപോലെ താൻ എവിടേക്കാണ് പോകുന്നതെന്നും അറിയില്ല.

ആകാശം ചക്രവാളത്തിൽനിന്നും നാലുവശത്തേക്കും കുത്തിയിറങ്ങി നിൽക്കുന്നു. കാറ്റിന്റെ ഗതിയെ അത് തടസ്സപ്പെടുത്തുന്നു. തനിക്കരികിൽ ഒരാളുണ്ടെങ്കിലും അനിശ്ചിതത്വം നിറഞ്ഞ ഈ പാതയിൽ ഒറ്റയ്ക്കാണിപ്പോൾ. ഒന്ന് ഒച്ചവച്ചാൽ അയാളല്ലാതെ മറ്റാരും കേൾക്കില്ല. എവിടെ നിന്നാണ് വന്നതെന്നും എവിടേക്കാണീ യാത്രയെന്നും അറിയില്ല. വിദേശ മണ്ണിലൊരു ദിവസം താൻ അവസാന ശ്വാസം വലിക്കും എന്ന ചിന്ത അയാളിലുണ്ടായി. മുന്നിലെന്താണ്? ഓരോ മലനിരകൾക്കുമപ്പുറത്തെന്താണ്? തന്റെ ജീവിതത്തിൽ ഉറപ്പുള്ളതായി തന്റെ കുതിര മാത്രമേയുള്ളൂ. അതിനേയും ചിലപ്പോൾ മറന്നുപോകുന്നു.

അപരിചിതമായ, വിചിത്രമായ ഈ ആകാശത്തിനു കീഴെ എത്ര നക്ഷത്രങ്ങളാണ്. കുട്ടിക്കാലത്ത് കേട്ട വടക്കൻഗാഥകളിലെവിടെയെങ്കിലും നക്ഷത്രങ്ങളെക്കുറിച്ച് പറഞ്ഞിട്ടുണ്ടോ? ഓർമ്മയില്ല. ഈ നക്ഷത്രങ്ങൾക്കും അവരുടേതായ മാതൃരാജ്യമുണ്ടാകും. പെരുമഴയിലെ തുള്ളിവെള്ളങ്ങൾപോലെ അവ പെരുകിക്കൊണ്ടേയിരിക്കുന്നു. ഒരേ സ്രോതസ്സിൽ നിന്നും പൊട്ടിയൊലിക്കുന്നതുപോലെയാണവ. ഓരോ കുന്നിന്റെ പുറകിലേക്ക് നോക്കിയാലും ഒരു വാൽനക്ഷത്രത്തെയെങ്കിലും കാണാം. അവ രാവിന്റെ നീലിമയിലേക്കലിഞ്ഞില്ലാതാകുന്നു. എത്രയെണ്ണമാണവ. ഇതുപോലെയുള്ള ഒരു രാവുകണ്ട് മതിമറന്നതാകുമോ അച്ഛൻ? അച്ഛൻ ഇവിടെ വെച്ച് മരിച്ചതാകുമോ? ഇവിടെ വെച്ചാണ് അച്ഛൻ മരിച്ചതെങ്കിൽ, ഇവിടെ വെച്ച് അച്ഛനെയൊരു ശവപ്പെട്ടിയിൽ കിടത്തിയിട്ടുണ്ടെങ്കിൽ, ഏതൊക്കെ മരച്ചില്ലകൾ അച്ഛനെ ആലിംഗനം ചെയ്തിട്ടുണ്ടാകും? അച്ഛന് ഏത് മരത്തിനോടായിരുന്നു ഇഷ്ടക്കൂടുതൽ? വില്ലോയോടോ അതോ പോപ്ലാറിനോടോ?

അപ്പോൾ ആദ്യമായി റിൻഡയ്ക്ക് ശവപ്പെട്ടിയിൽ കിടക്കുന്ന ശവത്തെക്കുറിച്ച്, തന്റെ അച്ഛന്റെ മുഖം കണ്ടപ്പോഴുണ്ടായ അതേ ഉദ്വേഗം തോന്നി. ആ മൂടിയൊന്നുയർത്തിയാൽ നിഴലിന്റെ മുഖം കാണാനാകുമോ? ആ മുഖത്തിന് അതിന്റെ ഉടമയുടെ ഛായയുണ്ടാകുമോ? ഓസെയെപ്പോലെ നെറ്റിയിൽ ചുളിവുകളുണ്ടാകുമോ?

ഓസെയുടേയും അദ്ദേഹം കോൺഫിഡന്റ് എന്ന് ഓമനപ്പേരിട്ട സുഹൃത്തിന്റേയും അവ്യക്തസംഭാഷണങ്ങൾ റിൻഡയെ തേടിയെത്തി. അവർ എന്താണ് പറയുന്നത് എന്ന് വ്യക്തമായിരുന്നില്ല. എന്നാൽ സംഭാഷണത്തിൽ ഇരുവരും സംതൃപ്തരാണെന്ന് മനസ്സിലായി. താൻ അവരുടെ ഇടയിലുണ്ടാകേണ്ടയാളല്ല എന്നൊരു തോന്നൽ. ഈ പ്രദേശത്തുണ്ടാകേണ്ടയാളല്ല. ഇതാണോ വടക്കിന്റെ ലോകം? അതോ ഇത് ഈ മനുഷ്യരുടെ മാത്രം ലോകമാണോ? അയാൾ തലയുയർത്തി ചന്ദ്രനെ നോക്കി. ഇത്തിരി ദൂരെയുള്ള പാറക്കെട്ടുകളിൽ കയറിയാൽ, അവിടെയുള്ള ചെന്നായ്ക്കളെപ്പോലെ തന്റെ സ്വരവും ഒരു പക്ഷേ അങ്ങ്

സ്വർഗ്ഗത്തിൽ കേൾക്കും. അച്ഛന്റെ ആത്മാവ് അവിടേക്ക് പോയതിനു ശേഷം പൂർണചന്ദ്രൻ ഭൂമിയോട് കൂടുതൽ അടുത്തിരിക്കുന്നു. ആകാശത്തിന്റെ കണ്ണാടിയാണ് ചന്ദ്രൻ. മകന്റെ ഉറക്കത്തിൽ അയാൾ സംസാരിക്കാനെത്തുന്നു. തന്നോടൊപ്പം ചേരൂ എന്ന് ഉപദേശിക്കുന്നു. ചന്ദ്രനെ തന്നെ നോക്കിയിരുന്നപ്പോൾ റിൻഡയ്ക്ക് തല കറങ്ങുന്നതുപോലെ തോന്നി. അയാളുടെ ഉള്ള് വിങ്ങാനാരംഭിച്ചു. ഇളകിമറിയുന്ന കടലിൽ നിന്നും തിരകളെ വിഴുങ്ങിയതുപോലെ ഉള്ളാകെ ആടിയുലയുന്നു. കരയിൽ കെട്ടിയിട്ട പാറയാകുന്നു അയാളിപ്പോൾ. അയാളുടെ മാംസം ഇപ്പോൾ ഒരു ചെന്നായയുടെ കാട്ടാളത്തങ്ങൾക്കിരയായിക്കൊണ്ടിരിക്കുകയാണ്. മൂക്കിലേക്ക് രക്തത്തിന്റെ മണം ഇരച്ച് കയറുന്നു. പൂർണചന്ദ്രൻ വീണ്ടും പ്രത്യക്ഷപ്പെട്ടപ്പോൾ തന്റെ പാതയിലുള്ള തടസ്സങ്ങളെല്ലാം വലിച്ചു കീറണമെന്നു തോന്നി അയാൾക്ക്. ആ തടസ്സം ഒരു വൃക്ഷമാകട്ടെ, ചുമരാകട്ടെ, അതിനെ ഇല്ലാതാക്കാൻ വെമ്പുകയാണിപ്പോൾ അയാൾ. ഇതുപോലൊരു വികാരം ഇതിനു മുമ്പുണ്ടായിട്ടില്ല. ഇതൊരു പക്ഷേ വടക്കിന്റെ മാത്രം വികാരമാകാം. അയാളുടെ വായ് ചൊറിഞ്ഞു, ചർമ്മം വലിഞ്ഞ് മുറുകി.

ശവം മണത്ത ചെന്നായയെപ്പോലെ റിൻഡ ആ ശവപ്പെട്ടിക്കരികിലെത്തി. അതൊന്നു തൊടാനും അതിന്റെ മൂടിയൊന്ന് മാറ്റി ഉള്ളിലേക്കെത്തി നോക്കാനും ശ്രമിക്കുകയായിരുന്നു അയാൾ. അത്ര വേഗത്തിലൊന്നുമല്ല അയാൾ അതിനരികിലേക്കെത്തിയത്. സാവധാനത്തിൽ, രഹസ്യമായി, ഇരയ്ക്കടുത്തേക്ക് നീങ്ങുന്ന നായാട്ടുകാരനെപ്പോലെ.

തീ കായാനിരുന്നിരുന്നവർ അവനെയല്ല അപ്പോൾ നോക്കുന്നത്. ഒരിളംകാറ്റ് കോൺഫിഡന്റിന്റെ ശബ്ദം അവനരികിലേക്ക് കൊണ്ടുവന്നു. അയാൾ അപ്പോൾ തന്റെ കഥ പറയുകയായിരുന്നു. ആ കഥപറച്ചിലിൽ ഒരു ലാളിത്യമുണ്ടായിരുന്നു. ലാളിത്യം അയാളുടെ വാക്കുകളുടേതായിരുന്നില്ല. കേൾവിക്കാരനിലുണ്ടായിരുന്നതായിരുന്നു അത്. അത് അയാളുടെ അടക്കമുള്ള സ്വരത്തിലും പ്രസന്നമായി കത്തിയെരിയുന്ന തീയിലും വ്യക്തമായിരുന്നു. ആത്മാവ് അതിന്റെ ഊഷ്മളസ്നേഹമുള്ള ചിറകുകളിലവരെ ഒതുക്കി നിർത്തി.

ആരുമറിയാതെ റിൻഡ ശവപ്പെട്ടിയെ സ്പർശിച്ചു. നക്ഷത്രങ്ങളിൽ നിന്നുമെത്തുന്ന വെളിച്ചംപോലും ഇതറിയരുതെന്ന മട്ടിൽ അയാൾ ശ്വാസമടക്കിപ്പിടിച്ചു. അതിനകത്തെ നിഴലിന്റെ മുഖത്ത് മലനിരകളുടേയോ മേഘങ്ങളുടേയോ എന്തെങ്കിലും ഛായയുണ്ടോ എന്നാണ് അയാൾക്ക് അറിയേണ്ടത്. ഓസെ ഇതിനകത്തടക്കിയിരിക്കുന്നത് തന്റെ നിഴലിനെയാകില്ല, മറ്റാരെയെങ്കിലുമാകും എന്നായിരുന്നു ആദ്യ ചിന്ത. ശവമടക്ക് വേണ്ടാത്ത എന്തൊരു തരം ശവമാണ് ഈ ശവപ്പെട്ടിയിൽ എന്നയാൾക്കറിയണം. പക്ഷേ, ശവപ്പെട്ടിയിൽ കൈവച്ചതും അയാളുടെ ശരീരമാകെ നിശ്ചലമായി. അന്നേരംവരേക്കും ഒരു മരവുമായും ബന്ധപ്പെടുത്താൻ

അയാൾക്കാകാതിരുന്ന ആ ഗന്ധം അയാളുടെ കൈവിരലുകളിലൂടെ തൊണ്ടയിലേക്കിരച്ചു കയറി. ഈ ശവപ്പെട്ടി ചെറിമരത്തിന്റെ ശിഖരങ്ങളാലുണ്ടാക്കിയതാണെന്ന് ആ നിമിഷത്തിൽ അയാൾക്ക് മനസ്സിലായി. അയാൾ ഞെട്ടി വിറച്ചു. കുതിരകൾ വീണ്ടും ഉണർന്നു.

റിൻഡ പിൻവാങ്ങി. ഒന്ന് തിരിഞ്ഞ് കിടന്നു. സാവധാനത്തിൽ അകലേക്ക് നീങ്ങി. കുതിരകളെ ഉണർത്തിയ, റിൻഡയെ ഭയപ്പെടുത്തി അകറ്റിയ ഗന്ധം ശവത്തിൽ നിന്നല്ല വന്നത്. ശവപ്പെട്ടിനിർമ്മാണത്തിനുപയോഗിച്ച ചെറിമരശാഖയുടേതാണ് ആ ഗന്ധം. ചെറിമരത്തിന്റെ ഗന്ധം ശവത്തിലേക്കും ഊറിയെത്തിയിരുന്നോ എന്നയാൾക്കറിയില്ല. ഓരോരുത്തരുടേയും രാവിന് അവരവരുടേതായ അതിർത്തികളുണ്ട്. അയാളുടേതിതാ ഇവിടെ, ഈ ഗന്ധത്തിലാണ്. കുതിരകൾ വീണ്ടും ഉറക്കം തുടങ്ങി. അയാളും.

നക്ഷത്രങ്ങൾക്കിടയിലൂടെയുള്ള ആകാശപ്പാതയിലൂടെ അയാൾ അലയുവാനാരംഭിച്ചു.

സ്വയം എന്തിലെങ്കിലും നഷ്ടപ്പെടുന്നതിൽ ഏറ്റവും സുന്ദരമായത് ആകാശപ്പാതയിൽ നഷ്ടമാകുന്നതാണ്. പരിചിതമായ നക്ഷത്രങ്ങളിൽ, പരിചിതമായ വൃക്ഷങ്ങളിൽ, പരിചിതമായ അഗ്നിയിൽ. സ്വപ്നത്തിൽ ഒരേ സ്ഥലം പലവട്ടം കാണുന്നതുപോലെ പല വാക്കുകളും ആവർത്തിച്ചാവർത്തിച്ച് വന്നേക്കാം. സമയം എന്നെപ്പോലെയുള്ള വെളുത്ത കുറുക്കന്മാരോട് സ്വപ്നത്തിൽ കളിക്കുന്ന കളിയാണത്.

സ്വപ്നങ്ങളിൽ ഇത്രയൊക്കെ ആവർത്തനമുണ്ടായിട്ടും എന്തോ കുറവുണ്ടെന്ന മട്ടിലാണ് നമ്മുടെയൊക്കെ ജീവിതം. ചുമരിനൊരു കല്ല് കുറവുണ്ടല്ലോ എന്ന മട്ടിൽ. അതേസമയം ജീവിതം പൂർണമാണെന്നോ അഥവാ നിങ്ങളുടെ സ്വപ്നത്തേക്കാൾ സമ്പൂർണമാണെന്നോ ധരിക്കരുത്. നിങ്ങൾ കണ്ടിട്ടില്ലാത്ത പലതും ഞാൻ കണ്ടിട്ടുള്ളതിനാലാണ്, നിങ്ങൾക്കറിയാത്തത് പലതും എനിക്കറിയാവുന്നതിനാലാണ് ഞാനിങ്ങനെ പറയുന്നത്. ചിലപ്പോഴെങ്കിലും ഉണർന്നെഴുന്നേൽക്കുമ്പോൾ എനിക്ക് ഈ സ്വപ്നം നഷ്ടമായോ എന്ന് തോന്നാറുണ്ട്. ആ സ്വപ്നത്തിലേക്കൊന്നുകൂടി പ്രവേശിക്കാൻ ശ്രമിക്കാറുണ്ട്. മറ്റൊരു സ്വപ്നത്തിലേക്ക് പ്രവേശിച്ച്, ഒട്ടും അദ്ധ്വാനമില്ലാതെ പഴയ സ്വപ്നം മറക്കുമ്പോഴും, പലപ്പോഴും മറക്കാനാകാത്ത ചില സ്വപ്നങ്ങൾ അവശേഷിക്കും. ഈ സ്വപ്നത്തിലേക്ക് തിരികെയെത്താനായില്ല എന്നതുകൊണ്ട്, ഉണരുന്നതിലേ എനിക്ക് പശ്ചാത്താപം തോന്നുമോ? “അതാണ് ജീവിതം” എന്ന് നിങ്ങൾ പറയും. “ഈ നിമിഷം കടന്ന് പോകാനാണ് നമ്മൾ കാത്തിരിക്കുന്നത്. അങ്ങനെയാകുമ്പോൾ നമുക്ക് ഭാവിയിൽ ജീവിക്കാനാകും. നമ്മൾ കാംക്ഷിക്കുന്നത് ഭൂതകാലത്തെയാണെങ്കിലോ, ഏതെങ്കിലും ഒന്നേ പറ്റൂ. രണ്ടും ഒന്നിച്ചെടുക്കാനാകില്ല.”

ചിലർക്ക് മറ്റുള്ളവരേക്കാൾ ബുദ്ധിയുണ്ടാകും. ചിലർ വേഗത്തിൽ ഭയചകിതരാകും. ഇനിയും ചിലർക്ക് ആയുസ്സ് കുറയും. അതെല്ലാം കണ്ടെ ത്താൻ എനിക്കീ സ്വപ്നത്തിൽ തട്ടിത്തടയേണ്ടതില്ല. എന്നാൽ ഇതെല്ലാം കൈവരിക്കുന്ന രൂപങ്ങൾ ഈ പ്രദേശത്തിന് അന്യമാണെന്ന് തോന്നുന്നു. ഉദാഹരണം തീ കായാനിരിക്കുന്ന ഈ രണ്ട് യാത്രികരുടെ കാര്യമെടു ക്കുക. ഒരേ അഗ്നിക്ക് ഇരുവശത്തുമിരിക്കുന്ന ഇവരിലുള്ള ജ്ഞാനം ഈ പ്രദേശത്തിലുള്ളവർക്ക് മാത്രമുള്ള ഒരു പ്രത്യേകതയാണ്. അതു കൊണ്ടായിരിക്കണം അനേകം ദിവസമായി ഈ സ്വപ്നത്തിൽ കുടുങ്ങി ക്കിടന്നിട്ടും മറ്റൊരു ഭയം എന്നെ ഗ്രസിച്ചിരിക്കുന്നത്. ദിവസമെന്നാണോ ഞാൻ പറഞ്ഞത്? അങ്ങനെയാണ് പറഞ്ഞതെങ്കിൽ അത് സ്വപ്നത്തിൽ സംസാരിക്കുക എന്നത് എനിക്കൊരു ശീലമായതിനാലാണ്. അതല്ലെങ്കിൽ ഉറക്കമുണർന്നാലുടൻ ഞാനീ സ്വപ്നത്തിൽ ഒരു രാവേ കഴിഞ്ഞുള്ളൂ എന്ന് തിരിച്ചറിയും. അതൊരു ആശ്വാസമാകും. ശരിയല്ലേ?

ഈ സ്വപ്നത്തിനിടയിൽ ഞാൻ മരിച്ചുപോകുന്നു എങ്കിൽ, ഞാനെന്റെ പഴയ ജീവിതത്തിലേക്ക് മടങ്ങിപ്പോകും എന്നാരെങ്കിലും കരുതുന്നു എങ്കിൽ, അത് അവർ അവരുടെ ജീവിതത്തിന് സ്വപ്നത്തിനേക്കാൾ അർത്ഥം കല്പിക്കുന്നതിനാലാണ്. അവർക്ക് ജീവിതം സ്ഥായിയായ എന്തോ ആണ്. സ്വപ്നങ്ങളോ ഈടില്ലാത്തതും. മരണത്തിനെതിരെ പ്രതിരോധമൊന്നുമില്ലാത്ത ഈ ജീവനിദ്ര അർത്ഥം കല്പിക്കുന്നത് ഒരു തരം അന്ധത മാത്രമല്ലേ? അന്ധത എന്ന് ഞാൻ പറയുമ്പോൾ നിങ്ങൾ ആ വഴിവാണിഭക്കാരനെയോർക്കല്ലേ. അയാൾക്ക് കാണാവുന്നതുപോലെ നമുക്കെല്ലാം കാണാനായെങ്കിൽ എന്നേ ഞാൻ ആഗ്രഹിക്കുന്നുള്ളൂ. സ്വന്തം സത്യത്തിൽ മാത്രം വിശ്വസിച്ച്, പുറത്തുള്ളതിനെയെല്ലാം അപ്രധാനമെന്ന് പറഞ്ഞ് തള്ളിക്കളയുന്നത് ധാർഷ്ട്യമാണ്. ധാർഷ്ട്യം പോലെ അപ്രധാനവുമാണ്. എന്റെ ജീവിതമാണ് സത്യമെന്നും എന്റെ സ്വപ്നം മിഥ്യയാണെന്നും കരുതുന്നത് സ്വാർത്ഥതയാണ്. അതുകൊ ണ്ടാണ് നിങ്ങൾക്ക് ഒരു സ്വപ്നത്തെ തേച്ച് മായ്ച്ച് കളഞ്ഞാലും വലിയ വിഷമമൊന്നും തോന്നാത്തത്. തേയ്ച്ച് മായ്ച്ച് കളഞ്ഞ സ്വപ്നം ഇല്ലാ താകുന്നു. പകരം മറ്റൊന്നവിടെ സ്ഥാനം പിടിക്കുന്നു.

കുറുക്കന്മാരെ കൊല്ലുക എന്നതും എളുപ്പമാണ്. എല്ലാംചെയ്ത് കഴിഞ്ഞാൽ പിന്നെ അങ്ങിനെയൊന്നുണ്ടായിരുന്നോ ഇല്ലയോ എന്നത് അപ്രധാനമാകുന്നു. അതല്ലേ ശരി? കയ്യിലുള്ളതിനെ വിലമതിക്കൂ. ജീവി ക്കാനായി പൊരുതൂ. പക്ഷേ ജീവിതത്തെ ചളിയിലിട്ട് വലിച്ചിഴക്കാതെ, എന്ന് ഞാൻ പറയും. സ്വന്തം ആത്മാവിനെ വികസിപ്പിക്കാൻ മറ്റുള്ള വരെ ബഹുമാനിക്കണം എന്നതാണ് ഈ ഭൗതികലോകത്തിലെ ഏക സത്യം. നിങ്ങളിലെ വെളിച്ചത്തെ പൊലിപ്പിക്കാനുള്ള മാർഗം അത് മാത്രമാണ്. ജീവനുകൾക്കെല്ലാം ഒന്നിച്ചേ വിപുലമാകാനോ ഹ്രസ്വ മാകാനോ സാധിക്കൂ. എല്ലാം എന്തിന്റെയെങ്കിലും കണ്ണാടിയാണ്. കണ്ണാടിയിൽ നിങ്ങൾക്കൊരു വെളിച്ചം കാണാനാകുന്നില്ലെങ്കിൽ

നിങ്ങളില്ല എന്ന് കരുതുക. നിങ്ങൾ തന്നെയാണ് സത്യം എന്നും അതിനപ്പുറത്തുള്ളതെല്ലാം വ്യത്യസ്തമായും കാണുന്നതിനാൽ കടന്നുപോകുന്നതാണെന്നും ഉപയോഗശൂന്യമാണെന്നും കരുതുന്നു. എങ്കിൽ, ഒരു ദിവസം, ഏറ്റവും വലിയ ധാർഷ്ട്യക്കാരനായ മരണം വാതിൽക്കൽ മുട്ടുമ്പോൾ മണലാരണ്യത്തിൽ കൊടുങ്കാറ്റടിക്കുമ്പോൾ നിസ്സഹായയമാകുന്ന മണൽതരിപോലെയാകും നിങ്ങൾ. അതിനാൽ സ്വപ്നങ്ങളിന്മേൽ നിങ്ങൾ ദയയുള്ളവരാകണം.

ജീവിതമില്ലാതെ സ്വപ്നങ്ങളുമുണ്ടാകില്ലെന്ന് അവർ പറയുന്നു. നിഴലിനെ ശരീരവുമായികൂട്ടി ബന്ധിപ്പിച്ചിരിക്കുന്നതുപോലെ തന്നെയാണത്രെ സ്വപ്നങ്ങളും. സത്യം. എന്നാൽ ജീവിതത്തിനും അതിന്റേതായ സ്രോതസ്സുകളുണ്ടെന്ന് നിങ്ങൾ മറക്കരുത്. അതെല്ലാം ജീവിതത്തെ മൂല്യമില്ലാത്തതാക്കുന്നില്ല എന്നും മറക്കരുത്. വ്യത്യാസം അവയൊഴുകുന്ന സമയത്തിന്റേതാണ്. ഒരൊറ്റ നേർരേഖയിലുള്ള സമയത്തിൽ ജീവിതം നീണ്ടുപോകുന്നു. നദീതടത്തിലൂടെ ഒഴുകുന്ന നദിയെപ്പോലെ ജീവിതത്തിനും പിൻതിരിഞ്ഞ് നടക്കുവാനാകില്ല. ഭൂതകാലത്തെ അത് പുറകിലുപേക്ഷിക്കുന്നു. അതിനു മുന്നിലുള്ളത് ഭാവി മാത്രമാണ്. ഇത് രണ്ടും ഒരിക്കലും ഒന്നിച്ചുണ്ടാകില്ല. ഒരേ നദിയിൽ രണ്ട് തവണ കുളിക്കാനാകില്ല എന്നൊരു ചൊല്ലില്ലേ? അത് ശരിയാണ്. കാരണം സമയം കടന്നുപോയിരിക്കുന്നു, നദി മാറിയിരിക്കുന്നു. എന്നാൽ സ്വപ്നങ്ങളിൽ എല്ലാം ആ നിമിഷത്തിലാണ് സംഭവിക്കുന്നത്. ഭൂതവും ഭാവിയും വർത്തമാനത്തിൽ സ്വരുക്കൂട്ടിയിരിക്കുന്നു. സമയം എന്നത് ഇവിടെ ഭൂതത്തിലേക്കും ഭാവിയിലേക്കും വഴിപിരിഞ്ഞ് പോകുന്ന രണ്ട് ശാഖകൾ മാത്രമാണ്. നിങ്ങളുടെ ലോകത്തിലെപ്പോലെ ഇന്നും നാളേയും ഇവിടെ വേർപിരിഞ്ഞ് പോകുകയല്ല. സൂര്യനെപ്പോലെയാണത്. എതിരെയുള്ള മലനിരകളെ ചൂട് പിടിപ്പിക്കുന്ന സൂര്യരശ്മികളും കാട്ടിലേക്ക് വെട്ടിത്തിളങ്ങിയെത്തുന്ന രശ്മികളും തമ്മിലുള്ള ദൂരം സമയമാണെന്ന് കരുതുക. ആ രശ്മികളെല്ലാം ഉദ്ഭവിക്കുന്നത് ഒരേ നിമിഷത്തിൽ ഒരേ സൂര്യനിൽ നിന്നാണെന്നോർക്കുക. കണ്ണാടിയിൽ കാണുന്ന നമ്മുടെ നിഴലിനെപോലെ നമ്മുടെ സമയവും കണ്ണാടിയിലെ സമയവും ഒരേ നിമിഷം ഒരുപോലെ വ്യത്യസ്ത ദൂരങ്ങളിൽ നിന്നും പ്രവർത്തിക്കുന്നവയാണ്. അതുപോലെ തന്നെയാണ് ഭൂതവും ഭാവിയും. അഭിമുഖമായി നിൽക്കുന്ന രണ്ട് കണ്ണാടികൾ. ഇവയ്ക്കിടയിലുള്ള നിമിഷത്തെയാണ് നമ്മൾ അനുഭവിക്കുന്നത്. നമുക്കിരുവശത്തുമുള്ള കണ്ണാടികളിൽ പ്രതിഫലിക്കുന്നത് ഒരേ നിമിഷത്തിന്റെ ഭൂതവും ഭാവിയുമാണ്. അതുകൊണ്ടാണ് അനന്തമായ ഈ വടക്കിന്റെ, അതിന്റെ അനന്തമായ സമയത്തെ ഒരൊറ്റ രാത്രിയിലെ സ്വപ്നത്തിൽ ഒതുക്കി നിർത്തുവാനാകുന്നത്. സ്വപ്നത്തിൽ ഒരേ കുളത്തിൽ നിങ്ങൾക്ക് രണ്ട് തവണ കുളിക്കാനാകും.

സ്വപ്നങ്ങളെ സംബന്ധിച്ചിടത്തോളം അത് സ്വപ്നമായിരുന്നു എന്ന് മറ്റുള്ളവരെ പറഞ്ഞ് മനസ്സിലാക്കിക്കുക എന്നതാണ് ഏറ്റവും ബുദ്ധിമുട്ടുള്ള

കാര്യം. നിങ്ങൾക്ക് മറ്റൊരു ജീവിതം കൂടിയുണ്ടെന്ന് മറ്റുള്ളവരോട് പറഞ്ഞാൽ, നിങ്ങൾ ഉണരുന്ന ഒരു സമയം വരുമെന്ന് പറഞ്ഞാൽ, അവ നിങ്ങളെ ഉപദ്രവിക്കാനുദ്ദേശിക്കുന്നില്ലെങ്കിലും അത് ചെയ്തിരിക്കും. ഒന്നിനുമായില്ലെങ്കിൽ നിങ്ങളെ ഭ്രാന്തനെന്ന് വിളിക്കുകയോ അതുമല്ലെങ്കിൽ ഒഴിവാക്കുകയോ ചെയ്യും. ദയ വേണ്ടത് നിങ്ങൾക്കാണെന്നാണ് അവർ കരുതുന്നത്. കുറച്ച് കഴിഞ്ഞാൽ പിന്നെ സത്യം എല്ലാവരുമായി പങ്കുവെയ്ക്കാതിരിക്കുന്നതാണ് നല്ലതെന്ന് നിങ്ങൾക്ക് മനസ്സിലായി തുടങ്ങും. നിങ്ങൾ പറയുന്നതിൽ ശ്രദ്ധയുണ്ടാകും, അവരെപ്പോലെയാകും. നിങ്ങളുടെ കഥ പറയാൻ അപ്പോഴൊക്കെ നിങ്ങൾ വെമ്പുന്നുണ്ടാകും. നിങ്ങളെ മനസ്സിലാക്കുന്ന ഒരു സാധുഹൃദയനെ എന്നെങ്കിലും കണ്ടുമുട്ടുമെന്ന പ്രതീക്ഷയുണ്ടാകും.

ഒരിക്കൽ ഞാനിതെല്ലാം ഒരു യാത്രികനുമായി പങ്കുവെച്ചപ്പോൾ എന്റെ കണ്ണിൻമുന്നിൽ അയാൾ സ്വന്തം കുതിരയെ കൊന്നു. "ഇത് സത്യമല്ലെങ്കിൽ, ഇതൊരു സ്വപ്നം മാത്രമാണെങ്കിൽ പിന്നെ ഇതിനൊരു അർത്ഥമോ മൂല്യമോ ഇല്ല" എന്നയാൾ പറഞ്ഞു. അടുത്ത നിമിഷത്തിൽ തന്റെ കുതിരയ്ക്ക് വീണ്ടും ജീവൻ വെച്ചേക്കും എന്നും പറഞ്ഞു. ഈയിടെയായി ഞാൻ നിശ്ശബ്ദനായിരിക്കുന്നത്, നിങ്ങളെപ്പോലെ സമാന മനസ്കരുമായി മാത്രം ഇതൊക്കെ പങ്കുവെയ്ക്കുന്നത്, സത്യത്തെ ആരും ദുർവ്യാഖ്യാനം ചെയ്യാതിരിക്കാനാണ്. അസ്തിത്വം മാത്രമാണ് വാസ്തവമായിട്ടുള്ളതെങ്കിൽ പിന്നെ അത് എപ്പോൾ എങ്ങനെ പ്രകടമാക്കുന്നു എന്നത് കാര്യമാക്കേണ്ടതില്ല. അസ്തിത്വം എന്നാൽ മൂല്യമാണ്. സത്യവുമാണ്. സ്വപ്നം എന്നത് അതിന്റെ മറ്റൊരു ആവിർഭാവമാണ്. വേദനയെക്കുറിച്ച് പറയുകയാണെങ്കിൽ, അത് നമ്മൾ സ്വപ്നത്തിലും അനുഭവിക്കാറുണ്ട്. ചിലപ്പോഴെങ്കിലും യഥാർത്ഥ ജീവിതത്തിൽ അനുഭവിക്കുന്നതിനേക്കാൾ സന്തോഷമനുഭവപ്പെടും. അതുപോലെ സ്വപ്നത്തിൽ നമ്മൾ പൊഴിക്കുന്ന കണ്ണുനീരും അവാസ്തവമല്ല. സ്വപ്നത്തിൽ നമ്മളനുഭവിച്ച സന്തോഷത്തിന്റെ ആ നിമിഷത്തിലേക്കൊന്നുകൂടി എത്തിപ്പെടാൻ നമ്മൾ പലപ്പോഴും വല്ലാതെ കൊതിച്ചിട്ടില്ലേ? സത്യത്തിൽ സ്വപ്നം കാണുക എന്നത് ഒരു ബുദ്ധിമുട്ടുമില്ലാത്തതാണ്. സ്വപ്നത്തിനൊരു മൂല്യം നൽകുക എന്നതിനാണ് വിഷമം. അതുമായി ഒരു ബന്ധം സ്ഥാപിച്ചെടുക്കുക എന്നതിന്. സ്വപ്നവും ജീവിതവും തമ്മിലുള്ള അതിർവരമ്പ് എന്നത് വാസ്തവമല്ല, ഒരവസ്ഥയുടെ ഏത് തലം എന്ന ചോദ്യമാണെന്ന് അറിയാത്തവരാണ് ഇത് മനസ്സിലാകാത്തവർ.

പിറ്റേന്ന് കാലത്ത് കോൺഫിഡന്റ് തന്റെ സ്വപ്നത്തെ ഇങ്ങനെ തുലനം ചെയ്തു. അവനിതറിയാമായിരുന്നു. അവരുണർന്നപ്പോൾ തീ അണഞ്ഞിരുന്നു. കുതിരകൾ ഇത്തിരി ദൂരെ മാറി മേയുന്നുണ്ടായിരുന്നു. വഴിവാണിഭക്കാരൻ അപ്പോഴും വണ്ടിയിൽ തന്നെയായിരുന്നു. സൂര്യനുദിക്കും മുമ്പ് ഭക്ഷണം കഴിച്ച് യാത്ര പുനരാരംഭിക്കേണ്ടതുണ്ടെന്ന്

അവർക്കറിയാമായിരുന്നു. തന്റെ പുസ്തകങ്ങൾ ബെലെക്കിനു മീതെ വെച്ചുകെട്ടട്ടെ എന്ന് കോൺഫിഡന്റ് ചോദിച്ചു. അതിന്റെ ആവശ്യം സത്യത്തിലുണ്ടായിരുന്നില്ല. വഴിവാണിഭക്കാരന്റെ വണ്ടിയിൽ ധാരാളം സ്ഥലമുണ്ടായിരുന്നു. ശവപ്പെട്ടിയും അവർ വണ്ടിയിൽ കയറ്റി. കോൺഫിഡന്റ് അപ്പോൾ താനൊരു സ്വപ്നം കണ്ടു എന്ന് പറഞ്ഞു.

"എന്റെ സ്വപ്നത്തിൽ എന്റെ ശവപ്പെട്ടി കുതിരയുടെ ഒരു വശത്ത് കെട്ടിവെച്ചിരിക്കുന്നു. ഞാനിതുവരെ എഴുതിയതെല്ലാം മറുവശത്തും. എന്റെ ശരീരം ഈ ലോകത്തിൽനിന്നും അകന്നു പോകുകയായിരുന്നു. ആ ശവപ്പെട്ടിക്കകത്ത് ഞാനായിരുന്നു. കുതിരയുടെ ഒരു വശത്ത് എന്റെ ശവമായിരുന്നു. മറുവശത്ത് എന്റെ പുസ്തകങ്ങളും. ഞാൻ അതുവരെ ജീവിച്ച ജീവനു പ്രാധാന്യം നൽകിയത് ഞാനെന്ത് സൃഷ്ടിച്ചുവോ അത് മാത്രമായിരുനു. മറ്റു വാക്കുകളിൽ പറഞ്ഞാൽ എന്റെ ജീവിതം എന്റെ പുസ്തകങ്ങൾപോലെ തന്നെ പ്രാധാന്യമുള്ളതായിരുന്നു. എന്റെ ശവത്തിനും എന്റെ പുസ്തകങ്ങൾക്കും ഒരേ ഭാരമായിരുന്നു. അവ പരസ്പരം സമതുലിതമായി. ഇത് ആരോ കണ്ടു. എന്റെ കൃതികൾ ഒരു ശവപ്പെട്ടി പോലെ ഒഴിഞ്ഞതാണെന്ന് അയാൾ കണക്കാക്കി. മരിച്ചവർ മൂല്യമില്ലാത്തവരാണെന്ന് കരുതുന്ന അജ്ഞാനികളാണവർ. ഈ വിശ്വത്തിന്റെ ആത്മാവെന്തെന്ന് അറിയാത്തവർ."

ഓസെ അയാളെ പ്രോത്സാഹിപ്പിച്ചു. "എന്തൊരു സുന്ദര സ്വപ്നം, കോൺഫിഡന്റ്. എന്റെ മരണവും അങ്ങനെയാകട്ടെ എന്ന് ഞാൻ ആഗ്രഹിക്കുന്നു. അത് ഈ കുതിരയ്ക്കൊരു അസൗകര്യമാകില്ലല്ലോ റിൻഡ?"

സ്വപ്നമില്ലെങ്കിൽ ജീവിതവുമില്ല, അത് മറക്കരുത്. മരണത്തെ ഭയക്കുക എന്നത് ഉണരാൻ ഭയക്കുന്നതുപോലെയാണ്. ഒരൊറ്റ വ്യത്യാസമേയുള്ളൂ. ഭാവിയിൽ എന്നെ കാത്ത് എന്തിരിക്കുന്നു എന്നറിയാം എന്നതാണ് ഉണരാനുള്ള അഭിവാഞ്ഛയിലുള്ളത്. മുമ്പ് ജീവിച്ച ജീവിതത്തിൽ നിന്നാണിത് വരുന്നത്. ഞാൻ പഴയ ജീവിതം മറന്നിട്ടില്ല. അതിലേക്ക് തിരിച്ച് പോകും. എന്നാൽ മരണത്തിൽ നിന്നും അകന്നുപോകുന്നതെന്തുകൊണ്ടെന്ന് എനിക്ക് മനസ്സിലാകും. നിങ്ങളെ സംബന്ധിച്ചിടത്തോളം കാലം എന്നതിനു പല ഘട്ടങ്ങളുണ്ട്. അങ്ങനെ വിഭജിച്ചിരിക്കുകയാണ് നിങ്ങൾ. അതുപോലെ, ജനനത്തിനു മുമ്പ് നിങ്ങൾക്കെന്ത് ജീവിതമാണുണ്ടായിരുന്നത് എന്ന് നിങ്ങൾക്കറിയില്ല. മരണത്തിനുശേഷമുള്ള ജീവിതത്തെക്കുറിച്ച് നിങ്ങൾ ഓർക്കുന്നുമില്ല. അത് ശരിയാണ്. ഭാവിയെ ഓർക്കുക. നിങ്ങളുടെ സമയത്തെ ഘട്ടങ്ങളാക്കുക. ജീവിതവുമായി നിങ്ങൾ അതിനെ ബന്ധപ്പെടുത്തി ചിന്തിക്കുന്നത് വിഭാഗങ്ങളായാണ്. ഘട്ടങ്ങളായാണ്. നിങ്ങൾ ഒന്നുകിൽ ആ നിമിഷത്തിന്റെ തടവുപുള്ളിയാണ്, അല്ലെങ്കിൽ അതിലൊരു അപരിചിതനാണ്. അതുകൊണ്ടാണ് ജീവിതത്തിൽ പലപ്പോഴും നിങ്ങൾ നിസ്സഹായരാകുന്നത്. നിങ്ങൾ

അറിയണം എന്ന ആഗ്രഹത്തോടെയാണ് ഞാനിത് പറയുന്നത്. സമയത്തേയും ജീവിതത്തേയും ഒന്നായി ധരിക്കാൻ നിങ്ങൾക്കാകും. അങ്ങനെ വിശ്വത്തിന്റെ ഹൃദയത്തിലെത്താനാകും.

ദീർഘയാത്രകൾ പലതും കഴിഞ്ഞപ്പോൾ സ്വപ്നങ്ങളുമായി എനിക്ക് പരിചയമായി. ഇവിടത്തെ സമയം എന്നത് എനിക്ക് പുതുമയുള്ളതായി. എനിക്ക് ശേഷം ഈ ലോകത്തിനെന്ത് സംഭവിക്കും എന്നോർത്ത് ഞാൻ അദ്ഭുതപ്പെടുന്നു. ഒരു സ്വപ്നം അവസാനിക്കുമ്പോൾ നമ്മുടെ ജീവിതവും അവസാനിക്കുമോ? വ്യതിരിക്തമായി നിൽക്കാൻ കെല്പുള്ള സമയം, പൊടുന്നനെ കടന്ന് പോകുന്ന സമയം, എല്ലാം വേർപെട്ട് ഒലിച്ച് പോകുമോ? ഒരുപക്ഷേ എനിക്കിതിന്റെ ഉത്തരമറിയാത്തതിനാലാകണം. എങ്കിലും ഒന്നുണരാൻ ഞാൻ വെറിപിടിച്ചാശിക്കുന്നു. അവിടെ, ആ ഉത്തുംഗത്തിലെത്തിയാൽ പിന്നെ സത്യമായും എനിക്കത് വേണമോ എന്ന് തീർച്ചയില്ലാതാകുന്നു. എന്റെ സ്വപ്നത്തിലധിഷ്ഠിതമാണെല്ലാവരുടേയും അസ്തിത്വം അല്ലെങ്കിൽ അസ്തിത്വമില്ലായ്മ എങ്കിൽ, അതിനർത്ഥം, സമയം എന്നെ ആശ്രയിക്കുന്നു എന്നാണ്. അസ്തിത്വത്തിന്റെ അർത്ഥമായ സമയം ഞാൻ തന്നെയാണ്. ഞാനൊന്നുണർന്നാൽ ഇവിടെ കാണുന്ന വിശ്വം പല തുണ്ടായി പൊടിഞ്ഞ്, മാഞ്ഞു പോകുന്നുവെങ്കിൽ, മറ്റു വാക്കുകളിൽ പറഞ്ഞാൽ, നമ്മിൽ നിന്നും ഏറ്റെടുത്ത് ഈ സ്വപ്നത്തെ മുന്നോട്ട് കൊണ്ടുപോകാൻ ആരുമില്ലെങ്കിൽ, നമുക്ക് പിന്നെ എന്ത് ചെയ്യാനാകും? “കഷ്ടം. നമ്മൾ എല്ലാം ചെയ്ത് തീർത്തല്ലോ” എന്ന് പരിതപിക്കുകയല്ലാതെ എന്ത് പറയാനാകും? അതല്ലെങ്കിൽ ഉണരാതിരിക്കുന്നതെങ്ങനെ എന്ന് എനിക്കറിയണം, നായാട്ടുകാരിൽ നിന്നും അകന്ന് നിൽക്കാനറിയണം.”

റിൻഡ മറുപടിയെന്തെങ്കിലും പറയുന്നതിനു മുമ്പ് വഴിവാണിഭക്കാരനെത്തി. അയാളപ്പോഴും പാതി മയക്കത്തിലായിരുന്നു. അയാൾ ആടിയാടി വരുന്നത് നോക്കിയിരുന്നപ്പോൾ കൂട്ടത്തിലൊരാൾ “പ്രിയ വഴിവാണിഭക്കാരാ, ഉറക്കത്തിൽ നിങ്ങളൊരു വെളുത്ത കുറുക്കനായി, കാട്ടിൽ താമസിക്കുന്ന മഞ്ഞമുടിയുള്ള മുത്തശ്ശിയെ ഭയപ്പെടുത്തിയോ” എന്ന് ചോദിച്ചു. അവരെല്ലാം പൊട്ടിച്ചിരിച്ചു. വഴിവാണിഭക്കാരന് സ്വപ്നത്തിൽ മാത്രമേ കണ്ണുള്ളൂ. അയാൾക്ക് അവരെ കാണാനാകില്ല. അതുകൊണ്ടാണയാൾ എപ്പോഴും ഉറങ്ങുന്നത്. ഉറക്കത്തിലെ പകൽ അപ്പോൾ കഴിഞ്ഞതേയുള്ളൂ. ഇപ്പോൾ ഒരു വെളിച്ചത്തിനും തുളച്ചുകയറിയെത്താനാകാത്തത്ര ഇരുളുള്ള രാത്രിയാണ്. വഴിവാണിഭക്കാരന്റെ മറുപടി കേട്ടും അവർ ചിരിച്ചു.

“ഒരു പക്ഷേ, മനുഷ്യനാണ് ഞാൻ എന്ന് സ്വപ്നം കാണുന്ന വെളുത്ത കുറുക്കനായിരിക്കാം ഞാൻ.”

നാല്

ഏറ്റവും കരുത്തുള്ള വിശുദ്ധ വാക്കേത്?
ഏറ്റവും വിജയിയാര്?
ഏറ്റവും മഹത്തരമായതേത്?
നമ്മുടെ പേരാണത്.
അതാണേറ്റവും കരുത്തുള്ള വിശുദ്ധവാക്ക്
ഏറ്റവും വിജയിയായ വാക്ക്
ഏറ്റവും മഹത്തരമായ വാക്ക്.

- സരതുഷ്ട്ര

സഫാലി

സൂര്യൻ ഭൂമിയെ ചുട്ടെരിക്കാൻ ആരംഭിക്കുകയായിരുന്നു. ദൂരെനിന്ന് സഫാലി എന്ന പട്ടണം അവർ കണ്ടു. അവർ താഴ്‌വാരത്തേക്കിറങ്ങുകയായിരുന്നു. പട്ടണത്തിന്റെ മദ്ധ്യത്തിലുള്ള കുന്ന്, അവിടത്തെ വീടുകൾ, ആകാശം മുട്ടുന്ന മിനാരങ്ങൾ. ആകാശനീലിമയിൽ വരച്ചിട്ട വർണാഭമായ ചിത്രം പോലെയുണ്ടായിരുന്നു ആ പട്ടണം. സൂര്യരശ്മികൾ കൊണ്ട് വെട്ടിത്തിളങ്ങുന്ന നീല, ചുവപ്പ്, പച്ച പൈൻ മരങ്ങൾ, അവയ്ക്ക് താഴെയുള്ള അരുവിയിൽ നിഴലുകളായി.

മാർബിളിന്റെ വലിയ പാറക്കെട്ടുകൾക്കിടയിൽ നിന്ന് നുരഞ്ഞൊഴുകുന്ന അരുവി. അത് താഴ്‌വാരത്തിലൂടെ കലപിലകൂട്ടി ഒഴുകുന്നു. ഒരു കൂട്ടം പെൺകുട്ടികൾ ആ അരുവിക്കരികിലിരുന്ന് പാട്ടുപാടുന്നു, ചിരിക്കുന്നു. അവർക്കു ചുറ്റും ഓടിക്കളിക്കുന്ന കുറച്ച് കുട്ടികളുണ്ട്. സാവധാനം നടന്ന്, യാത്രികർ അരുവിക്കരയിലിരിക്കുന്ന ഒരു സ്ത്രീക്ക് സമീപമെത്തി. അവർ വരുന്നത് എവിടെനിന്ന് എന്ന് ആ സ്ത്രീയോട് പറഞ്ഞു.

കൂട്ടത്തിൽ മുടി മെടഞ്ഞിട്ടിരിക്കുന്ന പെൺകുട്ടിയെ ചൂണ്ടി ആ സ്ത്രീ മുടി മെടഞ്ഞിട്ടിരിക്കുന്ന പെൺകുട്ടിയുടെ വിവാഹമാണ് എന്നു പറഞ്ഞു. അവളുടെ മുഖത്ത് വിടർന്നിരിക്കുന്ന സന്തോഷം അവളെ കൂടുതൽ സുന്ദരിയാക്കിയിരിക്കുന്നു. പട്ടണത്തിലെ ഏറ്റവും ശുദ്ധമായ ജലമൊഴുകുന്നത് ഈ അരുവിയിലൂടെയാണ് അതിനാൽ, നവവധുവിന്റെ മെത്തയും

തലയിണയും അലങ്കരിക്കാനുള്ള കമ്പിളി നൂലുകൾ കഴുകാനെത്തിയ താണ് അവർ ഇവിടെ. ഈ കമ്പിളിക്കഴുകലിൽ അവിവാഹിതകളായ പെൺകുട്ടികൾ മാത്രമാണ് പങ്കെടുക്കുക. എല്ലാ പെൺകുട്ടികളും കഴുകിയ ഇത്തിരി കമ്പിളി നൂലുകൾ സൂക്ഷിക്കും. അവർ വിവാഹിത രാകുമ്പോൾ അതെടുത്ത് മറ്റൊരാൾക്ക് കൊടുക്കും. ഒരാളിൽനിന്നും മറ്റൊരാളിലേക്ക് വ്യാപിക്കുന്ന പ്രണയം പോലെ, അവരുടെ സന്തോഷം മറ്റുള്ളവരിലേക്ക് പടരും.

അരുവിയുടെ കളകളാരവം പോലെ തെളിമയാർന്നതായിരുന്നു അവരുടെ സ്വരവും. അവിടേക്കെത്തിയ നാലു യാത്രികരെ ഇടയ്ക്കൊന്ന് ഒളികണ്ണിട്ട് നോക്കി അവർ ഇരുന്നു. പിന്നെ പാടി. കൈയിലുണ്ടായിരുന്ന കമ്പിളി നൂലുകൾ കഴുകി. മുത്തുമണികളുള്ള കാതണികളാണവർ ധരിച്ചിരുന്നത്. മുത്തിന്റെ നെക്ലേസുകളും. അവരുടെ നഗ്നമായ കാല്പാദങ്ങൾ തിളങ്ങുന്നുണ്ടായിരുന്നു. ജലം സ്പർശിച്ചാൽ ജീവൻ വെയ്ക്കുന്ന മീനിനെപ്പോലെയായിരുന്നു ആ തിളക്കം. കുറച്ചകലെ കളിച്ചിരുന്ന കുട്ടികൾ ഒന്നിനുപുറകെ ഒന്നായി, ഒന്നിനുള്ളിൽ ഒന്നായി കളികൾ കണ്ടെത്തിക്കൊണ്ടിരുന്നു. ആൺകുട്ടികൾ ഒരൊറ്റ സംഘമായി, കണ്ണടച്ചിരിക്കുന്നു. പൂർണ നിശ്ശബ്ദരായി. പെൺകുട്ടികൾ മാറി ഒളി ച്ചിരുന്നു. പാറകൾക്ക് പുറകെ, വഴിക്കപ്പുറത്ത്, വഴിവാണിഭക്കാരന്റെ വണ്ടിയിൽ ഒളിക്കാനുള്ള സ്ഥലം അവർ കണ്ടെത്തി.

ആദ്യമായാണ് ആ സ്ത്രീക്കരികിലിരിക്കുന്ന നാലു യാത്രികരും അവരുടെ യാത്രയ്ക്കിടയിൽ ഒരു അരുവിക്കരയിൽ വിശ്രമിക്കുന്നത്. സൂര്യൻ ആകാശത്തിന്റെ ഉച്ചിയിലെത്തിയിരിക്കുന്നു. പെൺകുട്ടികളുടെ സ്വരവുമായി കുതിരകൾ ഇഴുകിച്ചേർന്നിരിക്കുന്നു. കറുപ്പും വെളുപ്പുമായ കുതിരകളുടെ നിറം പെൺകുട്ടികളേയും സന്തോഷിപ്പിക്കുന്നു. ഒരുപക്ഷേ, ഈ താഴ്വാരത്തേക്കിറങ്ങി വരുന്നതിനുമുമ്പ്, കുതിരപ്പുറത്തു നിന്നിറക്കി വണ്ടിയിൽ കയറ്റിയ ശവപ്പെട്ടിയെക്കുറിച്ച് ഈ പെൺകുട്ടി കളറിഞ്ഞിരുന്നുവെങ്കിൽ അവർ ഇപ്പോൾ പാടുന്ന പാട്ട് നിർത്തി, ദുഃഖ ഗാനങ്ങൾ ആലപിക്കുമായിരുന്നു.

നാലു യാത്രികരും സഫാലിയിലെത്തിയിരിക്കുന്നത് ഏറെ ക്ഷീണി തരായിട്ടാണ്. അവർ ശവപ്പെട്ടിയെക്കുറിച്ചൊന്നും പറഞ്ഞില്ല. വാക്കുകൾ മിനുക്കി, വാക്കുകളിൽ തുന്നൽ പണികൾ ചെയ്താണവർ മറ്റുള്ളവർക്ക് മുമ്പിൽ അവതരിപ്പിച്ചത്. യാത്രയിലുടനീളം തീ കായുന്നതിനിടയിൽ കഥ പറഞ്ഞ് പറഞ്ഞ് അവർ രാവിന്റെ നീളം കുറച്ചു. ചിലപ്പോൾ നക്ഷത്ര ക്കൂട്ടങ്ങളുടെ അർത്ഥം ഗണിച്ചും ചിലപ്പോൾ വിചിത്രമായ രേഖയിൽ പറക്കുന്ന പക്ഷിക്കൂട്ടങ്ങളുടെ യാത്രയെ ഗണിച്ചും. അബദ്ധവശാൽ ഒരിക്കൽ അവർ ചെങ്കുത്തായ ഒരു മലഞ്ചെരിവിലെത്തി. പങ്കുവെയ്ക്ക പ്പെട്ട ഒരു പാത വരച്ചുണ്ടാക്കുവാനുള്ള സാധ്യതയായിരുന്നു അവർക്ക്

യാത്ര. മറ്റു തരത്തിൽ പറഞ്ഞാൽ ഉത്തരദേശക്കാരനാകുക. ഇനിയൊരിക്കലും പിരിയില്ലെന്ന മട്ടിലാണ് അവർ നടന്നത്. എല്ലാവരും സ്വന്തം രഹസ്യങ്ങളുടെ കാവൽക്കാരനാണെന്നത് മറക്കുംമട്ടിൽ അവർ പരസ്പരം വിശ്വസിച്ചു. വഴിവാണിഭക്കാരനോടൊത്തവരും അന്ധരായി, ഓസെയോടൊത്തൊരു നിഴലായി, കോൺഫിഡന്റിന്റെ സ്വപ്നത്തിലവർ മരിച്ചുപോയി. എന്നിട്ട് പുസ്തകങ്ങൾക്കപ്പുറത്തുള്ള ഭാഗത്തെ ശവപ്പെട്ടിയിൽ കയറി കിടന്നു. ഒരിക്കൽ യാതൊരു ദയയുമില്ലാതെ പൂർണചന്ദ്രൻ അവർക്ക് മീതെ ഒഴുകിവീണപ്പോൾ അവർക്ക് തലകറങ്ങി. അപ്പോൾ അവർക്കുള്ളിൽ ഒരു ചെന്നായയുടെ ക്രൗര്യം. ഒന്നിച്ച് ദൂരെനിന്ന് വന്ന ഓരി ശ്രദ്ധിച്ചു. കണ്ടെത്താൻ ബുദ്ധിമുട്ടുള്ള മുത്തുമാലയാകും പലപ്പോഴും സൗഹൃദം. ചിലപ്പോഴത് സംരക്ഷിക്കാൻ ബുദ്ധിമുട്ടാകും. ഹൃദയത്തിൽ ഒരേ നിലയിൽ അവർക്കത് എപ്പോഴും കാത്തുസൂക്ഷിക്കേണ്ടിയിരുന്നു.

അവർ അവിടേക്കെത്തിയപ്പോൾ ആദ്യം കണ്ട വലിയ ഹർമ്മ്യത്തിനു മുന്നിൽ സായാഹ്നത്തിൽ വീണ്ടുമൊത്തുകൂടാം എന്നു പറഞ്ഞ് നാലുപേരും പിരിഞ്ഞു. വഴിവാണിഭക്കാരൻ തന്റെ വണ്ടിയുമായി അവിടെ തന്നെ തങ്ങാൻ തീരുമാനിച്ചതിനാൽ ശവപ്പെട്ടി അതിൽതന്നെ വച്ചു. ഓസെയും കോൺഫിഡന്റും ഒന്നിച്ച് യാത്ര ചെയ്യാൻ തീരുമാനിച്ചതിനാൽ അവർ ബെലെക്കിനെ കൂടെകൊണ്ടുപോയി. ബെലെക്കിന്റെ പുറത്തിപ്പോൾ പുസ്തകങ്ങൾ മാത്രമേയുള്ളൂ.

ഈ താഴ്വാരത്തേക്കെത്തിയപ്പോൾ മുതൽ തന്നിലേക്കടിച്ച് കയറിവന്ന എരിവുള്ള സുഗന്ധം ഈ പട്ടണത്തിൽ നിന്നാണെന്ന് റിൻഡ തിരിച്ചറിഞ്ഞു. ഓരോ മണവും അയാളെ ഓരോ തെരുവിലെത്തിച്ചു. സുഗന്ധമുള്ള തൈം എന്ന ചെടിയന്വേഷിച്ച് അയാൾ മതിലുകൾ ചാടിക്കടന്നു. കറുവാപ്പട്ടയുടെ മണമുള്ള ജലധാരകളിലെത്തി. ഇത്രയും വലിയൊരു പട്ടണം ആദ്യമായി അയാൾ കാണുകയാണ്. ഉയരമുള്ള കെട്ടിടങ്ങളും കല്ലുപാകിയ വീഥികളും ഏത് ദിശയിൽനിന്നും കാണാവുന്ന ചത്വരങ്ങളും അയാളെ സംഭ്രമിപ്പിച്ചു. ആവേശം മൂത്ത് അയാൾ പരിചിതമല്ലാത്ത മരങ്ങൾ നിറഞ്ഞ ഒരു കാട്ടിലേക്ക് നടന്നു. കാടല്ലത്, പട്ടണം തന്നെയാണ്. ഒരു മണിയൊക്കെയടിച്ച് തെരുവിലൂടെ അലയുന്ന കച്ചവടക്കാരന്റെ തോളിലെ മാറാപ്പിലെന്തായിരിക്കും എന്നൂഹിക്കാൻ അയാളൊരു ശ്രമം നടത്തി.

ചത്വരത്തിലെ തടാകത്തിലുള്ള ചില പ്രതിമകൾക്കു മുന്നിൽ അയാൾ നിന്നു. മാർബിൾ കൊണ്ട് കൊത്തിയുണ്ടാക്കിയ പെൺകുട്ടികളുടെ രൂപങ്ങൾ. തെറ്റുകുറ്റങ്ങളേതുമില്ലാത്ത മുഖമാണ് അവരുടേത്. അവരിലേക്ക് തെറിപ്പിച്ച വെള്ളത്തിൽ മുഖം തിളങ്ങുന്നു. പ്രതിമയുടെ ശരീരം വെള്ളത്തിലാഴ്ന്ന് കിടക്കുന്നു. അവളുടെ മാർബിൾ കരം ഒരു മീനിനെ പിടിക്കാനായി നീട്ടിയിരിക്കുന്നു. അയാൾ എങ്ങോട്ട് തിരിഞ്ഞോ അങ്ങോട്ട് ആ പെൺകുട്ടിയും തിരിഞ്ഞു. ഓരോ വശത്തുനിന്നും വ്യത്യസ്തമായ

മുഖഭാവത്തോടെ അവൾ അയാളെ നോക്കി. അയാളൊരു കുട്ടിയായിരുന്നെങ്കിൽ, ഈ ബിംബം ജലത്തിൽനിന്നും ജനിച്ചതാണെന്നയാൾ കരുതുമായിരുന്നു. മണ്ണിൽനിന്നും മരങ്ങൾ കുരുത്തുണ്ടാകുന്നതുപോലെ. ജീവനില്ലാത്ത സൗന്ദര്യത്തിന് വ്യത്യസ്തമായ ഒരു ആത്മാവുണ്ടെന്നയാൾ കരുതി. മരണശേഷം അടക്കം ചെയ്യാത്തവരുടെ ശരീരം ചാരത്തിന്റെ രൂപത്തിൽ ഓർക്കപ്പെടാതെ മാർബിളിന്റെ രൂപത്തിലാണോർക്കപ്പെടുന്നതെന്ന് അയാൾ വിശ്വസിച്ചു. ഈ പ്രതിമകൾ അയാളെ സംബന്ധിച്ചിടത്തോളം വളരെ പുതുമയുള്ളതായതിനാൽ, അദ്ഭുതത്തോടെ അവയെ നോക്കി നിന്നു. എന്നാൽ തന്റെ ചുറ്റുമുള്ളവർ പ്രതിമയേക്കാൾ പുതുമ തന്നിൽ കാണുന്നു എന്ന് മനസ്സിലാക്കിയപ്പോൾ താനിവിടെ ഒരു അപരിചിതനാണല്ലോ എന്ന് അയാൾ ഓർത്തു. ഈ പട്ടണത്തിലുള്ളവർക്ക് ഒരാൾ അപരിചിതനാണെന്ന് പറയാൻ അയാളുടെ പക്കലുള്ള ആയുധങ്ങൾ കാണണ്ട, പകരം അയാൾ ഈ പ്രതിമകളെ നോക്കുന്നത് എങ്ങനെയെന്നറിഞ്ഞാൽ മതി.

രണ്ട് ആട്ടിൻകുട്ടികളുമായി ഒരു സ്ത്രീ നടന്ന് നീങ്ങുന്നു. ആട്ടിൻകുട്ടികളുടെ അമ്മയെ അവിടെയൊന്നും കാണാനില്ല. നീലച്ചായമടിച്ച ജനലിനരികിൽ നിന്ന ഒരു പെൺകുട്ടി, തെരുവിൽ നിൽക്കുന്ന ഒരു കുട്ടിക്ക് ഒരു കുട്ട സ്ട്രോബറി കയറിൽ കെട്ടി താഴ്ത്തിക്കൊടുക്കുന്നു. ആ പെൺകുട്ടി റിൻഡയെ നോക്കി പുഞ്ചിരിച്ചു. അവളുടെ മുഖം അപ്പോൾ ശുദ്ധജലത്തിൽ കഴുകിയതേയുള്ളൂ എന്ന് തോന്നും. അവൾ ഒരു പിടി സ്ട്രോബറി റിൻഡയ്ക്ക് നീട്ടി. അപ്പോൾ ഇത്തിരി ദൂരെനിന്ന് കേട്ട ചെറുമണികളുടെ സ്വരത്തിനടുത്തേക്ക് റിൻഡ നടന്നുനീങ്ങുകയാണെന്ന് കണ്ട അവൾ, തന്റെ വീടിനകത്തു നിന്നും ഏറ്റവും സുന്ദരമായ സ്ട്രോബറികളെടുത്ത് അയാൾക്ക് കൊടുക്കാനായി പോയി. ഇനി അയാൾ ഈ ജനലിനരികിലെത്തിയാൽ ഇപ്പോൾ കൈയിലുള്ളതിലും മികച്ച സ്ട്രോബറി കൊടുക്കണം എന്നവൾ തീരുമാനിച്ചിരുന്നു.

പട്ടണത്തിൽ ഒരു ദിവസം കടന്നുപോയത് റിൻഡയറിഞ്ഞില്ല. വീടുകൾക്കിടയിലെ നിഴലുകൾ, കല്ലുപാകിയ പാതകൾ, സ്വരങ്ങൾ എന്നിവ മാത്രമാണയാൾ കണ്ടത്. കാടുമായി പട്ടണത്തിനുള്ള സമാനത അതൊരാളെ എങ്ങനെ വലിച്ചെടുത്ത് വിഴുങ്ങുന്നു എന്നതാണെങ്കിൽ, അല്ലെങ്കിൽ ഓരോ വളവിലും അയാൾ ഇപ്പോൾ കടന്നുപോയ വളവിൽ പോലും ഓരോ പുതിയ മുഖം പ്രത്യക്ഷപ്പെടുക എന്നതാണെങ്കിൽ, ഈ താഴ്‌വാരത്തിലെ ഏറ്റവും വലിയ കാട് സഫാലിയാണ്. താൻ രണ്ടാമതും ഒരേ തെരുവിലൂടെ കടന്നുപോയപ്പോൾ അവിടത്തെ സ്വരങ്ങൾക്ക് വ്യത്യാസം വന്നിരിക്കുന്നു എന്നും ഗന്ധങ്ങൾക്ക് മാറ്റം വന്നിരിക്കുന്നു എന്നും റിൻഡ തിരിച്ചറിഞ്ഞപ്പോൾ, വാളിനൊന്നും ചെയ്യാനാകാത്ത, വാളുകൊണ്ടൊരു ഉപകാരവുമില്ലാത്ത ലോകമാണിത് എന്നയാൾക്ക് മനസ്സിലായി.

നല്ല ഉയരമുള്ള, പുഞ്ചിരിക്കുന്ന രണ്ട് യുവാക്കൾ എതിരെ വന്നു. അവർ റിൻഡയെ നോക്കി തലയൊന്ന് കുമ്പിട്ട് വണങ്ങി. തന്റെ മൂന്ന്

സുഹൃത്തുക്കളേയും കൊച്ചു സുൽത്താൻ കൊട്ടാരത്തിൽ അതിഥികളായി ക്ഷണിച്ചിരിക്കുന്നു എന്നവർ റിൻഡയെ അറിയിച്ചു. റിൻഡയെ കണ്ടെത്താൻ അവർക്ക് ഇത്തിരി സമയമെടുത്തു. മണിയടിച്ച് നീങ്ങുന്ന വ്യാപാരിയോട് അവർ അന്വേഷിച്ചു. രണ്ട് ആട്ടിൻകുട്ടികളുമായി പോയിരുന്ന സ്ത്രീയോട് അവർ അന്വേഷിച്ചു. ഒരു കുട്ട നിറയെ സ്ട്രോബറിയുമായി നിന്നിരുന്ന കുട്ടിയോട് അവർ അന്വേഷിച്ചു. ചത്വരത്തിലെ തടാകത്തിൽ അയാൾ പ്രതിമയേയും നോക്കി നിൽക്കുന്നത് കണ്ടവരോടന്വേഷിച്ചു. നീല ജന്നലിനടുത്ത് തിളങ്ങുന്ന സ്ട്രോബറികളുമായി കാത്തു നിൽക്കുന്ന പെൺകുട്ടിയോട് അവർ അന്വേഷിച്ചു.

കൊട്ടാരമുറ്റത്ത് വെച്ച് സഫാലിയിലെ സുൽത്താൻ റിൻഡയെ അഭിവാദ്യം ചെയ്തു. പരിചിതമായ മുഖമാണല്ലോ എന്ന് അവർ ഇരുവരുടേയും മനസ്സുപറഞ്ഞു.

കാലം അകറ്റി നിർത്തിയ രണ്ട് സുഹൃത്തുക്കൾ എന്ന മട്ടിലാണ് സാവധാനത്തിൽ അവർ മുന്നോട്ട് നടന്നത്. ഒരു വലിയ സ്വീകരണമുറിയിൽ അവരെത്തി. വിശിഷ്ടഭോജ്യങ്ങൾ നിരത്തിയ മേശയ്ക്കരികിൽ അവരിരുന്നു. പട്ടണത്തിലേക്കെത്തുന്ന ഏതൊരു നവാഗതനേയും ഇതുപോലെയാകും സ്വീകരിക്കുക എന്ന് അപ്പോൾ റിൻഡ കരുതി. ഇന്നത്തെ അവസാനത്തെ അതിഥിയാണയാൾ എന്നും. തന്റെ സുഹൃത്തുക്കളപ്പോൾ സുൽത്താൻ അവർക്ക് നൽകിയ മുറികളിൽ വിശ്രമിക്കുകയാകും എന്നു കരുതി.

“അച്ഛന്റെ പൂർവ്വകഥകളറിയാനാണ് താങ്കൾ വടക്കോട്ട് യാത്ര തിരിച്ചതെന്നും ഇവിടെയെത്തിയതെന്നും അവർ പറയുന്നു. അദ്ദേഹത്തിന്റെ പേർ അസ്ലം എന്നായിരുന്നോ?” തനിക്കറിയാവുന്നതിനെക്കുറിച്ച് സുൽത്താൻ പറഞ്ഞില്ല. എന്നാൽ തനിക്കറിയേണ്ടുന്നത് ചോദിച്ചു.

“അതെ, പ്രഭോ. വർഷങ്ങൾക്ക് മുമ്പ് വടക്കോട്ട് യാത്ര തിരിച്ചതാണദ്ദേഹം. വളരെക്കാലം കഴിഞ്ഞപ്പോൾ അദ്ദേഹത്തിന്റെ മൃതശരീരം ലഭിച്ചു. അദ്ദേഹത്തിനെന്ത് സംഭവിച്ചു എന്നറിയാൻ അതേ പാത പിന്തുടരുകയാണ് ഞാൻ. അച്ഛന്റെ പേര് താങ്കൾ ഇതിനു മുമ്പ് കേട്ടിട്ടുണ്ടോ?”

“എന്റെ പേര് കേട്ടിട്ടുണ്ടോ?”

“ഇല്ല പ്രഭോ”, റിൻഡ പറഞ്ഞു. അതിന്റെ മറുപടി എന്തായിരിക്കും എന്നപ്പോൾ റിൻഡയ്ക്ക് ഊഹിക്കാനാകുമായിരുന്നില്ല.

“താങ്കൾ കൊച്ചുസുൽത്താനെക്കുറിച്ച് കേട്ടിട്ടില്ലാത്തതുപോലെ ഞാൻ അസ്ലമിനെക്കുറിച്ചും കേട്ടിട്ടില്ല. ഏറ്റവും ചെറിയ കാര്യങ്ങളെക്കുറിച്ചുപോലും സുൽത്താന്മാർ അറിഞ്ഞിരിക്കും എന്ന് കരുതുന്നവരാണ്. ദൂരെദൂരെയുള്ള ദ്വീപുകളിലുള്ളവർ. സലാഫി ചർച്ചകളിലെ വിഷയമെല്ലാം എനിക്കറിയാവുന്നവയാണെന്ന് കരുതുന്നവരുമുണ്ട്. യാത്രികർ വഴിതെറ്റിയെത്തുന്ന അറിയപ്പെടാത്ത പ്രദേശങ്ങളെക്കുറിച്ചറിയാൻ എനിക്ക് താത്പര്യമില്ല. എന്നാൽ അവർ സ്വയം ചോദിക്കുന്ന

ചോദ്യങ്ങളോടെനിക്ക് താത്പര്യമുണ്ട്. താങ്കൾക്കും അതുപോലെ എന്തെങ്കിലും ചോദ്യമുണ്ടോ, അതോ താങ്കൾ അസ്ലമിന്റെ ചോദ്യവുമായി മുന്നോട്ട് പോകുകയാണോ?"

പ്രതീക്ഷിച്ചിരുന്ന ഉത്തരം ഇതായിരുന്നില്ലെങ്കിലും വടക്ക് എന്നാൽ അപകടം എന്ന് മാത്രമല്ല എന്നോർത്തപ്പോൾ റിൻഡയ്ക്ക് സമാധാനം തോന്നി.

"എന്റെ അച്ഛൻ വടക്കോട്ടെന്തിനു യാത്ര തിരിച്ചു എന്നാണെന്റെ ചോദ്യം. ഇവിടെ ഒരു ജീവിതം കെട്ടിപ്പെടുക്കുകയായിരുന്നോ? ആരിൽ നിന്നെങ്കിലും ഒളിച്ചോടുകയായിരുന്നോ? അല്ലെങ്കിൽ എന്താണദ്ദേഹം തിരഞ്ഞുകൊണ്ടിരുന്നത്?"

സുൽത്താൻ റിൻഡയ്ക്ക് മുമ്പിൽ ഒരു ഗ്ലാസ് സർബത് വച്ചു. സംസാരി ക്കുന്നതിനിടയിൽ തന്റെ ഭക്ഷണത്തെക്കുറിച്ച് അതിഥി മറക്കുന്നില്ല എന്ന് ഉറപ്പ് വരുത്തുന്ന ആതിഥേയനാണദ്ദേഹം. ഇത്രയും ആഡംബരം നിറഞ്ഞ ഒരു വിരുന്ന്മേശയ്ക്ക് മുമ്പിൽ റിൻഡയിരുന്നിട്ട് കാലമേറെയായി എന്നദ്ദേഹത്തിനറിയാമായിരുന്നു.

"ഇത്ര ദൂരം യാത്ര ചെയ്തിട്ടും സ്വന്തമായി ഒരു ചോദ്യത്തിന്റെ ആവശ്യം താങ്കൾക്ക് തോന്നിയിട്ടില്ലെങ്കിൽ, ഇനി അധികം താമസിയാതെ താങ്കൾ അസ്ലമിന്റെ പാത കണ്ടെത്തും എന്ന് ഞാൻ പ്രതീക്ഷിക്കുന്നു. എന്റെ പ്രിയ അതിഥിയോട് താങ്കളുടെ പേരെന്താണെന്ന് ഞാൻ ചോദിച്ചാൽ അത് പറയാൻ ബുദ്ധിമുട്ടുണ്ടാകുമോ എന്നാണിപ്പോൾ ഞാൻ അദ്ഭുതപ്പെടുന്നത്."

"എന്റെ പേരിനെന്തെങ്കിലും അർത്ഥമുണ്ടോ എന്നെനിക്കറിയില്ല. എനിക്ക് പേരിട്ടത് എന്റെ അച്ഛനാണ്."

ഒരു കൊട്ടാരം എന്ന് മനസ്സിൽ കരുതുക എന്നതൊരു കാര്യം, അപ്ര തീക്ഷിതമായി ഒരു കൊട്ടാരത്തിലെത്തിപ്പെടുക എന്നത് തീർത്തും വ്യത്യസ്തമാണ്. സൽക്കാരമുറിയുടെ താഴികക്കുടം വളരെ ഉയരത്തി ലായിരുന്നു. റിൻഡ ഇടയ്ക്കൊന്ന് തലയുയർത്തി ആ താഴികക്കുടത്തി ലേക്ക് നോക്കിയില്ലെങ്കിൽ, മീതെ ആകാശമല്ലാതെ മറ്റൊന്നുമില്ലെന്ന് കരുതുമായിരുന്നു. അത്ര ഉയരത്തിലായിരുന്നു ആ താഴികക്കുടം.

"താങ്കൾ കൊണ്ടുവന്നതിലെല്ലാം, പേരിലടക്കം, അസ്ലമിന്റെ കയ്യൊപ്പുണ്ട്. അദ്ദേഹത്തിന്റെ ചോദ്യവുമായാണ് താങ്കൾ മുന്നോട്ട് പോകുന്നത്. താങ്കൾ ഒരു നല്ല നായാട്ടുകാരനാണെന്ന് ഞാൻ കേട്ടിട്ടുണ്ട്. അദ്ദേഹവും അങ്ങനെയായിരുന്നു എന്നും. അദ്ദേഹത്തിന്റെ കെഫ്കാനി താങ്കളുടെ പക്കലുണ്ടോ?"

റിൻഡയുടെ ചുണ്ടിലൊരു ചെറുപുഞ്ചിരി വിടർന്നു. "എന്നെ ക്കുറിച്ചിനി താങ്കൾ കേൾക്കാത്തതായി ഒന്നുമില്ലെന്ന് തോന്നുന്നു. ഞങ്ങളുടെ ഗ്രാമത്തിന് കെഫ്കാനി പരിചയപ്പെടുത്തിയത് അച്ഛനായി രുന്നു. താങ്കൾ ചോദിക്കുന്നതിനു മുന്നേ, പ്രഭോ, ഞാനൊരു വിശേഷം

കൂടി പറയാം. എന്റെ കുതിരയും അച്ഛന്റെ കുതിരയെപ്പോലെ തന്നെയാണ്. പേരുപോലും ഒന്നാണ്."

സുൽത്താന്റെ താടിയിലെ നര അദ്ദേഹത്തിന്റെ പക്വതയുടെ ലക്ഷണമായിരുന്നു. അച്ഛന്റെ മുടിയിലെവിടെയെങ്കിലും നരയുണ്ടായിരുന്നോ എന്നോർക്കാൻ ഒരു ശ്രമം റിൻഡ നടത്തി. എന്നാൽ അച്ഛന്റെ മുഖമല്ലാതെ ഒന്നും ഓർക്കാനാകുന്നില്ല എന്ന് ആശ്ചര്യത്തോടെ തിരിച്ചറിഞ്ഞു.

അവർ ചമ്രം പടിഞ്ഞിരുന്നതിനു മുന്നിൽ ചെമ്പിന്റെ ഒരു വലിയ തളിക വച്ചിരിക്കുന്നു. അതിൽ നിറയെ ഭക്ഷണമുണ്ട്.

ഭക്ഷണം കഴിച്ച്, റിൻഡ മുന്തിരിക്കുലയിലേക്ക് കൈ നീട്ടി.

തളികയുടെ ഒരു മൂലയിലിരുന്ന ചെറി പഴങ്ങൾ നിറച്ച പാത്രം സുൽത്താൻ റിൻഡയ്ക്കരികിലേക്ക് നീക്കി വച്ചു. "നാളെ തുടങ്ങാനിരിക്കുന്ന സലാഫി ചർച്ചകൾക്കുമുമ്പേ താങ്കളുടെ സുഹൃത്തുക്കൾക്ക് എത്താനായി എന്നതിൽ ഞങ്ങൾക്കെല്ലാം സന്തോഷമുണ്ട്. താങ്കളേയും ചർച്ചയിലേക്ക് ക്ഷണിക്കണം എന്നവർ എന്നോട് അഭ്യർത്ഥിച്ചിരിക്കുന്നു." സുൽത്താൻ പറഞ്ഞു.

"അതിനെക്കുറിച്ചവരെന്തോ എന്നോട് പറഞ്ഞിരുന്നു. ഞാൻ ബഹുമാനിതനാണ്. എന്നാൽ അവിടെ എന്തെങ്കിലും സംഭാവന ചെയ്യാൻ എനിക്കാകുമോ എന്നതിൽ സംശയമുണ്ട്."

സുൽത്താൻ ഒഴിഞ്ഞ സർബത്ത് ഗ്ലാസ് നിറച്ചു. "അവിടെ ആർക്കും സംസാരിക്കാം. സംസാരിക്കാതേയുമിരിക്കാം. സംസാരിക്കുക എന്നതിനല്ല പ്രാധാന്യമുള്ളത്, മനസ്സിലാക്കുക എന്നതിനാണ്. മനസ്സിലാക്കിയത് മനസ്സിലിട്ടരിച്ചെടുക്കുക, ശുദ്ധിയാക്കുക, അതാണ് പ്രധാനം. അതാണടിസ്ഥാനമായി വേണ്ടത്. അതുകൊണ്ടാണ് ചർച്ചയിൽ പങ്കെടുക്കുന്നവരെ ശുദ്ധഹൃദയർ എന്ന് ഞങ്ങൾ വിളിക്കുന്നത്. ഈ വിശ്വത്തിന്റേയും ഈ വിശ്വത്തിനകത്തുള്ള വ്യക്തികളുടേയും അദ്ഭുതമെന്തെന്ന് കണ്ടെത്തുവാൻ ശ്രമിക്കുന്ന ഏകാന്തയാത്രികരാണവർ. വർഷങ്ങൾക്ക് മുമ്പൊരിക്കൽ അവർക്ക് ഇവിടെ ഒത്തുകൂടാൻ ഒരു അവസരം ലഭിച്ചു. അതിനുശേഷം വീണ്ടും ഇടയ്ക്കിടെ ഇവിടെ കണ്ടുമുട്ടി അവരുടെ ആശയങ്ങൾ പങ്കുവയ്ക്കാം എന്നവർ തീരുമാനിച്ചു. ചിലപ്പോഴെങ്കിലും അവർ, കണ്ടുമുട്ടാനാഗ്രഹിക്കുന്ന പണ്ഡിതരെ ക്ഷണിച്ച് വരുത്തും. ഓസെയും കോൺഫിഡന്റും അക്കൂട്ടത്തിലുള്ളവരാണ്. അവരെ അനുഗ്രഹിക്കുക. ഈ വർഷത്തെ ചർച്ചയ്ക്ക് തുടക്കം കുറിച്ചുകൊണ്ട് അവർ എന്നെ ബഹുമാനിച്ചിരിക്കുന്നു. സലാഫിയിലാണ് ചർച്ച നടക്കുന്നത് എന്നതുകൊണ്ട് എനിക്ക് അവരുടെ മേൽ പ്രഭാവമുണ്ടെന്ന് കരുതരുത്. ചിന്തകർക്കാണ് ആ ചർച്ചയുടെ നിയന്ത്രണം. എപ്പോഴും അങ്ങനെയാണ്. ഞാനവരുടെ ഒരു സുഹൃത്ത് മാത്രമാണ്."

ചുവന്ന ചെറിപ്പഴങ്ങളെ കയ്യിലെടുക്കണോ എന്ന് ഒരു നിമിഷം റിൻഡ സംശയിച്ചു. പിന്നെ വേണ്ടെന്നുവെച്ചു.

ആദ്യരാത്രി.

വൃത്താകൃതിയിലുള്ള വലിയ സ്വീകരണ മുറി. ചുറ്റിലും ജന്നലുകളുണ്ട്. പച്ചയും മഞ്ഞയും ചുവപ്പുമായ ചില്ലുജാലകങ്ങളിലൂടെ പകൽ വെളിച്ചം അകത്തേക്കിരച്ച് കയറും. എന്നാൽ ഇപ്പോൾ രാത്രിയാണ്.

ഇരട്ട വാതിലുകൾക്ക് ചുറ്റും കൊത്തിവച്ചിരിക്കുന്ന വൃക്ഷശാഖകൾ. ശാഖയ്ക്ക് മുകളിൽ ചിറക് വിടർത്തിയിരിക്കുന്ന ഒരു പക്ഷിയും.

ചുമരിൽ ചാരിവെച്ചിരിക്കുന്ന തലയിണകളിൽ ചാരി വിശ്രമിക്കുകയാണ് എല്ലാവരും. അവർക്ക് മുന്നിൽ വലിയ തളികകളുണ്ട്. ഉയർത്തിവച്ചിരിക്കുന്ന തളികകൾ. അതിന്റെ ഒരു ഭാഗത്ത് പഴങ്ങൾ. മറുഭാഗത്ത് ഭരണിയും ഗ്ലാസും.

പകൽ മുഴുവൻ അവർ ഒന്നിച്ചിരുന്ന് ചർച്ച ചെയ്തു. ഇപ്പോൾ എല്ലാവർക്കും എല്ലാവരേയുമറിയാം. പ്രായം ചെന്നവർ, യുവാക്കൾ, മദ്ധ്യവയസ്കർ എല്ലാവരേയും. അവർ ഏറ്റവും കൂടുതൽ ചോദിച്ച ചോദ്യം, “താങ്കളുടെ പേരെന്താണ്” എന്നായിരുന്നു. ആ ചോദ്യം അവർ പല തവണ ചോദിച്ചു. പണ്ട് പരിചയപ്പെട്ടിരുന്നു എന്നാലിപ്പോൾ മറന്നുപോയിരിക്കുന്നു എന്ന മട്ടിലാണവർ ആ ചോദ്യം ആവർത്തിച്ചത്. ചോദിച്ചു ചോദിച്ച് ഉത്തരം മനസ്സിൽ കൊത്തിവയ്ക്കുകയാണെന്നതുപോലെ.

താഴികക്കുടത്തിൽ നിന്നും വലിയ മെഴുകുതിരികൾ കത്തിച്ച് ഞാത്തിയിട്ടിരിക്കുന്നു. രാവുമുഴുവൻ അവ എരിഞ്ഞുകൊണ്ടേയിരിക്കും.

വാതിലിന്റെ എതിർവശത്തിരുന്ന സുൽത്താൻ സംസാരിച്ചു തുടങ്ങി.

“സ്വാഗതം, ശുദ്ധഹൃദയരേ. ദിവസമേറേ കഴിഞ്ഞു. കാലം മാറി. ജലനിരപ്പുയർന്നിരിക്കുന്നു. നിങ്ങൾ ദീർഘദൂരങ്ങളിലുള്ള നാടുകളിലേക്ക് യാത്ര ചെയ്തിരിക്കുന്നു. നിങ്ങൾക്കെല്ലാം പ്രായം കൂടിയിരിക്കുന്നു. എന്നാൽ നിങ്ങളുടെ മനസ്സിന്റെ മൂർച്ചയ്ക്കിപ്പോഴും കുറവൊന്നും വന്നിട്ടില്ല. യാത്ര ചെയ്യുമ്പോൾ നിങ്ങൾ കൈയിൽ ഒരു പാത്രം കരുതി. അതുപയോഗിച്ച് മറ്റുള്ളവർക്ക് കുടിക്കാനുള്ള വെള്ളം കൊടുത്തു. നിങ്ങളുടെ കൈയിലെ ചർമ്മം വരണ്ടുപൊട്ടിയിരിക്കുന്നു. എന്നാൽ വിശപ്പ് നിങ്ങളെ ഒരിക്കലും ക്ലേശിപ്പിച്ചില്ല. എവിടെയായിരുന്നാലും നിങ്ങൾ തൃപ്തരായിരുന്നു. പല ഋതുക്കൾ കഴിഞ്ഞതിനുശേഷമാണ് നിങ്ങൾ തിരിച്ചുവരുന്നത്. ‘വ്യത്യസ്തരായാണ് ഞങ്ങൾ തിരിച്ചുവന്നിരിക്കുന്നത്’, ‘ഞങ്ങളുടെ പേരുപോലും മാറിയിരിക്കുന്നു’ എന്നും നിങ്ങൾ പറഞ്ഞു.

നിങ്ങളിൽ ചിലരുടെ മാറാപ്പിൽ പുതിയ പച്ചമരുന്നുണ്ടാകും. മറ്റു ചിലരുടെ തലമുടി നരച്ചിട്ടുണ്ടാകും. മാറ്റത്തിൽ വിശ്വസിക്കുന്നവരാണ് നിങ്ങൾ. മാറ്റത്തിനെളുപ്പം വിധേയമാകുന്നതെന്ത് എന്നും നിങ്ങൾ ചോദിക്കുന്നു. ഒരിക്കൽ നിങ്ങളിലൊരാൾ വന്യമായ ഒരു രാജ്യത്ത് വെച്ച് ഒരു കൊച്ചു വിഷപ്പാമ്പിനെ കണ്ടപ്പോൾ, അതിനെ ദത്തെടുത്തു. ആ പാമ്പിന്റെ അമ്മയെ കുട്ടികൾ കൊന്നതാണെന്നറിഞ്ഞു. ചത്ത പാമ്പിനു മുകളിൽ പൊടിയും മണ്ണും പുതഞ്ഞ് കിടക്കുന്നത് കണ്ടു. കൊച്ചു

പാമ്പിനെ നീളൻ പുല്ലുകളിലേക്ക് തുറന്നുവിട്ടു. ചിലപ്പോഴെങ്കിലും വിഷപ്പാമ്പുകൾക്ക് നിഷ്കളങ്കരും കൊച്ചുകുട്ടികൾക്ക് ക്രൂരരുമാകാൻ കഴിയുമെന്ന് അദ്ദേഹം കണ്ടെത്തിയോ?"

സുൽത്താൻ ചമ്രം പടിഞ്ഞിരിക്കുകയായിരുന്നു. വലിയ ഒരു മെത്തയ്ക്ക് മുകളിലായിരുന്നു ഇരിപ്പ്. രണ്ട് ജനലുകൾക്ക് മദ്ധ്യത്തിലാണ് അദ്ദേഹം ഇരുന്നിരുന്നത്. സംസാരിക്കുന്നതിനിടയിൽ ചെറിയ ആംഗ്യങ്ങളുണ്ടായിരുന്നു.

"ഓരോ യാത്രികനും അവരോടൊപ്പം ചേരാനാകാത്തവരുടെ സ്വപ്നങ്ങളെ പൂർത്തീകരിക്കുകയാണ് ചെയ്യുന്നത്. യാത്രയ്ക്കിടയിൽ നിങ്ങൾ കണ്ടതും പഠിച്ചതും മറ്റുള്ളവർക്ക് പകർന്നു കൊടുക്കുന്നില്ലെങ്കിൽ, അത് എവിടെയായിരുന്നോ അവിടെ മാത്രമായി നിലനിൽക്കും. തങ്ങളുടെ സാഹസികതകളെക്കുറിച്ചുള്ള കഥകളുടെ ചെപ്പു തുറക്കുന്ന യാത്രികന്, പറയാത്ത ജീവിതം ജീവിക്കാത്ത ജീവിതമാണെന്നറിയാം. ഒരു ദിവസം നിങ്ങൾ തിരിച്ചെത്തും. ഞാൻ അപ്പോഴും ഇവിടെയുണ്ടാകും. ആ സുഖകരമായ അറിവുമായി യാത്ര തുടരുക. ഒരിടത്ത് ധാരാളം സമയം ചില വഴിക്കാൻ താത്പര്യമില്ലാത്തവർ, എപ്പോഴും അപരിചിതർക്കിടയിൽ കഴിയാൻ താത്പര്യപ്പെടുന്നവർ, അവർ വിട്ടുപോന്ന സ്ഥലങ്ങൾ അങ്ങനെതന്നെ നിലനിൽക്കണേ എന്നാഗ്രഹിക്കുന്നു. അവർ അവരിലെ പരിണാമങ്ങളുമായി മാത്രം ബന്ധപ്പെട്ട് നിൽക്കുന്നു. എന്നാൽ അതുപോലെയുള്ള പരിണാമങ്ങൾ ചുറ്റും സംഭവിക്കുന്നുണ്ട്. ജനം ആഗ്രഹിക്കുന്ന സ്ഥിരത എന്നത് ഇതാണോ? നിങ്ങൾ ചോദിക്കുന്നു. ഒരു ദിവസം ഒരു യുദ്ധക്കളത്തിൽ മനുഷ്യർ പരസ്പരം വെട്ടിക്കൊല്ലുന്നത് നിങ്ങളിലൊരാൾ കണ്ടു. പിന്നെ യുദ്ധമവസാനിപ്പിച്ചെത്തിയപ്പോൾ യോദ്ധാക്കളുടെ മുറിവിൽ, ഒരു നദിക്കരയിൽ വച്ച്, സ്ത്രീകൾ ലേപനങ്ങൾ പുരട്ടുന്നതും അദ്ദേഹം കണ്ടു. എന്തിനാണവർ അങ്ങനെ ലേപനം പുരട്ടിയത്? അവർക്ക് വീണ്ടും വെട്ടിക്കൊല്ലാനാകാനോ? അതോ മറ്റുള്ളവരുടെ മുറിവെങ്ങനെ കഴുകിക്കെട്ടാം എന്ന് സ്വയം പഠിക്കാനോ?"

സുൽത്താന്റെ സ്വരം താഴ്ന്നു. "ഞാനൊരു കഥ പറയാം." അദ്ദേഹം ഒന്ന് നിർത്തി. മുന്നിലിരുന്ന ഗ്ലാസിലേക്ക് കൈ നീട്ടി കുടിച്ചു. നാക്കിലൊരു പുളിപ്പ്.

"ഇത് രണ്ട് സഹോദരന്മാരുടെ കഥയാണ്. അവർ തമ്മിൽ ഒരു വയസ്സിന്റെ വ്യത്യാസമേ ഉണ്ടായിരുന്നുള്ളൂ. അവരുടെ മുഖവും സ്വരവുമെല്ലാം ഒരുപോലെ. അവരെ കണ്ടവരൊക്കെ അവർ ഇരട്ടകളാണെന്ന് ധരിച്ചു. പലപ്പോഴും പരസ്പരം പേരുതെറ്റി വിളിച്ചു. എന്നാൽ സ്വഭാവത്തിൽ അവർ ഇരുവരും തീർത്തും വ്യത്യസ്തരായിരുന്നു. അവരിൽ ഇളയവൻ ശുദ്ധ തെമ്മാടിയായിരുന്നു. 'തെമ്മാടി' എന്ന് തന്നെയാണവനു പേരും. കുട്ടിക്കാലത്തൊരിക്കൽ അവനെ കൊത്തിയ പൂവൻകോഴിയെ അവൻ പുഴയിലേക്കെറിഞ്ഞിരുന്നു. അന്നാണവനിങ്ങനെയൊരു പേരു ലഭിച്ചത്. ജ്യേഷ്ഠന്റെ പേര് 'നല്ലവൻ' എന്നായിരുന്നു.

"അവർ യുവാക്കളായി. ആ പ്രായത്തിലുള്ള എല്ലാവരേയുംപോലെ ദൂരദേശങ്ങളിൽ പോയി ഭാഗ്യം പരീക്ഷിക്കാൻ അവർ ഇരുവരും തീരുമാനിച്ചു. ഇരുവരും രണ്ട് വഴിക്ക് പോയി. ജ്യേഷ്ഠസഹോദരൻ പശ്ചിമദിക്ക് ലക്ഷ്യമാക്കി നീങ്ങി. അനുജൻ വടക്കോട്ടും. ഒരു വർഷം കഴിഞ്ഞ് കരിമ്പാറക്കെട്ടിനരികെ കണ്ടുമുട്ടാം എന്നും അതിനുശേഷം ഒന്നിച്ച് ഗ്രാമത്തിലേക്ക് മടങ്ങാം എന്നും പറഞ്ഞാണവർ പിരിഞ്ഞത്.

താഴ്‌വാരങ്ങളിൽ മറഞ്ഞുകിടന്നിരുന്ന ഒരു പട്ടണത്തിലാണ് ജ്യേഷ്ഠൻ നല്ലവൻ, എത്തിയത്. അവിടെ ഒരു കൊല്ലന്റെ ആലയിൽ അയാൾ ജോലി ചെയ്ത് തുടങ്ങി. ഒരു കൊല്ലന്റെ ജീവിതം എന്നത് തീയും ആഞ്ഞടിക്കുന്ന ചുറ്റികയും മാത്രമല്ല. ഒരു കുതിരവണ്ടിയിൽ ആയിടെ നഗരത്തിലെത്തിയ സുന്ദരിയെക്കണ്ടപ്പോഴാണയാൾ ഇത് തിരിച്ചറിഞ്ഞത്.

അവർ മലകളും നദികളും കടന്ന് വടക്കുള്ളൊരു പട്ടണത്തിലെത്തി. പട്ടണത്തിൽ ഒരു വലിയ നദി. അതിലൂടെ വള്ളങ്ങൾ നീങ്ങുന്നുണ്ടായിരുന്നു. അവളുടെ കഥ കേൾക്കൂ... ആ സുന്ദരി പെൺകുട്ടി കൊട്ടാരത്തിലാണ് താമസിച്ചിരുന്നത്. ഒരുപക്ഷേ അവൾ രാജകുമാരിയായിരുന്നിരിക്കാം. ഒരിക്കൽ തന്റെ അറയ്ക്ക് കീഴെ നിൽക്കുന്ന യുവാവിനെ അവൾ ശ്രദ്ധിച്ചു. എന്നാൽ അവളുടെ മനസ്സിൽ പൊട്ടിത്തകർന്ന് കിടന്നിരുന്ന കണ്ണാടിയൊന്ന് നേരെയാകാൻ ഇത്തിരി സമയമെടുത്തു. കാരണം വർഷങ്ങൾക്ക് മുമ്പ് ആ പെൺകുട്ടി ഒരു യുവാവുമായി പ്രണയത്തിലായിരുന്നു. കാവൽക്കാരനായിരുന്ന അവനോടൊപ്പം ഒളിച്ചോടി. യാത്രയുടെ മദ്ധ്യത്തിൽവെച്ച് കാമുകൻ അവളെ ഉപേക്ഷിച്ചു. അങ്ങനെ പ്രണയത്തിലുള്ള അവളുടെ വിശ്വാസമെല്ലാം നഷ്ടപ്പെട്ടു. പശ്ചാത്താപത്തോടെ കൊട്ടാരത്തിലേക്ക് അവൾ മടങ്ങിയെത്തി. ഇപ്പോൾ, പ്രഭാതത്തിലെഴുന്നേറ്റ് ജനൽ തുറക്കുന്നത്, സൂര്യന്റെ പ്രഭാതരശ്മികളെ അകത്തേക്ക് ആവാഹിക്കാനല്ല, പകരം, പുറത്ത് തന്നെ കാണാൻ നിൽക്കുന്ന ഈ സുന്ദരനെ കാണാനാണ്. അവൾ ഭംഗിയുള്ള തന്റെ പച്ച ഉറുമാൽ വീശിക്കാണിച്ചു. അതവളുടെ കൈയിൽനിന്നും കാറ്റേറ്റു വാങ്ങി ആ സുന്ദരന്റെ കാൽക്കൽ സമർപ്പിച്ചു.

"പിറ്റേന്ന് അവർക്ക് കണ്ടുമുട്ടാനായില്ല. ആരെങ്കിലും കണ്ടാലോ എന്നവർ കരുതി. രാത്രിയിൽ അനുവാദമില്ലാതെ സ്ത്രീകൾക്ക് കൊട്ടാരത്തിൽ നിന്നും പുറത്തിറങ്ങാനുമാകില്ല. എന്നും രാത്രിയിൽ അവൾ വാതിൽക്കലെത്തി കാവൽക്കാരനോട് കെഞ്ചും. അവളോട് ദയയുണ്ടാകണം എന്നഭ്യർത്ഥിക്കും. ഈ പടയാളികളുടെ മുഖം ഹെൽമറ്റ്കൊണ്ട് മറച്ചിരുന്നു. അവരെ കണ്ടാൽ പെണ്ണുങ്ങൾക്ക് മതിഭ്രമം വരാതിരിക്കാനാണങ്ങനെ ചെയ്യുന്നത്. അവസാനം അത്രയൊന്നും അനുഭവസമ്പത്തില്ലാത്ത ഒരു യുവപട്ടാളക്കാരൻ കാവൽക്കാരനായെത്തി. അന്നവൾ വീണ്ടും വാതിൽ തുറന്നെത്തി. അവൾ തന്റെ പ്രണയത്തെക്കുറിച്ച് കാവൽക്കാരനോട് പറഞ്ഞു.

തനിക്ക് ദയ ലഭിക്കും എന്നവൾ പ്രതീക്ഷിച്ചു. അവളുടെ സൗന്ദര്യ മല്ല കാവൽക്കാരന്റെ മനമിളക്കിയത്, അവളുടെ ഹൃദയശുദ്ധിയായിരുന്നു. അവളെ പോകാൻ അയാൾ അനുവദിച്ചു. ഓരോ കാവൽക്കാരനും മൂന്ന് രാവ് തുടർച്ചയായി കാവൽ നിൽക്കണം. അവസാന രാവിൽ അവൾ കാവൽക്കാരനെന്തെങ്കിലും സമ്മാനം നൽകണമെന്ന ആഗ്രഹം പ്രകടിപ്പിച്ചപ്പോൾ, അവന്റെ അനുഭവസമ്പത്തില്ലായ്മയും മനസ്സിലെ കരുണയും മൂലം അവളുടെ വിരൽ സ്പർശിച്ച എന്തെങ്കിലും തനിക്ക് സമ്മാനമായി വേണമെന്നഭ്യർത്ഥിച്ചു. തന്റെ കാമുകന് എറിഞ്ഞ് കൊടുത്തതിനു സമാന മായ ഉറുമാൽ അവൾ ആ പടയാളിക്ക് സമ്മാനമായി കൊടുത്തു.

നല്ലവനെ കണ്ട പെൺകുട്ടി അതുവരേക്കും അവൾ മുഖം കണ്ടിട്ടി ല്ലാത്ത കാവൽക്കാരന്റെ ദയയെക്കുറിച്ച് പറഞ്ഞു. അയാൾക്ക് അവൾ ഉറുമാൽ സമ്മാനിച്ചതിനെക്കുറിച്ച് പറഞ്ഞു. ഇത് നല്ലവന്റെ ഹൃദയ മാകുന്ന കണ്ണാടിയിൽ നിഴൽ വീഴ്ത്തി. അവനു വേദനിച്ചു. കോപിച്ചു. എനിക്ക് സമ്മാനിച്ച അതേപോലെയുള്ള സമ്മാനം എങ്ങനെ മറ്റൊരു വനു നൽകാൻ നിനക്ക് മനസ്സുണ്ടായി? ഹൃദയം തകർന്ന സുന്ദരിക്ക് തിരികെയെത്താനാകും മുമ്പ്, രാജാവിന്റെ പടയാളികൾ രഹസ്യ ങ്ങളറിഞ്ഞു. അവർ അവളുടെ മുറിയിലെത്തി. രാജകുമാരി ഉറക്കത്തി ലാണെന്നും ശല്യപ്പെടുത്തരുതെന്ന് കാവൽക്കാരൻ ആവശ്യപ്പെട്ടിട്ടു ണ്ടെന്നും പറഞ്ഞു. എന്നാൽ അകത്ത് കടന്ന് പരിശോധിച്ചേ മതിയാകൂ എന്ന് പടയാളികൾ വാശിപിടിച്ചു. കാവൽക്കാരൻ കേട്ടില്ല. അവർ വാളൂരി. പാതി ബോധം നഷ്ടമായ, അനുഭവസമ്പത്തില്ലാത്ത കാവൽക്കാരനെ അവർ വലിച്ചിഴച്ച് കൊണ്ടുപോയി.

“നേരം പുലർന്നപ്പോൾ അവർ നല്ലവനെ കണ്ടെത്തി. ചോദ്യങ്ങ ളൊന്നും ചോദിക്കാതെ അവർ ചുട്ടുപഴുത്ത ഇരുമ്പുകമ്പികൾ അവന്റെ കണ്ണിൽ കുത്തിക്കയറ്റി. രാജകുമാരി, അനുഭവസമ്പത്തില്ലാത്ത ഒരു കാവൽക്കാരനുമായി പ്രണയത്തിലാണെന്നും നല്ലവന്റെ വാസസ്ഥലം വെളിപ്പെടുത്താൻ അവർ രണ്ടാമതൊന്ന് ആലോചിച്ചില്ലെന്നും അവന്റെ കാതിൽ മന്ത്രിച്ചു. ഇത് നല്ലവന്റെ ഹൃദയവാതിലുകൾ കൊട്ടിയടക്ക പ്പെടുന്നതിനു കാരണമായി. അതുപോലെ കണ്ണും കൊട്ടിയടക്കപ്പെട്ടു. അയാൾ താമസിച്ചിരുന്ന വീടിന്റെ ഉടമ ഒരു ഡോക്ടറെ തിരഞ്ഞ് കണ്ടെത്തി. കണ്ണിലെ മുറിവിന് ആഴം കുറവായിരുന്നു. കൺപോളകൾ പൊള്ളി ഒന്നുചേർന്നിരുന്നു എന്നതല്ലാതെ കണ്ണിനു കേടുവന്നിരുന്നില്ല. കൃഷ്ണമണിക്ക് കേടൊന്നുമില്ലെങ്കിൽ മുറിവുകൾ ഭേദമാകാനുള്ള സാധ്യതയുണ്ട്. എന്നാൽ നല്ലവന് അതിൽ താത്പര്യമില്ലായിരുന്നു. അയാൾ പട്ടണം ഉപേക്ഷിച്ചു. തിരിച്ച് നടന്നു. ആ പാത അയാളെ എത്തി ച്ചത് കരിമ്പാറക്കെട്ടിലല്ല, സഫോലിയിലേക്കാണ്.”

സുൽത്താന്റെ സ്വരം വളരെ നേർത്തതായി. അയാൾ നിശ്ശബ്ദനായി. എല്ലാവരുടേയും മുഖത്ത് അപ്പോൾ ഒരേ ഭാവം. ഈ ലോകത്തിൽ

നല്ലവനെന്തുകൊണ്ടിങ്ങനെ പറ്റി എന്ന ഭാവം. അവർക്കിനി തെമ്മാടി യുടെ കഥയറിയണം.

എല്ലാവരുടെയും കണ്ണ് കീഴോട്ടിരുന്നു. തലയൊന്ന് ചെരിച്ചിരിക്കുക യായിരുന്ന സെയ്ദിഗൾ മാത്രം സുൽത്താന്റെ കണ്ണിലേക്ക് നോക്കി യിരുന്നു. അയാൾ വൃദ്ധനായിരുന്നു. കുറിയ നരച്ച മുടി. മണൽ വാരി യെറിഞ്ഞതുപോലെ വെളുപ്പ് പടർന്നിരിക്കുന്നു. തവിട്ട് നിറമുള്ള ഒരു കോട്ടാണ് അയാൾ ധരിച്ചിരിക്കുന്നത്.

സുൽത്താൻ സംസാരം തുടർന്നു.

"കഴിഞ്ഞ വർഷം നല്ലവൻ ചെന്ന് വീണ മോശമായ അവസ്ഥ യെന്തെന്ന് ഞാൻ കണ്ടു. എന്നോടൊപ്പം അവന്റെ കഥ കേൾക്കാൻ പിന്നെയും അതിഥികളുണ്ടായിരുന്നു. അതിലൊരാൾ നല്ലവന്റെ ജ്ഞാന ത്തിലുള്ള പഴുതടയ്ക്കാൻ തനിക്ക് ആഗ്രഹമുണ്ടെന്നറിയിച്ചു. അയാൾ രാജാവിന്റെ പ്രധാന പാചകക്കാരനായിരുന്നു. കൊട്ടാരത്തിലെ പാചക ക്കാരൻ. അയാൾക്ക് ഈ സംഭവം ഓർമ്മയുണ്ട്. നല്ലവനെക്കുറിച്ച് രാജ കുമാരി പടയാളികളോട് ഒന്നും പറഞ്ഞിട്ടുണ്ടായിരുന്നില്ല. ദിവസങ്ങളോളം അവൾ ഒരക്ഷരമുരിയാടിയില്ല. അവൾ ഭക്ഷണം പോലും കഴിച്ചില്ല.

അതായത് പടയാളികൾ നല്ലവനോട് നുണ പറയുകയായിരുന്നു. രാജ കുമാരി അയാളോട് കൂറുള്ളവളായി നിന്നു എന്ന്. കേട്ടപ്പോൾ ഞങ്ങൾ ക്കെല്ലാം സന്തോഷമായി. നല്ലവൻ സഹായം അഭ്യർത്ഥിച്ചു. ഞാൻ ഉടൻ ഒരു വൈദ്യനെ വരുത്തി. അയാളുടെ മുറിവ് ബാഹ്യമായിരുന്നു. അത് കൃഷ്ണമണിയെ ബാധിച്ചിരുന്നില്ല. വൈദ്യൻ അയാളുടെ കണ്ണിമകൾ വേർപെടുത്തി. കണ്ണിമകളിൽ ലേപനങ്ങൾ പുരട്ടി. അയാൾ കണ്ണ് തുറന്നു. മൂന്ന് ആഴ്ച കഴിഞ്ഞപ്പോൾ അയാൾക്ക് കാഴ്ച തിരിച്ചു കിട്ടി. തകർന്ന് ഇവിടേക്ക് കയറി വന്ന മനുഷ്യൻ പുത്തൻ പ്രതീക്ഷകളുമായാണിവിടെ നിന്നിറങ്ങിയത്."

എല്ലാവരും ദീർഘശ്വാസമെടുത്തു. അവരുടെ മുഖത്തെ പിരിമുറുക്ക മില്ലാതായി. സുൽത്താൻ വീണ്ടും ഒരു കവിൾ വീഞ്ഞ് കുടിച്ചു. ചുണ്ടിൽ വിളറിയ ചിരിയുമായി അയാൾ അതിഥികളെ നോക്കി. നോട്ടം വലതു നിന്ന് മൂന്നാമത്തെയാളിലെത്തിയപ്പോൾ കണ്ണുകൾ പിന്നെ ചലിക്കാതായി.

"ഇത്തരം ഒരു ജീവിതത്തിനെന്തർത്ഥം താങ്കൾ നൽകും സെയ്ദി ഗൾ?"

വലത്തോട്ട് ചെരിച്ച് വച്ചിരുന്ന തലയൊന്നുയർത്താൻ സെയ്ദിഗൾ ശ്രമിച്ചു. അയാൾ മുറിയിലുള്ളവരെയൊക്കെ നോക്കി. വലത് കൈ കൊണ്ട് താടിക്കൊരു താങ്ങുകൊടുത്ത്, കഴുത്തൊന്ന് നിവർത്തുവാൻ അയാൾക്ക് സാധിച്ചു.

"ജീവിതത്തിനോട് നമുക്ക് ഔദാര്യമുണ്ടാകണം. കാരണം ജീവിതം നമ്മോട് വലിയ ഔദാര്യങ്ങൾ കാണിക്കുന്നുണ്ട്. എന്റെ ഒരു സുഹൃ ത്തുണ്ട്. സെയ്ദിഗൾ എന്നായിരുന്നു അയാളുടെ പേര്. ആ പേരാണ്

ഞാൻ കടമെടുത്തത്. നിങ്ങളെയൊക്കെപ്പോലെ അസാധാരണക്കാരനായിരുന്നു അവനും. കുട്ടിക്കാലത്തൊരിക്കൽ, ഒരു നായക്കുട്ടിയുടെ കഴുത്തിൽ കയറുകെട്ടിയ തെമ്മാടിക്കുട്ടികളോടൊപ്പം കൂടി. നായക്കുട്ടിയെ കെട്ടിയ കയറിന്റെ അങ്ങേതലയവർ ഒരു മരത്തിൽ കെട്ടിയിരുന്നു. കഴുത്തിൽ കയർ വലിഞ്ഞുമുറുകുന്ന വേദനയ്ക്കൊരു ശമനത്തിനായി ആ നായക്കുട്ടി പിൻകാലിൽ നിവർന്ന് നിൽക്കുകയായിരുന്നു. രാത്രിയായപ്പോൾ ആ തെമ്മാടിക്കൂട്ടം നായക്കുട്ടിയെ അങ്ങനെ അവിടെ ഉപേക്ഷിച്ചു പോയി. പിറ്റേന്ന് വന്ന് നോക്കിയപ്പോൾ നായക്കുട്ടിയെ കണ്ടില്ല. വർഷങ്ങൾക്കുശേഷം എന്റെ സുഹൃത്തൊരു സ്വപ്നം കണ്ടു. നായക്കുട്ടിയെ ഇപ്പോഴും അതുപോലെ കെട്ടിയിട്ടിരിക്കുന്നു എന്നായിരുന്നു സ്വപ്നം. അവൻ ചാടിയെഴുന്നേറ്റു. ഒരു തുണ്ട് കയറെടുത്ത് കഴുത്തിൽ ചുറ്റി. മറ്റേ അഗ്രം ഉയരത്തിലൊരിടത്ത് കെട്ടി. അങ്ങനെ മൂന്ന് ദിവസം കയർ കെട്ടിയവൻ നിന്നു. മുരണ്ടുകൊണ്ട് നിന്നു. കാലിന്റെ പെരുവിരലിൽ നിന്നു. ആരുടേയും സഹായം അവൻ സ്വീകരിച്ചില്ല. അവസാനം കയർ അഴിച്ചപ്പോൾ അവന്റെ കഴുത്ത് ഒരു വശത്തേക്കൊടിഞ്ഞിരുന്നു. ആ ഒടിവ് സ്ഥായിയായിട്ടുണ്ടായിരുന്നു."

ഇത്രയും പറഞ്ഞ സെയ്ദിഗൾ ഒന്ന് കിതച്ചു. പിന്നെ തുടർന്നു. "കൊച്ചു സുൽത്താന്റെ കഥയെ പിന്തുടർന്ന് ഞാനെന്തിനങ്ങനെ മറ്റൊരു കഥ പറയുന്നു എന്ന് നിങ്ങൾ അദ്ഭുതപ്പെടുന്നുണ്ടാകും സുഹൃത്തുക്കളേ. ഏതൊരു ജീവനും മറ്റേതോ ഒരു ജീവന്റെ പ്രതിഫലനമായതിനാലാണ് ഈ കഥ പറയുന്നത്. അഥവാ, നമ്മുടേതടക്കമുള്ള ഏതൊരു ജീവനും ഒരൊറ്റ കണ്ണാടിയിൽനിന്നും പുറത്ത് വന്നതാണ്. എന്നിട്ടവ ഉടഞ്ഞ ചെറുമൺപാത്രത്തുണ്ടുകൾപോലെ ചുറ്റും പരക്കുന്നു. സൂര്യന്റെ രശ്മികൾ എന്തിലെങ്കിലും തട്ടി പ്രതിഫലിക്കുമ്പോൾ വിവിധ രൂപങ്ങളാകുന്നത് കണ്ടിട്ടില്ലേ, അതുപോലെ. ഹൃദയത്തിന്റെ കണ്ണാടിയിലാണ് വിശ്വത്തിന്റെ വാസ്തവം, ശരിയായ രൂപംകൊള്ളുന്നത്. ഇവിടെ മൂന്ന് ഘടകങ്ങളുണ്ട്. ആദ്യത്തേത് നമ്മുടെ ഹൃദയമാണ്. രണ്ടാമത്തേത് നമുക്കും അപ്പുറത്തുള്ള നിലനില്പ്. മൂന്നാമത്തേത് നമ്മുടെ ഹൃദയത്തിൽ ആ നിലനില്പെടുക്കുന്ന രൂപം. നമുക്ക് നമ്മോട് ഒരു ചോദ്യം ചോദിക്കാം. ഇതിൽ ഏതാണ് സത്യം?

എന്റെ ബാല്യകാല സുഹൃത്തിനെക്കുറിച്ചാലോചിക്കുകയാണെങ്കിൽ, ആ നായയുടെ അവസ്ഥ എന്നത് അതിന്റേതായ അസ്തിത്വത്തിനും അപ്പുറത്തുള്ള ഒന്നായിരുന്നു. ഇന്ന് അത് ഭൂതകാലമാണ്. എന്നാൽ വർഷങ്ങൾക്ക് ശേഷം സ്വപ്നം എന്ന മാധ്യമത്തിലൂടെ ഈ സംഭവം വീണ്ടും ഹൃദയത്തിലെത്തി, മറ്റൊരു രൂപം ധരിച്ചു. ആ ഹൃദയം, മറ്റു വാക്കുകളിൽ പറഞ്ഞാൽ ആദ്യ ഘടകം, ആ വ്യക്തിക്കും അപ്പുറത്തുള്ള അസ്തിത്വം എന്ന ഈ പ്രശ്നത്തെ അതിന്റെയുള്ളിൽ കൂട്ടിക്കലർത്തുകയും അതിന്റെ ഭാരത്തിനടിമപ്പെടുകയും തകരുകയും ചെയ്തു. തനിക്കും അപ്പുറത്തുള്ള അസ്തിത്വമെന്തോ അത് മാത്രമാണ് വാസ്തവം

എന്ന് നമ്മൾ പറയുകയാണെങ്കിൽ എന്റെ സുഹൃത്തിന്റെ പീഡനാനുഭവത്തെ നമ്മൾ എങ്ങനെ വിശദീകരിക്കും? ഒരു നായയെപ്പോലെ കയറിൽ തൂങ്ങിക്കിടക്കുക എന്ന അയാളുടെ പീഡനാനുഭവത്തെ എങ്ങനെ വിശദീകരിക്കും? കാരണം ഹൃദയത്തിൽ ആ സംഭവം പ്രത്യക്ഷമായതിനുശേഷം അതിനു മാറ്റം വന്നു. അയാളുടെ പീഡനം ഹൃദയത്തിൽനിന്നും കഴുത്തിലേക്ക് മാറി. എന്നാൽ സ്വം എന്നതിനുമപ്പുറത്തുള്ള അസ്തിത്വത്തിന്, മറ്റു വാക്കുകളിൽ പറഞ്ഞാൽ, ആ നായയുടെതന്നെ അഗ്നിപരീക്ഷയ്ക്ക്, അത് യാതൊരു മാറ്റവും വരുത്തിയില്ല."

സെയ്ദിഗൾ കഴുത്തൊന്ന് തടവി. അവരറിയാതെ കൂടിയിരുന്നവരുടെയെല്ലാം കൈകൾ സ്വന്തം കഴുത്തിലേക്ക് നീങ്ങി. അപ്പോഴാദ്യമായി, അവർക്കെല്ലാം അവർ ഒരു കയറിൻ തുമ്പിൽ കുരുക്കിട്ട് കിടക്കുകയാണെന്ന് തോന്നി.

"വിഷയം നല്ലവനിലേക്ക് തിരികെ കൊണ്ടുവരണോ? തന്റെ കണ്ണൊന്ന് തുറക്കണമെന്ന ആഗ്രഹം ആദ്യമില്ലാതിരുന്ന നല്ലവനിലേക്ക്?"

സെയ്ദിഗളിൽ നിന്നും നേരെ എതിരെയിരുന്ന വ്യക്തിയിൽ നിന്നാണ് ഈ സ്വരം വന്നത്.

"അവരെന്നെ കഴുകൻ എന്നാണ് വിളിക്കുന്നത്. ആദ്യം എന്റെ പേരിനെക്കുറിച്ച് ഞാൻ പറയാം. ഞാനൊരു കഴുകൻകുഞ്ഞിനെ കണ്ടു. അതിനെ വളർത്തി. ഞാനുമായി പരിചയമായപ്പോൾ അത് ഇണങ്ങി. ഞങ്ങൾ ഒന്നിച്ച് യാത്ര ചെയ്തു. ഒന്നിച്ച് വേട്ടയാടി. ഒരു ദിവസം ഒരു കൊടുങ്കാറ്റിൽ ഞാൻ അകപ്പെട്ടു. എനിക്ക് വഴി തെറ്റി. എന്റെ കഴുകനെ അവസാനമായി കാണുമ്പോൾ അവൻ വടക്കോട്ട് പറക്കുകയായിരുന്നു. ഞാനവനു പുറകെ യാത്ര തിരിച്ചു. എന്നാൽ കഴുകനിലേക്കെത്താനുള്ള പാത ദുഷ്കരമായിരുന്നു. ഒരുപക്ഷേ അവനും എന്നെ തിരയുകയായിരുന്നിരിക്കണം. അവനും അപകടങ്ങൾ തരണം ചെയ്ത് മുന്നേറുകയായിരുന്നിരിക്കണം. അങ്ങനെയൊരു ചിന്ത മനസ്സിൽ ആദ്യം വന്നപ്പോൾ മൂർച്ചയുള്ള ഒരു പാറക്കെട്ടിന്റെ മുകളിൽനിന്ന് താഴ്വാരത്തെക്കാണുകയായിരുന്നു. പെട്ടെന്ന് എന്റെ നെഞ്ചിൽ ഒരു ശൂന്യത അനുഭവപ്പെട്ടു. കണ്ണടച്ച് കൈകൾ നിവർത്തി. ശ്വാസം നിലച്ചു. കാറ്റിൽ ഞാന്ന് കിടന്നു. അവസാനം കണ്ണൊന്ന് തുറന്നപ്പോഴാണ് താഴ്വാരത്തിന്റെ മദ്ധ്യത്തിലാണെന്ന് മനസ്സിലായത്. എന്നെ തിരയുന്ന ഒരു ഉടമയുമുണ്ടായിരുന്നു. അദ്ദേഹത്തിന്റെ കഴുകനായിരുന്നു ഞാൻ."

കഴുകൻ ഒന്ന് നിവർന്നിരുന്നു. സഭയിലുണ്ടായിരുന്നവരെല്ലാം അപ്പോൾ അയാൾക്കൊപ്പം നിവർന്നിരുന്നു.

"അസ്തിത്വത്തിന് മൂന്ന് ഘടകങ്ങളുണ്ട് സെയ്ദിഗൾ. അത് സത്യം. എന്നാൽ അത് ഞാൻ, നിങ്ങൾ, അത് എന്നിവയല്ലേ? മറ്റൊരു വസ്തുവുമായി ബന്ധപ്പെട്ട് ഞാൻ അതിനെ വിശദീകരിക്കുന്നു. ആ മറ്റൊരു വസ്തു നിങ്ങളാണ്. രണ്ടും നേർക്ക് നേർ വരുമ്പോഴാണ് 'അത്' ഉണ്ടാകുന്നത്.

അതായത് ഒരു പുതിയ സാഹചര്യം. അതുകൊണ്ടാണ് നല്ലവന്റേയും രാജകുമാരിയുടേയും കഥയിൽ കേവലം രണ്ട് കഥാപാത്രങ്ങൾ മാത്ര മല്ല. അതിലൊരു മൂന്നാമൻ കൂടിയുണ്ട്. പ്രണയമാണ് ആ മൂന്നാമൻ. അതില്ലാതെ പ്രണയിക്കുന്നവരെക്കുറിച്ച് പറയുവാനാകില്ല. പ്രണയത്തിന്റെ അവസാനത്തിൽ രണ്ട് ഫലങ്ങൾക്കേ സാധ്യതയുള്ളൂ. അതിലാദ്യത്തേത്, പ്രണയംമൂലം പ്രണയിക്കുന്നവർ ഇരുവരും തീർത്തും വ്യത്യസ്ത രാകുന്നു എന്നതാണ്. അവർ പിന്നെ ഈ ലോകത്തെ മുഴുവൻ വ്യത്യസ്ത മായ കാഴ്ചപ്പാടിലൂടെ കാണുന്നു. മറ്റേത്, അവരുടെ കാഴ്ചയിലുള്ള ലോകത്തിനൊരു ആത്മാവ് വികസിക്കുകയും ആ ആത്മാവിന്റെ രൂപം അവരുടെ ഹൃദയത്തിലെ പ്രണയത്തിന്റേതായി വികാസം പ്രാപിക്കുകയും ചെയ്യുക എന്നതാണ്.

പ്രണയതിരസ്ക്കാരം ദൈവത്തിന്റെ കാതിലെത്തുമ്പോൾ അവിടെ ഒരു ത്രികോണമുണ്ടാകുന്നു. അതിൽ ആദ്യത്തെ അംശം, അവൻ പ്രണയി ക്കുന്നത് നിർത്തിയിട്ടില്ല എന്നതാണ്. എന്നാൽ ഇപ്പോൾ അവന്റെ പ്രണയം ഏകദിശയിലുള്ളതാണ്. രണ്ടാമത്തെ അംശം, ഒരു ആത്മാവ് ഉപയോഗിച്ച് അവനും അവളും ധന്യമാക്കിയ അതേ ലോകമാണിപ്പോഴും അസ്തിത്വത്തിനുമപ്പുറത്തുള്ള ലോകം. കാരണം, അവൻ അവസാനം അതിനെ കണ്ടത് അങ്ങനെയാണ്. മൂന്നാമത്തേത്, തന്റെ പ്രണയത്തി നോടും ബാഹ്യലോകത്തിനോടും കൂറുള്ളവനായിതന്നെ നിൽക്കുക യാണ് നല്ലവൻ. അവരുടെ പ്രണയമാണ് ഈ ബാഹ്യലോകത്തിനൊരു പുതുരൂപം നൽകിയത്. അതുകൊണ്ടവൻ അന്ധതയെ സ്വയം വരിച്ചു. അതല്ല, കണ്ണ് തുറന്നിരിക്കുകയാണെങ്കിൽ, അവന്റെ ഏകപക്ഷീയ പ്രണയം, ബാഹ്യലോകത്തെ മറ്റൊരു കണ്ണാടിയിലൂടെ കാണുമായിരുന്നു. എന്നിട്ട് അവരുടെ പ്രണയം സൃഷ്ടിച്ച അസ്തിത്വത്തിന് മറ്റൊരു രൂപം നൽകുമായിരുന്നു. അതയാൾ ഇഷ്ടപ്പെടുന്നില്ല. ഒരു പ്രണയേതാവിനെ സംബന്ധിച്ചിടത്തോളം പലപ്പോഴും അന്ധത സന്തുഷ്ടിക്ക് തുല്യമാകുന്നു."

സെയ്ദിഗൾ തന്റെ ഇടത് കൈകളിൽ ഒരു മുന്തിരിയെടുത്ത് തിരു പ്പിടിച്ചു. അയാൾ സംസാരിക്കാനാരംഭിച്ചപ്പോൾ കണ്ണുകളെല്ലാം അയാളി ലേക്ക് തിരിയുന്നത് അയാളറിഞ്ഞു.

"ഒരു പ്രണയേതാവ് ചിലപ്പോൾ അന്ധത ഇഷ്ടപ്പെടുന്നു എന്ന് താങ്കൾ പറയുന്നു. കാരണം രാജകുമാരി തന്നെ ഉപേക്ഷിച്ചു എന്ന് നല്ലവൻ കേട്ടു എന്നതിനാൽ! അസ്തിത്വത്തിന്റെ മൂന്ന് ഘടകങ്ങളെ താങ്കൾ, ഞാൻ, നിങ്ങൾ, അത് എന്നിങ്ങനെ വിളിക്കുന്നു. താങ്കളുടെ വിശദീകരണമനു സരിച്ച്, ആ അതിന്, പ്രണയത്തിന്, ഈ ആദ്യ രണ്ടിന്റേയും ഏകീകരണ ത്തിൽനിന്നും ജന്മമെടുത്തതിന്, ഒരു പ്രാണപ്രേയസിയില്ലെങ്കിൽ പിന്നെ നിലനിൽക്കുവാനാകുമോ? പ്രാണപ്രേയസിയില്ലാത്ത പ്രണയത്തിൽ പിന്നെ വാസ്തവമായെന്തുണ്ട്? പ്രണയം എന്നത് പ്രാണപ്രേയസിയേ ക്കാൾ വാസ്തവമല്ലേ? നമ്മൾ പ്രണയം തിരയുന്നത്, പ്രാണപ്രേയസി യിലല്ല, ഈ ലോകത്തിലാണ്. നിറങ്ങളും വെളിച്ചവുമാണ് വാസ്തവം

എന്ന് ധരിച്ചാൽ അത് നമുക്ക് പറ്റുന്ന തെറ്റാണ്. കാരണം അവയുടെയെല്ലാം യഥാർത്ഥ അസ്തിത്വം എന്നത് സൂര്യനാണെന്ന് നമുക്കറിയാം." കഴുകൻ പറഞ്ഞു.

പിന്നെ ഒന്നു നിർത്തി. വീണ്ടുമാരംഭിച്ചു.

"അവരുടെ ലോകത്തിനോട് സത്യസന്ധത പുലർത്തിയവരാണ് എന്റെ സഹോദരന്മാർ! എന്റെ യാത്രകൾക്കിടയിൽ ഞാൻ കേട്ട കഥകളും എന്റെ ചിന്തകളും നിങ്ങളുമൊത്ത് പങ്കുവയ്ക്കാൻ ആഗ്രഹിക്കുന്നു. അസ്തിത്വത്തിന്റെ പ്രകൃതമറിയാൻ, അത് മനസ്സിലാക്കാൻ, നമ്മളെല്ലാം ഒരു ചോദ്യം ചോദിക്കുക എന്നതിൽ അർപ്പണബോധം കാണിക്കണം. ഞാൻ ഹരിതാഭമായ വൃക്ഷങ്ങളെ കണ്ടിട്ടുണ്ട്, ഹരിതാഭമായ പുല്ലുകൾ കണ്ടിട്ടുണ്ട്, പച്ചനിറമുള്ള പാമ്പുകളേയും കണ്ടിട്ടുണ്ട്. എന്നാൽ എനിക്ക് എവിടേയും പച്ച മാത്രമായി കാണാനായിട്ടില്ല. ഇതുപോലെ, ഞാൻ ചിലതിന്റെ സാധ്യതയെപ്പറ്റി, ഉദാഹരണത്തിനായി, നിറത്തെക്കുറിച്ച് ചിന്തിച്ചു. അവ എല്ലാത്തിലുമുണ്ടെന്ന് കരുതി. എന്നാൽ അത് നമ്മുടെ ഇടം, നമ്മുടെ സമയം എന്നിവയ്ക്കും അപ്പുറത്താണ്. നമുക്ക് അതിന്റെ ഒരു നിഴൽ മാത്രമേ കാണാനാകുകയുള്ളൂ. വാസ്തവത്തിൽ അത് മറ്റെവിടേയോ ആണ്. ഇതൊന്ന് മനസ്സിലാക്കാൻ ഞാൻ പല പടികൾ പടുത്തുയർത്തിയിട്ടുണ്ട്. ഈ വിശ്വത്തിലുള്ള എല്ലാത്തിനും ഒരു സ്രോതസ്സുണ്ട് എന്നതാണ് ആദ്യം ഞാൻ അതിൽനിന്നും കിഴിച്ചത്. ഈ മുറിയിലെ വെളിച്ചത്തിന്റെ സ്രോതസ്സ് ഇതാ മുകളിൽ മെഴുകുതിരിക്കാലിലുള്ള മെഴുകുതിരികളാണ് എന്നതുപോലെ. പിന്നെ ഞാൻ കണ്ടത് ഒന്നും സ്വയം സൃഷ്ടമാകുന്നില്ലെന്നും എല്ലാത്തിനും ഒരു തായ്‌വേരുണ്ടെന്നുമാണ്. എന്റെ അസ്തിത്വം, നിലനില്പ്, ഉണ്ടാകുന്നത് എന്റെ മാതാപിതാക്കളിൽ നിന്നാണ്. അടുത്ത പടി വിശ്വമായിരുന്നു. അതായത് പൂർണ്ണ അസ്തിത്വം. അതിനും ഒരു സ്രോതസ്സുണ്ടായിരിക്കണം. ചിന്തകളുടെ ചങ്ങലക്കണ്ണികൾ എന്നെ ഇതുവരേക്കെത്തിച്ചപ്പോൾ എനിക്ക് കാലിടറി.

ഈ വിശ്വത്തിന് അത് സ്വയം എന്നതല്ലാതെ മറ്റൊരു സ്രോതസ്സുണ്ടെങ്കിൽ, അതെന്തുതരം വസ്തുവാകും? ഒരിക്കൽ ഒരു മരുഭൂമിയിൽ, തീ കായാനിരിക്കുന്നതിനിടയിൽ, ഞാൻ ഈ ചോദ്യം ചർച്ച ചെയ്തുകൊണ്ടിരുന്നപ്പോൾ, പശ്ചിമദിക്കിൽ നിന്നെത്തിയ ഒരു വൃദ്ധൻ തന്റെ സഞ്ചിയിൽനിന്നും ഒരു കണ്ണാടിയെടുത്തു. അതിനെ അഗ്നിക്കഭിമുഖമായി പിടിച്ചു. കണ്ണാടിയിൽ എന്ത് കാണുന്നു എന്ന് ചോദിച്ചു. ഞങ്ങളതിൽ തീ മാത്രമേ കണ്ടുള്ളൂ. "ഏതാണ് വാസ്തവം? നമുക്ക് മുന്നിലെരിയുന്ന അഗ്നിയോ അതോ ഈ കണ്ണാടിക്കുള്ളിലുള്ളതോ? നിങ്ങൾ നിങ്ങളുടെ കൈകൾ ഇവ രണ്ടിലേക്കും നീട്ടിനോക്കൂ." അയാൾ പറഞ്ഞു. ഞങ്ങൾ കണ്ണാടിയിലേക്ക് കൈ നീട്ടി. പിന്നെ എരിയുന്ന അഗ്നിയിലേക്കും. "കണ്ടില്ലേ? ഇതാണ് വിശ്വത്തിന്റെ പ്രകൃതവും. നമ്മളെല്ലാം ഒരു കണ്ണാടിക്കുള്ളിലാണ്. സത്യമായുള്ളത്, വാസ്തവമായുള്ളത്, നമുക്ക് പുറത്താണ്. പച്ച എന്നത് തന്നെ മറുപുറമാണ്. ഇവിടെ കാണുന്നത് അതിന്റെ പ്രതിബിംബം മാത്രം."

ജനങ്ങൾ അവർക്കുള്ളിൽ കൊണ്ടുനടക്കുന്ന വികാരങ്ങൾ, സത്യസന്ധത, നന്മ, സ്നേഹം എന്നിവപോലെയുള്ള വികാരങ്ങൾ, നമ്മുടെ ലോകത്തിനുപുറത്ത് മാത്രം അതിന്റെ വാസ്തവമായ രൂപത്തിൽ കാണാവുന്ന നിറങ്ങളെപ്പോലെയാണ്. പ്രണയം എന്നത് പച്ചയാണ്. ആ പച്ചപ്പ് നൽകുന്ന വൃക്ഷമാണ് യഥാർത്ഥ കമിതാവ്. അതുകൊണ്ടാണതിന്റെ അസ്തിത്വം നമ്മളറിയുന്നത്. നല്ലവൻ ഇത് കണ്ടെത്തിയത് രാജകുമാരിയിലായിരുന്നു. പ്രാണപ്രേയസിയെ നഷ്ടമായത് അയാളുടെ ഹൃദയത്തിലെ പ്രണയത്തിന്റെ വർണം കെടുത്തിയില്ല. ഇവിടെ ഞാൻ സെയ്ദിഗളിന്റെ വാക്കുകൾ ഉപയോഗിക്കട്ടെ. ആ വാക്കുകൾ ഇതിനെ കുറച്ചുകൂടി നല്ല രീതിയിൽ വിശദീകരിക്കും. ഹൃദയത്തിൽ രൂപം കൊള്ളുന്ന അസ്തിത്വത്തിന്റെ ബാഹ്യരൂപം ഹൃദയത്തിലുള്ളത് മാത്രമാകും. അവസാനം പച്ചപ്പിന്റെ നിഗൂഢതയിലേക്കെത്തിച്ചേർന്ന നല്ലവന്, പിന്നെ അവിടെ നിന്ന് പിൻതിരിയാനാകില്ല. പിൻതിരിഞ്ഞ് ഈ ഭൗതികലോകത്തിൽ വീണ്ടും സ്വയം കുഴിച്ച് മൂടാനാകില്ല. അത് തന്റെയുള്ളിലെ വെളിച്ചത്തെ കെടുത്തുന്നതിനു തുല്യമാകും.”

തന്റെ വാക്കുകളവസാനിപ്പിച്ച് കഴുകൻ ഒന്ന് ചാരിയിരുന്നു. ആപ്പിൾ വീഞ്ഞ് ഒരു കവിൾ കുടിച്ചു.

കഴുകൻ നിർത്തിയിടത്തു നിന്ന് സെയ്ദിഗൾ തുടർന്നു.

“ഈ വിശ്വം ഒരു വലിയ ശൂന്യതയാണെന്നാണ് ഋഷിമാർ പറയുന്നത്. അതിന്റെ ഏറ്റവും താഴെയുള്ള ഭാഗമാണ് ഈ കരയും നശ്വരതയും. ഏറ്റവും ഉച്ചിയിൽ അനശ്വരതയുടെ നക്ഷത്രമാണ്. ഏഴാം പ്രതലത്തിലുള്ള ഈ നക്ഷത്രം അസ്തിത്വത്തിന്റെ അതിരാണ്. ഒന്നുകൂടി വ്യക്തമായി പറഞ്ഞാൽ അതിന്റെ തുടക്കം. അതിൽ ഒരു വെളിച്ചമുണ്ട്. ആ വെളിച്ചത്തിൽ ആത്മാവ് താഴേക്ക് വീഴാനാരംഭിക്കുമ്പോൾ തുണ്ടുകളായി മുറിഞ്ഞ് തുടങ്ങുന്നു. താഴേക്ക് വീഴുംതോറും അതിന്റെ തെളിച്ചം കുറയുന്നു. ഈ വിശ്വത്തിന്റെ ആത്മാവിലെത്തുമ്പോഴേക്കും അതിലെ വെളിച്ചമേ ഇല്ലാതാകുന്നു. അതിൽ ശേഷിക്കുന്ന ഇരുണ്ട ഒരു പദാർത്ഥം മാത്രമാകുന്നു. ആ പദാർത്ഥത്താൽ സ്രഷ്ടമായ ഈ വിശ്വത്തിലെ ഇരുട്ടൊന്നു കുറയ്ക്കാനും വെളിച്ചം വർധിപ്പിക്കാനും നമ്മൾ ആഗ്രഹിക്കുന്നു എങ്കിൽ, നമ്മുടെ ആത്മാവിലുള്ള നക്ഷത്രത്തിലേക്കെങ്ങനെ എത്താം എന്നതിനൊരു മാർഗം നമ്മൾ കണ്ടെത്തണം. താൻ പ്രണയം വഴി അവിടെയെത്തി എന്ന് നല്ലവൻ കരുതുന്നതിനാൽ അയാൾ അത് സ്വന്തം ഹൃദയത്തിൽ തന്നെ സൂക്ഷിക്കുന്നു.”

കഴുകന്റെ വലതു ഭാഗത്ത്, വെള്ളക്കുപ്പായം ധരിച്ചിരിക്കുകയായിരുന്ന ജാനി എന്ന യുവാവ് സംസാരിച്ച് തുടങ്ങി.

“ഈ വാക്കുകൾ ഇതായാ എന്ന ഒരു സന്ന്യാസിയുടെ പ്രഭാഷണത്തെ ഓർമ്മിപ്പിക്കുന്നു. ഞാനൊരു കുട്ടിയായിരുന്നപ്പോഴാണ് ഈ പ്രഭാഷണം കേട്ടത്. യക്ഷിക്കഥകളെ വെല്ലുന്ന ഒരു പട്ടണത്തിനരികിൽ

അച്ഛന്റെ സഞ്ചാരക്കൂട്ടം തമ്പടിച്ചതായിരുന്നു. ഒരൊറ്റ രാത്രിയിലേക്കായി ഞങ്ങൾ അവിടെ തങ്ങാൻ തീരുമാനിച്ചതായിരുന്നു. അപ്പോഴാണ് അന്ന് രാത്രി നഗരചത്വരത്തിൽ ഒരു യുവസന്ന്യാസിയുടെ പ്രഭാഷണമുണ്ടെന്ന് അറിയുന്നത്. ഞങ്ങളവിടെ എത്തിയപ്പോഴേക്കും നൂറുകണക്കിനാളുകൾ അവരുടെ കിലിം എന്ന പായ വിരിച്ച് ഇരിപ്പായിട്ടുണ്ടായിരുന്നു. പ്രഭാഷകനായ സന്ന്യാസി ഖിർകയിലാണിരുന്നിരുന്നത്. ഒരു വെളുത്ത മാർബിളിലാണ് ഈ ഖിർക വിരിച്ചിരുന്നത്. നക്ഷത്രങ്ങളെയെല്ലാം വ്യക്തമായി കാണാവുന്ന ഒരു വേനൽ രാത്രിയായിരുന്നു അത്. ചുറ്റിലും എണ്ണ വിളക്കുകൾ എരിയുന്നുണ്ടായിരുന്നു. എന്റെ അച്ഛന്റെ യാത്രാ സംഘത്തിൽ നിപുണതയുള്ള ഒരു വാൾപയറ്റുകാരനുണ്ടായിരുന്നു, ജാനി. എന്റെ പേര് എനിക്ക് അദ്ദേഹത്തിൽനിന്നും ലഭിച്ചതാണ്. അദ്ദേഹത്തിനെന്നെ വലിയ ഇഷ്ടമായിരുന്നു. എന്നെ എപ്പോഴും ശ്രദ്ധിക്കുമായിരുന്നു. 'ഈ പ്രഭാഷകന്റെ മനസ്സിന് എന്റെ വാളിനേക്കാൾ മൂർച്ചയുണ്ട് മകനേ, അദ്ദേഹം പറയുന്നത് ശ്രദ്ധിച്ച് കേൾക്കണം' ജാനി എന്നെ ഉപദേശിച്ചു. മാർബിളിനു മുകളിൽ വച്ച ജീവനുള്ള പ്രതിമയാണ് ഇതായാ എന്ന് തോന്നിച്ചു. വളരെ മൃദുവായ സ്വരമായിരുന്നു അദ്ദേഹത്തിന്റേത്. നമ്മളിലെല്ലാവരിലും ഉള്ളത് ഒരൊറ്റ ആത്മാവാണെന്ന് അദ്ദേഹം പറഞ്ഞു. വലിയ ആത്മാവ് എന്നാണദ്ദേഹം അതിനെ വിളിച്ചത്. അതൊരു വെളിച്ചം പോലെയാണ്. അത് തെളിച്ചം കൊടുക്കുന്ന വസ്തുക്കൾ വ്യത്യസ്തമാകയാൽ, വെളിച്ചം അതിനോടൊപ്പം വിഭജിക്കപ്പെടുന്നു. എന്നാൽ ഈ വസ്തുക്കൾ ഇല്ലാതാകുമ്പോൾ വെളിച്ചം അതിന്റെ സ്രോതസ്സിലേക്ക് മടങ്ങുന്നു. സൂര്യനാണ് ആ സ്രോതസ്സ്. എന്നിട്ട് ഒരൊറ്റ വെളിച്ചമായി രൂപാന്തരം പ്രാപിക്കുന്നു. മനസ്സും ശരീരവും തമ്മിലുള്ള ബന്ധവും അതു തന്നെ. ആത്മാവ് ശരീരത്തിനകത്ത് വിഭജിക്കപ്പെടുന്നു. അവയിൽനിന്നും വേർപെടുമ്പോൾ വീണ്ടും പൂർണമാകുന്നു. അത് കേട്ടപ്പോൾ എനിക്ക് വലിയ സന്തോഷമായി. എന്റെ ആത്മാവും എന്റെ അച്ഛന്റെ ആത്മാവും ജാനിയുടെ ആത്മാവും എല്ലാം ഒന്നുതന്നെ എന്ന് ഞാൻ ചിന്തിക്കാനാരംഭിച്ചു.

"ഇതായായെ കണ്ടു എന്നല്ലേ താങ്കൾ പറഞ്ഞത്. ഇനി കണ്ടാൽ തിരിച്ചറിയാനാകുമോ?" കോൺഫിഡന്റ് ചോദിച്ചു.

"സംശയമാണ്", ജാനി പറഞ്ഞു. "കാലമേറെക്കഴിഞ്ഞിരിക്കുന്നു. അദ്ദേഹമിരുന്നിടത്തുനിന്ന് വളരെ ദൂരെയാണ് ഞാനിരുന്നിരുന്നത്. എന്നാൽ അദ്ദേഹത്തിന്റെ സ്വരം മറ്റുള്ളവരിലൂടെ ഇപ്പോഴും എന്നിലേക്കെത്തുന്നുണ്ട് എന്നു തോന്നുന്നു. അതിനൊരു മൃദുത്വമുണ്ടായിരുന്നു. ആഴവുമുണ്ടായിരുന്നു. താങ്കളുടെ സ്വരം പോലെ തന്നെ."

കോൺഫിഡന്റ് ഓസെയെ നോക്കി. അവർ രഹസ്യമായൊരു പുഞ്ചിരി കൈമാറി. അതല്ലങ്കിൽ അങ്ങനെയുണ്ടായി എന്ന് റിൻഡയ്ക്ക് തോന്നി. അവർക്ക് മദ്ധ്യത്തിലാണപ്പോൾ റിൻഡ ഇരിക്കുന്നത്.

“എന്റെ പേര് കോൺഫിഡന്റ് എന്നാണ്. ഈ പേരിനൊരു പ്രാധാന്യ മുണ്ടാകുന്നത് അത് അതിന്റെ അസ്തിത്വത്തിനായി മറ്റുള്ളവരെ ആശ്രയി ക്കുമ്പോഴാണ്. മറ്റുള്ളവരുമായി ബന്ധപ്പെടുത്തിമാത്രമേ ഇതിനെ നിർവചിക്കാനാകുകയുള്ളൂ. ഒരുപക്ഷേ, സമയമാകുമ്പോൾ ഓസെ സംസാരിക്കുമായിരിക്കും. അപ്പോൾ എന്നെ കോൺഫിഡന്റ് എന്ന് എന്തു കൊണ്ട് വിളിക്കുന്നു എന്നദ്ദേഹം പറയുമായിരിക്കും.”

ഓസെ പുഞ്ചിരിച്ചു. സമയമാകുമ്പോൾ സംസാരിക്കും എന്ന ഒരു സൂചന ആ പുഞ്ചിരിയിലില്ലായിരുന്നു.

ജാനി തന്റെ വാക്കുകൾ തുടർന്നു. “സെയ്ദിഗൾ പറഞ്ഞതുപോലെ, ആദിയിൽ വെട്ടിത്തിളങ്ങുന്ന വെളിച്ചമല്ലാതെ ഒന്നുമില്ലാതെയിരുന്ന കാലത്ത്, അസ്തിത്വം പൂർണമായിരുന്നു. പിന്നെ തിന്മയെത്തി. ആ വെളിച്ചത്തെ വിഭജിക്കാനാരംഭിച്ചു. മനുഷ്യന്റെ മാംസമാണ് ഇരുട്ടെന്ന് പൂർവ്വികർ പറയുന്നു. പക്ഷേ നമ്മുടെ ഹൃദയം സൃഷ്ടിക്കപ്പെട്ടിരിക്കുന്നത് നക്ഷത്രങ്ങളുടെ ചാരമുപയോഗിച്ചാണ്. വെളിച്ചത്തെ വിഭജിക്കുന്ന തിന്മയുടെ വെളിച്ചത്തിൽ, സ്നേഹം എന്നത് ഒരൊറ്റ സത്യത്തിലേക്ക് മാത്രം വിരൽ ചൂണ്ടുന്നു. നമ്മൾ മണ്ണിൽനിന്നും ജനിച്ചതല്ലെന്ന സത്യ ത്തിലേക്ക്. നമ്മൾ ആകാശത്തിൽനിന്നും കുരുത്തതാണെന്ന സത്യത്തി ലേക്ക്. ഒരു ഗോതമ്പ് മണി എങ്ങനെയാണോ മണ്ണിൽ വീണ് അതിന്റെ സ്രോതസ്സിലേക്ക് മടങ്ങുന്നത്, നമ്മൾ വീഴുന്ന സ്ഥലം ദിവ്യമായ പൂന്തോട്ട മാണ്. നമ്മുടെ പ്രിയപ്പെട്ടവർ എന്നത് നമ്മൾ കടന്നു പോകുന്ന സത്യ മായ സ്രോതസ്സിലെത്തുവാനുള്ള വെളിച്ചം നിറഞ്ഞൊരു തുരങ്കമാണ്.”

ജാനി സംസാരം നിർത്തിയപ്പോൾ വീണ്ടും സർബത്തും ഗ്ലാസു കളിലേക്ക് പകരുന്ന സ്വരം വന്നു. അവർ മുന്തിരി തിന്നാനാരംഭിച്ചു. മുറിച്ച് വച്ച പീച്ച് പഴങ്ങൾ തിന്നാനാരംഭിച്ചു. ഓരോരുത്തരും അടുത്തിരിക്കുന്ന വ്യക്തിക്ക് വിളമ്പിക്കൊടുക്കുന്നുണ്ടായിരുന്നു. പഞ്ചസാര പുരട്ടിയ സ്ട്രോബെറിയും രക്തച്ചുവപ്പുള്ള ചെറിയും അവർ പങ്കുവച്ച് കഴിച്ചു.

കോൺഫിഡന്റ് ചെറിയുടെ പാത്രം റിൻഡയ്ക്ക് നേരെ നീട്ടി. “നല്ല സ്വാദുണ്ട്” എന്ന് പറഞ്ഞു. എന്നാൽ റിൻഡ ആ പാത്രം ഓസെയുടെ മേശപ്പുറത്തേക്ക് നീക്കി. അതിലൊന്നുപോലുമെടുത്തില്ല. എന്നിട്ട് സെയ്ദി ഗളിനെ നോക്കി. അപ്പോഴേക്കും സെയ്ദിഗൾ സംസാരം തുടങ്ങിയിരുന്നു.

“പ്രണയം നമ്മെ ആകാംക്ഷയാൽ, ആവേശത്താൽ വട്ടം കറക്കു കയും നമ്മുടെ ആത്മാവിലേക്ക് ഒരു പുതുവാതിൽ തുറക്കുകയും ചെയ്യു മ്പോൾ നമ്മൾ നിലനില്പിന്റെ അങ്ങേതലത്തിലെത്തിയിരിക്കുന്നു എന്ന് നമുക്ക് തോന്നും. ഈ ഭൗതികലോകം നമുക്കൊരു തുറുങ്കാണ്. അതിൽ നിന്നും രക്ഷപ്പെടാനാണ് നമ്മൾ ശ്രമിച്ചുകൊണ്ടിരിക്കുന്നത്. ഉത്തുംഗ മായ സത്യമെന്തെന്ന് തിരിച്ചറിയുന്നതിനായി മൂന്ന് മാർഗങ്ങളുണ്ടെന്ന് അവർ പറയുന്നു. ഉറക്കം, മരണം, പ്രണയം. ഉറക്കത്തിൽ മറ്റൊരു ലോക ത്തിലേക്ക് ദേശാന്തരഗമനം നടത്തുന്നത് കാണിക്കുന്നത്, നമ്മുടെ നിത്യ

ജീവിതം മാത്രമല്ല സത്യമായുള്ളത് എന്നാണ്. മരണം എന്നത് ഉറക്കത്തിന്റെ സ്ഥായീരൂപമാണ്. പ്രണയമാകട്ടെ നമ്മെ നമ്മിൽനിന്നും ദൂരേക്ക് കൊണ്ടുപോകുന്ന ഒരു ഇടവേളയാണ്. നമുക്ക് ചുറ്റിലുമുള്ള അസ്തിത്വത്തെ വ്യത്യസ്തമായ കണ്ണിലൂടെ കാണാൻ അതുവഴി നമുക്കാകുന്നു. എന്നാൽ ഉറക്കത്തിലെ സ്വപ്നം, മരണം എന്നിവയിൽ നിന്നും വ്യത്യസ്തമായി, പ്രണയത്തിൽ നമ്മുടെ മനസ്സ് ഈ ലോകത്തിന്റെ നാലതിരിൽ തന്നെ തളച്ചിടുന്നു. അതുകൊണ്ടാണ് അസ്തിത്വത്തെ മറികടന്ന് മറ്റൊരു വിശ്വത്തിന്റെ പൂന്തോട്ടത്തിനരികിലെത്തുന്നതിന് ഏറ്റവും സഹായകരം പ്രണയമാണെന്ന് പറയുന്നത്. ആ ഭാഗത്തെക്കുറിച്ച് എനിക്ക് സംശയമുണ്ട്."

ജാനിയുടെ കൈ അപ്പോൾ സർബത്ത് നിറച്ച ഗ്ലാസിനു മുകളിൽ വട്ടമിട്ട് പറക്കുകയായിരുന്നു.

"നമ്മുടെ ശരീരത്തിന്റെ പ്രണയമോ അതോ ആത്മാവിന്റെ പ്രണയമോ?" സെയ്ദിഗൾ ചോദിച്ചു. "നമ്മുടെ ശരീരം നമ്മെ ഭൗതിക വികാരങ്ങൾകൊണ്ട് വീർപ്പുമുട്ടിക്കുന്നു. ഭയം, ആഗ്രഹം, പ്രണയം മുതലായ വികാരങ്ങൾ കൊണ്ട്. ഈ വസ്തുക്കളെക്കുറിച്ചാലോചിച്ച് വിഷമിക്കുക വഴി പിന്നെ നമുക്കപ്പുറത്തേക്ക് ചിന്തിക്കാനാകാത്ത നിലയിലേക്ക് നമ്മളെത്തുന്നു. പിന്നെയൊന്നന്വേഷിക്കാനുള്ള ഊർജം നമ്മിലില്ലാത്ത അവസ്ഥയിലേക്ക്. എല്ലാ ചോദ്യങ്ങൾക്കും ഉത്തരം കണ്ടെത്തി കണ്ടെത്തി ഊർജ്ജമില്ലാതാകുന്നു. ഇവിടെ എന്റെ സഹോദരന്മാർ വിവരിക്കുന്ന പ്രണയം അതിനുമപ്പുറത്തേതാണെന്ന് എനിക്കറിയാം. എന്നാൽ അസ്തിത്വം എന്നതിന്റെ അർത്ഥമെന്തെന്നതിൽ നമുക്ക് ജിജ്ഞാസയുണ്ടെങ്കിൽ, വെറും വികാരംകൊണ്ട് ജിവിതത്തിന്റെ സത്തയിലെത്തിച്ചേരാനാകുമോ? പ്രണയം നമുക്ക് ജ്ഞാനമൊന്നും നൽകുന്നില്ല. ഒരുപക്ഷേ നമ്മൾ ഈ ഇരുണ്ട ലോകത്തുനിന്ന് രക്ഷപ്പെടണം എന്നൊരു ചിന്ത അതുണർത്തുമായിരിക്കും. അതിനപ്പുറം ഒന്നുമില്ല. ഈ വിശ്വത്തിലെ ഏറ്റവും വലിയ ആഭരണം, രത്നം, മനസ്സാണ്. അത് നൽകുന്ന ഫലമാണ് ജ്ഞാനം. സഹോദരരേ! മനസ്സിനൊരു ഉത്തരം കണ്ടെത്താനാകില്ലെങ്കിൽ പിന്നെ ഹൃദയത്തിനൊരിക്കലുമാകില്ല."

എല്ലാവരും അവരുടെ ഗ്ലാസെടുത്ത് നുണയുന്നതിനിടയിൽ കഴുകൻ സംഭാഷണം തുടർന്നു.

"ഈ വിശ്വത്തിലുള്ളതെല്ലാം പരസ്പര ബന്ധിതമാണ്. ഒരു ഏണിയുടെ പടികൾ പോലെയാണവയെല്ലാം. നിശ്ചേഷ്ടമായ വസ്തുക്കളാണേറ്റവും അടിയിൽ. അവയ്ക്ക് മുകളിൽ സസ്യങ്ങൾ, പിന്നെ മൃഗങ്ങൾ. മൃഗങ്ങൾ സസ്യങ്ങളേക്കാൾ വികാസം പ്രാപിച്ചവയാണ്. സസ്യങ്ങളാകട്ടെ നിശ്ചേഷ്ടവസ്തുക്കളേക്കാൾ വികാസം പ്രാപിച്ചവയും. ഓരോ പടിയുടേയും അവബോധം അതിൽതന്നെ ചുരുങ്ങി നിൽക്കുന്നു. എന്നാൽ അവയ്ക്ക് ചുവട്ടിലുള്ളവയെ അവ ഗ്രഹിക്കുന്നുണ്ട്, ഉൾക്കൊള്ളുന്നുണ്ട്. അപ്പോഴും അവയ്ക്ക് മുകളിലുള്ളവയെ മനസ്സിലാക്കാൻ, ഗ്രഹിക്കാനൊരു

കഴിവ് അവയിലില്ല. നിശ്ചേഷ്ട വസ്തുക്കൾക്ക് സസ്യങ്ങളെ മനസ്സിലാകില്ല, സസ്യങ്ങൾക്ക് മൃഗങ്ങളെ മനസ്സിലാകില്ല, മൃഗങ്ങൾക്ക് മനുഷ്യരെ മനസ്സിലാകില്ല. കാരണം ഓരോന്നിന്റേയും അസ്തിത്വം തീർത്തും വ്യത്യസ്തമാണ്. ഏണിയുടെ ഏറ്റവും മുകളിലുള്ള മനുഷ്യർക്ക് ഇവയെല്ലാതിനെക്കുറിച്ചുമുള്ള അറിവുണ്ട്. പക്ഷേ മനുഷ്യർക്കും മുകളിലൊരു പടികൂടിയുണ്ടെങ്കിലോ? അപ്പോൾ മനസ്സിനെങ്ങനെ അതിന്റെ തലത്തിൽ നിന്ന്, അതിന്റെ കഴിവിന്റെ പരിമിതിയിൽ നിന്ന് ആ പടിയെ മനസ്സിലാക്കിയെടുക്കാനാകും?"

സുൽത്താന്റെ ഇടത് ഭാഗത്തിരുന്നിരുന്ന സിറാവെ ഇതെല്ലാം ശ്രദ്ധിക്കുന്നുണ്ടായിരുന്നു. അയാൾ തന്റെ നീണ്ടുമെലിഞ്ഞ വിരലുകൾ കൊണ്ട് കട്ടിയുള്ള തലമുടിയൊന്ന് തടവി. ചുവന്ന താടിയായിരുന്നു അയാളുടേത്. അത് സൂചിപ്പിച്ചത് ഒന്നുകിൽ അയാൾ വരുന്നത് ഏതു പ്രദേശത്തുനിന്നാണെന്ന് ആർക്കുമറിയില്ല, അല്ലെങ്കിൽ വല്ലാത്ത വേദനകൾ നിറഞ്ഞ യാത്ര കഴിഞ്ഞാണ് അയാൾ വരുന്നത് എന്നാണ്. വളരെ സാവധാനത്തിലാണ് സിറാവെ സംസാരിച്ചു തുടങ്ങിയത്.

"കഴുകൻ ഉന്നയിച്ച ചോദ്യം മറ്റൊരു ചോദ്യത്തിനു കാരണമാകുന്നു എന്നെനിക്ക് തോന്നുന്നു. നമ്മൾ ഇപ്പോൾ ജീവിക്കുന്നത്, നമ്മുടെ ഇപ്പോഴത്തെ അസ്തിത്വം, അതുതന്നെയാണ് പൂർണസത്യം എന്നുമാകില്ലേ? അതിനുമപ്പുറം മനസ്സറിയേണ്ട എന്തെങ്കിലുമുണ്ടോ? മറ്റു വാക്കുകളിൽ പറഞ്ഞാൽ മനസ്സ് ഗ്രഹിക്കുന്ന ലോകത്തിനപ്പുറം മനസ്സറിയേണ്ടതെന്തെങ്കിലുമുണ്ടോ?"

"ഈ ചോദ്യം ഉന്നയിച്ച വ്യക്തിയുടെ ചിന്തകൾ ഈ ചോദ്യത്തിൽ മാത്രമായി പരിമിതപ്പെടാതിരിക്കട്ടെ എന്ന് ഞാൻ ആഗ്രഹിക്കുന്നു," സെയ്ദിഗൾ ഇടയ്ക്ക് കയറി പറഞ്ഞു. "എനിക്കതിലും താത്പര്യം, ദീർഘയാത്ര കഴിഞ്ഞപ്പോൾ താങ്കൾ ഏതുതരം മനുഷ്യനായി എന്നറിയാനാണ്. കഴിഞ്ഞ തവണ നമ്മൾ ആ താടിയിൽ കണ്ട അതേ മനുഷ്യൻ തന്നെയാണോ ഇപ്പോഴും താങ്കൾ, അതോ മറ്റൊരാളോ?"

"എന്റെ മുഖത്ത് അതിനുള്ള ഉത്തരമുണ്ടെങ്കിൽ ഈ താടിതന്നെ വടിച്ചുകളഞ്ഞ് ഒരു കണ്ണാടിയിൽ നോക്കുമായിരുന്നു. പരസ്പരം അറിയാവുന്നവരേക്കാളുപരി, സ്വയം അറിയാനാഗ്രഹിക്കുന്നവരുടെ സ്ഥലമാണിത്. കഴിഞ്ഞ വർഷം, രോഗാതുരമായ അവസ്ഥയിൽ ഞാൻ വിദൂരത്തുള്ള ഒരു പട്ടണത്തിലെത്തി. അവിടെ ഒരു വൃദ്ധയും അവരുടെ പത്ത് വയസ്സുള്ള കൊച്ചുമകളും എന്നെ ശുശ്രൂഷിച്ചു. ഒരു ദിവസം പ്രഭാതത്തിൽ ഉണർന്നപ്പോൾ തോട്ടത്തിൽനിന്നും ഒരു നൈറ്റിംഗേലിന്റെ പാട്ടു കേട്ടു. സീ എന്ന് പേരുള്ള ആ വൃദ്ധ അപ്പോൾ ചുമരു ചാരി നിൽക്കുന്നുണ്ടായിരുന്നു. അവരുടെ വീടിനാകെ ഒരു മുറിയേയുള്ളൂ. ഞങ്ങൾ മൂന്നു പേരും ആ മുറി പങ്കിടുകയായിരുന്നു. സീ എന്റെ സമീപമെത്തി. എന്റെ നെറ്റിയിൽ കൈ വച്ചു. "എനിക്ക് സുഖമായി സീ" ഞാൻ പറഞ്ഞു. അവർ പുഞ്ചിരിച്ചു. "ആ നൈറ്റിംഗേലിന്റെ പാട്ടിനൊപ്പം താങ്കൾ കണ്ണു

മിഴിച്ചത് സുന്ദരമായ ഒരു യാദൃച്ഛികത തന്നെ." അവർ പറഞ്ഞു. "എന്റെ കൊച്ചുമകൾ എന്നോടൊപ്പം താമസമാക്കിയിട്ട് മൂന്ന് വർഷമായിരിക്കുന്നു. എന്റെ ഭർത്താവ് വളരെ മുമ്പ് പോയതാണ്. പിന്നെ തിരികെ വന്നില്ല. ഏകമകൾ യുവതിയായപ്പോൾ അവൾ അച്ഛനെ തിരഞ്ഞിറങ്ങാൻ തീരുമാനിച്ചു. അവളും തിരിച്ചെത്തിയില്ല. അവൾ എന്തൊക്കെ ആപത്തിൽ ചെന്നുപെട്ടിരുന്നു എന്നെനിക്കറിയില്ല. എന്നാൽ അവൾ ശത്രുക്കളെ സമ്പാദിച്ചിരുന്നു എന്നത് സത്യം. ഇപ്പോൾ അവർ അവളെ തിരക്കി ഈ ഭാഗങ്ങളിലുമെത്തിത്തുടങ്ങിയിരിക്കുന്നു. ഒരു രാവിൽ അവിചാരിതമായി എന്റെ മകളെത്തി. വർഷങ്ങൾ കഴിഞ്ഞായിരുന്നു ആ വരവ്. അധിക സമയം ഇവിടെ ചിലവിടാനാകില്ല എന്ന് പറഞ്ഞു. അച്ഛന്റെ വിവരങ്ങൾ എന്തെങ്കിലും ലഭിച്ചോ എന്ന ചോദ്യത്തിന് 'ജീവിച്ചിരിപ്പുണ്ടോ എന്നു തന്നെ അറിയില്ല' എന്നായിരുന്നു ഉത്തരം.

അച്ഛനെ അന്വേഷിച്ചുള്ള യാത്രയ്ക്കിടയിൽ ക്രൂരന്മാരായ ചിലരെ അവൾ കണ്ടുമുട്ടി. അവർ കടന്നുപോകുന്ന പാതയിലുള്ളതെല്ലാം നശിപ്പിക്കുകയായിരുന്നു. സ്ത്രീകളെ അടിച്ചമർത്തുന്നുണ്ടായിരുന്നു. സ്വന്തം പാത നിങ്ങൾക്ക് ഈ ലോകത്തിൽ വെട്ടിപ്പിടിക്കാനായെങ്കിൽ അത് നിങ്ങളുടെ വിധി, അതിനുള്ള കരുത്ത് നിങ്ങളിലില്ലെങ്കിൽ, ഒഴുക്കിനനുസരിച്ച് നീങ്ങുകയാണെങ്കിൽ, നിങ്ങൾ ജീവിതത്തിന്റെ അടിമയായി തീരുന്നു. എന്റെ മകൾ ജീവിതത്തിന്റെ അടിമയായില്ല. അവൾ അവളുടെ ചക്രവാളമേതെന്ന് തീരുമാനിച്ചു. ദുഷ്ടരായവരെ എതിർക്കുന്ന പട്ടാളക്കാർക്കൊപ്പം ചേർന്നു. എന്നാൽ പോകുന്നതിനുമുമ്പ് എന്നെ ഒരു കാര്യമേല്പിക്കുന്നു എന്നറിയിച്ചു. അവൾ പുറത്തിറങ്ങി. കൈയിലൊരു കുഞ്ഞുമായി തിരികെയെത്തി. ആ കുഞ്ഞിനൊന്നുറങ്ങണമായിരുന്നു. അവളെ എന്നെയേല്പിച്ച് എന്റെ മകൾ ഇറങ്ങിപ്പോയി. ഞാനെന്റെ കൊച്ചുമകളെ മെത്തയിൽ കിടത്തി. അയൽവക്കത്തെ തോട്ടത്തിൽ നിന്നും അപ്പോൾ ഒരു നൈറ്റിംഗേലിന്റെ പാട്ടുകേട്ടു. പ്രഭാതമാകാറായിരിക്കുന്നു എന്നെനിക്ക് മനസ്സിലായി. ആ ഋതുവിലെ ആദ്യ നൈറ്റിംഗേലായിരുന്നു അത്. ഇന്നും അതുപോലെ തന്നെ.

അന്നു മുതൽ ഞാൻ റോസാപൂക്കൾ വളർത്തുവാനാരംഭിച്ചു. ഇവിടെ ഇപ്പോൾ ഈ നൈറ്റിംഗേലിനു റോസാപ്പൂക്കളോട് പ്രണയം തോന്നിത്തുടങ്ങിയിരിക്കുന്നു. എന്നും പ്രഭാതത്തിൽ സുന്ദരഗാനങ്ങൾ ആലപിക്കുന്നു. ഞാനിവിടെ പല വർണങ്ങളിലുള്ള റോസാച്ചെടികൾ വളർത്തുന്നു. നൈറ്റിംഗേലിനെ ആകർഷിക്കാൻ തന്നെയാണ് ഇവയെ വളർത്തുന്നത്. അങ്ങനെയെങ്കിൽ ഏതെങ്കിലുമൊരു പ്രഭാതത്തിൽ ഇവനിരുന്ന് പാടുമ്പോൾ എന്റെ മകൾക്ക് കയറിവരാമല്ലോ." പിറ്റേന്ന് രാവിൽ, സുന്ദരമായ ഒരു ഉറക്കത്തിനു മദ്ധ്യത്തിൽനിന്നും ഞാൻ ഉണർന്നു. അപ്പോൾ നൈറ്റിംഗേലിനു പാടാനുള്ള സമയമായിട്ടുണ്ടായിരുന്നില്ല. അപ്പോൾ റാവെയാണ് പാടിക്കൊണ്ടിരുന്നത്. ആ കൊച്ചുകുട്ടി. ചുമർ ചാരിയിരുന്ന്, രാവിനെ നോക്കി പാടുകയായിരുന്നു അവൾ. "ഉറങ്ങാത്തതെന്തേ റാവെ?" എന്ന് ചോദിച്ചു. "സ്വപ്നത്തിൽ ഞാനെന്റെ അമ്മയെ കണ്ടു." അവൾ പറഞ്ഞു.

“എന്നെ ഇവിടേക്ക് കൊണ്ടുവരുന്നതിനു മുമ്പ്, ഞാനിവിടെയെത്തിയാൽ താനൊറ്റയ്ക്കാണെന്ന മുത്തശ്ശിയുടെ ചിന്തയവസാനിക്കും എന്ന് അമ്മ പറഞ്ഞിരുന്നു. അതുകൊണ്ടുതന്നെ ഇവിടെ സ്ഥായിയായി ഉപേക്ഷിച്ച തിനെച്ചൊല്ലി അമ്മ വിഷമിക്കുകയില്ല. അച്ഛനെ എനിക്കോർമ്മയില്ല. ഞാൻ കൊച്ചുകുഞ്ഞായിരുന്നപ്പോൾ ഒരു യുദ്ധത്തിൽ അച്ഛൻ മരിച്ചുപോയി. എന്നാൽ അമ്മ ഒരു ദിവസം തിരിച്ചെത്തും. സ്ത്രീകളെ ഭീഷണിപ്പെടു ത്തുന്ന യോദ്ധാക്കളെ അമ്മ തോല്പിക്കും എന്നെനിക്കുറപ്പുണ്ട്. എന്നിട്ട് ആ പട്ടാളത്തിലുള്ള ഒരു വൃദ്ധനു നേർക്കുനേർ അമ്മയെത്തും. ആ മനുഷ്യന്റെ മുഖം ഒരിക്കൽ ഞാൻ കണ്ടിട്ടുണ്ട് അപ്പോൾ ഞാനും അമ്മയും കുറ്റിക്കാട്ടിലൊളിച്ചിരിക്കുകയായിരുന്നു. ക്ഷീണിതമായ ഒരു ശാഖപോലെയായിരുന്നു അയാളുടെ മുഖം. അയാളെക്കുറിച്ച് മുത്തശ്ശി യോട് പറയരുതെന്ന് അമ്മ പറഞ്ഞിട്ടുണ്ട്.” “ആ മനുഷ്യൻ ചെയ്ത കൊടുംപാപങ്ങൾ എന്തൊക്കെയാണ്” എന്ന് ഞാൻ ചോദിച്ചു. “കരു ണാർദ്രമായ മുഖമാണ് അയാളുടേത്. എന്നാൽ അവിടെയുള്ള പെണ്ണു ങ്ങൾ പറയുന്നത് കരുണ മുഖത്തല്ല, ഹൃദയത്തിലാണ് വേണ്ടതെന്നാണ്. ആ മനുഷ്യന്റെ ഹൃദയം ഇരുണ്ടതാണ്.” അതും പറഞ്ഞവൾ ഉറങ്ങാൻ കിടന്നു. നൈറ്റിംഗേൽ പാടാനാരംഭിച്ചു. നൈറ്റിംഗേലിന് റോസാച്ചെടി കളുമായി പ്രണയമാണെന്ന് ആ പട്ടണത്തിലുള്ളവർ കരുതുന്നു. എന്നാൽ റോസാച്ചെടികൾക്ക് ഒരു ഭാവവ്യത്യാസവുമില്ല. അങ്ങനെ അവ നൈറ്റിം ഗേലിനെ വിഷമിപ്പിക്കുന്നു. ഞാനൊന്നിറങ്ങി നടന്നു. ചുവന്ന പൂക്കളുള്ള റോസാച്ചെടികൾക്കരിലേക്ക്.

തോട്ടത്തിന്റെ ചുമരിനരികിലായിരുന്നു അവ. നിലത്ത് ചുവന്ന റോസിന്റെ ദളങ്ങൾ വീണ് കിടപ്പുണ്ടായിരുന്നു. അവ പെറുക്കിയെടുത്ത് കീശയിലിടുന്നതിനിടയിൽ അവിടെ ചത്തുകിടക്കുന്ന നൈറ്റിംഗേലിനെ ഞാൻ കണ്ടു. അതിന്റെ ചിറകിൽ രക്തമുണ്ടായിരുന്നു. ഈ മരണത്തി നുത്തരവാദിയായ ആരോ ഉണ്ടെന്ന് എനിക്ക് മനസ്സിലായി. ചുമരി നപ്പുറത്തുനിന്നും ആരുടേയോ അടക്കിയ സംസാരം കേട്ടു. ഞാൻ തോട്ട ത്തിനു പുറത്ത് കടന്നു. അവിടെ ഒരു കൂട്ടം പുരുഷന്മാർ നില്പുണ്ടായി രുന്നു. അവരിവിടെ ആ സ്ത്രീപടയാളിയെ തിരഞ്ഞെത്തിയതാണ്. വീടി നകത്ത് ആരോ സുഖമില്ലാതെ കിടക്കുന്നു എന്ന് അവരറിഞ്ഞു. അത് അവളായിരിക്കും എന്നവർ കരുതി. അവർ പുറകിൽനിന്നും എന്റെ തല യ്ക്കടിച്ചു. എന്റെ ബോധം നഷ്ടപ്പെട്ടു. പിന്നെ ബോധം വന്നപ്പോൾ ചുറ്റിലും വെളിച്ചമുണ്ടായിരുന്നു. ഞങ്ങളുടെ വീടിനു തീയിട്ടിരുന്നു. അതിൽ നിന്നുള്ള വെളിച്ചമാണ് ഞാൻ കണ്ടത്. അയൽവക്കത്തുള്ളവർ എന്നെ സുരക്ഷിതമായ ഒരിടത്തേക്ക് വലിച്ചിട്ടിരുന്നു. അവരപ്പോൾ തീ അണയ്ക്കാൻ ശ്രമിക്കുകയായിരുന്നു.”

സിറാവെ ദീർഘമായൊന്ന് നിശ്വസിച്ചു.

“സീയും റാവെയും. റോസാപ്പൂക്കളുടെ മണമുള്ള രണ്ട് സ്ത്രീകൾ. അവർ ആ അഗ്നിയിൽ വെന്തുപോയി. റോസാപ്പൂക്കളും വെന്തുപോയി.

ദൗർഭാഗ്യം ഒരുവന്റെ രക്തത്തെ തന്നെ മാറ്റുന്നു. എന്റെ ദുഃഖം അസഹനീയമായിരുന്നു. അതെന്റെ കറുത്ത താടിക്ക് ചുവന്ന നിറം നൽകി."

അത് കേട്ട സെയ്ദിഗളിന്റെ കണ്ണിൽനിന്നും ധാരധാരയായി കണ്ണുനീരൊഴുകാൻ തുടങ്ങി.

തന്റെ കഴുത്തിൽ ഞാത്തിയിട്ടിരുന്ന ഒരു കൊച്ചു സഞ്ചിയിൽനിന്നും സിറാവെ ഒരു റോസാപ്പൂവെടുത്തു. അത് ഉള്ളംകൈയിൽ വച്ചു. കൈ മലർത്തി വച്ചു. ആ റോസാപ്പൂവിന്റെ ചുവപ്പ് മങ്ങിയിരിക്കുന്നു. അതിനിപ്പോൾ ഇളം ചുവപ്പ് നിറമാണ്. മഞ്ഞളിച്ച നിറമാണ്. "നൈറ്റിംഗേലിന്റെ പ്രാണസങ്കടങ്ങൾ റോസാപ്പൂവിനൊരു മനശ്ചാഞ്ചല്യവുമുണ്ടാക്കുന്നില്ല എന്ന് കരുതുന്നവർക്ക് തെറ്റി. ആ തീയിൽനിന്നും എനിക്കാകെ രക്ഷപ്പെടുത്താനായത് ഈ റോസാദലങ്ങളാണ്. താഴേക്ക് പതിച്ചപ്പോൾ അവൾക്ക് അവളുടെ പ്രണയം നഷ്ടപ്പെട്ടു, അവളുടെ നിറം മങ്ങി, വാടാൻ തുടങ്ങി."

സിറാവെ കൈ മലർത്തിപ്പിടിച്ചു. റോസാദലങ്ങൾ മേശപ്പുറത്ത് വീണു. അത് പല തുണ്ടുകളായി. ഒരു വലിയ കല്ലുകൊണ്ടിടിച്ച മഞ്ഞുപാളിപോലെ പല തുണ്ടുകൾ. മുറിയിൽ ദുഃഖം നിറഞ്ഞ ഒരു ഞരക്കം പടർന്ന് പിടിച്ചു. അതിലേറ്റവും ഉച്ചിയിൽ വന്ന ഞരക്കം സെയ്ദിഗളിൽ നിന്നായിരുന്നു. കഴുത്തിൽ ആരോ കത്തി കുത്തിയിറക്കിയതുപോലെയായിരുന്നു ആ ഞരക്കം. അയാളുടെ കൈയിലുണ്ടായിരുന്ന ചെറിപ്പഴം അപ്പോൾ നിലത്തേക്ക് വീണു.

സിറാവെ വീണ്ടും നിശ്വസിച്ചു. നിറഞ്ഞ കണ്ണുകളോടെ ചുറ്റിലും നോക്കി. "ഇതാ സഹോദരരേ. ഈ ജീവിതം എത്ര ശൂന്യമാണെന്ന് ഞാൻ ഭയപ്പെടുന്നു. അതല്ലാതെ ഇതിനു പുറകിൽ മറ്റൊരു രഹസ്യവുമില്ല. നമ്മുടെ ഇന്ദ്രിയങ്ങൾ ഉപയോഗിച്ച് നമ്മൾ ചിന്തിച്ച് കൂട്ടുന്നു, മനസ്സുപയോഗിച്ച് വിലയിരുത്തുന്നു, അതല്ലാതെ നമുക്കൊന്നുമറിയില്ല. കാരണം അതിനപ്പുറം ഒന്നുമില്ല എന്നത് തന്നെ. ഈ ലോകം മുഴുക്കെ സ്ഥായിയായ മാറ്റത്തിലാണ്, സ്ഥായിയായി ചലിച്ചുകൊണ്ടിരിക്കുകയാണ്. ഇതിനു മുമ്പ് നമ്മളൊരു വെളിച്ചമായിരുന്നിരിക്കാം, എന്നാൽ ഇപ്പോൾ നമ്മൾ മനുഷ്യർ മാത്രമാണ്. നാളെ നമ്മൾ മണ്ണാകും. എന്നിട്ട് ജലത്തിലലിഞ്ഞ് ചേരും. വിധിയെ ഭയക്കരുത്. അതിനെ വെറുപ്പോടെ കാണരുത്, അധിക്ഷേപിക്കരുത്. അതെങ്ങനെ സംഭവിക്കുന്നു എന്നതൊന്ന് കണ്ടെത്താൻ ശ്രമിക്കാം എന്നല്ലാതെ നമുക്കൊന്നും ചെയ്യാനാകില്ല. ഇതും ഭൗതികമാണ്. അസ്തിത്വം എന്നാൽ എന്താണെന്ന്, അതിലെന്തൊക്കെയുണ്ടെന്ന് കണക്കാക്കുമ്പോൾ... ഇതും ഭൗതികമാണ്..."

എല്ലാവരും നിശ്ശബ്ദരായി.

നിശ്ശബ്ദതയെ ഭഞ്ജിക്കാനായി, കുറിയ ശരീരമുള്ള ഹസേനി ഒരു ചോദ്യവുമായെത്തി.

“സുൽത്താന്റെ കഥയുടെ ബാക്കി ഭാഗം അറിയാമോ? തെമ്മാടിക്കെന്ത് സംഭവിച്ചു എന്നറിയാമോ?”

പ്രതികരണമൊന്നും വന്നില്ല. എല്ലാവരും അവരവരുടെ ശ്വസനഗതി ശ്രദ്ധിക്കുകയായിരുന്നു.

“ഞാൻ പറയാം” ഹസേനി തുടർന്നു. “ഈ രണ്ട് സഹോദരന്മാരും തമ്മിൽ ഒരു വർഷത്തെ പ്രായവ്യത്യാസമേയുള്ളൂ. അവരെ കണ്ടവരെല്ലാം ഇവർ ഇരട്ടകളാണെന്ന് തെറ്റിദ്ധരിച്ചു. പലപ്പോഴും പേരുപോലും അവർ തന്നെ തെറ്റിച്ച് പറയുമായിരുന്നു. അതുകൊണ്ട് അവരെ തിരിച്ചറിയാൻ അവരുടെ സ്വഭാവമല്ലാതെ മറ്റ് മാർഗ്ഗവുമില്ലായിരുന്നു. ഒരു ദിവസം പുഴയിൽ മുങ്ങിച്ചാകുകയായിരുന്ന പൂവൻകോഴിയെ രക്ഷിക്കാൻ ജ്യേഷ്ഠൻ പുഴയിലേക്കെടുത്ത് ചാടി. അയാൾക്ക് നീന്തലറിയില്ലായിരുന്നു. എങ്കിലും ഒരു ജീവനെ രക്ഷിക്കാൻ അയാൾ പുഴയിലേക്കെടുത്ത് ചാടി. അന്നു മുതൽ അയാളെ ‘നല്ലവൻ’ എന്ന് വിളിക്കാനാരംഭിച്ചു. ആ കോഴിയെ അയാളുടെ അനുജൻ തന്നെയാണ് പുഴയിലേക്ക് വലിച്ചെറിഞ്ഞത്. അതുകൊണ്ടയാളെ ‘തെമ്മാടി’ എന്നും വിളിക്കാനാരംഭിച്ചു.

ഇവർ രണ്ടുപേരും വലുതായി. യുവാക്കളായി. അവരുടെ വിധി അവരെക്കൊണ്ട് നാട്ടിൽനിന്നും പുറത്തേക്കുള്ള പാതയിലേക്ക് നയിച്ചു. അവർ യാത്രയാരംഭിച്ചു. ജ്യേഷ്ഠസഹോദരൻ പശ്ചിമദിക്ക് ലക്ഷ്യമാക്കി യാത്രയാരംഭിച്ചു. അനുജൻ വടക്കോട്ടും. ഒരു വർഷത്തിനുശേഷം കരിമ്പാറക്കൂട്ടത്തിനരികിൽ വച്ച് കാണാം എന്ന വ്യവസ്ഥയിലാണവർ പിരിഞ്ഞത്. അവിടെ നിന്ന് വീണ്ടും ഗ്രാമത്തിലേക്ക് തിരികെ പോകാമെന്നും.

തെമ്മാടിയെ തേടിവന്ന ആദ്യ അത്യാഹിതം അയാളുടെ കുതിരയെ ആരോ മോഷ്ടിച്ചതായിരുന്നു. ഒരു ദിവസം കാട്ടിൽ, ഉറക്കമുണർന്നപ്പോൾ, രണ്ടുപേർ വന്ന് അയാളുടെ കുതിരയുമായി പോകുന്നത് കണ്ടു. അയാൾ കോപം കൊണ്ട് വിറച്ചു. അപ്പോൾ അതിലൊരുവൻ കുതിരപ്പുറത്തുനിന്നും ചാടിയിറങ്ങിയോടി രക്ഷപ്പെട്ടു. മറ്റേയാൾ അനക്കമില്ലാതെ നിന്നു. തെമ്മാടി അയാളെ അടിച്ചുവീഴ്ത്തി. അയാളുടെ കഴുത്തൊടിച്ചു.

അതിനരികിൽ കുറച്ച് പടയാളികളിരുന്ന് ഭക്ഷണം കഴിക്കുന്നത് അയാൾ കണ്ടു. കുറ്റിക്കാട്ടിൽ ഒളിച്ചിരുന്ന് തെമ്മാടി അവരെ നോക്കുന്നു എന്ന് മനസ്സിലാക്കിയ പട്ടാളക്കാർ തെമ്മാടിയുടെ അരികിലെത്തി. അതിൽ മുന്നിലുണ്ടായിരുന്ന രണ്ടുപേരെ തെമ്മാടി തന്റെ വെറുംകൈയാൽ അടിച്ചുവീഴ്ത്തി. അതുകണ്ട പടനായകൻ തന്റെ പടയാളികളോട് മുന്നോട്ട് ഇനി പോകണ്ട എന്ന് പറഞ്ഞു. ഭക്ഷണം പങ്കിടാൻ തെമ്മാടിയെ ക്ഷണിച്ചു. അവരൊന്നിച്ച് നദീതീരം വഴി പട്ടണത്തിലേക്ക് പോയി.

അവിടെയെത്തിയ തെമ്മാടി ഒരു പട്ടാളക്കാരനായി. അനുഭവസമ്പത്തൊന്നുമില്ലാത്ത പട്ടാളക്കാരൻ. അയാളുടെ പരിശീലനകാലത്ത് അപകടങ്ങളൊന്നും വരാത്ത ജോലികളാണ് അയാളെ എല്പിച്ചത്. അയാൾക്ക്

ലഭിച്ച അവസാന ജോലി, രാജകുമാരിയുടെ കിടപ്പറ വാതിൽ കാവൽക്കാരനായിട്ടായിരുന്നു. മൂന്ന് രാവായിരുന്നു കാവൽ നിൽക്കേണ്ടിയിരുന്നത്. ആദ്യരാത്രിയിൽ രാജകുമാരി വാതിൽക്കലെത്തി തനിക്ക് ഒന്ന് പുറത്തിറങ്ങണമെന്നും ശുദ്ധവായു ശ്വസിക്കണമെന്നും പറഞ്ഞപ്പോൾ ആദ്യമൊന്നും രാജകുമാരിക്ക് അയാളെ നിർബന്ധിക്കാനായില്ല. രാത്രിയിൽ പുറത്തിറങ്ങാൻ രാജകുമാരിക്ക് അനുവാദമില്ലായിരുന്നു. തെമ്മാടിയുടെ മുഖം ഒരു ഹെൽമറ്റ് വച്ച് മറച്ചിരുന്നു. അതുകൊണ്ടുതന്നെ കൊട്ടാരത്തിലെ സ്ത്രീകൾക്കാർക്കും അയാളുടെ മുഖമെങ്ങനെ എന്നറിയില്ലായിരുന്നു. ഏതു നിമിഷവും വാടിക്കരിയും എന്ന നിലയിലുള്ള ഒരു പൂ പോലെയായിരുന്നു രാജകുമാരിയുടെ മുഖം. അത് ഈ കാവൽക്കാരനു മനസ്സിലായി എന്നറിഞ്ഞ രാജകുമാരി, തന്റെ പ്രണയത്തെക്കുറിച്ച് തുറന്നു പറഞ്ഞു. തന്റെ കമിതാവ് പുറത്ത് കാത്തുനിൽക്കുന്നു എന്നറിയിച്ചു. എന്തുകൊണ്ടങ്ങനെ ചെയ്തു എന്നവർക്കും അറിയില്ലായിരുന്നു. ഒന്നുകിൽ ആ കാവൽക്കാരന്റെ സ്വരമാകണം ഈ വിശ്വാസം ജനിപ്പിച്ചത്, അല്ലെങ്കിൽ അയാളുടെ കണ്ണുകൾ. രാജകുമാരിയുടെ സഹജവാസന വൃഥാവിലായില്ല. അവർക്ക് പുറത്തിറങ്ങാനായി. തന്റെ കാമുകനെ കാണാൻ സാധിച്ചു. പ്രഭാതത്തിനു മുമ്പേ തിരിച്ചെത്തി.

രാജകുമാരിയുടെ ഹൃദയം കണ്ടറിഞ്ഞ് അനുകമ്പ തോന്നിയിട്ടാണ് ആ കാവൽക്കാരൻ വാതിൽ തുറന്ന് കൊടുത്തത് എന്ന് പറയപ്പെടുന്നു. എന്നാൽ സത്യമായ കാരണം എന്തായിരുന്നു എന്ന് അയാൾക്കുമറിയില്ല. രാജകുമാരിക്ക് വേണ്ടി താൻ എന്ത് ത്യാഗവും സഹിക്കും എന്ന് അയാൾക്ക് മനസ്സിലായപ്പോഴേക്കും മൂന്നാം രാവായിട്ടുണ്ടായിരുന്നു.

രാജകുമാരി നന്ദി രേഖപ്പെടുത്തി. ഈ സഹായത്തിനെന്ത് പ്രതിഫലം ചോദിച്ചാലും നൽകാമെന്ന് വാഗ്ദാനം ചെയ്തു. കാവൽക്കാരനാകട്ടെ രാജകുമാരിയുടെ സന്തോഷത്തെക്കുറിച്ച് മാത്രമേ ചിന്തിച്ചുള്ളൂ. അവളുടെ കരസ്പർശമേറ്റ എന്തെങ്കിലും തന്നാൽ മതിയെന്നായി അയാൾ. രാജകുമാരി അയാൾക്കൊരു പച്ച ഉറുമാൽ നൽകി. തുന്നൽ പണികൾ ചെയ്തൊരു പച്ച ഉറുമാൽ. അത് അവൾ സ്വന്തം കൈകൊണ്ട് തുന്നിയെടുത്തതാണ്. അവൾ പുറത്ത് പോയി. പക്ഷേ തിരിച്ചെത്തുന്നതിനു മുമ്പ് രാജാവിന്റെ പടയാളികളെത്തി.

"രാജകുമാരി എന്റെ ഉത്തരവാദിത്വത്തിലാണ്," തെമ്മാടി അവരോട് പറഞ്ഞു. "പ്രഭാതത്തിൽ വന്ന് വാതിൽക്കൽ മുട്ടൂ. ഇപ്പോഴല്ല. ഇപ്പോൾ നിങ്ങൾ പോകണം." അവർ പിന്തിരിഞ്ഞില്ല. അവർ വാളൂരി. രക്തം ചിന്തി. മൂന്ന് പടയാളികൾക്ക് ജീവൻ നഷ്ടമായി. അവസാനം അവർ തെമ്മാടിയെ വലിച്ചിഴച്ചു. അപ്പോഴേക്കും അയാൾക്ക് മുറിവേറ്റിരുന്നു. അവർ അവനെ തുറുങ്ക്വരെ വലിച്ചിഴച്ചു. അതിനകത്തെ പീഡനങ്ങളെല്ലാം എങ്ങനെ അതിജീവിക്കുന്നു എന്ന രഹസ്യം ഇന്നും അജ്ഞാതമാണ്. അവർ അവനെ തണുത്തറഞ്ഞ വെള്ളത്തിൽ മുക്കിപ്പിടിച്ചു. ശരീരത്തിൽ ചൂടുള്ള ഇരുമ്പ് കമ്പികൾ വച്ചു. എന്നിട്ടും തെമ്മാടി ഒരക്ഷരം മിണ്ടിയില്ല.

താനൊരു സുന്ദരനാണെന്ന് രാജകുമാരി ചിന്തിക്കാൻ വേണ്ടിയാണോ അയാളിതൊക്കെ സഹിച്ചത്? അതോ മൂന്ന് രാവ് ഹെൽമറ്റുകൊണ്ട് മറച്ച് ഈ മുഖം എത്ര സുന്ദരമായിരുന്നു എന്ന് രാജകുമാരി തിരിച്ചറിയുവാൻ എക മാർഗ്ഗം രാജകുമാരിയോടുള്ള കൂറ് ഇങ്ങനെ കാണിക്കുക എന്നത് മാത്രമാണെന്ന് ചിന്തയോ?

“തങ്ങൾ രാജകുമാരിയുടെ കാമുകനെ കണ്ടെത്തി വധിച്ചു എന്ന് പീഡകർ അയാളോട് പറഞ്ഞു. ഇനിയും ഇങ്ങനെ പ്രതിരോധവുമായി നിൽക്കുന്നതുകൊണ്ട് ഒരു ഉപയോഗവുമില്ലെന്ന് പറഞ്ഞു. സത്യത്തിൽ അവർക്ക് തെമ്മാടിയിൽനിന്നും ഒന്നും അറിയാനുണ്ടായിരുന്നില്ല. പീഡനത്തിന്റെ പൊരുൾ അയാളിൽനിന്നും രഹസ്യങ്ങൾ ചോർത്തുക എന്നതായിരുന്നില്ല, പകരം എതിർത്ത് നിൽക്കാനുള്ള ശേഷിയെ ഇല്ലാതാക്കുക എന്നതായിരുന്നു. പിന്നെ ഒരു രാവിൽ രാജകുമാരിയുടെ തോഴി, തുറുങ്കിന്റെ കാവൽക്കാർക്ക് മയക്കുമരുന്ന് നൽകി. തുറുങ്കിനകത്ത് കടന്ന് തെമ്മാടിയെ കടത്തിക്കൊണ്ടുപോയി. അതല്ലാതെ മറ്റു മാർഗ്ഗമൊന്നും അവർക്കില്ലായിരുന്നു. കാവൽക്കാരന്റെ വിശ്വസ്തതയിൽ, രാജകുമാരിക്ക് തന്റെ കാമുകനെ കാണാൻ അവസരമൊരുക്കിയത് അവളായിരുന്നു. അതുകൊണ്ടുതന്നെ രാജകുമാരിയുടെ മുഖത്ത് നോക്കാൻ ഇപ്പോൾ അവൾക്ക് മാർഗ്ഗമില്ലാതായിട്ടുണ്ടായിരുന്നു.

അവിടെനിന്ന് പുറത്തിറങ്ങിയ തെമ്മാടി തിരികെയെത്തിയത് കരിമ്പാറക്കൂട്ടത്തിലല്ല. ദൂരെദൂരെയുള്ള ഒരു ഗ്രാമത്തിലാണ്. വടക്കുള്ള ഒരു ഗ്രാമത്തിൽ. അയാൾ അവിടെ ഒളിവിൽ കഴിഞ്ഞു. എല്ലാ രാത്രിയിലും രാജകുമാരിയെ സ്വപ്നം കണ്ടു. മുറിവെല്ലാം ഭേദമായാൽ താൻ രാജകുമാരിയെ അവിടെനിന്ന് രക്ഷപ്പെടുത്തുമെന്നുറപ്പിച്ചു. പക്ഷേ ഇപ്പോൾ ആഴത്തിലുള്ള മുറിവുകളുണ്ട്. പ്രണയത്തിനൊരു വിലയുണ്ടെങ്കിൽ അത് നൽകാൻ അയാൾ തയ്യാറായിരുന്നു.

ഞാൻ ആ ഗ്രാമത്തിലെത്തിയപ്പോഴേക്കും തെമ്മാടിയുടെ മുറിവെല്ലാം ഉണങ്ങിയിരുന്നു. “രാജകുമാരിയുടെ ജീവനുമേൽ മറ്റാരേക്കാളും കൂടുതൽ അവകാശം എനിക്കുണ്ട്.” അയാൾ പറഞ്ഞു. “അതുകൊണ്ടുതന്നെ ഈ വഴി എനിക്കിനി മറക്കാനാകില്ല. അവളോടുള്ള സ്നേഹം മൂലമാണ് ഞാൻ കരുണ കാണിച്ചത്. എന്നാൽ ഇപ്പോൾ എന്റെ പാതയ്ക്ക് വിഘ്നം നിൽക്കുന്നവനാരായാലും അവനോട് അളവില്ലാത്ത ക്രൂരത ഞാൻ കാണിക്കും.” അയാളിലെ നന്മയുടെ നഷ്ടം അയാളുടെ പ്രണയവും നഷ്ടപ്പെടുത്തും എന്ന് ഞാൻ അയാളോട് പറഞ്ഞു. അത് കേട്ടപ്പോൾ അയാൾ കോപിച്ചു. “ഹേ... ഹസേനി...” അയാൾ എന്നെ പേരുചൊല്ലി വിളിച്ചു. അതിനു മുമ്പൊരിക്കലും ഞാനെന്റെ പേരുകേട്ടിട്ടില്ലെന്ന മട്ടിലായിരുന്നു ആ വിളി. ‘തണ്ട് കാണിക്കുന്ന, ഗംഭീരഭാവമുള്ള, വാചകങ്ങളിൽ ആകെ പ്രത്യേകമായുള്ളത് അവ തണ്ടുകാണിക്കുന്നവയാണെന്നത് മാത്രമാണ്. അതല്ലാതെ ആ വാക്കുകൾ ഒന്നുമല്ല. പ്രണയത്തിന് നിങ്ങളുടെ ഹൃദയത്തിലുള്ള മൂല്യങ്ങളെ വലിച്ച് കീറാനുള്ള കരുത്തുണ്ട്. അതെപ്പോൾ

ചെയ്യണമോ അപ്പോൾ ചെയ്യാനുള്ള കരുത്തുണ്ട്. അതാണ് ഞങ്ങളെ സംബന്ധിച്ചിടത്തോളം ജീവിതം ഞങ്ങളിൽനിന്ന് പ്രതീക്ഷിക്കുന്നതും. ഇത് ചെയ്യാനാകാത്തവരുടെ പ്രണയം വൃത്തികെട്ടവർക്കും ഭീരുക്കൾക്കു മുള്ളതാണ്." പ്രണയത്തേക്കാൾ മഹത്തരമായ എന്ത് മൂല്യമുണ്ട്, പ്രണയ ത്തിനുവേണ്ടി ബലി നൽകാനാകുന്നതായി?" വലിയ തീർച്ചയോടെയാണ യാൾ സംസാരിച്ചത്. ഏത് നിയമവും കാറ്റിൽ പറത്താനാകുന്ന തീർച്ച ആ സ്വരത്തിലുണ്ടായിരുന്നു.

"ഗ്രാമീണർക്ക് തെമ്മാടിയെ ഇഷ്ടമായിരുന്നു. അയാൾക്കെന്തെങ്കിലും സംഭവിക്കുമോ എന്നൊരു ശങ്ക അവരിലുണ്ടായിരുന്നു. അയാൾ പോയ തിനുശേഷം അവർ എന്നോടൊരു കാര്യം പറഞ്ഞു. അയാളുടെ കുട്ടി ക്കാലത്ത് അയാൾ പുഴയിലേക്കെറിഞ്ഞ പൂവൻകോഴിയുടെ പേര് ഹസേനി എന്നായിരുന്നുവത്രെ. പല ദിവസം പിന്നെ ആ ഗ്രാമത്തിലെ കുട്ടികൾ എനിക്ക് പുറകെ ആ പേരുവിളിച്ച് നടന്ന് കളിയാക്കി ചിരിച്ചു. ഞാനും അവരോടൊപ്പം ചിരിച്ചു."

ഹസേനി പറഞ്ഞവസാനിപ്പിച്ചിരിക്കുന്നു എന്ന് സുൽത്താന് മനസ്സി ലായി. അവർ രണ്ടുപേരും പറഞ്ഞ കഥകൾ ഒരു കണ്ണാടിയുടെ രണ്ട് തുണ്ടുകളായിരുന്നു. പൊട്ടിയ കണ്ണാടി. അതിലേക്കു വീണ ഈ രണ്ട് സഹോദരന്മാരുടെ വിധി ഭയത്തിന്റെ അലകളുണ്ടാക്കി.

ജാനി സംസാരിക്കാനാരംഭിച്ചു.

തെമ്മാടി ആ രാജകുമാരിയെ സഹായിച്ചപ്പോൾ ആദ്യം അയാൾ ഒന്നും പ്രതീക്ഷിച്ചിരുന്നില്ല. ആ പെൺകുട്ടിയുടെ സന്തോഷമായിരുന്നു അയാളുടേയും സന്തോഷം. സെയ്ദിഗളിന്റെ വാക്കുകൾ കടമെടുക്കുക യാണെങ്കിൽ, ഹൃദയത്തിൽ പ്രണയം പ്രത്യക്ഷമാകാൻ തുടങ്ങുന്നത് മാത്രം മതിയായിരുന്നു അയാൾക്ക്. രാജകുമാരിയുടെ ശ്രദ്ധ മറ്റൊരാളി ലായിരുന്നതിനാൽ തെമ്മാടിയുടെ പ്രണയം തിരിച്ച് ലഭിക്കാത്തതു മായിരുന്നു. ഹൃദയത്തെ അതുവഴി തൃപ്തിപ്പെടുത്താനാകും എന്ന് നമുക്ക് പറയാം. എന്നാൽ ആ രാജകുമാരി നൽകിയ ഉറുമാൽ തെമ്മാടി സ്വീക രിച്ചത് മറ്റൊരു ദിശയിലേക്ക് ചൂണ്ടുന്നു. വെളിച്ചം തിക്കിത്തിരക്കുന്ന അവരുടെ മനസ്സിലേക്ക് വസ്തുക്കളും വികാരങ്ങളും ചേർന്ന അനശ്വരത തുളച്ച് കയറി. ഒരു വ്യക്തിയുടെ വസ്തുവകകളിൽ അയാളുടെ കൈയൊപ്പുണ്ടാകുന്നതുപോലെ, രാജകുമാരിയുടെ മുഖത്തിന്റെ നിഴൽ, അവളുടെ വിരലുകളുടെ സൗന്ദര്യം, ഏകാന്ത രാവുകളിൽ അവൾ പാടുന്ന പാട്ടുകൾ, എന്നിവ അവളുടെ ഉറുമാലിൽ പ്രതിഫലിച്ചു. അത് മറ്റെ വിടേയും കണ്ടെത്താനാകില്ല. കാരണം അത് അവളുടെ കരസ്പർശ മേറ്റ തുന്നൽവേലകളുള്ള പച്ച ഉറുമാലാണ്. ഒരു പ്രണയിനിയുടെ സ്പർശമേറ്റത്. കാഴ്ച തിരിച്ച് ലഭിക്കണം അന്ധനായ നല്ലവന്റെ ഇംഗിതവും ഇതിനു സമാനമാണ്. തന്റെ ഹൃദയത്തിലുള്ള പ്രണയത്തിന്റെ കാതലും സത്തയും നേരിൽ കാണണം എന്നയാൾ ആഗ്രഹിക്കുന്നു. അത് നേടിയെടുക്കണം എന്നും."

സെയ്ദിഗൾ ജാനിയുടെ മുഖത്തേക്കൊന്ന് നോക്കി. എന്നിട്ട് ഇടറുന്ന സ്വരത്തിൽ പറഞ്ഞു തുടങ്ങി.

“തന്റെ ഹൃദയം നിറച്ച പ്രണയത്തിൽ സംതൃപ്തനല്ലായിരുന്നു തെമ്മാടി. രാജകുമാരിയെക്കുറിച്ച് തന്റെ മനസ്സിൽ കൊത്തിയ വിഗ്രഹത്തിലും അയാൾക്ക് തൃപ്തിയുണ്ടായിരുന്നില്ല. ഒന്നും ചോദിക്കണ്ട എന്നൊരു ചിന്ത അയാളുടെ മനസ്സിലേക്കെത്തുന്നില്ല. പീഡനം സഹിച്ചത് രാജകുമാരിക്ക് വേണ്ടി മാത്രമല്ല, സ്വന്തം ആവശ്യത്തിനുകൂടി വേണ്ടിയായിരുന്നു. വേദനയെ ഇങ്ങനെ തടഞ്ഞ് നിർത്തുന്ന കരുത്തെന്തെന്ന് എനിക്കറിയില്ല, എന്നാൽ പ്രണയത്തിലും ഉപരിയായ എന്തോ ഒരു ബന്ധം അതിനുണ്ടാകണം. ഒരുപക്ഷേ പ്രണയം കാത്തുസൂക്ഷിക്കുന്ന ഹൃദയത്തിന്റെ കരുത്താകാം അത്. വിശ്വാസത്തിന്റെ കരുത്തല്ല, വിശ്വാസത്തെ സംരക്ഷിക്കുന്ന മനസ്സിന്റെ കരുത്താകണമത്. മനസ്സിൽ ഇതുപോലെ നിങ്ങൾ വളരെ പ്രധാനപ്പെട്ട ചില കാര്യങ്ങൾ സൂക്ഷിച്ചു വെയ്ക്കാറില്ലേ? തെമ്മാടിക്കുള്ളത് നമ്മുടെയെല്ലാം മജ്ജയും മാംസവുമാണ്. കാരണത്തിനുമേൽ, വികാരങ്ങളുടെ ആധിപത്യം അഥവ താനെന്നൊന്നുണ്ടെന്ന് മനസ്സ് സ്വയം തള്ളിപ്പറയുന്ന അവസ്ഥ, അതാണത്. വസ്തുവിന്റെ ഇരുട്ട് എന്നത് ഞാൻ സ്വീകരിക്കുന്നു. മറ്റു വാക്കുകളിൽ പറഞ്ഞാൽ, മനുഷ്യശരീരത്തിൽ വെളിച്ചത്തിന്റെ കുറവുണ്ട്. ഇതിൽ മറ്റെല്ലാത്തിലും ഉപരിയായി അത് കാണാനുമാകും.

മനുഷ്യമാംസത്തിനെ എതിർത്ത് നിൽക്കാനാകില്ല. വേദന തെമ്മാടിയെ കീഴ്പ്പെടുത്തിയെങ്കിൽ അയാളെ കുറ്റം പറയാനാകില്ല. അതിലുപരി എന്നെ വിഷമിപ്പിക്കുന്നത്, ആദ്യം ഒരു ഉറുമാലിൽ സംതൃപ്തനായ തെമ്മാടി, പിന്നെ രാജകുമാരിയെ തന്നെ കരസ്ഥമാക്കാൻ വെമ്പിയെന്നതാണ്. അതും അവർ മറ്റൊരാളെ പ്രണയിക്കുന്നു എന്നറിഞ്ഞതിനു ശേഷം. രാജകുമാരിയെ രക്ഷിക്കും എന്നല്ല അയാൾ പ്രതിജ്ഞ ചെയ്തത്, അവരെ സ്വന്തമാക്കും എന്നാണ്. ആത്മീയമായി ഉദ്ബോധനം ലഭിച്ച ഒരാൾക്ക് ഒന്നുമില്ലാതേയും എല്ലാം ലഭിക്കും. തെമ്മാടി ആ ഉറുമാലിനെ ആഗ്രഹിച്ചതിനും രാജകുമാരിയെ ആഗ്രഹിച്ചതിനും ഇടയിലുള്ള വര വളരെ നേരിയതാണ്. നിങ്ങളൊക്കെ കരുതുന്നതിലും നേരിയത്.”

സെയ്ദിഗൾ നിർത്തി. ദീർഘശ്വാസമെടുത്തു.

പ്രതികരിച്ചത് കഴുകനായിരുന്നു.

“പക്ഷേ നമ്മൾ തെമ്മാടിയേയും മനസ്സിലാക്കണം സെയ്ദിഗൾ. ആ പടയാളികളുമായി യുദ്ധം ചെയ്യുമ്പോഴോ, തുറുങ്കിൽ പീഡിക്കപ്പെടുമ്പോഴോ അവന്റെയുള്ളിൽ ആഗ്രഹങ്ങളൊന്നുമില്ലായിരുന്നു. അവന്റെ ഹൃദയം സംതൃപ്തമായിരുന്നു. ഒരുപക്ഷേ, രാജകുമാരിയുടെ കാമുകൻ കൊല്ലപ്പെട്ടിരിക്കും എന്ന വാർത്തയാകണം അവനിൽ രാജകുമാരിയെ കരസ്ഥമാക്കുക എന്ന പ്രതീക്ഷ മുളയെടുക്കാൻ കാരണമാക്കിയത്.

അതിനും അവൻ തന്റെ മരണംകൊണ്ട് വില കൊടുക്കാൻ തയ്യാറായി. താൻ ഒളിച്ചിരിക്കുന്ന ഗ്രാമത്തിലാകുമ്പോഴും രാജകുമാരിയെ രക്ഷപ്പെടുത്തണം എന്ന ചിന്തയുണ്ടായപ്പോൾ, പ്രണയമരത്തിൽ ചേക്കേറിയത്, പ്രണയം അവന്റെ ഹൃദയത്തെ സ്പർശിക്കുവാനും ഇന്നുവരേക്കും അവനെ സ്പർശിക്കാത്തിടത്തൊക്കെ അതൊന്ന് സ്പർശിക്കാനും ഇട വരുത്തി. ഹൃദയത്തിൽ പ്രണയത്തിന്റെ സാക്ഷാത്കാരം തന്നെ മാറി. അപ്പോൾ രാജകുമാരിയുടെ സന്തോഷം എന്നത് മാത്രമായില്ല അതിന്റെ വ്യവസ്ഥ. അവർ അരികെയുള്ളപ്പോൾ തനിക്ക് ലഭിക്കുന്ന സന്തോഷം എന്നതായി. രാജകുമാരിയുടെ കാമുകൻ ജീവനോടെയുണ്ടെങ്കിലും ഈ ചിന്തയിൽ മാറ്റം വരില്ലായിരുന്നു. ആ നിമിഷം മുതൽ അയാൾ ആ മരത്തിൽ അനേക തവണ കയറി, മരമാകട്ടെ അവനുള്ളിൽ തന്നെ യായിരുന്നു, അവന്റെ ശരീരത്തിൽനിന്നും രക്തം ചിന്തി. ആ വേദന അവന് മറ്റൊരാളിലുമുണ്ടാക്കണം. മറ്റു വാക്കുകളിൽ പറഞ്ഞാൽ, എല്ലാവരിലും തുല്യനിലയിലുള്ള ഒരു വേദനയുണ്ട്. ഒരു പക്ഷേ, തെമ്മാടിക്ക് മേൽ നമുക്കാരോപിക്കാവുന്ന ഏക കുറ്റം, ആരിൽ ആ വേദന അടിച്ചേല്പിക്കണം എന്ന അവന്റെ തീരുമാനത്തെയാണ്."

ഒന്ന് ശ്വസിക്കാനായി കഴുകൻ നിർത്തി. പിന്നെ തുടർന്നു.

"മാത്രമല്ല, നല്ലവൻ എന്ന് വിളിക്കുന്നവനും പൂർണ്ണമായും നിഷ്കളങ്കനാണെന്ന് പറയാനാകുമോ? അയാൾ ദൂരെയായിരുന്നപ്പോൾ, മരിച്ചെന്ന് കരുതിയിരുന്നപ്പോൾ, ഒരു പടയാളിയുടെ പ്രണയത്തെക്കുറിച്ചുള്ള വാർത്ത അയാളെ തേടിയെത്തി. ആ പടയാളിയുടെ പേരുപോലും അയാൾക്കറിയില്ല. രാജകുമാരി ആ പടയാളിയുടെ പ്രണയത്തോട് പ്രതികരിച്ചു എന്ന് മാത്രമേ അയാൾക്കറിയുള്ളൂ. ഇത് അറിഞ്ഞതിനുശേഷവും നല്ലവൻ തന്റെ സ്വന്തം പ്രണയത്തിനായി നിലവിളിക്കുന്നു എങ്കിൽ അവനും അതുപോലെ തെമ്മാടിയാണെന്ന് പറഞ്ഞുകൂടേ? ആ കാവൽക്കാരന് തന്റെ മനസ്സിലെ ഇച്ഛ പൂർത്തീകരിക്കുന്നതിനായി ശ്രമിക്കാൻ അവകാശമില്ലെന്നാണോ? ഈ വൈഷ്യമ്യം തന്നെയാണ് നല്ലവന്റേയും വൈഷമ്യം. ഒന്നുകിൽ അയാൾ അവളെ ഉപേക്ഷിച്ച് തന്റെ മനസ്സിലുള്ള കണ്ണാടി തച്ചുടയ്ക്കണം, അല്ലെങ്കിൽ ആ പടയാളിയെ വേദനിപ്പിക്കണം."

കഴുകൻ പറഞ്ഞവസാനിപ്പിച്ചു. വീഞ്ഞ് നിറച്ച ഗ്ലാസ് കൈയിലെടുത്തു.

പുറത്ത് കാറ്റ് വീശുന്ന സ്വരം കേട്ടു.

സുൽത്താൻ സംസാരിച്ചുതുടങ്ങി.

"ഒറ്റപ്പെട്ട ഒരു ഹൃദയം അസ്തിത്വമില്ലായ്മയുടെ ഇണയാണ്. അതുകൊണ്ടാണ് മുതിർന്നവർ 'ഈ വിശ്വ രഹസ്യം മനസ്സിലാക്കുന്നതിനേറ്റവും ഉത്തമമായ മാർഗം പ്രണയമാണ്' എന്ന് പറയുന്നത്. പ്രണയിച്ച് തുടങ്ങുന്ന ഒരുവൻ സ്വയം കണ്ടെത്താനാരംഭിക്കുന്നു, അയാൾ നിലക്കൊണ്ടുതുടങ്ങുന്നു, തന്റെ കമിതാവിനോടൊപ്പം നിലക്കൊണ്ട് തുടങ്ങുന്നു." അതുവരേക്കും ചർച്ചയിൽ പങ്കെടുത്തവരെ നോക്കിയാണ്

സുൽത്താൻ സംസാരിച്ചത്. "അസ്തിത്വമില്ലായ്മയുടെ അന്തർബോധത്തെക്കുറിച്ച് നമുക്ക് സംസാരിക്കാനാകില്ല. തന്റെ കമിതാവിനെ കാണുന്നതിനുമുമ്പ്, പ്രണയിക്കുന്ന വ്യക്തിക്ക് താൻ അകപ്പെട്ടിരിക്കുന്ന ശൂന്യതയെക്കുറിച്ച് അറിവുണ്ടാകില്ല. ആ സ്ഥലത്തുനിന്നിറങ്ങി, അസ്തിത്വമുള്ളിടത്തേക്കെത്തുക എന്നത് മാത്രമേ അയാൾക്ക് ചെയ്യുവാനാകുകയുള്ളൂ. സ്വയം അറിയുക. പ്രണയത്തിലൂടെ അറിയുക. അതുകൊണ്ടാണ് അസ്തിത്വം നിങ്ങൾക്ക്, നക്ഷത്രങ്ങൾ നിറഞ്ഞ ആകാശംപോലെ, ഭ്രമമുണ്ടാക്കുന്നത്. അത് എന്തിനേയും കീഴ്പ്പെടുത്താൻ ശക്തിയുള്ളതാണ്. പ്രണയമൊന്ന് രുചിച്ചതിനു ശേഷം, തന്റെ കമിതാവിനെ നഷ്ടമായാലുണ്ടാകുന്ന ഏകാന്തതയാണ് യഥാർത്ഥ ഏകാന്തത. ഈ വിശ്വം സൃഷ്ടിക്കുന്നതിനു മുമ്പ് ദൈവം അനുഭവിച്ച ഏകാന്തതയിൽനിന്നും വ്യത്യസ്തമായി, കമിതാവ് ജനിക്കുന്നതേ ശൂന്യതയിൽ നിന്നല്ല. മറ്റൊരു വസ്തുവിൽനിന്നാണ്. അയാൾ ആദ്യം അസ്തിത്വം നേടിയിരിക്കുന്നു, പിന്നെ അത് നഷ്ടമായി. ദൈവത്തിന് ഈ വിശ്വത്തെ നശിപ്പിച്ച് വീണ്ടും ഏകാന്തതയിലേക്ക് തിരിച്ച് പോകാനാകാത്തതുപോലെയുള്ള സമാന അവസ്ഥയിൽ തന്നെയാണ് കമിതാക്കളും. പ്രണയം വഴി അവർ അസ്തിത്വം കണ്ടെത്തിയിരിക്കുന്നു. സ്വന്തം അസ്തിത്വമുള്ള ദൈവമല്ല അവർ. അതുകൊണ്ടാണിങ്ങനെ നിരാശ വന്നത്. അതാണയാളുടെ വൈഷമ്യങ്ങൾക്ക് കാരണവും. ഏറ്റവും ധീരരായവർക്ക് പോലും അങ്ങനെയൊരു ഏകാന്തതയിലേക്ക് തിരികെപോകുക എന്നത് ചിന്തിക്കാനാകില്ല. മറ്റു വാക്കുകളിൽ പറഞ്ഞാൽ, അസ്തിത്വമില്ലായ്മയിലേക്ക്. ഒരിക്കൽ അതല്ലാത്ത ഒരവസ്ഥയുടെ രുചി അറിഞ്ഞാൽ പിന്നെയൊരു തിരിച്ച് പോക്കില്ല. ഭ്രമിച്ചുവശായ തെമ്മാടി തന്റെ അസ്തിത്വം രാജകുമാരിയിലാണെന്ന് വിശ്വസിച്ചപ്പോൾ, അവളില്ലാത്തൊരു ജീവിതം തനിക്ക് അസാദ്ധ്യമാണെന്ന തീരുമാനത്തിലെത്തുകയും അവളെ തേടിയിറങ്ങാൻ ഉറപ്പിക്കുകയും ചെയ്തു. ശരി, ഈ കഥയുടെ ബാക്കി ഭാഗം എന്തെന്നറിയുമോ?"

അവരുടെ മുഖഭാവങ്ങളിൽ നിന്ന് അവർക്കാർക്കും അറിയില്ല എന്ന് വ്യക്തമായിരുന്നു. സുൽത്താൻ തുടർന്നു.

"എന്റെ പ്രിയ ശുദ്ധഹൃദയരേ, സങ്കടപ്പെടുന്നവരേ, അങ്ങ് ദൂരെയുള്ള ഒരു പട്ടണത്തിൽ, ഒരു രാജകുമാരിയുണ്ടായിരുന്നു. അവരെ ഇപ്പോൾ നിങ്ങൾക്ക് ഏകദേശം പരിചിതമായിട്ടുണ്ടാകും. അവളുടെ ഹൃദയത്തിലെ ധ്രുവനക്ഷത്രത്തെ പിന്തുടരാൻ ആരോ പ്രതിജ്ഞയെടുത്തു. അവൾ പ്രണയം രുചിച്ചവളായിരുന്നു. തിരസ്കാരം അനുഭവിച്ചവളായിരുന്നു. വൈഷമ്യങ്ങളുടെ പടുകുഴിയിൽ വീണവളായിരുന്നു. അതിന്റെ വില അവൾ നൽകിയിരുന്നു. എന്നിട്ടും അവളുടെയുള്ളിന്റെയുള്ളിലെ സത്ത, സുഗന്ധം പൊലിഞ്ഞിരുന്നില്ല.

വർഷങ്ങൾക്കുശേഷം അവൾ വീണ്ടും പ്രണയമെന്തെന്നറിഞ്ഞു. അവളുടെ ഹൃദയത്തിലൊരു കുളിർതെന്നൽ വീശി. അതിന് അവളുടെ

മനസ്സിലുള്ള എല്ലാ ഭയങ്ങളേക്കാളും കരുത്തുണ്ടായിരുന്നു. അതവളെ ഒരു പുതുവീഥിയിലെത്തിച്ചു. നല്ലവൻ എന്ന് പേരുള്ള ഒരു കൊല്ലനുമായി അവൾ പ്രണയത്തിലായി. അവനെ അവൾ രാത്രിയിൽ രഹസ്യമായി കണ്ടു. പക്ഷേ അവളുടെ ഈ പ്രണയം, അധികം താമസിയാതെ കണ്ടുപിടിക്കപ്പെട്ടു. അവളുടെ മുറിയുടെ വാതിൽ തള്ളിത്തുറന്ന പടയാളികൾ, അത് തടയാൻ ശ്രമിച്ച കാവൽക്കാരനു നേരെ വാളോങ്ങി. രക്തം ചിന്തി. അതിനുശേഷം അവളുടെ കാമുകനെ അവർ കണ്ടെത്തിയെന്നും കൊന്നുവെന്നും രാജകുമാരിയോടവർ പറഞ്ഞു.

രാജകുമാരിയുടെ ചുണ്ടനങ്ങിയില്ല. ഒരക്ഷരം ഉരിയാടിയില്ല. അപ്പോഴും പറഞ്ഞില്ല, പിന്നീടും പറഞ്ഞില്ല. അവളുടെ പ്രിയനായ നല്ലവൻ കൊല്ലപ്പെട്ടിരിക്കുന്നു. അവൾ ബഹുമാനിച്ച കാവൽക്കാരൻ പീഡിപ്പിക്കപ്പെട്ടിരിക്കുന്നു. അതിനു ശേഷമൊരു ദിനം, തുറുങ്കിൽനിന്നും രക്ഷപ്പെട്ട കാവൽക്കാരനെ പിടികൂടിയെന്നും കൊന്നുവെന്നും പടയാളികൾ അവളെ അറിയിച്ചു.

എപ്പോഴൊക്കെ തന്റെ വാത്സല്യത്തിൽ, മമതയിൽ, ഒരു വിടവ് വീഴുന്നുവോ അപ്പോഴൊക്കെ ഒരു പെൺകുട്ടി, ഉറുമാലുകൾ തയ്ക്കാൻ തുടങ്ങും. രണ്ടെണ്ണം തയ്ക്കുമവൾ. രാജകുമാരി നല്ലവനെ കണ്ടപ്പോൾ, വർഷങ്ങൾക്കുശേഷം ആദ്യമായി, ഉറുമാലുകൾ തയ്ക്കണം എന്ന തീരുമാനത്തിലെത്തി. അതിലൊന്ന് അവൾ പുറത്തു കണ്ട നല്ലവനെറിഞ്ഞു കൊടുത്തു. മറ്റൊന്ന് സൂക്ഷിച്ചു. പക്ഷേ വിധി അവൾക്ക് കരുതിവച്ചിരുന്നത് വേറിട്ടൊരു പാതയായിരുന്നു. കാമുകന്റെ സൗന്ദര്യമായിരുന്നില്ല രാജകുമാരിയെ ആകർഷിച്ചത്, അയാളുടെ നല്ല രീതികളായിരുന്നു. അതേ നല്ല രീതികൾ അവൾ ആ കാവൽക്കാരനിലും കണ്ടു. തന്റെ മുറിക്ക് കാവൽ നിന്നിരുന്ന കാവൽക്കാരനിൽ. ആ കാവൽക്കാരന്റെ കണ്ണിനും സ്വരത്തിനും എന്തോ പ്രത്യേകതയുണ്ടായിരുന്നു. അയാളുടെ മുഖം മറച്ച് വച്ചിരുന്നതിനാൽ അവൾ ആ മുഖം കണ്ടിട്ടില്ല. ഇത് അവളിൽ ഒരു ആത്മവിശ്വാസം വളർത്തി. അയാൾക്ക് സ്വയം തുന്നിയ ഒരു ഉറുമാൽ സമ്മാനമായി നൽകുന്നതിൽ അവളൊരു തെറ്റും കണ്ടില്ല. തനിക്ക് ചെയ്ത ഉപകാരങ്ങൾക്ക് പകരമായി ഒരു സമ്മാനം എന്നേ അവൾ കരുതിയുള്ളൂ.

തുന്നൽ പണികളുള്ള ഉറുമാലുകൾ ഇല്ലാതായപ്പോൾ രാജകുമാരി ഏകാന്തതയുടെ തടവറയിലായി. അതവളെടുത്ത തീരുമാനമായിരുന്നു. അവസാനമില്ലാത്ത പകലുകളും രാത്രികളും വന്നു ചേർന്നു. മാസങ്ങൾ ഇഴഞ്ഞ് നീങ്ങി. ഒരു ദിവസം ആ കാവൽക്കാരൻ വാതിൽക്കൽ വന്ന് അവളെ വിളിക്കുന്നത് കേട്ടു. അവൾ വാതിൽ തുറന്നു. പുറത്തുനിന്നും മന്ത്രോച്ചാരണം പോലെ വന്ന സ്വരം പരിചിതമായിരുന്നു. ആദ്യം അവൾക്കത് വിശ്വസിക്കാനായില്ല. വളരെ വിഷമിച്ച് 'താങ്കൾ ജീവനോടെയുണ്ടോ' എന്നവൾ ചോദിച്ചു. 'ഞാൻ നിന്നെ രക്ഷപ്പെടുത്താൻ വന്നതാണ്' ആ സ്വരം പറഞ്ഞു. "ഏതാനും ദിവസങ്ങൾക്കുള്ളിൽ, എങ്ങനെ പുറത്ത് കടക്കണമെന്ന് ഞാൻ പറയാം. ജനലുകൾ രാവുമുഴുക്കെ തുറന്നിടുക.

ഇപ്പോൾ എനിക്ക് പോകണം. ഇവിടെ കാവലുണ്ടായിരുന്നയാളോട് അയാളുടെ മേധാവി വിളിക്കുന്നു എന്നു പറഞ്ഞാണ് ഞാൻ അകറ്റി നിർത്തിയിരിക്കുന്നത്. അയാൾ ഏത് നിമിഷവും എത്തിച്ചേരാം."

ആ രാവുമുഴുക്കെ രാജകുമാരി സന്തോഷാശ്രുക്കൾ പൊഴിച്ചു. സന്തോഷത്തേക്കാൾ ഉപരി അദ്ഭുതത്തിന്റെ അശ്രുവായിരുന്നു അത്. തന്റെ തീവ്രദുഃഖത്തിനു കാരണമായ രണ്ട് യുവാക്കളിൽ ഒരാൾ തിരിച്ചെത്തിയിരിക്കുന്നു. എന്നാൽ അവരിൽ ആരാണിത്? സ്വരം കേട്ടിട്ട് അത് നല്ലവന്റേതാണെന്ന് തോന്നുന്നു, അതേസമയം ഈ സ്വരം കാവൽക്കാരന്റേതുമാണ്. നല്ലവന്റെ നന്മയോടെ, മൃദുത്വത്തോടെയാണയാൾ സംസാരിച്ചത്, അതേ സമയം കാവൽക്കാരന്റെ ആത്മവിശ്വാസവും അതിലുണ്ടായിരുന്നു. അയാളുടെ മുഖം ഒരു ഹെൽമറ്റിനാൽ മറച്ചിരിക്കുന്നു. അതുകൊണ്ടത് കാണാനായില്ല. അതെ, അവരിലൊരാൾ ജീവനോടെയുണ്ട്. രാജകുമാരി അയാളെ പ്രണയിക്കുന്നു.

ഒരു രാവിൽ തുറന്നുകിടക്കുന്ന ജനലിലൂടെ ഒരു കല്ല് വന്ന് വീണു. ഒരു തോലിൽ പൊതിഞ്ഞാണ് ആ ആ കല്ല് വന്നത്. അവൾ അത് തുറന്നു. അതിൽ താൻ തുന്നിയ ഉറുമാലുണ്ടായിരുന്നു. ഇത്തവണ കണ്ണീർ വാർന്ന് വീണത് ആ പച്ച ഉറുമാലിലായിരുന്നു. അതിനുശേഷം മാത്രമാണ് അവൾക്ക് തോലിൽ എഴുതി വച്ചിരുന്ന സന്ദേശം വായിക്കാനായത്. അതിൽ ഇങ്ങനെ എഴുതിയിരുന്നു. "നാളെ, ഉച്ചയ്ക്ക്, നദിയിൽ ഒരു കപ്പൽ വരും. പരിചാരകയുടെ വേഷത്തിൽ അതിൽ കയറുക. ഞാൻ പുറകെയുണ്ടാകും."

പിറ്റേന്ന് രാജകുമാരിയും തോഴിയും നദിയിലേക്കുള്ള വഴിയിലെ അങ്ങാടിയിലുണ്ടായിരുന്നു. അവർ മുഖം മൂടിയിരുന്നു. കണ്ണ് മാത്രം പുറത്ത് കാണുംവിധം മൂടിയിരുന്നു. വസ്ത്രം ഒന്നുകൊണ്ട് മാത്രമേ അവരാരാണെന്ന് തിരിച്ചറിയുമായിരുനുള്ളൂ. അവരെ അങ്ങാടിയിൽകണ്ട് പരിചയമുള്ള പട്ടണനിവാസികൾക്ക്, രാജകുമാരി പലപ്പോഴും തന്റെ തോഴിയെ മാത്രം അങ്ങോട്ടയയ്ക്കുന്നതും പരിചിതമാണ്. എന്നാൽ, രാജകുമാരി ഒറ്റയ്ക്ക് അലയുന്നതിനിടയിൽ, തന്റെ പുറകിലുള്ള കണ്ണുകളിൽ ബഹുമാനം നിറയുന്നത് അറിഞ്ഞുകൊണ്ടലയുന്നതിനിടയിൽ, തോഴി ആരുമറിയാതെ നദിക്കരയിലെത്തുകയും കപ്പലിൽ കയറുകയും ചെയ്തു.

കപ്പൽ പുറപ്പെടാനായി, അതിനെ കരയോട് ബന്ധിപ്പിച്ച് നിർത്തിയിരുന്ന കയറുകൾ അഴിക്കാൻ തുടങ്ങിയപ്പോൾ, കരയിലെ ജനക്കൂട്ടത്തിൽനിന്നും പെട്ടെന്നൊരു ആശയക്കുഴപ്പവും ഒച്ചയും ബഹളവുമുയർന്നു. യോദ്ധാക്കളുമായി യുദ്ധം ചെയ്ത് ഒരാൾ കപ്പലിൽ കയറാൻ ഒരുമ്പെടുന്നു. ഒരു നിമിഷത്തിനുശേഷം മറ്റൊരാൾ ജനക്കൂട്ടത്തിൽ നിന്നിറങ്ങി വന്ന്, വാളൂരി, പട്ടാളക്കാരുമായുള്ള യുദ്ധത്തിൽ ചേർന്നു. ഒന്നല്ല, രണ്ടുപേർ അങ്കം വെട്ടുന്നു എന്നറിഞ്ഞ യോദ്ധാക്കൾ ഒന്ന് പകച്ചു. രണ്ടുപേരും ഒരുപോലെയിരിക്കുന്നു. അവർക്ക് അദ്ഭുതമായി. കണ്ടു

നിൽക്കുന്നവർക്ക് അതിലേറെ ആശ്ചര്യം. നല്ലവനും തെമ്മാടിക്കും തങ്ങളെ ഇങ്ങനെ ഒന്നിപ്പിച്ച വിധിയേത് എന്നാലോചിക്കാൻ അപ്പോൾ സമയമില്ലായിരുന്നു. അവർ കരിമ്പാറക്കെട്ടിനടുത്ത് സന്ധിക്കാമെന്നാണ് പറഞ്ഞിരുന്നത്. പകരം ഇങ്ങനെ ഇതാ ഈ നദിക്കരയിൽ സന്ധിച്ചിരിക്കുന്നു. വാളുപയോഗിച്ച് നൈപുണ്യം നേടിയിട്ടുള്ള അവരുടെ കൈകൾ ഒരു ഡസൻ പട്ടാളക്കാരെ അരിഞ്ഞ് വീഴ്ത്തിയതിനു ശേഷം ഇരുവരും ഒന്നിച്ച് നദിക്കരയിലെത്തി. എന്നാൽ കപ്പലിൽ കയറാൻ അവരിൽ ഒരാൾക്കേ സാധിച്ചുള്ളൂ. മറ്റേയാൾ നദിയിൽ വീണു. കപ്പലിലെത്തിയ സഹോദരന് മറ്റേയാളെ സഹായിക്കാനുമായില്ല. അയാൾ പകരം വന്ന പട്ടാളക്കാരുടെ അമ്പുകളെ നേരിടുന്ന തിരക്കിലായിരുന്നു. വീണ്ടും കരയിലേക്കെടുത്ത് ചാടുക അസാധ്യമായിരുന്നു. കപ്പൽ തുറമുഖത്തു നിന്നും അകന്നുപോയി.

കപ്പലിൽ കയറാനാകാതിരുന്ന സഹോദരന്റെ തല, അയാൾ വെള്ളത്തിൽ വീഴുന്നതിനിടയിൽ ഒരു മരക്കുറ്റിയിലിടിച്ചു. അയാൾക്ക് ബോധം നഷ്ടപ്പെട്ടു. നദിയിലെ ഒഴുക്ക് അയാളെ വലിച്ചുകൊണ്ടുപോയി. പട്ടാളക്കാർ അയാളെ വലിച്ചു കയറ്റുന്നതിനുമുമ്പ് രണ്ട് കച്ചവടക്കാർ അയാളുടെ സഹായത്തിനെത്തി. അവരുടെ വണ്ടിക്കകത്തുണ്ടായിരുന്ന തുണിക്കെട്ടിനിടയിൽ അവർ അയാളെ ഒളിപ്പിച്ചു. എന്നിട്ട് വണ്ടിയുമായി ജനമദ്ധ്യത്തിൽ ലയിച്ചു."

വളരെ സാവധാനത്തിലാണ് സുൽത്താൻ സംസാരിച്ചിരുന്നത്. എല്ലാവരുടേയും കണ്ണുകളിൽ ജിജ്ഞാസ അദ്ദേഹത്തിന് വായിച്ചെടുക്കാമായിരുന്നു.

"എല്ലാ കഥകളുടേയും അവസാനമറിയാൻ എനിക്കും ആഗ്രഹമുണ്ട്. പക്ഷേ, ചിലപ്പോൾ അത് അസാധ്യമാകുന്നു. ആ പട്ടണത്തിൽ, വെള്ളത്തിൽ വീണ യുവാവിനോട് നിങ്ങളാരാണ് എന്ന് ചോദിച്ചപ്പോൾ 'ഞങ്ങൾ രണ്ട് സഹോദരന്മാരാണ്. ഞങ്ങളറിയാതെ ഞങ്ങളിരുവരും ഒരേ യുവതിയെ പ്രണയിച്ചു എന്നെനിക്ക് തോന്നുന്നു. ഞാനിപ്പോൾ ആശയക്കുഴപ്പത്തിലാണ്. ഞാനതിൽ ഏത് സഹോദരനാണെന്ന ആശയക്കുഴപ്പത്തിൽ' എന്നായിരുന്നു മറുപടി. കൊട്ടാരവാസികൾക്കും ആളുകളെങ്ങനെയാണ് അങ്ങനെ രഹസ്യങ്ങൾ വാമൊഴിയായി കൈമാറുന്നത് എന്ന് തിരിച്ചറിയാനായില്ല. അവരുടെ ബുദ്ധിയെത്ര പ്രയോഗിച്ചിട്ടും അതിനൊരു ഉത്തരം കണ്ടെത്താനായില്ല. അവരിൽ മാത്രം ഇത്തരം വാർത്തകളുമെത്തിയില്ല. അടുത്ത ഏതാനും ദിവസം അങ്ങാടിയിൽ നടന്ന ചർച്ച കേൾക്കാത്തവരായി പട്ടാളക്കാർ മാത്രമേ ഉണ്ടായിരുന്നുള്ളൂ. "ആർക്കാണ് കപ്പലിൽ കയറാനാകാതിരുന്നത്? നല്ലവനോ തെമ്മാടിക്കോ?"

സുൽത്താൻ വീണ്ടും വീഞ്ഞ് നുണഞ്ഞു. തലയൊന്ന് കുമ്പിട്ടു. ഇനി അദ്ദേഹത്തിനൊന്നും പറയാനില്ല എന്ന് അപ്പോൾ അവിടെയുള്ളവർക്ക് മനസ്സിലായി.

"ജനങ്ങൾ ഉന്നയിച്ച അതേ ചോദ്യമാണിപ്പോൾ നമുക്കുമുള്ളത് എന്ന് ഞാൻ മനസ്സിലാക്കുന്നു." കഴുകൻ പറഞ്ഞു.

"കപ്പലിൽ കയറാനാകാഞ്ഞത് നല്ലവനോ, തെമ്മാടിയോ എന്ന് ഊഹിക്കുന്നതിനു പകരം അതിനുശേഷം എന്ത് സംഭവിച്ചു എന്ന് കണ്ടെത്താനാകുമോ?" കഴുകൻ ചോദിച്ചു.

സെയ്ദിഗൾ അതിനുള്ള മറുപടി പറയും എന്നാണ് സുൽത്താൻ പ്രതീക്ഷിച്ചത്. പക്ഷേ സെയ്ദിഗൾ അപ്പോൾ സഹിക്കവയ്യാത്ത കഴുത്ത് വേദനയോട് മല്ലടിക്കുകയായിരുന്നു. അതു കണ്ടപ്പോൾ സുൽത്താൻ തന്നെ തുടർന്നു. "നമ്മുടെ ചർച്ച ഇവിടെ അവസാനിപ്പിക്കുന്നതിനെക്കുറിച്ച് എന്ത് പറയുന്നു സഹോദരരേ? സെയ്ദിഗൾ നന്നേ ക്ഷീണിച്ചിരിക്കുന്നു എന്ന് തോന്നുന്നു. നമുക്ക് ഒന്ന് വിശ്രമിക്കാം. ഉറങ്ങാം. നമുക്ക് മുന്നിൽ ദീർഘിച്ച രാവുകൾ ഇനിയും അനേകമുണ്ട്."

വാതിൽ തുറക്കപ്പെട്ടു. ചുമലിൽ രാവിന്റെ ഒരു തുണ്ട് നിഴലുമായി എല്ലാവരും പുറത്തിറങ്ങി. അപ്പോൾ അവരുടെയെല്ലാം മനസ്സിൽ ആയിരം ചോദ്യങ്ങളുണ്ടായിരുന്നു. എന്നാൽ ഉറക്കം അവരുടെ മനസ്സിലെ വിളക്ക് കെടുത്തും. പുതിയ പാതയിൽ വെളിച്ചം വീശാനും അത് സഹായിക്കും.

"ഒന്നും ഇതുവരേക്കും പറഞ്ഞില്ലല്ലോ?" വാതിൽക്കൽ നിൽക്കുകയായിരുന്ന സുൽത്താൻ റിൻഡയോട് പറഞ്ഞു. "ചർച്ച വിരസമായി തോന്നിയില്ല എന്ന് ഞാൻ പ്രതീക്ഷിക്കട്ടെ."

"ശുദ്ധഹൃദയരായ ഈ സഹോദരന്മാരെ മനസ്സിലാക്കാനുള്ള ശ്രമത്തിലാണ് ഞാൻ. ഞാനൊരു പുതുമുഖമാണ്. ചർച്ചയിൽ ആദ്യരാവിൽ തന്നെ ഇടപെടുക എന്നാൽ അത് വളരെ വേഗത്തിലായി എന്ന തോന്നലുണ്ടാക്കും." എല്ലാവരും പോയിക്കഴിഞ്ഞപ്പോൾ അവർ വീതിയേറിയ ഇടനാഴിയിലൂടെ നടന്ന് മട്ടുപ്പാവിലെത്തി.

റിൻഡ മട്ടുപ്പാവിന്റെ ഒരറ്റത്തേക്ക് നടന്നു. അവിടെ നിന്ന് പട്ടണത്തിലെ വിളക്കുകൾ കണ്ടു. ഒരമ്പ് കൊള്ളുക, മരണപ്പെട്ട നിഴലിനെ കാണുക, ഒരു വെളുത്ത കുറുക്കന്റെ സ്വപ്നത്തെക്കുറിച്ച് കേൾക്കുക, എന്നിവയൊന്നും സംഭ്രമിപ്പിക്കുന്നതല്ലെങ്കിൽ, വടക്കുള്ള ഏറ്റവും വശ്യമായ കാര്യങ്ങളിൽ ഒന്നായിരിക്കണം ഇത്. തെരുവോരങ്ങളിൽനിന്നും വിളക്കുകൾ ചത്വരത്തിലേക്ക് നിഴൽ വീഴ്ത്തി. താഴികക്കുടങ്ങളിൽനിന്ന് മേൽക്കൂരകളിലേക്കും വീടുകളിലേക്കുമൊഴുകിയെത്തി. അവയങ്ങനെ പറന്ന് നടക്കുമ്പോൾ കൂടുതൽ വശ്യമായി. ഒരു കാനനത്തിൽ എത്രയധികം വൃക്ഷങ്ങളുണ്ടാകുമോ, ഒരു അതിവർഷത്തിൽ എത്രയധികം ജലകണങ്ങളുണ്ടാകുമോ, അതിലുപരി നക്ഷത്രങ്ങൾ ആകാശത്തുനിന്ന് ഭൂമിയിലേക്ക് വെളിച്ചം വിതറി നിൽക്കുന്ന കാഴ്ച, സ്വപ്നങ്ങൾ അവയ്ക്ക് നിറം കൂട്ടാനെഴുതിയതായിരിക്കണം. സ്വർഗത്തിലെ പൂന്തോട്ടത്തിൽ നിന്നും ഇറങ്ങിവരികയാണ് ആ നക്ഷത്രക്കൂട്ടമെന്ന് തോന്നിപ്പിച്ചു. എന്നുവച്ചാൽ സ്വർഗത്തെ ഭൂമിയുടെ കണ്ണാടിയിൽ പിടിച്ചിടാനും അതിന്റെ പ്രതിബിംബമുണ്ടാക്കാനും കഴിവുള്ള ഇടമാണ് ഈ വടക്ക്! എല്ലായിടവും

വെളിച്ചത്തിൽ കുളിച്ച് നിൽക്കുന്നു. ഓരോ വെളിച്ചവും ഇരുട്ടിൽ ആകാശവുമായി കൂടിച്ചേരുന്നു. പട്ടണം ഒരൊറ്റ നക്ഷത്രമായി മാറിയിരിക്കുന്നു.

അങ്ങനെയുള്ള സ്വപ്നങ്ങൾ കുട്ടികൾക്ക് മാത്രമായി നീക്കിവച്ചവയാണ്. വലുതാകുമ്പോൾ നമ്മൾ അത്തരം സ്പനങ്ങൾ മറക്കുന്നു. കുട്ടിക്കാലത്ത്, റിൻഡ ഇങ്ങനെ വെട്ടിത്തിളങ്ങുന്ന വിശ്വം സ്വപ്നം കണ്ടിട്ടുണ്ട്. അത് സത്യമാണെന്ന് കരുതിയിട്ടുണ്ട്. കാണാവുന്നിടത്തോളം ദൂരം മിന്നിക്കത്തുന്ന വിളക്കുകൾ മാത്രം. കാട്ടിൽ എത്ര മരങ്ങളുണ്ടോ, എത്ര ഇലകളുണ്ടോ അത്രയും വിളക്കുകൾ.

മട്ടുപ്പാവിന്റെ കൈവരിയിൽ ചാരി നിന്നപ്പോൾ റിൻഡയ്ക്ക് തല കറങ്ങുന്നതുപോലെ തോന്നി. മട്ടുപ്പാവിന്റെ ഉയരമല്ല അതിനു കാരണം. ചുറ്റിലുമുള്ള വിളക്കുകളായിരുന്നു. ലോകം മുഴുക്കെ നക്ഷത്രങ്ങൾ മാത്രം. പിന്നെയുള്ളത് റിൻഡയാണ്. റിൻഡ നക്ഷത്രങ്ങളിലേക്ക് കൂപ്പുകുത്താൻ തയ്യാറായി നിൽക്കുകയായിരുന്നു. അപ്പോഴാണ് പുറകിൽനിന്ന് ആരോ ശ്വസിക്കുന്നതറിഞ്ഞത്. ആ ശ്വാസം അയാളെ താനെവിടെയാണെന്ന ബോധത്തിലെത്തിച്ചു. തിരിഞ്ഞു നിന്നു. അവിടെ സുൽത്താനുണ്ടായിരുന്നു. സുൽത്താനെ നോക്കി പറഞ്ഞു. “വഴിവാണിഭക്കാരനും ചർച്ചയിൽ പങ്കെടുത്തിട്ടില്ല. അദ്ദേഹവും നമ്മോടൊപ്പം വരുമെന്ന് ഞാൻ പ്രതീക്ഷിച്ചു, പ്രഭോ.”

“ഇന്നലെ സായാഹ്നത്തിൽ അദ്ദേഹം എന്റെ അതിഥിയായിരുന്നു. പട്ടണത്തിൽ എന്തോ കണ്ടെത്താനുണ്ടെന്ന് എന്നോട് പറഞ്ഞിരുന്നു. പിന്നെ വരാം എന്നും പറഞ്ഞു.”

ചുറ്റിലുമുള്ള നിറഞ്ഞ വെളിച്ചത്തെക്കുറിച്ചോ, വഴിവാണിഭക്കാരൻ പട്ടണത്തിന്റെ നിറമന്വേഷിച്ചിറങ്ങിയതാണെന്നോ റിൻഡ പറഞ്ഞില്ല. എന്നാൽ സുൽത്താന്റെ ചോദ്യം അയാളെ അമ്പരപ്പിച്ചു.

“വഴിവാണിഭക്കാരൻ അയാളുടെ വണ്ടി കൊട്ടാരത്തിലേക്ക് കൊണ്ടുവന്നില്ല. അതിൽ എനിക്ക് താത്പര്യമുണർത്തുന്ന എന്തെങ്കിലുമുണ്ടോ എന്നറിയാൻ ജിജ്ഞാസയുണ്ടെനിക്ക്. ഉദാഹരണത്തിനായി ശവപ്പെട്ടി പോലെ എന്തെങ്കിലും.”

റിൻഡ ഒന്ന് വിക്കി. “എനിക്കറിയില്ല... പ്രഭോ.” തനിക്ക് മുമ്പിലപ്പോൾ ഗ്ലട്ട് ആണ് നിൽക്കുന്നത് എന്ന മട്ടിലായിരുന്നു ആ വിക്കൽ. അറിയാത്തവയെ അറിയുന്നവൻ, തന്റെ മനസ്സിനുള്ളിൽ ഒരു രഹസ്യക്കണ്ണാടിയുമായി നടക്കുന്നവൻ. ഇത് കാണിക്കുന്നത്, വടക്കുനിന്നുള്ളവർ കാര്യങ്ങൾ ആദ്യം അറിയുന്നു, പിന്നെ കണ്ടുപിടിക്കുന്നു എന്നാണ്.

“ആ ചർച്ച താങ്കൾ ശ്രദ്ധിച്ചിട്ടുണ്ടാകുമല്ലോ. അവിടെ ആരും എന്നെ ‘പ്രഭു’ എന്ന് അഭിസംബോധന ചെയ്യാറില്ല. അവരെല്ലാം എന്നെ കൊച്ചു സുൽത്താൻ എന്നാണ് വിളിക്കുന്നത്. താങ്കൾക്കും അതുപോലെ വിളിച്ചുകൂടെ?”

“അവരെല്ലാം താങ്കളുടെ പഴയ സുഹൃത്തുക്കളാണ്. അടുത്ത സൗഹൃദ ത്തിലാകുമ്പോൾ അത് സാധാരണവുമാണ്. കൊച്ചു സുൽത്താൻ എന്ന് താങ്കളെ വിളിക്കുമ്പോൾ അതിനർത്ഥം ഒരു വലിയ സുൽത്താൻ കൂടി യുണ്ട് എന്നാണ്. അതായത് താങ്കളുടെ അച്ഛൻ, അല്ലെങ്കിൽ ജ്യേഷ്ഠൻ.”

“അങ്ങനെയല്ല എന്ന് ഞാൻ പറഞ്ഞാൽ താങ്കൾക്കെന്ത് തോന്നും?” ഒരു ചെറിയ ഇടവേളയ്ക്കുശേഷം സുൽത്താൻ തുടർന്നു. “ജീവിത ത്തിലെ ചില ദൗർഭാഗ്യങ്ങൾ ഒരു മനുഷ്യനെ ഏകാന്തതയിലേക്ക് തള്ളി യിടുന്നു. സഹോദരങ്ങളില്ലാതെ വളരുക എന്നത് അതിലൊന്നാണ്. അതെന്താണെന്നറിയാവുന്ന ഒരാൾ ഞാനാണ്. വളരെ ദൂരെയുള്ള ഒരു കോട്ടയിലാണ് ഞങ്ങൾ ജീവിച്ചിരുന്നത്. സഫാലിപോലെയൊന്നുമല്ലാ യിരുന്നു ആ സ്ഥലം. ചുറ്റിലും നല്ല സംരക്ഷണമുണ്ടായിരുന്നു ആ സ്ഥല ത്തിന്. അതുകൊണ്ടുതന്നെ അത് കൂടുതൽ അപകടകാരിയായ സ്ഥലവു മായിരുന്നു. അനേകം പടയാളികളുടെ സംരക്ഷണമുണ്ടായിട്ടും എന്റെ അച്ഛനെ, ഷാ സുൽത്താനെ വിഷം കൊടുത്ത് കൊന്നു. കൊട്ടാരത്തിൽ വെച്ചു തന്നെയാണത് സംഭവിച്ചത്. എന്നാൽ എന്റെ വിധി താങ്കളുടേതിനു സമാനമല്ല. അച്ഛൻ എനിക്കായി ചോദ്യങ്ങളൊന്നും നീക്കിവച്ചില്ല. എനിക്ക് പിന്തുടരാനായി ഒരു പാതയും നീക്കിവച്ചില്ല. ഏതാനും ആഴ്ചകൾ ക്കുള്ളിൽ ഞങ്ങളുടെ പടയാളികൾ ദേശദ്രോഹികളെ കണ്ടുപിടിച്ച്, അച്ഛന്റെ കൊലപാതകത്തിനോടുള്ള പക വീട്ടി. പിന്നെ അവശേഷിച്ചി രുന്നത്, എളുപ്പം പ്രതിരോധിക്കാവുന്ന ഒരു കോട്ടയും കൂടുതൽ ദരിദ്രരായ പ്രജകളും ഭയപ്പെട്ട ശ്രീമതി സുൽത്താൻ, എന്ന എന്റെ അമ്മയായിരുന്നു.

“ചെറുപ്പമായിരുന്നു. ആ സ്ഥലത്ത്, ആ സമയത്ത് എന്റേതായൊരു ഭാഗധേയം വളർത്തിയെടുക്കാൻ ശ്രമിക്കുകയായിരുന്നു. ഒരു ദിവസം എന്റെ ഭരണത്തിൻകീഴിലാകും എന്നെനിക്കറിയാമായിരുന്ന രാജ്യം കാണാമായിരുന്നു. എന്നാൽ അത് എന്റെ രാജ്യമാണെന്ന് അറിയില്ലാ യിരുന്നു. എന്റെ പ്രായത്തിലുള്ള ആരും കൂട്ടില്ലായിരുന്നു. ചുറ്റിലും പട്ടാളക്കാരും അദ്ധ്യാപകരും വേലക്കാരും മാത്രം. കോട്ടയെ മറന്നേക്കൂ, എനിക്ക് കൊട്ടാരത്തിൽ നിന്ന് പുറത്തിറങ്ങാനുള്ള അനുവാദം പോലു മില്ലായിരുന്നു. ഒരു മാനിന്റെ പാത ഏതെന്ന് ആർക്കും എളുപ്പം തിരി ച്ചറിയാമായിരുന്നെങ്കിലും അതിന്റെ കഥകളെക്കുറിച്ചല്ലാതെ മറ്റൊന്നും അറിയില്ലായിരുന്നു. അവർ നിത്യവും കാണുന്ന കുറുക്കന്മാരുടെ പ്രതിമ കളെ മാത്രമേ ഞാൻ കണ്ടിട്ടുണ്ടായിരുന്നുള്ളൂ. ആ ഏകാന്തരാവുകളിൽ അടുത്തുണ്ടായിരുന്ന ഏക വസ്തു ആകാശം മാത്രമായിരുന്നു. ഉറക്കം കൊട്ടാരത്തെ അപ്പാടെ വിഴുങ്ങിയാൽ ഞാനെഴുന്നേറ്റ് മട്ടുപ്പാവിലെത്തും. എന്നിട്ട് രാവിൽ പാടുന്ന പക്ഷികളോടൊപ്പം ചേരും.

വെട്ടിത്തിളങ്ങുന്ന ആകാശത്തേക്ക് നോക്കി നക്ഷത്രങ്ങളുടെ ആട്ടിട യനെ തിരയുകയായിരുന്നു. ഇത്രയധികം നക്ഷത്രങ്ങളുണ്ടെങ്കിൽ അതിനെ മേയ്ക്കാനൊരു ആളുവേണം. എന്നാൽ അത് സൂര്യനോ ചന്ദ്രനോ ആകില്ല. സൂര്യൻ പകലിന്റേതാണ്. ചന്ദ്രനാകട്ടെ പലപ്പോഴും

നക്ഷത്രക്കൂട്ടങ്ങളെ ഉപേക്ഷിച്ച് ഒറ്റയ്ക്ക് അലയുന്നു. എന്റെ അദ്ധ്യാപകരിലൊരാൾ പറഞ്ഞത് ഒരു ആട്ടിടയന് ഒരിക്കലും അങ്ങനെ ചെയ്യാനാകില്ല എന്നാണ്. അങ്ങനെ ചെയ്താൽ ആട്ടിൻകൂട്ടത്തിനു വഴി തെറ്റും. കൂടുതൽ അസന്തുഷ്ടിയുണ്ടാകും. താങ്കൾ വളർന്നാൽ ഈ നാടിന്റെ തലവൻ താങ്കളാകും. അദ്ദേഹം തുടർന്നു. "താങ്കൾ പല കുലങ്ങൾക്കും മാർഗദർശിയാകും. ഒരു ആട്ടിടയനാകും. അവർ അലഞ്ഞ് കൂട്ടംതെറ്റുമ്പോൾ തിരികെ കൊണ്ടുവരാൻ ഒരു സ്വരം വേണം. വൈഷ്യമ്യങ്ങളിലേക്ക് കാലിടറി വീഴുമ്പോൾ കൂട്ടിപ്പിടിക്കാനൊരു കരം വേണം. ഷാ സുൽത്താൻ മാന്യരുടേയും പ്രഭുക്കന്മാരുടേയും കുലനായകരുടേയും മാത്രം സംരക്ഷകനല്ല. എല്ലാവരുടെയും സന്തോഷം സംരക്ഷിക്കുന്നവനാണ്. അങ്ങനെയാകുമ്പോൾ എല്ലാവരും സന്തുഷ്ടരാകും. ഷാ സുൽത്താൻ ഒരു നല്ല ആട്ടിടയനാകും. കുലങ്ങളുടെ മാത്രമല്ല, കുലങ്ങളുമായി ബന്ധപ്പെട്ട് നിൽക്കുന്ന ഓരോ കർഷകന്റേയും നെയ്ത്തുകാരന്റേയും തലവനാകാൻ ആഗ്രഹിക്കുന്നയാൾ, ആടിനെ മേയ്ക്കുന്ന ജോലിയിൽ അതി നിപുണതയുള്ളവനാകണം.

രാത്രിയിൽ മട്ടുപ്പാവിലിരുന്ന് പക്ഷികളെ നോക്കി അവരുടെ ഇടയനാരെന്ന് തിരയാറുണ്ടായിരുന്നു. ഇടയ്ക്ക് ജ്ഞാനിയായ മൂങ്ങയെ കാണും. ഇടയ്ക്ക് പക്ഷികളിൽ ഏറ്റവും ചടുലതയുള്ള പരുന്തിനെ. എന്നാൽ പിറ്റേന്ന് മനസ്സ് മാറും. വാൽനക്ഷത്രങ്ങൾ തെന്നി നീങ്ങുന്നത് കണ്ടിരിക്കാറുണ്ട്. അതിൽനിന്നും എന്തെങ്കിലും സൂചകം ലഭിക്കുമോ എന്നാലോചിക്കാറുണ്ട്. ഭാവിയെ ഭയമില്ല. എന്നാൽ എല്ലാ ഭരണകർത്താക്കൾക്കും യഥാർത്ഥ ആട്ടിടയനാകാനാകില്ല എന്ന് മനസ്സിലായിരുന്നു.

വർഷങ്ങൾ അമ്മയുടെ മുഖത്ത് ഭയത്തിന്റെ പാടുകൾ കൊത്തിയുണ്ടാക്കുകയും നഗരച്ചുമരുകളിൽ പുതിയ കല്ലുകൾ പാകുകയും ചെയ്തപ്പോഴും രാവിൽ മട്ടുപ്പാവിലെത്താറുണ്ടായിരുന്നു. ചിലപ്പോഴെങ്കിലും അവിടെ തീ കൂട്ടി കിടന്നുറങ്ങാറുണ്ടായിരുന്നു. അങ്ങനെയുള്ള ഒരു രാത്രിയിൽ, മട്ടുപ്പാവിൽ ഉറക്കമുണർന്നു. അപ്പോൾ ഉള്ളാകെ വിറയ്ക്കുന്നുണ്ടായിരുന്നു. വടക്ക് ഭാഗത്തുള്ള ചുമരിൽ ഒരു മർമ്മരം കേട്ടു. ഒരു കാക്ക കൊക്കുകൊണ്ട് ഒരു ഇഷ്ടികയിളക്കി മാറ്റാൻ ശ്രമിക്കുകയായിരുന്നു. ഞാൻ ശ്രദ്ധിച്ചു. അത് ആ കല്ലൊന്നാകെ എടുത്ത് മാറ്റാൻ ശ്രമിക്കുകയല്ല. പകരം ആ കല്ലിന്റെ താഴത്തെ മൂലയിൽ തിരുകി വെച്ചിരിക്കുന്ന ചെറുകല്ലുകൾ ഒന്നൊന്നായി കൊത്തിയെടുത്ത് മാറ്റാൻ ശ്രമിക്കുകയാണ്. കാക്ക ചുമരിനുള്ളിൽ എന്തോ വച്ചു. കല്ലുകൾ യഥാസ്ഥാനത്തേക്കെടുത്ത് വെച്ചു. പറന്ന് പോയി. ഞാനവിടെ ചെന്ന് പരിശോധിച്ചു. ഞാനിതിനുമുമ്പ് ശ്രദ്ധിച്ചില്ലല്ലോ എന്ന അദ്ഭുതമായിരുന്നു എനിക്ക്. കല്ലിന്റെ താഴ്ഭാഗത്ത് വലിയൊരു ദ്വാരമുണ്ടാക്കിയിരിക്കുന്നു. അതിനെ മറയ്ക്കാൻ ചെറുകല്ലുകൾ വച്ചിരിക്കുന്നു. വളരെ നിപുണതയോടേയാണ് ആ ചെറുചരൽക്കല്ലുകൾ വച്ചിരിക്കുന്നത്. ദൂരെനിന്ന് കണ്ടാൽ തിരിച്ചറിയാത്ത വിധത്തിൽ. ആ ദ്വാരത്തിൽ ഒരു ചത്ത മൈനയുണ്ടായിരുന്നു.

ഏതാനും മൾബറി പഴങ്ങളും കുറച്ച് ധാന്യവുമുണ്ടായിരുന്നു. ഞാനും ആ കല്ലുകൾ യഥാസ്ഥാനത്തേക്ക് തിരികെ വച്ചു. കാക്കയെടുത്ത അത്ര തന്നെ ബുദ്ധിമുട്ട് സഹിച്ചുകൊണ്ടാണത് ചെയ്തത്. എന്നാൽ കാക്കയുടെ നിപുണത എനിക്കില്ലായിരുന്നു. എത്ര ശ്രദ്ധിച്ചിട്ടും ഒരു കല്ല് ബാക്കിയായി. ഞാൻ വീണ്ടും ശ്രമിച്ചു. വിജയിച്ചില്ല. അധികം വന്ന ആ കല്ല് ഞാൻ വലിച്ചെറിഞ്ഞു.

പിറ്റേന്ന് രാത്രി ഞാൻ ആ കാക്കയെ കാത്ത് മട്ടുപ്പാവിൽ കിടന്നു. കാക്ക വന്ന് ചരൽകല്ലുകൾ ഒന്നൊന്നായി എടുത്ത് മാറ്റി. അതെല്ലാം നിലത്തിട്ടതിനുശേഷം അതിന്റെ പെരുമാറ്റത്തിൽ എന്തോ വ്യത്യസ്തത തോന്നി. അത് വലിയ കോപത്തോടെ മുന്നോട്ടും പുറകോട്ടും ചാടാനാരംഭിച്ചു. അത് കല്ലുകൾ എണ്ണിനോക്കിയിട്ടുണ്ടാകും എന്ന് ഞാൻ ഊഹിക്കുന്നു. അതിൽ അപ്പോൾ പതിനാറെണ്ണമേയുള്ളൂ. എന്ത് സംഭവിച്ചു എന്നതിനു മനസ്സിലായിരിക്കുന്നു. ഒന്ന് ശാന്തമാകുന്നതിനു മുമ്പ് അതിനതിന്റെ സമ്പത്തെല്ലാം തിട്ടമായിട്ടുണ്ടോ എന്ന് പരിശോധിക്കണം. അവയെല്ലാം സുരക്ഷിതമെന്ന് അത് ഉറപ്പ് വരുത്തി. പിന്നെ അതിൽ ഒരു വാൽനട്ട് കൂട്ടിച്ചേർത്തു. അതിനുശേഷം മട്ടുപ്പാവിൽ ഒരു വാൽനട്ട് മരംതന്നെ കിളിർത്തുവെങ്കിൽ അതെന്നെ അദ്ഭുതപ്പെടുത്തില്ലായിരുന്നു. കാക്ക മട്ടുപ്പാവിന്റെ മറുതലയ്ക്കലേക്ക് പറന്നു. മൊസൈക്കിട്ട ചുമരിൽ നിന്നും ക്ഷമയോടെ ഒരു തുണ്ട് കല്ല് അടർത്തിയെടുത്തു. മറ്റ് ചരൽക്കല്ലുകളുടെ അതേ നിറമുള്ള കല്ല്. സ്വന്തം ചുമരിലെ ദ്വാരം അതുകൊണ്ടടച്ചു. എന്നിട്ട് തന്റെ പ്രയത്നത്തിൽ ഇടിച്ചുകയറിചെന്നിരിക്കാവുന്ന ഏക വസ്തുവിലേക്കെത്തി. അത് ഞാനായിരുന്നു. എന്നിൽ നിന്നും രണ്ടടി ദൂരെ നിന്ന് അത് എന്നെ നോക്കി. ദീർഘനേരം എന്നെ നോക്കി നിന്നു. അപ്പോഴേക്കും ദൂരെയെവിടേയോ നിന്ന് ഒരു മൂങ്ങയുടെ സ്വരം കേട്ടു. അത് കാക്കയുടെ ശ്രദ്ധ തെറ്റിച്ചു. പരുപരുത്ത എന്നാൽ കനത്ത ആ സ്വരം ഈ രാവിന്റെ അധിപൻ ഞാനാണെന്ന് വിളിച്ചുപറയും മട്ടിലുള്ളതായിരുന്നു. എന്നെക്കാൾ കരുത്തനായ എതിരാളി താനാണെന്ന് കാക്കയോട് പറയുന്ന മട്ടിൽ.

പിറ്റേന്ന് രാത്രിയാണ് അവസാനമായി ആ കാക്കയെ കണ്ടത്. അപ്പോൾ അതിന് മുറിവേറ്റിരുന്നു. അത് ഞൊണ്ടിക്കൊണ്ടാണ് വന്നത്. അതിനു സമീപം ഒരു കുഞ്ഞ് കാക്കയുമുണ്ടായിരുന്നു. തന്റെ രഹസ്യനിധികൾ മരിക്കുന്നതിനു മുമ്പ് മറ്റൊരാളെ ഏല്പിക്കുകയായിരുന്നു അത്. രക്തരൂഷിതമായ ഒരു യുദ്ധം കഴിഞ്ഞ് വരികയാണവർ. പിറ്റേന്ന് അവയുടെ കാലടികൾ ശ്രദ്ധിച്ചപ്പോഴാണ് ആ കുഞ്ഞുകാക്കയുടെ കാലിലും മുറിവുണ്ടായിരുന്നു എന്ന് ഞാനറിയുന്നത്. അവർ അമ്മയും കുഞ്ഞുമായിരുന്നോ അതോ അച്ഛനോ... അവയുടെ ലിംഗം തിരിച്ചറിയുക അസാധ്യമായിരുന്നു. ഒരുപക്ഷേ അത് സ്വന്തം കുഞ്ഞ് പോലുമാകില്ല. പരസ്പരം സഹായിക്കാനായി കാക്കകൾക്ക് തന്റെ ബന്ധുക്കൾ തന്നെയാകണമെന്നില്ല. അതിനുശേഷം അനേകം രാവുകൾ കാത്തിരുന്നു.

എന്നിൽ തണുപ്പ് വർദ്ധിച്ചുകൊണ്ടേയിരുന്നു. നക്ഷത്രങ്ങളുടെ പാതകളിൽ കണ്ണ് നട്ടിരുന്നു. ചിലപ്പോൾ ഒരു കാക്കയുടെ സ്വരം കേൾക്കും. മറ്റുള്ളവയെപ്പോലെ കാക്കയും എന്റെ ക്ഷീണമകറ്റുന്നു. എനിക്ക് ഉറക്കം വരും. നേരം പുലരാറാകുമ്പോൾ പ്രതീക്ഷകളെല്ലാം ഉപേക്ഷിച്ച് ഞാനുറങ്ങും. ക്ഷണിക്കാതെ തന്നെ അതൊരു ദിവസം വന്ന് ചേരും എന്ന് പ്രതീക്ഷിച്ചു. വീണ്ടുമൊരു ദിവസം കാക്കയുടെ രഹസ്യനിധിയിന്മേൽ കൈ വച്ചു. പതിനാറ് കല്ലുകൾ മാത്രം ബാക്കിയാക്കി. പിന്നെ എന്നും ചുമരിനിപ്പുറത്ത് നിന്ന് കാക്ക വരുന്നുണ്ടോ എന്ന് ശ്രദ്ധിച്ചു. എന്നും പതിനാറു കല്ല് മാത്രം അവശേഷിച്ചു. കാക്കയോ കുഞ്ഞു കാക്കയോ പിന്നെ ഒരിക്കലും വന്നില്ല.

അങ്ങനെയൊരു രാവിൽ, ഒരിക്കൽ, ഇനിയും ഭയം താങ്ങാനാകില്ല എന്ന് കരുതി, എന്റെ അമ്മ, ശ്രീമതി സുൽത്താൻ ഈ മട്ടുപ്പാവിൽ നിന്നെടുത്ത് ചാടി. അമ്മയുടെ മുഖത്തെ ചുളിവുകൾക്ക് അപ്പോഴേക്കും ആഴം കൂടിയിരുന്നു. അപ്പോഴാണ് ഞാനും പഴയ ഭരണാധികാരികളെപ്പോലെയാകും എന്നൊരു തോന്നൽ എന്നിലുണ്ടായത്. അമ്മയെടുത്ത് ചാടിയ സ്ഥലത്ത് ചെന്ന് നിന്ന് മനസ്സിൽ ഒട്ടും ദുഃഖമില്ലാതെ, പുലരും വരെ, ഞാൻ തേങ്ങിക്കരഞ്ഞു.

"ചിലപ്പോൾ ചില കാര്യങ്ങൾ എങ്ങനെ സംഭവിക്കുന്നു എന്ന് നിങ്ങൾക്ക് പറയാനാകില്ല. അതങ്ങനെ അനുഭവിക്കാൻ മാത്രമേ ആകുകയുള്ളൂ. പല നാളുകളായി മനസ്സിൽ വളർത്തിക്കൊണ്ടുവന്ന, രഹസ്യമായ വേദനപോലെയുള്ള ആ ചിന്ത, പൊടുന്നനെ വ്യക്തമായി. ഇനി ഞാനാണ് ഷാ സുൽത്താൻ. എന്റെ നെഞ്ചിനെ അടിച്ചമർത്തിയിരുന്ന വിളക്ക് തച്ചുടക്കപ്പെട്ടിരിക്കുന്നു. ഞാനത് ആദ്യം പറഞ്ഞപ്പോൾ എന്റെ ഉപദേഷ്ടാക്കളുടെ നാക്കിറങ്ങി. അവർക്കത് വിശ്വസിക്കാനായില്ല. നക്ഷത്രങ്ങൾക്ക് ഇടയന്മാരില്ല, പക്ഷികൾക്കോ, വൃക്ഷങ്ങൾക്കോ ഇല്ല, ഞാൻ പറഞ്ഞു. ഋതുക്കൾക്കും ഇടയന്മാരില്ല, രാവിനും പകലിനുമില്ല. എനിക്ക് ഒരു സാധാരണ കർഷകനായാൽ മതി. അല്ലെങ്കിൽ ഒരു ആശാരി. കൊട്ടാര പൂന്തോട്ടത്തിൽ ഞാനൊരു ആല പണിയും. അവിടെയിരുന്ന് മരങ്ങൾ കടഞ്ഞെടുക്കും. പുതിയ രൂപങ്ങളുണ്ടാക്കും. മേശകൾക്ക് ഭംഗി കൂട്ടും. എന്നാൽ, ഞാനില്ല എന്നായാൽ മറ്റൊരു ഷാ-സുൽത്താൻ എന്റെ സ്ഥാനമേൽക്കാനായി വരുമെന്ന് അറിയാമായിരുന്നു. അതിനാൽ അങ്ങനെ ഇട്ടെറിഞ്ഞ് പോകാനാകില്ലായിരുന്നു. ഞാൻ വേണ്ടെന്ന് പറഞ്ഞാലുണ്ടായേക്കാവുന്ന ആശയക്കുഴപ്പമെന്തെന്ന് അറിയാം. ചുറ്റിലുമുള്ളവർ കൂടുതൽ അസന്തുഷ്ടരാകും. കൊട്ടാരത്തിലുള്ള എല്ലാവരുമായി സംസാരിക്കുകയും എല്ലാവരുടേയും അഭിപ്രായങ്ങൾ കേൾക്കുകയും ചെയ്തതിനുശേഷം ഭരണാധിപനായി തുടരാൻ സമ്മതിച്ചു. ഒരൊറ്റ മാറ്റത്തോടെ. ഞാൻ ഷാ സുൽത്താനല്ല, വെറും സുൽത്താനാകും.

കൊട്ടാരത്തിന്റെ സൂക്ഷിപ്പിനായി അച്ഛന്റെ സമ്പാദ്യം തന്നെ ധാരാളമായിരുന്നു. ഞാൻ നികുതികൾ ഇല്ലാതാക്കി. പ്രത്യേകിച്ചും പട്ടിണി

പ്പാവങ്ങളുടെ നികുതികൾ. പട്ടാളത്തെ പിരിച്ച് വിട്ടു. ലഭിക്കുന്ന നികുതിയിൽ സിംഹഭാഗവും പോയിരുന്നത് പട്ടാളത്തിനു വേണ്ടിയായിരുന്നു. ഞാൻ ജനങ്ങൾക്ക് ആയുധം നൽകി. പരസ്പര സഹകരണത്തോടെ ഞങ്ങൾക്ക് പ്രതിരോധത്തിലേർപ്പെടാം. ഞങ്ങളുടെ പ്രശ്നങ്ങൾക്ക് പരിഹാരം കണ്ടെത്താം. പട്ടാളമില്ലാത്ത ഒരു പട്ടണം അധികകാലം നിലനിൽക്കില്ല എന്ന് എല്ലാവരും പറഞ്ഞു. പട്ടാളമുണ്ടായിട്ടും പരാജയപ്പെടുത്താനാകാത്ത ഏത് സംസ്കാരമുണ്ട് എന്ന് ഞാൻ മറുചോദ്യമെറിഞ്ഞു. ഒരു കാലത്തെ ഏറ്റവും പ്രബലരായ രാജവംശങ്ങൾക്ക് പോലും പിന്നെയൊരു കാലം അന്ത്യമുണ്ടായിട്ടുണ്ട്. ഭാവിയെക്കുറിച്ച് നമുക്ക് ഉറപ്പൊന്നും നൽകാനാകില്ല. എന്നാൽ ഭാവിയെ സന്തുഷ്ടമാക്കാൻ ഏറ്റവും ലളിതമായ മാർഗ്ഗം ഇന്ന് സുഖത്തിലും ശാന്തിയിലുമാകുക എന്നതാണ്. എനിക്ക് രാത്രികളിൽ സുഖമായുറങ്ങാനായി. എന്റെ ജനങ്ങൾ സുഖത്തിലാണെന്നറിഞ്ഞത് ഞാനെന്ന സുൽത്താന് സൗഖ്യം നൽകി. സാധാരണക്കാരോടൊപ്പം സുഖമായി കഴിഞ്ഞപ്പോൾ അവർ സുൽത്താന്റെ സ്ഥാനമാണ് ഏറ്റവും വലുത് എന്ന് കരുതാനാരംഭിച്ചു. അവർ എന്നെ ഷാ സുൽത്താനാക്കി. ക്ഷണികമായ ജീവിതത്തിൽ ഒരാൾക്ക് ഇതിലും ആശയറ്റ എന്തെങ്കിലുമുണ്ടാകുമോ?

ജീവിതത്തിന്റെ അർത്ഥമെന്തെന്നന്വേഷിക്കുന്ന ഏക ജീവജാലം നമ്മളാണ്. എന്തുകൊണ്ട് എന്ന് നമ്മുടെ മനസ്സിന്റെ ധർമ്മപ്രഭാവത്താൽ നമുക്ക് ചോദിക്കാം. എന്നാൽ എത്ര കഠിനമായ ബുദ്ധിമുട്ട് അനുഭവിച്ചാലും അതിനുള്ള ഉത്തരം നമുക്ക് ലഭിക്കില്ല. അങ്ങനെയുള്ള ഒരു ജീവിക്ക് മഹത്ത്വത്തിന്റെ ഗുണം എങ്ങനെ ലഭിക്കും? നമ്മെ സൃഷ്ടിച്ചതിനു മുമ്പ് മറ്റൊരു കരുത്തുണ്ടായിരുന്നിരിക്കണം. അതല്ലെങ്കിൽ നമുക്ക് മുമ്പ് ഒരിടവേളയിൽ ഇവിടെ ആരെങ്കിലുമുണ്ടായിരുന്നിരിക്കണം. അതിനെ വിശ്വം എന്ന് വിളിച്ചോളൂ, വെളിച്ചം എന്ന് വിളിച്ചോളൂ, അല്ലെങ്കിൽ ദൈവം എന്ന് വിളിച്ചോളൂ. ഇത്തരം കരുത്തിനെക്കുറിച്ച് നമ്മൾ സംസാരിക്കുമ്പോൾ, ആളിപ്പടരുന്ന അഗ്നിയിൽ ഒരു തുള്ളിവെള്ളമൊഴിക്കുന്നതു പോലെയാണ്. അതിനാൽ നമ്മൾ ഗർവ്വം കളയണം. വിനയശീലരാകണം. അവരവരെന്തെന്ന് സ്വയം തിരിച്ചറിയണം. അനന്തമായ ഈ വിശ്വത്തിനു മുന്നിൽ ഞാനൊരു കൊച്ചു സുൽത്താനല്ല. മറ്റുള്ളവരെയെല്ലാം പോലെ, ഞാനും എന്റെ സ്ഥാനം എന്തെന്ന് അറിയണം. അങ്ങനെയെങ്കിലേ നമ്മേക്കാൾ കരുത്തുള്ള ഒരുവന്റെ പാതയിലേക്ക് എത്താനും അതിലൂടെയുള്ള യാത്ര യാഥാർത്ഥ്യമാക്കാനും നമുക്കാകുകയുള്ളൂ. അന്നുമുതൽ എല്ലാവരും എന്നെ കൊച്ചു സുൽത്താൻ എന്ന് വിളിച്ചാൽ മതി എന്ന് ഞാൻ നിഷ്കർഷിച്ചു. അങ്ങനെയാകുമ്പോൾ ഒരു വലിയ ആത്മാവ്, രഹസ്യമായ ഒരാത്മാവ് എവിടേയോ ഉണ്ടെന്ന് എന്റെ മനസ്സെന്നോട് പറയും. അപ്പോൾ കൂടുതൽ ഗൗരവമായി എനിക്കതിനെ തിരയാനാകും.

മട്ടുപ്പാവ് ഒരു പൂന്തോട്ടം പോലെയായിരുന്നു. അവർ നിന്നിരുന്നതിന്റെ മറുഭാഗത്ത് പൂക്കളും ചെറിയ മരങ്ങളുമുണ്ടായിരുന്നു. മദ്ധ്യത്തിൽ ഒരു ദ്വാരത്തിൽ തീകത്തിച്ചു വച്ചിട്ടുണ്ടായിരുന്നു.

എന്റെ അച്ഛന്റെ ശവകുടീരം, അമ്മയുടെ ഭയം, പതിനാറ് ചരൽക്കല്ലുകൾ എന്നിവ എനിക്ക് പുറകിലുപേക്ഷിക്കാൻ തീരുമാനിച്ചു. കോട്ടയുമുപേക്ഷിക്കാൻ തീരുമാനിച്ചു. വിട ബുദ്ധിമുട്ടാക്കുന്നിടമാണ് കോട്ടകൾ, അല്ലാതെ പ്രവേശനം ബുദ്ധിമുട്ടാക്കുന്നവയല്ല. വലിയ കൊത്തളങ്ങൾ ബാഹ്യലോകത്തെ കാണാനാകാത്ത വിധം നിങ്ങളുടെ മനസ്സിനെ അന്ധമാക്കുന്നു. കുറച്ച് കഴിഞ്ഞാൽ നിങ്ങൾ കാണുന്നതിലെല്ലാം ചുമരിന്റെ നിഴൽ കാണാം. മാത്രമല്ല, എന്റെ അമ്മയുടെ ബാല്യം കഴിഞ്ഞ സഫാലി എന്ന പട്ടണം എന്റെ സ്വപ്നങ്ങളിൽ കയറി വരാറുണ്ടായിരുന്നു. അമ്മ ഒരുകാലത്തും മറക്കാത്തതായിരുന്നു ആ പട്ടണം. അമ്മയെ വിവാഹം കഴിച്ചതിനു ശേഷമാണ് അച്ഛൻ ഈ കൊട്ടാരം പണിതത്. എന്നാൽ അമ്മ ഇവിടെ അധികകാലമൊന്നും ജീവിച്ചിട്ടില്ല. സഫാലി കൊട്ടാരത്തിൽ എനിക്ക് ഏറ്റവും ഇഷ്ടമുള്ള സ്ഥലം മട്ടുപ്പാവ് തന്നെയാണ്. അവിടെ ചെല്ലുമ്പോൾ ഞാൻ ഞാനാകുന്നു. എന്റെ കുട്ടിക്കാലം എനിക്കോർമ്മ വരുന്നു. എന്റെ കൗമാരവും കോട്ടയും ഓർമ്മവരുന്നു. എവിടെ നിന്ന് വരുന്നുവോ ആ സ്ഥലം ഒരിക്കലും ഒരാളും മറക്കരുത്.

അവർ എരിഞ്ഞുകൊണ്ടിരുന്ന തീ കടന്ന് നടന്നു. പടികൾ ചവുട്ടിക്കയറി. വിവിധവർണ്ണങ്ങളിലുള്ള മെത്തയിലിരുന്നു. ഒരു തളികയിൽ പാനപാത്രം തയ്യാറാക്കി വച്ചിരിക്കുന്നു. കൊച്ചു സുൽത്താൻ അതിൽ നിന്നും കുറച്ചെടുത്ത് ഗ്ലാസുകൾ നിറച്ചു. അതിലൊന്ന് അതിഥിക്ക് നേരെ നീട്ടി.

“അസാധാരണമാണിതിന്റെ രുചി. പെട്ടെന്ന് നെഞ്ചിൽ കയറി പിടിച്ചു.” റിൻഡ്ഡ പറഞ്ഞു.

“താങ്കൾ ഇത് കഴിക്കുന്നല്ലോ, അതിൽ സന്തോഷമുണ്ട്. ചർച്ചകൾക്കിടയിലും പലവട്ടം ഞാനിതെടുത്ത് കുടിക്കും.”

“ഇപ്പോഴാണ് ഞാൻ വല്ലാതെ ദാഹിച്ചിരിക്കുകയാണെന്നോർത്തത്. എന്നാൽ വീഞ്ഞ് അത്ര പരിചയമില്ല. വീഞ്ഞ് കുടിച്ചാൽ ഉടൻ ലഹരി പിടിക്കുന്നു പ്രഭോ....”

“എനിക്കറിയാം. താങ്കൾ അത്താഴത്തിനും ചർച്ചയ്ക്കിടയിലും സർബത് മാത്രമാണ് കുടിച്ചത് എന്നും ഞാൻ ശ്രദ്ധിക്കുകയുണ്ടായി.”

കൊച്ചു സുൽത്താൻ എഴുന്നേറ്റ് തീയിനരികിലേക്ക് നീങ്ങി. അതിനടുത്ത് വച്ചിരുന്ന ഒരു പാത്രത്തിൽ കയ്യിട്ടു. അതിൽനിന്നും ഒരു പിടി പൊടിവാരി തീയിലിട്ടു. വെളിച്ചത്തിന്റെ പൊരികൾ പെട്ടെന്ന് നാലുപാടും ചിതറി.

“തീയിനെ പൊടികൊണ്ടാണോ ഊട്ടുന്നത്, മരംകൊണ്ടല്ലേ? ” ഇത് കണ്ട് റിൻഡ്ഡ ചോദിച്ചു.

ആദ്യമായാണ് റിൻഡ്ഡയുടെ സ്വരത്തിൽ തമാശ വിരിയുന്നത്. അത് ശ്രദ്ധിച്ച സുൽത്താൻ റിൻഡ്ഡയെ വിളിച്ചു. “എന്താ വന്ന് ഒന്ന് ശ്രമിക്കുന്നോ?”

എഴുന്നേറ്റപ്പോൾ റിൻഡ്ഡയ്ക്ക് തല കറങ്ങി. കാഴ്ച വ്യക്തമാകുന്നില്ല. സാവധാനത്തിൽ പടികളിറങ്ങി. ഒരു പിടി പൊടി വാരി. സുൽത്താന്റെ

കൈയിൽ നിന്നാണത് വാരിയെടുത്തത്. ഒന്ന് മണപ്പിച്ച് പറഞ്ഞു "ഇതിൽ സുഗന്ധദ്രവ്യങ്ങളുണ്ടല്ലോ."

തീ നാളങ്ങൾക്ക് കോപം വന്നു. അത് നാലുപാടും ആർത്തിരമ്പി. മട്ടുപ്പാവിൽ തളം കെട്ടി നിന്നിരുന്ന പുകയ്ക്ക് കട്ടി കൂടി. പുകയാണ് തന്റെ കാഴ്ച മങ്ങിക്കുന്നത് അല്ലാതെ വീഞ്ഞല്ല എന്ന് റിൻഡ കരുതി. "നഗരത്തിനൊരു സുഗന്ധം വരുത്താനാണോ ഇങ്ങനെ തീയിൽ സുഗന്ധ ദ്രവ്യങ്ങൾ വിതറുന്നത്?" റിൻഡ ചോദിച്ചു.

"അല്ല. സുഗന്ധദ്രവ്യങ്ങളുടെ മണമുള്ള നമ്മുടെ പട്ടണത്തിന്റെ ഒരു ഭാഗമാക്കി തീയിനെ മാറ്റുവാൻ."

കയറുംതോറും പടികൾക്ക് എണ്ണം കൂടിവരുന്നു എന്ന് റിൻഡയ്ക്ക് തോന്നി. ആടിയുലയാതിരിക്കാൻ അയാൾ ശ്രമിച്ചു. ആകാശത്തിന്റെ നിറം മങ്ങി. നക്ഷത്രങ്ങളിൽ പുക പിടിച്ചു.

രണ്ടാം രാത്രി

ഒരു ഉച്ചയുറക്കവും ചൂടുവെള്ളത്തിലെ കുളിയും കഴിഞ്ഞ് അവരെത്തി ത്തുടങ്ങി. കഴിഞ്ഞ രാത്രിയിലിരുന്ന അതേ മെത്തകളിൽ അവരിരുന്നു.

മറ്റ് പല പേരുകളുടേയും ഉത്പത്തി കഥകൾ മനസ്സിലാക്കിയ സഹോ ദരന്മാർ സന്തോഷവർത്തമാനങ്ങളാരംഭിച്ചു. ഇന്നലെ പൂർത്തിയാകാ തിരുന്ന കഥകളുടെ ബാക്കി ഭാഗം ഇന്ന് കേൾക്കാമെന്ന് പ്രതീക്ഷിച്ചു.

സഭാമന്ദിരത്തിന്റെ വാതിലിൽ വിളക്കുകൾ വച്ചിരുന്നു. വാതിൽ പാളിയിൽ കൊത്തിയുണ്ടാക്കിയിരുന്ന വൃക്ഷശിഖിരം ഏതോ മരത്തിൽ നിന്നും അപ്പോൾ അടർത്തിയെടുത്ത് ഇവിടെ ഉറപ്പിച്ചതാണെന്ന തോന്ന ലുണ്ടാക്കി. മരച്ചില്ലയിലിരിക്കുകയായിരുന്ന പക്ഷി ചിറക് വിടർത്തി വായുവിൽ കുതിച്ചിരിക്കുന്നു. അതൊരു കാക്കയാണെന്ന് റിൻഡയ്ക്ക് മാത്രം മനസ്സിലായി. അതായത്, ഈ സുന്ദരവാതിലിന്റെ നിർമ്മാതാവ്, ആശാരിപ്പണിയിഷ്ടപ്പെടുന്ന സുൽത്താൻ തന്നെയെന്ന്.

പ്രഭാതമാകാറായപ്പോഴാണ് റിൻഡ മട്ടുപ്പാവിൽ ഉറക്കമുണർന്നത്. അപ്പോഴേക്കും സുൽത്താൻ അവിടെനിന്ന് പോയിട്ടുണ്ടായിരുന്നു. സുൽത്താനാണ് തന്നെ പുതപ്പെടുത്ത് പുതപ്പിച്ചതെന്ന് റിൻഡയ്ക്ക് മനസ്സിലായി.

സഭാമന്ദിരത്തിന്റെ വാതിൽ തുറന്നു. അതിനു മുമ്പ് പട്ടണത്തിൽ വച്ച് റിൻഡയെ കണ്ടിട്ടുള്ള ഒരു യുവാവ് വന്ന് സുൽത്താനോട് അദ്ദേഹത്തെ കാണാൻ അതിഥികളെത്തിയിരിക്കുന്നു എന്നറിയിച്ചു. ഈ യുവാവാണ് റിൻഡയെ കൊട്ടാരത്തിലെത്തിച്ചത്. സുൽത്താൻ യുവാവു മൊന്നിച്ച് പുറത്തിറങ്ങി.

സെയ്ദിഗളിന്റെ മുഖത്തെ ക്ഷീണം പ്രകടമായിരുന്നു. ദിവസം മുഴുക്കെ കരഞ്ഞ കുട്ടികളെപ്പോലെ അദ്ദേഹത്തിന്റെ കണ്ണുകൾ ചുവന്നിരുന്നു.

നേരെമേറെ കഴിഞ്ഞാണ് കൊച്ചുസുൽത്താൻ വീണ്ടും വന്നത്. അദ്ദേഹത്തിനോടൊപ്പം അപ്പോൾ രണ്ട് അതിഥികൾ കൂടിയുണ്ടായിരുന്നു. അതിൽ നീളൻ മുടി മെടഞ്ഞിട്ടയാളെ സുൽത്താൻ തന്റെ സ്വന്തം ഇരിപ്പിടത്തിലിരുത്തി. മറ്റേയാളെ റിൻഡയുടെ ഇരിപ്പിടത്തിലും. ഇത് കണ്ട് ആദ്യം റിൻഡയൊന്ന് ഞെട്ടി. എന്നാൽ പിന്നെ മടി കൂടാതെ തന്റെ തലയിണ പുതിയ അതിഥിക്ക് കൊടുത്ത് വാതിലിനരികിൽ ചെന്ന് നിന്നു.

കൊച്ചുസുൽത്താനും നിൽക്കുകയായിരുന്നു. "നമ്മുടെ ക്ഷണത്തിന് ഇവരിൽ നിന്ന് ഒരു മറുപടിയും ലഭിക്കാതായപ്പോൾ, ഇവരിനി ചർച്ചയിൽ പങ്കെടുക്കാനെത്തുന്നുണ്ടാകില്ല എന്ന് നമ്മൾ ഊഹിച്ചു. ഇപ്പോഴിതാ ഇവരെത്തിയിരിക്കുന്നു. എല്ലാവർക്കും ഇരിപ്പിടമുണ്ട്. നിങ്ങളെല്ലാം ദീർഘ ദൂരത്തു നിന്നുമെത്തിയവരാണ്. സുഖമായി ഇരിക്കൂ. ഞാനും റിൻഡയും ഈ രാവിൽ പുറത്തു നിന്ന് സംസാരിക്കാം. ഞങ്ങൾ ഇരുട്ടിന്റെ മറ്റ് മുഖങ്ങളെ കാണാം."

"താങ്കൾ പോകുന്നതിനുമുമ്പ് എന്റെ കഥയൊന്ന് കേട്ടാൽ കൊള്ളാമെന്നുണ്ടെനിക്ക്." നീളൻമുടി മെടഞ്ഞിട്ട അതിഥി പറഞ്ഞു. "പറയാനുള്ളത് എന്റെ സുഹൃത്തിന്റെ പേടിസ്വപ്നത്തേക്കാൾ ഭീകരമാണോ എന്നറിയില്ല. എന്റെ സുഹൃത്ത് ഇന്നലെ രാത്രി ഉറക്കത്തിൽ ഞെട്ടിയെഴുന്നേറ്റു. വല്ലാതെ വിയർക്കുന്നുണ്ടായിരുന്നു അയാൾ. താൻ കൊല്ലപ്പെട്ടിരിക്കുന്നു എന്നൊരു സ്വപ്നം കണ്ടതായി പറഞ്ഞു. ഒരു ചത്വരത്തിൽ വച്ച് ജനക്കൂട്ടം വെട്ടിക്കൊല്ലുകയായിരുന്നു. "എന്തിന്?" "അവർക്ക് എന്നെ മനസ്സിലാകില്ല. അതിനാൽ അവർ എന്നെ ഭയക്കുന്നു." "അവർ താങ്കളെ ഭയക്കുന്നതിനാലാകാം താങ്കളെ മനസിലാക്കാത്തത്' എന്ന് ഞാൻ പറഞ്ഞപ്പോൾ അദ്ദേഹം മറുപടിയൊന്നും തന്നില്ല. പിന്നെ പകൽ മുഴുക്കെ അദ്ദേഹം മൗനിയായിരുന്നു. ഇന്നത്തെ ചർച്ച അദ്ദേഹത്തിന്റെ മൗനത്തിന്റെ കെട്ടഴിക്കുമെന്ന് ഞാൻ പ്രതീക്ഷിക്കുന്നു."

ദുഃഖം നിറഞ്ഞ സ്വരത്തിൽ നീളൻമുടിയുള്ള അതിഥിസംസാരം തുടർന്നു.

"സഹോദരങ്ങളേ, ഞാൻ ഒരു അനാഥയുടെ കഥ പറയാം. ലോറിയ എന്നാണവളുടെ പേര്. അമ്മയില്ലാതെയോ അച്ഛനില്ലാതെയോ വളർന്നാൽ ആ കുട്ടി ഒന്നുകിൽ കരുത്തനാകും, അല്ലെങ്കിൽ എളുപ്പം വീണുടയുന്ന പരുവമാകും. അതുകൊണ്ട് നിങ്ങളെല്ലാം ഒരു തവണ 'ലോറിയ' എന്നൊരു മർമ്മരസ്വരമുണ്ടാക്കണം എന്ന് ഞാൻ ആഗ്രഹിക്കുന്നു. സഹോദരങ്ങളേ, അവളുടെ ആ സുന്ദരനാമം ഒരു തവണ ഒന്ന് പറഞ്ഞാലും."

സഫാലിയിലെ സുഹൃത്തുക്കൾ 'ലോറിയ' എന്ന് പറഞ്ഞു. കണ്ണടച്ച് ഇടതും വലതും ആടിക്കൊണ്ടാണവർ അത് ആവർത്തിച്ചത്. പല തവണ കേട്ടിട്ടുള്ള, എന്നാൽ അവർക്കറിയാത്ത, ഒരു യക്ഷിക്കഥയിലെ നായികയെക്കുറിച്ചുള്ള ഗാനം പോലെ അവർ ചൊല്ലിക്കൊണ്ടിരുന്നു. മുകളിൽ

നക്ഷത്രങ്ങൾ സാവധാനത്തിൽ വട്ടം കറങ്ങാനാരംഭിച്ചു. അവിടെയുള്ള വരെല്ലാം വട്ടം കറങ്ങുന്ന നക്ഷത്രത്തെ "ലോറിയ... ലോറിയ..." എന്ന് പറഞ്ഞ് അഭിവാദ്യം ചെയ്തു.

ഇതുവരേക്കും ഒരാളും കാണാത്ത, എന്നാൽ യുഗങ്ങളായി കാണാൻ ആഗ്രഹിച്ചിരുന്ന ഒരു സ്വപ്നത്തിനെക്കുറിച്ചുള്ള ദുഃഖം അവരിലെല്ലാം പടർന്നു. താഴികക്കുടത്തിൽ ഒത്തുകൂടിയ സ്വരങ്ങൾ, ഒന്നായി താഴേക്ക് പതിച്ചു. "ലോറിയ... ലോറിയ..."

അവർ മറന്ന് പോയ ഒരു പഴയ കഥയുണ്ട്. ആ കഥ ഓരോ തവണയും ഓരോ വിധത്തിലാണവസാനിക്കുന്നത്. പൗരാണിക നഗരങ്ങളെപ്പോലെ അതും ഭൂമിക്കടിയിൽ കുഴിച്ചിട്ടിരിക്കുകയാണ്. മഴവെള്ളത്തിലാണ് അത് ശ്വസിക്കുന്നത്. ദിവസങ്ങൾ അനവധി കഴിഞ്ഞു. യുഗം മാറി. എന്നാൽ ആ കഥയപ്പോഴും ഏതോ അസ്ഥിരജീവിതത്തിൽ വേരു പിടിച്ച് കിടന്നു. സമയാസമയങ്ങൾ ആരുടെയൊക്കെയോ ഹൃദയങ്ങളിൽ മുന്നറിയിപ്പില്ലാതെ നിറഞ്ഞ് നിന്ന വിഷണ്ണത മണ്ണിന്റെ ഗന്ധവുമായെത്തി, "ലോറിയ... ലോറിയ..."

പട്ടണത്തിലെ വിളക്കുകൾ ഒരിക്കൽകൂടി തെരുവുകളിൽനിന്നും ചത്വരത്തിലേക്ക് നീണ്ടു. കാട്ടുചൂരലിനെപ്പോലെ രാവ് ഇടയ്ക്കൊന്ന് ഇലയിളക്കി സ്വരമുണ്ടാക്കി. മറ്റ് ചിലപ്പോൾ പൂർണമായും നിശ്ശബ്ദമായി.

"അകത്തിരിക്കാനായിരുന്നോ താത്പര്യം?" സുൽത്താൻ ചോദിച്ചു. "ഇവിടെ മട്ടുപ്പാവിൽ വന്ന് നിൽക്കുന്നതായിരിക്കും ഇഷ്ടം എന്ന് കരുതിയാണ് താങ്കളുടെ ഇരിപ്പിടം ഒഴിഞ്ഞ് കൊടുക്കാൻ ഞാൻ ആവശ്യപ്പെട്ടത്."

"ദയാലുവായ ഒരു സഹോദരനുവേണ്ടി ഇരിപ്പിടം ഒഴിഞ്ഞ് കൊടുക്കേണ്ടി വന്നതിൽ എനിക്ക് സന്തോഷമേയുള്ളൂ. പക്ഷേ, നമുക്കും അവർക്കൊപ്പം ചേരാമായിരുന്നല്ലോ? ഇന്നലത്തെ ചർച്ച എങ്ങനെ പുരോഗമിക്കുന്നു എന്നറിയാനുള്ളൊരു ജിജ്ഞാസ എന്റെയുള്ളിലുണ്ട്. കഥകൾ എങ്ങനെ തുടരും എന്നറിയാൻ."

"അപ്പോൾ ഞാൻ? അവിടെ പതിനേഴ് ഇരിപ്പിടങ്ങളാണുള്ളത്. ശുദ്ധഹൃദയരായ സഹോദരന്മാരുടെ എണ്ണത്തിനു തുല്യം. നമുക്കും അവിടെ തന്നെയിരിക്കാമായിരുന്നു. എന്നാൽ അവർക്കുവേണ്ടി എനിക്ക് പുറത്ത് വരണമായിരുന്നു. ഇന്നത്തെ രാത്രിയിൽ മാത്രം. ഇന്ന് മാസത്തിന്റെ പതിനേഴാം രാവാണ്. അതുകൊണ്ട് അക്കങ്ങളുടെ ആ സ്വരച്ചേർച്ചയ്ക്ക് ഭംഗം വരുത്താതിരിക്കണം എന്നെനിക്ക് തോന്നി."

"അവിടെ നമ്മൾ പതിനേഴ് പേരുണ്ടായിരുന്നോ? ഞാൻ എണ്ണിയില്ല."

"മാത്രമല്ല, അകത്തുള്ളതെല്ലാം അത്ര ജിജ്ഞാസയുണർത്തുന്നതാണെന്ന തോന്നലും എനിക്കുണ്ടായില്ല."

"അത് ശരിയാണ്."

"ഉദാഹരണമായി, തന്റെ വണ്ടിയിൽ ആ വഴിവാണിഭക്കാരൻ കൊണ്ടുനടക്കുന്നത് ആരുടെ ശവപ്പെട്ടിയാണെന്ന് എനിക്കറിഞ്ഞാൽ കൊള്ളാമെന്നുണ്ട്."

റിൻഡയുടെ നാക്കിറങ്ങിപ്പോയി. അപ്പോൾ നാക്കിൻ തുമ്പിലെത്തിയ വാക്കുകൾ തന്നെ അയാൾ ഉച്ചരിച്ചു. "തന്റെ കയ്യിലുള്ള ശവപ്പെട്ടിയെക്കുറിച്ച് സംസാരിക്കാൻ വഴിവാണിഭക്കാരൻ ഇഷ്ടപ്പെട്ടില്ല."

തലേന്ന് രാത്രി, ആ ശവപ്പെട്ടിയെക്കുറിച്ച് ഒന്നുമറിയാത്തവനെപ്പോലെയാണ് റിൻഡ പെരുമാറിയത് എന്നോർത്ത കൊച്ചുസുൽത്താൻ, ദൂരെ പരന്ന് കിടക്കുന്ന പട്ടണത്തിലേക്ക് ദൃഷ്ടി പായിച്ചു.

"അയാൾ തിരയുന്നത് എന്തോ ആകട്ടെ, വഴിവാണിഭക്കാരൻ ഇപ്പോഴും തിരഞ്ഞുകൊണ്ടിരിക്കുകയാണെന്നത് സത്യം. ഇവിടെയെത്തുന്ന ചിലർക്ക് ഇവിടത്തെ രീതികളുമായി പൂർണമായി പൊരുത്തപ്പെടാനാകുന്നില്ല. ഈ പട്ടണം മനുഷ്യരിൽ നിന്നും എന്തോ എടുത്തുമാറ്റുന്നു എന്നവർക്ക് തോന്നുന്നു. എന്നാൽ ആ 'എന്തോ' എന്താണെന്ന് അവർക്ക് നിർവചിക്കാനുമാകുന്നില്ല. സമയം ഈ പട്ടണത്തിൽ പൊട്ടിത്തകരുന്നുണ്ട്. ഇവിടെ രാവോ പകലോ ഋതുക്കളോ അല്ല കടന്ന് പോകുന്നത്. പകരം തെരുവുകൾ, ചുമരുകൾ, ജനക്കൂട്ടത്തിന്റെ സ്വരങ്ങൾ, മറ്റുള്ളവർക്ക് മേൽ കുന്നുകൂട്ടപ്പെട്ട നിഴലുകൾ എന്നിവയാണ്. നായാട്ടുമായി നടന്നിരുന്നവർ ഇവിടെ വയലുകളിൽ ജീവിക്കുന്നു. പിന്നെ വാതിലുകൾക്ക് പുറകിൽ, ചുമരുകൾക്കിടയിൽ ജീവിക്കുന്നു. ചിലപ്പോൾ കാരണമൊന്നുമില്ലാതെ അവർ ശ്വസിക്കുന്നതേ നിർത്താൻ ഒരുമ്പെടുകയാണെന്ന തോന്നലുണ്ടാക്കുന്നു. ആകാശത്തേക്ക് തലയൊന്നുയർത്തി, പിന്നെ താഴ്ത്തി, ഈ ഇരുട്ടിൽ ഉറങ്ങുക എന്നത് മാത്രമേ അവർക്ക് അവരുടെ ഇവിടത്തെ ജീവിതഭാരം ലഘൂകരിക്കാനായി ഉപകരിക്കുന്നുള്ളൂ. കാടിന്റെ സൗഹൃദത്തിൽ ജീവിച്ചിരുന്ന അവരുടെ മുഖത്തിപ്പോൾ വീഴുന്നത്, ഇടുങ്ങിയ തെരുവുകളുടെ, അടഞ്ഞ ജനലുകളുടെ, അപരിചിതമായ ജനക്കൂട്ടത്തിന്റെ നിഴൽ മാത്രമാണ്. വഴിയെങ്ങനെ കണ്ടെത്തണം എന്നതവർ മറക്കുന്നു. ദിശയേതെന്ന് തിട്ടപ്പെടുത്തി അവരിപ്പോൾ ലക്ഷ്യത്തിലെത്തുന്നു. സൂര്യനേയോ നക്ഷത്രങ്ങളേയോ അവർക്കിപ്പോൾ ആശ്രയിക്കേണ്ടതില്ല. അതാണെന്റെ അദ്ഭുതം. പട്ടണങ്ങൾ പണിതതിനാൽ ജനം നക്ഷത്രങ്ങളെ മറന്നുവോ. അതോ നക്ഷത്രങ്ങളെ മറന്നതുകൊണ്ടാണോ അവർ പട്ടണങ്ങളിൽ അഭയം തേടിയിരിക്കുന്നത്? ഇക്കാലങ്ങളിൽ രാവിൽ ആകാശത്തേക്ക് നോക്കുന്നവർ വളരെ കുറവാണ്. നക്ഷത്രങ്ങളിൽ അവിശ്വസനീയമായ പ്രവർത്തനങ്ങൾ നടക്കുന്നതിനെക്കുറിച്ച് ഇന്നാർക്കുമറിയില്ല. നമ്മുടെ ലോകത്തിനൊരു പുതിയ വാതായനം തുറക്കപ്പെടാനുള്ള തയ്യാറെടുപ്പുകൾ നടക്കുന്നതിനെക്കുറിച്ച് ആർക്കുമറിയില്ല."

കൊച്ചു സുൽത്താൻ എടുത്തുകൊടുത്ത പാത്രത്തിൽനിന്നും ഒരു പിടി പൊടി റിൻഡ വാരിയെടുത്തു. അതൊന്ന് മണത്ത് നോക്കി. എന്നിട്ട് തീയിലെക്കെറിഞ്ഞു. അഗ്നിനാളങ്ങൾ ചാടിയെഴുന്നേറ്റു.

"വഴിവാണിഭക്കാരൻ വടക്കുവന്ന് സ്വപ്നങ്ങൾ ശേഖരിച്ചെടുക്കുകയാണെന്ന് പറഞ്ഞാൽ എന്തായിരിക്കും താങ്കളുടെ പ്രതികരണം? അത് നക്ഷത്രങ്ങളെ കാണാനും അതുവഴി തന്റെ മാർഗം കണ്ടെത്താനും അയാളെ സഹായിക്കുമോ?" റിൻഡ ചോദിച്ചു.

“സ്വപ്നങ്ങൾ ശേഖരിക്കുകയോ? എനിക്കറിയില്ല. താങ്കളിൽനിന്നും എന്തായാലും മറ്റൊരാളെക്കുറിച്ചെന്തൊക്കെയോ വിവരങ്ങൾ എനിക്ക് ലഭിക്കാൻ പോകുകയാണെന്നുറപ്പ്.”

“വഴിവാണിഭക്കാരൻ അത് താങ്കളോട് സൂചിപ്പിച്ചുവോ?”

“നക്ഷത്രങ്ങളെക്കുറിച്ച് സംസാരിക്കുന്ന തിരക്കിലായിരുന്നു ഞങ്ങൾ. നക്ഷത്രങ്ങളുടെ ചലനം, ആകാശത്തെ മാറ്റങ്ങൾ എന്നിവ. പിന്നെ സ്വപ്നങ്ങൾക്കായി സമയം ലഭിച്ചില്ല.” കൊച്ചുസുൽത്താൻ പറഞ്ഞു. “വഴിവാണിഭക്കാരൻ തന്റെ സ്വപ്നങ്ങളിൽ നിന്നും ഒരു ലോകം പണിതുയർത്തുമ്പോൾ, ഇത്രയും മർക്കടമുഷ്ടിയോടെ നമ്മൾ ജീവിതത്തിനോട് ഒട്ടിപ്പിടിച്ച് നിൽക്കുന്നതിനെ, നമ്മുടെ ചുമലിൽ ഇത്രയും ഭാരം കയറ്റുന്നതിനെ, ഹൃദയത്തെ പീഡിപ്പിക്കുകയാണ് എന്നേ പറയാനാകൂ. വിദ്വേഷത്തിൽനിന്നും വിമുക്തമാകാത്ത വ്യക്തി, അതല്ലെങ്കിൽ കൂടുതൽ കൂടുതൽ ധനം കുന്നുകൂട്ടാനായി കഠിനാദ്ധ്വാനം ചെയ്യുന്ന വ്യക്തി, തന്റെ ആത്മാവിനെ മറക്കുന്നു. യാത്രികർ പറയുന്നതുപോലെ പൂർണചന്ദ്രനുള്ളപ്പോൾ വിശാലമായ സമുദ്രത്തിൽ വേലിയേറ്റമുണ്ടാകുന്നുണ്ടെങ്കിൽ, ജലം സമുദ്രതടത്തിൽനിന്നും വിട്ടെഴുന്നേൽക്കുന്നുണ്ടെങ്കിൽ, നമ്മുടെ ഹൃദയത്തെ അങ്ങനെ ഉണർത്തുന്നത് എന്തെന്ന് നമ്മൾ കണ്ടെത്തേണ്ടതുണ്ട്. വിദൂരദേശങ്ങളിൽ താമസിക്കുന്നവർക്ക് ഇതറിയാമെന്നതിനാൽ അവർ സമുദ്രങ്ങളിൽ വേലിയേറ്റമുണ്ടാകുന്നതിനെ ശ്രദ്ധിക്കുന്നില്ല, എന്നാൽ അതിനെ വലിച്ചുണർത്തുന്ന ആകാശത്തേക്ക് നോക്കുകയും ചെയ്യുന്നു. പൂർണചന്ദ്രനെ നോക്കുന്നു. വഴിവാണിഭക്കാരനെന്ത് പറയാനുണ്ടാകും എന്നതിലാണ് എനിക്കിപ്പോൾ ജിജ്ഞാസ. അയാളുടെ വണ്ടിയിൽ എന്തുണ്ടെന്ന ജിജ്ഞാസ എത്രയുണ്ടോ അത്രതന്നെ ജിജ്ഞാസ എനിക്കിതിലുമുണ്ട്.”

“വഴിവാണിഭക്കാരൻ വരുമ്പോൾ ഞാനിന്നലെ കണ്ട സ്വപ്നം അയാളുമൊത്ത് പങ്കുവയ്ക്കാം. വീഞ്ഞിന്റെ ലഹരിയിൽ എനിക്കൊരു വിചിത്ര സ്വപ്നമുണ്ടായി.” റിൻഡ പറഞ്ഞു.

“നമുക്ക് ആ മെത്തയിലിരിക്കാം. ഒരുപക്ഷേ കുറച്ച് വീഞ്ഞുകൂടി കുടിച്ചാൽ വഴിവാണിഭക്കാരനായി മറ്റൊരു സ്വപ്നം കൂടി താങ്കൾ കണ്ടേക്കാം.”

അവർ ചിരിച്ചു. ഒരു പിടി പൊടി വാരി ഒന്നിച്ച് തീയിലിട്ടു. വിശന്ന് വലഞ്ഞിരുന്ന നാളങ്ങൾ ആർത്തിരമ്പി. വൃദ്ധർ ചവുട്ടിക്കയറുന്നതുപോലെ സാവധാനത്തിലവർ പടികൾ ചവുട്ടി കയറി. മെത്തയിലിരുന്നു.

“നക്ഷത്രങ്ങളുടെ മണ്ഡലത്തിൽ ഒരു വലിയ മാറ്റം സംഭവിച്ചുകൊണ്ടിരിക്കുകയാണെന്ന് താങ്കൾ പറഞ്ഞു. റാമിലെ നക്ഷത്രങ്ങളല്ലാതെ അതിനോടൊപ്പം ചലിക്കുന്ന മറ്റെന്തെങ്കിലുമുണ്ടോ?” റിൻഡ ചോദിച്ചു.

ഗ്ലാസുകൾ നിറയ്ക്കുന്നതിനിടയിൽ സംതൃപ്തമായ മുഖത്തോടെ കൊച്ചുസുൽത്താൻ റിൻഡയെ നോക്കി. റിൻഡയ്ക്ക് എന്തറിയാം എന്നത് സാവധാനത്തിൽ വെളിപ്പെടും എന്ന പ്രതീക്ഷയിൽ സംസാരം തുടങ്ങി. "വസന്തത്തിന്റെ ആരംഭത്തിലാണ് റാം എന്ന നക്ഷത്ര സമൂഹത്തിനു മേൽ സൂര്യരശ്മി പതിക്കുക. അപ്പോൾ പട്ടണത്തിലാകെ ഉത്സവമാകും. പുതുവർഷത്തെ പാട്ടും നൃത്തവുമായി ഞങ്ങൾ സ്വീകരിക്കും. നഗരത്തിലെമ്പാടും വിജയസൂചക ദീപങ്ങളുണ്ടാകും. മാറുന്ന ഋതുക്കളെ ഈ ലോകം മുഴുക്കെ സ്വീകരിക്കുന്നത് അങ്ങനെയാണല്ലോ. ഈ മാറ്റത്തിന്റെ പ്രഭാവമെന്തെന്നറിയാനും എനിക്ക് താത്പര്യമുണ്ട്. നക്ഷത്രങ്ങളുടെ ചലനം, സൂര്യൻ ആ രാശിയിൽ പ്രവേശിക്കുന്നതിനെ തടയും എന്നതിനാൽ നമ്മുടെ ജീവനുമേൽ അതിനുള്ള പ്രഭാവം എന്തെന്നറിയാൻ താത്പര്യമുണ്ട്."

തന്റെ മുന്നിലിരിക്കുന്ന ഗ്ലാസിലെ പാനീയം ഒറ്റയിറക്കിന് കുടിച്ച് തീർത്ത് റിൻഡ തല പുറകോട്ടിട്ടു. സുഗന്ധദ്രവ്യങ്ങളുടെ ഗന്ധം റിൻഡയുടെ ചർമ്മം തുളച്ച് കയറി. "റാമിലെ നക്ഷത്രങ്ങൾ തിരിച്ചെത്താത്ത വിധത്തിൽ ചലിച്ചാൽ, അതിന്റെ പ്രത്യാഘാതങ്ങൾ എത്ര വിനാശകാരിയാണെന്ന് എനിക്കറിയില്ല. എന്നാൽ അറിവുള്ളവർ പറയുന്നത് അതിന്റെ സ്ഥാനം ഝഷം ഏറ്റെടുക്കും എന്നാണ്. വസന്തത്തിന്റെ ആദ്യത്തിൽ അത് സൂര്യന്റെ അതേ മണ്ഡലത്തിലാകും. നമ്മൾ ഒരു പുതിയ ജ്യോതിഷ കാലഘട്ടത്തിലേക്ക് കാലെടുത്ത് വയ്ക്കുകയാണ്. അത് സകാരാത്മകമാകാം, അല്ലെങ്കിൽ നമ്മുടെ ഈ ലോകത്തിൽ വിനാശങ്ങൾ വാരി വിതറാം."

സഫാലി കൊട്ടാരത്തിലെ ഓരോ അതിഥിയും വ്യത്യസ്തങ്ങളായ വ്യക്തിത്വങ്ങളാണെന്നത് എല്ലാവർക്കുമറിയാവുന്ന കാര്യമാണ്. അയാളുടെ പേരിനു പുറകിൽ അനന്യമായ ഒരു ചരിത്രമുണ്ടെന്നും എല്ലാവർക്കുമറിയാം. റിൻഡ തുടങ്ങിവയ്ക്കുന്നത് ഇവിടെ നിന്നാകുമെന്ന് കൊച്ചുസുൽത്താൻ കരുതി.

"അപ്പോൾ താങ്കൾ എല്ലാവരും അന്വേഷിച്ചുകൊണ്ടിരിക്കുന്ന പുരാതന ഭൂപടങ്ങൾ കണ്ടെത്തുകയും അവ വായിക്കുകയും ചെയ്തു അല്ലേ?"

"എനിക്ക് വായിക്കാനറിയില്ല. അച്ഛനറിയാമായിരുന്നു", രണ്ടാമത്തെ ഗ്ലാസും കുടിച്ച് തീർത്ത് റിൻഡ പറഞ്ഞു.

"പ്രിയ റിൻഡ..." സുൽത്താൻ ഒരു ഇടവേളയിട്ടു. സ്വരത്തിലേക്ക് കുറച്ചുകൂടി ക്ഷമ കൊണ്ടുവന്നു. "ഞാനിപ്പോഴും താങ്കളെ റിൻഡ എന്നു തന്നെയാണ് വിളിക്കുന്നത്. സഫാലിയിലെ ചർച്ചയോടുള്ള ആദരമാണത്. ഈ ചർച്ചയിൽ പങ്കെടുക്കുന്നവർ ഓരോ തവണയും ഓരോ പുതിയ പേരുകൾ സ്വീകരിക്കുന്നു. ഇത് താങ്കളുടെ യാത്രയ്ക്കിടയിൽ സുഹൃത്തുക്കളിൽനിന്നും താങ്കളറിഞ്ഞിട്ടുണ്ടാകും. മറ്റൊരാളുടെ പേരുപയോഗിക്കുക എന്നതിനർത്ഥം സ്വന്തം സ്വഭാവത്തോടോ, നിപുണതകളോടോ

അവർ അനാദരവ് കാണിക്കുന്നു എന്നല്ല. എന്നാൽ ഒരു അപരിചിതൻ എന്ന മട്ടിലാണ് താങ്കൾ അസ്ലമിനെക്കുറിച്ച് പറയുന്നത്. സ്വയം ക്ഷീണിതനാക്കുകയാണ് താങ്കൾ."

രണ്ടാമത്തെ ഗ്ലാസുകൂടി കാലിയായപ്പോൾ റിൻഡയ്ക്ക് തല പെരുക്കാൻ തുടങ്ങി. റിൻഡ ചോദിച്ചു. "അതായത് ആ ചർച്ചയിലുള്ള, മന്ദിരത്തിലുള്ള, ആരും അവരല്ല എന്നാണോ പറഞ്ഞ് വരുന്നത്... അവരെല്ലാം മറ്റാരൊക്കെയോ ആണെന്നാണോ?"

"അത് താങ്കൾക്കറിയാം. ഓസെ ആദ്യം ഓസെയായിരുന്നില്ല. സെയ്ദിഗൾ സെയ്ദിഗളുമായിരുന്നില്ല. ഭൂതകാലത്ത് താങ്കൾ റിൻഡയായിരുന്നില്ല. റിൻഡ എന്ന പുതിയ പേരു സ്വീകരിക്കുന്നത് താങ്കളുടെ ആത്മാവിനെ ശക്തിപ്പെടുത്തുന്നു. എന്നാൽ, എഴുതാനും വായിക്കാനും അറിയില്ല എന്ന് പറയുക വഴി താങ്കൾ ചെയ്യുന്നത് സ്വയം ചെറുതാക്കി കാണുകയും അസ്ലമിന്റെ ഗുണങ്ങളെ തുടച്ച് മാറ്റുകയുമാണ്."

ഇന്നത്തെ സ്വപ്നം തുടങ്ങി എന്നാണ് റിൻഡ കരുതിയത്. ആദ്യം മട്ടുപ്പാവിൽ പുക നിറഞ്ഞു. അതിനർത്ഥം പുറകെ ചിത്രങ്ങൾ പ്രകടമാകും എന്നാണ്.

കൊച്ചുസുൽത്താൻ തുടർന്നു. "ഇന്നലെ, പരസ്പരം വർഷങ്ങളായി പരിചയമുള്ള ശുദ്ധഹൃദയരായ സഹോദരർ, ഓരോരുത്തരുടെയും പുതിയ പേരുകൾ മനസ്സിലാക്കുകയും പുതിയ കഥകൾ കേൾക്കുകയും ചെയ്യുന്നതിനിടയിൽ, താങ്കൾ താങ്കളുടെ കഥയെങ്ങിനെയാണ് അവതരിപ്പിക്കാൻ പോകുന്നത് എന്നദ്ഭുതപ്പെടുകയായിരുന്നു ഞാൻ. എപ്പോൾ, എന്തുകൊണ്ട്, എവിടെ വച്ച് അസ്ലം റിൻഡയാകാൻ തീരുമാനിച്ചു എന്ന കഥ. അവരെല്ലാം പുതിയ പേരുമായി ഇനി യാത്ര തുടരും. അപ്പോഴും എന്റെ മനസ്സിൽ താങ്കൾ റിൻഡ എന്ന ഈ പുതിയ പേരെത്രകാലം സൂക്ഷിക്കും എന്നായിരുന്നു."

മട്ടുപ്പാവിലെ പുകയ്ക്ക് കനം വർദ്ധിച്ചു. തല കറങ്ങുന്നോ എന്ന് റിൻഡയ്ക്ക് സംശയം തോന്നി. കണ്ണടച്ച് പിടിച്ചിട്ടും തലകറക്കം മാറുന്നില്ല. അയാൾ ചാരിയിരുന്നു. "ആരും അവരല്ലെങ്കിൽ അതിൽ താങ്കളും ഉൾപ്പെടുമോ?" അയാൾ ചോദിച്ചു.

അപ്പോഴേക്കും അയാളുടെ ശ്വാസം മന്ദഗതിയിലായി. ഉത്തരം എന്തെന്നറിയുന്നതിനു മുമ്പേ അയാൾ ഉറങ്ങിപ്പോയി.

ചത്ത പക്ഷികളെയാണയാൾ സ്വപ്നം കണ്ടത്. ദൂരെ ചക്രവാളത്തിൽ കണ്ട നീലജലം കടലാണെന്നയാൾ ഊഹിച്ചു. തീയിനരികിൽ നിൽക്കുന്ന കൊച്ചുസുൽത്താനെ അയാൾ നോക്കി. കൊച്ചുസുൽത്താനപ്പോൾ വസ്ത്രമഴിച്ച് തീയിലേക്കെറിയുകയായിരുന്നു. റിൻഡ ആകെ തണുത്തുറഞ്ഞിരിക്കുകയായിരുന്നു. അതുകൊണ്ടുതന്നെ ഒരിഞ്ച് മുന്നോട്ട് നീങ്ങാനാകുന്നില്ല. ചില സ്വപ്നങ്ങൾ അങ്ങനെയാണ്. "താങ്കളുടെ വീഞ്ഞിൽ ഞാൻ ഇത്തിരി സുഗന്ധദ്രവ്യപൊടി ചേർത്തിട്ടുണ്ട്. നിങ്ങൾക്കിനി

അനങ്ങാനാകില്ല," കൊച്ചുസുൽത്താൻ പറഞ്ഞു. എന്നിട്ട് കൈ നിവർത്തി, കൈവെള്ളയിലുള്ളത് കാണിച്ചു. "നോക്കൂ, പതിനേഴാമത്തെ ചരൽ കല്ല് എന്റെ പക്കലുണ്ട്. അതെന്റെ കാഴ്ചവട്ടത്തു നിന്നും ഞാൻ ഇതുവരേക്കും മാറ്റിയിട്ടില്ല." എന്നിട്ടയാൾ ആ കല്ല് വായിലിട്ടു. കൈ കൾ ചിറക് പോലെ വിടർത്തി. ഒരു അഹങ്കാരിയായ കാക്കയെപ്പോലെ. വിടർത്തിയ കൈകളുമായി അയാൾ തീക്കുണ്ഡത്തിലേക്കെടുത്ത് ചാടി.

ഒരു നിലവിളി കേട്ടാണ് റിൻഡ എഴുന്നേറ്റത്. അപ്പോൾ ചുറ്റിലും ആരുമുണ്ടായിരുന്നില്ല. കഴിഞ്ഞ രാവിൽ എങ്ങനെയായിരുന്നോ അതു പോലെതന്നെയുണ്ട് ആ മട്ടുപ്പാവ് അപ്പോൾ. ഗ്ലാസുകൾ ഒഴിഞ്ഞ് കിടക്കുന്നു. തീ അണയാനാരംഭിച്ചിരിക്കുന്നു. നക്ഷത്രങ്ങൾ ആകാംക്ഷ യോടെ മറഞ്ഞുനിന്ന് നോക്കുന്നു.

അന്ന് രാത്രി റിൻഡ മട്ടുപ്പാവ് ഉപേക്ഷിച്ച് മുറിയിൽ പോയില്ല. കൊട്ടാര ത്തിന്റെ പുറകിലുള്ള മുറ്റത്തേക്കാണയാൾ പോയത്. അയാൾ ബെലെ ക്കിന്റെ കടിഞ്ഞാണെടുത്തു. സാവധാനത്തിൽ സഫാലിയുടെ തെരുവി ലേക്കിറങ്ങി. ഇലകളൊന്നുമില്ലാത്ത ഒരു മരം പോലെയുണ്ടായിരുന്നു അപ്പോൾ പട്ടണം. തെരുവിന്റെ മൂലകൾ ശൂന്യമായിരുന്നു. ചത്വരങ്ങളിൽ ആരുമില്ലായിരുന്നു. പ്രതിമകൾ ആഴമേറിയ ഉറക്കത്തിൽ നഷ്ടപ്പെട്ടിരി ക്കുന്നു.

റിൻഡ ധ്രുവനക്ഷത്രത്തെ നോക്കി. നീലവർണ്ണത്തിലുള്ള ചുണ്ണാമ്പ് തേച്ച വീടുകൾ കടന്നയാൾ പോയി. പട്ടണത്തിന്റെ മൂലകളെ ബാധി ച്ചിരുന്ന ആഹ്ലാദം രാവിൽ തെരുവുകളിൽ വിശ്രമത്തിലായിരുന്നു. ആടു കളുമായി അലയുന്ന സ്ത്രീയുടെ നിഴലില്ല, കുട്ടികളുടെ ആരവമില്ല. പട്ടണത്തിലെ ജീവൻ അങ്ങാടികളിലും ചത്വരങ്ങളിലുമാണ് പൂത്തുല യുന്നതെങ്കിൽ, ഇപ്പോൾ സഫാലി ഉണങ്ങിത്തുടങ്ങിയ പുൽമൈതാനം പോലെയായിരിക്കുന്നു. പൊട്ടിത്തകർന്ന നിലാവും മിന്നിത്തിളങ്ങുന്ന നക്ഷത്രങ്ങളും വീടുകളുടെ മേൽക്കൂരയ്ക്ക് മുകളിൽ പുതപ്പിട്ട് മൂടി.

പരിചിതമായ ഒരു തെരുവിലെത്തിയപ്പോൾ വീട്ടിലെത്തിയ സുഖം തോന്നി. സാവധാനത്തിൽ നടന്ന് ഒരു വീടിനു മുന്നിൽ നിന്നു. അതിന്റെ നീല ജന്നൽ തുറന്ന് കിടക്കുകയായിരുന്നു. അവിടെ ഒരു പാത്രത്തിൽ പുതുതായി പറിച്ച കുറച്ച് സ്ട്രോബറി പഴങ്ങൾ വച്ചിരിക്കുന്നു. ശുദ്ധ ജലത്തിൽ കഴുകിയാണത് വച്ചിരിക്കുന്നത്. റിൻഡ ആ സ്ട്രോബറി യെടുത്തു. കത്തിയെടുത്ത് ഒരു തുണ്ട് മുറിച്ചെടുത്ത് ബാക്കി ആ പാത്ര ത്തിൽ വച്ചു. പിന്നെ ധ്രുവനക്ഷത്രത്തിൽ നോട്ടമുറപ്പിച്ച്, യാത്ര തുടർന്നു.

വീണ്ടുമൊരിക്കൽ ചൂരൽക്കാടുപോലെ രാവ് ഇടയ്ക്കൊന്ന് മർമ്മരം പൂണ്ടു. പിന്നെ ഇടവേളകളിൽ പൂർണനിശ്ശബ്ദതയെ വരിച്ചു. വിഗ്രഹ ങ്ങളുടെ ചർമ്മത്തിലൂടെ ഒരു ചെറുവേദന അരിച്ചിറങ്ങി. ദൂരെനിന്ന് ഒരു യക്ഷിക്കഥയിലെ ഗാനം ഒഴുകിയെത്തി... ലോറിയ... ലോറിയ...

അഞ്ച്

ചുറ്റിലും ഇരുട്ട് വ്യാപിച്ചിരിക്കുന്നു
മുന്നോ പിന്നോ കാണാനാകുന്നില്ലാർക്കും
ഇത് രാവോ പകലോ എന്നും പറയാനാകുന്നില്ല.
രാവും പകലും ഒന്നായൊന്നുചേർന്നിരിക്കുന്നു.
പിന്നെയൊരു ദിനം ദൂരെയൊരു വെളിച്ചം കണ്ടു
നെറ്റിത്തടം തഴുകുന്ന കുളിർ തെന്നലെത്തിയതയാളറിഞ്ഞു.

- ജിൽഗമേഷ്, വേനലിന്റെ ഇതിഹാസം

കറുത്ത ചെന്നായയുടെ ഗുഹ

ഞാൻ മുങ്ങിത്താഴുകയാണ്. എന്റെ തല വെള്ളത്തിനടിയിലാണ്. ഒന്ന് നിവർന്ന്, ഇതിൽനിന്നും സ്വതന്ത്രമാകാനുള്ള കരുത്ത് എന്നിലില്ല. ശ്വസിക്കാൻ ശ്രമിക്കുമ്പോൾ ഞാൻ വെള്ളം കുടിക്കുന്നു. എന്റെ കഴുത്തിൽ ഒരു വലിയ പാറക്കല്ല് കെട്ടിയിട്ടിട്ടുണ്ടെന്ന് തോന്നുന്നു. എത്ര നേരമായി ഞാനിവിടെയിങ്ങനെ? ഒരു പേക്കിനാവിന്റെ മധ്യത്തിൽ വെച്ച് ഉണരാൻ ശ്രമിക്കുമ്പോൾ നെഞ്ചാകെ വലിഞ്ഞ് മുറുകും. മാംസപേശികളിൽ വലിവുണ്ടാകും. വല്ലാത്തൊരു വിഷമത്തിലാണ്. ശരീരം ഇടത്തോട്ടും വലത്തോട്ടും വളയ്ക്കാൻ ശ്രമിക്കുന്നു. എന്നാൽ സാധിക്കുന്നില്ല. ശ്വാസകോശങ്ങൾ, ഞരമ്പുകൾ, എല്ലാം വീർത്ത് വരുന്നു. വായ് അടച്ച് പിടിക്കുന്നു. എന്തെങ്കിലും അകത്ത് പോകാതിരിക്കാനും പുറത്തിറങ്ങാതിരിക്കാനുമാണ് അങ്ങനെ ചെയ്യുന്നത്. ശ്വസിക്കാൻ ശ്രമിച്ചാൽ മുങ്ങിത്താഴും. കണ്ണുകളിപ്പോൾ പൊട്ടിപ്പൊളിയുമെന്ന് തോന്നുന്നു. രക്ഷപ്പെടാൻ കഠിനമായി ശ്രമിക്കുകയാണ് ഞാൻ.

എത്ര നേരമായി ഈ പീഡനം. ഇരുട്ടാണെങ്കിലും ചിരിയുടെ സ്വരം കേൾക്കാം. ദൂരെനിന്നുള്ള ശബ്ദം വെള്ളത്തിലൂടെ ചെവിയിലെത്തുന്നു. തലയൊന്നുയർത്തി ശ്വസിക്കാൻ ഒരിക്കൽകൂടി ശ്രമിക്കുന്നു. എന്റെ തലയിൽ വെച്ചിരിക്കുന്ന ഭാരത്തെ തട്ടിമാറ്റാനുള്ള കരുത്തില്ല. ഇതാ ഞാൻ കീഴടങ്ങുന്നു.

പെട്ടെന്ന് കഴുത്തിനു ചുറ്റുമുള്ള എന്റെ കൈകൾ തലയെ വെള്ളത്തിനു മുകളിലേക്ക് വലിച്ചെടുക്കുന്നു. ക്ഷീണിച്ച കാൽമുട്ടുകൾ തകർന്നിരിക്കുന്നു. പൊട്ടിത്തകർന്നതുപോലെ ഞാൻ ഉറച്ച നിലത്തേക്ക് വീഴുന്നു. അവസാനം ഇതാ ശ്വസിക്കാനാരംഭിച്ചിരിക്കുന്നു. കർണകഠോരമാണ് ഈ ശ്വസനം. ആരോ ശ്വാസംമുട്ടിക്കുന്നതുപോലെയാണ്. അതിന്റെ പ്രകമ്പനങ്ങളാലാണിപ്പോൾ ശരീരം വളഞ്ഞുപുളയുന്നത്. അവരെല്ലാം ഇപ്പോഴും ചിരിക്കുകയാണ്. അവരെ കാണാനാകുന്നില്ല. കണ്ണ് മൂടിക്കെട്ടിയിരിക്കുന്നു. പെട്ടെന്ന് വയറ്റിൽ ആഞ്ഞൊരു അടി കിട്ടി. ഒരു തൊഴി. ഉച്ചത്തിൽ ഓളിയിട്ട് തിരിഞ്ഞ് കിടന്നു. മറ്റൊരു തൊഴി. അതെന്നെ ഒരു വശത്തേക്ക് തിരിച്ച് കിടത്തി. പല്ലുകൾ കൂട്ടിക്കടിച്ചു. ഞാൻ മുരളുന്നുണ്ടായിരുന്നു.

ചുറ്റും അവരുടെ ചിരി പ്രതിധ്വനിക്കുന്നു. സഹായത്തിനായി കേണാൽ ആരെങ്കിലും കേൾക്കുമോ? എനിക്ക് തണുക്കുന്നുണ്ടെന്ന് തിരിച്ചറിയുന്നു. ശരീരം ഒരു പന്തുപോലെ ചുരുളുന്നു. ഞാൻ നഗ്നനാണ്. എന്റെ കാൽമുട്ടുകൾ വയറിലേക്ക് മടക്കി വയ്ക്കുന്നു. അടുത്ത തൊഴി എപ്പോൾ വേണമെങ്കിലും വരാം. ഞാൻ വിറയ്ക്കുന്നുണ്ട്. ഇത്തവണ ആരോ മുഖത്താണടിച്ചത്. ഒരു ഇടിമിന്നലേറ്റതുപോലെയായിരുന്നു ആ അടി. എന്റെ തലയ്ക്കുള്ളിൽ ഒരു കൊടുങ്കാറ്റൂതി. ഒടിഞ്ഞ വൃക്ഷശിഖരം പോലെ പിണഞ്ഞു പോയി. കമിഴ്ന്ന് പരന്ന് കിടന്നു. കാത് മൂളുന്നു. ഇപ്പോൾ ഒന്നും കേൾക്കാനാകുന്നില്ല.

ഇതെത്ര ദിവസമായി? എനിക്കറിയില്ല. രണ്ടാഴ്ച? ആകാംക്ഷയോടെ മറ്റൊരു തൊഴിക്കായി കാത്തിരിക്കുകയാണ്. ഒരു വിരൽപോലും അനക്കാനാകുന്നില്ല. ചിരികളിലൊന്ന് നേരെ കുമ്പിടുന്നു. അത് എന്റെ തലമുടിയിൽ പിടിച്ചുവലിക്കുന്നു. തലയിട്ടിടിക്കുന്നു. കഴുത്തിപ്പോഴൊടിയും.

“തല ഒരിക്കൽ കൂടി വെള്ളത്തിൽ മുക്കി നിന്നെ ഞാൻ കൊല്ലട്ടെ?”

ഈ സ്വരം എനിക്കറിയാം. ഇരുട്ടിൽ ഒരു പൂച്ചയുടെ കണ്ണുപോലെ തിളങ്ങുന്ന കണ്ണുള്ളയാൾ. അവസാന നിമിഷത്തിലാണ് അയാൾ എന്നിൽ നിന്ന് രക്ഷപ്പെട്ടത്. ഞാൻ മിക്കവാറും അയാളെ കൊന്നിട്ടുണ്ടാകുമായിരുന്നു. അതുകൊണ്ടാണ് അയാൾ എന്നെ ഇങ്ങനെ പീഡിപ്പിക്കുന്നത്. ഇന്നലെ അയാൾ തന്റെ കത്തിയെടുത്ത് എന്റെ കഴുത്തിൽ വരയ്ക്കുന്നുണ്ടായിരുന്നു. നിന്നെ കൊല്ലാൻ നല്ല രസമായിരിക്കും എന്ന് പറയുന്നുണ്ടായിരുന്നു. ആ കത്തിയുടെ മൂർച്ച ഇപ്പോഴും ഞാനനുഭവിക്കുന്നുണ്ട്. അതിൽ പച്ചമാംസത്തിന്റെ മണമുണ്ടായിരുന്നു. അതിന്റെ മൂർച്ച ശ്വാസം നിലപ്പിച്ചു. വല്ലാതെ മുഴച്ച് നിൽക്കുന്ന കണ്ഠമുഴയുള്ള പുരുഷന്മാരെ ഇഷ്ടപ്പെടുന്ന സ്ത്രീകളെപ്പോലെ ഈ കത്തിക്കും അതൊന്ന് കുത്തിയെടുക്കാൻ വലിയ ഇഷ്ടമാണെന്ന് അയാൾ പറഞ്ഞു.

“നിന്നെ ഞാൻ മുക്കിക്കൊല്ലട്ടെ?” ആ മുരൾച്ച വീണ്ടും വന്നു.

“വേണ്ട. ശ്വസിക്കാതെ ഇനിയും വെള്ളത്തിനടിയിൽ കഴിയാനുള്ള

ധൈര്യം എനിക്കില്ല. മരണത്തിൽ ഏറ്റവും വൃത്തികെട്ട രൂപമാണ് മുങ്ങിച്ചാകൽ. അതെനിക്കിപ്പോൾ മനസ്സിലാകുന്നുണ്ട്."

"നിന്റെ പേരെന്താണ്?"

അതെ ചോദ്യം വീണ്ടും.

ഇത്തവണ പക്ഷേ ആ ചോദ്യത്തിൽ തനിക്ക് വ്യത്യസ്തമായ ഒരു ഉത്തരം ലഭിച്ചേക്കാം എന്നൊരു പ്രതീക്ഷയുണ്ട്. അത് അയാൾ പ്രതീക്ഷിക്കുന്നുണ്ട്. ഏതാനും ദിവസങ്ങളായി അവർ എന്നെ പീഡിപ്പിക്കാത്ത രീതികളില്ല. ഭക്ഷണമോ വെള്ളമോ ഇല്ല. ബോധം നശിക്കുംവരെ അടിക്കും. തലമുടി വലിച്ചുപറിക്കും. കൈകാലുകൾ വലിച്ച് കീറും. വേദനയുടെ തുല്യഅളവിൽ പ്രതിരോധം എന്നത് എപ്പോഴും നടപ്പുള്ള കാര്യമല്ല. ചിലപ്പോഴെങ്കിലും എന്റെയുള്ളിൽ അനിശ്ചിതത്വത്തിന്റെ ആവരണമുണ്ടാകും. ഒരു ചെരിവിന്റെ മുകളിലിരിക്കുന്ന കല്ലുപോലെ. ഞാനെവിടെയെന്ന് തന്നെ മറക്കും. ഈ ലോകം അർത്ഥമില്ലാത്ത ഒരു ഗർത്തമായി മാറിയിരിക്കുന്നു. ആ കല്ലുപോലെ. ഒരു ചെറുകാറ്റുമതി എന്നെ കുന്നിന്റെ താഴേക്കുരുട്ടിയിടാൻ. എന്റെ മനസ്സ് ശൂന്യമായിരിക്കുന്നു. ക്ഷീണം വേദനയിൽ നിന്നും വന്നതാണോ അതോ പ്രതീക്ഷയില്ലായ്മയിൽ നിന്നോ? എന്ത് പ്രതീക്ഷ? എനിക്കറിയില്ല. അവർ എന്നെ വിശ്വസിക്കുമെന്നും പീഡിപ്പിക്കുന്നതവസാനിപ്പിക്കുമെന്നുമുള്ള പ്രതീക്ഷയോ? എനിക്കങ്ങനെ തോന്നുന്നില്ല. ഇവിടെനിന്ന് ഇനി രക്ഷപ്പെടാനാകുമെന്ന് തോന്നുന്നില്ല. ഇതുവരേക്കും അതിനൊരു അവസരം ലഭിച്ചിട്ടില്ല. ചിലപ്പോൾ എനിക്ക് ചിന്തിക്കാനേ ആകുന്നില്ല. അപ്പോൾ എന്നിൽ നിന്നെവിടെനിന്നോ അനുസരണയുടെ ഒരു ശബ്ദം പുറത്ത് വരുന്നു. അതെന്നിലുണ്ടായിരുന്നു എന്ന് തന്നെ എനിക്കറിയില്ല. അതെന്നെ വീണ്ടും ഒന്നാക്കുന്നു. എല്ലാം കഴിഞ്ഞാൽ അവർ ആ കത്തി എന്റെ തൊണ്ടയിൽ കുത്തിയിറക്കും എന്നെനിക്കറിയാം.

"എന്റെ പേര് റിൻഡ എന്നാണ്." ഒരു വിധത്തിൽ ഞാൻ മന്ത്രിച്ചു. "എന്തുകൊണ്ടാണ് നിങ്ങൾ എന്നെ വിശ്വസിക്കാത്തത്?"

നിശ്ശബ്ദത. തൊഴികളും ചവിട്ടുമാണ് ഞാൻ പ്രതീക്ഷിച്ചത്. ഈ മറുപടി കഴിഞ്ഞാൽ സാധാരണയായി വരാറുള്ളത് അതൊക്കെയാണ്. എന്റെ മാംസപേശികൾ വലിഞ്ഞ് മുറുകി. എന്നാൽ പെട്ടെന്ന് എന്റെ തലയ്ക്ക് മുകളിലുള്ള മനുഷ്യൻ മുടിയിലെ പിടിവിട്ടു. എന്റെ തല നിലത്തേക്ക് വീണു.

"നേരം വെളുക്കുന്നതുവരേക്കും സമയം തരാം. ആലോചിക്ക്. അല്ലെങ്കിൽ ഈ കത്തി നിന്റെ വയറ് പൊളിക്കും. നിനക്ക് ജീവനുള്ളപ്പോൾ തന്നെ നിന്റെ കൈ ഞാൻ നിന്റെ കുടൽമാലയിൽ അമർത്തും. അപ്പോൾ അതിനകത്തെ ചൂട് എന്തെന്ന് നീ അറിയും. പിന്നെ നിന്നെ ചെന്നായ്ക്കൾക്കെറിഞ്ഞു കൊടുക്കും."

അവർക്ക് അത് വിശ്വസിക്കാനാകുന്നില്ല. അവരെന്നെ ഇപ്പോൾ വെറുതെ വിടുന്നു. പ്രഭാതംവരേക്കും എന്നെ വെറുതെ വിടുന്നു. എന്നെ

വെള്ളത്തിൽ മുക്കി ശ്വാസം മുട്ടിച്ച് കൊല്ലാൻ ശ്രമിക്കുന്നതുകൊണ്ടും ഉപകാരമില്ല എന്നവർക്ക് മനസ്സിലാകുന്നുണ്ടോ? ഇപ്പോൾ പൊട്ടിത്തെറിക്കും എന്ന് തോന്നുന്ന ഈ കണ്ണൊന്ന് അടച്ച് ഉറങ്ങാനായെങ്കിൽ. അവർക്കിനിയും നുണ പറയാനാകില്ല എന്ന് ഞാൻ പ്രതീക്ഷിക്കുന്നു. എന്റെ കാത് സ്വരങ്ങളെ പിന്തുടരുന്നു. അടിയും തൊഴിയും ഏത് നിമിഷവും ആരംഭിക്കാം. എന്റെ ശരീരം വലിഞ്ഞ് മുറുകിയിരിക്കുന്നു. ഞാനെന്റെ പല്ല് ഇറുകെ കടിച്ച് പിടിച്ചിരിക്കുന്നു. പക്ഷേ, അവരിതാ എന്റെ കൈകളുടെ കെട്ടഴിക്കുന്നു. എന്തെങ്കിലും ചിന്തിക്കാനുള്ള കരുത്തെന്നിലില്ല. ഞാൻ ആകെ തളർന്നിരിക്കുന്നു. ഒരു വലിയ പാറക്കെട്ട് കൈയിൽ നിന്നെടുത്തതുപോലെ എനിക്ക് തോന്നുന്നു.

"ഈ റൊട്ടി കഴിക്ക്." പൂച്ചക്കണ്ണുള്ളയാൾ പറഞ്ഞു. "നിന്റെ മുന്നിൽ വച്ചിരിക്കുന്ന ആ പാത്രത്തിൽ വെള്ളമുണ്ട്."

അയാൾ കൈയിൽ വെച്ചു തന്ന റൊട്ടി കടിക്കുന്നതിനുമുമ്പ് ഞാൻ വെള്ളത്തിന്റെ പാത്രത്തിനായി തിരഞ്ഞു. പൊടിമണ്ണിൽ കൈകൾ പിടഞ്ഞു. എന്റെ കണ്ണ് മൂടിക്കെട്ടിയിരിക്കുകയാണ്. അബദ്ധവശാൽ വെള്ളം തട്ടിക്കളയരുത്. ഒരുപക്ഷേ അവരെന്നെ വിശ്വസിച്ച് തുടങ്ങിയിട്ടുണ്ടാകും. അവർ പീഡിപ്പിക്കുന്നത് അവസാനിപ്പിച്ചിരിക്കുന്നു. വെള്ളം. റൊട്ടി. ഉറക്കം. അവസാനം ഇതാ വേദനയും ഇല്ലാതാകുന്നു. വിശപ്പടക്കുക, പിന്നെയൊന്ന് വിശ്രമിക്കാനാകുക എന്നതാണ് ജീവിതത്തിലെ ഏറ്റവും മഹത്തായ സമ്മാനം. ആദ്യമായി എനിക്ക് ഇത്തിരി ചൂട് തോന്നുന്നു. രാത്രിയിൽ തണുപ്പധികമാണ്. ഗുഹയുടെ പിൻഭാഗത്ത് പോലും തണുപ്പധികമാണ്. എന്നെ ഇവിടെയിടുക വഴി അവർ ഞാൻ രക്ഷപ്പെടുന്നതിനെ തടയുക മാത്രമല്ല ചെയ്യുന്നത്. എന്റെ ശരീരം ചൂടാകുന്നതും തടയുകയാണ്. ഞാനിപ്പോൾ ഭക്ഷണം കഴിച്ചിരിക്കുന്നു. വെള്ളം കുടിച്ചിരിക്കുന്നു. വല്ലാതെ ക്ഷീണിതനുമാണ്. എനിക്ക് ഒന്നുറങ്ങണം എന്നല്ലാതെ മറ്റൊന്നിനെക്കുറിച്ചും ചിന്തിക്കാനാകുന്നില്ല.

കഴിഞ്ഞ കുറച്ച് ദിവസങ്ങൾ ഞാൻ അനുഭവിച്ചതെല്ലാം എന്റെ ഓർമ്മയിലോടിയെത്തുന്നു. പിന്നെയത് തുണ്ടുതുണ്ടായി ഒരു ശൂന്യതയിൽ ലയിക്കുന്നു. ഇതിന് മുമ്പറിയാത്ത തരം ഇരുട്ടിൽ ഞാൻ തപ്പിത്തടയുകയാണ്. ആരോ വരുന്നുണ്ടെന്ന് മനസ്സിലാകുന്നു. അയാൾ വന്ന് എനിക്ക് നേരെ ചായുന്നു. "അവൻ ഉറക്കമായോ?" അയാൾ ചോദിക്കുന്നു. മന്ത്രിക്കുന്നതുപോലെയാണ് ആ ചോദ്യം. പരിചിതമായ ഒരു പുരുഷസ്വരമാണത്. ഒന്ന് നിവരാനുള്ള കരുത്ത് എന്നിലില്ല. അടഞ്ഞ് കിടക്കുന്ന എന്റെ കണ്ണുകൾക്കിപ്പോൾ ഉറക്കമല്ലാതെ മറ്റൊന്നും വേണ്ട. ഈ സ്വരം പക്ഷേ പരിചിതമാണ്. പഴയ സ്വരമാണിത്. അതേസമയം പുതിയതുമാണ്. എനിക്ക് ഈ സ്വരമറിയാം. എന്നാൽ അറിയുമെന്ന് പറയുകയും വയ്യ. ഉറക്കം ഒരു വലിയ വെളുത്ത മേഘംപോലെ എന്നെ ഊഞ്ഞാലാട്ടുന്നു. ഏതോ രഹസ്യലോകത്തിലേക്ക് തന്നെ കൊണ്ടുപോകുന്നു. ഉണർന്നാൽ എങ്ങനെ ഗുഹയുടെ പുറകിലൂടെ രക്ഷപ്പെടാം എന്നതിനെക്കുറിച്ച്

ചിന്തിക്കാം. ഒരുപക്ഷേ അതെന്നെ മറ്റെവിടെയെങ്കിലും വ്യത്യസ്തമായ എവിടെയെങ്കിലും എത്തിക്കുമായിരിക്കും...

ഞാനുറക്കം കഴിഞ്ഞെഴുന്നേറ്റുവെന്നോ? ഈ വെളിച്ചം, ഈ ചൂട്. ഇതെത്ര നേരമായി? എന്റെ ചുമൽ വേദനിക്കുന്നു. എന്റെ കൈകൾ പൊട്ടിത്തകരുകയാണെന്ന് എനിക്ക് തോന്നുന്നു. പക്ഷേ ഇവിടെ നല്ല വെളിച്ചമുണ്ടല്ലോ. കണ്ണടച്ച് കെട്ടിയിരിക്കുന്ന തുണിയിലൂടെ അരിച്ചിറങ്ങുന്ന വെളിച്ചത്തിൽ നിന്നുതന്നെ അതെനിക്ക് പറയുവാനാകും. ഞാനിപ്പോൾ ഗുഹയ്ക്കകത്തല്ല. എന്നെ ഒരു മരത്തിൽ കെട്ടിയിട്ടിരിക്കുകയാണ്. കൈകൾ തലയ്ക്ക് മുകളിലാക്കി കെട്ടി നിർത്തിയിരിക്കുന്നു. ഇലകളുടെ മർമ്മരം കേൾക്കാം. അവർ എപ്പോഴാണെന്നെ ഇവിടേക്ക് കൊണ്ടുവന്നത്? ഇത്രയധികം ഞാനുറങ്ങിയെന്നോ? എന്റെ വായിൽ ഒരു ചവർപ്പ് രസം. ആ മനുഷ്യരെല്ലാം എവിടെപോയി? ഗുഹയെവിടെ? ഒരു ഇളംകാറ്റിന്റേയും ഇലകളുടെ മർമ്മരത്തിന്റേയുമല്ലാതെ മറ്റു സ്വരങ്ങളൊന്നുമില്ല. അവർ മാറി നിന്ന് എന്നെ നോക്കുന്നുണ്ടോ? ഞാനുറങ്ങുകയല്ല എന്നെനിക്കുറപ്പുണ്ട്. എന്റെ കൈകൾ വലിച്ച് കെട്ടിയിട്ടുണ്ട്. ഇങ്ങനെ വേദന സഹിച്ചൊരാൾക്ക് എത്ര നേരം ഉറങ്ങാനാകും?

ചിന്തിക്കുക എന്നതേ ആയാസമാണ്. പൂച്ചക്കണ്ണൻ പറഞ്ഞത് എന്റെ വയറുകീറി ചെന്നായ്ക്കൾക്ക് തിന്നാൻ കൊടുക്കുമെന്നാണ്. എന്റെ നാക്ക് വരണ്ടിരിക്കുന്നു. നാക്കുകൊണ്ട് ഞാൻ പല്ലും ചുണ്ടും പരിശോധിച്ചു. അതെല്ലാം അവിടെ തന്നെയുണ്ട്. ചോരയൊന്നും വരുന്നില്ല. രാത്രിയായാൽ അവരെത്തുമോ? ആര്? മനുഷ്യരോ അതോ ചെന്നായ്ക്കളോ? ഇത് അവരുടെ പുതിയ സൂത്രങ്ങളിൽ ഒന്നായിരിക്കണം. ദൂരെ നിന്ന് അവർ എന്നെ നോക്കുന്നുണ്ടാകണം. പെട്ടെന്ന് അവർ വടികളുമായി എനിക്ക് നേരെ ചാടി വീഴും. തലങ്ങും വിലങ്ങും തല്ലും. രക്തം കാണുക എന്ന പേടി ഇപ്പോൾ ഇല്ലാതായിരിക്കുന്നു. എന്നാൽ വേദന എന്ന ഭീതി ഇപ്പോഴും തുടരുന്നു... അവരെന്നെ തല്ലിച്ചതയ്ക്കും... ഗുഹയ്ക്കകത്തായിരുന്നപ്പോൾ കാണാൻ കൊതിച്ച വെയിലിപ്പോൾ എന്റെ എല്ലാ വശങ്ങളെയും കത്തിയെരിയിക്കുന്നു. അവരെന്നെ പഠിപ്പിക്കുന്നത് ഭയമാണോ അതോ ക്ഷമയോ? വേദന വേദനിപ്പിക്കുകയേയുള്ളൂ. എന്നാൽ വേദന എന്ന ചിന്ത ഭീതിപ്പെടുത്തും. അതിനെ കാത്തിരിക്കുകയാണിപ്പോൾ ഞാൻ. എന്റെ സ്വരവും ഇപ്പോൾ ക്ഷീണിച്ചിരിക്കുന്നു. അവസാനം വരാവുന്ന ഏറ്റവും വലിയ ആപത്ത് മരണമാണ്. ഭയം എന്നിലെത്തുന്ന ആ നിമിഷത്തിൽതന്നെ അവരെന്നെ തല്ലിച്ചതയ്ക്കും എന്നെനിക്കറിയാം. പല തവണ എനിക്ക് മുറിവേറ്റിട്ടുണ്ട്. പലതവണ നഗ്നമായ കൈകളാൽ ഞാൻ വന്യമൃഗങ്ങളുമായി ഏറ്റുമുട്ടിയിട്ടുണ്ട്. എന്നാൽ പീഡനത്തിന്റെ ഭീകരത ഇതിൽ നിന്നെല്ലാം വ്യത്യസ്തമാണ്.

ഒരു പോപ്ലാർ മരത്തിലാണ് എന്നെ കെട്ടിയിട്ടിരിക്കുന്നത്. എന്നിലേക്ക് എത്തുന്ന സ്വരങ്ങൾ, മണം, ഇലകൾ തമ്മിലുള്ള വ്യത്യാസം എന്നിവ

കൊണ്ട് എനിക്കത് മനസ്സിലാകുന്നുണ്ട്. പക്ഷേ ഇവിടെ മറ്റ് മരങ്ങളൊന്നു മില്ലല്ലോ? പോപ്ലാറുകൾക്ക് ഏകാന്തത ഇഷ്ടമല്ല. ഒരൊറ്റ മരമോ? അതെ ന്നായിരിക്കും അവസാനമായൊരു മഴ കണ്ടിട്ടുണ്ടാകുക എന്ന് അദ്ഭുത പ്പെടുകയാണ് ഇപ്പോൾ ഞാൻ.

പെട്ടെന്ന് എന്റെ കാൽക്കീഴിൽ എന്തോ അനങ്ങുന്നതുപോലെ തോന്നി. ഞാൻ ശ്വാസമടക്കിപ്പിടിച്ചു. അവരിൽ ഒരുവനാണോ? അതോ ഒരു ചെന്നായയോ? ഒരുപക്ഷേ എന്റെ കണ്ണുമൂടിക്കെട്ടിയ തുണിക്കടി യിലൂടെ കാണാനായേക്കും. ഒന്നയച്ചാൽ അത് കാണാനാകും. ഞാൻ മുഖം ചലിപ്പിച്ചു. പുരികം, കവിൾ മൂക്ക് എല്ലാം ചലിപ്പിച്ചു. മരത്തിലുരച്ച് കണ്ണ് മൂടിക്കെട്ടിയ തുണി ഉയർത്താൻ ശ്രമിച്ചു. പക്ഷേ അവരത് തല യ്ക്ക് പുറകിൽ എന്റെ മുടിയിൽ വെച്ചുകെട്ടിയിരിക്കുന്നു. സാവധാനത്തിൽ ഇടതുകണ്ണിന്റെ താഴെ ഒരു കൊച്ചു പൊട്ടുപോലെ വെളിച്ചം വന്നു. ആ വെളിച്ചത്തിലൂടെ കാണാം, അതൊരു ആമയാണ്. ഞാൻ കാത്ത് നിന്നു. എന്നെ ഭയപ്പെടുത്താതിരിക്കാൻ അതും അനങ്ങാതെ നിൽക്കുക യാകണം. വീണ് കിടക്കുന്ന പോപ്ലാർ ഇലകൾ തിന്നാനാണോ ആമ എത്തിയിരിക്കുന്നത്? ഈ ദ്വാരം വളരെ ചെറുതാണ്. എന്റെ കാഴ്ച വല്ലാതെ മങ്ങിയതും. ഇത്ര ദിവസമായില്ലേ? എനിക്ക് വ്യക്തമായി കാണാ നാകുന്നില്ല. ലജ്ജ തോന്നുന്നു. എന്റെ നഗ്നതയാണെന്നെ ലജ്ജിപ്പിക്കു ന്നത്. എന്റെ പീഡകർ തുടർച്ചയായി മർദ്ദിക്കുകയും ബലം പ്രയോഗിച്ച് തുണിയെല്ലാം വലിച്ചൂരി എന്നെ ഗുഹയ്ക്കകത്തേക്കാക്കുകയും ചെയ്ത പ്പോഴും ഇത്തിരി ബോധം ബാക്കിയുണ്ടായിരുന്നു. ധാരാളം രക്തമൊഴുകി യിരുന്നു. ഉച്ചത്തിൽ കരഞ്ഞിരുന്നു. അതിനുശേഷം നഗ്നത എന്നാൽ തണുപ്പ് എന്ന് മാത്രമായി.

ആദ്യമായി ഇപ്പോൾ ലജ്ജ തോന്നുന്നു. കാരണം ഒരു ആമയ്ക്കി പ്പോൾ എന്നെ കാണാനാകും എന്നതായിരിക്കാം. ഞാൻ ഇപ്പോൾ എന്നെ മാറിനിന്ന് കാണുകയാണെന്ന് തോന്നുന്നു. നാട്ടിൻപുറത്ത് കുളിക്കാ നിറങ്ങിയിരുന്നപ്പോൾ ഇത്ര സംഭ്രമം തോന്നിയിരുന്നില്ല. വെള്ളത്തിലേ ക്കെടുത്ത് ചാടിയപ്പോഴൊക്കെ ചുറ്റിലും അണ്ണാറക്കണ്ണനും മുയലും പക്ഷി കളുമുണ്ടെന്ന് അറിയാമായിരുന്നു. അവരുടെ നഗ്നതയ്ക്കൊപ്പം എനിക്കും വളരെ സ്വസ്ഥത തോന്നിയിരുന്നു. എന്നാൽ ഇപ്പോൾ ഇന്ദ്രിയങ്ങളും ക്ഷീണിച്ചിട്ടുണ്ടാകണം. അടികിട്ടി ക്ഷീണിച്ചിട്ടുണ്ടാകും. എതിർത്ത് നിൽക്കാമെന്ന് എത്ര തോന്നിയാലും ശരീരത്തിന്റെ ചില ഭാഗങ്ങൾ വല്ലാതെ ക്ഷീണിച്ചിട്ടുണ്ടാകും. മുടന്തുന്നുണ്ടാകും. ഇപ്പോഴാണ് അത് തിരിച്ചറിയുന്നത്. ഒരു പാത്രം വെള്ളം, തുണി എന്നിവയിൽ ഏതെങ്കിലും ഒന്ന് തിരഞ്ഞെടുക്കാൻ ഇപ്പോൾ എന്നോട് ആവശ്യപ്പെട്ടാൽ ഞാൻ തുണി തിരഞ്ഞെടുക്കും. എത്ര അയുക്തമാണത്! പക്ഷേ ഈ ആമ എന്നെ ത്തന്നെ നോക്കി നിൽക്കുന്നത് കണ്ടില്ലേ? എന്റെ ഇംഗിതമല്ല ഇപ്പോൾ എന്നെ ശപിക്കുന്നത്. വേറൊരു ശക്തിയാണ്. ഞാനാരാണെന്ന് എനിക്കു

തന്നെ മനസ്സിലാകുന്നില്ല. പരിചയമില്ലാത്ത ഒരു മാനസികാവസ്ഥ യാണിത്. പ്രതീക്ഷിക്കാത്ത നിമിഷത്തിൽ എന്റെയുള്ളിലുള്ള പാലം തകരുമോ? അത് എന്റെ പരാജയമാകുമോ? ഞാൻ തന്നെ ഇല്ലാതാകുമോ? ഇല്ല. ഈ ചിന്ത തന്നെ ബാലിശമാണ്. എന്നാൽ ഒരാമയ്ക്ക് മുന്നിൽ ആത്മബോധം, ആത്മാഭിമാനം തോന്നുക എന്നത് എനിക്കെന്നെക്കുറിച്ച് ഭയം ജനിപ്പിക്കുന്നതിനു കാരണമാകുന്നു. എന്നിൽ വരുന്ന മാറ്റത്തെ ഞാൻ ഭയക്കുന്നു. എന്നെ പീഡിപ്പിക്കുന്നവർക്ക് ഇത് വ്യക്തമായി അറിയാ മായിരുന്നു. എനിക്ക് എന്നെ കാണാനാകുന്നതിലും വ്യക്തമായി അവർ എന്നെ കാണുന്നു.

പ്രിയ ആമേ! ഒന്ന് വേഗം നിനക്കാവശ്യമുള്ള ഇലകളെടുത്ത് പോകൂ. ആ മനുഷ്യർ വന്നാൽ അവർ നിന്റെ മേൽ പിന്നെ ദയയൊന്നും കാണി ക്കില്ല. അവർ ഈ പോപ്ലാർ മരത്തിനു തീയിടും. എന്റെ ശരീരത്തിന്റെ ഭാരം അനുനിമിഷം വർധിക്കുകയാണ്. മണിബന്ധത്തിൽ നിന്നും കക്ഷംവരെ വേദന ഇരച്ച് കയറുന്നു. ആരോ നെഞ്ചിൽ ഇരുമ്പ് കൂടം കൊണ്ടടിക്കുന്നതുപോലെ. നെറ്റിത്തടം പൊട്ടിപ്പിളരുന്നു. കൺപീലികളി ലൊന്ന് നിവർത്താനുള്ള ശ്രമത്തിലാണ്. അപ്പോഴും ഈ ചെറുവിള്ളലി ലൂടെ പുറത്തേക്കൊന്ന് നോക്കാനും. ആ ആമ പോയിരിക്കുന്നു. തല ഇടത്തോട്ടും വലത്തോട്ടും തിരിച്ചു. കാലുകൊണ്ട് പരതി നോക്കി. അത് പോയിരിക്കുന്നു. അത് അപകടം തരണം ചെയ്തിരിക്കുന്നു. എന്നെ ഒറ്റ യ്ക്കാക്കിയിരിക്കുന്നു. എന്റെ ഭാരം മുഴുക്കെ പേറുന്നത് ഈ മണിബന്ധ ങ്ങളാണ്. അതിപ്പോൾ പൊട്ടിത്തകരും. ഞാൻ ഉച്ചത്തിൽ കരയുന്നു. ആരെങ്കിലും സഹായിക്കൂ... ഹേയ്... സഹായിക്കൂ!! ഈ ലോകത്തിലെ ഏറ്റവും ഒറ്റപ്പെട്ട സ്ഥലമാണിത്. കൈയിലിപ്പോൾ വാളുണ്ടായിരുന്നെ ങ്കിൽ പടവെട്ടി മരിക്കാൻ ഞാൻ തയ്യാറാകുമായിരുന്നു.

ഞാൻ തലയുയർത്തി. നല്ല ഉയരമുള്ള പോപ്ലാർ മരം. ആശ്ചര്യം തന്നെ. ഇവിടെ ഒരൊറ്റ പക്ഷിയില്ല. ഒരു പക്ഷിച്ചിറകിന്റെ സ്വരം കേൾ ക്കാനില്ല. ഇതെന്ത് തരം ലോകമാണ്? എന്റെ കരച്ചിലൊന്ന് കേൾക്കാ നാരുമില്ലാത്ത, ഒരൊറ്റ പക്ഷിപോലും പറക്കാത്ത ലോകം. അവയ്ക്ക് മരങ്ങളെ എങ്ങനെ ഇങ്ങനെ പൂർണ്ണമായും ഒഴിവാക്കാനാകും? ആ നാറ്റ മിതാ വീണ്ടും വരുന്നു. അപമാനത്തിന്റെ നാറ്റം. ഒരു കാലത്ത് അമ്പ് ഞാണയിൽ കൊരുത്ത് വലിച്ച് വിട്ടിരുന്ന കൈയിന്റെ മണിബന്ധങ്ങൾ ക്കിപ്പോൾ എല്ലാ കരുത്തും നഷ്ടമാകുന്നു. ഹൃദയം അടിയറവ് പറയുന്നു. ഈ വേദന ഇനിയും സഹിക്കാനാകില്ല. ബോധക്ഷയം വരുന്നു. ഞാനെ ഴുന്നേൽക്കുമ്പോഴേക്കും മരിച്ചിട്ടുണ്ടാകും. ഇതിൽ നിന്നെല്ലാം സ്വതന്ത്ര നാകും. ഹേയ്...!! മതി! മതി...! ഹേയ്...!! എന്നെയൊന്ന് കൊന്നു തരൂ. എന്റെ സ്വരം വല്ലാതെ നേർത്തിരിക്കുന്നു. ഏറ്റവും താഴെയുള്ള ശിഖര ത്തിലെ ഇലകൾ മാത്രമേ അത് കണ്ടിട്ടുണ്ടാകുകയുള്ളൂ. ഞാൻ മരിച്ചു പോകാനാണ് അവർ എന്നെ ഇവിടെ ഉപേക്ഷിച്ചത് എന്നുറപ്പാണ്. അവർ തിരിച്ച് വരും എന്ന് ചിന്തിച്ചത് തെറ്റ്. അവർക്ക് വേണ്ടത് ലഭിച്ചില്ല.

അതിനാൽ ഇവിടെ ഒറ്റയ്ക്കാക്കി പോയി. എന്നാൽ അവർക്ക് ഞാൻ മരിക്കണമായിരുന്നു. എങ്കിലേ അവരുടെ ദൗത്യം പൂർത്തിയാകുകയുള്ളൂ. പിടഞ്ഞ് മരിക്കണം. എന്റെ കരുത്തൊന്ന് വീണ്ടുകിട്ടാനാണ് ഇന്നലെ രാത്രി അവരെനിക്ക് റൊട്ടിയും വെള്ളവും തന്നത്. അതുപോലെ ഉറങ്ങാനനുവദിച്ചതും. അങ്ങനെയാകുമ്പോൾ ഇത്തിരി നേരംകൂടി എന്നിലെ ജീവൻ പിടിച്ച് നിൽക്കും. ക്ലേശം നീണ്ടുനിൽക്കും. മരണം അത്ര പെട്ടെന്ന് വരില്ലെന്ന് നിങ്ങൾക്കറിയില്ലേ? പടിപടിയായാണത് വരിക. സാവധാനത്തിലാണത് വരിക. ഒരു ആമയുടെ നടത്തത്തിനേക്കാൾ സാവധാനത്തിൽ.

ഈ സൂര്യനൊന്ന് വേഗം അസ്തമിച്ചെങ്കിൽ എന്ന് ആഗ്രഹിക്കുന്നു. ഇരുട്ടായെങ്കിൽ! എന്നെ കീഴടക്കുന്ന ഈ ചൂടൊന്ന് ശമിച്ചെങ്കിൽ അപ്പോൾ വേദനയും ദാഹവും മാത്രം അവശേഷിക്കും. അല്ലെങ്കിൽ ബോധം നഷ്ടമാകണം. പിന്നെ ഒന്നും ബാക്കിയുണ്ടാകില്ല. ആ മനുഷ്യർ എന്റെ മേൽ എന്തടിച്ചേല്പിക്കാൻ ശ്രമിച്ചുവോ അത് സ്വീകരിച്ചാൽ എന്ത് സംഭവിക്കും? അതെ എന്ന് ഞാൻ പറഞ്ഞാൽ? ക്ലേശം ഇത്തിരി കുറയുമായിരിക്കും. ഞാൻ പറഞ്ഞത് അവർ വിശ്വസിക്കുമായിരിക്കും. എനിക്ക് നഷ്ടപ്പെടാനായി എന്തുണ്ട്? എന്നെ പീഡിപ്പിക്കുന്നത് അവർ തുടർന്നാൽ ഞാനങ്ങനെ വേദനയാൽ പുളഞ്ഞുകൊണ്ടിരിക്കും. ഒരു വ്യത്യാസവും അതുകൊണ്ടുണ്ടാക്കില്ല. അതെ, അങ്ങനേയും ശ്രമിക്കാമായിരുന്നു. അവർ എന്റെ കൈയൊന്നഴിക്കുകയാണെങ്കിൽ ആദ്യം ആവശ്യമായി വരിക കുറച്ച് വെള്ളമാണ്. ദാഹം ശമിപ്പിക്കാനിത്തിരി വെള്ളം. തൃപ്തിയാകുന്നതുവരെ കുടിക്കാൻ ഇത്തിരി വെള്ളം. മുങ്ങിച്ചാകുന്നതുപോലെ കുടിക്കാനിത്തിരി വെള്ളം. ഒരു അരുവിക്കരയിൽ കുമ്പിട്ട് കിടക്കുന്നതുപോലെ, ഇത്തിരി വെള്ളം.

ഒരില വീണു. എന്റെ ചുമലിലാണ് അത് വീണത്. അത് സാവധാനത്തിൽ ഒഴുകുന്നു. കഴുത്തിന്റെ ഇടത് ഭാഗത്തുകൂടെ, സാവധാനത്തിൽ. അതിന്റെ തണുപ്പ് നെഞ്ചിലേക്ക് പടരുന്നു. ഞാനൊന്ന് വിറച്ചു. ഞാനൊറ്റയ്ക്കല്ല എന്ന് പോപ്ലാർ പറയുകയാണ്. അതിനെ അനുഗ്രഹിക്കൂ. അതിന്റെ ജീവൻ ഈ വൃക്ഷത്തടിയോളം ദൈർഘ്യമുള്ളതാകട്ടെ. അതിന്റെ ശിഖരങ്ങളോളം സമൃദ്ധമാകട്ടെ. ഇടതുവശത്തേക്ക് തലയൊന്ന് തിരിച്ച്, കണ്ണിനു കാണാവുന്ന ചെറുദ്വാരത്തിലൂടെ ആ ഇലയെ നോക്കാൻ ആകുന്നില്ല. ഒന്നുകൂടെ പരിശ്രമിച്ചാൽ ഒരുപക്ഷേ അത് തോളിൽനിന്നും വീണ് പോകും. വീണ്ടും ആ ആമയ്ക്ക് മേൽ ചാരവൃത്തി നടത്താൻ തീരുമാനിച്ചു. അത് താഴെയുണ്ട്. എന്റെ ഇടത് കാലിനപ്പുറത്ത്. അതെങ്ങനെ സാധ്യമാകും? ആമ തലകുത്തി വീണിരിക്കുന്നു. അതൊന്ന് നിവരാനായുള്ള തീവ്രയത്നത്തിലാണ്. അതെപ്പോഴാണിവിടെ എത്തിയത്? എപ്പോഴാണ് അങ്ങനെ തലകുത്തി മറിഞ്ഞത്? അതെന്നെ ഉപേക്ഷിച്ച് പോയി എന്നാണ് കരുതിയിരുന്നത്. ഇനി മടങ്ങിവരാത്തവിധത്തിൽ

ദൂരേക്ക് പോയിട്ടുണ്ടാകും എന്ന് കരുതി. എനിക്ക് അതിനെ സഹായിക്കണം. നിവരാൻ സഹായിക്കണം. അല്ലെങ്കിൽ അതും എന്നോടൊപ്പം ചത്ത് പോകും. ഞാൻ കാലൊന്ന് നിവർത്തി. എന്നാൽ കാല് അതിനടുത്തേക്കെത്തുന്നില്ല. ഒന്നുകൂടി ശ്രമിച്ചു. കൈകൾ പൊട്ടിപ്പോകും എന്ന അവസ്ഥവരെ. എന്റെ കൈകൾ... മണിബന്ധം... ഒന്നുകൂടി... തോളിലുള്ള ഇല താഴേക്ക് വീണ് വട്ടം കറങ്ങി ആമയ്ക്കരികിലെത്തി. ആ കാറ്റുകൊണ്ട് ആമയെ സഹായിക്കണം എന്ന മട്ടിലായിരുന്നു ഇലയുടെ വീഴ്ച. ഇപ്പോൾ മനസ്സിലാകുന്നു. ആമയെപ്പോലെ ഞാനും നിസ്സഹായനാണെന്ന് ഇലയറിഞ്ഞപ്പോൾ, അത് ശിഖരത്തിൽ നിന്നും വേർപെട്ട് എന്റെ സമീപമെത്തിയതാണ്. അങ്ങനെ വേർപെടുമ്പോഴുള്ള സ്വന്തം വേദന അത് കാര്യമാക്കിയില്ല. അത് എനിക്ക് അതിന്റെ തണുപ്പ് തന്നു. ഞാനിപ്പോഴും ജീവനോടെയുണ്ടെന്നോർമ്മിപ്പിച്ചു. പിന്നെ ആമയെ സഹായിക്കാനൊരുമ്പെട്ടപ്പോൾ, അത് ആമയ്ക്കരികിലേക്ക് പോയി. എന്നാൽ എന്നെപ്പോലെ അതിനും ആമയെ സഹായിക്കാനാകില്ല. അതിന്റെ സഹായം മതിയാകില്ല. എനിക്കാകുമായിരുന്നെങ്കിൽ മണിബന്ധം പൊട്ടിക്കുമായിരുന്നു. എന്നിട്ട് നിലത്ത് വീഴുമായിരുന്നു. ആമയെ മറിച്ചിടുമായിരുന്നു... പിന്നെ അവസാന ശ്വാസം വലിക്കുമായിരുന്നു... അതെ, ആ ഇലയ്ക്ക് സമീപം തന്നെ. വിപത്തുകളിൽ ഏറ്റവും ദയനീയം നിസ്സഹായതയാണ്. അങ്ങനെ ഞാൻ വിശ്വസിക്കുന്നു. വിധി ദൗർഭാഗ്യകരമായി പരിണമിച്ചിരിക്കുന്നു.

ആ ആമയ്ക്ക് സ്വയം മറിഞ്ഞ് വീഴാനാകുമോ? എനിക്ക് കാണാനാകുന്നതിലും ദൂരെ ഏതെങ്കിലും കുന്നിൻചെരുവിൽ നിന്നാണ് അത് മറിഞ്ഞ് വീണതെങ്കിലും ഞാൻ ആ സ്വരം കേൾക്കുമായിരുന്നു. കാതുകൾ കണ്ണുകൾക്ക് പകരമായിരിക്കുന്നു. ദിവസങ്ങളായി അടച്ചിട്ടിരിക്കുന്ന കണ്ണുകൾക്ക് പകരം. ഏറ്റവും മൃദുവായ സ്വരംപോലും കാതുകൾ നഷ്ടപ്പെടുത്താതായിരിക്കുന്നു. പോപ്ലാറിന്റെ സ്വരമൊഴികെ. എന്റെ സ്വരമൊഴികെ. സൂര്യന്റെ അഗ്നി പാറുന്ന സ്വരമൊഴികെ. എല്ലാം വലിയ ഗർജ്ജനങ്ങളായി മാറുന്നു. ഒരുപക്ഷേ ആരെങ്കിലും അതിനെ മറിച്ചിട്ടതാകാം. അത് സാധ്യമാണോ? ഇവിടെ ചുറ്റിലും ആരെങ്കിലുമുണ്ടോ? ആരെങ്കിലും എന്നെ നോക്കുന്നുണ്ടോ? നിശ്ശബ്ദത... ഞാൻ ഒരു മാംസപേശിപോലും ഇളക്കുന്നില്ല. ഇത് യാദൃച്ഛികമല്ല. അവർ ആ ആമയെ എനിക്കരികിൽ എന്നാൽ എനിക്കെത്താനാകാത്തിടത്ത് വെച്ചിരിക്കുന്നു. ഹേയ്... മതി... മതി!! എന്റെ സ്വരം ആദ്യമായി പ്രതിധ്വനിക്കുന്നു. മതി...!! ആരെങ്കിലും ദൂരെനിന്നെന്നെ നോക്കുന്നുണ്ടെങ്കിൽ അവരെന്റെ ക്ഷമയെ പരീക്ഷിക്കുകയാണ്. എന്റെ പ്രതിരോധം ഇനിയെന്തൊക്കെ രൂപമെടുക്കുമെന്ന്. അവരെന്ത് കണ്ടു? ക്ഷീണിച്ച ശരീരമോ, എന്റെ മുരളുന്ന ആത്മാവോ? കാത്തിരിക്കുന്നത് വെറുതെയാണെന്ന് ഇപ്പോഴും അവർ തിരിച്ചറിഞ്ഞിട്ടില്ല. അല്ലെങ്കിൽ അവരിപ്പോൾ വന്ന് വയറു കീറിയേനേ. പൂച്ചക്കണ്ണൻ ചെന്നായ്ക്കൾക്കെറിഞ്ഞുകൊടുത്തേനേ. പാവം ആമ. ഈ

ചൂടിനെ അതിനെ അതിജീവിക്കാനാകില്ല. മരണം കാത്ത് കിടക്കുകയല്ലാതെ അതെന്ത് ചെയ്യാനാണ്? കാത്തിരിക്കുക എന്നത് ഇപ്പോൾ മരണം എന്നതിന് മറ്റൊരു വാക്കായിരിക്കുന്നു.

ഞാനിവിടെ എങ്ങനെ എത്തി എന്നദ്ഭുതപ്പെടുകയാണെന്ന് ഈ ആമയ്ക്കറിയാമോ? അത് ആദ്യമായാണ് ഇതിലൂടെ കടന്നു പോകുന്നതെങ്കിൽ, ഞാൻ ഇങ്ങനെ ഇവിടെ നിൽക്കുന്ന ഒരുത്തനാണെന്ന് കരുതിയിരിക്കും. ജീവനുണ്ടെങ്കിലും അനങ്ങാനാകാതെ നിൽക്കുന്ന ഒരുത്തൻ. ഞാൻ ഈ പോപ്ലാർ മരത്തിന്റെ ഭാഗമാണെന്ന് കരുതിയിരിക്കും. ആ മരത്തിന്റെ തടിയിലൊരു മുറിവാണെന്ന് കരുതിയിരിക്കും. ദിവസങ്ങൾ ഇങ്ങനെ തുടങ്ങുകയും അവസാനിക്കുകയും ചെയ്യുന്നു. ഞാൻ ജനിച്ചതേ ഇവിടെയാണ്. മരിക്കാൻ പോകുന്നതും ഇവിടെ തന്നെ. സൂര്യൻ ശപിച്ച പോപ്ലാർ മരത്തിന്റെ ഭാഗമാണ് ഞാൻ. വേദനിക്കുകയും മിടിക്കുകയും ചെയ്യുന്ന ഭാഗം. ചലം നിറഞ്ഞ ഭാഗം. രക്തം ഒലിക്കുന്ന ഭാഗം. ശപിക്കപ്പെട്ട ഭാഗം. വളരെ ദയനീയമായ സ്ഥിതിയിലാണ്. പക്ഷികൾ പോലും മറ്റെങ്ങോ പറന്നുപോകുന്നു. എന്നെ കാണാതിരിക്കാൻ നക്ഷത്രങ്ങൾ വഴി മാറിപോകുകയോ, വരുന്നത് വൈകിക്കുകയോ ചെയ്യുന്നു. ഈ സൂര്യൻ ഒരിക്കലും അസ്തമിക്കുകയില്ല. ആമേ, നിനക്കെങ്കിലും നിന്നെയൊന്ന് രക്ഷിക്കാനായെങ്കിൽ! എന്റെ ചുണ്ട് ഈ മണ്ണ് പോലെ വരണ്ടുണങ്ങി പൊട്ടിയിരിക്കുന്നു. എനിക്കിനിയും പിടിച്ച് നിൽക്കാനാകുന്നില്ല. ഹേയ്...!!! ഹേയ്..!! നിങ്ങൾ അവിടെയുണ്ടെന്ന് എനിക്കറിയാം. ചുരുങ്ങിയ പക്ഷം ഈ ആമയെയെങ്കിലും നിവർത്തി നിർത്തൂ. ഹേയ്!!

പെട്ടെന്ന് പുറകിൽ ഒരു ശബ്ദംകേട്ടു. കനത്ത കാലടികൾ. അതൊരു വന്യമൃഗമല്ല. അയാൾ എനിക്ക് മുമ്പിൽ വന്ന് നിന്നു. അയാളുടെ ശ്വാസം എന്നിൽ പതിച്ചു.

“നിന്റെ പേരെന്താണ്?” പൂച്ചക്കണ്ണൻ.

തലയ്ക്കുള്ളിൽ മണി മുഴങ്ങുന്നു. മുഖമടച്ചുകെട്ടിയ തുണിയുടെ വിടവിലൂടെ എനിക്ക് അയാളുടെ കാലുകാണാം. ആമ അയാൾക്ക് പുറകിലുണ്ട്. അത് ഭയന്നിരിക്കുന്നു. അതനങ്ങുന്നില്ല. ഞാൻ അസ്ലമാണെന്ന് സമ്മതിച്ചാൽ എനിക്കെന്ത് സംഭവിക്കും? അങ്ങനെയെങ്കിൽ ഈ ആമയും രക്ഷപ്പെടില്ലേ? അതിനപ്പോൾ അതിന്റെ വഴിക്ക് പോകാം. എനിക്ക് വെള്ളം കുടിക്കാനാകും. ഒരു തുള്ളി വെള്ളം. പൂച്ചക്കണ്ണാ, അന്ന് നമ്മൾ കെട്ടിമറിഞ്ഞ് വീണ ആ അരുവിയിൽ നിന്നെ ഞാൻ മുക്കിക്കൊല്ലുമായിരുന്നു. അതല്ലെങ്കിൽ പൊടുന്നനെ രക്ഷപ്പെടുമായിരുന്നു. നീ ഒന്നല്ല, നിങ്ങളാണെന്ന്, അനേകരുണ്ടെന്ന് എനിക്കറിയില്ലായിരുന്നു.

അന്ന് മുഴുക്കെ യാത്ര ചെയ്ത ക്ഷീണത്തിലായിരുന്നു ഞാൻ. രാത്രിയിൽ അരുവിക്കരയിൽ തമ്പടിച്ചതായിരുന്നു. ഭക്ഷണം കഴിച്ചിട്ടേയുണ്ടായിരുന്നുള്ളൂ. ഉറങ്ങുന്നതിനുമുമ്പ് കുറച്ച് വെള്ളംകുടിച്ചു. തുകലുകൊണ്ടുണ്ടാക്കിയ വെള്ളപ്പാത്രമുയർത്തി വെള്ളം കുടിച്ചു. തടാകത്തിൽ മുഖം താഴ്ത്തിയിരുന്നെങ്കിൽ എന്ന് ഇപ്പോൾ ഞാൻ കരുതുന്നു. അതിലെ

ഓരോ തുള്ളി വെള്ളവും വലിച്ചെടുത്തിരുന്നെങ്കിൽ എന്ന്. അന്ന് ഞാൻ നേരത്തെ ഉറങ്ങി. എന്നാൽ അധികം താമസിയാതെ ആരോ അടുത്ത് വരുന്നു എന്നു മനസ്സിലായി. ഞാൻ എഴുന്നേറ്റിരുന്നു. അയാളുടെ വലിയ ശരീരം ഇരുട്ടിൽ ഒരു പാറയാണെന്ന് തോന്നിപ്പിച്ചു. ഞാൻ വാൾ കൈയി ലെടുത്തു. പത്തടി ദൂരെ ആരോ നിൽക്കുന്നു. അരുവിക്കരയിലാണ് അയാൾ നിൽക്കുന്നത്. പാതി വിടർന്ന ചന്ദ്രൻ പടിഞ്ഞാറെത്തിയിരി ക്കുന്നു. അയാൾക്ക് പുറകിലാണപ്പോൾ ചന്ദ്രൻ. മലനിരകൾക്ക് മുകളിൽ. അർദ്ധരാത്രിയായിട്ടുണ്ടായിരുന്നു. അയാളുടെ കൈയിലുണ്ടായിരുന്ന നീളമുള്ള വാൾ ഒരു പാമ്പിനെപ്പോലെ എന്നെ ഭയപ്പെടുത്തി. അയാൾ ഒന്ന് രണ്ടടി മുന്നോട്ടെടുത്തപ്പോൾ ഇങ്ങനെയൊരു രാക്ഷസരൂപിയെ പരാജയപ്പെടുത്താൻ എനിക്കാകുമോ എന്ന് ശങ്കിച്ചു. അയാൾ മൂന്നാ മത്തെ അടി മുന്നോട്ട് വെയ്ക്കുന്നതിനു മുമ്പേ ഞാൻ വാൾ വീശിക്കഴി ഞ്ഞിരുന്നു. അത് പതിച്ചത് അയാളുടെ നെഞ്ചിലായിരുന്നു. അയാൾ മറിഞ്ഞ് വീണു. ഒരു നിമിഷം ശങ്കിച്ചു. ചുറ്റും നോക്കി. അവധാനത യോടെ ചുറ്റും നോക്കി. ഞാനയാൾക്കരികിലേക്ക് നീങ്ങി. ഞാൻ വാൾ വലിച്ചൂരാൻ ശ്രമിക്കുന്നതിനിടയിൽ ആരോ പുറകിൽനിന്നും ചാടിയെത്തി. ഞാൻ ഉരുണ്ട് മാറി. നനഞ്ഞു.

എനിക്ക് ചുറ്റിലും വെള്ളമായിരുന്നു. എത്ര സുന്ദരമായിരുന്നു അത്. എന്നാൽ അയാൾ ആജാനുബാഹുവായിരുന്നു. എന്നേക്കാൾ കരുത്തൻ. എന്നിട്ടും അയാളെ മറിച്ചിടാൻ എനിക്കായി. വിളറിയ നിലാവ് അയാ ളുടെ മുഖത്തടിച്ചപ്പോൾ, ആ കണ്ണുകൾ പൂച്ചക്കണ്ണുകൾ പോലെ തിളങ്ങു ന്നത് കണ്ടു. എനിക്കരികിൽ കിടന്നിരുന്ന ശവത്തിൽനിന്നും വാൾ വലി ച്ചൂരി ഞാനത് അയാളുടെ ചങ്കിൽ വച്ചു. “നീ ആരാണ്?” ഞാൻ ചോദിച്ചു. എനിക്ക് പുറകിൽ നിന്നും നിഷ്ഠുരമായ ഒരു സ്വരം വന്നു. “ചോദ്യം ഞങ്ങളാണ് ചോദിക്കേണ്ടത്, നീയല്ല!” ഞാൻ തിരിഞ്ഞ് നോക്കി. കുറ്റി ക്കാട്ടിൽ നിന്നും വാളും അമ്പുമേന്തി ഒരു ഡസൻ ആളുകൾ പുറത്ത് വന്നു. അവരെന്നെ പിടിച്ച് കെട്ടി. ദീർഘമായ ഒരു യാത്രയ്ക്ക് ശേഷം ഗുഹയിലെത്തിച്ചു. എന്താണ് സംഭവിക്കാൻ പോകുന്നത് എന്നതിന്റെ സൂചനയുണ്ടായിരുന്നെങ്കിൽ, ഞാൻ ആ വാള് നിന്റെ കഴുത്തിലമർത്തു മായിരുന്നു പൂച്ചക്കണ്ണാ.

“ഈ ആമ ഒരു തെറ്റും ചെയ്തിട്ടില്ല. അതിനെയൊന്ന് മറിച്ചിടൂ. തടവു കാരനായി നിനക്ക് എന്നെ ലഭിച്ചിട്ടുണ്ടല്ലോ.”

പൂച്ചക്കണ്ണൻ ഒന്നുമറിയാത്തതുപോലെ എന്റെ മുറിവുകളിൽ വിരല മർത്തുന്നു. എന്റെ ശരീരം വിറയ്ക്കാൻ തുടങ്ങി.

“ഇനി നിന്റെ പേരൊന്ന് പറയ്.”

ഞാൻ പറയുന്നത് സത്യമാണോ എന്ന് നീയെങ്ങനെ അറിയും? എന്നെ ഇത്രയും ദിവസം പീഡിപ്പിച്ച് പീഡിപ്പിച്ച് നീയും ക്ഷീണിച്ചിരിക്കും. ഞാനുള്ളതുകൊണ്ട് നീ ഉറക്കം കളഞ്ഞിരിക്കും. എനിക്കായി കാവൽ

നിന്നിരിക്കും. ഇതിനൊക്കെ ഒരു അവസാനം വേണ്ടേ. വേണം. അവസാനിക്കണം. നീ എന്ത് വേണമെങ്കിലും ചെയ്തോളൂ. നിന്നെ എനിക്കോർമ്മയില്ല. നിനക്ക് എന്നേയും.

"റിൻഡ എന്നാണെന്റെ പേര്. ഞാൻ നിങ്ങളോടെന്തിന് നുണ പറയണം. നിങ്ങൾക്ക് തെറ്റായ എന്തെങ്കിലും വിവരം ലഭിച്ചിരിക്കും. അതുകൊണ്ടായിരിക്കും നിങ്ങൾ ഇങ്ങനെ നിർബന്ധിക്കുന്നത്. എന്റെ അവസ്ഥയൊന്ന് നോക്കൂ. ഞാൻ പറയുന്നത് സത്യമാണ്."

എനിക്ക് ബോധക്ഷയമുണ്ടാകണ്ട. എനിക്ക് ഉറങ്ങണം. അവർ എന്നെ ഈ മണ്ണിൽ ഉപേക്ഷിച്ചോട്ടെ. എന്നെയൊന്ന് കിടക്കാൻ അനുവദിക്കൂ.

അവർ കൈയിന്റെ കെട്ടഴിച്ചു. ആരോ എന്റെ നെഞ്ചിലമർത്തി. ഞാൻ മരത്തിൽ ചാരി നിൽക്കുകയാണ്. അവരെന്നെ മരത്തിൽ ചേർത്ത് കെട്ടി. കഴുത്ത് മുതൽ കാലുവരെ വരിഞ്ഞു കെട്ടി. ഇപ്പോൾ എന്റെ വലത് കൈ മാത്രമേ സ്വതന്ത്രമായുള്ളൂ. രണ്ട് പേർ വന്ന് എന്റെ മണിബന്ധത്തിൽ കൈ വച്ചു. അത് ശോഷിച്ചിരിക്കുന്നു. നീരുകെട്ടിയിരിക്കുന്നു. അതിലൊന്ന് തൊടുക എന്നതുപോലും നരകതുല്യമാണ്. ആരോ എന്റെ മോതിരവിരലിൽ പിടിച്ചു. അവരെന്താണ് ചെയ്യാൻ പോകുന്നത്? എനിക്ക് മനസ്സിലാകുന്നില്ല. പെട്ടെന്ന് മൂർച്ചയുള്ള എന്തോ അവർ എന്റെ നഖത്തിനുള്ളിൽ കയറ്റി. ഞാൻ ഉച്ചത്തിൽ നിലവിളിച്ചു. കൈ പുറകോട്ട് വലിക്കാൻ ശ്രമിച്ചു. പൂച്ചക്കണ്ണന്റെ കത്തി. അത് നിന്നു. വീണ്ടും തുടങ്ങി. സാവധാനത്തിൽ. ഞാൻ ബഹളം വച്ചു. എനിക്ക് ശരീരത്തിന്റെ മറ്റു ഭാഗങ്ങൾ എന്തൊക്കെ എന്നറിയാനാകുന്നില്ല. എനിക്കിപ്പോൾ ഈ ഒരൊറ്റ വിരൽ മാത്രമേയുള്ളൂ. ഒന്ന് നിർത്തൂ. ഞാൻ നിലവിളിച്ചു. അവരെന്റെ നഖം ഇളക്കാൻ തുടങ്ങി. എന്റെ നിലവിളി വീണ്ടും ഉച്ചത്തിലായി. "നിന്റെ പേരു പറയ്", അവർ വീണ്ടും ആവശ്യപ്പെട്ടു. എന്റെ കരച്ചിൽ നാലു പാടുനിന്നും പ്രതിധ്വനിച്ചു. ഞാൻ മരിക്കുകയാണ്. ഞാനെന്റെ തല ഇടത്തോട്ടും വലത്തോട്ടും ശക്തമായി ആട്ടിക്കൊണ്ടിരുന്നു. എന്നെ കൊല്ലൂ. എന്നെ ചെന്നായ്ക്കൾക്കെറിഞ്ഞ് കൊടുക്കൂ. അവർ എന്റെ പേരു ചോദിക്കുന്നു. തലമുതൽ കാലുവരെ ഞാനിപ്പോൾ ഒരൊറ്റ നിലവിളിയിൽ മുങ്ങിയിരിക്കുന്നു. ഉരുകിയ ലോഹം ആരോ എന്റെ വിരലിന്മേൽ ഒഴിക്കുന്നതുപോലെ തോന്നുന്നു. കത്തി വീണ്ടും ആഴത്തിലേക്കിറങ്ങി. അവർ എന്റെ നഖം പറിച്ചെടുക്കുകയാണ്. പിന്നെ അത് നഖത്തിന്റെ ഏറ്റവും അവസാനത്തേക്കെത്തുന്നു... അരുതേ...!!

സമയം നിശ്ചലമായിരിക്കുന്നു. എന്നിലെ അവസാന പ്രതിരോധവും തകരുകയാണ്. ഞാൻ മരിച്ചിരിക്കുന്നു. സൂര്യൻ അപ്രത്യക്ഷമായിരിക്കുന്നു. എത്ര ദിനരാത്രങ്ങൾ കഴിഞ്ഞുപോയി എന്ന് ആർക്കുമറിയില്ല. ഈ വിശ്വത്തെക്കുറിച്ചുള്ള എന്നിലെ ഓർമ്മകളെല്ലാം മായ്ച്ച് കളഞ്ഞിരിക്കുന്നു.

ആരോ എന്നോട് മൃദുവായി സംസാരിക്കാൻ ശ്രമിക്കുന്നു. എന്നെ അലോസരപ്പെടുത്തരുതെന്ന വ്യാജേന. "കുഴപ്പമില്ല," അയാൾ പറയുന്നു.

"ശാന്തനാകൂ. അതവസാനിച്ചു." എനിക്ക് കുറച്ചുറങ്ങണം. കുറച്ചധികം ഉറങ്ങണം. കുറച്ചധികം വിശ്രമിക്കണം. എന്നാൽ നിർവചിക്കാനാകാത്ത ഭയം ഇന്ദ്രിയങ്ങളെ കാർന്ന് തിന്നുന്നു. ഞാൻ കണ്ണു തുറന്നു. അതെ, കണ്ണ് തുറന്നു. കണ്ണിന്റെ കെട്ടഴിച്ചിരിക്കുന്നു. ചുറ്റിലും അപ്പോഴും ഇരുട്ടാണ്. ആരോ എന്നെ പുതപ്പിച്ചിട്ടുണ്ട്. ഇവിടെ ആരോ ഉണ്ട്. അയാളുടെ മുഖമെനിക്ക് കാണാം. ഞാൻ കിടക്കുകയാണ്. അയാൾ എനിക്കരികിലിരിക്കുന്നു.

"ശാന്തമാകൂ, റിൻഡ." അയാൾ പറയുന്നു. അയാൾ എനിക്ക് ഒരു ഗ്ലാസിൽ വെള്ളം തന്നു.

"ഞാൻ എവിടെയാണ്?"

"മട്ടുപ്പാവിൽ കിടക്കുന്ന കണ്ടു. കൊച്ചുസുൽത്താൻ പോയിരുന്നു. അമിതമായി വീഞ്ഞ് കുടിച്ചു എന്ന് തോന്നുന്നു. താങ്കൾ പിച്ചും പേയും പറയുന്നുണ്ടായിരുന്നു. ഉന്മത്തനായിരുന്നു. ഞാൻ താങ്കളെ താങ്കളുടെ മുറിയിലെത്തിച്ചു. താങ്കൾ എന്തൊക്കെയോ ഒച്ചവച്ചുകൊണ്ടിരുന്നു."

അതെല്ലാം ഒരു പേക്കിനാവ് മാത്രമായിരുന്നോ? അങ്ങനെ സംഭവിക്കുമോ?

"ഞാൻ എവിടെയാണ്?" ഞാൻ ചോദിച്ചു. എന്നിലെ ആകാംക്ഷ അടങ്ങിയില്ല. വാക്കുകൾ വിറയ്ക്കുന്നു. വല്ലാത്തൊരു പിരിമുറുക്കത്തിലാണ്. ഇപ്പോൾ ആരോ കയറി വരുമെന്ന മട്ടിലൊരു പിരിമുറുക്കം.

"ഇങ്ങനെ വിഷമിക്കാനൊന്നുമില്ല. താങ്കൾ സഫാലിയിലാണ്. താങ്കളുടെ മുറിയിൽ. എന്തൊക്കെയോ പേക്കിനാവു കണ്ടു എന്ന് തോന്നുന്നു. താങ്കളുടെ മനസ്സ് ഇപ്പോഴും അവിടെത്തന്നെയാണ്."

ആ വേദന, ആ മനഃപീഡ, ഭീതി... അതൊക്കെ സ്വപ്നമായിരുന്നോ? എന്റെ ശ്വാസമിപ്പോൾ നിലയ്ക്കും. ഞാൻ എന്നെ വീണ്ടും സ്വരുക്കൂട്ടിയെടുക്കട്ടെ. ഈ വായുവിലൊന്ന് സ്പർശിക്കട്ടെ. അകമൊന്ന് ചൂടാകട്ടെ. ആകെ വിണ്ട് വരണ്ടിരിക്കയാണ്. ഇത് കൊച്ചുസുൽത്താൻ തന്നെ വീഞ്ഞിന്റെ പ്രഭയാകാം. നല്ല കടുപ്പമുള്ള വീഞ്ഞായിരുന്നു! എന്തൊരു തരം പേക്കിനാവായിരുന്നു അത്... ഇത്തരം ഭീതിയുണർത്തുന്ന സ്വപ്നങ്ങൾ ഇങ്ങ് വടക്കുള്ളവർക്ക് മാത്രമുള്ളതാണ്. അങ്ങനെയാകണം, ഒരു പക്ഷേ. വയർ മുരളുന്നു. എനിക്കിനിയും ഇങ്ങനെയൊരു നിദ്രയോ പീഡയോ വേണ്ട. ശ്വാസം മുട്ടിക്കുന്ന ആ സൂര്യൻ പോയ്മറഞ്ഞിരിക്കുന്നു. മൂടിക്കെട്ടിയ കണ്ണിലൂടെ എന്നിലേക്കാഴ്ന്നിറങ്ങിയ ഇരുട്ട് ഉരുകിപ്പോയിരിക്കുന്നു. എങ്കിലും ഇപ്പോഴും ഇന്ദ്രിയങ്ങളെ പഴയപടിയാക്കുവാൻ ബുദ്ധിമുട്ട് തോന്നുന്നു.

"ശരീരം മുഴുക്കെ വേദനിക്കുന്നു."

"മട്ടുപ്പാവിന്റെ പടികളിൽ നിന്നും വീണു എന്ന് തോന്നുന്നു. താങ്കൾ പടികളുടെ ഏറ്റവും താഴെയാണ് കിടന്നിരുന്നത്. എന്തൊക്കെയോ പിച്ചും

പേയും പറയുന്നുണ്ടായിരുന്നു. എനിക്കൊന്നും മനസ്സിലായില്ല. പരസ്പര ബന്ധമില്ലാത്ത വാക്കുകളായിരുന്നു അധികവും."

"ഞാനൊരു പേക്കിനാവ് കണ്ടു. അതൊന്ന് പറയാനുള്ള കരുത്തു പോലും എന്നിലിപ്പോഴില്ല. ഞാനത് മറക്കാനാഗ്രഹിക്കുന്നു."

ആ വേദന എനിക്കിപ്പോഴും അനുഭവത്തിലുണ്ട്. എന്റെ കഴുത്തിൽ, കൈകളിൽ, പാദങ്ങളിലെല്ലാം. ശരീരം മുഴുക്കെ ഒടിച്ച് നുറുക്കിയതു പോലെ തോന്നുന്നു. സത്യമായും ഉറക്കമെണീറ്റോ? വല്ലാത്ത ക്ഷീണം തോന്നുന്നു.

"ഞാൻ വിളക്ക് കൊളുത്തിയിട്ടില്ല. പർദ്ദകൾ വലിച്ചിട്ടിരിക്കയാണ്. പ്രഭാതമായിട്ടില്ല. കുറച്ച് സമയം കൂടി ഉറങ്ങൂ."

"വേണ്ട. ഇനിയും ഉറങ്ങാനുള്ള ധൈര്യമില്ലെനിക്ക്. ആവശ്യത്തിന് വെള്ളം കുടിച്ചിട്ടില്ലെന്ന് തോന്നുന്നു. ഒരു ഗ്ലാസ് വെള്ളം കൂടി തരാമോ?"

അയാൾ വെള്ളത്തിന്റെ പാത്രമെടുത്തു. ഗ്ലാസ് നിറച്ചു. അതൊരു ചില്ലുഗ്ലാസായിരുന്നു. വലിയ ഗ്ലാസ്. മതിവരുവോളം വെള്ളം കുടിച്ചു. ചുണ്ടുകൾ വേദനിക്കുന്നു. അവ വരണ്ടിരിക്കുകയാണ്.

സഫാലിയിലെ എല്ലാ ചത്വരങ്ങളിലേയും വെള്ളം ഞാനപ്പോൾ കുടിച്ച് വറ്റിക്കുമായിരുന്നു. അങ്ങനെ ചെയ്താലേ ബോധം തിരിച്ച് കിട്ടൂ എന്ന അവസ്ഥയിലായിരുന്നു. ഞാനപ്പോഴും ആ സ്വപ്നത്തിലാണെന്ന സംഭ്രമം അപ്പോഴേ തീരുകയുള്ളൂ, തുടച്ച് മാറ്റപ്പെടുകയുള്ളൂ. അപ്പോഴേ ഞാൻ പൂർണമായും ഉണരുകയുള്ളൂ.

"താങ്കളുടെ സ്വരം ഞാൻ തിരിച്ചറിയുന്നു സെയ്ദിഗൾ. എന്റെ സ്വപ്നത്തിനിടയിൽ താങ്കൾ എന്നിലേക്ക് കുമ്പിട്ട് 'അദ്ദേഹം ഉറങ്ങുകയാണോ' എന്ന് ചോദിക്കുകയുണ്ടായി. എപ്പോഴത്തേയും പോലെ അപ്പോഴും താങ്കളുടെ സ്വരം വളരെ മൃദുവായിരുന്നു."

"ആശ്ചര്യം തന്നെ. എന്നുവച്ചാൽ ഞാൻ താങ്കളുടെ സ്വപ്നത്തിൽ പ്രവേശിച്ചു എന്ന് അല്ലേ? ഈ കൂരിരുട്ടിൽ താങ്കളെന്നെ സെയ്ദിഗൾ എന്ന് വിളിക്കണമെന്നില്ല. ഇത് കൊട്ടാരത്തിന്റെ ആളൊഴിഞ്ഞ ഒരു മൂലയാണ്. മറ്റ് ഹൃദയങ്ങളിൽ നിന്ന് ഇവിടേക്ക് വെളിച്ചമെത്തിക്കാനാണ് ഞങ്ങൾ ശ്രമിക്കുന്നത്. അതുകൊണ്ടാണ് മറ്റുള്ളവരുടെ പേരുകൾ ഞങ്ങൾ സ്വീകരിക്കുന്നത്. എന്റെ ശരിയായ പേര് അവാദീൻ എന്നാണ്."

അസാധാരണമായ ഒരു പേര്. ഞാൻ അയാളുടെ വളഞ്ഞ കഴുത്തിലേക്ക് നോക്കി. അത് അയാൾക്ക് അനുയോജ്യമാണോ എന്ന മട്ടിലൊരു നോട്ടം. അത് അയാൾ കണ്ടു. ഞാൻ നിശ്ശബ്ദനായി. അവാദീൻ തുടർന്നു.

"യഥാർത്ഥ സെയ്ദിഗളും ഞാനും ഒരേ ഗ്രാമത്തിലാണ് വളർന്നത്. അദ്ദേഹം എന്റെ ബാല്യകാലസുഹൃത്തായിരുന്നു. എനിക്ക് അയാളുടെ പേരുവേണമെന്ന് തോന്നി. അയാളുടെ കഥയും. അയാളുടെ ഹൃദയവും സഫാലിയിലെ ചർച്ചയിലാണ്. അയാൾ തന്റെ ജീവിതത്തെ എങ്ങനെ

കാണുന്നു എന്ന് ഓർക്കാൻ ഞാൻ ശ്രമിച്ചു. അതാണിത്ര ജിജ്ഞാസയ്ക്ക് കാരണമായത്. അയാളാകട്ടെ അതിനെക്കുറിച്ച് നിശ്ശബ്ദനാകാനാണ് താത്പര്യപ്പെട്ടത്. ഞങ്ങൾ ഇരുവരുടേയും കഴുത്ത് ഇതുപോലെ വളഞ്ഞതാണ്. നല്ല മനുഷ്യനാണയാൾ. വർഷങ്ങൾക്ക് മുമ്പ് മരിച്ചുപോയി."

"അതായത് ആ നല്ല മനുഷ്യൻ ഇപ്പോഴില്ല എന്ന് അല്ലേ... എന്നോട് ക്ഷമിക്കണം."

ഞാനിപ്പോൾ സെയ്ദിഗളിനെ, ഇപ്പോഴത്തെ അവാദീനെ കാണുന്നത് ഒരു സ്വപ്നത്തിലല്ല. അങ്ങനെ പ്രതീക്ഷിക്കുന്നു. ഈ സ്വരം യഥാർത്ഥമാണെന്ന് പ്രതീക്ഷിക്കുന്നു. ഈ ഗ്ലാസ് യഥാർത്ഥമാണെന്ന്. അതുപോലെ യഥാർത്ഥമായിരുന്നു ഞാൻ അനുഭവിച്ച പീഡയും. അവർ എന്നെ ശ്വാസം മുട്ടിച്ച് കൊല്ലാൻ ശ്രമിച്ചതും എന്നെ കെട്ടിയിട്ട മരവും എന്റെമേൽ ചുട്ടുപഴുത്തൊഴുകിയ സൂര്യനും. അതെല്ലാം ഇപ്പോഴും അവിടെയുണ്ട്. വേദനിക്കുന്ന എന്റെ തലയിൽ, എന്റെ പുറംഭാഗത്ത്.

"ജീവിതത്തെ നമ്മുടെ ഇഷ്ടത്തിനനുസരിച്ചാക്കാൻ നമുക്കാകില്ല. ഒരുപക്ഷേ, തന്റെ സ്വന്തം പേര് എന്നിലുപേക്ഷിച്ച് പോയ സെയ്ദിഗൾ, വിശ്വത്തിന്റെ ഹൃദയത്തിലുള്ള ആ സ്വാസ്ഥ്യം കണ്ടെത്തിയിട്ടുണ്ടാകണം. വളരെ മഹാമനസ്കതയുള്ള ഒരു വ്യക്തിയാണദ്ദേഹം. അദ്ദേഹത്തിന്റെ പേരിനുപോലും അനന്യമായ ഒരു തിളക്കമുണ്ട്. ഒരു കരുത്തുണ്ട്. നിങ്ങളുടെ പേരുപോലെ തന്നെ." അദ്ദേഹം നിശ്ശബ്ദനായി. ഇരുട്ടിൽ എന്റെ മുഖം പരിശോധിച്ചു.

എന്റെ പേരിനെന്തെങ്കിലും കരുത്തുണ്ടോ? അഥവാ അതിൽ താങ്കൾക്ക് സംശയം ജനിപ്പിക്കുംവിധം എന്തെങ്കിലും ബലഹീനതയുണ്ടോ എന്ന ചോദ്യം എന്നിലിഴയുന്നു. അത് എന്നിൽ കിടന്ന് നിലവിളിക്കുന്നു. എനിക്ക് ഭീതിജനകമായ പേക്കിനാവുകൾ സമ്മാനിക്കുന്നു. ആ ചോദ്യം എന്നെ പീഡിപ്പിക്കുന്നു. ആ സ്വപ്നത്തിലെ പീഡയ്ക്ക് ശേഷം എപ്പോഴും അത് തുടരുന്നു. ഈ ലോകം മുഴുക്കെ എനിക്കുമേൽ തകർന്ന് വീഴുകയാണ്. എല്ലാവർക്കും അറിയാവുന്ന, എനിക്ക് മാത്രം കാണാനാകാത്ത മറ്റൊരു സത്യമുണ്ട്.

"സത്യം എന്തെന്ന് കണ്ടെത്തുക സാധ്യമാണോ?" ഞാൻ ചോദിച്ചു.

"ചിലപ്പോൾ. എഴുന്നേൽക്കുമ്പോൾ ചുറ്റും ആരുമില്ലായിരുന്നെങ്കിൽ ഞാനിപ്പോൾ എവിടെയാണെന്ന് താങ്കൾ ഒരുപക്ഷേ അദ്ഭുതപ്പെടുമായിരുന്നു. അതും ഒരു സ്വപ്നമാണെന്ന് കരുതുമായിരുന്നു. ഉണർന്നാലും ആ പീഡയിലൂടെയെല്ലാം കടന്നു പോകണം എന്ന് കരുതുമായിരുന്നു. നോക്കൂ, ഇപ്പോൾ ഒന്നുറങ്ങാൻപോലും താങ്കൾ ഭയക്കുന്നു."

"ഒരുപക്ഷേ ഹൃദയത്തിൽ, ആത്മാവിൽ നമ്മളെന്തറിയുന്നുവോ അതായിരിക്കും സത്യം. അത് ഉറക്കത്തിൽ സംഭവിച്ചതാണോ എന്നതിൽ വ്യത്യാസമൊന്നുമില്ല. ഞാൻ പീഡിപ്പിക്കപ്പെടുകയാണെന്ന് സ്വപ്നം കണ്ടു എന്ന് താങ്കളെങ്ങനെ അറിഞ്ഞു. ഞാൻ പറഞ്ഞോ?"

അവാദീൻ നിശ്ശബ്ദനായി. അയാൾ ഇടതുകൈയിൽ പിടിച്ചിരുന്ന ഗ്ലാസ് ഇരുട്ടിലും എനിക്ക് കാണാമായിരുന്നു.

"ഇല്ല. ഉറക്കത്തിൽ താങ്കൾ പിച്ചും പേയും പറയുന്നതിനിടയിൽ ഞാൻ കേട്ട ഒന്ന് രണ്ട് വാക്കുകളിൽ നിന്ന് പെറുക്കിയെടുത്തതാണത്." സംസാരിക്കുമ്പോൾ ക്ഷീണിക്കുന്ന വൃദ്ധരെപ്പോലെ അയാൾ ശ്വാസമെടുക്കാനായി ഒന്ന് നിർത്തി. പിന്നെ തുടർന്നു. "ഇവിടെ സത്യം കാണിക്കുന്നത് ഈ ഗ്ലാസ്സല്ല. അത് ഒരുപക്ഷേ താങ്കൾ സ്വപ്നത്തിലും കണ്ടിട്ടുണ്ടാകും. അതുറപ്പിക്കാൻ താങ്കൾക്കാകുന്നില്ല. വിശ്വസിക്കുന്നു എന്ന് മാത്രം. എനിക്കതറിയാം. കാരണം അത് സത്യമാണെന്ന് ഞാൻ പറയുന്നു എന്നതുതന്നെ. അതെന്റെ വാക്കാണ്."

ഞാൻ നഗ്നനല്ല. ചൂട് തരുന്ന പുതപ്പുണ്ട്. എന്നിട്ടും ഈ ഇരുണ്ട ചുമരുകളിൽനിന്നും തണുപ്പ് എന്നിലേക്ക് അരിച്ചിറങ്ങുന്നു.

"വാക്കാണ് സത്യമെങ്കിൽ, എന്റെ പേര് റിൻഡ എന്നാണെന്ന് എനിക്ക് പറയാം. അതിനപ്പുറം എന്നിൽ കരുത്തില്ല. എന്റെ മനസ്സിനത് തങ്ങാനാകുന്നില്ല. ഇതാണെന്റെ പരിധി."

"ചില രാത്രികളിൽ ഞാനും ഇതുപോലെ വിയർക്കാറുണ്ട്. ഞാൻ സെയ്ദിഗൾ തന്നെയാണെന്ന് കരുതിയാണാ വിയർപ്പുണ്ടാകുന്നത്. ആ പേരാണല്ലോ ഞാൻ കടമെടുത്തിരിക്കുന്നത്. അപ്പോൾ ഞാൻ കിതയ്ക്കും. എന്റെ ഹൃദയമിടിപ്പിപ്പോൾ അവസാനിക്കുമെന്ന് തോന്നും. ഞാൻ എവിടെയാണ്? ഈ ലോകത്തിൽ ഞാനല്ലാതെ മറ്റാരെങ്കിലുമുണ്ടോ... ചുട്ടുപൊള്ളുന്ന എന്റെ നെറ്റിയിൽ ആരെങ്കിലും അവരുടെ തണുത്ത കൈയൊന്ന് വച്ചെങ്കിൽ... ഇത് മരണത്തിന്റെ മണ്ണാണോ, അതോ ഇതാണോ ജീവിതം? എനിക്കപ്പോൾ പറയാനാകില്ല... ആരെങ്കിലും എനിക്കൊന്ന് കാണിച്ച് തന്നെങ്കിൽ എന്ന് ഞാൻ ആഗ്രഹിക്കും, എന്നെ സത്യം മനസ്സിലാക്കിച്ചെങ്കിൽ എന്ന്."

അദ്ദേഹം സത്യമായും മറ്റൊരു ദുർഘടാവസ്ഥയിലാണെന്നത് വ്യക്തം. അത് ഞാനനുഭവിക്കുന്നതിനോളം കരാളമാണോ എന്നെനിക്കറിയില്ല. ഒരുപക്ഷേ ആയിരിക്കാം. തന്റെയുള്ളിൽ അദ്ദേഹം എപ്പോഴും കൊണ്ടുനടക്കുന്ന കണ്ണാടി പൊട്ടിയുടഞ്ഞിരിക്കുന്നു. അദ്ദേഹത്തിന്റെ മുഖത്തിന്റെ പാതി അവിടെ നഷ്ടമായിരിക്കുന്നു. അവാദീൻ ഇവിടെയുണ്ട് എന്നതുകൊണ്ടുതന്നെ ഞാനിപ്പോഴും സ്വപ്നത്തിലല്ല എന്നെനിക്കറിയാം."

"ഞാനിവിടെ ഈ വടക്ക് ദിക്കിലെത്തിയതിനുശേഷം, പലപ്പോഴും ഞാനും ഇങ്ങനെ ഉറക്കത്തിൽ നിന്നെഴുന്നേറ്റിട്ടുണ്ട്." ഞാൻ പറഞ്ഞ് തുടങ്ങി. "മറ്റുള്ളവരുടെ വാക്കുകൾ സത്യമാണ് പറയുന്നതെങ്കിൽ, ഞാൻ എന്റെ അസ്തിത്വം അവരുമായി വെച്ചുമാറിയിരിക്കുകയാണെന്ന് തോന്നുന്നു. മറന്നുപോയ ഒരു വ്യക്തിത്വം എന്നിലുള്ളതുപോലെ. അത് സാവധാനത്തിൽ പുറത്തേക്ക് വരികയാണെന്നതുപോലെ. ഒരു സംശയമായാണത് പ്രകടമാകുന്നത്."

“അകത്തുണ്ടായിരുന്ന സഹോദരന്മാർ പറഞ്ഞത്, സത്യം കണ്ടെത്തുന്നതിനുള്ള ഏറ്റവും നല്ല സൂത്രവാക്യം സംശയമാണെന്നാണ്. നമ്മുടെ അന്തിമലക്ഷ്യം എന്തുമാകട്ടെ, എവിടേയുമാകട്ടെ, ചോദ്യങ്ങൾ ചോദിക്കുന്നത് അവസാനിപ്പിക്കരുത്, കാണപ്പെടുന്നതിനു പുറകിലുള്ള സത്യം നമ്മൾ അന്വേഷിച്ചുകൊണ്ടേയിരിക്കണം. ചിലപ്പോഴെങ്കിലും വിശ്വസിക്കാൻ പ്രയാസമുള്ള വസ്തുതകൾ സ്വീകരിക്കേണ്ടി വരും. ആ കോണിൽനിന്നും ജീവിതത്തെ കാണേണ്ടി വരും. അങ്ങനെയാകുമ്പോൾ നമുക്ക് നമ്മെ വീക്ഷിക്കാനാകുമെന്ന് മാത്രമല്ല, ജീവിതമായുള്ള നമ്മുടെ ബന്ധത്തെ പരീക്ഷിക്കാനുമാകും. താങ്കൾ അസ്ലമാണെന്ന് കൊച്ചു സുൽത്താൻ എന്നോട് പറയുകയുണ്ടായി. ഇവിടെ താങ്കൾ മകന്റെ പേരാണുപയോഗിക്കുന്നതെന്നും പറഞ്ഞു.”

“‘അല്ല’ എന്ന് എനിക്ക് പറയണമെന്നുണ്ടായിരുന്നു. അങ്ങനെയാണിതുവരേക്കും ഞാൻ പറഞ്ഞതും. എന്നാൽ ഇപ്പോൾ എന്റെ മനസ്സ് ക്ഷീണിച്ചിരിക്കുന്നു. മനസ്സിൽ ഇരുട്ടാണ്. ഈ മുറിയിലേതുപോലെ ഇരുട്ട്. രാവ് എവിടെ തുടങ്ങുന്നു എന്നും എവിടെ അവസാനിക്കുന്നു എന്നും വ്യക്തമല്ല. ഒരു വിളക്ക് തെളിയിച്ച് ചുറ്റും നോക്കാൻ ഭയമാണെനിക്ക്. പരിചിതമായ വസ്തുക്കളെ ഭയക്കുന്നു. ആകാശത്തേക്ക് തുറക്കുന്ന ജാലകം, കണ്ണാടികൾ, എല്ലാത്തിനേയും. എല്ലാ മലനിരകളും നദികളും ഇല്ലാതാക്കപ്പെടുകയും, എനിക്ക് വേണ്ടി എനിക്ക് മുന്നിൽ, ഒരു പുതു ലോകം തുറക്കപ്പെടുകയും ചെയ്യും എന്നു തോന്നുന്നു. അവിടെ എനിക്ക് വഴിയറിയാതാകും. പരിചിതമല്ലാത്ത കാട്ടിൽ തപ്പിത്തടയും. അവാദീൻ! ഉള്ളിലെ സംശയം ഇല്ലാതാകുന്ന ദിവസം ഞാൻ ദീർഘമായൊന്ന് ശ്വസിക്കും. എന്നാൽ ഈ സംശയമെന്നത് വെറുതെ സ്വയം എത്തിച്ചേരുന്നതല്ലല്ലോ. അതിനോടൊപ്പം നമ്മുടെ ഹൃദയത്തിലേക്ക് എത്തുന്നതാണല്ലോ ആശങ്ക, ധാരണ, ഭയം എന്നിവ.”

“ആ ആശങ്കയെ, ധാരണയെ, ഭയത്തെ എതിർക്കുക, നേരിടുക എന്നതാണ് നമ്മുടെ ഏറ്റവും വലിയ ഭാരം എന്ന് എനിക്ക് തോന്നുന്നു. അതിനു ശേഷം വരുന്നതെപ്പോഴും സൗഖ്യമായിരിക്കും എന്ന് ഞാൻ ആഗ്രഹിക്കട്ടെ. നമ്മുടെ നന്മയ്ക്കായുള്ള സൗഖ്യം. ഏത് ദൗർഭാഗ്യകരമായ സംഗതിമൂലമാണെന്റെ കഴുത്തിങ്ങനെ വളഞ്ഞതെന്ന് ചിലപ്പോൾ ഞാൻ ഓർക്കാതാകുന്നു. ഇതുമൂലം എനിക്ക് ശ്വാസം മുട്ടുന്നു എന്ന് എത്ര തവണ ഞാൻ മനസ്സിൽ കരുതിയിട്ടുണ്ട്. സ്വപ്നങ്ങളിൽ മാത്രമല്ല അങ്ങനെ ചിന്തിച്ചിട്ടുള്ളത്. ഉണർന്നതിനുശേഷവും അതുണ്ടായിട്ടുണ്ട്. ഇരുട്ടിൽ ആരോ എന്റെ നെഞ്ചിലമർത്തുന്നു എന്നും എന്നെ ശ്വാസം മുട്ടിക്കുന്നു എന്നുമൊരു തോന്നൽ. എനിക്ക് ശ്വസിക്കാനാകുന്നില്ല. ആരേയും സഹായത്തിനായി വിളിക്കാനാകുന്നില്ല. ചിലപ്പോഴെങ്കിലും നമ്മൾ മരണത്തിന്റെ പടുകുഴിക്ക് മുന്നിൽചെന്ന് പെടുന്നു. നമ്മെ കീഴടക്കാൻ കരുത്തുള്ള ആ കാറ്റിനു മുന്നിൽ ചെന്ന് പെടുന്നു.”

എന്റെ ശരീരം ആകെ വിറുങ്ങലിച്ചിരിക്കുന്നു. മരവിച്ചിരിക്കുന്നു. ഒന്ന് കണ്ണടയ്ക്കുമ്പോഴെല്ലാം, ഞാൻ വീണ്ടും ആ ഗുഹയ്ക്കകത്തെത്തും എന്ന് എന്റെ ഉള്ളിലെ ശബ്ദം എന്നോട് പറഞ്ഞുകൊണ്ടിരിക്കുന്നു.

"താങ്കളെ ഇത്രയധികം ഭയപ്പെടുത്തിയ ആ സ്വപ്നം എന്തായിരുന്നു? വേദനയോ ചോദ്യങ്ങളോ?" അവാദീൻ ചോദിച്ചു.

"അഗ്നിക്ക് മദ്ധ്യേ ഉണർന്നതുപോലെ ഒരു അനുഭവം. അങ്ങനെയൊരു പീഡയ്ക്ക് പിന്നിലെ ലക്ഷ്യമെന്തായിരുന്നു എന്ന് പൂർണമായും മനസ്സിലായില്ല. നിസ്സഹായാവസ്ഥ. അവർക്ക് എന്നിൽ നിന്നും എന്താണ് വേണ്ടത്? അവരുടെ അടുത്ത ചോദ്യങ്ങൾ ഒരുപക്ഷേ ഇതിലും ഭയപ്പെടുത്തുന്നവയാകാം. എന്റെ യാത്ര എനിക്ക് പാതിയിൽ ഉപേക്ഷിക്കേണ്ടി വന്നേക്കാം. അവർ എന്താണ് നേടാൻ ശ്രമിക്കുന്നത്? അവർ എന്നെ ഭീകരമായ ഒരു ദുർദ്ദശയിലെത്തിക്കുന്നു. ഒന്നുകിൽ അവർക്കാവശ്യമുള്ളത് ലഭിക്കും, അല്ലെങ്കിൽ ഞാൻ മരിക്കും. എന്ത് ചിന്തിക്കണം എന്നെനിക്കറിയില്ല. വേദന ഭീതിജനകമായിരുന്നു. എന്നാൽ അതിലും ഭീതി നൽകിയത് നിസ്സഹായതയായിരുന്നു."

"എനിക്ക് തെറ്റ് പറ്റിയിട്ടില്ലെങ്കിൽ ഒരു കാതണിയെപ്പറ്റി താങ്കൾ രണ്ട് തവണ പറയുകയുണ്ടായി. അതെന്ത് തരം കാതണിയാകും?"

അങ്ങനെയുണ്ടായോ? എന്റെ ഹൃദയമിടിപ്പ് വർദ്ധിച്ചു. പിന്നെ എന്തൊക്കെ എന്റെ നാക്കിൽനിന്നും വഴുതി വീണിട്ടുണ്ടാകും? ആലോചിക്കാതെ എന്തൊക്കെ പറഞ്ഞിട്ടുണ്ടാകും. എന്റെ സങ്കോചം കണ്ട് അദ്ഭുതപ്പെട്ടിരിക്കയാണ് അവാദീൻ എന്നെനിക്ക് തോന്നി.

"അങ്ങനെയൊന്നിനെക്കുറിച്ച് ഞാൻ പറഞ്ഞോ? പിന്നെ എന്തൊക്കെ പറഞ്ഞു."

"മനസ്സിലാക്കുക വലിയ ബുദ്ധിമുട്ടായിരുന്നു. വളരെയധികം ആശയക്കുഴപ്പം നിറഞ്ഞ വാക്കുകളാണ് താങ്കൾ പറഞ്ഞത്. ആ വാക്ക് പോലും ഇപ്പോഴാണെനിക്ക് ഓർമ്മയിലെത്തിയത്."

അവർക്ക് ആ കാതണിയെക്കുറിച്ച് അറിയാമായിരുന്നോ? ഒരുപക്ഷേ അതായിരിക്കുമോ അവരെന്നോട് ചോദിക്കാനാഗ്രഹിച്ചിരുന്നത്. അതിനാണോ ഞാൻ അസ്സലമാണെന്ന് സമ്മതിപ്പിക്കാൻ അവർ ആദ്യം ശ്രമിച്ചത്. അങ്ങനെയെങ്കിൽ അവർക്കാവശ്യമുള്ളത് കുറച്ചുകൂടി എളുപ്പം ലഭിക്കുമായിരുന്നു എന്നാണോ? ഞാനങ്ങനെയൊക്കെ ചിന്തിച്ചു. അതെന്നെ ഉന്മത്തനാക്കി.

അങ്ങനെ എന്തുകൊണ്ട് പറഞ്ഞു എന്നെനിക്കറിയില്ല. പേക്കിനാവുകൾ പലപ്പോഴും നമ്മെ വിചിത്രങ്ങളായ പാതകളിലെത്തിക്കുന്നു. പീഡിപ്പിക്കുന്നതിനിടയിൽ എനിക്ക് പലതവണ ബോധക്ഷയമുണ്ടായി. വീണ്ടും ബോധം വന്നപ്പോഴൊക്കെ എന്റെ പല്ലു നഷ്ടമായിരിക്കുന്നു എന്ന തോന്നലുണ്ടായി. ഭയത്താൽ എന്റെ വായ ഇറുകെ അടച്ച് പിടിച്ചു.

ആത്മാവ് എന്നിൽനിന്നും പറന്നകന്ന് രക്ഷപ്പെടാൻ തയ്യാറെടുക്കുകയായിരുന്നു. ചിലപ്പോൾ ഞാൻ മകനായിരുന്നു, മറ്റ് ചിലപ്പോൾ അച്ഛനും. അതുകൊണ്ടാണെനിക്ക് കണ്ണാടിയിൽ നോക്കാനാകാത്തത്. ഞാനാരാണെന്ന് കാണുന്നതിലുള്ള ഭയമല്ല, ആരല്ലെന്ന് കാണുന്നതിലുള്ള ഭയമായിരുന്നു അത്. എന്നാൽ അവർ കരുതിയത് എന്റെ മാംസത്തിൽ അവർ നടത്തിയ പീഡനത്താൽ ഞാൻ ഭയന്നതാണെന്നാണ്."

"അപ്പോൾ വേദനമൂലം വിറകൊണ്ടില്ല എന്നാണോ? നമ്മുടെ മാംസം നമുക്കെല്ലാം ശാപമാണ്. എത്ര പെട്ടെന്നാണ് നമ്മിൽ നിന്ന് രക്തമൊഴുകുന്നത്. പരാജയപ്പെട്ടേക്കും എന്ന പരിധിവരെ എപ്പോഴെങ്കിലും എത്തുകയുണ്ടായോ?"

"ഞാൻ പരാജയപ്പെട്ടേക്കും എന്ന് തുടർച്ചയായി വന്ന ഭയത്തിനായിരുന്നു മറ്റെല്ലാത്തിനേക്കാളും കരുത്ത്. എനിക്ക് ആത്മവിശ്വാസമുണ്ടായിരുന്നു. ഒരു വലിയ മലനിരയെ മറികടക്കാനുള്ള ആത്മവിശ്വാസം. എന്നാൽ അതിനപ്പുറം എന്താകും എന്നെനിക്കറിയില്ലായിരുന്നു. അതിനപ്പുറം പാതാളമാണോ? അതോ മരുഭൂമിയോ? അതല്ലെങ്കിൽ കൂടുതൽ ഉയരമുള്ള മലനിരകളാകാം. ഞാൻ ആരാണെന്ന് കണ്ടെത്താൻ ഒരു ശ്രമം നടത്തി. പരിചിതമല്ലാത്ത പല ഭാവങ്ങളും പരീക്ഷണത്തിനായി വിനിയോഗിച്ചു. അതും എന്നെ ഭയപ്പെടുത്തി. അപ്പോഴാണെനിക്ക് എന്നെത്തന്നെ സംശയം തോന്നിത്തുടങ്ങിയത്. ചിലപ്പോൾ ഞാൻ ഒരു അപരിചിതനെ അറിയുന്നതുപോലെ അദ്ഭുതപ്പെട്ടു. ഞാൻ പ്രതിരോധിച്ചു. എന്നാൽ അതിനെ കൈകാര്യം ചെയ്യാൻ എനിക്കായേക്കില്ല എന്ന ഒരു തോന്നൽ മനസ്സിന്റെ കരുത്ത് ചോർത്തി. മാംസപേശികളെ വലിച്ച് കീറുന്ന വേദന അതിലും ഒട്ടും കുറവുമായിരുന്നില്ല? മാനസികനില തെറ്റുമെന്ന് തോന്നിയ നിമിഷങ്ങളും അനവധിയുണ്ടായി. കരുത്തെല്ലാം ഇല്ലാതാകുമെന്ന തോന്നലുണ്ടായി. എന്നെ അവർ അവിടെ പരാജയപ്പെടുത്തിയെങ്കിൽ ആകെ തകരുമായിരുന്നു."

"എന്തിന്? വേദന സഹിക്കാനാകാത്തതിന് ആർക്ക് നമ്മെ കുറ്റപ്പെടുത്താനാകും? എന്തൊക്കെ പറഞ്ഞാലും നമ്മളെല്ലാം മനുഷ്യരല്ലേ? നമുക്ക് പ്രതിരോധിക്കാവുന്നതിനു പരിമിതികളില്ലേ? അവർ താങ്കളെ പരാജയപ്പെടുത്തി എങ്കിൽ അതാകെ കാണിക്കുക അവർ എത്ര ക്രൂരമായാണ് താങ്കളെ പീഡിപ്പിച്ചത് എന്ന് മാത്രമാണ്. നമുക്ക് ആകെയുള്ള നിധി ഈ ജീവിതം മാത്രമാണ്, ഈ ലോകത്തിൽ നമ്മുടെ അസ്തിത്വം മാത്രമാണ്. ഒരു കാതണിക്ക് വേണ്ടി മരിക്കേണ്ടി വന്നാൽ താങ്കളുടെ അസ്തിത്വം തന്നെ നഷ്ടപ്പെടുമായിരുന്നു എന്നോർത്തിരുന്നോ? അത്രയ്ക്ക് വിലയുള്ളതാണോ അത്?"

ഈ വാക്കുകൾ ഞാൻ മനസ്സിൽ ആരും കാണാത്ത കോണിലൊളിപ്പിക്കുന്നു. എത്ര ലാഘവത്തോടെയാണ് അവാദീൻ സംസാരിക്കുന്നത്. അതിനുവേണ്ടിയൊക്കെ മരിക്കണോ എന്ന്. എനിക്കറിയില്ല. ഒരുപക്ഷേ

അത് ഒരു പിടിവാശിയുടെ ഭാഗമാകാം. അവർ എന്റെ ആത്മവിശ്വാസം തകർക്കാൻ ശ്രമിച്ചതിനാലാണ് അവർക്കെതിരെ പിടിച്ചുനിന്നത്. മരണം പലപ്പോഴും സ്വന്തം ആത്മവിശ്വാസത്തെ സംരക്ഷിക്കുന്നതിനുള്ള മാർഗ മാണ്. വളരെ നിർണായകമായ പ്രവൃത്തിയാണത്. അതിൽനിന്നും പിന്തിരിയുക എന്നാൽ സ്വന്തം വിശ്വാസം നഷ്ടപ്പെടുന്നതിനു തുല്യ മാകുന്നു. എന്നാൽ മരണം വരിക്കാൻ മാത്രം മൂല്യം അതിനുണ്ടോ?

"പീഡനത്തിനെതിരെ പിടിച്ചു നിൽക്കുന്നത് നമുക്കിനിയും ജീവിതം പുനരാരംഭിക്കാനാകില്ല എന്നതിനാലാണോ? ഒരിക്കൽ പരാജയം സമ്മതി ച്ചാൽ, നമുക്കുള്ളിലെ കരുത്തെന്തെന്ന് തിരിച്ചറിയാതാകും എന്നതിനാ ലാണോ?" അവാദീൻ ചോദിച്ചു. "നമുക്ക് ആത്മവിശ്വാസത്തെപ്പോലും വിശ്വാസമില്ല. നമ്മൾ ഇനിയൊരിക്കലും നാമാകില്ല എന്ന് വിശ്വസിക്കുന്നു. വേദനയ്ക്ക് കീഴ്പ്പെട്ടാൽ അത് നമ്മുടെ ആത്മാവിനെ അടിമയാക്കും എന്ന് കരുതുന്നു. അതുകൊണ്ടാണ് ജീവൻപോലും നഷ്ടപ്പെടുത്താൻ നമ്മൾ തയ്യാറാകുന്നത്. നമ്മളതിനെ ഒട്ടും മൂല്യമില്ലാത്തതെന്തോ ആക്കിത്തീർക്കുന്നു. നമ്മൾ മരണത്തിനോട് അടുത്തെത്തി നിൽക്കുന്നു എങ്കിൽ അതിനുള്ള കാരണം പരാജയപ്പെട്ട് ജീവിക്കാനുള്ള ഭയമാണ്. നമ്മളെന്തിനിങ്ങനെ നമ്മെ പീഡിപ്പിക്കണം? ഒരിക്കൽ കാലിടറിയാൽ പിന്നെ ഒരിക്കലും എഴുന്നേൽക്കാനാകില്ല എന്നെന്തിനു കരുതണം? ചോദ്യം എപ്പോഴും നന്മയേയും തിന്മയേയും കുറിച്ചല്ല. പലപ്പോഴും നമുക്കെന്ത് നേട്ടം എന്ത് നഷ്ടം എന്ന് ചിന്തിക്കുന്നതിലായിരിക്കും കൂടുതൽ ബുദ്ധി. അതല്ലെങ്കിൽ ചെറുത്തുനില്പ് എന്നത് ഭയത്തിന്റെ ഉൽപ്പന്നം മാത്രമായിത്തീരുന്നു."

"മനസ്സ് വീണ്ടും അവ്യക്തമാകുന്നു. നന്മതിന്മയുമായി ഏറ്റവും കൂടുതൽ ഇഴുകിച്ചേർന്നതിന്റെ അതിരുകളിലെത്തിയിരിക്കുന്നു ഞാൻ. എനിക്കിപ്പോൾ രണ്ടും വേർതിരിക്കാനാകുന്നില്ല. താങ്കൾക്ക് പകരം സെയ്ദിഗളാണിവിടെ ഇപ്പോഴുണ്ടായത് എങ്കിൽ അദ്ദേഹവും ഇതു തന്നെ പറയുമായിരുന്നോ എന്നദ്ഭുതപ്പെടുകയാണിപ്പോൾ ഞാൻ. നന്മതിന്മകളെ അദ്ദേഹം എങ്ങനെ വിലയിരുത്തും എന്നറിയാൻ ആഗ്രഹിക്കുന്നു."

ഇരുട്ടിൽ ഞാൻ അദ്ദേഹത്തെ കാണാൻ ശ്രമിച്ചു. അദ്ദേഹത്തിന്റെ മുഖത്ത് എന്തോ വലിയൊരു അർത്ഥം ഒളിച്ചിരിക്കുന്നു. അതിലൊരു വലിയ ആത്മവിശ്വാസമുണ്ട്. രാവ് അകത്തും പുറത്തും പുതപ്പിട്ട് മൂടി യിരിക്കുന്നു. അസ്തിത്വം എന്നത് വർണക്കുത്തുള്ള നിഴലുകളായിരി ക്കുന്നു.

"എന്തിനെന്നറിയാതെ ചുമക്കുന്ന ഭാരം താഴെയിറക്കാൻ നിങ്ങൾ ആഗ്രഹിച്ചേക്കാം. എന്നാൽ അതിനാകില്ല. നിങ്ങൾക്കുള്ളിലുള്ള ചങ്ങല ക്കെട്ടുകൾ അഴിച്ച് മാറ്റാൻ. നിങ്ങൾക്കായേക്കും. അങ്ങനെ ഒന്ന് വിശ്രമി ക്കാനായേക്കും. സത്യത്തിന്റെ പാത നിങ്ങൾക്ക് മുന്നിൽ കൂടുതൽ സുഗമ മായി തുറന്ന് കിടക്കും. നിങ്ങൾ അപ്പോഴും ഭാരമിറക്കുന്നത് നീട്ടിവയ്ക്കും.

അജ്ഞാതമായ ഏതോ ശക്തിവന്ന് നിങ്ങളുടെ ചോദ്യങ്ങൾക്കെല്ലാം ഉത്തരം നൽകും എന്ന പ്രതീക്ഷയിലാണ് നിങ്ങൾ. ഒരു പേര് അല്ലെങ്കിൽ ഒരു കാതണി, അതെന്തുമാകട്ടെ, അത് സത്യം കണ്ടെത്തുന്നതിനൊരു വിലങ്ങ് തടിയാണ്. താങ്കൾ ആ കെണിയിൽ അകപ്പെട്ടിരിക്കുന്നു. ഇനി പുറത്ത് കടക്കാൻ താങ്കൾക്കാകില്ല." അഗോചരമായ ഒരു പക്ഷിയെപ്പോലെ അവാദീനിന്റെ വാക്കുകൾ ഇരുട്ടിൽ ഒഴുകിയെത്തുന്നു. ചിറകടിച്ചെത്തുന്നു. "ഹൃദയത്തിലുള്ള വൈഷ്യമ്യങ്ങൾ അലിയിച്ച് കളയണം എന്ന് ഞാൻ പറയും. അതൊന്ന് ശ്രമിക്കണം എന്നാഗ്രഹിക്കുന്നുണ്ടോ?"

"എങ്ങനെ?"

"ഒരു ചെറിയ കളിയിലേർപ്പെടാം. നേരം വെളുക്കുമ്പോഴേക്കും ഈ കളി താങ്കൾ മറക്കും. ഉദാഹരണത്തിന് പേരെന്തെന്ന് ഞാൻ ചോദിക്കും. റിൻഡ എന്ന് പറയരുത്. അതിലെന്തെങ്കിലും അർത്ഥമുണ്ടോ ഇല്ലയോ എന്നത് സാരമില്ല. ഹൃദയത്തെ അടിച്ചമർത്തിയ സമ്മർദ്ദം ഒരു നിമിഷത്തേക്കില്ലാതാകുന്നു എന്ന് മാത്രം കരുതുക. പിന്നെ ഞാൻ കാതണിയുണ്ടോ എന്ന് ചോദിക്കുന്നു. അത് എവിടെയാണെന്നും താങ്കൾ പറയും. അത് സത്യമാണോ അല്ലയോ എന്നതിലും പ്രസക്തിയില്ല. ഭയത്തെക്കുറിച്ച് പറയുക, താങ്കളെ ശ്വാസംമുട്ടിക്കുന്ന രഹസ്യങ്ങളെക്കുറിച്ച് പറയുക എന്നത് താങ്കളെ മൂടിയിരിക്കുന്ന വിഷപ്പുക മാറ്റാൻ സഹായിക്കും. പിന്നെ പേക്കിനാവുകൾ വലയ്ക്കില്ല. ഒട്ടൊന്ന് ആശ്വാസം തോന്നും." ഒരു നിത്യസംഭവം കൈകാര്യം ചെയ്യുന്നു എന്ന മട്ടിലാണദ്ദേഹം ഇത്രയും പറഞ്ഞത്. എന്നാൽ ഉത്തരം എന്തായിരിക്കും എന്നറിയാനും അദ്ദേഹത്തിനു താത്പര്യമുണ്ട് എന്നതും വ്യക്തം. "അപ്പോൾ താങ്കൾക്ക് താങ്കളിലുള്ള വിശ്വാസത്തിനിളക്കം സംഭവിച്ചിട്ടില്ല എന്ന് കാണാനാകും. താങ്കളിൽ വിഷമില്ലെന്ന് കാണാനാകും. അങ്ങനെയാകുമ്പോൾ, ഇപ്പോൾ വിശദീകരിക്കാനാകാത്ത ചോദ്യങ്ങൾക്ക് ശാന്തമായി ഉത്തരം നൽകാനാകും. പിന്നെ ഉറങ്ങാനാകും. എവിടെയെന്നറിയാതെ പ്രഭാതംവരെ ഉറങ്ങാനാകും. പ്രഭാതത്തിൽ ഉണരാനാകും."

അത്ര എളുപ്പമാണോ? ഞാൻ പീഡയൊക്കെ സഹിച്ചതല്ലേ? ഇതും എനിക്കാകും എന്നു തോന്നുന്നു. വേദനയെ നേരിടുന്നതിനേക്കാൾ വിഷമമാണ് ചിലപ്പോൾ സത്യത്തെ നേരിടുക എന്നത്. അതെനിക്കറിയാം. എന്നെ എനിക്കല്ലാതെ മറ്റാർക്കും സഹായിക്കാനാകില്ല. പിന്നെ ആർക്കെങ്കിലും സഹായിക്കാനാകുമെങ്കിൽ അത് അവാദീനിനാണ്. ബന്ധനങ്ങൾക്ക് ഇത്രമാത്രം മുറുക്കമുണ്ടെങ്കിൽ, മരണവുമായുള്ള മല്ലിടൽ കൊണ്ട് അതിന്റെ കെട്ടുകളഴിക്കാനാകുമെങ്കിൽ, എന്റെ ഹൃദയത്തിനും ഒരു കത്തിയുടെ മൂർച്ചയുണ്ടാകണം, ഒരു അമ്പിന്റെ സൂക്ഷ്മതയുണ്ടാകണം. എന്റെ യൗവ്വനത്തിന്റെ ആദ്യനാളുകളിൽ ഞാൻ എന്തും ചെയ്യാൻ തയ്യാറായിരുന്നു. ഒരു ചെന്നായ, ഒരു ഇടിമിന്നൽ എന്തും നേരിടാൻ. എന്നാൽ വർഷങ്ങളല്ല, പിന്നിട്ട വഴികളാണ് നിങ്ങളെ പലതും

പഠിപ്പിക്കുന്നത്. അതാണ് അറിയാത്ത കഥകളിലേക്കുള്ള വാതായനങ്ങൾ തുറക്കുന്നത്, സ്വപ്നത്തിൽ പോലും കാണാത്ത, കേൾക്കാത്ത പേരുകളിലെത്തിക്കുന്നത്. മറ്റിടങ്ങളിലും ഇങ്ങനെയൊക്കെയാണോ എന്നെനിക്കറിയില്ല. എന്നാൽ വടക്ക്, ഹൃദയത്തെ അദൃശ്യമായ നഖങ്ങളാൽ വലയം ചെയ്യുന്നു. അഗോചരമായി. വല്ലാതെ വൈകി എന്ന് നിങ്ങൾ മനസ്സിലാക്കിയാൽ പിന്നെ മനസ്സ് മാറ്റാനാകില്ല. മലഞ്ചെരുവുകളിൽ നിന്നും പുറകോട്ട് പോകാനാകില്ല. അടിച്ചമർത്തപ്പെട്ട ഹൃദയത്തെ വേർപ്പെടുത്താനാകില്ല. എല്ലാ രഹസ്യങ്ങളും തുറന്ന് വയ്ക്കുന്നത് ചുറ്റും വെളിച്ചം നിറഞ്ഞ ഈ നഗരത്തിൽ വച്ചാണെങ്കിൽ, സഫാലിയിലെ പണ്ഡിതരുടെ ലേപനം എന്റെ മുറിവിനും ഫലിക്കുമെങ്കിൽ, എന്റെ മനസ്സും മറ്റുള്ളവരുടേതിനു സമാനമായ രീതിയിൽ കരുത്തുള്ളതാകും. എന്റെ സംശയങ്ങൾ അതിനൊരു തടസ്സമല്ലാതാകും."

"ലോറിയയുടെ കഥ പറഞ്ഞ അതിഥി കൂട്ടത്തിൽ ഒരു കാര്യം പറയുകയുണ്ടായി. അച്ഛനില്ലാതെ വളരുന്ന കുഞ്ഞ് ഒന്നുകിൽ കരുത്തനാകും അല്ലെങ്കിൽ പെട്ടെന്ന് പൊട്ടിത്തകരുന്നവൻ. ഞാൻ കരുത്തനാണെന്നാണ് എപ്പോഴും കരുതിയിട്ടുള്ളത്. ചെറുത്ത് നിൽക്കുന്നവൻ. കരുത്തിലാണെന്നെ വാർത്തെടുത്തിരിക്കുന്നത്. അതുകൊണ്ടാണ് ജീവിതത്തെ ഇത്ര ആത്മവിശ്വാസത്തോടെ നേരിടുന്നത്. എന്നാൽ എന്റെയുള്ളിലും രഹസ്യത്തിന്റെ ഒരു ശൂന്യതയുണ്ടെന്ന് ഇപ്പോൾ മാത്രമാണ് അറിയുന്നത്. അതിനെയാണ് ഭാഗികമായെങ്കിലും ഭയക്കുന്നത്. എനിക്കറിയാത്ത ആ ഭാഗത്തെ അഭിമുഖീകരിക്കാനുള്ള ഭയം."

"എന്റെ പേര് അവാദീൻ എന്നാണ്. താങ്കളുടെ പേരെന്താണ്? അദ്ദേഹം ചോദിക്കുന്നു. ഞാനിതുവരേക്കും പറഞ്ഞതൊന്നും കേട്ടിട്ടേയില്ല എന്ന മട്ടിലാണ് ചോദ്യം. അതൊന്നും അദ്ദേഹം അത്ര ഗൗരവമായെടുത്തിട്ടുമില്ല. മൃദുവാണ് സ്വരം. പൂച്ചക്കണ്ണനും ഇതേ സ്വരത്തിലാണ് ചോദിച്ചതെങ്കിൽ ഞാൻ എന്ത് ചെയ്യുമായിരുന്നു? ഞാൻ ഇരുട്ടിലേക്ക് തുറിച്ച് നോക്കി. എന്തെങ്കിലും ഒരു സൂചന ലഭിക്കുമോ. അസന്ദിഗ്ദ്ധമായ സത്യങ്ങളെക്കുറിച്ചുള്ള സൂചകം. വടക്കുനിന്നൊരു പക്ഷി വരും. അത് എന്റെ കണ്ണിൽ ചിറകുകളുരസും. എല്ലാ രഹസ്യങ്ങളും വെളിപ്പെടും. എന്തും സാധ്യമായ ഒരു നാടല്ലേ ഈ വടക്ക്, എത്ര വിചിത്രമായിരുന്നാലും അതങ്ങനെതന്നെയല്ലേ? ഞാനാരെന്ന് എനിക്കോർമ്മയില്ലാതാക്കിയ നാടല്ലേ ഇത്."

"അ... അസ്ലം.." ഞാൻ വിക്കി. ഇതാണ് കളി. ഞാൻ അദ്ഭുതപ്പെട്ടിരിക്കുന്നു എന്ന് അദ്ദേഹം തിരിച്ചറിയുന്നു. കാണാനാകാത്ത ഒരു ഗർത്തത്തിലേക്ക് വീഴുകയാണ് ഞാൻ. കേവലം രണ്ട് ദിവസത്തെ പരിചയം മാത്രമുള്ള ഒരാളോട് എനിക്കെങ്ങനെ ഇത് പറയാനായി. എന്റെ മുറിവ് കെട്ടിത്തന്ന,സ്വന്തം തീ എന്നോടൊത്ത് പങ്ക് വച്ച ഗ്ലട്ടിനോടല്ല. രഹസ്യങ്ങളുടെ വാതിലിതാ ഇവിടെ പൊട്ടിത്തകരുന്നു."

"നന്നായി. ആ കാതണി എവിടെയാണ്? അല്ല, താങ്കളുടെ പക്കൽ ഒരു കാതണിയുണ്ടോ?"

ഈ ചോദ്യം എനിക്ക് ലളിതമാണെന്നാണ് അവാദീൻ കരുതുന്നത്. അദ്ദേഹത്തിന്റെ മുഖമൊന്ന് കാണാനായെങ്കിൽ എന്ന് ആഗ്രഹിച്ചു. അദ്ദേഹത്തെപ്പോലെ ജീവിതത്തെക്കുറിച്ചറിയാനായെങ്കിൽ, അസ്തിത്വ ത്തിന്റെ വിധിയെക്കുറിച്ചറിയാനായെങ്കിൽ എന്ന്. എങ്കിൽ ചക്രവാളത്തിനു പുറകിലുള്ള ആ രഹസ്യത്തിലേക്ക് നടന്ന് ചെല്ലുമായിരുന്നില്ല, പകരം എന്റെ ജന്മനാട്ടിലേക്ക് പോകുമായിരുന്നു. അവിടെ ചോദ്യങ്ങളില്ലാത്ത ജീവിതമുണ്ട്. എലികൾ അവിടെ മനസ്സിനെ കരണ്ടുതിന്നില്ല. ഒരുപക്ഷേ എന്റെ എല്ലാ ചോദ്യങ്ങൾക്കുമുള്ള ഉത്തരം ജനിച്ച മണ്ണിലാകുമുള്ളത്. ആ മണ്ണിൽ ഒരു നിധിപോലെയത് സൂക്ഷിച്ച് വച്ചിട്ടുണ്ടാകും. മരണ മില്ലാത്ത ഒരു ഇലപോലെ. ഞങ്ങളുടെ വീട്ടിലെ മരത്തിലെ ഇലപോലെ.

"ഉവ്വ്. എന്റെ പക്കൽ ഒരു കാതണിയുണ്ട്."

എന്റെ എല്ലാ വിഷമങ്ങളും ഇപ്പോൾ ഇല്ലാതാകുമോ? എന്റെ നാക്കി ലൊരു കയ്പ്രസമൂറുന്നു. ഒരു ആശ്വാസം മനസ്സിനെ പൊതിയുന്നു. അപ്പോഴും ചർമ്മത്തിനടിയിൽ ഒരു വേദനയുണ്ട്. കാലത്തെഴുന്നേൽക്കു മ്പോൾ ഞാനോർക്കുന്നതെന്താകും എന്നാണിപ്പോൾ ഉള്ളിൽ. ഞാൻ മറക്കും. അവാദീനും മറക്കും.

"കാതണി എന്റെ ഏലസ്സിലുണ്ട്." ഞാൻ തുടർന്നു. പൂച്ചക്കണ്ണൻ എന്നെ പീഡിപ്പിച്ചപ്പോൾ പിടിച്ചുനിൽക്കാനായില്ലെങ്കിൽ ഞാൻ ഇതേ ഉത്തരം നൽകുമായിരുന്നോ? അവാദീൻ എന്നോടൊപ്പം ഉറക്കം കളയുക യാണ്. അയാൾ ദീർഘമൗനത്തിലാണ്. കാത്തിരിക്കുകയാണ്. ഞാൻ പറഞ്ഞതെല്ലാം അദ്ദേഹം മറന്നു എന്ന് തോന്നുന്നു. പ്രഭാതമാകും മുമ്പേ മറന്നിരിക്കുന്നു. ഞാൻ ഏലസ്സിൽ തൊട്ടു നോക്കി. ചുമലിലെ വേദന മാംസപേശികളെയെല്ലാം ബാധിച്ചിരിക്കുന്നു. പെട്ടെന്നാണ് ആ ഏലസ്സ് നഷ്ടമായിരിക്കുന്നു എന്ന് ഞാൻ അറിഞ്ഞത്.

"വിഷമിക്കണ്ട." അവാദീൻ പറഞ്ഞു. സ്നേഹനിധിയായ അച്ഛൻ രാത്രിയിൽ മകനു കാവലിരിക്കുന്നതുപോലെ അദ്ദേഹം എനിക്കരികിലി രുന്നു. "ഒരുപക്ഷേ മട്ടുപ്പാവിൽ വീണ് പോയിട്ടുണ്ടാകും. ശാന്തനാകൂ."

ഞാൻ ശാന്തനാകുമായിരുന്നു. എന്നാൽ സ്വപ്നത്തിലെ ആ ഭയം. അതിപ്പോഴും ചർമ്മത്തിലുണ്ട്. അതിപ്പോഴും എന്നിലേക്കിറങ്ങി വരു ന്നുണ്ട്. വലത് കൈയിൽ ഒരു വേദന ഇരച്ച് കയറുന്നു. ഏറെനേരമായി കൈ ചത്ത വൃക്ഷംപോലെ പുതപ്പിനുള്ളിൽ കിടക്കുകയായിരുന്നു. എന്റെ കൈയല്ല വേദനിക്കുന്നത്. ഓരോ വിരൽ തുമ്പും വേദനിക്കുന്നു. "ഇല്ല!" ഞാനൊന്ന് മുരണ്ടു. എന്റെ സ്വരം അവാദീനെ ഞെട്ടിച്ചു.

എന്റെ മോതിരവിരൽ ആരോ കല്ലുകൊണ്ടിടിച്ച് ചതച്ചതുപോലെ തോന്നുന്നു. ഞാനവിടെ സ്പർശിക്കുമ്പോൾ വേദന കൂടുന്നു. വേദന

അപ്പോൾ വിരൽതുമ്പിലല്ല. എന്റെ ഹൃദയത്തിലാണ്. ഭയം ഒഴുകിയെത്തുന്നു. എന്റെ ഹൃദയത്തിലേക്കൊരു മഞ്ഞ വിഷം പോലെ അത് ഒഴുകിയെത്തുന്നു. ആകെ ആശയക്കുഴപ്പമാകുന്നു. ഞാനെവിടെയാണ്? ഈ സ്ഥലം ഏതാണ്? സ്വപ്നത്തിൽ എന്റെ കൈനഖം പിഴുതെടുക്കുന്നതിനിടയിൽ ബോധം നഷ്ടപ്പെട്ടതിനാൽ ഒരു ഇടവേളയെടുത്ത വേദന ഇപ്പോൾ വീണ്ടുമാരംഭിച്ചിരിക്കുന്നു. കൈയൊന്നനക്കി നോക്കി. അതവിടെ തന്നെയുണ്ട് എന്നുറപ്പ് വരുത്തി. കിണറ്റിൽ വീണതിനുശേഷം താനെവിടെയാണെന്ന് മറന്ന് പോയ ഒരു കുഞ്ഞിനെപ്പോലെയാണ്. എനിക്കിപ്പോൾ ഇരുട്ടിനെ അറിയില്ല. എന്നേയുമറിയില്ല. വേദന ഒന്നിച്ച് തിരിച്ചെത്തുന്നു. കഴുത്തിൽ, കൈകളിൽ, പുറത്ത് എല്ലാം. ഒരു സ്വപ്നത്തിനിത്രയും വലിയ പ്രഭാവമുണ്ടാകുമോ? എനിക്ക് മനസ്സിലാകുന്നില്ല. ഞാൻ നാക്കുകൊണ്ട് ചുണ്ടിൽ സ്പർശിച്ചു. അവ വീർത്തിരിക്കുന്നു. സത്യമായും വീർത്തിരിക്കുന്നു. വിണ്ടിട്ടുമുണ്ട്.

"അ...വാ...ദീൻ..." ഞാൻ വിക്കി. "ഒന്നുകിൽ എനിക്ക് ഭ്രാന്ത് പിടിച്ചുകൊണ്ടിരിക്കുകയാണ്. അല്ലെങ്കിൽ ഞാൻ മദ്യപിച്ചിരിക്കുന്നു. ഇരുട്ടിൽ എനിക്ക് കാണാനാകുന്നില്ലെങ്കിലും എന്റെ വിരൽ കീറിമുറിക്കപ്പെട്ടിരിക്കുന്നു. കഴുത്ത് വേദനിക്കുന്നു. കൈകൾ വേദനിക്കുന്നു. വേദന കൂടുതൽ മോശമായി വരികയാണ്. സ്വപ്നത്തിൽ എനിക്കുണ്ടായ ആ നനഞ്ഞ മണം ഇതാ വീണ്ടുമെത്തുന്നു. താങ്കൾ ഇവിടെയില്ലായിരുന്നെങ്കിൽ എന്നെയിപ്പോഴും കെട്ടിയിട്ടിരിക്കുകയാണെന്നും ഞാനിപ്പോഴും പീഡിപ്പിക്കപ്പെട്ടുകൊണ്ടിരിക്കയാണെന്നും കരുതുമായിരുന്നു. എന്റെ വിരൽ എന്തുകൊണ്ടാണിങ്ങനെ വേദനിക്കുന്നത്? എന്റെ ശരീരം ഇങ്ങനെ ഒടിഞ്ഞ് നുറുങ്ങിയതുപോലെ വേദനിക്കുന്നതെന്തുകൊണ്ട്? മനസ്സിൽ ഒരു മൂടൽമഞ്ഞ് മൂടുന്നു. ഒരുപക്ഷേ ഇപ്പോഴും ആ സ്വപ്നത്തിലാകാം. അതെ... ഒരു നിമിഷം കഴിഞ്ഞ് എഴുന്നേറ്റാൽ ആ പോപ്ലാർ മരത്തിൽ കെട്ടിയിടപ്പെട്ട നിലയിലാകും... അതിന് താങ്കളൊന്ന് ഇവിടെ നിന്ന് അപ്രത്യക്ഷമായാൽ മതി... അവർ കൂട്ടമായി എന്നിലേക്കെത്തും... മുറിയുടെ ഇരുണ്ട മൂലകളിൽനിന്നും അവരെത്തും. ഇത്തവണ അവർ എന്നെ എന്ത് ചെയ്യുമെന്നറിയില്ല അവാദീൻ. എനിക്കിപ്പോൾ ദിശയെല്ലാം നഷ്ടമായിരിക്കുന്നു. ചുറ്റിലും മേഘാവൃതമായിരിക്കുന്നു."

എന്റെ ശരീരം മുഴുക്കെ ഭയം ഗ്രസിച്ചിരിക്കുന്നു. എന്റെ ശബ്ദമിടറുന്നു.

"ആ ഗുഹയിൽ വച്ച് അവരെന്നെ പീഡിപ്പിച്ചു. പല ദിവസം അത് തുടർന്നു. അവർ നല്ല വെയിലുള്ളൊരിടത്ത് ഒരു മരത്തിൽ വച്ചുകെട്ടി. മരിക്കാനായി വിട്ടു. പിന്നെ നഖം പറിച്ചെടുത്തു. വീണ്ടും ബോധക്ഷയമുണ്ടായി. ഇപ്പോൾ അബോധാവസ്ഥയിലാണെന്ന് സ്വപ്നം കാണുകയാണ്. ഇങ്ങനെ ചിന്തിക്കുകയാണ്. ഇപ്പോൾ ഊഷ്മളമായൊരു മെത്തയിലാണ്. വെള്ളം കുടിച്ചിരിക്കുന്നു. രണ്ട് വലിയ ഗ്ലാസ് മുഴുവൻ വെള്ളം കുടിച്ചിരിക്കുന്നു. ഇവിടെ അവാദീനുണ്ട്. അദ്ദേഹം എന്നോടൊത്ത്

സൗഹൃദം പങ്കിടുന്നുണ്ട്. പല ദിവസങ്ങളായി കണ്ട സ്വപ്നങ്ങളിലുള്ള തെല്ലാം ഇവിടെയുണ്ട്. എന്നാൽ... ഒരു നിമിഷം കഴിഞ്ഞാണ് ഉണർന്ന തെങ്കിൽ എല്ലാം അപ്രത്യക്ഷമാകുമായിരുന്നു. ഈ പുതപ്പ്, ഈ ഗ്ലാസ്, ഊഷ്മളായ ഈ മുറി, എല്ലാം. അപ്പോൾ ശേഷിക്കുക വേദനയും ദാഹവും മാത്രമാകും.

ചിലപ്പോഴെങ്കിലും സ്വപ്നത്തിലും നമ്മുടെ ബുദ്ധിമുട്ടുകൾ നാം ഓർക്കും. എന്റെ വിരൽ സത്യമായും നീരുകെട്ടി വീർത്തിട്ടില്ലെങ്കിൽ പിന്നെ എനിക്കെന്തിനിങ്ങനെ തോന്നണം? ആ പീഡനങ്ങളെക്കുറിച്ചുള്ള ഓർമ്മ മനസ്സിൽ ഇപ്പോഴും ഇത്ര വ്യക്തമായി നിൽക്കുന്നത് വെറുതെയാ കില്ലല്ലോ. ഞാൻ അവിടേക്ക് തിരിച്ച് പോകും എന്നെനിക്ക് മനസ്സിലാ കുന്നു. ഇനി ഇതുപോലെയുള്ള ഒരു സ്വപ്നത്തിൽ മാത്രമേ അവാദീനെ വീണ്ടും കാണുകയുള്ളൂ. അത് സഫാലി വിട്ട് ആഴ്ചകൾ കഴിഞ്ഞാകും. അതെ, സാവധാനത്തിൽ എല്ലാം മനസ്സിലായി തുടങ്ങുന്നു. ഇതൊരു സ്വപ്നമാണ്. അത്രയും പീഡനം സഹിച്ചതിനു ശേഷം ഊഷ്മളമായൊരു മെത്തയിൽ ഉറക്കമുണരുക എന്നത് എന്റെ ആഗ്രഹമായിരുന്നു. ഉള്ളിന്റെ യുള്ളിലെ ആഗ്രഹം. അതെല്ലാതെ വേറെന്ത്? എന്നാൽ ഇപ്പോഴും ചുറ്റിലും മുറിവുകളുണ്ട്. ഏലസ്സ് കാണാനുമില്ല.

"ഈ നിമിഷത്തിൽ ഞാനുറങ്ങുകയാണ്. സ്വപ്നം കണ്ടുറങ്ങുക യാണ്. അത് സ്വീകരിക്കാൻ എനിക്ക് ഭയം തോന്നുന്നു. എന്റെ ഹൃദയം മിടിക്കുന്നുണ്ട്. അവാദീൻ! താങ്കൾ എന്റെ സ്വപ്നത്തിലെ ഒരു മായാ രൂപമാണെന്ന് എനിക്ക് തോന്നുന്നു. ഈ വെള്ളം പോലെ. ഈ ഗ്ലാസു പോലെ."

ഏറ്റവും സുന്ദരമായ സ്വപ്നം. ഞാൻ സുരക്ഷിതനാണ്. ആരോഗ്യ വാനാണ്. ആർക്കും എന്നെ വേദനിപ്പിക്കാനാകില്ല.

ഏറ്റവും ഭീകരമായ സ്വപ്നം. ഞാൻ എവിടെയെന്ന് എനിക്കറിയാം. ഉണർന്നാൽ എന്ത് സംഭവിക്കും എന്നും എനിക്കറിയാം.

"എന്താണ് പറയുന്നത് എന്ന് തിരിച്ചറിയുന്നുണ്ടോ?" അവാദീനിന്റെ സ്വരത്തിൽ ഇടർച്ചയുണ്ടായിരുന്നു. "സത്യത്തെക്കുറിച്ച് വളരെ തീർച്ച യോടെ താങ്കൾ സംസാരിക്കുന്നു. പെട്ടെന്ന് ഇങ്ങനെ ചിന്തിക്കാൻ പ്രേരി പ്പിച്ചത് എന്താണ്?"

ഭയം. ഈ രാത്രിയുടെ രഹസ്യശത്രു. അത് എന്നെ നാലുഭാഗത്തു നിന്നും വളഞ്ഞിരിക്കുന്നു. അതിപ്പോൾ കാഴ്ചയ്ക്കുമപ്പുറത്താണ്. എന്നെ തന്നെ നോക്കുകയാണ്. ഞാനൊന്ന് ശാന്തനാകാൻ ശ്രമിക്കുമ്പോൾ അ തെന്നിലേക്ക് ഇരച്ച് കയറുന്നു. കാതുകൾ ശക്തമായി ചൂളം കുത്തുന്നു.

"സത്യം കണ്ടെത്തുന്നതിനൊരു സൂത്രവാക്യമൊന്നുമില്ലെന്ന് എനി ക്കറിയാം. എന്നാൽ ഈ മെത്തയിലെ സൗഖ്യം അധിക നേരമുണ്ടാകി ല്ലെന്ന് ഉള്ളിൽ നിന്നൊരു സ്വരം പറയുന്നു. അധികം താമസിയാതെ

ഉണരും. അവർ പീഡിപ്പിച്ചത് വാസ്തവമായിരുന്നു. അപ്പോൾ അനുഭവിച്ചറിയാം."

"നോക്കൂ, താങ്കൾ ഇപ്പോൾ എന്നോടൊപ്പമാണ്." അദ്ദേഹം എന്നെ ശാന്തനാക്കാൻ ശ്രമിക്കുന്നു. "താങ്കളെ ഒരു പുതപ്പുകൊണ്ട് പുതപ്പിച്ചിട്ടുണ്ട്. എന്റെ കൈ താങ്കളുടെ ചുമലിൽ സ്പർശിച്ചിട്ടുണ്ട്. അത് താങ്കൾക്കറിയാം. അത് വാസ്തവമാണ്. മട്ടുപ്പാവിൽ നിന്നും താഴേക്ക് വീണപ്പോൾ ഒരുപക്ഷേ വിരൽ ചതഞ്ഞിട്ടുണ്ടാകാം. ശരീരത്തിൽ മുഴുക്കെ ക്ഷതമേറ്റിട്ടുണ്ട്. ഈ വേദനയ്ക്ക് കാരണം മദ്യമാണ്. വീഞ്ഞിന്റെ പ്രഭാവത്തിലാണിപ്പോഴും മനസ്സ്. ഇപ്പോൾ താങ്കൾക്ക് നേരാംവണ്ണം ചിന്തിക്കാനാകില്ല. ആത്മവിശ്വാസം പോലും നഷ്ടമാകുകയാണിപ്പോൾ."

ഈ വാക്കുകൾ പരിഭ്രാന്തിക്ക് കുറയ്ക്കുന്നില്ല. പുറത്തുനിന്ന് ആരെങ്കിലും വിളിക്കുന്നുണ്ടോ എന്നാണിപ്പോൾ കാതുകൾ ശ്രദ്ധിക്കുന്നത്. സൂര്യന്റെ ലാഞ്ഛനപോലുമില്ല. ചുറ്റും ഇരുട്ട് മാത്രമേയുള്ളൂ.

"നമ്മുടെ മനസ്സ്, അപ്പോൾ ജീവിക്കുന്ന ആ നിമിഷത്തിൽ കടിച്ച് തൂങ്ങാൻ ആഗ്രഹിക്കുന്നു എന്നതെത്ര ദുഃഖകരമാണ്. ഉണർന്നതിനുശേഷമേ നമ്മൾ സ്വപ്നം കാണുകയാണെന്ന് തിരിച്ചറിയാറുള്ളൂ. സമയം എന്നത് മാറ്റമില്ലാത്തതാണെന്ന ചിന്തയുടെ അടിമകളാണ് നമ്മളെല്ലാം. മരണത്തെപ്പോലും നമ്മൾ മറക്കുന്നു. അതിനെ നിസ്സാരവത്കരിക്കുന്നു. സത്യത്തിൽ ഇന്നിന്റെ പ്രാധാന്യം എന്നത് നാളെ നമ്മൾ തിരിഞ്ഞ് നോക്കുമ്പോൾ ഇന്നിന് നമ്മളെത്ര മൂല്യം കൊടുത്തു എന്നതിനനുസരിച്ചിരിക്കും. അതുകൊണ്ടാണ് നമ്മൾ ഈ നിമിഷത്തിന്റെ വാസ്തവത്തെക്കുറിച്ച് പരിപൂർണമായ വാക്കുകളിൽ സംസാരിക്കുക എന്നത് അനിവാര്യതയാകുന്നത്."

ഞാനാണോ ഇതൊക്കെ പറഞ്ഞത്? ഞാനിതെല്ലാം സഫാലിയിലെ സഹോദരന്മാരിൽനിന്നും കേട്ടതാകും. മുമ്പ് വന്നുചേർന്നിട്ടുള്ള വാക്കുകളാകില്ല ഇത്. കണ്ടില്ലേ, ഞാനൊരു സ്വപ്നത്തിലാണെന്നതിന്റെ തെളിവാണിതെല്ലാം. എവിടെ നിന്നോ കേട്ടിട്ടുള്ള വാക്കുകൾ ഇപ്പോൾ വീണ്ടെടുക്കാനാകുന്നില്ല. അതിനെ ഉള്ളിൽ കുടിയിരുത്താനാകുന്നില്ല. അപ്പോൾ അതിന്റെ സത്ത സ്വപ്നത്തിൽ ആവർത്തിക്കപ്പെടുന്നു. അത് മനസ്സിന് മറ്റൊരു രൂപം നൽകുന്നു. സ്വരത്തിലെ ആത്മവിശ്വാസം അദ്ഭുതപ്പെടുത്തുന്നു. അവാദീനിനേയും. അദ്ദേഹം ഒരു നിമിഷം കാത്തു. നിലാവിപ്പോൾ പർദ്ദയ്ക്കുള്ളിലൂടെ അകത്തെത്തിയിരുന്നെങ്കിൽ ഞങ്ങൾക്ക് പരസ്പരം മുഖം കാണാമായിരുന്നു. അപ്പോൾ മനസ്സിലെന്തെന്നതിനെക്കുറിച്ച് കുറച്ചുകൂടി വ്യക്തമായ ഒരു രൂപം ലഭിക്കുമായിരുന്നു.

"ജിജ്ഞാസ അത്രയ്ക്കുണ്ടെങ്കിൽ, വേണമെങ്കിൽ ഞാൻ ഈ ഗ്ലാസ് തച്ചുടച്ച് ഒരു തുണ്ട് താങ്കളുടെ കൈത്തണ്ടയിൽ കയറ്റാം." അദ്ദേഹം ചിരിച്ചു. സ്വരം താഴ്ത്താനൊരു ശ്രമം നടത്തി. "എന്ത് പറയുന്നു? അപ്പോഴെങ്കിലും സത്യം കണ്ടെത്താനാകുമല്ലോ?"

ഹൃദയത്തെ അടിച്ചമർത്തിവച്ചിരിക്കുന്ന ആകാംക്ഷ അദ്ദേഹത്തോടൊപ്പം ചിരിക്കുന്നതിൽ നിന്ന് വിലക്കുന്നു. ഞാൻ ഒരു നിമിഷത്തേക്ക് കണ്ണടച്ചു. സ്പ്നങ്ങൾക്ക് വിചിത്രങ്ങളായ ഓർമ്മകളുണ്ട്. അവ അനന്തമാണ്. ഭയം പോലെ ആഴം കൂടിയതാണ്. എനിക്കുറങ്ങണമെന്നതിനാൽ ഇപ്പോൾ ഒരു മെത്തയിലാണെന്ന് സ്വപ്നം കാണുന്നു. ദാഹിക്കുന്നുണ്ടായിരുന്നു. അതിനാൽ വെള്ളം കുടിക്കുകയാണെന്ന് സ്വപ്നം കണ്ടു. ഏകാന്തതയിൽ നിന്ന് രക്ഷപ്പെടണമായിരുന്നു, അതിനാൽ എന്റെ അരികിൽ അവാദീനുണ്ടെന്ന് സ്വപ്നം കണ്ടു. വേദന, രക്തമിറ്റുന്ന വിരൽ, കളഞ്ഞ് പോയ ഏലസ്സ് എന്നിവയ്ക്ക് വിശദീകരണങ്ങളില്ല. ഒരു സ്വപ്നത്തെ ഇത്ര വ്യക്തമായി വ്യാഖ്യാനിക്കാവുന്നത് ഇതാദ്യമായാണ്. അതും ഉണരുന്നതിനു മുമ്പ്.

“ഇവിടെ സത്യം കാണിക്കുന്നത് ഈ ഗ്ലാസല്ല. സ്വപ്നത്തിലും ഇത്ര ലളിതമായി നമുക്ക് ഈ സത്യം കാണാമായിരുന്നു. ഞാൻ എന്റെ സംശയങ്ങൾ പ്രകടമാക്കുമ്പോൾ തന്നെ, ഇത് വാസ്തവമല്ലെന്ന് നമ്മൾ ചിന്തിക്കാനാരംഭിക്കുന്നു. ആധികാരികതയെ സംശയിക്കുന്നു. ഇതെന്റെ വാക്കാണ്.”

എന്റെ ആത്മവിശ്വാസത്തിൽ ഇപ്പോൾ തീർപ്പിന്റെ സ്വരം കലർന്നിരിക്കുന്നു. അവാദീനാകട്ടെ വിശ്വാസത്തിന്റേയും അവിശ്വാസത്തിന്റേയും ഇടയിൽ ഊഞ്ഞാലാടുകയാണ്. അതല്ലെങ്കിൽ അദ്ദേഹം എന്നോട് പരിതപിക്കുന്നു. അദ്ദേഹം തന്റെ ക്ഷമയെ പരിരക്ഷിക്കുകയാണ്. ഇടയ്ക്കിടെ പക്വതയുള്ളവർ ചെയ്യുന്നതുപോലെ കൂടുതൽ ലൗകികമായ ചിന്തകളിലേക്കദ്ദേഹം പോകുന്നുണ്ട്. അത് പ്രകടമാകാതിരിക്കാൻ ശ്രമിക്കുന്നുണ്ട്. അദ്ദേഹമെഴുന്നേറ്റ് ഒരു വിളക്ക് തെളിയിച്ചിരുന്നു എങ്കിൽ ഞാൻ കാണുന്നതിലെ സത്യം തിരിച്ചറിയാമായിരുന്നു. അപ്പോൾ ഉടൻ സ്വപ്നം അവസാനിക്കും. ഈ വിചിത്ര സ്വപ്നത്തിൽ നിന്നുണരും. അദ്ദേഹം അനങ്ങുന്നില്ല. സംസാരിക്കുന്നതിനിടയിൽ ദീർഘമായി ശ്വസിക്കുന്നുണ്ട്.

“ഒരിക്കൽ ഒരു ഭ്രാന്തന്റെ വീട്ടിൽ ഞാൻ അതിഥിയായി താമസിച്ചു. വളരെ ജ്ഞാനിയാണെന്ന തോന്നൽ അദ്ദേഹമുണ്ടാക്കിയിരുന്നു. വന്യമായ ഒരു പ്രദേശത്ത് ഒറ്റയ്ക്കായിരുന്നു അയാളുടെ താമസം. ഒരു ദിവസം അർദ്ധരാത്രിയിൽ അദ്ദേഹം പെട്ടെന്നെഴുന്നേറ്റു. എന്നോട് ‘നിങ്ങളാരാണ്’ എന്ന് ചോദിച്ചു. താങ്കളുടെ അതിഥി എന്ന് ഞാൻ മറുപടി പറഞ്ഞു. അന്ന് മുഴുവൻ ഞങ്ങൾ സംസാരിച്ചിരുന്നത് ഓർമ്മിപ്പിച്ചു. അയാൾക്കത് ഓർമ്മയില്ലായിരുന്നു. ‘ഞാനിപ്പോൾ താങ്കളെക്കുറിച്ച് സ്വപ്നം കാണുകയാണ്’ എന്നായിരുന്നു മറുപടി. ഞാൻ അദ്ഭുതപ്പെട്ടു. കത്തിയെടുത്ത് അദ്ദേഹത്തിന്റെ കൈയിൽ ഒരു പോറലുണ്ടാക്കി. വളരെ ലഘുവായ ഒന്ന്. അത് അദ്ദേഹത്തെ ബോധത്തിലേക്ക് തിരിച്ചുകൊണ്ടുവരാൻ മാത്രം മതിയായ ഒന്നായിരുന്നു. എന്നിട്ടും വ്യത്യാസമൊന്നുമുണ്ടായില്ല. “ഇതൊരു സ്വപ്നമാണ്. ഈ വേദന ഞാൻ സാരമാക്കില്ല”, അയാൾ പറഞ്ഞു.

എന്നിട്ട് കൊക്കിക്കുരച്ച് വീണ്ടുമുറങ്ങാൻ കിടന്നു. അതെന്നെ കൂടുതൽ ആശയക്കുഴപ്പത്തിലാക്കി. ഞാനാണോ സ്വപ്നം കാണുന്നത് എന്ന ചിന്ത യായി. മറ്റ് വിശദീകരണങ്ങളൊന്നുമില്ലായിരുന്നു. വേദനയ്ക്കുപോലും അയാളിൽ യാതൊരു പ്രഭാവവുമുണ്ടാക്കാനായില്ല. ഒരു നിമിഷം എനിക്കും മനസ്സിന്റെ സമനില തെറ്റിയിരിക്കുന്നോ എന്നൊരു സംശയ മുണ്ടായി. സത്യം കണ്ടെത്താനായി പ്രഭാതംവരെ കാക്കുക എന്ന തല്ലാതെ മറ്റൊരു മാർഗമില്ലായിരുന്നു. ഞാനും കൊക്കിക്കുരച്ച് ഉറങ്ങാൻ കിടന്നു."

അദ്ദേഹം പിന്നേയും നിശ്ശബ്ദനായി. പ്രഭാതം വരെ കാക്കുകയല്ലാതെ മറ്റു മാർഗമില്ല എന്നദ്ദേഹം കരുതുന്നു. ഭയം ഇങ്ങനെ ഗ്രസിച്ചിരിക്കു മ്പോൾ ഉറങ്ങാനാകുമെന്ന പ്രതീക്ഷ ഇല്ല. ഇതിലും നല്ലത് ആ ഗ്ലാസ് എന്റെ കൈത്തണ്ടയിലിടിച്ച് പൊട്ടിക്കുന്നതാണ്. ഉണർന്നാൽ മുന്നിൽ ആരാകും എന്നുറപ്പില്ല. ഇപ്പോൾ ഈ കമ്പിളിപ്പുതപ്പിന്റെ ഊഷ്മളത ആസ്വദിക്കുകയാണ്. ഇപ്പോൾ മതിവരുവോളം വെള്ളം കുടിക്കാനാകു ന്നുണ്ട്.

"വേണമെങ്കിൽ താങ്കളും ഒന്ന് കൊക്കിക്കുരച്ച് ഉറങ്ങാൻ കിടന്നോളൂ. എന്നാൽ, ദയവായി താങ്കളുടെ കത്തി എവിടെയാണോ അവിടെ തന്നെ വെച്ചേക്കൂ." ഞാൻ പറഞ്ഞു.

"ഇത് ഒരു സ്വപ്നം മാത്രമായതിനാൽ, വേദനയെ ഭയക്കേണ്ടതില്ലല്ലോ അല്ലേ. അതല്ലേ പറഞ്ഞതിനർത്ഥം?"

"ഞാനിപ്പോഴും ഉണർന്നിട്ടില്ല. ഇപ്പോൾ ഞാനനുഭവിക്കുന്ന വേദന യഥാർത്ഥമാണ്."

"ഇതാ ഇപ്പോൾ താങ്കൾ പറഞ്ഞ വാചകം ഓർമ്മയില്ലേ... ഈ നിമിഷ ത്തിന്റെ മൂല്യം അതിനെ ഭാവിയിൽ നമ്മൾ തിരിഞ്ഞ് നോക്കുമ്പോഴുള്ള തുമായി ബന്ധപ്പെടുത്തണമെന്ന്. എന്നാൽ ഈ നിമിഷത്തിന്റെ വാസ്തവും ഇപ്പോൾ ഇവിടെ തീരുമാനിക്കാം എന്നു തോന്നുന്നു. താങ്കൾ ഒരു സ്വപ്നത്തിലാണെന്നും പീഢിപ്പിക്കപ്പെടുകയാണെന്നും വിശ്വസി ക്കുകയാണ്."

ശുദ്ധഹൃദയനായ സഹോദരൻ. ഞാനൊന്നുണരുകയാണെങ്കിൽ, അപ്പോൾ അദ്ദേഹം ഇവിടെയുണ്ടെങ്കിൽ, ഇതൊക്കെ ഞാൻ പറയും. ഞങ്ങൾ സംസാരിച്ചുകൊണ്ടിരിക്കുന്നതിനിടയിൽ സൂര്യൻ ഉദിക്കും. അപ്പോഴും ഈ ചർച്ച എവിടേക്കെത്തുന്നു എന്ന് ഞങ്ങളറിയില്ല. ഉറങ്ങാതെ പ്രഭാതംവരെ കഴിയാനായെങ്കിൽ, ഇവിടുത്തെ അസ്തിത്വം അവസാനിക്കും. ഇതും ഒരു വാസ്തവമാകും.

"പിറ്റേന്ന് പ്രഭാതത്തിൽ താങ്കളുണർന്നപ്പോൾ എന്ത് സംഭവിച്ചു?"

നേരത്തെ നിർത്തിയിടത്തുനിന്ന് അദ്ദേഹം തുടരുന്നു.

"പിറ്റേന്ന് അയാൾ ആദ്യം ചെയ്തത് തന്റെ സ്വപ്നത്തെക്കുറിച്ച് എന്നോട് പറയുകയായിരുന്നു. അതെനിക്കറിയാം എന്ന് ഞാൻ പറഞ്ഞു.

കാരണം അതൊരു സ്വപ്നമല്ലായിരുന്നു എന്നും പറഞ്ഞു. അയാൾ ചിരിച്ചു. 'അർദ്ധരാത്രിയിൽ ഞാൻ സത്യമായും എഴുന്നേറ്റുവെങ്കിൽ അതെനിക്കെന്തുകൊണ്ട് ഓർമ്മ വരുന്നില്ല, താങ്കളെ എന്തുകൊണ്ട് ഓർത്തില്ല?' അദ്ദേഹം ചോദിച്ചു. അതും ശരിയാണ്. എന്നാൽ ഞാൻ പറഞ്ഞത് വാസ്തവമാണെന്നുറപ്പിക്കാൻ അദ്ദേഹം തന്റെ കൈ പരിശോധിച്ചു. അവിടെ അടയാളങ്ങളൊന്നുമില്ലായിരുന്നു. വളരെ സാവധാനത്തിലൊരു പോറൽ നൽകാനാണ് ഞാൻ ശ്രമിച്ചത്. അയാൾ ധരിച്ചിരുന്ന വസ്ത്രമൊന്ന് കീറാൻ പോലും ആ പോറലിനായില്ല. 'അത് സത്യമല്ലെങ്കിൽ, പിന്നെ താങ്കളുടെ സ്വപ്നത്തെക്കുറിച്ച് എനിക്കെങ്ങനെ അറിയാം?' ഞാൻ ചോദിച്ചു. 'അറിയാം എന്നതിനു തെളിവെവിടെ?' എന്നായിരുന്നു മറുചോദ്യം. 'ഇപ്പോൾ, ഞാൻ പറഞ്ഞപ്പോഴല്ലേ താങ്കളത് കേട്ടത്. അതിനു ശേഷം എനിക്കുത്തരമില്ലാതായി. അയാളുടേതൊരു സ്വപ്നമായിരുന്നോ അതോ എന്റേത് വാസ്തവമോ?"

"സത്യമറിയാൻ ഉറക്കമുണരുക എന്നത് ആവശ്യമാണെന്നില്ല എന്നാണ് താങ്കൾ പറഞ്ഞുവരുന്നത്. ഒന്നുണരാനായെങ്കിൽ എനിക്ക് എന്നെന്നും പിന്നെ സഫാലിയിൽ തന്നെ കഴിയാമായിരുന്നു. തണുപ്പുള്ള ഈ തോട്ടങ്ങളിലും മുറ്റങ്ങളിലും എന്റെ ദിനങ്ങൾ ചിലവിടാമായിരുന്നു. നിങ്ങളുടെ ചർച്ചകളിൽ പങ്കെടുക്കാമായിരുന്നു. ഒരു പുതിയ വിശ്വത്തെക്കുറിച്ച് പര്യാലോചിക്കാമായിരുന്നു. നിങ്ങളൊക്കെ പറഞ്ഞതിൽ നല്ലൊരു ഭാഗം മനസ്സിലായില്ല എന്ന് ഞാൻ കുമ്പസാരിക്കട്ടെ. ഞാൻ യോജിച്ചതിൽ നല്ലൊരു ഭാഗം തെറ്റായി മനസ്സിലായതുമാകാം. ഉദാഹരണത്തിനായി, ആ കഥയുടെ അവസാനമെടുക്കുക. കപ്പലിൽ കയറാനാകാതെ പോയത് നല്ലവനാണോ തെമ്മാടിക്കാണോ എന്ന് മനസ്സിലായില്ല. അതിനെക്കുറിച്ച് എങ്ങനെ ചിന്തിച്ച് തുടങ്ങണം എന്നും അറിയില്ല. അതേത് സഹോദരനായിരുന്നു. താങ്കൾക്ക് മനസ്സിലായോ?"

സഫാലിയിലെ സായാഹ്നങ്ങൾ അങ്ങ് ദൂരെയെവിടേയോ ആയിരുന്നു എന്ന തോന്നലിപ്പോഴുണ്ടാകുന്നു. യുഗങ്ങൾക്ക് മുമ്പ് സന്ദർശിച്ച ഒരു സ്ഥലം. ഇപ്പോൾ അതിനെക്കുറിച്ച് ഓർത്തെടുക്കാൻ ബുദ്ധിമുട്ടുന്നു. വേദന നിറഞ്ഞ ഓർമ്മ എന്റെ ഭൂതകാലത്തിനുമിടയിൽ ഒരു ചുമർ പണിതിരിക്കുന്നു.

"ആ ചോദ്യത്തിന് ഞാനെങ്ങനെ ഉത്തരം നൽകും?"

ഈ വാക്കുകൾ കൊണ്ട് അദ്ദേഹം എന്താണുദ്ദേശിച്ചത് എന്ന് മനസ്സിലായില്ല. അദ്ദേഹം തുടർന്നു.

"ജീവിതത്തിന്റെ അർത്ഥം എന്നത് ഓരോ വ്യക്തിക്കും വ്യത്യസ്തമായിരിക്കും. അന്ന് രാത്രി സംഭവിച്ചത് എന്നെ സംബന്ധിച്ചിടത്തോളം വാസ്തവമായിരുന്നു. എന്നാൽ എന്റെ ആതിഥേയനായ ഭ്രാന്തന് അതൊരു സ്വപ്നമായിരുന്നു. ശരിയായ സത്യം എന്തെന്ന് കണ്ടുപിടിക്കാൻ

നമുക്കാകില്ല. ഇപ്പോൾ താങ്കളും പറയുന്നത് താങ്കളൊരു സ്വപ്നത്തിലാണെന്നാണ്. ഞാൻ താങ്കളുടെ സ്വപ്നത്തിലെ അവാദീനാണെങ്കിൽ, പിന്നെയെങ്ങനെ സെയ്ദിഗൾ പങ്കെടുത്ത ചർച്ചയെക്കുറിച്ച് എനിക്കറിയാനാകും? അങ്ങനെയൊന്ന് എന്തുകൊണ്ട് താങ്കൾ പ്രതീക്ഷിക്കുന്നു?"

"അത് മനസ്സിലാക്കാനായി, പ്രഭാതംവരെ കാക്കുന്നതിനു പകരം എനിക്ക് ഈ എണ്ണവിളക്കുകൾ എല്ലാം തെളിയിക്കാം. അദ്ദേഹത്തിന്റെ മുഖം ഒരു തവണയൊന്ന് കണ്ടാൽ, അതാരുടെ മുഖമാണെന്ന് പറയാനാകും."

"സത്യം. ആ ചർച്ചയിൽ എന്തൊക്കെ സംസാരമുണ്ടായി എന്ന് താങ്കളറിയുന്നതിന് യാതൊരു സാധ്യതയുമില്ല. എന്നാൽ അതിനർത്ഥം താങ്കൾ സെയ്ദിഗൾ അല്ലെന്നല്ല."

അദ്ദേഹം ഒരു നിമിഷം ശങ്കിച്ചു. എന്നെ മനസ്സിലാക്കാൻ ആദ്യമായാണദ്ദേഹം വിഷമിച്ചത് എന്ന് ഞാൻ കരുതി. എന്ത് പറയണം എന്നദ്ദേഹത്തിനറിയില്ലായിരുന്നു. അതല്ലെങ്കിൽ ഞാൻ എന്ത് പറയുന്നു എന്ന് എനിക്കറിയില്ലെന്ന് ചിന്തിക്കുകയാണദ്ദേഹം. ഞാൻ സഫാലിയിലെത്തിയ ദിനത്തിലേക്കൊന്ന് തിരിച്ച് പോകാനായെങ്കിൽ! അരുവിക്കരയിലെ പെൺകുട്ടികളുടെ പാട്ടൊന്ന് കേൾക്കാനായെങ്കിൽ, കുട്ടികൾ കളിക്കുന്നതൊന്ന് കാണാനായെങ്കിൽ. നഗരത്തിന്റെ വർണ്ണമേതെന്ന് തിരക്കി, വഴിവാണിഭക്കാരനെപ്പോലെ അലയാനായെങ്കിൽ, എന്നിട്ട് അത് കണ്ടെത്തിക്കഴിഞ്ഞാൽ പിന്നെ എവിടേക്കും പോകാതായെങ്കിൽ! അങ്ങനെയൊക്കെയെങ്കിൽ എനിക്ക് വടക്ക് നടക്കുന്ന ബഹളങ്ങളിൽ നിന്നും വളരെ ദൂരെ മാറി നിൽക്കാമായിരുന്നു.

"സത്യം വാക്കുകളിലാണെങ്കിൽ എന്റെ പേര് അവാദീൻ എന്നാണെന്ന് പറയാനാകും. അതിനപ്പുറം ഒന്നിനും കരുത്തില്ല. മനസ്സിനൊന്നും വലിച്ചെടുക്കാനാകുന്നില്ല. താങ്കൾക്ക് സെയ്ദിഗളിനെ അറിയാം. എന്നാൽ അദ്ദേഹത്തിന്റെ യഥാർത്ഥ നാമം എന്തായിരുന്നു എന്നറിയില്ല.

അദ്ദേഹത്തിന്റെ പഴയ സുഹൃത്തിനെ അദ്ദേഹത്തിനിഷ്ടമായിരുന്നു എന്ന് ഉറപ്പുണ്ട്. സുഹൃത്ത് മരിച്ചുപോയി എന്ന് പറയുന്നു. സുഹൃത്ത് ജീവനോടെയുണ്ടായിരുന്നെങ്കിൽ അത് അദ്ദേഹത്തിനു സന്തോഷമാകും എന്നുമറിയാം. അദ്ദേഹത്തിനു സാധിക്കുമെങ്കിൽ, സുഹൃത്തിന്റെ ജീവിതത്തെ മാറ്റിമറിച്ച് ആ ശ്വാസത്തെ മാറോട് ചേർക്കുമായിരുന്നു. അതുകൊണ്ടാണ് ജീവിതത്തിന്റെ മായകൾ മനസ്സിലാക്കുക എളുപ്പമാണെന്ന് പറയുന്നത്. വലിയ വിഷമം പിടിച്ച പൂട്ടുകളിട്ടു പൂട്ടുവാൻ എല്ലാവർക്കും കഴിവുണ്ടാകില്ല. അതല്ലെങ്കിൽ അതികഠിനമായ കെട്ടുകൾ പൊട്ടിക്കാൻ എല്ലാവർക്കും കഴിവുണ്ടാകില്ല. സെയ്ദിഗളിനോളം ഹൃദയവിശാലതയും മനസ്സുമുള്ള വളരെ കുറച്ചുപേരേയുള്ളൂ. അദ്ദേഹത്തിന്റെ പക്കൽ ധാരാളം ചോദ്യങ്ങളുണ്ടായിരുന്നു. എപ്പോഴും ചോദ്യങ്ങളുടെ

അതിർത്തിക്കപ്പുറത്തുലാത്തുന്നത് അദ്ദേഹത്തിനിഷ്ടമായിരുന്നു. ഏതൊരു ഇരുട്ടിലുമിറങ്ങുന്നത് ഇഷ്ടമായിരുന്നു. അങ്ങനെയിറങ്ങുമ്പോൾ ചെന്നുവീഴുക ശൂന്യതയിലാകുമെന്ന ഭയമില്ലായിരുന്നു. അദ്ദേഹത്തെപ്പോലെ എത്രപേർക്ക് വിജയിക്കാനാകും? മനസ്സിന്റെ കരുത്തുകൊണ്ട് ആത്മാവിൽ കൊടുങ്കാറ്റിനെ നിയന്ത്രിക്കാൻ എത്ര പേർക്കാകും? വിശ്വാസം പ്രചോദിപ്പിച്ച അദ്ദേഹത്തിന്റെ മുഖം ഒരു വൃക്ഷശിഖരംപോലെയായിരുന്നു. നിത്യതയുടെ രഹസ്യത്തെ പ്രാപിക്കുക എന്നാൽ അത് അനന്തതയ്ക്ക് കുറുകെ കടക്കുക എന്നാണെങ്കിൽ, വാസ്തവത്തിനേറ്റവും അടുത്തെത്തിയ മനുഷ്യൻ അദ്ദേഹമാകുമായിരുന്നു. ചിലപ്പോഴൊക്കെ വിരലുകൾ ഉദാസീനമാകാറുണ്ടെങ്കിലും കടിഞ്ഞാണൊരിക്കലും വിടാത്ത സവാരിക്കാരനെപോലെയാണദ്ദേഹം. എല്ലാ കാറ്റുകളേയും അദ്ദേഹം ആദരിച്ചു. അതിൽ സ്വന്തം പാത വെട്ടിത്തുറന്നു. എപ്പോൾ പിന്തിരിയണം എന്നദ്ദേഹത്തിനറിയാമായിരുന്നു. പിന്തിരിഞ്ഞ് മറ്റുള്ളവരുടെ പാതയിലെപ്പോൾ ചേരണമെന്ന്. ശുദ്ധഹൃദയരായ സഹോദരർക്ക് അദ്ദേഹത്തിന്റെ സ്വഭാവം, പക്വത എത്ര അനുയോജ്യമാണെന്ന് ഞാൻ കണ്ടറിഞ്ഞു. അദ്ദേഹത്തിന്റെ താഴ്മയും ജ്ഞാനവും ഈ ലോകത്തെ തന്നെ വലയം ചെയ്യാൻ കരുത്തുള്ളവയായിരുന്നു. നിഴലിനുപോലും മാന്യതയുണ്ടായിരുന്ന വ്യക്തിത്വമായിരുന്നു സെയ്ദിഗളിന്റേത്.

"സെയ്ദിഗളിന്റെ യഥാർത്ഥ പേര് ഞാൻ കേട്ടില്ല." ഞാൻ പറഞ്ഞു. "ഇവിടെ താങ്കൾ താങ്കൾക്കായി സ്വീകരിച്ച പേരാണത്. അഥവാ എന്റെ സ്വപ്നത്തിൽ താങ്കളുപയോഗിച്ച പേര്. എവിടെയെന്നതിനിപ്പോൾ പ്രാധാന്യമില്ല. കാരണം അത് എത്ര യഥാർത്ഥമാണെന്ന് അറിയില്ല. അതുകൊണ്ടാണ് താങ്കൾ ഞാൻ കണ്ടുമുട്ടിയ ഒരു വ്യക്തി എന്നതിലുപരിയായി ആരുമല്ലാത്തത്, താങ്കൾ സെയ്ദിഗളാകുന്നത്."

കയ്യൊന്ന് നീട്ടി അദ്ദേഹത്തിന്റെ മുഖം സ്പർശിക്കണമെന്ന് തോന്നി. ഞാനിപ്പോൾ അദ്ദേഹത്തിന്റെ നിഴലിലാണ്. എനിക്ക് എന്നെക്കുറിച്ച് തന്നെ തീർച്ചയില്ലാത്തപ്പോൾ അദ്ദേഹത്തെക്കുറിച്ച് ഇത്ര ഉറപ്പോടെ സംസാരിച്ചതിൽ അദ്ഭുതം തോന്നി.

"ഞാൻ അവാദീനാണെന്ന് പറഞ്ഞ് ഫലിപ്പിക്കാൻ ശ്രമിക്കുന്നില്ല. അതിന്റെ ആവശ്യമില്ല. അത് കുറച്ച് കഴിയുമ്പോൾ താങ്കൾ സ്വയമേ അറിയും."

ഞാനുണർന്നാൽ എല്ലാം വ്യക്തമാകും എന്നാണദ്ദേഹം ഉദ്ദേശിക്കുന്നതെങ്കിൽ അദ്ദേഹത്തിന് തെറ്റ് പറ്റിയിരിക്കുന്നു. ഈ സ്വപ്നം അവസാനിക്കുമ്പോൾ ഞാനില്ലാതാകും എന്നദ്ദേഹം തിരിച്ചറിയുന്നില്ല. അദ്ദേഹത്തെ സ്വപ്നം കണ്ടത് ഓർക്കും. കാരണം ഈ സ്വപ്നത്തോടൊപ്പം അദ്ദേഹവും തുടച്ച് നീക്കപ്പെടും. അദ്ദേഹം എന്നേയും അദ്ദേഹത്തെതന്നേയും മറക്കും. ഇതൊക്കെ ഞാൻ പറയേണ്ട ആവശ്യമെന്തെങ്കിലുമുണ്ടോ?

"കളി താങ്കളുടെ ഇഷ്ടത്തിനു കളിക്കാം." ഞാൻ പറഞ്ഞു. "ഞാൻ പേരു ചോദിക്കാം. പക്ഷേ അവാദീൻ എന്നുത്തരം പറയരുത്. അതിലെ ന്തെങ്കിലും അർത്ഥമുണ്ടോ ഇല്ലയോ എന്നത് സാരമാക്കേണ്ട..."

ഞാൻ പൂർത്തിയാക്കുന്നതിനു മുമ്പേ അദ്ദേഹം പൊട്ടിച്ചിരിക്കാനാരംഭിച്ചു. ഈ പ്രതികരണമല്ല ഞാൻ പ്രതീക്ഷിച്ചത്. ഞാൻ സ്തബ്ധനായി. അദ്ദേഹം പരിക്ഷീണനായിട്ടുണ്ടാകുമെന്നും ദീർഘിച്ച രാത്രിക്ക് ശേഷം ഊർജമില്ലാത്തവനായിട്ടുണ്ടാകും എന്നും പ്രതീക്ഷിച്ചു. മുറിയിലേക്ക് തണുത്ത കാറ്റടിച്ച് കയറി. പുറത്തെ ആരൊക്കെയോ നടക്കുന്നുണ്ടെന്ന് തോന്നുന്നു. അദ്ദേഹം എഴുന്നേറ്റു. എനിക്കരികിൽ നിന്നു.

"എന്റെ പേര് അവാദീൻ എന്നാണ്. അത് ഒരിക്കലും മറക്കണ്ട." സ്വരമിത്തിരി കനപ്പിച്ചാണദ്ദേഹം പറഞ്ഞത്.

ഞാൻ നിശ്ശബ്ദനായി. അദ്ദേഹത്തിലെ ഗൗരവവും പിരിമുറുക്കവും കാണാനായി. മനസ്സിലാക്കാനുമായി. രാവിനെ ചുറ്റി നിന്ന ശൂന്യത പിന്നേയും വലുതായി.

"സത്യം പറയാമല്ലോ" അദ്ദേഹം തുടർന്നു. "താങ്കൾ പീഡിപ്പിക്കപ്പെട്ടു എന്നത് സത്യം. എന്നാൽ ഇവിടെ താങ്കൾ കാണുന്ന ഈ അവാദീനും സത്യം തന്നെയാണ്. ഇത് ജീവനോടെയുള്ള അവാദീനാണ്. എന്റെ ഊഹം ശരിയാണ്. ഇത് രണ്ടും വാസ്തവമാകും എന്ന് താങ്കൾക്ക് ഒരിക്കലും മനസ്സിലാക്കില്ല എന്ന് ഊഹിച്ചിരുന്നു."

ഇതെങ്ങനെ സാധ്യമാകും എന്നതുകൂടി അദ്ദേഹം പറയും എന്ന് പ്രതീക്ഷിച്ചു. ആദ്യമാദ്യം എനിക്ക് എന്നെക്കുറിച്ചായിരുന്നു വേവലാതി. എന്നാൽ ഇപ്പോൾ അദ്ദേഹത്തെക്കുറിച്ചാണ്. സ്വപ്നങ്ങൾക്ക് മനുഷ്യരുടെ മേൽ വിചിത്രങ്ങളായ പ്രഭാവങ്ങളുണ്ടാക്കാനാകുന്നു. അദ്ദേഹത്തിന്റെ ആ ഭ്രാന്തൻ ചിരിയിൽ നിന്നും ഒന്ന് വ്യക്തമാണ്. അദ്ദേഹത്തിലുള്ളതും ആ ഭ്രാന്തന്റെ സ്വരമാണെന്നത്. ആ ജലത്തിൽ തന്നെയാണ് അദ്ദേഹത്തിന്റെ മനസ്സും ഒഴുകി നടക്കുന്നതെന്ന്. ഒന്ന് ശാന്തമാകാനായി അദ്ദേഹമിരുന്നു. ആ കഴുത്തിനിപ്പോൾ അത്ര വേദന തോന്നുന്നുണ്ടാകില്ല. അദ്ദേഹത്തിന്റെ ഊഷ്മള ഹൃദയം ഒരുപക്ഷേ എനിക്കൊന്നുകൂടി കാണാനായേക്കും. സ്നേഹനിധിയായ ഒരച്ഛന്റെ ഹൃദയം. അദ്ദേഹമൊന്നിരിക്കട്ടെ. ഇത്തിരി വെള്ളം കുടിക്കട്ടെ. ആ ഗ്ലാസിൽ നിന്ന് തന്നെ കുടിക്കട്ടെ... പക്ഷേ അദ്ദേഹം അനങ്ങുന്നില്ലല്ലോ.

വടക്കോട്ടുള്ള പാത എന്നെ എവിടെ എത്തിക്കും എന്ന് ജിജ്ഞാസകൊണ്ടിരുന്ന ആദ്യ നാളുകളിൽ സ്വപ്നങ്ങൾ അനന്തതയിലേക്ക് നീളാറുണ്ടായിരുന്നു. എന്നാൽ ഇപ്പോൾ അങ്ങ് ചക്രവാളങ്ങൾക്കപ്പുറത്തെന്തുണ്ട് എന്ന് ചിന്തിക്കാറില്ല. പ്രഭാതത്തെക്കുറിച്ച് മാത്രമേ ചിന്തിക്കാറുള്ളൂ. ജീവിതത്തിന്റെ ആദ്യകിരണം പുതുമയുള്ളതാകുമോ അതോ അവസാനത്തേതാകുമോ?"

"ആ ഏലസ്സ് കൊണ്ടുവരൂ!" അവാദീൻ കല്പിച്ചു.

ആരോടാണദ്ദേഹം ഇങ്ങനെ ആജ്ഞാപിക്കുന്നതെന്ന് ഒന്നദ്ഭുതപ്പെടാനാകും മുമ്പ് മുറി മുഴുക്കെ ആളു നിറഞ്ഞു. എല്ലാ ദിശയിൽ നിന്നും അവരോടിയെത്തി. അവരിലൊരാളുടെ കൈയിൽ ഒരു പന്തമുണ്ടായിരുന്നു. അവരെല്ലാം ചുമരിൽ നിന്നാണ് ഇറങ്ങി വന്നതെന്ന് തോന്നി. എന്നാൽ അതൊന്നും ചുമരായിരുന്നില്ല. തട്ടു മുതൽ തറ വരെയെത്തുന്ന വലിയ പർദ്ദകളായിരുന്നു. അവർ അതെല്ലാം വലിച്ച് താഴെയിട്ടു. ഞാനപ്പോൾ ഗുഹയിലാണെന്നറിഞ്ഞു.

വിശ്വസിക്കാനാകുന്നില്ല. ഒരു മൂലയിൽ വലിയ പർദ്ദകളിട്ടാണവർ ഈ ഗുഹ ഇങ്ങിനെ ഇരുട്ടുള്ളതാക്കിയിരിക്കുന്നത്. അവിടെയാണ് ഞാൻ കിടക്കുന്നത്. സമീപം വെള്ളപ്പാത്രവും വെള്ളവുമുണ്ട്. എനിക്ക് മനസ്സിലാകുന്നില്ല. പൂച്ചക്കണ്ണനേയും അയാളുടെ പരിവാരങ്ങളേയും കണ്ടു. ഞാൻ ഉറക്കെ നിലവിളിച്ചു.

“സെയ്ദിഗൾ! താങ്കൾ എന്നെ ഉപേക്ഷിക്കരുത്. എനിക്ക് ഭ്രാന്ത് പിടിക്കുകയാണോ. അവാദീൻ! എന്നെ ഇവർക്കേല്പിക്കരുത്!”

രാവിന്റെ പടയോട്ടത്തിൽ നിന്നുള്ള ഭയം ചങ്കിലേക്കിറങ്ങി. എന്റെ വാക്കുകൾ വിറപൂണ്ടു. അവിടെ കിടന്ന് ചുറ്റിലുമുള്ളവരെ കണ്ടു. എരിയുന്ന പന്തം കണ്ടു. ഗുഹ കണ്ടു. കണ്ണ് വേദനിച്ചു. അത് കത്തിയെരിയുന്നു. അല്ല, ഇത് മറ്റൊരു സ്വപ്നം മാത്രമാണ്. സ്വപ്നത്തിനുള്ളിലെ സ്വപ്നം. അതല്ലെങ്കിൽ ഞാനിപ്പോൾ സഫാലിയിലെ ഒരു മുറിയിൽ ഉറക്കമുണരും. എന്നിട്ട് ബുദ്ധിശൂന്യമായ ഈ രാവിനെ പുറകിലാക്കും. ദീർഘമായൊന്ന് ശ്വസിച്ചു. അതുമല്ലങ്കിൽ ഈ ഗുഹയിൽ കണ്ണു തുറക്കും. അപ്പോഴും അവാദീൻ അവിടെ തന്നെയുണ്ടാകും. തലയ്ക്കുള്ളിലെ ഓരോ ചരൽക്കല്ലും യഥാസ്ഥാനത്ത് വയ്ക്കപ്പെടും. അങ്ങനെ മാത്രമേ മനസ്സിന് കേടുപാടുകളില്ലാതെ ഈ രാവിൽ നിന്നും പുറത്ത് കടക്കുവാനാകുകയുള്ളൂ.

എന്നാൽ പൂർണ്ണശാന്തതയോടെ അവാദീൻ ഏലസ്സ് കയ്യിലെടുത്തു. ആരോ അദ്ദേഹത്തെ ഏല്പിച്ചതാണത്. അതദ്ദേഹം കയ്യിലിട്ടൊന്ന് കളിച്ചു. വായുവിൽ ഉയർത്തിപ്പിടിച്ചു. ഞാനവിടെയുണ്ടെന്ന് അദ്ദേഹത്തിനറിയില്ലെന്ന് തോന്നി. ഇത് ഗുഹയാണെന്നറിയില്ലെന്ന് തോന്നി. അദ്ദേഹത്തിന്റെ മുഖത്തിനൊരു ഭാവവുമില്ല. ഒരു ചുമർ പോലെയുണ്ടത്. രാവ് മുഴുക്കെ എനിക്കരികിലിരുന്ന ആ മനുഷ്യൻ അപ്രത്യക്ഷമായിരിക്കുന്നു. ഇപ്പോൾ അതേ സ്വരത്തിൽ സംസാരിക്കുന്നത് മറ്റാരോ ആണ്. വളഞ്ഞ കഴുത്ത് ഒന്നുകൂടി വളച്ച് അദ്ദേഹം എന്നെ നോക്കുന്നു.

“താങ്കളുടെ പക്കലുള്ള എല്ലാ വസ്തുക്കളും ഞങ്ങൾ പരിശോധിച്ചു. ഇതിവിടെയാണൊളിപ്പിച്ചിരിക്കുന്നത് എന്ന് മാത്രം ചിന്തിച്ചില്ല. അവസാനം ഞങ്ങൾ കാതണി കണ്ടെത്തിയിരിക്കുന്നു.”

“താങ്കൾ ഇവരെയൊക്കെ വിളിച്ച് എന്താണ് ചെയ്യാൻ പോകുന്നത്?” ഞാൻ ഭയന്ന് ചോദിച്ചു.

എന്റെ ചോദ്യം അദ്ദേഹം കേട്ടില്ല. ത്രികോണാകൃതിയിലുള്ള ആ ഏലസ്സ് കയ്യിലിട്ട് പരിശോധിക്കുകയാണ് അദ്ദേഹം. അതിനൊരു കേടും വരരുതെന്ന ശ്രദ്ധയോടെ. ഒരു കിളിക്കുഞ്ഞിനെ കയ്യിലെടുത്തിരിക്കുന്നത് പോലെ. ഞാൻ കാണുന്നതിൽ വിശ്വസിക്കണോ? ഞാനൊരു ഗുഹയിലാണ്. മുന്നിൽ നിൽക്കുന്ന മനുഷ്യൻ അവാദീനാണ്. എനിക്കറിയാവുന്ന മുഖമാണ് ഈ സഹോദരന്റേത്. ഏലസ്സ് പരിശോധിക്കുകയാണദ്ദേഹം.

രാവിന് അപ്പോഴും ജീവനില്ല. തണുത്തുറഞ്ഞ ഒരു കാടുപോലെയുണ്ടത്. അനക്കമില്ലാതെ നിൽക്കുകയാണത്. ഇതുപോലെ മുമ്പൊരിക്കൽ സംഭവിച്ചിട്ടുണ്ടാകും എന്ന് തോന്നുന്നില്ല. ഇതുപോലെ മറ്റൊരു സ്ഥലമുണ്ടാകും എന്നും. ഞാനൊരു പാറയാണ്. ഇവിടെ വേരോടിയിരിക്കുന്ന പാറ. ഒരു ചിലന്തിവലയിൽ അകപ്പെട്ടിരിക്കുന്ന ഈച്ചയാണ് ഞാൻ. എവിടേക്ക് തിരിഞ്ഞാലും ചുമർ മാത്രം. അതാണെന്നെ തുറിച്ച് നോക്കുന്നത്. ഞാൻ സഫാലിയിലാണെന്ന് കരുതിയപ്പോൾ അവർ ആനന്ദിക്കുകയായിരുന്നു. അവർ എല്ലാവശവും അടച്ച് വെളിച്ചം അകത്ത് വരാതെ ശ്രദ്ധിച്ചു. ഗ്ലാസുകൊണ്ടുവന്നു. വെള്ളം കൊണ്ടുവന്നു. എന്റെ മനസ്സിനെ പാകപ്പെടുത്തി. ഇതിന്റെയൊന്നും ആവശ്യമുണ്ടായിരുന്നില്ല. എന്നെ ബോധ്യപ്പെടുത്താൻ വൃദ്ധൻ സെയ്ദിഗൾ മാത്രം മതിയായിരുന്നു. എന്നെ വിഡ്ഢിയാക്കാൻ അയാൾ മാത്രം മതിയായിരുന്നു.

എനിക്കിപ്പോൾ ഗുഹയുടെ പ്രവേശന ദ്വാരം കാണാം. ഇരുട്ടാണ് അവിടെ. ഞാനവിടേക്കോടിയാൽ അവരെന്നെ പിടികൂടും. ഞാൻ ക്ഷീണിച്ചിരിക്കുന്നു. കയ്യിൽ ഒരു കത്തിയുണ്ടായിരുന്നെങ്കിൽ കുറച്ച് രക്തം പൊടിക്കാമായിരുന്നു. ഇത്രയും ആശയറ്റ നിമിഷങ്ങൾ ഉണ്ടായിട്ടില്ല. ഭയമല്ല. വേദനയല്ല. മരണവുമല്ല. എന്നാൽ “എന്തുകൊണ്ട്” എന്ന ചോദ്യം തലയിലേക്ക് അടിച്ചുകയറ്റിക്കൊണ്ടിരിക്കുന്നു. രാവിന്റെ കറുത്ത് കുറയുകയാണ്. എവിടെ ചിന്തിച്ച് തുടങ്ങണം എന്നറിയില്ല. മനസ്സിൽ ചിതറിക്കിടക്കുന്ന കല്ലുകൾ ഇപ്പോൾ തച്ച് തരിപ്പണമാക്കിയിരിക്കുന്നു. പൊടിമണൽ പോലെയാക്കിയിരിക്കുന്നു. ഒന്ന് പിടിച്ച് തൂങ്ങാവുന്ന ഒരു ശിഖരം തിരയുകയാണ് ഞാൻ. ആ കാതണിയുടെ മൂല്യമെന്താകും, അല്ലെങ്കിൽ അതേത് തരം അമൂല്യമായ കല്ലുകൊണ്ടുണ്ടാക്കിയതാകും എന്നൊന്നുമല്ല ഞാനിപ്പോൾ അദ്ഭുതപ്പെടുന്നത്. പകരം അവാദീനിന്റെ ഹൃദയം തകർത്ത ആ കല്ല് ഏതായിരിക്കും എന്നാണ്.

“താങ്കളുടെ കത്തി എനിക്ക് തരൂ.” അവാദീൻ പറയുന്നു. ഇടതു കൈകൊണ്ട് പൂച്ചക്കണ്ണൻ നൽകിയ കത്തി അയാൾ വാങ്ങി.

ഏലസ്സിന്റെ തുന്നലിനു നല്ല കരുത്തുണ്ട്. എങ്കിലും അത് വിരലു കൊണ്ടേ അയാൾ അകത്തിയെടുത്തു. അതിനുള്ളിലുള്ള അമൂല്യരത്നത്തിനു കേടുവരുത്താതെ അടർത്തിയെടുത്തു. പിന്നെ പിളർത്തി തുറന്നു. നിഴൽ വീണ മുഖത്തെ മാംസപേശികൾ പെട്ടെന്ന് അയഞ്ഞു. അതിനകം

കണ്ടതിൽ അയാൾക്കുള്ള ആശ്ചര്യം മുഖത്ത് പ്രകടമായി. അയാൾ കയ്യിലുള്ള വസ്തുവിലേക്ക് തുറിച്ച് നോക്കിയിരിക്കുന്നു. കണ്ണാടിയിൽ കാണുന്ന അപരിചിതമായ ഒരു പ്രതിബിംബത്തെ നോക്കുന്നതുപോലെ. പിന്നെ കൈ മടക്കി. അമർത്തി പിടിച്ചു. ഇപ്പോൾ ഗുഹയിൽ അയാളുടെ ശ്വസനശബ്ദം മാത്രമേയുള്ളൂ. തലയൊന്ന് തിരിച്ച് അയാൾ ക്രോധത്തോടെ ഏലസ്സ് എനിക്ക് നേരെ എറിഞ്ഞു. തുകൽ കൊണ്ടുള്ള ആ ഏലസ്സിലേക്ക് ഞാൻ നോക്കി. അത് വന്ന് വീണത് എന്റെ നെഞ്ചിലാണ്. അതിനകത്തൊന്നുമില്ല. കാതണിയില്ല.

എല്ല കണ്ണുകളും ഇപ്പോൾ എന്നിലാണ്. എനിക്ക് തണുക്കുന്നു. നാക്ക് വേദനിക്കുന്നു. വായിൽ ഇപ്പോൾ വീണ്ടും രക്തം നിറയും. ആ ചൂടുള്ള രുചി തൊണ്ടയിലേക്ക് അരിച്ചിറങ്ങും. പല്ലുകൾ കൂട്ടി ഞെരിച്ചു. ശ്വാസമടക്കിപ്പിടിച്ചു. ജീവന്റെ രത്നം വായ്ക്കുള്ളിലാണ്. അത് അവർ അടർത്തിയെടുത്താൽ ചുണ്ടുകളിൽ നിന്ന് ആത്മാവും വേർപെടും.

"കാണിയെവിടെ?" പൂച്ചക്കണ്ണൻ എനിക്ക് നേരെ കുമ്പിട്ട് ചോദിച്ചു.

"ഇതൊരു സ്വപ്നമാണ്. കാതണി സത്യമായും ഏലസ്സിലാണ്. ഉണരുമ്പോൾ തരാം."

അങ്ങനെ പറയാൻ എന്തുകൊണ്ട് തോന്നി എന്നെനിക്കറിയില്ല. പിന്നെ പെട്ടെന്ന് ഞാൻ പൊട്ടിച്ചിരിച്ചു. നിർത്താനാകാതെ. അത് ഗുഹയിലാകെ പ്രതിധ്വനിച്ചു. ഭയം എന്തുകൊണ്ടിങ്ങനെ അവരെ കളിയാക്കാൻ സഹായിക്കുന്നു എന്നവർക്ക് മനസ്സിലാകുന്നില്ല. എനിക്കും. ഞാൻ അവാദീനിനെപ്പോലെ ചിരിച്ചു. ഒരു ഭ്രാന്തനെപ്പോലെ ചിരിച്ചു. ആ ഭ്രാന്തന്റെ അതിഥിയായിരുന്നു അയാളന്ന്. മനസ്സിലാകാത്ത സംഭവങ്ങൾ വേദനയുമായി ഒത്തുചേരുമ്പോൾ, ചുറ്റിലും ആളിക്കത്തുന്ന തീയിനകത്തകപ്പെട്ട സർപ്പത്തെപ്പോലെ രക്ഷപ്പെടാനൊരു പ്രതീക്ഷയുമില്ലാതെ ഞാൻ തുറുങ്കിലാകുമ്പോൾ, മനസ്സിന്റെ സമനില നഷ്ടപ്പെടുക എളുപ്പമാണ്. കണ്ണുനീർ കവിളിലൂടെ ഒഴുകുംവരെ ചിരിച്ചു. തൊണ്ട കത്തുന്നു. എല്ലാം ശുദ്ധഅസംബന്ധമായി തോന്നുന്നു. ഞാൻ എന്നെ നിയന്ത്രിച്ചു.

എന്റെ വയറ്റിൽ ആരോ ആഞ്ഞ് ചവുട്ടി. അതെന്റെ ജീവനെടുത്തെന്ന് തോന്നി. ഞാൻ ഉരുണ്ടു. എന്നിട്ടും ചിരി അവസാനിപ്പിച്ചില്ല. അടിയും ചവിട്ടും മഴപോലെ പെയ്ത് വീണു. അവരുടെ കോപത്തിന്റെ കെട്ടഴിഞ്ഞു. ഇടയ്ക്ക് അവാദീനിന്റെ സ്വരം കേട്ടു. "നിർത്ത്! അവനെ ഒറ്റയ്ക്ക് വിട്!" അത് പറയുന്നു. അതല്ലെങ്കിൽ അങ്ങനെയാണ് ഞാൻ കേട്ടത്. എന്റെ തലയുടെ പിൻഭാഗത്ത് വീണ കനത്ത ഒരടി എന്റെ ബോധം കെടുത്തി. അങ്ങനെ ഞാൻ കരുതുന്നു. കാരണം അതോടെ ചിരി നിന്നു. നിശ്ശബ്ദത മാത്രമായി. ദീർഘനേരം ഞാനങ്ങനെ ആ ശൂന്യതയിൽ കിടന്നു.

കണ്ണുതുറന്നപ്പോഴാണ് ഞാനെവിടെയാണെന്ന് മനസ്സിലാകുന്നത്. സൂര്യനുദിച്ചിരിക്കുന്നു. ഗുഹയ്ക്കകത്ത് നല്ല വെളിച്ചമുണ്ട്. ഇപ്പോൾ ആദ്യമായി ചുറ്റുമുള്ളതെല്ലാം കാണാം. പ്രതീക്ഷിച്ചതിലും വലിപ്പമുണ്ടിതിന്.

മച്ചിന് നല്ല ഉയരമുണ്ട്. അവർ എന്റെ കൈകൾ പുറകിൽ കെട്ടി ഒരു മൂലയിൽ ഉപേക്ഷിച്ചിരിക്കുന്നു. പുറത്ത് അനേകം സ്വരങ്ങൾ കേൾക്കാം. ഇവിടെ ഇപ്പോൾ മെത്തയില്ല. വെള്ളം നിറച്ച പാത്രവുമില്ല. ശരീരത്തിൽ മുഴുവൻ രക്തമാണ്. ഉറക്കം തുടരണം. രാത്രിയിൽ എന്റെമേൽ അവർ നടത്തിയ ചെപ്പടിവിദ്യയ്ക്ക് ശേഷം ഇപ്പോൾ ഞാനെവിടെയാണെന്നറിയാം. സത്യമായും സഫാലിയിൽ എന്റെ മുറിയിലാണെന്ന് കരുതിയിരുന്നു. ഇരുട്ടായതിനാൽ വ്യക്തമായി കാണാനില്ലായിരുന്നു. അവാദിനിന്റെ സ്വരം എന്നെ വിഡ്ഢിയാക്കി. വെള്ളത്തിന്റെ രുചി എന്നെ വിഡ്ഢിയാക്കി. എന്നാൽ ഇപ്പോൾ ഞാൻ ഗുഹയ്ക്കകത്താണ്. കണ്ണ് കെട്ടിയിട്ടില്ല. ഒരു മൂലയിൽ അവർ കുറച്ച് വിറക് കൂട്ടിയിട്ടിട്ടുണ്ട്. വലിയ പുതപ്പുകൾ ഒരു കുന്നായി കിടപ്പുണ്ട്. മച്ചിൽ നിന്നും കനമേറിയ കയറുകൾ ഞാന്ന് കിടപ്പുണ്ട്. ഞാൻ ഗുഹയുടെ പുറകിലേക്ക് കണ്ണോടിച്ചു. പ്രതീക്ഷിച്ചതുപോലെ അവിടെ വീതി കുറവാണ്. അത് ഭൂമിക്കടിയിലേക്ക് നീളുന്നു. രക്ഷപ്പെടാനുള്ള ഏറ്റവും നല്ല അവസരമാണിത്.

തലയിൽ താങ്ങാനാകുന്നതിലും വലിയ ഭാരം കയറ്റിവച്ചിരിക്കുന്നതുപോലെ തോന്നുന്നു.

ചുറ്റും ആരുമില്ലാത്തപ്പോൾ എഴുന്നേറ്റ് നിന്നു. കാലുകൾ, കാൽമുട്ടുകൾ വല്ലാതെ വേദനിക്കുന്നു. നഗ്നനാണ്. രാത്രിയിൽ അവർ വീണ്ടും എന്റെ തുണിയെല്ലാം അഴിച്ചെടുത്തിരിക്കുന്നു. പുറത്ത് നിന്ന് വരുന്ന സ്വരങ്ങളേതൊക്കെ എന്നിപ്പോൾ വ്യക്തമാകുന്നില്ല. അവർ ചിരിക്കുന്നുണ്ട്. എന്നെ ഒറ്റയ്ക്ക് വിടുന്നതിൽ അവർ അപായമൊന്നും കണ്ടില്ല. രക്ഷപ്പെടാൻ എനിക്കാകില്ല എന്നവർക്കുറപ്പാണ്. ദിവസങ്ങളായി ഈ നിമിഷത്തിനായി കാത്തിരിക്കയായിരുന്നു. എല്ലാ നിശ്ശബ്ദതകളോടുമൊപ്പം, എല്ലാ വേദനകളോടുമൊപ്പം, കാത്തിരിക്കുകയായിരുന്നു. ഒരു വാൽ നക്ഷത്രം തിരിച്ച് വരുന്നതിനായി കാത്തിരിക്കും പോലെ കാത്തിരിക്കുകയായിരുന്നു. ഇതിനായി മാത്രമാണ് എന്റെ അവസാന ശ്വാസം കാത്ത് സൂക്ഷിച്ചത്. കാൽപാദങ്ങൾ വല്ലാതെ വേദനിക്കുന്നുണ്ട്. ഗുഹയുടെ ഉള്ളിലേക്ക് നീങ്ങുംതോറും ചളിയുടെ മണം അധികമാകുന്നു.

ദിവസങ്ങളോളം എന്റെ നിലവിളി രക്തം പോലെയൊഴുകിയ ഗുഹയിൽ നിന്നും രക്ഷപ്പെടുകയാണ്. ഇവിടെ വെള്ളം പോലെ രക്തം കുത്തിയൊഴുകി. വേണ്ട, ഇനി ഒരു സ്വരമുണ്ടാകില്ല. ഞാൻ എവിടെ നിന്ന് വന്നുവോ അവിടേക്ക് മടങ്ങിപ്പോകും. ഇരുട്ടിന്റെ ക്രൂരത മറക്കും. ഇനി മുതൽ വേദനയും പ്രതീക്ഷയില്ലായ്മയും വടക്ക് പോലെ വിദൂരമാകും. ഒരു പുതുജീവിതം തുടങ്ങും. ഉത്തരം കിട്ടാത്ത ചോദ്യങ്ങളിൽ ഞാൻ കടിച്ച് തൂങ്ങില്ല. പകരം പരിചിതമായ സ്ഥലവും മനസ്സിന്റെ ശാന്തതയുമുണ്ടാകും. എന്റെ ജന്മനാട്ടിലെത്താൻ പല ഋതുക്കൾ യാത്ര ചെയ്യും. അതേ മലനിരകൾ, തടാകങ്ങൾ, കാടുകൾ, മഞ്ഞ് എല്ലാം കടന്ന് ചെല്ലും. ബെലെക്കും ഞാനും ആ പാതകളിലൂടെ കാറ്റുപോലെ പാഞ്ഞ് പോകുമ്പോൾ യാതൊരു അടയാളവും ഞാനവിടെ ഉപേക്ഷിക്കില്ല. അവർക്ക്

എന്നെ കണ്ടെത്താനാകില്ല? ബെലെക്ക്? അവനെന്ത് സംഭവിച്ചിരിക്കും? അവനെക്കുറിച്ചെനിക്കെങ്ങനെ ഇത്രയും ദിവസം മറക്കാനായി? അവനെക്കുറിച്ചൊരു ഓർമ്മപോലും എന്നിലെത്തിയില്ലല്ലോ. അവർ എന്നെ പിടികൂടിയ രാത്രിയിൽ, അവന്റെ പുറത്താണെന്നെ ഈ ഗുഹയിലെത്തിച്ചത്. അതിനു ശേഷം അവനെന്ത് സംഭവിച്ചു എന്നെനിക്കറിയില്ല. ഒരുപക്ഷേ അവരിലൊരാൾ അവനെ കൊണ്ടുപോയിരിക്കും. എന്റെ വേദനകൾക്കൊരു ശമനമുണ്ടാകുകയും ഞാൻ ഞാനാകുകയും ചെയ്താൽ ബെലെക്കിനെ കണ്ടെത്തണം. അവൻ കാത്തിരിക്കുകയാകും. ഞാൻ വഴി കണ്ടെത്തും. ഇടുങ്ങിയ താഴ്വാരങ്ങളും മഞ്ഞുറഞ്ഞ നദികളും കടന്ന് പോകും. ക്ഷീണിച്ച് വീഴുമ്പോൾ മലനിരകളിലെ നിലാവ് ഞങ്ങൾക്ക് പുതപ്പാകും. മുമ്പും അതൊക്കെ സംഭവിച്ചിട്ടുണ്ട്. എനിക്ക് തണുക്കുന്നു. കാൽക്കണ്ണികൾ വേദനിക്കുന്നു. വെള്ളം, ഉറക്കം എന്നിവയെ ദിവസങ്ങളോളം ഒളിപ്പിച്ചുവച്ച ഗുഹയിൽ നിന്നും രക്ഷപ്പെടുകയാണ്. അതിനകത്ത് പലപ്പോഴും ഉറക്കം ഒരു കരച്ചിൽ പോലെ ഓരിയിടാറുണ്ടായിരുന്നു.

ഇതുപോലൊരു അവസരം ഇനി ലഭിക്കില്ല എന്ന് തന്നെ കരുതി. രക്ഷപ്പെടാൻ ശ്രമിച്ചില്ലെങ്കിലും മരിക്കും. അതുകൊണ്ടാണ് ചെറുത്ത് നിൽപ്പും വാടിത്തളരുന്നത്. എന്റെ സ്വരം ഇടറുന്നത്. എനിക്ക് എന്നോട് ദയ തോന്നി. ഇവിടെ ചോദ്യങ്ങളും ഉത്തരങ്ങളും അവ്യക്തമായിരുന്നു. ശരിയായ ചോദ്യമേതെന്ന് അറിയില്ല. നഖം പിഴുതെറിയുന്നതിനു മുമ്പ് അവർ പിഴുതെടുത്തത് മനസ്സിലെ ഏറ്റവും കരുത്തുള്ള കല്ലിൽ ഒന്നായിരുന്നു.

എന്റെ കൈകളൊന്ന് സ്വതന്ത്രമായെങ്കിൽ. ഗുഹയുടെ പിൻഭാഗത്ത് തണുപ്പ് മാത്രമല്ല ഉള്ളത്. ഇരുട്ടുമുണ്ട്. വേണമെന്ന് തോന്നിയാലും വേഗത്തിൽ നടക്കാനാകുകയില്ല. നിലം നനഞ്ഞിരിക്കുന്നു. വഴുവഴുപ്പുമുണ്ട്. ഈ ഗുഹ ഇവിടെ അവസാനിക്കുന്നില്ലെന്നതിന്റെ തെളിവാണിത്. ഈ നനവിനോടൊപ്പം അകത്തെവിടെനിന്നോ ചില പ്രതിധ്വനികളും വരുന്നുണ്ട്. പ്രതീക്ഷ ഉയരുന്നു. ഇരുണ്ട ഒരു ദ്വാരത്തിൽ അകപ്പെട്ടില്ലെങ്കിൽ ഒരുപക്ഷേ വെളിച്ചത്തിലേക്കെത്തിച്ചേരും. കുറച്ച് ദൂരെയാണെങ്കിലും അവിടെ വെളിച്ചമുണ്ടാകും. ഇപ്പോൾ വെള്ളം ഇറ്റിറ്റ് വീഴുന്ന സ്വരം മാത്രമേ കേൾക്കാനുള്ളൂ. ഞാൻ അവിടെയില്ലെന്ന് എത്ര വൈകി അവർ അറിയുന്നോ അത്രയും നല്ലത്. ഒരു സുരക്ഷിതസ്ഥാനത്തെത്തി ഒളിച്ചില്ലെങ്കിൽ കണ്ടെത്തുക എളുപ്പമാകും. ഈ പാത നീളുന്നത് ഭൂമിക്കടിയിലെ ഒരു പുഴയിലേക്കാണ്. അതല്ലെങ്കിൽ ഒരു രഹസ്യ മാർഗ്ഗത്തിലേക്ക്. അത് വളരെ ദൂരെയാകണം. അതല്ലെങ്കിൽ അവിടെ അവർ ഒരു കാവലാളിനെ നിർത്തിയിട്ടുണ്ടാകും. എനിക്ക് രക്ഷപ്പെടാനാകില്ല എന്നു തന്നെയാണവർ കരുതിയിരിക്കുന്നത്. ഞാൻ തണുത്ത് വിറയ്ക്കുകയാണ്.

കണ്ണിന്റെ കെട്ടുണ്ടോ ഇല്ലയോ എന്നതുപോലൊരു സ്ഥലത്ത് എത്തുകയാണ്. അവിടെ വെളിച്ചം ഒരു ചെറുപൊട്ട് മാത്രമായിരിക്കുന്നു.

ഇവിടെ നിന്ന് മുന്നോട്ട് പോകണോ വേണ്ടയോ എന്നാലോചിക്കുകയാണാ വെളിച്ചത്തിന്റെ പൊട്ട്. ഇവിടെ നിന്നുള്ള പാത ഞാൻ വന്നതിലും സുരക്ഷിതമാകും എന്നതിനൊരു ഉറപ്പുമില്ല. മുന്നിലിനി എന്താണെന്ന് അറിയില്ല. കണ്ണുകെട്ടിയിരിക്കുന്നതുപോലെ ഇരുട്ടിൽ തപ്പിത്തടഞ്ഞു. നിലം കാലുകൊണ്ട് തൊട്ടറിഞ്ഞു. രണ്ടടി മുന്നോട്ട് നടന്ന് ഒന്ന് നിൽക്കും. പിന്നെ അടുത്ത അടി വയ്ക്കും.

ഒരു സ്വരം എന്റെ ശ്വാസം നിലപ്പിച്ചു.

"എവിടേക്കാണ് പോകുന്നത് റിൻഡ?"

പൂച്ചക്കണ്ണനാണ്. അയാൾ വഴിമുടക്കി നിൽക്കുന്നു. ഇതെന്റെ വിധിയാണ്. രക്ഷപ്പെടാനാകാത്ത വിധി. എന്റെ കാലുവഴുതി. ഞാൻ വീണു. എഴുന്നേറ്റ് നിൽക്കാൻ ശ്രമം നടത്തി. പക്ഷേ പൂച്ചക്കണ്ണൻ കാൽമുട്ടിലടിച്ചു. ഞാൻ വീണു.

അതിശയം തന്നെ. എല്ലാം താറുമാറായിരിക്കുന്നു. രക്ഷപ്പെടാനുള്ള ആദ്യവസരമാണ് എനിക്ക് ലഭിച്ചത്. രക്ഷപ്പെടുകയാണെന്ന് കരുതുകയും ചെയ്തു. അപ്പോഴാണ് മുയലിനെപ്പോലെ കെണിവച്ച് പിടിച്ചിരിക്കുന്നത്. അതായത് ഇവിടെ കാവലിന് അവർ ഒരാളെ നിയമിച്ചിരുന്നു എന്ന്. അതുകൊണ്ടാണ് പുറത്ത് നിന്നവർ ശ്രദ്ധിക്കാതിരുന്നത്. ഇനി ഞാൻ ഈ ഗുഹയിൽ കിടന്ന് മരിക്കും എന്നുറപ്പ്. ഈ ഗുഹയിൽ നിന്നും രക്ഷപ്പെടാനുള്ള എല്ലാ പ്രതീക്ഷയും അസ്തമിച്ചിരിക്കുന്നു. വിഷത്തിന്റെ രുചി ഇപ്പോൾ തൊണ്ടയിലെത്തുന്നു. ഞാൻ വിറയ്ക്കുകയാണ്. ഒന്നും ചെയ്യാനാകില്ല. ക്ഷീണിതനാണ്. തളർന്നിരിക്കുന്നു. കൈകൾ ബന്ധിച്ചിട്ടുണ്ട്. എല്ലാം താറുമാറായിരിക്കുന്നു. വീണ്ടും വലയിൽ കുടുങ്ങിയിരിക്കുന്നു.

അവർ എന്നെ ചുമരിൽ ചാരിയിരുത്തി. അമർത്തി പിടിച്ചു. കാൽമുട്ടുകൾ വളച്ച് വച്ചു. അടുത്ത തൊഴിയിൽ നിന്നും രക്ഷനേടാൻ ഞാനൊരു ശ്രമം നടത്തി. പൂച്ചക്കണ്ണൻ എനിക്കരികിൽ വളഞ്ഞിരുന്നു.

"നീ റിൻഡ തന്നെയാണെന്ന് എനിക്ക് അറിയാമായിരുന്നു. ആദ്യം തൊട്ടേ അറിയാമായിരുന്നു." അയാൾ പറഞ്ഞു. "നിന്റെ പേര് അസ്ലം എന്നാണെന്നും കാതണി എവിടെയാണൊളിപ്പിച്ചിരിക്കുന്നതെന്നും പറഞ്ഞപ്പോൾ അവാദീനിനെപ്പോലെ എനിക്ക് ആവേശമൊന്നും തോന്നിയില്ല. കാരണം അത് ഞാൻ വിശ്വസിച്ചില്ല എന്നത് തന്നെ."

"ഇതെന്നെ സന്തോഷിപ്പിക്കാൻ പറയുന്നതാണോ?"

"അവാദീൻ അങ്ങനെ കരുതാത്തിടത്തോളം കാലം ഇതിനൊരു പ്രാധാന്യവുമില്ല."

അയാൾ എന്നെ തൊഴിക്കാൻ തയ്യാറെടുക്കുകയാണെന്ന് തോന്നിയില്ല. ശാന്തനാണയാൾ. കയ്യിൽ കത്തിയില്ല. ഞാനിപ്പോൾ ചുമർ ചാരിയിരിപ്പാണ്. വിറയ്ക്കുന്നുണ്ട്. തണുപ്പുകൊണ്ടുള്ള വിറയാണെന്നതിൽ സംശയമില്ല. ഇവിടെയാകെ നനഞ്ഞിരിക്കുന്നു. തണുത്തുറഞ്ഞിരിക്കുന്നു.

“ഒരാളെ കൊല്ലാൻ മാത്രം മൂല്യമുള്ളതാണോ ആ കാതണി?” ഞാൻ ചോദിച്ചു.

“തീർച്ചയായും. എന്നാൽ അത് മറ്റേ കല്ലല്ലെങ്കിൽ അതൊരു മൂല്യ വുമില്ലാത്തതാണ്.”

“അപ്പോൾ നിങ്ങളുടെ പക്കൽ ഒന്നുണ്ടാകുമല്ലോ. നിങ്ങൾ മറ്റേക്കല്ല് തിരയുകയാണ്...” താത്പര്യമില്ലെന്ന് ഞാനൊന്ന് അഭിനയിച്ചു.

“അല്ല.” അയാൾ താളം മുറിക്കാതെ പറഞ്ഞു. “പക്ഷേ ഞങ്ങൾ അവരുടെ മാർഗ്ഗം പിന്തുടരുകയാണ്.”

“എങ്കിൽ എന്നെ വിട്ടയയ്ക്കൂ. കാതണിയുമായി എനിക്ക് ബന്ധ മൊന്നുമില്ലെന്ന് താങ്കൾക്കറിയാമല്ലോ. അച്ഛനെ തിരഞ്ഞാണ് ഞാൻ വടക്കെത്തിയത്.”

എന്റെ സ്വരം വല്ലാതെ താഴ്ന്നിരിക്കുന്നതും വിറയ്ക്കുന്നതും അയാൾ ശ്രദ്ധിച്ചിരുന്നു. എന്നിൽ കഠിനമായ വേദന നിറച്ച ഒരു മനുഷ്യനോടാണ് ഇപ്പോൾ സഹായം അഭ്യർത്ഥിക്കുന്നത്. എന്തും സാധ്യമായ ഭൂമിയിലൂടെ യാണിപ്പോൾ യാത്ര. കാൽമുട്ടുകളുടെ കരുത്ത് വീണ്ടും കുറയുന്നു.

“എനിക്ക് താത്പര്യം കാതണിയിലല്ല. അതല്ല നിന്നെ വിട്ടയയ്ക്കാ ത്തത്. ഞാൻ ഒരു പടയാളിയാണ്. ഞാൻ കൊല്ലുകയും പീഡിപ്പിക്കുകയും ചെയ്യുന്നു. നീ പിടിച്ച് നിന്നേക്കും എന്ന് ഒരു നിമിഷത്തേക്കെങ്കിലും തോന്നി. എന്തൊക്കെയോ മറച്ചുപിടിക്കുന്നു എന്ന്. എന്നാൽ പിന്നീട് നിനക്ക് ഒന്നുമറിയില്ല എന്നെനിക്കുറപ്പായി. നീ വെറുതെ മുരളുകയും നിന്റെ പേര് ആവർത്തിക്കുകയും മാത്രം ചെയ്തുകൊണ്ടിരുന്നു. നിന്റെ അച്ഛൻ ഇത്ര ദീർഘനേരം പിടിച്ച് നിന്നില്ല. ചിലപ്പോഴെങ്കിലും വേദന കൊണ്ട് പുളയുമ്പോൾ നിന്നെക്കണ്ടാൽ അയാളാണെന്ന് തോന്നും.”

“എങ്ങനെ?” എനിക്കാവേശമായി. അദ്ഭുതമായി. “താങ്കൾ...?” എനിക്ക് വാചകം അവസാനിപ്പിക്കാനായില്ല.

ഞാൻ പ്രതികരിക്കാൻ പോകുകയാണെന്ന് എന്റെ സ്വരവ്യതിയാന ത്തിൽ നിന്നും അയാൾ ഊഹിച്ചു. അയാൾ എന്റെ കഴുത്തിൽ പിടി മുറുക്കി. കനമേറിയ, കരുത്തേറിയവനാണയാൾ. അയാൾ എന്നെ ചുമരി ലിടിച്ചു. ഒരു നിമിഷം ഞാനൊന്ന് കുതറി. പിന്നെ അനങ്ങാതായി. കഴു ത്തൊടിച്ച കോഴിക്കുഞ്ഞിനെപ്പോലെയായി.

“അസ്ലമിനെ ഞങ്ങൾ പിന്തുടർന്നു. ഇവിടെ നിന്ന് വളരെ ദൂരെവച്ച് പിടികൂടി. നല്ലൊരു യോദ്ധാവായിരുന്നു അയാൾ. പക്ഷേ എന്റെ പിടി യിലകപ്പെട്ടപ്പോൾ രണ്ട് മൂന്ന് ദിവസത്തിൽ കൂടുതൽ പിടിച്ച് നിൽക്കാ നായില്ല. കാതണി എവിടെയെന്ന് അയാൾ കാണിച്ച് തന്നു. പിന്നെ ഞങ്ങൾ ഉറങ്ങാൻ കിടന്നപ്പോൾ അയാൾ കാവൽക്കാരനെ കൊന്ന് രക്ഷ പ്പെട്ടു. അയാളെ പീഡിപ്പിക്കുന്നതിനിടയിൽ ഞങ്ങൾ അയാളുടെ വസ്ത്ര മെല്ലാം കീറിക്കളഞ്ഞിരുന്നു. അങ്ങനെ അയാൾ നഗ്നനായി. നഗ്നനായാണ്

രക്ഷപ്പെട്ടത്. രണ്ട് കുതിരകളേയുംകൊണ്ട്. അതിൽ ഒന്ന് ക്ഷീണിച്ചപ്പോൾ അയാൾ മറ്റേതിൽ കയറി. നിർത്താതെ, ഞങ്ങൾക്കറിയാത്ത ഒരു ലക്ഷ്യത്തിലേക്കയാൾ കുതിച്ചു. ദിവസങ്ങളോളം ഞങ്ങൾ പിന്തുടർന്നു. നിരന്തരം മാർഗം വ്യത്യാസപ്പെടുത്തി ഞങ്ങളെ ആശയക്കുഴപ്പത്തിലാക്കാം എന്ന് അയാൾ പ്രതീക്ഷിച്ചു. പിന്നെ ചെങ്കുത്തായ ഒരു മലയ്ക്ക് മുകളിൽ വച്ച് ഞങ്ങൾ അവനെ പിടികൂടി. അപ്പോൾ അയാൾ അവിടെ നിന്ന് ഒരു മടിയുമില്ലാതെ എടുത്ത് ചാടി. വീണ്ടും ഞങ്ങളുടെ കൈപ്പിടിയിലമർന്ന് പീഡിപ്പിക്കപ്പെടുന്നതിലും ഉത്തമം മരണമാണെന്ന് അയാൾ കരുതി. എന്നാൽ അയാൾ മരിച്ചില്ല. രക്ഷപ്പെട്ടു. അങ്ങനെയാണ് അവാദീൻ വിശ്വസിക്കുന്നത്. അത് അസാദ്ധ്യമാണ്. അവിടെനിന്നെടുത്ത് ചാടിയതിനു ശേഷം രക്ഷപ്പെടുക അസാദ്ധ്യമാണ്. അതല്ലെങ്കിൽ, ഞങ്ങളുടെ പാത പിന്തുടർന്ന് വന്ന ഷാഹ്മാരൻ സ്ത്രീകൾ അയാളുടെ നഗ്ന ശരീരം എടുത്തുകൊണ്ട് പോയിക്കാണും. അതിനോടൊപ്പം കാതണിയും കൊണ്ടുപോയിക്കാണും. താഴേക്കിറങ്ങാനുള്ള ഒരു വഴി അന്വേഷിക്കുന്നതിനിടയിൽ ഇരുട്ടായി. വല്ലാത്ത ഒരു മലനിരയായിരുന്നു അത്. ചെങ്കുത്തായ ഇറക്കം. നിറയെ പാറകൾ. ഞങ്ങൾക്കയാളുടെ ശരീരം ലഭിച്ചില്ല. ആ പ്രദേശത്ത് മുഴുക്കെ ആട്ടിൻകൂട്ടങ്ങൾ നടന്ന പാടുകളുണ്ടായിരുന്നു.

ഞാൻ നിലത്തേക്ക് വീണു. എന്റെ കഴുത്ത് ഒടിഞ്ഞ് തൂങ്ങിയിരിക്കുന്നു. എന്റെ അച്ഛന് ഈ പീഡ നൽകരുതായിരുന്നു. വേദനകൊണ്ടദ്ദേഹം പുളഞ്ഞിരിക്കും. സഹിക്കവയ്യാതായപ്പോൾ ഉറക്കെ കരഞ്ഞിരിക്കും. എന്നാൽ അദ്ദേഹത്തെ പരാജയപ്പെടുത്തി എന്നതിൽ സത്യമില്ല. പൂച്ചക്കണ്ണൻ ഒരു പുതിയ കളിയുമായി ഇറങ്ങിയിരിക്കുകയാണ്. വേദനയുടെ കരുത്ത് നമ്മെക്കൊണ്ട് എല്ലാം കുമ്പസാരിപ്പിക്കും. ആ പരിധിവരേക്കും ഞാനുമെത്തിയിരിക്കുന്നു എന്നറിയാം. എനിക്ക് എന്നിൽ തന്നെയുള്ള വിശ്വാസം നഷ്ടമായിരിക്കുന്നു. മനസ്സ് തുണ്ടം തുണ്ടമായിരിക്കുന്നു. മാംസം കത്തിയെരിയുകയാണ്. ഊർജ്ജമെല്ലാം വരണ്ടുപോയിരിക്കുന്നു. എന്നാൽ അച്ഛന്റെ പ്രതിരോധം തകർന്നിരിക്കില്ല. അവസാനിച്ചിരിക്കില്ല. അദ്ദേഹത്തിന്റെ ഹൃദയതാളം തകരില്ല, അലിഞ്ഞില്ലാതാകില്ല. രണ്ട് ദിവസം കഴിഞ്ഞാലല്ല, ഇരുന്നൂറ് ദിവസങ്ങൾ കഴിഞ്ഞാലും അത് സംഭവിക്കില്ല.

ഇവിടെ വടക്ക് എത്തിയപ്പോൾ കാത്തിരിക്കുന്നത് എന്തെന്ന് അറിയില്ലായിരുന്നു. അച്ഛൻ ഒരു കള്ളനോ, കൊലയാളിയോ ആകാനുള്ള സാധ്യതയുണ്ടായിരുന്നു. ഒരുപക്ഷേ ജീവിച്ചിരുന്നതിൽ വെച്ചേറ്റവും പാപിയാകാൻ സാധ്യതയുണ്ടായിരുന്നു. അല്ലെങ്കിൽ ഭ്രാന്തനാകാൻ സാധ്യതയുണ്ടായിരുന്നു. സ്വന്തം ലക്ഷ്യപ്രാപ്തിക്കായി ഭാര്യയേയും കുട്ടികളേയും മാത്രമല്ല, ആരേയും എന്തിനേയും ബലികൊടുക്കുന്നവനാകാമായിരുന്നു. എന്നാൽ ആത്മാവ് ഈ കുറ്റവാളികൾക്ക് മുന്നിൽ അടിയറ വെച്ചു എന്നത് മാത്രം സമ്മതിക്കാനാകില്ല. ഈ പൂച്ചക്കണ്ണന്റെ പീഡയ്ക്ക് മുന്നിൽ തോറ്റുപോയി എന്നും അതിനാൽ പൂച്ചക്കണ്ണൻ അച്ഛനെ പീഡിപ്പിക്കുന്നത് അവസാനിപ്പിച്ചു എന്നും എനിക്ക് വിശ്വസിക്കാനാകുന്നില്ല.

പീഡമൂലം അച്ഛൻ അധീരനാകുക, പ്രത്യേകിച്ചും പൂർണ്ണനഗ്നനായി മരിച്ചപ്പോഴും കാതണി ഒളിപ്പിച്ചു വച്ച അച്ഛൻ, എന്നതിനർത്ഥം അത് അച്ഛനെ സംബന്ധിച്ചിടത്തോളം പ്രാധാന്യമുള്ളതായിരുന്നു എന്നാണ്. ഞാനൊന്ന് മുരണ്ടു. ഉച്ചത്തിൽ കരഞ്ഞു. എനിക്ക് വേദന സഹിക്കാനാകുന്നില്ല. അവരെന്നെ പീഡിപ്പിക്കുന്നതവസാനിച്ചില്ലെങ്കിൽ എന്റെ ചെറുത്ത് നിൽപ്പ് കെട്ടുപോകും എന്നറിയാം. ഈ തിരിച്ചറിവ് ഭീതിയാണെങ്കിലും ഇനിയും അത് ശ്വാസം മുട്ടിക്കുന്നതല്ലാതായി തീർന്നിരിക്കുന്നു. എങ്കിലും അവർ അച്ഛനെ പരാജയപ്പെടുത്തി എന്ന് മാത്രം വിശ്വസിക്കാനാകുന്നില്ല.

“ഞാനല്ലാതെ ഇവിടെ ആരും അസ്ലമിനെ കണ്ടവരില്ല. അവാദീൻ പോലും കണ്ടിട്ടില്ല. അസ്ലം രക്ഷപ്പെട്ടു എന്നറിഞ്ഞപ്പോൾ അയാൾ ക്രുദ്ധനായി. നിന്റെ അച്ഛനെ പിടികൂടിയവരിൽ ഇന്നും ജീവിച്ചിരിപ്പുള്ളത് ഞാൻ മാത്രമാണ്. അയാൾ ആ മലഞ്ചെരുവിൽ നിന്നും എടുത്ത് ചാടുന്നത് എന്റെ കണ്ണുകൊണ്ട് ഞാൻ കണ്ടില്ലായിരുന്നെങ്കിൽ, നിന്നെ ഞാൻ അവനായി കരുതുമായിരുന്നു. അത്രയ്ക്ക് സാമ്യമുണ്ട് നിങ്ങൾ തമ്മിൽ. ഇതെല്ലാം എന്തുകൊണ്ടാണ് നീ പറയാത്തതെന്ന് എനിക്കറിയില്ല. രക്ഷപ്പെടാൻ മാർഗ്ഗമൊന്നുമില്ലെന്നറിഞ്ഞിട്ടും എന്തുകൊണ്ടിതൊക്കെ നീ പറയുന്നില്ല.”

പറയാനായെങ്കിൽ എന്ന് ഞാൻ ആഗ്രഹിക്കുന്നു. ഞാൻ ഒരു ദിവസം നിങ്ങളെയൊക്കെ കണ്ടെത്തും. ഇതിനൊക്കെ പകരം ചോദിക്കും. എന്റെ അച്ഛന്റെ മേൽ നിങ്ങൾ ചെയ്ത ക്രൂരതയ്ക്ക് അതേ നാണയത്തിൽ മറുപടിയുണ്ടാകും. അതേ പീഡകൾ നിങ്ങളും അനുഭവിക്കണം. പീഡകൻ എന്ന നിലയിലേക്ക് തരം താഴാൻ എനിക്കാകുമോ എന്നെനിക്കറിയില്ല. ഒരാളെ പീഡിപ്പിക്കുന്നതിനെക്കുറിച്ച് എനിക്ക് ചിന്തിക്കാനാകില്ല. മറ്റൊരാളുടെ വേദനയും യാചനയും കരച്ചിലും കേട്ട് അതിൽ സന്തോഷിക്കാൻ എനിക്കാകില്ല. കലമാനിനെ കൊല്ലുന്നതിനു മുമ്പ് അതിന്റെ കാലുവെട്ടാൻ എനിക്കാകുമോ? അതിനു ജീവനുള്ളപ്പോൾ അതിന്റെ കാതറുത്തെടുക്കാൻ എനിക്കാകുമോ? എന്നിട്ട് അതിന്റെ കരച്ചിൽ കേട്ടാനന്ദിക്കാൻ എനിക്കാകുമോ? ഇവിടെ നിന്ന് ഞാൻ രക്ഷപ്പെടുകയാണെങ്കിൽ, ഒരു നായാട്ടുകാരനാകാൻ എനിക്കാകില്ല. ജീവനുള്ള ഒന്നിനെയും വേദനിപ്പിക്കാനാകില്ല. മാംസത്തിനു വേദന എന്തെന്നറിയാവുന്ന, രക്തമൊലിക്കുന്ന ഒരു ജീവിയേയും എനിക്ക് വേദനിപ്പിക്കാനാകില്ല. സത്യത്തിൽ കൊല്ലുക എന്നത് പീഡനത്തേക്കാൾ നിഷ്കളങ്കമായ പ്രവർത്തിയാണ്. അതെനിക്ക് മനസ്സിലാകുന്നു.

“അവാദീൻ എപ്പോഴെങ്കിലും എന്നെ പീഡിപ്പിച്ചോ?”

എന്റെ അച്ഛന് ഷഹാരൻ സ്ത്രീകളുമായി എന്ത് ബന്ധം എന്നറിയുന്നതിനു മുമ്പ് ഈ ചോദ്യം എനിക്ക് ചോദിക്കേണ്ടതുണ്ടായിരുന്നു.

“ഇല്ല. ഞാൻ അവാദീനെ അധികം കണ്ടിട്ടില്ല. ഇന്നലെ രാത്രി അദ്ദേഹം ഇവിടെ വന്നിരുന്നു. പ്രഭാതത്തിൽ പോകുകയും ചെയ്തു.

ആരേയും അദ്ദേഹം പീഡിപ്പിക്കുന്നത് കണ്ടിട്ടില്ല. എന്നാൽ ഒരിക്കൽ തന്റെയുള്ളിലെ പാപി തലയൊന്നുയർത്തിയപ്പോൾ സ്വന്തം വാക്കുകളുമായി എന്തൊക്കെയോ ബന്ധപ്പെടുത്തുന്നത് കേട്ടിരുന്നു. ഞങ്ങൾ ചെയ്യുന്നതിനെ പാപം എന്ന് വിളിക്കാൻ പഠിച്ചത് അയാളിൽ നിന്നാണ്. അതല്ലെങ്കിൽ എന്നെ സംബന്ധിച്ചിടത്തോളം നന്മയും തിന്മയും എല്ലാം ഒന്നാണ്. ഒരിക്കൽ ഒരു ദീർഘയാത്ര കഴിഞ്ഞപ്പോൾ ഞങ്ങൾ ഒരിടത്ത് തമ്പടിച്ചു. തീകൂട്ടി. ഇതുപോലൊരു രാത്രിയായിരുന്നു അതും. നിലാവില്ലാത്ത രാത്രി. നക്ഷത്രങ്ങളില്ലാത്ത രാത്രി. ഇരുട്ടടഞ്ഞ രാത്രി. അദ്ദേഹം പറഞ്ഞ് തുടങ്ങി. ഞാൻ കുട്ടിയായിരുന്ന കാലത്ത് ഒരിക്കൽ ഒരു നായക്കുട്ടിയെ മരത്തിൽ കെട്ടിയിട്ടു. കഴുത്തിൽ കയറിട്ട് കെട്ടിഞാത്തിയിട്ടു. പിറ്റേന്ന് പ്രഭാതത്തിൽ അതിനെന്ത് സംഭവിച്ചിരിക്കും എന്നറിയാൻ വന്ന എന്റെ സുഹൃത്തുക്കൾ അതിനെ അവിടെ കണ്ടില്ല. അർദ്ധരാത്രിയിൽ ഞാൻ അവിടെയെത്തി അതിന്റെ കെട്ടഴിച്ച് ഒഴിഞ്ഞ കളപ്പുരയിലെത്തിച്ചു എന്നവർ അറിഞ്ഞില്ല. എന്തുകൊണ്ടെന്നറിയില്ല ആർക്കും ചിന്തിക്കാനാകാത്ത വിധത്തിൽ എനിക്കതിനെ ദ്രോഹിക്കണമായിരുന്നു. അതിനു മുമ്പൊന്നും അനുഭവപ്പെടാത്ത ഒരു ത്വര എന്നെ വന്ന് മൂടിയിരുന്നു. അടക്കാനാകാത്ത ഒരു വിശപ്പ്. എന്ത് ചെയ്യണം എന്നറിയില്ലായിരുന്നു. അതിന്റെ ഭക്ഷണത്തിൽ ചില്ല് പൊടിച്ച് ചേർക്കണോ അതോ അതിനെ തീയിലേക്ക് വലിച്ചെറിയണോ? അതിന്റെ രോമത്തിൽ തീ പിടിക്കുമ്പോൾ അതെന്ത് തരം സ്വരമായിരിക്കുമുണ്ടാക്കുക എന്ന് ഞാൻ അദ്ഭുതപ്പെട്ടു. ഞാനതിന്റെ കഴുത്തിലെ കയർ പിടിച്ച് വലിച്ചപ്പോൾ അത് എന്റെ കയ്യിൽ കടിച്ചു. ഞാൻ ഉച്ചത്തിൽ കരഞ്ഞപ്പോൾ അത് ഭയന്നു. ഭയന്ന് ഒരു മൂലയിൽ പോയി നിന്നു. വേദന എന്നെ കോപാകുലനാക്കി. അതുപോലൊരു കോപം അതിനു മുമ്പ് എന്നിലുണ്ടായിട്ടില്ല. അതെനിക്ക് അതിനെ എങ്ങനെ പീഡിപ്പിക്കണം എന്നതിനെക്കുറിച്ചൊരു ആശയം തന്നു. ഞാനതിന്റെ വായ് മൂടിക്കെട്ടി. രണ്ട് കണ്ണും കയ്യിലുണ്ടായിരുന്ന കത്തികൊണ്ട് ചൂഴ്ന്നെടുത്തു. അത്രയും കോപമില്ലായിരുന്നെങ്കിൽ അത്രയെളുപ്പത്തിൽ എനിക്കത് ചെയ്യാനാകുമായിരുന്നില്ല എന്ന് ഇന്ന് തിരിഞ്ഞ് നോക്കുമ്പോൾ തോന്നുന്നു. എനിക്ക് ഓക്കാനം വന്നു. ഞാൻ അതിനു നൽകിയ വേദനയല്ല ആ ഓക്കാനത്തിനു കാരണമാക്കിയത്. മൃദുവായ ഒന്നിൽ കത്തി കുത്തിയിറക്കിയപ്പോൾ ചീറ്റി വന്ന രക്തം, അതുണ്ടാക്കിയ വികാരം, സംക്ഷോഭം, അതാണോക്കാനമുണ്ടാക്കിയത്.

എന്നിലൂടെ തണുത്ത ഒരു മേഘം കടന്ന് പോയി. പിന്നെ വിറയ്ക്കുന്ന കാലുകളുമായി ചുമരിൽ ചാരിയിരുന്നു. അതിന്റെ കരഞ്ഞുകൊണ്ടുള്ള പരാതികളും ഓരിയും ഞാനതുവരേക്കും കേട്ടിട്ടുള്ള ഏതൊരു സ്വരത്തിൽ നിന്നും വ്യത്യസ്തമായിരുന്നു. പിന്നെ പകൽ സമയങ്ങളിൽ ഞാനതിനടുത്തെത്തി അതിനോടൊപ്പം കളിച്ചു. ഞാൻ അതിന്റെ കെട്ടഴിച്ചു. കളപ്പുരയിൽ ഒരു പൂച്ചയേയും ഏതാനും കോഴികളേയും അഴിച്ച് വിട്ടു. പിന്നെയൊക്കെ കാണേണ്ട കാഴ്ചയായിരുന്നു. ഒരു ചെറുസ്വരം കേട്ടാൽ

അത് ഓടിയൊളിക്കാൻ ശ്രമിക്കും. ഭ്രാന്തമായോടും. ചുമരിൽ ചെന്നിടിക്കും. വിറയ്ക്കും. യാചിക്കും. അത് കണ്ട് എനിക്ക് ചിരി അടക്കാനാകാതായി. ഭ്രാന്തമായ ചിരി." അവാദീൻ പറഞ്ഞു. എന്നാൽ ഇതെല്ലാം പറയുമ്പോഴും, ആ രാത്രിയിൽ സ്വരത്തിൽ ഒരു പതർച്ച, സന്തോഷം എന്നിവയൊന്നുമുണ്ടായിരുന്നില്ല. പകരം അരോചകമായ ഒരു ഓർമ്മയിൽ നിന്നും മുക്തമാകുന്നതുപോലെയാണയാൾ സംസാരിച്ചത്. തീയിൽ നിന്നും തല തിരിച്ച് അയാൾ ദൂരെയുള്ള മലനിരകളെ നോക്കി. 'ജീവിതം നമ്മോട് അത്ര കരുണയൊന്നും കാണിക്കാറില്ല, എന്ന്' പറഞ്ഞു.

ആസ്വദിച്ചാണ് പൂച്ചക്കണ്ണൻ ഈ കഥ പറഞ്ഞത്. സ്വരം ഇടറാതെ. അയാളാണ് ആ നായക്കുട്ടിയുടെ കണ്ണ് ചൂഴ്ന്നെടുത്തത് എന്ന മട്ടിൽ. എന്റെ മനസ്സിന്റെ സമനില തെറ്റണം എന്നാണയാൾ ആഗ്രഹിക്കുന്നതെങ്കിൽ ഞാൻ അതിനടുത്തെത്തിയിരിക്കുന്നു എന്നയാൾ അറിയണം. ഇത്രയും പീഡയിൽ നിന്നുമുള്ള ഏക രക്ഷാമാർഗ്ഗം മരണമാണ്. അല്ലെങ്കിൽ ഭ്രാന്താകണം. നിങ്ങൾ നിങ്ങളല്ലാതാകണം.

"ഒരാളെ എങ്ങനെയാണ് നിങ്ങൾക്ക് ഇത്രയൊക്കെ പീഡിപ്പിക്കാനാകുന്നത് എന്നെനിക്ക് മനസ്സിലാകുന്നില്ല. ഇരയുടെ വേദന ഒരിക്കലും നിങ്ങളെ ബാധിക്കാറില്ലേ? അവരുടെ കരച്ചിലും മുരൾച്ചയും നിങ്ങളുടെയുള്ളിൽ ഒരു വികാരവുമുണ്ടാക്കാറില്ലേ?"

"ഇതോടെ അവസാനിക്കും എന്ന പ്രതീക്ഷ എന്നിൽ ആവേശം നിറയ്ക്കുന്നു. ഒരാൾക്ക് ഇനിയും പിടിച്ച് നിൽക്കാനാകാതെ, തകരുമ്പോൾ, പൂർണമായും അടിയറവ് പറയുമ്പോൾ അതെനിക്ക് ഒരു നേട്ടമായി തോന്നുന്നു. അന്ന് രാത്രി ഞാൻ സുഖമായി ഉറങ്ങുന്നു. ആസ്വദിക്കുന്നു. ഏതൊരു യുദ്ധവിജയത്തേക്കാൾ സംതൃപ്തി നൽകുന്നതാണെനിക്കത്. എന്നാൽ എതിർത്ത് നിൽപ് കാണുമ്പോൾ അലോസരമുണ്ടാകുന്നു. വിയർക്കുന്നു. ക്ഷമ നശിക്കുന്നു. ഒരു അലമാരയ്ക്കകത്ത് എന്താണെന്നറിയാതെ അതിന്റെ താക്കോൽ തിരയുന്നവനെപ്പോലെയാകുന്നു അപ്പോൾ. താങ്കളുടെ കാലുകളിൽ കുഴികളുണ്ടാക്കിയപ്പോൾ, കൊടുങ്കാറ്റിൽ പോലുമിളകാത്ത ഒരു മരമാണ് താങ്കൾ എന്ന് സ്വീകരിക്കാൻ ഞാൻ വിസമ്മതിക്കുകയായിരുന്നു. ആത്മാഭിമാനം, ഇച്ഛാശക്തി എന്നിവയെ ഉപേക്ഷിക്കാൻ തയ്യാറായില്ലെങ്കിൽ, ശിഖരങ്ങൾ ഓരോന്നായി ഞാൻ അരിഞ്ഞിടും എന്ന് നീ മനസ്സിലാക്കാഞ്ഞതെന്തേ? നീ സത്യസന്ധമായി എന്റെ ചോദ്യങ്ങൾക്ക് ഉത്തരം പറഞ്ഞു. ഇനിയും ഞങ്ങൾക്ക് താത്പര്യമുള്ള ഒരു രഹസ്യവും നീ സൂക്ഷിക്കുന്നില്ല എന്ന് ഞാൻ വിശ്വസിക്കുന്നു. എന്നിട്ടും നീ പൂർണമായും കീഴടങ്ങിയിട്ടില്ല. നീ യാചിക്കാൻ തയ്യാറല്ല. ആത്മാവിനെ അടിയറവ് പറയിപ്പിക്കാൻ തയ്യാറല്ല. നിന്റെ ഹൃദയം ശൂന്യമാണെന്ന് എനിക്കറിയാമെങ്കിലും അതിന്റെ താക്കോൽ കണ്ടെത്താനായില്ല എന്നത് എന്നെ വിറളി പിടിപ്പിക്കുന്നു. നീ കാരണം എനിക്ക് ഉറക്കം നഷ്ടമാകുന്നു. അപ്പോൾ ചോദ്യം എനിക്കെങ്ങനെ

ഇങ്ങനെ പീഡിപ്പിക്കാനാകുന്നു എന്നല്ല, നിനക്കെങ്ങനെ എതിർത്ത് നിൽക്കാനാകുന്നു എന്നാണ്."

"നിന്റെ ഉറക്കമില്ലായ്മ എന്റേതിനേക്കാൾ വലിയൊരു പ്രശ്നമായി തോന്നുന്നു. ഇത് നിനക്കാണ് സംഭവിക്കുന്നത് എന്ന് നീ കരുതിയാൽ ചിന്തകളിൽ മാറ്റം വരുമെന്ന് എനിക്ക് തോന്നുന്നു. നിനക്കല്ലെങ്കിൽ നീ സ്നേഹിക്കുന്ന ഒരാൾക്ക്."

"പീഡിപ്പിക്കുക എന്നത് എനിക്കിഷ്ടമാകയാൽ, കുട്ടിക്കാലത്ത് വളരെയധികം ക്രൂരതയും പീഡനവും അനുഭവിച്ചിട്ടുണ്ടാകും എന്ന് കരുതുന്നവരുണ്ട്. എന്നിൽ ഉണങ്ങാതെ കിടക്കുന്ന ഒരു മുറിവുണ്ടെന്ന്! ആരോ എന്നോട് അകാരണമായി കോപിക്കാറുണ്ടെന്ന്. അതാണെന്നെ ഇത്തരം ക്രൂരകൃത്യങ്ങൾക്ക് പ്രേരിപ്പിക്കുന്നതെന്ന്. സത്യത്തിൽ എന്റെ മാതാപിതാക്കൾ ഒരു ഈച്ചയെപ്പോലും നോവിക്കാത്തവരായിരുന്നു. എനിക്കും എന്റെ സഹോദരിക്കും വേണ്ട എല്ലാ സ്നേഹവും സൗകര്യങ്ങളും അവർ തന്നിരുന്നു. അയൽവക്കത്തുള്ള ഞങ്ങളുടെ കൂട്ടുകാർക്കൊക്കെ അവരുടെ മാതാപിതാക്കളിൽ നിന്നും അടി കിട്ടുമ്പോൾ അത് എന്നെ വേദനിപ്പിക്കുമായിരുന്നു. ഒരിക്കൽ ഒരു അയൽവാസി ചൂടാക്കിയ ഇരുമ്പ് കമ്പി അയാളുടെ മകന്റെ കൈത്തണ്ടയിലമർത്തി. പറഞ്ഞതനുസരിച്ചില്ലെങ്കിൽ ഇനിയും ഇതാവർത്തിക്കും എന്നവർ പുലമ്പുന്നുണ്ടായിരുന്നു. അതിനുശേഷം ഒന്നും സംഭവിക്കാത്തതുപോലെ അവർ നാടോടിപാട്ടുകളും പാടിയിരുന്നു. എന്നാൽ അത് കണ്ട എന്നെത്തേടി പല ദിവസങ്ങളോളം പേക്കിനാവുകളെത്തി. നിങ്ങൾ പീഡനം എന്ന് വിളിക്കുന്നത് സത്യത്തിൽ പലരും അവരുടെ ഉള്ളിൽ കൊണ്ട് നടക്കുന്ന അക്രമങ്ങളുടെ മറ്റൊരു രൂപം മാത്രമല്ലേ? പൂച്ചകളെ ഉപദ്രവിക്കുന്ന കുട്ടികൾ, കുട്ടികളെ ഉപദ്രവിക്കുന്ന അമ്മമാർ, ഭാര്യയെ ഉപദ്രവിക്കുന്ന ഭർത്താക്കന്മാർ, കൊല്ലാൻ വെമ്പി നടക്കുന്ന യുവാക്കൾ, ഒരു ചെറുവിരല നക്കിയാൽ അവർ പട്ടാളത്തിൽ ചേരാൻ തയ്യാറാകുന്നു...കൊല്ലാനായി... ഒരു മുയലിന്റെ അല്ലെങ്കിൽ കോഴിയുടെ കഴുത്തൊടിച്ച് അതിനെ തിന്നുന്നതിൽ ആരും ഒരു തെറ്റും കണ്ടെത്തുന്നില്ല. അയൽക്കാരുമായി യുദ്ധം ചെയ്യാത്ത ഏത് കുലമുണ്ട് ഈ ലോകത്തിൽ. അതല്ലെങ്കിൽ മണ്ണിനു വേണ്ടി പടവെട്ടാത്ത ഏത് വർഗമുണ്ടിവിടെ? പിന്നെ എന്തിനീ പീഡനം എന്നത് ഇത്ര അദ്ഭുതമുള്ളതാകണം. ചിലപ്പോൾ പ്രണയിക്കുന്നവർ പോലും പ്രതികാരത്തിൽ കുറഞ്ഞതൊന്നും ഇച്ഛിക്കാറില്ലല്ലോ?

വൃദ്ധരെപ്പോലെ സ്വരമിടറുന്ന, ഇയാൾ എന്റെമേൽ കരുണകാണിക്കാനും എന്നെ വെറുതെ വിടാനും എല്ലാവിധ സാധ്യതയും കാണുന്നു. ഇയാളുടെ ഹൃദയത്തിൽ ഇപ്പോഴും നന്മയുടെ ഒരു കണിക ബാക്കിയുണ്ടാകും. ഇത്രയും ക്രൂരതയൊക്കെ ചെയ്തിട്ടും അത് കെടാതെ നില്പുണ്ടാകും.

"ഒരു മാൻപേടയെ വലിച്ച് കീറുക എന്നത് കടുവയുടെ തിരഞ്ഞെടുപ്പല്ല. അത് പ്രകൃതമാണ്." അയാൾ പറഞ്ഞു. ആ സ്വരത്തിൽ അയാളുടെ

കരുത്ത് കാണാമായിരുന്നു. എന്റെ ക്ഷീണിതാവസ്ഥ കാണുമ്പോൾ ഇനിയും ഞാൻ അതിജീവിക്കില്ല എന്നയാൾക്ക് ഉറപ്പുള്ളതുപോലെ. “അക്രമം ജീവിതത്തിന്റെ ഭാഗമാണെന്ന് അംഗീകരിച്ചാൽ പിന്നെ എല്ലാം എളുപ്പമാണ്. അവർ ശരിയാണെന്നും വേദന ഒഴിച്ച് കൂടാനാകാത്തതാണെന്നും കരുതിയാൽ പിന്നെ കാര്യങ്ങൾ എളുപ്പമാകുന്നു. താൻ ചെയ്യുന്നത് ശരിയാണെന്നും ചിലപ്പോഴെങ്കിലും വേദന അനിവാര്യമാകുന്നു എന്നും കരുതിയാൽ പിന്നെ ഞാൻ ചെയ്യുന്നത് ആർക്കും ചെയ്യാനാകും. ശേഷിച്ചത് നിങ്ങൾ ഏത് പാത സ്വീകരിക്കുന്നു എന്നതിനനുസരിച്ചിരിക്കും. ഞാൻ ജനിച്ചുവളർന്ന പട്ടണത്തിലുള്ളവർ ദിവസത്തിൽ ഒരു സൂപ്പ് മാത്രം കുടിക്കാൻ വകയുള്ളവരായിരുന്നു. പലർക്കും അതും ലഭിച്ചില്ല. അതിദരിദ്രന്റെ, അഗതിയുടെ പരിതാപകരമായ അസ്തിത്വമാണ് ഏറ്റവും വലിയ അനീതി എന്നപറഞ്ഞവരോടുള്ള പ്രതികരണമായി, പ്രബലർ പറഞ്ഞത് ‘അത് ജീവിതത്തിന്റെ മറ്റൊരു വശമാണെന്നാണ്’. അതിനെക്കുറിച്ച് ഞാൻ വളരെയധികം ചിന്തിച്ചു. ഈ ലോകത്തിൽ ഹരിതാഭമായ കാടും മരുഭൂമിയും നിലനിൽക്കുന്നതുപോലെ തന്നെയാണിതും. മരുഭൂമിയെ ഒഴിവാക്കാനാകില്ലെങ്കിൽ അതിൽ ജീവിക്കാൻ പഠിക്കണം. എല്ലായിടത്തും മഴ പെയ്യിക്കാൻ നമുക്കാകില്ല. എല്ലാ മണ്ണിലും വിത്തിറക്കാൻ നമുക്കാകില്ല. എല്ലാവരേയും ധനികരാക്കാനുമാകില്ല. ശരിയുടേയും തെറ്റിന്റേയും പ്രശ്നമല്ലിത്. ഈ വ്യത്യാസങ്ങൾ ഒഴിവാക്കാനാകാത്തതാണെന്നത് മാത്രമാണ്. നമ്മൾ നമ്മുടെ പാത തിരഞ്ഞെടുക്കുമ്പോൾ എല്ലാ പാതകളും മനുഷ്യരുടേതാണെന്ന് നാം കാണുന്നു. ഒരു കടുവ മാൻകൂട്ടത്തിലേക്കെടുത്ത് ചാടുമ്പോൾ മറ്റുള്ളവർക്ക് സഹായത്തിനെത്താനാകില്ല. അതിലൊരുത്തൻ വീണാൽ മറ്റുള്ളവർ അവനെ സഹായിക്കാനെത്തില്ല. അതപ്പോൾ അഗതിയായ, അതിദരിദ്രനായ, മാൻ പേടയാകുന്നു.”

അയാൾ എന്റെ വിധിയെ കയ്യിലെടുത്തിരിക്കുന്നു. സമയമാകുമ്പോൾ ആ അവസാന അടി വരും. എന്റെ കാൽമുട്ടുകളിൽ ഇത്തിരിയെങ്കിലും കരുത്തുണ്ടായിരുന്നുവെങ്കിൽ അതിൽ നിന്ന് ഓടിയൊളിക്കാൻ ശ്രമിക്കാമായിരുന്നു. ഈ ഇരുട്ടിനെ വകവയ്ക്കാതെ ഓടാമായിരുന്നു. ഇറ്റ് വീഴുന്ന വെള്ളത്തിനരികിലെനിക്കെത്താനായാൽ ഒരുപക്ഷേ ഈ ഗുഹ പല ശാഖകളായി പിരിയുന്നിടത്തെത്താമായിരുന്നു. അതിലൊന്നെനിക്ക് തിരഞ്ഞെടുക്കാമായിരുന്നു. മുറിവേറ്റ മൃഗത്തെപ്പോലെ ഞാൻ മുന്നിലേക്ക് നോക്കി. എനിക്ക് വേദനിക്കുന്നു. ഞാൻ വിറയ്ക്കുന്നു.

“ഒരുപക്ഷേ ഞാനും ഏതെങ്കിലും പീഡകരുടെ കൈകളിൽ ചെന്ന് പെട്ടേക്കാം. യുദ്ധത്തിനു പോകുമ്പോൾ മരിക്കാനൊരു സാധ്യതയുണ്ടെന്ന് എല്ലാവർക്കും അറിയാം.” അയാൾ സംസാരം തുടർന്നു. എന്റെ മുഖത്ത് നോക്കിയല്ല സംസാരിക്കുന്നത്. ഗുഹയുടെ ആഴങ്ങളെ നോക്കിയാണ്. “ശരി, തെറ്റ് എന്നിവയിൽ വ്യത്യസ്തത വന്നുകൊണ്ടേയിരിക്കും. അത് ഓരോ വ്യക്തിയിലും നിക്ഷിപ്തമാണ്. സമയം, സ്ഥലം എന്നിവയിൽ നിക്ഷിപ്തമാണ്. അതിനു പകരം ഞാൻ എന്റെ ജീവിതം മുഴുക്കെ

ഭയത്തെക്കുറിച്ച് പര്യാലോചിച്ചു. ഈ വികാരത്തിനോട് പ്രതിരോധ ശേഷിയുള്ള ആരെങ്കിലും ഈ ലോകത്തിലുണ്ടോ? എല്ലാവരും അതിനെ മറക്കാൻ ശ്രമിക്കാറില്ലേ, മറക്കാതിരുന്നപ്പോൾ ലജ്ജ തോന്നാറില്ലേ. ഭയമില്ലാത്തവർ ജിവീതം പരിത്യജിക്കുകയാണെന്ന് മുതിർന്നവർ പറയുമായിരുന്നു. ജീവിതത്തിനോടുള്ള പ്രണയത്തിൽ നിന്നാണ് ഭയം ആവിർഭവിക്കുന്നത്. എന്നിലെ ആകാംക്ഷയും ഭയവും രണ്ടും രണ്ടാണെന്ന തിരിച്ചറിവാണ് എനിക്ക് വിഷമകരമായ ഒരനുഭവമായി തീർന്നത്. ഭയം ഒരു പ്രത്യേക അവസ്ഥയിൽ പ്രകടമായി, ആ അവസ്ഥ കഴിഞ്ഞപ്പോൾ അതില്ലാതായി. എന്നാൽ ആകാംക്ഷ അങ്ങനെയല്ല. എന്റെ യൗവ്വനം മുതൽ നിരന്തരമായി അത് എന്റെ ഹൃദയത്തെ അടിച്ചമർത്തിവയ്ക്കുന്നു. അതെന്റെയുള്ളിന്റെയുള്ളിലുണ്ട്. എനിക്ക് കാണാനാകാതിടത്ത് മൂടിവച്ചിരിക്കുകയാണതിനെ.

എന്നിൽ ധൈര്യമെത്ര വർദ്ധിച്ചുവോ അത്രയും ഞാൻ അപകടത്തെ പരിഹസിച്ചു. അതിനോടൊപ്പം എന്നിലെ ആകാംക്ഷ എന്ന വികാരവും വളർന്നു. ഈ ലോകം എന്തിനങ്ങനെ നിലനിൽക്കുന്നു എന്ന് ഞാൻ അദ്ഭുതപ്പെട്ടു. ഒറ്റപ്പെട്ടതുപോലെ അനുഭവപ്പെട്ടു. ഈ വിശ്വത്തിൽ എനിക്ക് മരണം ഉറപ്പാണ്, എന്നാൽ അതിനപ്പുറമെന്തെന്ന് എനിക്കറിയാത്തതിനാലാണീ ആകാംക്ഷയെന്ന് ഞാൻ തിരിച്ചറിഞ്ഞു. ഈ സത്യത്തിനോട് രാജിയാകുന്നതിനെയാണ് നമ്മൾ ജീവിതം എന്ന് വിളിക്കുന്നത്. എനിക്ക് ഭയത്തെ മറികടക്കാനാകും. എന്നാൽ ആകാംക്ഷയെ മറികടക്കുവാനാകില്ല. അതിനോട് പൊരുത്തപ്പെടുക മാത്രമേ നിവൃത്തിയുള്ളൂ. അതുകൊണ്ടാണ് സന്തതമായ മനുസ്സുള്ള ഒരുവനേ ഈ അസ്തിത്വത്തെ പേറാനുള്ള കരുത്തുണ്ടാകൂ എന്ന് ഞാൻ പ്രതീക്ഷിക്കുന്നത്. ഈ ചിന്ത വിശ്വത്തിനേക്കാളാഴമേറിയതാണ്. അനന്തതയെ അറിയുക എന്നതാണ്. എല്ലാവരുടേയും പരിമിതികൾ എന്തെന്നറിയുക. അവരുടെ ഹൃദയം പൂട്ടിവച്ചിരിക്കുന്ന താഴൊന്ന് തല്ലിത്തകർക്കുക."

എന്റെ ചെറുത്തുനില്പ് അവസാനം സമാപ്തമാകും എന്നതിലാണെന്റെ ഭയം. എന്നിലെ ബലഹീനയായ കലമാൻ ഈ പൂച്ചക്കണ്ണനോട് അടിയറവ് പറയും. എനിക്ക് അതുമായി പൊരുത്തപ്പെടാനാകും. എല്ലാ പ്രതീക്ഷകളും ഈ ഗുഹയിൽ ഉപേക്ഷിക്കാനാകും. എന്നിട്ടെന്റെ ജന്മനാട്ടിലേക്ക് തിരിച്ച് പോകാനാകും. അതിനു ഞാൻ തയ്യാറാണ്. എന്നാൽ എന്റെ അച്ഛൻ തന്റെ ഹൃദയത്തിൽ സൂക്ഷിച്ചിരുന്ന രഹസ്യ അറയുടെ താക്കോൽ ഈ പീഡകനു കൊടുത്തു എങ്കിൽ, ഇയാളുടെ പീഡനത്തിനു വിധേയനായി അടിയറവ് വച്ചു എങ്കിൽ, ആ ദുഃഖവും പേറി ശേഷിച്ച ജീവിതം മുന്നോട്ട് കൊണ്ടുപോകാനുള്ള കരുത്ത് എന്നിലില്ല. എല്ലാ കുട്ടികൾക്കും അവരുടെ അച്ഛൻ ബഹുമാന്യനാണ്. ധീരനാണ്. സ്വയം ബലി നൽകുന്നവനാണ്. അദ്ദേഹത്തിന്റെ ചുമലിനു കരുത്ത് പോരെങ്കിലും ഈ ലോകം മുഴുക്കെ ചുമക്കാൻ തയ്യാറുള്ളവനാണ്. ഏറ്റവും വലിയ ബുദ്ധിമുട്ട് പോലും സഹിക്കാൻ തയ്യാറുള്ളവനാണ്. കുട്ടികൾ വലുതാകുമ്പോൾ

അവർക്ക് പാതി പൂർത്തിയായ യാത്രയിലെത്താറാകുമ്പോൾ ഒരു അച്ഛന്റെ പരാജയം എന്നതിൽ എന്താണുണ്ടാകുക? ഈ ചോദ്യം എന്റെ മനസ്സിലുണ്ട്. അതിന്റെ ഉത്തരം വടക്കാണുള്ളത്. വിശദീകരിക്കാനാകാത്ത ഒരു അഭിലാഷം എന്നിലുണ്ടായിരുന്നു. അതിവിടെ സംതൃപ്തമാകുമായിരുന്നു. ഇനിയൊരു പ്രതിരോധത്തിന്റെ ആവശ്യമെന്ത്. നശിപ്പിക്കപ്പെട്ട ഒരച്ഛനെ എനിക്കിനി ജീവനിലേക്ക് തിരിച്ചുകൊണ്ടുവരാനാകില്ലല്ലോ?"

"ഞാൻ ഇവിടെ നിന്ന് പോകുകയാണെങ്കിൽ..." ഞാൻ പറഞ്ഞ് തുടങ്ങി. എന്റെ സ്വരത്തിൽ അപ്പോൾ പ്രതീക്ഷയുടെ പ്രേതം കുടിയേറിയിട്ടുണ്ടായിരുന്നു. "എന്ത് സംഭവിച്ചോ അതെല്ലാം മറക്കും. ഈ ഗുഹയും താങ്കളേയും മറക്കും. ഒരിക്കലും പിന്നെ ഞാൻ തിരിച്ച് വരില്ല. വടക്കോട്ടൊന്ന് നോക്കുകപോലുമില്ല."

ആ ഇരുണ്ട വെളിച്ചത്തിൽ അയാളുടെ മുഖം കല്ലുപോലെ ഉറച്ചു കണ്ടു. എല്ലാ ദുഷ്ടരുടേയും ഹൃദയത്തിൽ ഒരു തുണ്ട് ദയ ഒളിച്ചിരിപ്പുണ്ടാകും. ഒരു ഔൺസ് അനുകമ്പ.

"ശുദ്ധഹൃദയരായ സഹോദരങ്ങൾ അവരുടെ മനസ്സുകൊണ്ടും ഹൃദയം കൊണ്ടുമാണ് ചിന്തിക്കുന്നത്. അവകൊണ്ട് അവർ അതേസമയം അനുഭവിക്കുകയും ചെയ്യുന്നു. നിങ്ങളും അവരെപ്പോലെയായിരുന്നെങ്കിൽ ഇങ്ങനെ വടക്കൻ കാറ്റിൽ, ഒരു ഉണക്കക്കമ്പുപോലെ ഒരിടത്തുനിന്ന് മറ്റൊരിടത്തേക്ക് പറന്ന് നടക്കില്ലായിരുന്നു. നിനക്ക് നിന്നെ അറിയില്ല. എവിടേക്കാണീ യാത്രയെന്നും അറിയില്ല. ഞാൻ നിന്നെ വിട്ടയച്ചാൽ ഒരു മുടന്തൻ താറാവിനെപ്പോലെ നീ ഇനിയും അലഞ്ഞ് നടക്കും. നീ വന്ന വഴിപോലും കണ്ടെത്താൻ നിനക്കാകില്ല. എന്നാൽ വിട്ടയയ്ക്കുന്നില്ല എന്നതുകൊണ്ട് മാത്രം എന്നിൽ നന്മയില്ല എന്ന് നീ കരുതരുത്. എല്ലാവരുടേയും ഹൃദയമാകുന്ന കണ്ണാടിയിൽ ഒളിച്ചുവച്ചിരിക്കുന്ന ഒരു വാക്കുണ്ട്. നീ ഒരു കറുത്ത ചെന്നായയാണെങ്കിൽ നിന്നെ ഞാൻ ഈ ഗുഹയുടെ അങ്ങേയറ്റംവരെ പോകാൻ അനുവദിക്കുമായിരുന്നു. വ്യക്തിഗതമായ ഒരു ഗുണം തേടി വടക്കെത്തിയവനല്ല ഞാൻ. എന്ത് സംഭവിച്ചു എന്ന് ഞാൻ പറയാം. വർഷങ്ങൾക്ക് മുമ്പ്, ജീവിതത്തിലാദ്യമായി ഒരു കറുത്ത ചെന്നായയെ ഞങ്ങൾ കണ്ടു. ഞാനും എന്റെ സുഹൃത്തുക്കളും. അതിനെ പിന്തുടരാൻ തീരുമാനിച്ചു. അത് അതിന്റെ മാളത്തിലേക്ക് പോകും എന്ന് ഞങ്ങൾക്കറിയാമായിരുന്നു. അവിടെ കൂടുതൽ കറുത്ത ചെന്നായ്ക്കളുണ്ടാകും. അവയെ കാണാൻ ഞങ്ങൾ ആഗ്രഹിച്ചു. ചെന്നായ പല ദിവസം യാത്ര ചെയ്തു. മലനിരകളും കാടുകളും കടന്ന് പോയി. അതിന് ഒരൊറ്റ ഇരയെപ്പോലും പിടിക്കാനായില്ല. അത് വല്ലാതെ മെലിഞ്ഞു. ഇനി അധികകാലം ജീവിച്ചിരിക്കാനാകില്ല എന്ന നിലയിലെത്തി. ഒരു രാത്രിയിൽ ഞങ്ങൾക്ക് അതിനെ നഷ്ടമായി. അതെവിടേക്ക് പോയി എന്ന് ഞങ്ങൾ കണ്ടില്ല. പിന്നെ ഒരു ദിവസം മുഴുക്കെ തിരഞ്ഞാണതിനെ കണ്ടെത്തിയത്. അവസാനം ഞങ്ങൾ ഈ ഗുഹയിലെത്തി.

ഇതിനകത്തേക്ക് പ്രവേശിച്ചപ്പോൾ ഇവിടെ ഒരമ്മ ചെന്നായയും രണ്ട് കുഞ്ഞുങ്ങളുമുണ്ടായിരുന്നു. മൂന്നും ചത്തുപോയിരുന്നു. പട്ടിണികിടന്നാണവ ചത്തത് എന്നുറപ്പായിരുന്നു. എല്ലുകളെല്ലാം പുറത്ത് കാണും വരെ അവർ കാത്തിരുന്നു എന്നുറപ്പായിരുന്നു. ഞങ്ങൾ പിന്തുടർന്ന ചെന്നായ അച്ഛനായിരുന്നു. കുടുംബത്തിനു വേണ്ടി ഇരതേടിയിറങ്ങിയതായിരുന്നു. എന്നാൽ ശൂന്യമായ കൈകളുമായാണവൻ കയറി വന്നത്. അവൻ തന്റെ ഇണയ്ക്കരികിൽ കിടന്നു. മരണം കാത്ത് കിടന്നു. ഇനിയൊരു ഇരയെ ലഭിക്കും എന്ന പ്രതീക്ഷ അസ്തമിച്ചതിനാൽ അവൻ മാളത്തിലേക്ക് തിരിച്ചെത്തിയതാണ്. തന്റെ കുടുംബത്തിനോടൊപ്പം കിടന്ന് ചാവാനായി എത്തിയതാണ്. തനിക്ക് വേണ്ടിയെങ്കിലും ഭക്ഷണം തേടി ഇനിയുമലയുന്നതിനു പകരം, തിരിച്ചിവിടം വരെ നടക്കാനുള്ള കരുത്തേ തന്നിലുള്ളൂ എന്ന് മനസ്സിലാക്കി തിരികെ വന്നതാണ്. മരിക്കാനായി. അമ്മയുടേയും മക്കളുടേയും അരികിൽ കിടന്ന് മരിക്കാനായി.”

പൂച്ചക്കണ്ണന്റെ സ്വരം നനുത്തു. ഇത്രയും ദിവസം അയാൾ എന്നോട് ചെയ്തതെല്ലാം ഞാൻ മറക്കുകയാണെങ്കിൽ, ഇയാളൊരു നല്ല മനുഷ്യനാണല്ലോ എന്ന് പറയുമായിരുന്നു. സംസാരിക്കുമ്പോഴും അയാളുടെ ഒരു ചെവി ഗുഹയിൽ നിന്നും വന്നിരുന്ന പ്രതിധ്വനികളിലായിരുന്നു. ഇറ്റ് വീഴുന്ന വെള്ളം. സാവധാനത്തിൽ അയാൾ കഥ തുടർന്നു.

”ഒരുവന്റെ ജീവിതത്തെ പാടെ മാറ്റിമറിക്കുന്ന രണ്ട് പ്രധാന മാർഗ്ഗങ്ങളിൽ ഒന്ന് ഭയമാണ്. കുട്ടിക്കാലത്ത് ചെന്നായയെക്കുറിച്ച് കേട്ട കഥ വിശ്വസിച്ച് ഞാനവയെ ഭയന്നു. അവ പലപ്പോഴും എന്റെ സ്വപ്നങ്ങളിൽ കയറി വരുമായിരുന്നു. അവയുടെ സ്വരം കേട്ടാൽ പിന്നെ ഉറക്കം വരില്ലായിരുന്നു. അച്ഛൻ ചെന്നായയുടെ മരണം അടുത്തെത്തിയിരുന്നു. ഒന്ന് തലയുയർത്തി ഞങ്ങളെ നോക്കാൻ പോലും വയ്യാത്തത്ര ക്ഷീണിതനായിരുന്നു അവൻ. ഇത്രയും അടുത്തുനിന്ന് ഒരു ചെന്നായയെ കാണാനായത് എന്നിൽ തലകറക്കമുണ്ടാക്കി. ആരോ എന്റെ നെറ്റിയിൽ ആഞ്ഞടിച്ചുപോലെ തോന്നി. അപ്പോഴാണ് ഭയം ഒരുവനിൽ ജനിക്കുകയും അവനിൽ തന്നെ വളരുകയും ചെയ്യുന്നതാണെന്ന് ഞാൻ മനസ്സിലാക്കിയത്. അതവൻ തന്നെ വളർത്തുന്നതാണെന്ന് മനസ്സിലാക്കിയത്. എന്റെ സുഹൃത്തുക്കൾ എന്നെ നോക്കി ചിരിച്ചു. എനിക്ക് ഒന്നുകിൽ എന്നന്നേക്കുമായി ഈ ഭയത്തെ മറികടക്കണം, അല്ലെങ്കിൽ എല്ലാ ചെന്നായ്ക്കളോടും പ്രതികാരം ചെയ്യണം. ഞാൻ കത്തിയെടുത്തു. കണ്ണടച്ചു. നിലത്ത് കിടക്കുന്ന ചെന്നായയ്ക്ക് മേൽ കത്തി കുത്തിക്കയറ്റി. അങ്ങനെ അവന്റെ അവസാന ശ്വാസം കുറച്ച് നേരത്തെയാക്കി. ജനങ്ങളുടെ ബലഹീനതകൾ കണ്ടെത്തുന്നതിൽ ഞാൻ ആനന്ദം കണ്ടു. അവരുടെ രഹസ്യമുറിവുകളിലേക്ക് ആഴ്ന്നിറങ്ങുന്നതിലും അതൊന്ന് വീണ്ടും തുറന്ന് കാണിക്കുന്നതിലും ആനന്ദം കണ്ടു. അവരിൽ വേദന ജനിപ്പിക്കുന്നത് എന്നിലെ ആത്മവിശ്വാസം വളർത്തി. എന്നാൽ ഒരു യുദ്ധ പോരാളിയായിരുന്ന ഞാൻ ആ ചെന്നായയ്ക്ക് മുന്നിൽ, ഞാൻ കൊന്ന

ചെന്നായയ്ക്ക് മുന്നിൽ വിറച്ച് നിന്നു. ഞാൻ പനിച്ച് വിറച്ചു. വിയർത്തു. അവിടെ നിന്നൊന്ന് രക്ഷപ്പെടണം എന്നാഗ്രഹിച്ചു. അതിനാൽ ഏകാന്തത തേടി വീണ്ടുംഈ ഗുഹയിലെത്തി. ഞാൻ ഛർദ്ദിക്കാനാരംഭിച്ചു. നിലത്ത് വീണു. എന്നിലെ കരുത്തെല്ലാം ഒഴുകിപ്പോയി. എന്റെ മുഖം വിവർണ മായി. ഗുഹയുടെ അങ്ങേയറ്റത്തുനിന്നും വന്ന വെള്ളം ഇറ്റ് വീഴുന്ന ശബ്ദം തേടി നടന്നു. തലകറങ്ങുന്നുണ്ടായിരുന്നു. ഇവിടെ എത്തിയപ്പോൾ, ഇതാ നീ ഇപ്പോൾ ചാരിയിരിക്കുന്നിടത്ത് ഒരു ചെന്നായക്കുഞ്ഞ് അനങ്ങുന്നത് ഞാൻ കണ്ടു. കൊച്ചായിരുന്നു അത്. കറുത്തത്. സുന്ദരൻ. ഞാൻ അതി നേയും ഭയന്നു. നിലത്ത് കൂനിയിരുന്നു. എവിടേക്ക് പോകണം എന്നെ നിക്കറിയില്ലായിരുന്നു.

എന്റെ കയ്യിൽ അവന്റെ അച്ഛനെ കൊന്ന കത്തിയുണ്ടായിരുന്നു. അതിൽ നിന്നും രക്തം കിനിയുന്നുണ്ടായിരുന്നു. ഞാനവിടെ ചമ്രം പടിഞ്ഞിരുന്നു. ദീർഘനേരം നിശ്ശബ്ദനായിരുന്നു. എത്ര സമയം പോയി ട്ടുണ്ടാകും എന്നെനിക്കറിയില്ല. എന്റെ മനസ്സിൽ അപ്പോൾ എന്തൊക്കെ യായിരുന്നു എന്നുമറിയില്ല. ഞാനൊരു സ്വപ്നത്തിലൊഴുകി നടക്കുക യായിരുന്നു എന്ന് തോന്നുന്നു. ആ ചെന്നായക്കുഞ്ഞ് അനങ്ങാതെ കിടന്നു. അത് നിരാശയോടെ എന്നെത്തന്നെ നോക്കിക്കിടന്നു. ഇതാ ഇപ്പോൾ നീ ഇരിക്കുന്നതുപോലെ തന്നെ. അത് പട്ടിണികൊണ്ട് ചാവാറാ യിരിക്കുന്നു എന്ന് എനിക്കവസാനം മനസ്സിലായി. ആരേയും അതിനെ കാണാൻ അനുവദിക്കാതെ ഞാൻ പുറത്തിറങ്ങി ധാരാളം ഭക്ഷണവു മായെത്തി. അതെല്ലാം ഈ ഗുഹയിൽ വിതറി. എനിക്ക് ഈ ഗുഹയിൽ എവിടം വരെ എത്താനായോ അവിടെയൊക്കെ വിതറി. അങ്ങനെ ആ കുഞ്ഞിന് അതിനാവശ്യമുള്ള ഭക്ഷണം ലഭിക്കുമെന്ന് കരുതി. ഗുഹ യിലൂടെ നടന്ന് അത് ഭക്ഷിക്കും. പിന്നെ അതിന്റെ വഴിക്ക് പോകും. അതിനെ ആരും കാണില്ല. എന്റെ ഹൃദയത്തിന്റെ കണ്ണാടിയിൽ ഒളിച്ചി രുന്ന ഭയം എന്ന വികാരം എന്നെക്കൊണ്ട് എന്തിനങ്ങനെ ചെയ്യിച്ചു എന്നെ നിക്കറിയാം. മറ്റുള്ളവരെ പീഡിപ്പിക്കുമ്പോൾ അവരിലുണ്ടാകുന്ന ഭയം എന്ന വികാരവുമായി ഞാനെന്തിനങ്ങനെ കളിച്ചാനന്ദിക്കുന്നു എന്നതിന്റെ കാരണവും എനിക്കറിയാം.

ഒരു ചെന്നായക്കുഞ്ഞിനെ സഹായിച്ച മനുഷ്യനാണെന്റെ വിരൽ നഖം പിഴുതെടുത്തത്. ഞാനിവിടെ നിന്നെഴുന്നേറ്റ് ഓടുകയാണെങ്കിൽ കയ്യിലുള്ള കത്തി എന്റെ പുറത്തമർത്താൻ ഈ മനുഷ്യൻ മടിക്കില്ല. ഈ മനുഷ്യനിൽ നിന്നും ദയ പ്രതീക്ഷിച്ചത് ബലഹീനതയുടെ ലക്ഷണ മാണോ? ആ ചെന്നായക്കുഞ്ഞിനെപ്പോലെയാണിപ്പോൾ ഞാൻ അയാളെ തുറിച്ച് നോക്കുന്നത് എന്നാണയാൾ പറഞ്ഞത്.

“ചില രാത്രികളിൽ ഞാൻ ചെന്നായയുടെ ഓരി കേട്ട് ഉണരുന്നു. കത്തിത്തീരാറായ തീ വിട്ട് ഞാൻ ഗുഹയ്ക്കരികിലേക്ക് നടക്കുന്നു. ഹൃദയത്തിനുള്ളിൽ നിന്നുള്ള ഈ ഓരി ഒരു ചെന്നായയുടേതാണെന്ന് കരുതുന്നു. അതെനിക്കറിയാം. ഇരുട്ടിൽ നഷ്ടപ്പെട്ട ഒരു കുഞ്ഞിന്റെ

കൊഞ്ചലുപോലെയാണത്. അതിന്റെ ക്ലേശം എന്റേതിനേക്കാൾ ഭയാനകമാണ്. ഉള്ളിൽ മറ്റൊരു വ്യക്തികൂടിയുണ്ടെന്ന് തോന്നുന്നു. അയാൾ രാത്രി ഉണരുകയും ശ്വസിക്കുകയും ചെയ്യുന്നു. നെഞ്ച് വലിഞ്ഞ് മുറുകുന്നു. ഹൃദയം മിടിക്കുന്നു. ആ കറുത്ത ചെന്നായയും അതേ വിഷമതകൾ നേരിടുകയായിരുന്നു എന്നറിയാം. അതിന്റെ രഹസ്യ വേദന, തൊണ്ടയിൽ നിന്നിറങ്ങി ഒരു കെട്ടായി, ബന്ധനമായി രൂപം കൊള്ളുന്നു. എന്റെ ദയയെ അതോർക്കുന്നു. അതേ സമയം അതിന്റെ അച്ഛനോട് ചെയ്തതിനു പ്രതികാരം ചെയ്യാനും ദാഹിക്കുന്നു. അത് അകപ്പെട്ടിരിക്കുന്ന ഈ കുരുക്ക് അതിന്റെ ആത്മാവിനെ വലിച്ച് മുറുക്കുന്നു. അതിനപ്പോൾ ഒന്നും ചെയ്യാനാകില്ല. നിലാവിനോട് കെഞ്ചാം. ഒഴിഞ്ഞ മൂലകളിൽ പോയി അഭയം തേടാം. നാക്കിൽ നിന്നും രക്തമിറ്റും വരെ കടിച്ച് പിടിക്കാം. അത് അങ്ങനെ വട്ടം ചുറ്റുമ്പോൾ അതിന്റെ ഓരി തുണ്ടുതുണ്ടായി മുറിയുന്നു. പിന്നെ അതൊരു മന്ത്രണമായി മാറുന്നു. ഞാനപ്പോൾ ഈ ഗുഹാമുഖത്തേക്ക് നടക്കും. കയ്യിൽ പന്തമുണ്ടാകില്ല. അങ്ങനെ എന്റെ ജീവിതാവസാനം ഈ ഇരുട്ടിൽ കാണും. ആ കറുത്ത ചെന്നായ എന്നെ ആരും കാണാത്ത ഈ ഗുഹയുടെ അന്തർഭാഗങ്ങളിലെവിടെയെങ്കിലും വച്ച് വലിച്ചുകീറിക്കോട്ടെ. ഹൃദയത്തിലെ ക്രൗര്യങ്ങളെ അതിന്റെ ദംഷ്ട്രങ്ങൾക്കിടയിൽ ഞെരിച്ചമർത്തട്ടെ. എല്ലാവരിൽ നിന്നും വളരെ ദൂരെമാറി മരിച്ചോട്ടെ. അല്ലെങ്കിൽ അതെന്റെ മുന്നിൽ പ്രത്യക്ഷപ്പെടുമ്പോൾ എല്ലാ തിന്മകളും മറന്ന് ജീവനെ വെറുതെ വിട്ടോട്ടെ. ഞാൻ കാണിച്ച കാരുണ്യം മുൻനിർത്തി എന്നെ വെറുതെ വിടട്ടെ. അങ്ങനെ ഇരുട്ടിൽ, വിയർത്തൊലിച്ച് എന്റെ പാത തിരിച്ചറിയാൻ എന്നെ സഹായിക്കട്ടെ. അങ്ങനെ എനിക്കും ഒരു കഥയുണ്ട്. ഒരു വിധിയുണ്ട്. ഞാനുമിപ്പോൾ വടക്കിൽ കുരുങ്ങിക്കിടക്കുകയാണ്.

ദിവസങ്ങളായി ഗുഹയുടെ അങ്ങേതലയ്ക്കൽ നിന്നെത്തിയിരുന്ന ഓരി ചെന്നായ്ക്കളുടേതാണെന്ന് ഞങ്ങൾ തിരിച്ചറിഞ്ഞു. ഞങ്ങൾ വിറച്ചു. മൂർച്ചയേറിയ പല്ലുകൾ മാംസത്തിലാഴുന്നതോർത്ത് തണുത്ത് വിറച്ചു. ഈ മണ്ണിൽ തന്നെയാണ് ഞങ്ങളും ജനിച്ചത്. ഒരേ വിധി നേരിടുന്നവരാണ് ഞങ്ങളെന്ന് തോന്നി. കാത്തിരിക്കുന്ന വാസ്തവത്തിലേക്ക് ഞങ്ങൾ രാജിയായി. ഞങ്ങളുടെ ജീവിതത്തെ പിന്തുടരുന്ന കറുത്ത ചെന്നായ്ക്കൾ ഞങ്ങളിരുവരുടേയും ജീവിതത്തിലുണ്ട്. അവർ ഞങ്ങളുടെ മണമന്വേഷിച്ച് നടക്കുകയാണ്. ഈ പാതാളത്തിന്റെ ഇരുട്ടിൽ കിടന്ന്, ഈ ലോകത്തിന്റെ രഹസ്യം എത്ര നിഷ്കരുണമാണെന്ന് കണ്ട്, ഞങ്ങൾ ശ്വാസം മുറുക്കെ പിടിക്കുന്നു. ഭയന്ന കുട്ടികൾ ഇറുകെപുണരുന്നതുപോലെ ശ്വാസത്തെ ഒപ്പം ചേർത്ത് പിടിക്കുന്നു. ജീവിതത്തിന്റെ അവസാനത്തിൽ ഉച്ചരിക്കാനായി എല്ലാവരിലും ഒരു വാക്ക് ശേഷിക്കുന്നുണ്ടെങ്കിൽ അതല്ല ഇപ്പോൾ ഞങ്ങൾ ഓർക്കുന്നത്. സൂര്യനെ കാണുമ്പോൾ എത്ര സുന്ദരം എന്ന് പറയുന്നതിലും അപ്പുറത്തുള്ളൊരു വാക്ക്. ഈ ലോകത്തിൽ നമ്മളെല്ലാം ഒറ്റയ്ക്കാണെന്നറിയുന്നതാണ് സത്യമായ നഗ്നത. അപ്പോൾ നമ്മൾ നിലത്ത് വീഴുന്ന ഒരിലപോലെ നഗ്നമാകുന്നു.

അതറിയാതെ എല്ലാവരും കറുത്ത ചെന്നായയെ അന്വേഷിക്കുന്നു. അവസാന ശ്വാസം വലിക്കുമ്പോൾ ആത്മാവിനുമുകളിലൊരു ലേപനം പുരട്ടാൻ കറുത്ത ചെന്നായയെ അന്വേഷിക്കുന്നു. അല്ലെങ്കിൽ മരണം ജീവിതത്തേക്കാൾ ദുസ്സഹമാകും.

ഗുഹയിലൂടെ അടുത്ത് വരുന്ന കാലടികൾ ഞങ്ങൾ കേട്ടു. എന്റെ അസാന്നിദ്ധ്യം ശ്രദ്ധിച്ച ആരോ തിരഞ്ഞെത്തുകയാകണം. ആദ്യം അയാളുടെ നിഴലും പിന്നെ അയാളും പ്രത്യക്ഷമായി. നല്ല ഉയരമുള്ള ഒരാൾ. നീളൻ മുടിക്കാരൻ. "മറ്റൊരു സംഘത്തിൽ നിന്നും വാർത്ത യെത്തി. നിങ്ങളുടെ പെണ്ണുങ്ങളിൽ ഒരാളെ അവർ പിടിച്ച് കെട്ടിയിരി ക്കുന്നു. അവരെ ഉടൻ ഇവിടെയെത്തിക്കും." അയാൾ പറഞ്ഞു.

പൂച്ചക്കണ്ണൻ പല്ലിറുമ്മി. മൂക്കിലൂടെ ശക്തമായി ശ്വാസമകത്തേ ക്കെടുത്തു. "നീ ഇവനെ കൊണ്ടുപൊയ്ക്കോളൂ. ഞാനൊരു നിമിഷത്തി നുള്ളിലെത്താം." എന്നെ ചൂണ്ടി അയാൾ പറഞ്ഞു.

ഗുഹയിൽ ഞാനാദ്യമിരുന്നിടത്ത് എത്തിയപ്പോൾ ഇനി ഇവിടെ നിന്ന് ഒരു മോചനമില്ലെന്ന് മനസ്സിലായി. ചുമരിന്റെ അറ്റത്തിരിക്കുന്നവർ ഇപ്പോൾ എന്നെ ശ്രദ്ധിക്കുന്നില്ല. കണ്ണടച്ചുകെട്ടേണ്ടതൊരു ആവശ്യമായി അവർക്ക് തോന്നുന്നില്ല. ഇടയ്ക്ക് വെച്ചെപ്പെഴോ, ഇപ്പോൾ കൊല്ലുന്ന താണോ നല്ലത് അതോ സംഘം മുഴുക്കെ എത്തിച്ചേർന്നതിനു ശേഷം മതിയോ എന്നവർ ചർച്ച ചെയ്തു. പിന്നെ ഉറക്കെ ചിരിച്ച് മറ്റ് ചർച്ചകളി ലേക്ക് നീങ്ങി.

വായ്ക്കകം, ചുണ്ടുകൾ, തൊണ്ണ്, നാക്ക് എല്ലാം വിണ്ട് പൊട്ടിയിരി ക്കുന്നു. കണ്ണവർ അടച്ച് കെട്ടിയിരുന്നു എങ്കിൽ ഞാനിത്ര ബോധവാ നാകില്ലായിരുന്നു. അങ്ങനെയെങ്കിൽ കുറച്ച് റൊട്ടി തരുമോ എന്ന് ചോദിക്കാമായിരുന്നു. കുറച്ച് വെള്ളം തരുമോ എന്ന് ചോദിക്കാമായിരുന്നു. ആ സാധ്യത ഇപ്പോൾ എന്തായാലും മനസ്സിൽ നിന്ന് മാറ്റട്ടെ. ഒന്ന് ഉറങ്ങണം. എന്നിട്ട് അവരേയും എന്നേയും മറക്കണം. ഈ കല്ലിൽ ഇങ്ങനെ എനിക്ക് അനവധി ദിവസം കിടക്കാനാകും. സാവധാനത്തിൽ ഞാൻ ഒരു വശത്തേക്ക് ചരിഞ്ഞ് ചുരുണ്ട് കിടന്നു. മനസ്സ് ബലഹീന മായിരിക്കുന്നു. ഈ കൊടുങ്കാറ്റിൽ നിന്നും രക്ഷപ്പെട്ട് ഉറക്കത്തിൽ അഭയം തേടുകയാണ്. ജീവിതത്തിൽ ഏറ്റവും സുരക്ഷിതമായ സ്ഥലമാണത്.

പൂച്ചക്കണ്ണൻ പിടിച്ച് കുലുക്കാതെ ഉണർത്തി. അയാൾ തല്ലിയില്ല. ഒച്ചവച്ചില്ല. പുറത്ത് ഇരുട്ടായിരിക്കുന്നു. ഒരു പന്തം ചുമരിൽ കുത്തി വച്ചിട്ടുണ്ട്. അത്രയധികം നേരം ഞാനുറങ്ങിയിരിക്കുന്നു. അവർ അനു വദിച്ചിരുന്നു എങ്കിൽ സ്വപ്നത്തിൽ ആ അരുവിക്കരയിൽ ഉലാത്തുമായി രുന്നു. നിലത്ത് കിടന്ന് ശരീരമാകെ തണുത്ത് മരവിച്ചിരിക്കുന്നു. കല്ലു പോലെയായിരിക്കുന്നു.

"അവസാനത്തേക്കായി ഞാൻ നീക്കിവച്ച പീഡനമുറകളുടെ രുചി യറിയാൻ പോകയാണ് നീ." അയാൾ പറഞ്ഞു. എന്റെ നെഞ്ചിൽ അമ്പു

കൊണ്ടുണ്ടായ പാടിൽ അയാൾ വിരൽ വച്ചു. "നിന്റെ അച്ഛന് ഈ പാടുണ്ടായിരുന്നില്ല. നിന്റെ മുറിവുണങ്ങിയിരിക്കുന്നു. എങ്കിലും അകത്ത് വേദനയുണ്ട്. മുറിവിനും ഓർമ്മകളുണ്ടെന്ന് നിനക്കറിയാമോ?"

ഞാൻ പഠിച്ചുകൊണ്ടിരിക്കുകയാണ്. അതിനെനിക്ക് നിന്നോട് നന്ദിയുണ്ട്. നീ എന്റെ വിരൽ നഖം പിഴുതെടുത്തപ്പോൾ, ആ നഖം പണ്ടൊരിക്കൽ ഇതുപോലെ പറിഞ്ഞ് പോന്നതാണെന്ന് ഞാനോർത്തു. അത്തവണ പക്ഷേ വേദന ഇതുപോലെയായിരുന്നില്ല.

പൂച്ചക്കണ്ണൻ അയാളുടെ കത്തി എന്റെ നെഞ്ചിൽ വച്ചു. മഞ്ഞുപോലെ തണുത്ത കത്തി. എന്റെ ചർമ്മത്തേക്കാൾ തണുപ്പുണ്ടതിന്. അയാൾ എന്നിൽ നിന്ന് കണ്ണെടുക്കുന്നില്ല. ഞാൻ എന്ത് ചെയ്യാനുദ്ദേശിക്കുന്നു എന്ന ആകാംക്ഷയാണയാളിൽ. എന്റെ ഹൃദയമിടിപ്പ് ശ്രദ്ധിക്കുകയാണയാൾ. എന്റെ മുഖത്ത് നക്ഷത്രങ്ങളുടെ തെളിച്ചമുള്ളത് പോലെ അയാൾ എന്നിലെ മാറ്റങ്ങൾ വായിച്ചെടുക്കാൻ ശ്രമിക്കുന്നു. അതിനെ വ്യാഖ്യാനിക്കാൻ ശ്രമിക്കുന്നു.

കത്തി നേരെ പിടിച്ച് അയാൾ മുറിപ്പാടിൽ വച്ചു. അത് സാവധാനത്തിൽ മുന്നോട്ട് നീങ്ങി. എന്റെ ശ്വാസം നിന്നു. എന്റെ ഹൃദയമിടിപ്പ് വർദ്ധിച്ചു. നിർത്തൂ എന്ന് ഞാൻ പറഞ്ഞാൽ എന്ത് സംഭവിക്കും? എന്റെ പ്രതിരോധത്തിന്റെ താഴറുക്കേണ്ടതില്ല. അത് സ്വയം തുറന്ന് കൊള്ളും. നീ പറയുന്നതെന്തും ഞാൻ ചെയ്തുകൊള്ളാം. ഞാൻ മരിക്കാൻ പോകുകയാണെങ്കിൽ എന്തിന് ഇനിയും വേദനയനുഭവിക്കണം? പുതുതായി തുടങ്ങാൻ ഇനിയൊരു ജീവിതമില്ല. നിർത്തൂ. ആ കത്തികൊണ്ട് എന്റെ മാംസമറുക്കരുത്. ഇനിയും വേദന ആവശ്യമില്ലെന്ന അവസ്ഥയിലെത്തിയാൽ, പിന്നെ ഇനി പ്രതിരോധത്തിന്റേയും ആവശ്യമില്ല. എന്റെ ശവം വന്യമൃഗങ്ങൾക്ക് ഭക്ഷണമാകും. ആത്മാവ് ഒരു പുതിയ വാസസ്ഥാനം ലഭിക്കാതെ അലയും. ഇത്രയും പീഡനങ്ങൾക്കും ഇത്രയും ക്ലേശങ്ങൾക്കും ഒടുവിൽ ആത്മാവ് അലഞ്ഞ് നടക്കും. എന്റെ രക്തം മാത്രം ചിന്തും. ഈ മണ്ണിനായി എന്തെങ്കിലും അവശേഷിക്കുന്നുവെങ്കിൽ അതെന്റെ പല്ല് മാത്രമാകും. ഇറുകെ അടച്ച് പിടിച്ചിരിക്കുന്ന, നിധിപോലെ സൂക്ഷിച്ചിരിക്കുന്ന പല്ല്. എനിക്ക് അവസാനമായി പറയാൻ ഒന്ന് രണ്ട് വാക്കുകളുണ്ട്. അത് കേൾക്കാൻ താത്പര്യമുണ്ടെങ്കിൽ മാത്രം പറയാം... ആ കത്തി മുഴുവൻ അകത്തേക്ക് കയറ്റണം. അങ്ങനെയെങ്കിലേ എന്റെ ശ്വാസം നിലയ്ക്കുകയുള്ളൂ. അതല്ലെങ്കിൽ എന്റെ ഈ അവസാന രാത്രി വേദനയില്ലാത്തതാകട്ടെ. എന്റെ മുറിവിൽ കളിക്കരുത്. എല്ലാത്തിനും കറുപ്പ് നിറം കയറുന്നു. ഞാൻ നിനക്ക് മുന്നിൽ അടിയറവ് പറയുമ്പോൾ പിന്നെ ചോദ്യങ്ങളുടെ ആവശ്യമില്ല. എന്റെ മാംസത്തിനുള്ളിൽ അഗ്നി ആളിപ്പടരുന്നു. കഴുത്തിൽ നിന്നും നെറ്റിയിലേക്ക് അതിശക്തമായ ഒരു വിഷം ഒഴുകിയെത്തുന്നു. എന്റെ അവസാന ദിനത്തോട് നിനക്ക് അനുകമ്പയില്ല. എന്റെ ബലഹീനതകളോട് അനുകമ്പയില്ല. കയ്യൊന്ന് മാറ്റൂ. കത്തിയൊന്ന് അകറ്റൂ. അച്ഛൻ അകപ്പെട്ട അതേ ദുരിതങ്ങളിലേക്ക്

എന്നേയും കൊണ്ടുപോകാതിരിക്കൂ. ഞാൻ നിന്റെ കണ്ണിൽ തിരയുന്നത് ദയയുടെ ഒരു കണികയെയാണ്. ആ ചെന്നായക്കുട്ടിയിൽ നിന്നും ശേഷിച്ച തെന്തോ അത്. പക്ഷേ അതെനിക്ക് കാണാനില്ല. അച്ഛനും അത് കണ്ടിരിക്കുകയില്ല. എന്റെ രക്തം ഇപ്പോൾ കൂടുതൽ സമൃദ്ധമായൊഴുകാനാരംഭിച്ചിരിക്കുന്നു. കത്തി എന്റെ ചർമ്മം മുറിക്കാൻ ആരംഭിച്ചിരിക്കുന്നു. എത്ര ഭീകരമാണീ കത്തി! നിർത്തൂ. എനിക്ക് വേദന സഹിക്കാനാകുന്നില്ല.

"അച്ഛാ...ച്ഛാ..!" ഞാൻ ഉറക്കെ നിലവിളിച്ചു. തല പുറകിലെ ചുമരിലിടിച്ചു.

"അവന്റെ ബോധം നഷ്ടപ്പെട്ടിരിക്കുന്നു. ആ ചെങ്കുത്തായ താഴ്വാരത്തിലേക്കെടുത്തോളൂ." അയാൾ പറഞ്ഞത് ഞാൻ കേട്ടു.

രണ്ട് പേർ എന്റെ തോളിൽ കയ്യിട്ടു. എന്നെ പുറത്തേക്കെടുത്തു. രാവിന്റെ ഊഷ്മളത എന്റെ ചർമ്മത്തെ തഴുകുന്നു. എന്തൊക്കെയോ ശബ്ദം ഞാൻ കേൾക്കുന്നുണ്ട്. എന്നാൽ എന്റെ മനസ്സിപ്പോൾ എന്നോടൊപ്പമില്ല. കണ്ണ് തുറക്കാനാകുന്നില്ല. ഞങ്ങൾ അകത്തേക്ക് നീങ്ങി. ഗുഹയുടെ പിൻഭാഗത്തേക്ക്. ആ ആജാനുബാഹുക്കൾ എന്നെ വലിച്ചിഴച്ചു.

ഞാൻ ശുദ്ധവായു വലിച്ചെടുത്തു. എനിക്കിപ്പോൾ തലകറക്കത്തിനു കുറവുണ്ട്. അവർ ആ മലമുകളിലേക്കാണ് പോകുന്നത് എന്ന് മനസ്സിലായി. അതിനപ്പുറം ചെങ്കുത്തായ താഴ്വാരമാണ്. അവർ എന്നെ താഴേക്കെറിയും എന്ന് ഭീഷണിപ്പെടുത്താൻ പോകുകയാണ്. അതല്ലെങ്കിൽ അവർ എന്നെ ആ ശൂന്യതയിലേക്ക് തള്ളിയിട്ടേക്കും. എന്റെ ശ്വാസം വീണ്ടും നിലയ്ക്കുന്നു. അവർ ചോദിച്ചതെല്ലാം കൊടുത്താൽ എന്ത് സംഭവിക്കും. എനിക്കറിയാവുന്ന രഹസ്യങ്ങളെല്ലാം പറഞ്ഞ് കൊടുത്താൽ എന്ത് സംഭവിക്കും... ഹൃദയം തുറന്നാൽ, വീട്ടിലേക്ക് തിരിച്ച് പോയാൽ, വടക്കിനെ ഉപേക്ഷിച്ചാൽ... എന്ത് സംഭവിക്കും? മരിക്കുന്നതാണോ അതോ അവർക്ക് വേണ്ടത് കൊടുത്ത് പരാജയപ്പെട്ട പോരാളിയെപ്പോലെ ശേഷിച്ച കാലം ജീവിക്കുന്നതാണോ നല്ലത്? ഞാൻ കണ്ണ് പാതി തുറന്നു. എനിക്ക് ബോധം തിരികെ ലഭിച്ച് തുടങ്ങിയിരിക്കുന്നു. പരാജയപ്പെട്ട പോരാളിയായി അച്ഛനെപ്പോലെ മരിക്കുന്നതിൽ പരം മോശമായി ഒന്നുമില്ലെന്ന് ഞാൻ കരുതുന്നു. അച്ഛന്റെ അതേ വിധി ഒരു നിമിഷത്തിനുള്ളിൽ എനിക്കും വന്നു ചേരും. ഉള്ളിൽ ഭയം ഒരു പിത്തരസമായി മാറുന്നു. തൊണ്ണ് ചൊറിയുന്നു. വായിലിപ്പോൾ ഉമിനീരില്ല. തൊണ്ടയിലൂടെ ഇറങ്ങിപ്പോകുന്നത് രക്തമാണ്.

നടത്തം അവസാനിച്ചു. ഞങ്ങളിപ്പോൾ ഒരു സമതലത്തിലാണ്. എനിക്ക് നിൽക്കാനാകുന്നു. നിവർന്ന് നിൽക്കാം. ഞാൻ രക്ഷപ്പെടാൻ ശ്രമിച്ചേക്കും എന്നാണവർ കരുതുന്നതെങ്കിൽ അവർക്ക് തെറ്റി. രക്ഷപ്പെടണം എന്നൊരു സ്വപ്നം കാണാനുള്ള കരുത്തുപോലും എന്നിലിപ്പോഴില്ല. അവർ സംസാരിക്കുന്നേയില്ല. എന്നോടുമില്ല പരസ്പരവുമില്ല.

കാറ്റിനും നാക്കില്ല. വീണ്ടും കുത്തിത്തുരന്ന മുറിവിൽ നിന്നുള്ള വേദന നെഞ്ചുപിളർത്തി പുറത്തേക്ക് വരുന്നു.

അവർ എന്റെ മേലുള്ള പിടി അയച്ചു. എന്റെ കാല്പാദങ്ങളിൽ പൊള്ളുന്ന വേദന. വിഷമിച്ചൊന്ന് നിന്ന് ഞാൻ ചുറ്റിലും നോക്കി. ഇരുട്ടിൽ പരന്ന് കിടക്കുന്ന ഒരു സമതലം. വലത് ഭാഗത്ത് പാറക്കെട്ടുകളാണ്. ഇത്തിരി ദൂരെയുള്ള ഗർത്തത്തിനടുത്തേക്ക് ഒന്ന് രണ്ടടി മുന്നോട്ടെടുത്തു. പിന്നെ നിന്നു. എല്ലാവരും നിലാവിൽ കുളിച്ച് നിൽക്കുകയാണെന്ന് അപ്പോഴാണ് ശ്രദ്ധിച്ചത്.

പൂർണചന്ദ്രൻ. ഈ വിശ്വം മുഴുക്കെ, രാവിൽ വരുന്ന പക്ഷികളും നക്ഷത്രങ്ങളുമെല്ലാം എന്നെ ഉപേക്ഷിക്കുകയും ഞാനൊരു ഇരുട്ടിന്റെ അങ്ങേത്തലയ്ക്കലും ആകുമ്പോൾ, നിലാവ് മാത്രം എന്നിൽ ചാരി നിൽക്കുന്നു. പൂർണചന്ദ്രൻ. അച്ഛന്റെ ആത്മാവ് അതിൽ കുടിയിരുന്ന അന്നു മുതൽ പൂർണചന്ദ്രൻ, നിലാവ്, എന്റെ സ്വപ്നങ്ങളിൽ ചേക്കേറിയിട്ടുണ്ട്. അതിപ്പോൾ തെക്കോട്ട് നീങ്ങുകയാണ്. സമയം അർദ്ധരാത്രിയോടടുക്കുന്നു. ഞാനാകെ വിയർത്തിരിക്കുന്നു. കൊടുങ്കാറ്റിലകപ്പെട്ട വൃക്ഷശിഖരം പോലെയാണിപ്പോൾ ഞാൻ. നിലാവെന്നെ വിളിക്കുമ്പോൾ ഞാൻ കിടന്ന് വട്ടം കറങ്ങുന്നു. തല കറങ്ങുന്നു. എനിക്ക് എല്ലാ ബന്ധങ്ങളും അവസാനിപ്പിക്കാം. ഒരു ശബ്ദം കാതുകളെ ഒരിക്കലും വേദനിപ്പിച്ചിട്ടില്ല. ചന്ദ്രനൊരു ഭാഷയുണ്ടെങ്കിൽ അതെനിക്ക് മനസ്സിലാകില്ല. നെറ്റി പൊട്ടിത്തെറിക്കാൻ തയ്യാറെടുക്കുന്നു. പാറകളിലാഴ്ന്ന് പോയ വൃക്ഷത്തിന്റെ വേരുപോലെയാണിപ്പോൾ ഞാൻ. ഒരു ചെന്നായയുടെ വന്യമായ ആർത്തി മാംസത്തിൽ പിറവിയെടുക്കുന്നുണ്ട്. ഇത്തരം സന്ദർഭങ്ങളിൽ അച്ഛൻ എന്നോട് സംസാരിക്കാൻ ശ്രമിക്കാറുണ്ട്. എന്നോടെന്തെങ്കിലും പറയാൻ. അച്ഛനെന്നെ സഹായിക്കണം. എന്നാൽ അതിനൊരു മാർഗവും കാണുന്നില്ല. എന്റെ സമീപമെത്താൻ മാർഗമില്ല.

എന്നെ പിടികൂടിയ രാത്രിയിലെ നിലാവെനിക്കോർമ്മവന്നു. അന്നത്തെ ചന്ദ്രനെ ഓർമ്മവന്നു. അത് അർദ്ധചന്ദ്രനായിരുന്നു. കിഴക്കോട്ടുള്ള യാത്രയിലായിരുന്നു അത്. എന്റെ മനസ്സ് ആശയക്കുഴപ്പത്തിലായി. പൂർണ്ണ ചന്ദ്രനെ കാണുമ്പോൾ ഈ രണ്ടിനും ഇടയിൽ ഒരാഴ്ചയേ കടന്ന് പോയിട്ടുള്ളൂ എന്ന് ഞാനറിയുന്നു. അത് സാധ്യമാണോ? കുറഞ്ഞത് രണ്ടാഴ്ചയെങ്കിലും ഞാൻ ഈ പീഡകരുടെ പിടിയിലായിരുന്നു എന്നാണെനിക്ക് തോന്നുന്നത്. എന്ന് വച്ചാൽ വളരെ സാവധാനത്തിലാണ് ദിവസങ്ങൾ നീങ്ങിയതെന്ന്. ഞാൻ പ്രതീക്ഷിച്ചതിലും വളരെ സാവധാനത്തിൽ. ക്ലേശം സഹിച്ച സമയമെത്രയെന്ന് മനസ്സറിഞ്ഞിട്ടില്ല. ഞാൻ വിറച്ചു.

എല്ലാത്തിനും ഇരുണ്ട വർണം. ചർമ്മം തുടിക്കാനാരംഭിച്ചു. പൂർണചന്ദ്രൻ വീണ്ടും വന്നപ്പോൾ എന്റെ മുന്നിലെ പാതയിലുള്ളതെല്ലാം തച്ച് തരിപ്പണമാക്കണമെന്ന് തോന്നി. എല്ലാ പാറയും തച്ചുടക്കണം. തൊണ്ണ്

വേദനിക്കുന്നു. ഇപ്പോൾ അന്തമില്ലാത്ത ഒരു ഗർത്തത്തെ അഭിമുഖീകരിക്കാൻ പോകയാണ്. അച്ഛൻ ചിലപ്പോൾ കാറ്റിന്റെ ചിറകിലേറി, കാറ്റിന്റെ സ്വരത്തിൽ എന്നെ വിളിക്കാറുണ്ട്. മറ്റ് ചിലപ്പോൾ ചെന്നായയുടെ ഓരിയുടെ സ്വരത്തിൽ വിളിക്കും. അച്ഛനിപ്പോൾ ചന്ദ്രനിലെ വിളക്കുമായി എനിക്ക് നേരെ വരുന്നുണ്ട്. മലനിരകളുടെ പ്രഭുവാണ് ചന്ദ്രൻ. ഏകാന്തത എന്ന ചിന്ത ദിവസങ്ങളായി എന്നെ മഥിക്കുന്നു. അതിപ്പോൾ സാവധാനത്തിൽ ഇല്ലാതാകുന്നു. എന്റെ നഗ്ന മൃതശരീരത്തെ ഏറ്റുവാങ്ങാൻ തയ്യാറായി പൂർണ്ണചന്ദ്രൻ നിൽക്കുന്നു. തൊണ്ടയിൽ നിന്നും കുരുത്ത മുരൾച്ചയിപ്പോൾ എന്തോ രാകുന്നതുപോലൊരു സ്വരമായി മാറിയിരിക്കുന്നു. എന്റെയുള്ളിലുള്ള മറ്റൊരു ആത്മാവിന് ചർമ്മം പൊട്ടിപ്പൊളിച്ച് പുറത്ത് ചാടണമെന്നൊരു ആഗ്രഹം.

ഞാനിവിടെ ഈ വടക്കോട്ടെത്തിയത് ഇങ്ങനെ ദയനീയമായ ഒരു മരണത്തെ വരിക്കാനല്ല. അച്ഛനെ കണ്ടെത്തി എനിക്ക് ഒരു ഭൂതവും ഭാവിയും നിർമ്മിച്ചെടുക്കാനാണ്. അദ്ദേഹത്തിന്റെ ധീരതയിൽ നിന്നും അദ്ദേഹത്തിലുണ്ടായിരുന്ന നന്മയെക്കുറിച്ചുള്ള കഥകളിൽ നിന്നും ഞാൻ ഒരു പടച്ചട്ട നിർമ്മിക്കും. എന്നിലുണ്ടായിരുന്ന ആത്മവിശ്വാസം ഒരു മലനിരയോളം വളരും. അച്ഛനും ഈ ക്രൂരരുടെ ചെയ്തികൾക്ക് കീഴ്പ്പെടാതെ, എതിർത്ത് നിന്നിരുന്നെങ്കിൽ എന്ന് ഞാൻ ആഗ്രഹിച്ചു.

ദുഃഖാർദ്രമായി എന്നെത്തന്നെ നോക്കുകയാണ് പൂർണ്ണചന്ദ്രൻ. കുട്ടികളെ വാത്സല്യത്തോടെ നോക്കുന്ന അച്ഛനെപ്പോലെ. വാത്സല്യത്തോടെ നോക്കുമ്പോഴും ദാരിദ്രത്തിന്റെ മടിത്തട്ടിലാണ് ആ അച്ഛൻ. അദ്ദേഹത്തിന്റെ ഹൃദയം തകർന്നിരിക്കുകയാണ്. എനിക്കൊരു നല്ല ഭാവി തരാത്തത് ഒരു ദുഃഖമായി അദ്ദേഹത്തിൽ അവശേഷിക്കുന്നു. അദ്ദേഹത്തിന്റെ പൊലിമ, തെളിച്ചം, മങ്ങിയിരിക്കുന്നു. ഇരുണ്ട രാവുകളിൽ, ഒന്ന് വിതുമ്പാനായി, അദ്ദേഹം ആകാശത്തിന്റെ മറ്റ് ഭാഗങ്ങളിലേക്ക് നീങ്ങുന്നുണ്ടെന്ന് വ്യക്തം. അച്ഛൻ വിളറിയിരിക്കുന്നു. വെളിച്ചം മങ്ങിയിരിക്കുന്നു.

എന്തുകൊണ്ട് ഞാനിതിനു മുമ്പ് വടക്കോട്ട് വന്നില്ല? അച്ഛൻ ജീവിച്ചിരിപ്പില്ലായിരുന്നു എന്ന മട്ടിൽ എന്തുകൊണ്ട് ഞാൻ എന്റെ ജീവിതം തള്ളി നീക്കി? എന്തുകൊണ്ട് ഞാൻ അച്ഛനെ അന്വേഷിച്ചിറങ്ങിയില്ല? ഇത്രയും വർഷങ്ങൾക്ക് ശേഷം അച്ഛനെന്റെ സഹായം ആവശ്യമുണ്ടായിരുന്നെന്നൊരു തോന്നൽ എന്നിലുണ്ടായിട്ടില്ല. അച്ഛൻ എന്റെ സ്വപ്നത്തിലേ വന്നിട്ടില്ല. അച്ഛൻ വടക്കെവിടേയോ ആയിരുന്നു. ഒരുപക്ഷേ എന്നോട് കോപിച്ചതുകൊണ്ടാകണം, തന്റെ പീഡകർക്കു മുന്നിൽ ആത്മസമർപ്പണം നടത്തിയത്. ഉപേക്ഷിക്കപ്പെട്ട പക്ഷിയെപ്പോലെ. ഞാൻ സഹായത്തിനെത്തിയില്ല എന്നത് തന്നെയാകണം കാരണം. ഞാൻ കേൾക്കും എന്ന പ്രതീക്ഷയിൽ ഉറക്കെ കരഞ്ഞിട്ടുണ്ടാകും, ഇരുട്ടിൽ ഒച്ചവച്ചിട്ടുണ്ടാകും, പിന്നെ തളർന്ന്പോയിട്ടുണ്ടാകും. പ്രതീക്ഷയസ്തമിച്ചാൽ ഒരാൾ പെട്ടെന്ന് തളരും. ചിലപ്പോഴെങ്കിലും ദൂരെനിന്നുള്ള സ്വരം ഒപ്പിയെടുക്കാൻ വിമ്മിട്ടപ്പെടുമ്പോൾ, ഞാൻ അദ്ദേഹത്തെ

സഹായിക്കാനായി എത്തുകയാണെന്ന് അച്ഛൻ ഊഹിച്ചു കാണും. ഹൃദയമിടിപ്പോടെ, ശ്വാസമടുക്കിപ്പിടിച്ച്, എന്നെ കാത്തിരുന്ന് കാണും. ഞാൻ മാത്രമെത്തിയില്ല. തന്റെ വിധിയെ നേരിടാനായി ഞാൻ അച്ഛനെ തനിച്ചാക്കി.

വടക്കുള്ള കാടുകളിലെ യുവവൃക്ഷങ്ങളുടെ നിഴലുകൾക്കിടയിലൂടെ അച്ഛൻ നോക്കി. അച്ഛൻ എന്നെ തിരിച്ചറിഞ്ഞു. എനിക്ക് പിന്നിൽ ആരെങ്കിലും വരുന്നുണ്ടോ എന്നറിയാൻ അച്ഛനൊന്ന് ശങ്കിച്ച് നിന്നു. വളരെ സാവധാനത്തിലാണച്ഛൻ നീങ്ങിയത്. ഞാൻ ഒപ്പമെത്തുമെന്ന പ്രതീക്ഷ അച്ഛനിലുണ്ടായിരുന്നു. വഴിയറിയാത്ത യാത്രികരെപ്പോലെ, അച്ഛൻ മരങ്ങൾക്കിടയിൽ ഉഴന്ന് നടന്നു. പകൽ മുഴുക്കെ മദ്യപനെപ്പോലെ ആ കാട്ടിൽ കഴിഞ്ഞു. പിന്നെ രാവായാൽ കൊള്ളിമീനുകളിൽ നിന്നും വരുന്ന ചെറുശബ്ദത്തിലുണർന്ന് എന്റെ പേര് മന്ത്രിച്ചു. അപ്പോൾ അച്ഛൻ എന്താണ് തിരയുന്നതെന്ന് പോലും മറന്നു. ചിലപ്പോൾ ഒന്ന് പിന്തിരിഞ്ഞ് നോക്കും. പിന്നിട്ട പാതകൾ പരിശോധിക്കും. ആവേശത്താൽ അദ്ദേഹം വിയർപ്പൊഴുക്കി. എന്നാൽ ഞാൻ ഒപ്പമില്ലായിരുന്നു. ഞാൻ മറ്റൊരു ലോകത്തായിരുന്നു. അച്ഛനെ ഞാൻ അറിയാതെ പരിത്യജിച്ചിരുന്നു.

അവർ മാംസത്തിൽ നിന്നും രക്തം വീഴ്ത്തിയപ്പോൾ അച്ഛൻ ആർത്തനാദം പുറപ്പെടുവിച്ചു. ആ വേദന ശാരീരികമായിരുന്നില്ല. ഈ ലോകത്തിൽ ഒറ്റയ്ക്കായ ഒരു അച്ഛന്റെ വേദനയായിരുന്നു അത്. അഗതിയായ ഒരു ഭിക്ഷക്കാരനായിരുന്നു അച്ഛൻ. എവിടേക്കും പോകാനില്ലാത്ത ഒരാൾ. എല്ലാവാതിലുകളും അച്ഛന്റെ മുന്നിൽ വലിച്ചടയ്ക്കപ്പെട്ടു. സഹായമഭ്യർത്ഥിച്ച വീടുകളിലെ വിളക്കുകൾ അണയ്ക്കപ്പെട്ടു. അദ്ദേഹത്തിനു ചുറ്റിലും ഇരുട്ടിന്റെ പുതപ്പ് വീണപ്പോൾ, അന്തരീക്ഷത്തിൽ നായ്ക്കളുടെ കുര മാത്രമായപ്പോൾ, അദ്ദേഹം തന്റെ കുടുംബത്തെയോർത്തു. അപ്പോൾ വിറച്ചുകൊണ്ടദ്ദേഹം ഒരു മൂലയിൽ ചുരുളുമായിരുന്നു. ഇപ്പോൾ തന്റെ മകൻ മുതിർന്നിട്ടുണ്ടാകും. യുവാവായിട്ടുണ്ടാകും. അവൻ സഹായത്തിനെത്തും എന്നൊക്കെ അച്ഛൻ കരുതി. തന്റെ ജീവിതത്തിന്റെ അവസാന നാളുകളിൽ അച്ഛന്റെ മനസ്സിൽ ഇത് മാത്രമായിരുന്നു ചിന്ത. പക്ഷേ അപ്പോഴേക്കും പ്രതീക്ഷകളെല്ലാം അസ്തമിച്ചിരിക്കുന്നു. അദ്ദേഹത്തെ പീഡിപ്പിക്കുമ്പോൾ ചോദിച്ച ചോദ്യങ്ങൾ അർത്ഥശൂന്യമായിരുന്നു. അദ്ദേഹത്തിന്റെ പാത പിന്തുടർന്നവർ ആരുമുണ്ടായിരുന്നില്ല. കുന്നുകളെക്കുറിച്ചും താഴ്വാരങ്ങളെക്കുറിച്ചും അന്വേഷിച്ച് നടക്കുകയായിരുന്നു അച്ഛൻ. എന്തിന് അദ്ദേഹം രഹസ്യങ്ങൾ കൂടെ കൊണ്ട് നടക്കണം? സർവ്വവ്യാപിയായ രക്തത്തിന്റെ മണം അദ്ദേഹത്തിനു തലകറക്കം വരുത്തി. അനുവദിച്ചിരുന്നുവെങ്കിൽ അച്ഛൻ മരണം വരിക്കുമായിരുന്നു. എന്നാൽ ഏകാന്തത ദീർഘിപ്പിക്കാനായി അവർ അച്ഛനെ മരണത്തിനു വിട്ടുകൊടുക്കാതെ കാത്ത് സൂക്ഷിച്ചു. മാംസം തീകൊണ്ട് കരിച്ചെടുത്തു. അച്ഛൻ നിലവിളിച്ചു. ഭ്രാന്തചിത്തനായി. അവർ പല തവണ അച്ഛനെ

അടിച്ചു. അസ്ഥികളൊടിച്ചു. മാംസപേശികൾ വലിച്ച് നീട്ടി. കാല്പാദങ്ങൾ ചെത്തിയെടുത്തു. ദണ്ഡനം അച്ഛനെ ഇല്ലാതാക്കി.

അച്ഛനു വേണ്ടതിൽ നിന്നും വളരെ വൈകിയെത്തുന്ന മക്കളുടെ ഹൃദയം, അച്ഛന്റെ സൗഖ്യവും ആത്മാവും പുനഃസ്ഥാപിക്കാനാകാത്ത കുട്ടികളുടെ ഹൃദയം, തരിശായ മണ്ണിനു സമമാണ്.

ജീവനോടെ രക്ഷപ്പെടാൻ അച്ഛനായി. ഞങ്ങളുടെ ഗ്രാമത്തിന്റെ അതിർത്തിവരെ എത്താനായി. ഞാനിപ്പോൾ ചെങ്കുത്തായ താഴ്‌വാരത്തിലാണ്. അച്ഛന്റെ പാതയിലെത്താൻ തിരഞ്ഞെടുത്ത അതേ മണ്ണിൽ. ചിലപ്പോഴെങ്കിലും വടക്കിന് മറ്റ് പ്രദേശങ്ങളുമായി ഒരു വ്യത്യാസവുമില്ലെന്ന് തോന്നി. വായു മണത്ത് നോക്കി. പരിചിതമായ സൂചകങ്ങൾ തിരക്കി. സാവധാനത്തിൽ നടന്ന് കീഴ്ക്കാം തൂക്കായി നിൽക്കുന്ന മലനിരയുടെ അറ്റത്തെത്തി. മുട്ടുകുത്തി നിന്ന് താഴോട്ട് നോക്കി. താഴെ അന്തമില്ലാത്ത ഗർത്തമാണ്.

ദീർഘിച്ച രാത്രികളിൽ എല്ലാവരും ഇത്തിരിയെങ്കിലും ഇരുളും.

ആരോടും പറയാനാകാത്ത ചില വശങ്ങൾ എല്ലാവരിലുമുണ്ട്. അവിചാരിതമായി അവിടേക്കിത്തിരി വെളിച്ചം ചെന്നില്ലെങ്കിൽ അതാരും കണ്ടെത്തില്ല. ചിലർക്ക് അതറിയുന്നതേ ഭീതിയുണ്ടാക്കുന്നു. എന്നാൽ മറ്റ് ചിലർ അതാസ്വദിക്കുന്നു. അത് ആ രാവെങ്ങിനെയുള്ളതാണെന്നതിനെ ആശ്രയിച്ചിരിക്കും. ഈ വടക്കൻ ഇരുട്ടിൽ പൂർണചന്ദ്രൻ രണ്ട് കണ്ണാടികളെപ്പോലെയാണ്. ഒരു കണ്ണാടിയോടുള്ള അഭിനിവേശത്തിനും അതിനോടുള്ള ഭയത്തിനും മദ്ധ്യത്തിലാണ് ഭ്രാന്തൻ ജനിക്കുന്നത് എന്ന് അവർ പറയുന്നു. അവിടെയായിരിക്കണം ഞാനും വീണത്. അതായിരിക്കണം എന്റെ കണ്ണുകൾ വേദനിക്കുന്നത്. എന്റെയുള്ളിൽനിന്നും സംഗ്രഹിക്കാനാകാത്ത ഈ സ്വരം വരുന്നത് അതിനാലാകണം. അതല്ലെങ്കിൽ മനസ്സ് നിശ്ചലമായിട്ടുണ്ടാകണം. മരിക്കുന്നതിനു മുമ്പ് ചിലർക്ക് ഇങ്ങനെ അനുഭവപ്പെടാറുണ്ടത്രെ. ദീർഘിച്ച രാത്രികളിൽ എല്ലാവരും ഇത്തിരി ഇരുളാറുണ്ട്.

ഒരു കുതിരയുടെ സ്വരം കേൾക്കുന്നു. തൊണ്ടയിൽ നിന്നും ഒരു നിലവിളി പൊട്ടിത്തകർന്ന് പുറത്തെത്തുന്നു. തൊണ്ണ് ചൊറിയുന്നു. ശബ്ദം പുറകോട്ട് വലിയുന്നു. തൊണ്ട കത്തിയെരിയുകയാണ്. നെഞ്ചിൽ ചോര നിറഞ്ഞ ശ്വാസം. മാർഗ്ഗത്തിനു തടസ്സം നിൽക്കുന്ന എന്തും ഇപ്പോൾ തച്ചുടയ്ക്കാം. ഏതൊരു പാറയും തച്ചുടക്കാം. കണ്ണുകൾ ചെന്നായ്ക്കളുടേതുപോലെ ചുവന്ന് തുടുക്കുന്നു. മണിബന്ധം മുറിയുന്നു. പെട്ടെന്ന് പിന്തിരിഞ്ഞു. എനിക്ക് പുറകിൽ, ഏതാനും അടി ദൂരെ രണ്ടുപേർ നിൽപ്പുണ്ട്.

“ഞാൻ അസ്ലമാണ്!” ഞാനുറക്കെ പറഞ്ഞു. “ഇതിനു മുമ്പും ഞാനിവിടെ നിന്ന് എടുത്ത് ചാടിയിട്ടുണ്ട്. ഞാൻ ഭയന്നു എന്ന് നിങ്ങൾ കരുതുന്നു എങ്കിൽ നിങ്ങൾക്ക് തെറ്റി! എന്റെ പക്കൽ നിങ്ങൾ കൊതിക്കുന്ന ആ കാതണിയുണ്ട് എന്നാകട്ടെ എന്റെ അവസാന വാക്ക്.”

എനിക്ക് പുറകിലുള്ളവർ അദ്ഭുതത്തോടെ എന്നെ നോക്കി. അപ്പോൾ പുറകിലെ പാറയിൽ നിന്നും പൂച്ചക്കണ്ണനെത്തി. "നീ അസംബന്ധം പറയുകയാണ്" അവൻ പറഞ്ഞു.

"നീയോ! കഴിഞ്ഞ തവണ നിനക്ക് ഞാൻ ആ കാതണി തന്നത് വെറുതെ സമയം ഇത്തിരി കൂടുതൽ ലഭിക്കാൻ വേണ്ടി മാത്രമായിരുന്നു. അതിൽ ഞാൻ വിജയിച്ചു. ഞാൻ നിന്നിൽ നിന്നും രക്ഷപ്പെട്ടു. ഞാൻ ഭയന്നു എന്ന് നീ കരുതി. എനിക്ക് വേദന സഹിക്കാനാകുന്നില്ലെന്ന്. നിനക്ക് വീണ്ടും തെറ്റി എന്ന് ഞാൻ തെളിയിക്കാം. നിനക്കെത്ര വേണമോ അത്രയും എന്നെ പീഡിപ്പിച്ചോളൂ. ഞാൻ യാചിക്കില്ല. കാതണി എവിടെ യെന്ന് പറയുകയുമില്ല. എനിക്ക് ഭയമില്ല. എനിക്ക് ഭയമില്ല."

"അസ്ലം.... അത് ശരിയാണോ? എത്ര ഗംഭീരമായിരിക്കുന്നു." പൂച്ച ക്കണ്ണൻ പറഞ്ഞു. "നീ ഇപ്പോൾ നിന്റെ അച്ഛന്റെ രക്ഷയ്ക്കായി വരിക യാണോ? പീഡനത്തിനു മുന്നിൽ തകർന്ന നിന്റെ അച്ഛന്റെ. അതോ നീ റിൻഡയെ സഹായിക്കാനൊരു മാർഗം കാണുകയാണോ? പരാജയം ഉറപ്പായ റിൻഡയെ? എത്ര സമയം ഇനിയുമെടുക്കും എന്നതിൽ കാര്യ മില്ല. നിന്റെ നെഞ്ചിലെ പൂട്ട് തകർക്കാൻ എനിക്ക് സന്തോഷമേയുള്ളൂ."

പല്ലുകൾ ഞെരിച്ച്, ഒരു ചെന്നായയെപ്പോലെ മുരണ്ട് ഞാൻ പൂച്ച ക്കണ്ണനു നേരെ ഓടി. എന്റെ കൈകൾ കെട്ടിയിട്ടിരിക്കയായിരുന്നു. മറ്റുള്ള വർ എന്റെ പാത തടയാൻ ശ്രമിച്ചപ്പോൾ, ഇനി മുന്നോട്ടോടാൻ ധൈര്യ മുണ്ടാകില്ല എന്നവർ കരുതിക്കാണും. എന്നാൽ ഒരൊറ്റ കുതിപ്പിൽ അവരിലൊരാളുടെ കഴുത്തിൽ ഞാൻ കടിച്ച് പിടിച്ചു. നിലത്ത് കിടന്നു രുണ്ടു. എന്റെ കടി വളരെ ശക്തമായിരുന്നു. പല്ലുകൾ ചർമ്മം തുളച്ച് മാംസത്തിലമർന്നു. അവസാനമായി ഞാൻ രക്തം രുചിച്ചത് അപ്പോഴാ യിരുന്നു. എന്റെ രക്തമല്ല. ഇതിന്റെ മണം വ്യത്യസ്തമായിരുന്നു. അവൻ ഒന്ന് കുതറിമാറാൻ ശ്രമിച്ചു. ചുറ്റിലും നിന്ന് അമ്പുകൾ വർഷം പോലെ പെയ്തിറങ്ങി. എനിക്കടിയിൽ കിടക്കുന്ന മനുഷ്യൻ കുതറുന്നുണ്ട്. അവന്റെ കൈ എന്റെ കഴുത്തിലാണ്. ആദ്യം ആരുടെ ശ്വാസം നില യ്ക്കുമെന്ന് നമുക്കൊന്ന് നോക്കാം. എന്റെ കാതിൽ കോപത്തിന്റെ മണി മുഴങ്ങുന്നു. എല്ലാം ഇരുണ്ടിരിക്കുന്നു. ഞാൻ ഇയാളിലുള്ള രക്തം മുഴുക്കെ ഒഴുക്കി കളയും.

അവസാനം എനിക്ക് വീണ്ടും ബോധം നഷ്ടമായി. അവർ എന്നെ ഗുഹയിലേക്ക് തിരികെ കൊണ്ടുപോയി. ഞാൻ കഴുത്ത് കടിച്ച് പറിച്ച ദുഷ്ടൻ നിലത്ത് കിടപ്പുണ്ട്. "ഈ വേശ്യയുടെ മകൻ പറയുന്നു അവൻ അസ്ലമാണെന്ന്. കാതണി അവന്റെ കയ്യിലുണ്ടെന്ന്. അത് കാണിച്ച് തന്നി ല്ലെങ്കിൽ എന്റെ കൈകൊണ്ട് ഇവനെ ഞാൻ കൊല്ലും." അവന്റെ സ്വരം പരുപരുത്തതായി. അവന് ശ്വസിക്കാൻ പോലുമാകുന്നില്ല.

അർദ്ധബോധാവസ്ഥയിൽ, നിലത്ത് ചുരുണ്ട് കിടക്കുന്ന എനിക്ക്, രക്തം നിറഞ്ഞ കണ്ണുകൾ ഇത്തിരിയൊന്ന് തുറക്കാനാകുന്നുണ്ട്. അവർക്ക് എന്നിൽ ഒരു താത്പര്യവുമില്ല.

ഞങ്ങൾ പുറത്ത് പോയപ്പോൾ മറ്റേ സംഘത്തിലെ അംഗങ്ങൾ, അവർ പിടികൂടിയ സ്ത്രീയുമായെത്തിയിരുന്നു. അവളെ അവർ ചുമരിൽ കെട്ടിയിട്ടിരിക്കുന്നു. അവർ അവളെ തല്ലുന്നുണ്ട്. അപമാനിക്കുന്നുണ്ട്. ഒച്ചവയ്ക്കുന്നുണ്ട്. അവിടെ ജനക്കൂട്ടമുണ്ട്. അവരുടെ സ്വരം ഗുഹയിൽ പ്രതിധ്വനിക്കുന്നുണ്ട്. പൂച്ചക്കണ്ണൻ ആ സ്ത്രീയെ തിരിച്ചറിഞ്ഞു. "സുഖമല്ലെ അനസാഫ്?" എന്ന് ചോദിച്ചു. മറുപടി മുഖത്ത് വീണ അവളുടെ തുപ്പലായിരുന്നു. അവരെല്ലാം ഒന്നിച്ച് ചിരിച്ചു. അവളുടെ മുടിയ്ക്ക് തീയിട്ടു. പുറത്ത് ഇരുമ്പ് ചൂടാക്കി വച്ചു. "ഷഹാരൻ തോട്ടം എവിടെയാണെന്ന് ഞങ്ങൾക്ക് കാണിച്ച് താ!" അവർ ആവശ്യപ്പെട്ടു. അനസാഫ് നിശ്ശബ്ദയായി. അവർ കത്തിയെടുത്ത് അവളുടെ വലത്തേ മുലയരിഞ്ഞു. രക്തം കുത്തിയൊഴുകി. പ്രതിരോധിച്ചാൽ അവിടെ കൂടി നിൽക്കുന്നവരുടെ കോപം വർദ്ധിക്കുകയേയുള്ളൂ എന്നറിഞ്ഞ അവൾ ഒരക്ഷരം ഉരിയാടാതായി. കരയാതായി. എന്നാൽ കരഞ്ഞാൽ അത് വേദന കുറയ്ക്കും. ഒരു സുഖം തോന്നും. എനിക്കത് പറയാനുള്ള ആരോഗ്യസ്ഥിതിയില്ലായിരുന്നു എങ്കിൽ ഞാനത് അവളോട് പറയുമായിരുന്നു. അവർ അവളെ ബലാത്സംഗം ചെയ്തു. അവളെ കളിയാക്കാനായി ഉച്ചത്തിൽ ചിരിച്ചു. കഴുത്തിൽ തുപ്പി. "ഒരു വ്യക്തിയുടെ ആത്മാഭിമാനം കാലുകൾക്കിടയിലല്ല, ഹൃദയത്തിലാണ്. മെറാനിസ്, നിനക്ക് മുന്നിൽ ഞാൻ അടിയറവ് പറയില്ല." അവൾ പറഞ്ഞു. അവൾ ചെറുപ്പമാണ്. കൃശഗാത്രയാണ്. നീലക്കണ്ണുണ്ട്. വെള്ളത്തിൽ വീണ ഇലപോലെ വിറയ്ക്കുകയാണവളുടെ നഗ്നശരീരം. പിടിച്ച് നിന്നില്ലെങ്കിൽ, വേദന സഹിക്കവയ്യാതെ അവൾ തളർന്ന് വീഴും. അവളുടെ ഇളം തവിട്ട് മുടി ചുമൽ വരെ നീണ്ട് കിടക്കുന്നു. കണ്ണുനീർ കവിളിലൂടൊലിച്ചിറങ്ങുന്നു. അവളുടെ സ്വരത്തിൽ കോപവും, ദുഃഖവുമുണ്ട്. മരണം അടുത്തുണ്ടെന്ന് അവൾക്കറിയാം. "ഇതിന്റെ വില നീ നൽകേണ്ടി വരും!" അവൾ പറഞ്ഞു. "എന്റെ സഹോദരിമാർ ഇപ്പോഴെത്തും. അവർ നിന്റെ ഉദരത്തിലൂടെ വാളിറക്കും. നിന്റെയാളുകൾ ബ്ലാക്ക് ട്രീ കാടുകളിൽ ഞങ്ങളുടെ പുരുഷന്മാരോട് ചെയ്തതുപോലെയൊക്കെ അവരും ചെയ്യും." അപ്പോൾ എന്റെ പീഡകരെ മെറാനീസ് എന്നാണ് വിളിക്കുന്നത്. കാട്ടിൽ ഞാൻ കണ്ടവരും ഇവരാണ്. അനസാഫിന്റെ ധാർഷ്ട്യത്തിൽ അദ്ഭുതപ്പെട്ട് അവർ അവളെ ക്രൂരമായി മർദ്ദിക്കാനാരംഭിച്ചു. അവളുടെ ശരീരം രക്തം പുരട്ടിയ ഒരു ഗോളമായി.

പുറത്ത് സമയത്തിനു നല്ല വേഗതയുണ്ട്. അതുകൊണ്ടാണ് ഞാൻ വീണ്ടും സ്വപ്നം കാണുകയാണെന്ന വിശ്വാസത്തിലെത്തുനത്.

പ്രഭാതമായപ്പോൾ അനസാഫിന്റെ സഹോദരിമാരെത്തി. അപ്രതീക്ഷിതമായി അവർ ഗുഹയ്ക്കുള്ളിലേക്ക് ഓടിക്കയറി. നിലവിളിച്ചുകൊണ്ടും ഒച്ചവച്ചുകൊണ്ടുമാണവർ വന്നത്. അവർ വളരെയധികം പേരുണ്ടായിരുന്നു. സെയ്നൊ എന്നൊരു സ്ത്രീക്കായിരുന്നു നേതൃത്വം. അവർ ചുറ്റിലും വാളെടുത്ത് വീശി. ഒരു കറുത്ത കൊടുങ്കാറ്റ് പോലെ.

നിർദാക്ഷിണ്യം. രണ്ട് ഡസനോളമുണ്ടായിരുന്ന മെറാനികളും പിന്നോക്കം പോയില്ല. അവരിൽ ചിലർക്ക് പരിക്ക് പറ്റി. പരിക്ക് പറ്റിയവർ രക്ഷപ്പെടാൻ ശ്രമിച്ചു. മറ്റുള്ളവർ അവിടെ വീണ് മരിച്ചു. അവരുടെ സഹോദരിമാർ അനസാഫിന്റെ കെട്ടഴിച്ചു. അവളുടെ കണ്ണിൽ ചുംബിച്ചു. മുടിയിൽ ചുംബിച്ചു. വിരലുകളിൽ ചുംബിച്ചു. അവരെല്ലാം ഒന്നിച്ച് കരഞ്ഞു. പിന്നെ ഒരു മൂലയിൽ നഗ്നനായി കിടന്നിരുന്ന എനിക്ക് സമീപം സെയ്നോ എത്തി. "അവന്റെ പേര് അസ്ലം എന്നാണെന്ന് അവർ പറയുന്നത് ഞാൻ കേട്ടു" എന്ന് അനസാഫ് പറഞ്ഞു. അത് കേട്ട് സെയ്നോ എന്നെ ബന്ധിച്ചിരുന്ന കയറുകൾ മുറിച്ച് കളഞ്ഞു.

അവൾ എനിക്ക് വെള്ളം തന്നു. എന്റെ മുഖത്തെ ചോര തുടച്ച് കളഞ്ഞു. അവളുടെ കൈകൾ ചൂടുള്ളതായിരുന്നു. മൃദുവായിരുന്നു. അവളുടെ കണ്ണുകളെത്ര വലിയവയാണെന്ന് ഞാൻ ശ്രദ്ധിച്ചു. അവയ്ക്ക് നല്ല കറുപ്പ് നിറം. അവളുടെ മുടിപോലെ തന്നെ. ഒടിഞ്ഞ കഴുത്തുള്ള ഒരു മനുഷ്യൻ ഇതിനകത്തുണ്ടോ എന്നവൾ ചോദിച്ചു. ഇന്നലെ പ്രഭാതത്തിൽ അയാൾ തിരിച്ച് പോയി എന്ന് ഞാൻ പറഞ്ഞു. അവൾ എനിക്കൊരു പാവാട തന്നു. അതെടുത്ത് പുതപ്പിച്ചു. എന്റെ ശരീരത്തെ അതൊന്ന് ചൂട് പിടിപ്പിച്ചു. മരിച്ചവരിൽ ഒരാളുടെ ചെരുപ്പെടുത്ത് എന്നെ അണിയിപ്പിച്ചു. ഈ ആശയക്കുഴപ്പത്തിൽ എന്റെ വസ്ത്രമെവിടെ എന്ന് തിരയാൻ എനിക്കായില്ല.

പ്രഭാതത്തിലെ ആദ്യ കിരണങ്ങൾ ഗുഹയുടെ ചുമരുകളിൽ ചൂട് പകരുന്നു. ഒരു ചുവന്ന വെളിച്ചം ഗുഹയിലേക്ക് അരിച്ചിറങ്ങുന്നു. അനസാഫിന്റെ മുറിവുകൾ അവർ കെട്ടി. അവളുടെ തച്ചുടച്ച മുഖത്തിൽ നിന്നും ഒരു ചെറുപുഞ്ചിരി വരുന്നുണ്ട്. അവൾ ആകെ തളർന്നിരിക്കുന്നു. ഞാൻ എന്റെ മുറിവുകളെ മറക്കാൻ ശ്രമിച്ചു. വേച്ചുവേച്ച്, ശവശരീങ്ങൾക്കിടയിലൂടെ ഞാൻ നടന്നു. അതിൽ പൂച്ചക്കണ്ണന്റെ ശവം കണ്ടില്ല. അപ്പോൾ ഞാൻ നിലത്ത് കിടന്ന ഒരു വാളെടുത്തു. ഗുഹയുടെ പുറകിലേക്ക് നടന്നു. "പുറത്ത് കറുപ്പും വെളുപ്പുമായ ഒരു കുതിരയെക്കണ്ടോ? മറ്റ് കുതിരകളുടെ കൂട്ടത്തിൽ?" ഞാൻ സെയ്നോയോട് ചോദിച്ചു. "ഉവ്വ്. അത് നിങ്ങളുടേതാകും എന്ന് ഞാൻ പ്രതീക്ഷിച്ചു." ഞാൻ ഗുഹയ്ക്കകത്തേക്ക് കയറി.

ഗുഹയ്ക്കത്തെ തുരങ്കത്തിൽ ഈർപ്പമുണ്ട്. ഇരുട്ടാണ്. നിലത്ത് വഴുക്കലുണ്ടെങ്കിലും ചെരിപ്പുള്ളത് നടത്തത്തിനു സൗകര്യമായി. നനവിപ്പോൾ എന്നെ തണുപ്പിക്കുന്നില്ല. ഇറ്റുവീഴുന്ന വെള്ളത്തുള്ളികൾ ദൂരെനിന്നുള്ള പ്രതിധ്വനികളുമായി ഇഴുകിച്ചേരുന്നത് ഇപ്പോൾ കേൾക്കാം.

നിലത്ത് രക്തത്തുള്ളികളുണ്ടാകുമോ എന്നതിൽ ഉറപ്പൊന്നുമില്ലാതെ ഞാൻ തുരങ്കത്തിന്റെ അങ്ങേത്തലയ്ക്കലേക്ക് കണ്ണെത്തിച്ചു. ഇന്നലെ എന്നെ പിടികൂടിയ ആ വളവിൽ ഞാനെത്തി. അപ്പോൾ കുറച്ച് മുന്നിൽ നിന്നും ഒരു കിതപ്പ് കേട്ടു. വളവ് ശ്രദ്ധാപൂർവ്വം തിരിഞ്ഞ് ചെന്നപ്പോൾ

പൂച്ചക്കണ്ണൻ നിലത്ത് കിടക്കുന്നത് കണ്ടു. അയാളുടെ പക്കൽ ആയുധമില്ല. അയാൾക്ക് മുറിവേറ്റിട്ടുണ്ട്. ഞാൻ അയാൾക്ക് സമീപം മുട്ടുകാലിലിരുന്നു. അയാൾ എന്നെ പ്രതീക്ഷിച്ചിട്ടെന്നപോലെ കണ്ണ് തുറന്നു. തളർന്ന കൈ എന്റെ കയ്യിൽ വച്ചു.

“നീ വരുമെന്ന് എനിക്കറിയാമായിരുന്നു...”അയാൾ ഉമിനീർ വിഴുങ്ങി. അയാൾക്ക് ശ്വസിക്കാനാകുന്നില്ല.

“നീ ഇപ്പോൾ തീർത്തും അനാഥനായിരിക്കുന്നു. അഗതി.” ഞാൻ പറഞ്ഞു. “എന്റെ പിടിയിൽ വന്ന് വീണ മാൻപേടകളെപ്പോലെ.”

പരാജയപ്പെട്ട അവന്റെ മുഖത്തേക്ക് ഞാൻ നോക്കി. ധാർഷ്ട്യം, അഹങ്കാരം ഒട്ടും കുറഞ്ഞിട്ടില്ല.

അയാൾ നിവർന്നിരിക്കാൻ ഒരു ശ്രമം നടത്തി. ചുമരിൽ ചാരിയിരുന്നു. ചുമച്ചപ്പോൾ വായിൽ നിന്നും രകതമൊഴുകി. നെഞ്ചിൽ അല്ലെങ്കിൽ ഉദരത്തിൽ മുറിവുണ്ടെന്ന് വ്യക്തം.

“ഞാൻ മരിക്കുകയാണ്. എന്നാൽ എന്തെങ്കിലും സ്വപ്നം തേടി വടക്കെത്തുന്ന ജീവനുകളേക്കാൾ ദയനീയമൊന്നുമല്ല എന്റെ മരണം. ജീവിതത്തിന് നഷ്ടമായ ഒരു അർത്ഥം അല്ലെങ്കിൽ ലക്ഷ്യമുണ്ടെന്ന് അവർ കരുതുന്നു. അത് കണ്ടെത്തണമെന്നും അതിൽ അടങ്ങിയിട്ടുള്ള നിഗൂഢത വ്യക്തമാക്കണമെന്നും അവർ കരുതുന്നു. ഈ വിശ്വം മുന്നോട്ട് പോകണമെങ്കിൽ അങ്ങനെ ചെയ്യണമെന്ന്. മനുഷ്യന്റെ നന്മയ്ക്കായി, സന്തോഷത്തിനായി അത് ചെയ്യണമെന്ന്. ഒരു ഉപകാരവുമില്ലാതെ ഇത് തിരയുന്നിടമാണ് വടക്ക്. പ്രതീക്ഷകളില്ലാത്ത ഇടം. അവർ ഒരു ഉപകാരവുമില്ലാതെ ജീവിതം ബലി നൽകുന്നു. സാഹസം തേടിപ്പോകാനൊന്നും എനിക്ക് ലക്ഷ്യമില്ലായിരുന്നു. ഈ ലോകത്തിൽ ഒന്ന് ഉറച്ച് നിൽക്കാനായി ഒരു കടുവയെപ്പോലെ കരുത്തനാകാനേ ഞാൻ ശ്രമിച്ചിട്ടുള്ളൂ. അതിലുപരി ഒന്നുമില്ല. ജീവിതം തന്നെ വലിയൊരു സാഹസമാണെന്ന് എനിക്കറിയാം. വഴിയുടെ അവസാനത്തിലെത്തുമ്പോൾ, അതുവരെ ആരു നടന്നു, എങ്ങനെ നടന്നു എന്നതിനൊന്നും പ്രസക്തിയില്ലാതാകുന്നു. ഞാൻ നിരാശ്രയനാകാം, അഗതിയാകാം. എന്നാൽ എനിക്ക് ഭയമില്ല. എന്റെ ഹൃദയത്തിന്റെ താഴ് ഞാൻ നിനക്കായി തുറക്കില്ല.”

എന്റെ ജീവിതം നരകതുല്യമാക്കിയവൻ, ഞാൻ ശ്വസിക്കുന്ന വായു പോലും എന്റെ കൈകൊണ്ട് തൊട്ട് നോക്കാനാവുംവിധത്തിലാക്കിയവൻ, ഇപ്പോഴിതാ എന്റെ വാളിൻ മുമ്പിൽ. എന്നെ പിടികൂടിയ ആ രാവിൽ, ഇവനെ പിടികൂടാതിരുന്നതിൽ ഞാനെത്ര ഖേദിച്ചു എന്ന് ഇപ്പോൾ ഓർക്കുന്നു.

“ഒരിക്കൽ ഞാൻ നഷ്ടപ്പെട്ടുപോയ ഒരു നിധി തേടി ഒരു സുഹൃത്തുമൊത്തുള്ള യാത്രയിലായിരുന്നു.” ഞാൻ അവനോട് പറഞ്ഞ് തുടങ്ങി. “വർഷങ്ങളായുള്ള അനുഭവം മുൻനിർത്തിയാണെന്റെ സുഹൃത്ത് ഞങ്ങൾ സഞ്ചരിച്ച പാത അടയാളപ്പെടുത്തിയെടുത്തത്. അവസാനം

അയാൾ പറഞ്ഞ ഒരു കടൽത്തീരത്ത് ഞങ്ങളെത്തി. ഞങ്ങൾ ഒരു കുന്നിൻമുകളിലായിരുന്നു. അവിടെ നിന്ന് നോക്കിയപ്പോൾ കടലിനടിയിൽ വീടുകൾ കണ്ടു. വെള്ളത്തിൽ നിറയെ നശിച്ചുപോയ ചുമരുകളും തൂണുകളും വീടിന്റെ മേൽക്കൂരകളും മട്ടുപ്പാവുകളും. അതൊരു പുരാതന നഗരമായിരുന്നു. യുഗങ്ങൾക്ക് മുമ്പ് കടലെടുത്തതാകാം അതിനെ. ആ നഗരത്തെ ബാഹ്യലോകവുമായി ബന്ധപ്പെടുത്തുന്ന പാതകളെല്ലാം തുടച്ച് മാറ്റപ്പെട്ടിരിക്കുന്നു. തീരത്തു നിന്ന് അധികം ദൂരെയല്ലാത്ത ഒരു വീട് നിധിതേടുന്നവൻ ചൂണ്ടിക്കാണിച്ച് തന്നു. അതിന്റെ മട്ടുപ്പാവിലെ നീല ഇഷ്ടിക അപ്പോഴും വ്യക്തമായി കാണാമായിരുന്നു. ഞങ്ങൾ വെള്ളത്തിലേക്കൂളിയിട്ടു. ദിവസം മുഴുക്കെ നിധി തിരഞ്ഞു. അവസാനം നിധിയടങ്ങുന്ന പെട്ടി കണ്ടെത്തി. ആ പെട്ടിക്കുള്ളിൽ എന്താണെന്നതിൽ ഞങ്ങൾക്ക് പ്രാധാന്യമില്ലായിരുന്നു. അത് ഞങ്ങൾക്ക് ആവശ്യമില്ലായിരുന്നു. പെട്ടിയെ അലങ്കരിച്ച മുത്തും പവിഴവും മാത്രം നിധിയിലും വലുതായിരുന്നു. എന്നാൽ നിധിതേടി നടന്നവന് അതിലും താത്പര്യമില്ലായിരുന്നു. അയാൾ പെട്ടിയുടെ താഴ് പൊട്ടിച്ചു. പെട്ടി തുറന്നു. അതിനകത്ത് ഒരു കണ്ണാടിയായിരുന്നു. അതല്ലാതെ ഒന്നുമില്ലായിരുന്നു. കണ്ണാടിക്കൊരു ചട്ടപോലുമില്ലായിരുന്നു. നിധിവേട്ടക്കാരൻ കണ്ണാടി കയ്യിലെടുത്തു. വീണ്ടും വെള്ളത്തിലേക്കൂളിയിട്ടു. ആ വീടിന്റെ നീലനിറമുള്ള മട്ടുപ്പാവിലേക്ക് പോയി. അവിടത്തെ ചുമരിൽ അതുറപ്പിച്ച് നിർത്തി. പിന്നെ മൂന്ന് ദിവസം, എന്നോട് ഒരക്ഷരം പോലും ഉരിയാടാതെ, വെള്ളത്തിലേക്ക് ഊളിയിട്ട് ആ മട്ടുപ്പാവിലയാൾ എത്തും. ശ്വാസമെടുത്തേ പറ്റൂ എന്ന അവസ്ഥ വരുംവരേക്കും ആ കണ്ണാടിക്ക് മുന്നിൽ നിൽക്കും. അന്നുമുതൽ അയാൾക്ക് രാത്രിയിൽ സുഖനിദ്ര ലഭിച്ച് തുടങ്ങി. പണ്ടത്തേക്കാൾ സുഖമായ നിദ്ര. ശിശുക്കളിൽ കാണുന്ന മനഃശാന്തിയാണപ്പോൾ അയാളിൽ പ്രകടമായത്. അവസാന ദിവസം അയാൾ എന്നോട് പറഞ്ഞു: 'എന്റെ ഹൃദയത്തിന്റെ തുരുമ്പിച്ച താഴ് ഇപ്പോൾ തകരുമെന്ന് തോന്നുന്നു', എന്നിട്ടയാൾ വെള്ളത്തിലേക്ക് കൂപ്പു കുത്തി. പിന്നെ ഒരിക്കലും വെള്ളത്തിൽ നിന്നും കയറി വന്നില്ല."

ഈ മങ്ങിയ വെളിച്ചത്തിൽ, പൂച്ചക്കണ്ണന്റെ മുഖത്ത് അപ്പോൾ പ്രകടമായത്, ആകാംക്ഷയാണോ അതോ താത്പര്യമില്ലായ്മയാണോ എന്നെനിക്ക് പറയാനാകില്ല. രക്തം വാർന്ന് പോകുന്നതിനോടൊപ്പം അയാളുടെ ശ്വസനഗതിയിൽ മന്ദത വന്നു തുടങ്ങി. ഇപ്പോൾ അയാൾക്ക് എന്റെ സ്വരം പോലും കേൾക്കാനാകുന്നില്ല.

"അങ്ങനെയാണ്, ജലത്തിനടിയിലുള്ള കണ്ണാടിയിൽ മുഖം നോക്കി, തന്റെ ഹൃദയത്തിന്റെ താഴുതുറന്ന്, ആത്മാവിലേക്കുള്ള വഴി നിധിവേട്ടക്കാരൻ കണ്ടെത്തിയത്. പ്രണയം പോലെ, നിങ്ങളുടെ പ്രിയപ്പെട്ടവരുടെ മുഖത്തേക്ക് നോക്കുക വഴി എല്ലാ താഴുകളിൽ നിന്നും നിങ്ങൾക്ക് രക്ഷപ്പെടാനാകുന്നതുപോലെ. നിന്റെ ഹൃദയത്തിനകത്തുള്ള പെട്ടിയൊന്ന്

തുറക്കാൻ ഞാൻ ആഗ്രഹിക്കുന്നില്ല. അതിൽ നിന്റേതായി നിധിയൊന്നുമില്ലെന്ന് എനിക്കറിയാം. ആ പെട്ടിയിലുള്ളത് നീ പീഡനംകൊണ്ട് തകർത്ത ഹൃദയങ്ങളുടെ താഴുകൾ മാത്രമാണ്. തകർന്നത്, രക്തം പുരണ്ടത്, നിന്റേതല്ലാത്ത മുറിവ് പറ്റിയ താഴുകൾ."

തുരങ്കത്തിനു ചുറ്റിൽ നിന്നും വന്ന പ്രതിധ്വനി ഞങ്ങളിൽ ഭയം ജനിപ്പിച്ചു. ഞങ്ങൾ വിറച്ചു. ഏത് ദിശയിൽ നിന്നാണ് ആ സ്വരം വരുന്നതെന്ന് ഞങ്ങൾ ഒന്നിച്ച് നോക്കി. രണ്ടുപേരും അപ്പോൾ ഒരുപോലെ ആകാംക്ഷയിലായിരുന്നു. ഇരുട്ടിൽ രഹസ്യമുഖമുള്ള ഒരു ശ്വാസം അലഞ്ഞ് നടക്കുന്നത് ഞങ്ങളറിഞ്ഞു. ക്ഷമയോടെ കാത്തിരുന്നു. പൂച്ചക്കണ്ണൻ എന്റെ കയ്യിൽ കയറി പിടിച്ചു. അയാളുടെ വിരലുകൾ തണുത്തുറഞ്ഞിരിക്കുന്നു. ഒന്നെഴുന്നേറ്റ് നിൽക്കാൻ അയാൾ ശ്രമിച്ചു.

"നീ വല്ലാതെ പരിക്ഷീണനനാണ്. ഞാനെന്തായാലും നിന്റെ കടുവയാകാനില്ല." ഞാൻ പറഞ്ഞു. അയാൾക്ക് സംസാരിക്കാനാകുന്നില്ല. അയാളുടെ തൊണ്ടയിൽ നിന്നും കരകരപ്പല്ലാതെ സ്വരമൊന്നും വരുന്നില്ല. അവനെ സഹായിക്കാനായി ഞാൻ തന്നെ തുടർന്നു. "നമ്മളെല്ലാം ഈ ലോകത്തിൽ അഗതികളാണ്. എന്നാൽ ഇവിടെ നന്മയും തിന്മയുമുള്ളതിനാൽ, ഓരോരുത്തരുടേയും സാഹസം വ്യത്യസ്തമായിരിക്കുന്നു എന്നതിന് നന്ദി പറയട്ടെ."

അതിനു ശേഷം ഗുഹയിൽ ഇറ്റ് വീഴുന്ന വെള്ളത്തുള്ളികളുടേതല്ലാതെ മറ്റൊരു സ്വരവും ഞാൻ കേട്ടില്ല.

രക്തത്തിന്റെ മണം വർദ്ധിച്ചപ്പോൾ ആ ഇരുട്ടിൽ ഞങ്ങളെ കാത്ത് നിൽക്കുന്നതെന്താണെന്ന് മനസ്സിലായി.

കറുത്ത ചെന്നായയുടെ വിളി. അതിനൊരു പ്രണയഭാവമുണ്ട്. അത് കാറ്റിലലിഞ്ഞു. ഈ നനവിലലിഞ്ഞു. അത് പ്രതിധ്വനിച്ചു. മുഖത്ത് ചാട്ടയടിപോലെ പതിച്ചു.

തുരങ്കത്തിലേക്ക് ഉറ്റുനോക്കിയ പൂച്ചക്കണ്ണൻ തന്റെ ചർമ്മത്തിൽ ഒരിക്കൽ വെയിൽ പതിച്ചിരുന്നു എന്നത് മറന്നു. ഭൂതകാലം മറന്നു.

അയാൾക്ക് മുന്നിലിപ്പോൾ ഒരു കണ്ണാടി വച്ചിരുന്നെങ്കിൽ, തന്റെ മുഖം പോലും അയാൾ തിരിച്ചറിയില്ലായിരുന്നു.

അയാൾ വസ്ത്രമെല്ലാം അഴിച്ച് മാറ്റി. പൂർണ്ണനഗ്നനായി. ഈ ലോകത്തിൽ ഇനി ഉണ്ടാകണം എന്നയാൾ ആഗ്രഹിക്കുന്നത് ആ കറുത്ത ചെന്നായ മാത്രമാണ്. അതിനോടൊപ്പം അയാളുടെ ഭയവും.

അയാൾക്ക് എന്റെ മനസ്സിലെന്തെന്ന് മനസ്സിലായിരിക്കുന്നു. അയാളെ ഞാൻ വെറുതെ വിടും എന്നയാൾക്കറിയാം. അയാൾ സാവധാനത്തിൽ തുരങ്കത്തിനു പുറത്തേക്ക് നടന്നു. അപ്രത്യക്ഷനായി.

എല്ലാവരും ഇരുട്ടിൽ ഇത്തിരി ഇരുണ്ടതാകാറുണ്ട്.

ആറ്

കണ്ടെത്തിയതിലും വലിയ രഹസ്യങ്ങളിനിയുമുണ്ട്
ഈ വിളക്കുകൾ കഴിഞ്ഞും വെളിച്ചമുണ്ട്!
നേടിയതിൽ തൃപ്തരാകാതിരിക്കൂ, അതിനുമപ്പുറത്തേക്ക് നീങ്ങൂ;
സൃഷ്ടിക്കപ്പെട്ടതിലും അപ്പുറത്തും എന്തൊക്കെയോ ഉണ്ട്.

- ഒമർ ഖയ്യാം

ഷഹാരൻ തോട്ടം

നാല് ദിവസത്തെ യാത്രയ്ക്ക് ശേഷം ഷഹാരൻതോട്ടത്തിലെത്തി. അപ്പോഴേക്കും അവർ തളർന്നിരുന്നു. എവിടെയുമൊന്ന് വിശ്രമിക്കാതെ യാണവർ യാത്ര ചെയ്തത്. രഹസ്യതാഴ്വാരങ്ങളിലൂടെ, ഇരുണ്ട വന ങ്ങളിലൂടെ, മാൻ പേടകൾ പോകുന്ന പരിചിതമായ വഴികളിലൂടെ. പല വഴിക്കും തിരിയുന്ന വീഥികളിൽ ഇവ ചിലത് മാത്രമായിരുന്നു. അനസാഫ് സുഖപ്പെട്ട് വരികയായിരുന്നു. എന്നാൽ ഭക്ഷണം, വെള്ളം എന്നിവ യില്ലാതെ, അനേക ദിവസങ്ങളിലെ പീഡനത്തിനുശേഷം റിൻഡ ഒരു വിധത്തിൽ എത്തി എന്നേയുള്ളൂ.

തോട്ടത്തിലെത്തിയപ്പോൾ കാവൽക്കാർ മാത്രമേ ഉണർന്നിരിക്കുന്നു ണ്ടായിരുന്നുള്ളൂ. പ്രഭാതമായിട്ടുണ്ടായിരുന്നില്ല. സ്ത്രീകൾ എഴുന്നേറ്റിട്ടു ണ്ടായിരുന്നില്ല.

റിൻഡയെ അവർ ലെഫ്റ്റി എന്നാണ് വിളിച്ചത്. റിൻഡയെ അവർ മലമുകളിലുള്ള ഒരു ലോഡ്ജിലെത്തിച്ചു. എത്തിയപാടെ അയാൾ കിടന്നുറങ്ങി.

സൂര്യനുദിക്കും മുമ്പേ വാർത്ത നാലുപാടും പരന്നു. സ്ത്രീകളുടെ സന്തോഷം തോട്ടത്തിൽ നിറഞ്ഞു. ഒന്ന് മയങ്ങിയതിനുശേഷം സെയ്നൊ എഴുന്നേറ്റു കുളിച്ചു. ഭക്ഷണം കഴിച്ചു. സാഹസികരായ സഹോദരിമാരുടെ കഥകൾ മറ്റുള്ളവരുമായി പങ്ക് വയ്ക്കുകയാണ് അവരിപ്പോൾ. കൂട്ടം തെറ്റിയ അനസാഫിനെ കണ്ടെത്തിയത്, ഗുഹയിൽ നടത്തിയ യുദ്ധത്തെ ക്കുറിച്ച്, ആ യുദ്ധത്തിൽ തങ്ങളുടെ പക്ഷത്തിൽ നിന്നും ഒരു പോരാളി

പോലും നഷ്ടപ്പെട്ടില്ല എന്നെല്ലാം. ഗുഹയ്ക്കകത്ത് നിലത്ത് നിസ്സഹായനായി കിടന്നിരുന്ന മനുഷ്യനെക്കുറിച്ച് പറഞ്ഞു. അതാരാണെന്ന് തിരിച്ചറിയാൻ ബുദ്ധിമുട്ടിയപ്പോൾ അനസാഫ് അതാരാണെന്ന് പറഞ്ഞതിനെക്കുറിച്ച് പറഞ്ഞു. "അയാൾ ഇടം കയ്യനാണോ?" വെൻഡേല ആകാംക്ഷയോടെ ചോദിച്ചു. "അതെ." "അയാൾ സുന്ദരനാണോ?" "ബലഹീനനായിരിക്കുന്നു." "കരുത്തനാണോ?" "ക്ഷീണിതനായിരിക്കുന്നു." "കൗശലക്കാരനാണോ?" "അധികമൊന്നും സംസാരിച്ചില്ല. അയാൾക്ക് മുറിവേറ്റിട്ടുണ്ട്." "അയാൾ കാതണി അണിഞ്ഞിട്ടുണ്ടോ?" "ഞാൻ ചോദിച്ചപ്പോഴൊക്കെ ഇല്ലെന്നായിരുന്നു ഉത്തരം." അവിടെ നിശ്ശബ്ദത പടർന്നു. "എനിക്കൊന്ന് കാണാനാകുമോ...." വീണ്ടും നിശ്ശബ്ദത. സ്ത്രീകൾ പുഞ്ചിരിയടക്കി. "ഞാനുദ്ദേശിച്ചത് മുറിവൊന്ന് കഴുകാൻ, ശുശ്രൂഷിക്കാൻ, ലേപനങ്ങൾ പുരട്ടാൻ..." "സായാഹ്നമാകുന്നതിനു മുന്നേ അവൻ ഉണരുമെന്ന് തോന്നുന്നില്ല. നിനക്ക് കാത്തിരിക്കേണ്ടി വരും." അവരെല്ലാം ചിരിച്ചു.

സെയ്ന നെയ്ത്തുകാർക്കൊപ്പമിരുന്ന് ആപ്പിൾ കൊണ്ടുണ്ടാക്കിയ ചായ കുടിച്ചു. പെൺകുട്ടികൾ അമ്പെയ്ത് പരിശീലിക്കുന്നത് കണ്ടു. പിന്നെ തണുപ്പുകാലത്തേക്കായി പലവ്യഞ്ജനങ്ങൾ തയ്യാറാക്കിക്കൊണ്ടിരിക്കുന്ന സ്ത്രീകൾക്ക് സമീപം ചെന്ന് ചീസ് നിർമ്മിക്കുന്നതിനു സഹായിച്ചു. ഉണങ്ങാനിട്ട പച്ചക്കറിയിൽ നിന്നും ഒരു പിടി വാരിയെടുത്തു. ലെഫ്റ്റിക്ക് എന്തായിരിക്കും ഭക്ഷണത്തിനായി വേണ്ടത് എന്ന് ചിന്തിച്ചു. അത്താഴം വെൻഡേലയുണ്ടാക്കുമെന്ന് അവൾക്കറിയാമായിരുന്നു.

സൂര്യാസ്തമയമായപ്പോൾ അവൾ മലനിരകളിലെ ലോഡ്ജിലെത്തി. ലെഫ്റ്റിയുടെ മുറിയുടെ വാതിൽ തുറന്ന് കിടക്കുന്നു. മെത്തയ്ക്കരികിലെ മേശയിൽ ഒരു തളികയിരിപ്പുണ്ട്. അത് തുണികൊണ്ട് മൂടിയിട്ടിരിക്കുന്നു. തുണിയൊന്ന് പൊക്കി അതിനുള്ളിൽ എന്താണ് എന്നവൾ എത്തിനോക്കി. അതിനകത്തെ ഭക്ഷണം സ്പർശിച്ചിട്ടില്ല. അവൾ മെത്തയിലിരുന്നു. സായാഹ്നത്തിന്റെ നിശ്ശബ്ദതയെ ശ്രദ്ധിച്ച് ഇരുന്നു. ലോഡ്ജിൽ തണുപ്പ് വർദ്ധിക്കുന്നുണ്ട്. സത്യത്തിൽ അത് ഒരു വലിയ ഗുഹയ്ക്കുള്ളിലാണ്. അതിന്റെ പ്രവേശനദ്വാരത്തിൽ ഒരു മരവീട് പണിതിട്ടിട്ടുണ്ട്. അതുകൊണ്ടാണവർ അതിനെ ലോഡ്ജ് എന്ന് വിളിച്ചത്. വീടിനകത്തുള്ള ഇടനാഴി ഗുഹയുടെ അവസാനം വരെ നീണ്ടു. പുറത്ത് നിന്നും ഈ രണ്ടുനില ലോഡ്ജ് കാണുന്ന ആർക്കും അതിനകത്ത് ഒരു കൊട്ടാരത്തിലുള്ളത്ര മുറികളും വലിയ സൽക്കാരമുറിയും ചൂടുവെള്ളം നിറച്ച കുളവുമുണ്ടെന്ന് മനസ്സിലാകുകയില്ല.

ഒരു നിമിഷം കഴിഞ്ഞപ്പോൾ ലെഫ്റ്റി പ്രവേശിച്ചു. നനഞ്ഞ തലമുടിയുമായാണ് അയാൾ വന്നത്. മാമേയും താവോയും നൽകിയ പുതിയ വസ്ത്രമാണയാൾ ധരിച്ചിരിക്കുന്നത്. തന്നെ പീഡിപ്പിച്ച സ്ഥലത്തുനിന്ന്

പുറപ്പെടുംമുമ്പ് അയാൾ തന്റെ ആയുധങ്ങളും മറ്റു സാമഗ്രികളും കണ്ടെടുത്തിരുന്നു.

“ഒരു കുളി ആവശ്യമായിരുന്നു. ഭക്ഷണത്തിനുള്ള സമയമായിരിക്കുന്നു ലെഫ്റ്റി.” വെൻഡേലയും മുറിയിലെത്തി.

“പകൽ മുഴുവനും ഉറങ്ങി. വിശപ്പില്ലായിരുന്നുവെങ്കിൽ ഞാനുണരുകയേയില്ലായിരുന്നു. എന്തൊരു സുന്ദരമായ സ്ഥലമാണിത്. ഭൂമിയിൽ നിന്നും ചൂടുവെള്ളം വരുന്നു.”

ഇരുട്ടായപ്പോൾ പുറത്ത് എണ്ണവിളക്കുകൾ തെളിഞ്ഞു. അവർ സൂപ്പ് കുടിച്ചു. ബാർലികൊണ്ടുള്ള ആഹാരം കഴിച്ചു.

വാതിലിന്റെ എതിർഭാഗത്തായി മടക്കി വയ്ക്കാവുന്ന മെത്തയിരിക്കുന്നു. അതയാൾക്കുള്ള മെത്തയാണ്. ഇടത് ഭാഗത്ത് ഒരു ജാലകമുണ്ട്. വാതിലുകളിലെല്ലാം തുന്നൽ പണികൾ ചെയ്ത പർദകൾ ഞാന്ന് കിടക്കുന്നു. അതിലൊന്നിൽ ഒരു ജലാശയത്തിനരികിൽ ഒരമ്മമാനും കുഞ്ഞും. മറ്റൊന്നിൽ നീളൻ കുപ്പായമിട്ട സ്ത്രീ ഒരു ഗ്ലാസ് ഒന്നുയർത്തിപ്പിടിച്ച് നിൽക്കുന്നു. അവരുടെ നോട്ടം പക്ഷേ ഗ്ലാസിലേക്കല്ല. ആരോ അവരെ വിളിച്ചതുപോലെ, ശ്രദ്ധ മറ്റൊരിടത്തേക്ക് മാറിയിരിക്കുന്നു. അവർ കഴുത്തിലണിഞ്ഞിരിക്കുന്ന ചുവന്ന മാല, നീളൻ മുടിയുള്ള അവൾക്ക് കൂടുതൽ അഴക് നൽകി.

ലെഫ്റ്റിയുടെ നെഞ്ചിലെ മുറിവിൽ വെൻഡേല മരുന്ന് പുരട്ടി. നഖമില്ലാത്ത വിരലിലും കാൽപാദങ്ങളിലും പുറത്തെ മുറിവിലും കണംകയ്യിലും വായിന്റെ അരികിലും ലേപനങ്ങൾ പുരട്ടി. മരുന്ന് പുരട്ടുമ്പോൾ അവന് വേദനിക്കാതിരിക്കാൻ അവൾ ശ്രമിച്ചു. ശബ്ദമൊന്നുമുണ്ടാക്കാതെ ലെഫ്റ്റി അവളുടെ നീളൻ വിരലുകൾ തന്റെ മുറിവുകളെ തലോടുന്നത് ശ്രദ്ധിച്ചു. തനിക്കറിയാവുന്ന പച്ചമരുന്നുകളുടെയൊന്നും പേര് അയാൾ നിർദ്ദേശിച്ചില്ല. വെൻഡേലയുടെ ജ്ഞാനം, അവളുടെ കൈകളുടെ നിപുണത എന്നിവയെക്കുറിച്ച് ആശ്ചര്യപ്പെടുകയായിരുന്നു അയാൾ.

“പനിയുണ്ട്. തലവേദനയുണ്ടോ?”

“ഉവ്വ്. കഴിഞ്ഞ രണ്ട് ദിവസമായി അത് എന്നെ ശല്യപ്പെടുത്തുന്നു.”

വെൻഡേല പുറത്തിറങ്ങി. അധികം താമസിയാതെ ഒരു മോതിരവും കനം കുറഞ്ഞ നൂലുമായെത്തി. രണ്ട് കൈ നീളത്തിൽ നൂല് മുറിച്ചെടുത്ത് അതിന്റെ ഒരറ്റത്ത് മോതിരം കെട്ടിവച്ചു. കൈവെള്ള മുകളിലേക്കാക്കി കൈ തുറന്ന് പിടിക്കാൻ അവൾ ലെഫ്റ്റിയോട് ആവശ്യപ്പെട്ടു. കൈമുട്ടപ്പോൾ ശരീരത്തിലമർന്നിരിക്കുകയായിരുന്നു. നൂലിന്റെ ഒരു തല വായുവിൽ ഞാത്തിപ്പിടിച്ച്, വെൻഡേല മോതിരം ലെഫ്റ്റിയുടെ കണംകയ്യിനടുത്തേക്കെത്തിച്ചു. ഒന്നു രണ്ട് വിരൽ ദൂരം വരെ അത് അടുപ്പിച്ചു. സാവധാനത്തിൽ, മോതിരമിളക്കാതെ അവളത് മണിബന്ധത്തിൽനിന്നും കൈമുട്ടിലേക്ക് നീക്കി. ഇത് ഒന്ന് രണ്ട് തവണ ആവർത്തിക്കപ്പെട്ടു.

അപ്പോഴേക്കും കയ്യിന്റെ മദ്ധ്യത്തിലെത്തിയാൽ മോതിരം ഊഞ്ഞാലാടുന്നുണ്ടെന്ന് അവളറിഞ്ഞു. അതെവിടെയാണെന്ന് അവൾ അളന്നെടുത്തു. മണിബന്ധത്തിൽ നിന്നും അതുവരേക്കുള്ള ദൂരമാണ് അവൾ അളന്നത്. എന്നിട്ട് "വല്ലാതെ ഉയർന്നിരിക്കുന്നു. ഇത് നല്ലതല്ല. ഈ പനിയൊന്ന് താഴ്ത്തണം. ഉള്ളിലും കുടഞ്ഞ് പനിക്കുന്നുണ്ടോ?"

"തണുപ്പ് തോന്നുന്നുണ്ട്. താങ്കൾ ഇപ്പോൾ എന്താണ് ചെയ്തത്?"

"രക്തസമ്മർദ്ദം അളന്നതാണ്. വസ്ത്രമെല്ലാം ഒന്ന് അഴിച്ച് മാറ്റണം."

ലെഫ്റ്റിയുടെ ശൂന്യമായ മുഖഭാവം കണ്ട് വെൻഡേലയും സെയ്നോയും ചിരിച്ചു. സ്വർണ്ണമോതിരം ഉപയോഗിച്ചുള്ള വിദ്യയെക്കുറിച്ചോ രക്തസമ്മർദ്ദത്തെക്കുറിച്ചോ അയാൾക്കൊന്നുമറിയില്ല എന്നത് സത്യം. തന്റെ ശരീര താപനില താഴ്ത്താനായി ഇപ്പോൾ വസ്ത്രമഴിച്ച് മാറ്റണം.

ഒരു പുതപ്പിനടിയിൽ കയറി ലെഫ്റ്റി വസ്ത്രമഴിച്ച് മാറ്റി.

"ഒരു പക്ഷേ യാത്രാക്ഷീണം കൊണ്ടാകാം. നാളെയാകുമ്പോഴേക്കും എല്ലാം ശരിയാകും."

"അങ്ങനെ ഞാനും പ്രതീക്ഷിക്കുന്നു." വെൻഡേല പറഞ്ഞു. ഒരു കപ്പ് ദ്രാവകം ലെഫ്റ്റിക്ക് നേരെ നീട്ടി. ഇത്തിരി കയ്പ്പുണ്ടാകുമെങ്കിലും വേദന ശമിക്കാനും ശരീര താപനില താഴേക്ക് കൊണ്ടുവരാനും ഇത് സഹായിക്കും എന്ന് പറഞ്ഞു. "എനിക്ക് പോകണം. അനസാഫിനെ എഴുന്നേല്പിച്ച് അവൾക്ക് ഭക്ഷണം നൽകണം. അത് കഴിഞ്ഞാൽ കാവൽ ജോലിയുണ്ട്. എന്തെങ്കിലും ആവശ്യമുണ്ടെങ്കിൽ എന്റെ മുറി അനസാഫിന്റെ മുറിയുടെ എതിർഭാഗത്താണെന്ന് ഓർക്കുക."

തളിക അവിടെ ഉപേക്ഷിച്ച് അവർ പുറത്തിറങ്ങി. പുറത്തിറങ്ങുന്നതിനു മുമ്പ് വെൻഡേല ദുഃഖവും സന്തോഷവും കലർന്ന ഒരു നോട്ടം ലെഫ്റ്റിക്ക് സമ്മാനിച്ചു. "സേലി ദൊ-യാനി" എന്ന് പറഞ്ഞു.

വാതിലടഞ്ഞു. ഒരു നിമിഷം അവിടം നിശ്ശബ്ദമായി.

"അവരെന്താണ് പറഞ്ഞത്?" ലെഫ്റ്റി ചോദിച്ചു. ഉത്തരം ലഭിക്കുന്നതിനു മുമ്പ് തുടർന്നു. "നമ്മൾ യാത്ര ചെയ്തുകൊണ്ടിരിക്കുന്നതിനിടയിൽ നിങ്ങൾ പരസ്പരം എനിക്ക് മനസ്സിലാകാത്ത ഭാഷയിൽ എന്തൊക്കെയോ വാക്കുകൾ പറയുന്നുണ്ടായിരുന്നു. ഇത്രയും കാലം ഞാൻ വടക്കൻ ദിക്കുകളിൽ അലയുകയായിരുന്നു. എനിക്ക് പരിചിതമായ ഭാഷകൾ മാത്രമേ ഇതുവരെ കേട്ടിട്ടുള്ളൂ. അതുകൊണ്ടു തന്നെ പ്രശ്നമൊന്നുമില്ലായിരുന്നു. എന്നാൽ നിങ്ങളുടെ ഭാഷ മനസ്സിലാകുന്നില്ല. ഇതിൽ പല സ്വരങ്ങളും പരിചിതമാണെങ്കിലും മനസ്സിലാക്കാനാകുന്നില്ല."

"സെലി ദൊ-യാനി... ഞാനൊരു സ്വപ്നം കണ്ടു. എന്നാൽ അതിന്റെ അർത്ഥം വ്യാഖ്യാനിക്കാനാകുന്നില്ല, എന്നാണ് വെൻഡേല പറഞ്ഞത്. അന്നു മുതൽ ഞാൻ നക്ഷത്രങ്ങളെ നോക്കിവരുന്നു. ജീവിതം

എല്ലാവർക്കും ഒരു പൂന്തോട്ടവും സംഗീതവും നൽകുന്നുണ്ട്. നിങ്ങളുടേതെവിടെയാണെന്ന് എനിക്കറിയില്ല, അവൾ പറഞ്ഞു. എനിക്ക് നിങ്ങളുടെ മുഖം കാണണമെന്നുണ്ടായിരുന്നു. ഞാൻ നിങ്ങളുടെ മുറിവിൽ സ്പർശിച്ചു. ഞാൻ നിങ്ങളുടെ സ്വരം കേട്ടു. എന്നെ സംബന്ധിച്ചിടത്തോളം അതായിരുന്നു സന്തോഷം. ഒരു സ്ത്രീയുടെ മുഖത്തേക്കടിക്കുന്ന പ്രകാശം ആ സ്ത്രീക്കൊരു പ്രചോദനമാകുന്നു എന്നും അവൾ പറഞ്ഞു."

"ഇത്രയും പറഞ്ഞത് കേവലം രണ്ട് വാക്കുകളിലോ?"

"അല്ല. മൂന്ന് വാക്കുകളിൽ." ലെഫ്റ്റിയുടെ അദ്ഭുതം കണ്ട് സെയ്നോ ചിരിച്ചു. "പല പ്രദേശങ്ങളും മറന്ന ഒരു ഭാഷയാണിത്. പരസ്പരം ഈ ഭാഷയുപയോഗിച്ച് സംസാരിച്ച് അതിനെ ജീവനോടെ നിലനിർത്താൻ ഞങ്ങൾ ശ്രമിക്കുന്നു. വികാരങ്ങളും ചിന്തകളും ഞങ്ങൾക്ക് ഏതാനും വാക്കുകളിലൊതുക്കി കൈമാറാം. എന്നാൽ അതിനെ വിവർത്തനം ചെയ്തെടുക്കുക വളരെ വിഷമമാണ്. ചിലപ്പോൾ ഞങ്ങൾ നീളൻ പദപ്രയോഗങ്ങൾ നടത്തുന്നു. ഭാഷയുടെ ആത്മാവിന് ജീവിതം എങ്ങനെ എപ്പോൾ ഏത് രൂപത്തിൽ ആഴമേറിയതാക്കണം എന്ന് തീരുമാനിക്കാനാകും. അമ്മമാർ പെൺമക്കളെ പഠിപ്പിക്കുന്നു. ഈ ഭാഷ സ്ത്രീകൾ മാത്രമേ സംസാരിക്കുന്നുള്ളൂ."

"ഞങ്ങളുടെ നാട്ടിലെ സ്ത്രീകൾക്ക് ഇങ്ങനെയുള്ള ഭാഷകളൊന്നുമില്ല. ഞാൻ വളരെയധികം യാത്ര ചെയ്തിട്ടുണ്ട്. എന്നാൽ ഇങ്ങനെ ഒന്ന് കേൾക്കുന്നത് ആദ്യമായാണ്."

"താങ്കൾ പറഞ്ഞത് ശരിയാണ്," സെയ്നോ പറഞ്ഞു. സത്യം തിരിച്ചറിഞ്ഞതിന്റെ ദുഃഖം അവർക്കറിയാമായിരുന്നു. "സ്ത്രീകൾ സ്വന്തം ഭാഷ മറക്കാനാരംഭിച്ചതുമുതൽ, അവർ കുലത്തിന്റെ ഭാഷ മാത്രം സംസാരിക്കാനാരംഭിച്ചതു മുതൽ, ജീവിതം ദുസ്സഹമാകാനാരംഭിച്ചു. ഒരുപക്ഷേ, ജീവിതം ദുസ്സഹമായതിനാലാകം ഞങ്ങൾ കൂടുതൽ ഭാരം ചുമക്കുന്നതും ഞങ്ങളുടെ ശബ്ദം ബലഹീനമായതും ഞങ്ങൾക്ക് ഞങ്ങളുടെ ഭാഷ നഷ്ടമാകാനാരംഭിച്ചതും."

പലവ്യഞ്ജനങ്ങൾ തയ്യാറാക്കിയിരുന്ന മുറ്റത്തിരുന്ന് സെയ്നോ ഭക്ഷണം കഴിച്ചിരുന്നു. അവളൊരു തുണ്ട് റൊട്ടിയെടുത്ത് വായിലിട്ടു. വിശന്നിട്ടല്ല അങ്ങനെ ചെയ്തത്. ചിലപ്പോൾ കാരണമൊന്നുമില്ലാതെ അവൾക്ക് ഉറക്കം നഷ്ടപ്പെടും. സായാഹ്നത്തിൽ ഇതുപോലെ എന്തെങ്കിലും കൊറിക്കാൻ തോന്നുന്നത് അന്ന് രാത്രി ഉറക്കമില്ലാതാകും എന്നതിന്റെ ലക്ഷണമാണ്.

"പുതുതായി സംഘത്തിൽ ചേർക്കുന്നവർക്ക് ഞങ്ങളുടെ ഭാഷ പഠിപ്പിക്കുന്നു. വെൻഡേല അതിനൊരു ഉദാഹരണമാണ്. ഏറ്റവും കഠിനമായ വാക്കുകൾപോലും ചുരുങ്ങിയ കാലം കൊണ്ട് അവൾ പഠിച്ചെടുത്തിരിക്കുന്നു. പഠിച്ചതിനു പുതിയ അർത്ഥങ്ങൾ നൽകുന്നതിലും അവൾക്ക്

താത്പര്യമുണ്ട്. ജീവിതത്തെ വിശദീകരിക്കുന്നതിനു വ്യത്യസ്തമായ അനേകം മാർഗങ്ങളുണ്ടെന്ന് തിരിച്ചറിയുന്നു എന്നവൾ പറയുന്നു. ഉദാഹരണത്തിന് അവളുടെ നാട്ടിൽ ഇടംകയ്യൻ എന്നതിനൊരു വാക്കില്ല. വലതുകൈ ഉപയോഗിക്കുന്നവരെ വലംകയ്യൻ എന്ന് വിളിക്കുന്നു. എന്നാൽ ഇടംകയ്യൻ എന്നൊരു വാക്കില്ല. ഇടംകൈ ഉപയോഗിക്കുന്നവരെ വിശേഷിപ്പിക്കുന്ന വാക്കില്ല. താങ്കളെക്കുറിച്ചുള്ള ആദ്യ വാർത്തയെത്തിയപ്പോൾ, മറ്റുള്ളവരിൽ നിന്നും വ്യത്യസ്തമായി എന്തുകൊണ്ടെന്നറിയില്ല, താങ്കൾ ഇടംകയ്യനാണെന്നതിലായിരുന്നു അവളുടെ താത്പര്യം. അവൾ പഠിച്ച ഈ പുതിയ വാക്കാണ് അതിനു കാരണം."

"ഒരു ഇടംകയ്യനെ കാണാനെങ്ങനെയിരിക്കും എന്ന ജിജ്ഞാസയായിരുന്നിരിക്കണം അവളിൽ. ഞാനും മറ്റുള്ളവരെപ്പോലെയൊക്കെയാണെന്ന് കണ്ടപ്പോൾ അവൾക്ക് നിരാശ തോന്നിയിട്ടുണ്ടാകില്ല എന്ന് ഞാൻ വിശ്വസിക്കട്ടെ. പുരുഷന്മാരേയും നിങ്ങൾ ഈ ഭാഷ പഠിപ്പിക്കാറുണ്ടോ?"

"ഉവ്വ്. ഞങ്ങളോടൊത്ത് താമസിക്കുന്നവർക്ക് ഈ ഭാഷ സംസാരിക്കാനറിയാം. താത്പര്യമുണ്ടെങ്കിൽ താങ്കളെ ഞാൻ ഈ ഭാഷ പഠിപ്പിക്കാം."

"എനിക്കിഷ്ടമാണ്..."

ചുമരിൽ ചാരി, മെത്തയിൽ, എഴുന്നേറ്റപ്പോൾ ലെഫ്റ്റിയുടെ നഗ്നമായ ചുമൽ തിളങ്ങി. സെയ്നൊ, അയാൾക്കരികിലുണ്ടായിരുന്ന ഒരു തലയിണയെടുത്ത് ചാരിയിരിക്കാൻ സഹായിച്ചു. ചുമരിന്റെ തണുപ്പിൽ നിന്നും അയാളെ സംരക്ഷിക്കാൻ സഹായിച്ചു.

"വെൻഡേലയ്ക്ക് ഇടംകയ്യന്മാരോട് താത്പര്യം തോന്നിയത് ഈ ഭാഷയിലുള്ള താത്പര്യമല്ല, മറിച്ച് അവൾ വടക്കോട്ട് വന്നതിനു ശേഷമുണ്ടായതാണെന്ന് ഞാൻ പിന്നെ അറിഞ്ഞു. യുദ്ധത്തിൽ കൊല്ലപ്പെട്ട ഞങ്ങളുടെ ഒരു സുഹൃത്തിന്റെ സഹോദരീപുത്രിയാണവൾ. ജനിച്ചപ്പോൾ അവരവർക്ക് എസീറ വെൻഡേല എന്നാണ് പേരിട്ടത്. അത് അവളുടെ മാതൃസഹോദരിയുടെ പേരായിരുന്നു. ആ മാതൃസഹോദരിയാണവളെ വളർത്തിയത്. അവർ തമ്മിൽ വളരെ അടുത്ത ഒരു സൗഹൃദവും ബന്ധവുമുണ്ടായിരുന്നു. അവർ യുദ്ധത്തിൽ കൊല്ലപ്പെട്ടപ്പോൾ വെൻഡേല വീടുപേക്ഷിച്ച് ഞങ്ങളോടൊപ്പം ചേർന്നു. ദുഃഖം സഹിക്കവയ്യാതെ പാതി ഭ്രാന്തിയായിട്ടുണ്ടായിരുന്നു അവളന്ന്. എന്ത് ചെയ്യണമെന്നറിയില്ലായിരുന്നു. ഇളയമ്മയെ ഞങ്ങൾ എസീറ എന്ന് വിളിച്ചതിനാൽ ഇവളെ വെൻഡേല എന്ന് വിളിക്കാൻ തുടങ്ങി. ആദ്യമാദ്യം ഇവൾ സംസാരിക്കാറേയില്ലായിരുന്നു. ഒറ്റയ്ക്കിരിക്കാനായിരുന്നു താത്പര്യം. കഴിഞ്ഞ ആറുമാസത്തിനുള്ളിൽ, ഞങ്ങൾ ആരാണെന്നും എന്തിനുവേണ്ടിയാണ് പോരാടുന്നതെന്നും ഇവിടത്തെ അപകടങ്ങൾ എന്തൊക്കെയെന്നും അവൾക്ക് പറഞ്ഞ് കൊടുത്തു. ആയുധങ്ങൾ നഷ്ടമായാലും ഭാഷയുടെ പിൻബലത്തിൽ ജീവിക്കാനാകും എന്ന് വിശ്വസിക്കുന്നവരാണ് ഞങ്ങൾ.

അതുകൊണ്ട് ആയുധങ്ങൾ ഉപയോഗിക്കാൻ പഠിപ്പിക്കുന്നതിനു പകരം അവളെ ഞങ്ങളുടെ ഭാഷ പഠിപ്പിച്ചു. പിന്നെ അവളോട് തിരിച്ചുപൊയ്ക്കൊള്ളാൻ പറഞ്ഞു. നല്ലവണ്ണം ആലോചിച്ചതിനുശേഷം ഞങ്ങളോടൊപ്പം ചേരുകയോ ചേരാതിരിക്കുകയോ ചെയ്യാം എന്ന് ഉപദേശിച്ചു. അങ്ങനെയാകുമ്പോൾ അത് അവളുടെ തീരുമാനമാണെന്നും, സ്വാഭാവിക തീരുമാനമാണെന്നും ഉറപ്പിക്കാം. അല്ലാതെടുക്കുന്ന തീരുമാനം ചിലപ്പോൾ ആദ്യാവേശത്തിന്മേൽ നിന്നെടുക്കുന്നതാകാം."

ഒട്ടും തിരക്കില്ലാതെയാണ് സെയ്നൊ സംസാരിക്കുന്നത്. ഈ രാവ വസാനിക്കാൻ സമയമേറെയുണ്ടല്ലോ എന്ന മട്ടിൽ. എതിരെയുള്ള ചുമരിലെ വിളക്ക് അവളുടെ മുഖത്തിനൊരു ലാളിത്യം നൽകുന്നുണ്ട്.

"ഒരു യുദ്ധത്തിൽ വെൻഡേലയ്ക്ക് മുറിവ് പറ്റി. തന്റെ മുറിവുകൾ സ്വയം പരിചരിക്കണം എന്നവൾ ആഗ്രഹിച്ചു. അവൾ വളർന്ന ഗൃഹത്തിലെ മുൻതലമുറകളിൽ നിന്ന് മിക്കവാറും എല്ലാ മരുന്നുകളെക്കുറിച്ചുമുള്ള അറിവ് അവൾ നേടിയിരുന്നു. അവളുടെ ഇളയമ്മയും അതുപോലെ തന്നെയായിരുന്നു. അന്ന് അവൾക്ക് രക്തം കുറെയേറേ നഷ്ടമായിരുന്നു. അതിനാൽ ഒരു നിമിഷത്തേക്കെങ്കിലും എന്നിലെ പ്രതീക്ഷ അസ്തമിച്ചിരുന്നു. രാത്രിയായിരുന്നു. എല്ലാവരും സ്വന്തം കൂടാരങ്ങളിലേക്ക് മടങ്ങിയിരുന്നു. താൻ വിജയിക്കും എന്നതിൽ അവൾക്കും പ്രതീക്ഷയില്ലായിരുന്നു. ഞാൻ ഒരു രഹസ്യം പറയാം സെയ്നോ, അവൾ അപ്പോൾ പറഞ്ഞ് തുടങ്ങി. വടക്കുള്ളവർ ശപിക്കപ്പെട്ടവരാണെന്ന് എല്ലാവരും കരുതുന്നത് അവിടെയുള്ളവർ ഇടം കയ്യന്മാരായതുകൊണ്ടാണ്."

സൂര്യോദയത്തോടെയാണ് ജീവിതം ആരംഭിക്കുന്നത്. ആരെങ്കിലും മുഖം പ്രഭാതത്തിൽ കിഴക്കോട്ട് തിരിച്ചാൽ വലത് ദക്ഷിണദിക്കും ഇടത് ഉത്തരദിക്കുമാകും. തെക്കിനെ നോക്കിയാണ് സൂര്യനുദിക്കുന്നത്. പടിഞ്ഞാറാണ് അസ്തമിക്കുന്നത്. അത് വടക്കോട്ട് ഒരിക്കലും പോകാറില്ല. വടക്ക് എപ്പോഴും തണുപ്പാണ്. വെളിച്ചമില്ലാത്തതാണ്. യുഗങ്ങളായി പ്രകൃതിയുടെ പ്രവർത്തനങ്ങൾ സ്വഭാവം എന്ത് എന്ന മട്ടിലല്ല നിശ്ചയിക്കപ്പെട്ടിരിക്കുന്നത്. ആ പ്രവർത്തനങ്ങൾക്ക് ഒരു ലക്ഷ്യമുണ്ട്. ഒരുപക്ഷേ അതിന്റെ കാരണം നമുക്കറിവില്ലാത്തതാകാം. കിഴക്ക് തുടങ്ങുന്ന ജീവൻ, തെക്ക് ഊഷ്മളമാകുന്നു. പടിഞ്ഞാറെത്തുമ്പോൾ അത് സുഖനിദ്രയിലാകുന്നു. എന്നാൽ വടക്ക് അങ്ങനെയല്ല. അവിടം ശൂന്യമാണ്. ഒന്നുമില്ലാത്തതാണ്. ഇടംകയ്യനാണ്.

ഇങ്ങനെ ചിന്തിക്കുന്നവരിലെ തെറ്റ്, ഇടം കയ്യ് എന്നത് ചീത്തയാണെന്ന് കരുതുന്നതിലാണ്, വെൻഡേല പറഞ്ഞു. കാരണം ഈ ലോകത്തിന്റെ, വിശ്വത്തിന്റെ, സത്ത ഇടം കയ്യാണ്. പല ആദിമ ഭാഷകളിലും ഇടത് എന്നതിനെ നിഷേധവുമായി ബന്ധപ്പെടുത്തിയിരിക്കുന്നു. മോശം കൈ, മരിച്ച കൈ, അഗതിയായ കൈ എന്നൊക്കെ. ചിലർ അതിനെ സ്ത്രീകളുടെ കൈ എന്നും വിളിക്കാറുണ്ട്. ചിലയിടങ്ങളിൽ ഇടം

കയ്യനായ ഒരു അപരിചിതനെ വീട്ടിൽ കയറ്റില്ല. അയാൾ വീട്ടിലേക്ക് ദൗർഭാഗ്യങ്ങളെ കൊണ്ടുവരും എന്നവർ വിശ്വസിക്കുന്നു.

വീട് വിട്ട് ഷഹാരൻ സ്ത്രീകളോടൊപ്പം ചേരാൻ വെൻഡേല തീരുമാനിച്ചപ്പോൾ അവൾ തന്റെ ഇളയമ്മയുടെ ഉപദേശം ചെവികൊണ്ടു. വടക്ക് എത്തിപ്പെടാനായി മാൻപേടകൾ പോകുന്ന വഴി തിരഞ്ഞെടുത്തു. അനവധി ദിവസം യാത്ര ചെയ്തെത്തിയ കൊടുംകാടിനെ പെട്ടെന്ന് വലിയ പുകമഞ്ഞ് മൂടിയപ്പോഴും ശങ്കയൊന്നുമില്ലാതെ അവൾ മുന്നിലേക്ക് നടന്നു. അപ്പോൾ അവൾക്ക് ഒന്നും കാണാൻ സാധിക്കുമായിരുന്നില്ല. എന്നാൽ കാട്ടിലൂടെ, സമതലത്തിലൂടെ, അനവധി ദിവസം യാത്ര ചെയ്തതിനുശേഷം, ഇടത്തോട്ടോ, വലത്തോട്ടോ തിരിയാതെ യാത്ര ചെയ്തതിനു ശേഷം, മൂടൽമഞ്ഞ് പോയപ്പോൾ, അദ്ഭുതപ്പെടുത്തുന്ന ഒരു കാഴ്ച അവൾ കണ്ടു. ഇത്രയും നടന്നിട്ടും ഇത്രയധികം ദിവസം കഴിഞ്ഞിട്ടും താനിപ്പോഴും തുടങ്ങിയ സ്ഥലത്ത് തന്നെയെന്ന് അവളറിഞ്ഞു. ഇതെങ്ങനെ സംഭവിച്ചു എന്നവൾക്ക് മനസ്സിലായില്ല. മൂടൽമഞ്ഞ് തുടങ്ങിയപ്പോൾ എവിടെയായിരുന്നോ അവിടെ തന്നെയാണവൾ അപ്പോഴും. ഇത് വടക്കിന്റെ പ്രത്യേകതയാണെന്ന് അവൾ കരുതി. ആ രാത്രി അവിടെ താമസിച്ചു. മൂടൽമഞ്ഞ് പോയപ്പോൾ ആകാശം തെളിഞ്ഞു. അവൾ നിലത്ത് കിടന്ന് നക്ഷത്രങ്ങളെക്കണ്ടുറങ്ങി.

അവൾ ഇളയമ്മയെ സ്വപ്നം കണ്ടു. അവർ ഒരു നദിക്കരയിൽ നഗ്നയായി ഇരിക്കുകയാണ്. നക്ഷത്രങ്ങളിൽ പലതും വെള്ളത്തിൽ വീണിരിക്കുന്നു. അവ സാവധാനത്തിൽ ഒഴുകിപ്പോകുന്നു. സുന്ദരമായ രാത്രി. ഒരു ഇളം കാറ്റ് വീശുന്നുണ്ട്. ദൂരെനിന്ന് ഒരാൾ ഒരു മരത്തിലിരുന്ന് അവരെ ശ്രദ്ധിക്കുന്നു. വെള്ളത്തിൽ വീണ നക്ഷത്രങ്ങൾ ഝഷം എന്ന നക്ഷത്രക്കൂട്ടത്തിലേതായിരുന്നു. അവരെല്ലാം സ്വരൈക്യത്തോടെ വെട്ടിത്തിളങ്ങുന്നു. അവയ്ക്കെല്ലാം ജീവനുണ്ട്. പെട്ടെന്ന് നദിയുടെ മുകൾ ഭാഗത്തുനിന്ന് ഒരു അഗ്നിഗോളമുയർന്നു. അവളുടെ ഇളയമ്മ വെള്ളത്തിലേക്ക് എടുത്ത് ചാടി. അപ്പോൾ മാത്രമാണ് തന്റെ ഇളയമ്മയും ഒരു മത്സ്യമാണെന്നത് വെൻഡേല ശ്രദ്ധിച്ചത്. അരയ്ക്ക് കീഴെ മാത്രം അവരൊരു മത്സ്യമായിരിക്കുന്നു. ഇളയമ്മയോടൊപ്പം വെൻഡേലയ്ക്കും വെള്ളത്തിലേക്കെടുത്ത് ചാടണം എന്ന ആഗ്രഹമുണ്ടായി. ഒരുപക്ഷേ ഇളയമ്മയുടെ തിളങ്ങുന്ന ചിതമ്പലുകളിൽ സ്പർശിച്ചാൽ താനും ഒരു മത്സ്യകന്യകയായേക്കും. എന്നാൽ അപ്പോഴേക്കും അവൾ ഉറക്കമുണർന്നു.

അവൾ ആകാശത്തേക്ക് നോക്കി. നക്ഷത്രങ്ങളെല്ലാം അങ്ങ് ദൂരെയാണ്. അവയിൽ രഹസ്യങ്ങൾ കുന്നുകൂട്ടിയിരിക്കുന്നു. അവൾക്ക് കയ്യെത്താത്ത ദൂരത്തിലാണ് ആ രഹസ്യങ്ങൾ. വെൻഡേല പിന്നേയുമുറങ്ങി. പക്ഷേ സ്വപ്നം തിരിച്ചെത്തിയില്ല.

പിറ്റേന്ന് കാലത്തെഴുന്നേട് തലേന്നത്തെ കാല്പാദ അടയാളം പിന്തുടരാൻ അവൾ തീരുമാനിച്ചു. തുടങ്ങിയടത്ത് തന്നെ താനെങ്ങിനെ എത്തി

എന്ന് കണ്ടുപിടിച്ചേ മതിയാകൂ എന്ന തീരുമാനത്തിലെത്തി. ഇത്ര ദൂരം ഈ മൂടൽമഞ്ഞിൽ നടന്നിട്ടും താനെങ്ങിനെ തുടങ്ങിയേടത്ത് എത്തി. നല്ല വേഗത്തിലാണ് അവൾ തിരഞ്ഞത്. ചുറ്റിലും ശ്രദ്ധിച്ചാണ് നടന്നത്. തനിക്ക് വഴിതെറ്റാൻ കാരണമാക്കിയ ചെരിവുകൾ എന്തെങ്കിലുമുണ്ടോ എന്നാണ് അവൾ ശ്രദ്ധിക്കുന്നത്. അങ്ങനെയൊന്നും കണ്ടില്ല. ഇതൊരു സമതലമാണ്. പരന്ന് കിടക്കുന്ന വെള്ളംപോലെ, വീതിയേറിയ സമതലം. പക്ഷേ, അധികം താമസിയാതെ താൻ ഈ സമതലത്തിൽ ഒരു വൃത്തം വരയ്ക്കുകയാണെന്ന് അവൾ തിരിച്ചറിഞ്ഞു. വട്ടം വട്ടം ചുറ്റി അവൾ തുടങ്ങിയിടത്ത് തന്നെയെത്തി. ഇടത്തോട്ടാണ് അവൾ വട്ടം ചുറ്റിയിരുന്നത്. അന്നാണ് ആദ്യമായി അവൾ പ്രകൃതിയുടെ പ്രകൃതത്തിലും ഒരു ഇടംകയ്യുണ്ടെന്ന് ചിന്തിച്ചത്. പ്രതീക്ഷയില്ലാത്തിടത്ത്, ഇരുട്ടിൽ, നേരെ പോകാൻ ശ്രമിച്ചാലും ഇടത്തോട്ട് വലിക്കുന്ന ഒരു കരുത്തുണ്ടെന്ന് ചിന്തിച്ചത്. അവസാനം, തുടങ്ങിയ ഇടത്തിൽ തന്നെ അവസാനിക്കുന്നു. അപ്പോഴാണ് സ്വപ്നത്തിൽ താൻ കണ്ട മനുഷ്യനും ഇടം കയ്യനായിരുന്നു എന്നവൾ ഓർത്തത്.

"ആ മനുഷ്യൻ ഇടം കയ്യനായിരുന്നു എന്ന് എനിക്കെങ്ങനെ മനസ്സിലായി എന്നറിയില്ല." വെൻഡേല പറഞ്ഞു. "അന്നുമുതൽ ഞാൻ എല്ലാം നിരീക്ഷിക്കാനാരംഭിച്ചു. ചുഴലിക്കാറ്റ് തിരിയുന്ന ദിശമുതൽ, ഉറുമ്പിൻ കൂട് വരെ എല്ലാം. നമ്മുടെ ലോകം അനങ്ങുന്നെങ്കിൽ അത് ഇടതുവശം ചേർന്ന് വട്ടം തിരിയും. അങ്ങനെയാകുമ്പോൾ സൂര്യനെ എപ്പോഴും ഒരുപോലെ കാണാനാകും." അവൾ പറഞ്ഞു. അവൾ ഈ കഥകളെല്ലാം എന്നോട് പറഞ്ഞുകൊണ്ടിരിക്കുന്നതിനിടയിൽ സമയമേറെയായി. അവളുടെ മുറിവിൽ നിന്നും രക്തമൊലിക്കുന്നത് നിന്നു. എനിക്കും സമാധാനമായി. അവൾ നിശ്ശബ്ദയായപ്പോൾ ഞാൻ സംസാരിക്കാനാരംഭിച്ചു. അവൾ ആ ഇരുട്ടിൽ ഒറ്റയ്ക്കല്ലെന്ന് അങ്ങനെ ഞാൻ ഉറപ്പ് വരുത്തി. അവസാനം അവളുറങ്ങി. പ്രഭാതംവരെ ഞാൻ അവൾക്ക് സമീപമിരുന്നു.

വലത് കൈ ഉപയോഗിക്കാൻ താൻ ബാല്യം മുതൽ എത്ര ബുദ്ധിമുട്ടി എന്ന് ലെഫ്റ്റി ആലോചിച്ചു. പക്ഷേ അതിൽ ഒരിക്കലും വിജയിച്ചില്ല. അതുകൊണ്ടാണ് പിഴുതെടുത്തത് വലത് കയ്യിലെ നഖമാണ് എന്നതിൽ അയാൾക്ക് കുറച്ച് സന്തോഷം തോന്നിയത്. "വെൻഡേലയുടെ സ്വപ്നം, എന്റെയൊരു പഴയ സ്വപ്നത്തെക്കുറിച്ചോർമ്മിപ്പിച്ചു." അയാൾ പറഞ്ഞു. "വളരെ മുമ്പായിരുന്നു അത്. എന്നാൽ നദി, നക്ഷത്രങ്ങൾ, മത്സ്യകന്യക, എന്നിവയെല്ലാം അവളുടെ സ്വപ്നത്തിലേതുപോലെ തന്നെ...."

ലെഫ്റ്റി കണ്ണടച്ച്, ഗ്ലട്ടിന്റെ ചിരിയെക്കുറിച്ചോർത്തു. അയാളുടെ നെരിപ്പോട് താൻ പങ്കുവച്ചിരുന്നു എന്നോർത്തു. അരുവിക്കരയിൽ അപ്രത്യക്ഷമായ മാൻപേടകളുടെ വഴിയെക്കുറിച്ചോർത്തു. കാക്കയെക്കുറിച്ചും കൊച്ചുസുൽത്താനെക്കുറിച്ചുമോർത്തു. ചെറി മരപ്പാളികൾ കൊണ്ട്

നിർമ്മിച്ച ശവപ്പെട്ടിയിലെ നിഴലിനെക്കുറിച്ചോർത്തു. വെയിലിൽ മലർന്ന് കിടന്ന ആമയെക്കുറിച്ചോർത്തു. ഉണരാനൊരു മാർഗ്ഗമന്വേഷിക്കുന്ന ദൗർഭാഗ്യവാനായ കുറുക്കനെയോർത്തു. ഏലസ്സ് തുറന്നപ്പോഴത്തെ അവാദീനിന്റെ മുഖഭാവമോർത്തു, ഗുഹയുടെ അവസാനത്തിൽ നിന്നും വന്ന പ്രതിധ്വനിയോർത്തു, ചെങ്കുത്തായ മലമുകളിൽ നിന്നും എടുത്ത് ചാടാൻ തയ്യാറായി നിൽക്കുമ്പോൾ പൂർണ്ണചന്ദ്രനുമേൽ ചാരപ്പണി നടത്തിയ തന്റെ ഭ്രാന്തിനെക്കുറിച്ചോർത്തു. അതിലെല്ലാം എത്ര അനുഭവങ്ങൾ വാസ്തവമായിരുന്നു എന്ന് ഇപ്പോഴുമറിയില്ല. അതിലെല്ലാം എത്ര അനുഭവങ്ങൾ മായയായിരുന്നു എന്നും ഇപ്പോഴുമറിയില്ല. അതെല്ലാം പണ്ടുപണ്ട് സംഭവിച്ചതാണ്. ചിത്രങ്ങൾ പരസ്പരം അലിഞ്ഞ് ചേരുന്നു, ശബ്ദങ്ങൾ അലിഞ്ഞില്ലാതാകുന്നു, തകരുന്നു. അയാളുടെ ശരീരം ഇപ്പോൾ വിശ്രമത്തിലാണ്, എന്നാൽ മനസ്സ് സാധാരണനില യിലാകുക അസാധ്യം. മനസ്സിനൊരു ഭാരമായി ചിന്തകൾ വീണ്ടുമെത്തി. അതിന്റെ ഭാരത്താലാകണം ഉറക്കവുമെത്തിയത്. ചുമലിൽ നിന്നും നെഞ്ചിലേക്കിറങ്ങുന്ന അഗ്നിയുമായി അയാൾ പടപൊരുതി. നെഞ്ചിൽ നിന്നത് കാലുകളിലേക്കിറങ്ങി. ഒന്ന് കൈവിട്ടാൽ ഇപ്പോൾ ഉറങ്ങും. “രാത്രിയിൽ എന്തെങ്കിലും വേണമെങ്കിൽ, ചുമരിൽ മൂന്ന് തവണ വിരൽകൊണ്ട് മുട്ടുക. ഞാനുടൻ ഇവിടെയെത്തും. ഇതിനു മുകളിലുള്ള മുറിയാണെന്റേത്. എനിക്ക് എളുപ്പം അങ്ങനെയുള്ള ശബ്ദം കേൾക്കാ നാകും.” എന്ന് സെയ്നൊ പറഞ്ഞത് ലെഫ്റ്റിക്ക് ഉറക്കം വരുന്നു എന്ന റിഞ്ഞുകൊണ്ട് തന്നെയാണ്. “ഞാനുറങ്ങുകയല്ല. എന്റെ ചിന്തകളെ വീണ്ടും സ്വരുക്കൂട്ടാനുള്ള ശ്രമം മാത്രമാണ്” എന്നായിരുന്നു ലെഫ്റ്റി യുടെ പ്രതികരണം. എന്നാൽ അയാൾ കണ്ണ് തുറന്നൊന്ന് നോക്കിയില്ല.

ഒരു മുറിവുണങ്ങിയപ്പോൾ മറ്റൊന്ന് വന്നിരിക്കുന്നു. ഒരു അമ്പിൽ നിന്നും തൊടുത്ത് വിട്ടതുപോലെ, ശരീരം പീഡനത്താൽ തകർക്കപ്പെട്ടി രിക്കുന്നു. അയാളിപ്പോൾ സുരക്ഷിത ഹസ്തങ്ങളിലാണ്. എന്നാലും ആയുധങ്ങൾ അടുത്തുണ്ടെന്ന് ഉറപ്പ് വരുത്തി. തൊണ്ടയിലെ വേദന വർദ്ധിക്കുന്നത് അറിയുന്നുണ്ട്. ഒന്നുറങ്ങണം. നരച്ച രോമങ്ങളുള്ള കരടിയെപ്പോലെയുറങ്ങണം. ഈ തണുപ്പുകാലം അവസാനിക്കുന്നതു വരേക്കും ഉറങ്ങണം. “എനിക്കും സമാനമായ ഒരു സ്വപ്നമുണ്ടായി. ഞങ്ങളുടെ അമ്മമാർ പറയുന്നത് അത് പെണ്ണുങ്ങളുടെ സ്വപ്നമാണെ ന്നാണ്. മാറുന്ന കാലഘട്ടത്തിന്റെ സന്ദേശമാണത്രെ അത്. ഒരുപക്ഷേ, സ്ത്രീകളുടെ സ്വപ്നം കണ്ടതുകൊണ്ടാകാം താങ്കൾക്ക് ഇവിടേക്കെത്തി പ്പെടാനായത്,” എന്ന് സെയ്നൊ പറഞ്ഞത് അയാൾ അവ്യക്തമായി കേട്ടു.

ലെഫ്റ്റിയെ മെത്തയിൽ കിടക്കാൻ സെയ്നൊ സഹായിച്ചു. അയാളുടെ കഴുത്ത് വേദനിക്കാതെ സൗകര്യമായി കിടന്നുറങ്ങാൻ സഹായിച്ചു. തലമുടിയിൽ തടവി, പൊള്ളുന്ന നെറ്റിയിൽ ചുംബിച്ചു.

വിളക്കണച്ചതിനുശേഷം അവൾ ഒരു മാൻപേടയെപ്പോലെ ശബ്ദമില്ലാതെ മുറിയിൽ നിന്നും ഒഴുകിയിറങ്ങി.

ജാലകത്തിലൂടെ തണുത്ത കാറ്റ് അകത്തേക്കെത്തി. മേഘമില്ലാത്ത ആകാശം തോട്ടത്തെ പുതപ്പിച്ച് നിന്നു. ലോഡ്ജിനു കീഴെയുള്ള വീടുകളിൽ മങ്ങിയ വിളക്കുകളെരിയുന്നുണ്ട്. ആ വീടുകളുടെ മുറ്റത്ത് മരങ്ങളുണ്ട്. പിന്നെ ആ വിളക്കുകളുമണഞ്ഞു തുടങ്ങി. രാത്രിയിൽ കാവൽക്കാർ മാത്രമായി. അവരുടെ കൈകൾ ആയുധത്തിലായിരുന്നു. കണ്ണുകൾ ഇരുട്ടിൽ പരതുന്നുണ്ടായിരുന്നു. എന്നാൽ അവരുടെ മനസ്സ് ലോഡ്ജിൽ കിടക്കുന്ന മുറിവ് പറ്റിയ മനുഷ്യനിലായിരുന്നു. അവർ അന്വേഷിക്കുന്ന രഹസ്യം അയാളുടെ പക്കലുണ്ടോ എന്ന ജിജ്ഞാസയിലാണവർ. ഷഹാരൻ തോട്ടം ഒരു നക്ഷത്രവ്യൂഹമാണെന്ന് അവർ ചിന്തിച്ചു. അതിലെ പുതിയ നക്ഷത്രമാണ് ലെഫ്റ്റി എന്നും. ഒന്നുകിൽ അവരെല്ലാം ഒന്നിച്ച് ശോഭിക്കും, അല്ലെങ്കിൽ ഇരുട്ടിൽ ഇഴുകിച്ചേരും.

രാത്രിയിൽ ഒരു പാട്ടുകേട്ടാണ് ലെഫ്റ്റി ഉണർന്നത്. ഒരു കാവൽക്കാരിയാണ് മൂളുന്നത്. ഇപ്പോൾ വിയർപ്പിനിത്തിരി കുറവുണ്ട്. പനി കുറഞ്ഞിരിക്കുന്നു. അർദ്ധരാത്രിയായിട്ടില്ല എന്നയാൾ തിരിച്ചറിഞ്ഞു. തനിക്കരികിൽ വച്ചിരിക്കുന്ന തളികയിൽ നിന്നും, വെള്ളത്തിന്റെ പാത്രമെടുത്തു. വെള്ളം കുടിച്ചു. വിശ്രമം ലഭിച്ചിരിക്കുന്നു. മനസ്സിനു പഴയ ശുഷ്കാന്തിയും ലഭിച്ചിരിക്കുന്നു. തലവേദന ഇല്ലാതായിരിക്കുന്നു. ചുമർ ചാരിയിരുന്ന് ചുറ്റിലും നോക്കി. മച്ചിലേക്ക് നോക്കി. മുകളിലെ നിലയിൽ നിന്നും കാലടിശബ്ദം കേട്ടു. സെയ്നോ ഉറങ്ങിയിട്ടില്ല. അവൾ മുറിയിൽ ഉലാത്തുകയാണ്. അയാൾക്ക് ഒരു സുരക്ഷിതത്വം തോന്നി.

അയാൾ കൈകൾ രണ്ടും വിടർത്തി മുകളിലേക്കുയർത്തി. ഏതോ ശിഖരത്തിൽ എത്തിപ്പിടിക്കുംപോലെ കയ്യുയർത്തി. ചുമരിൽ ഒന്ന് തട്ടി, കാത്തിരുന്നു. രാവിന്റെ നിറം മങ്ങിയിരിക്കുന്നു. അയാളോട് കണ്ണടിച്ച് കാണിച്ചിരുന്ന പല നക്ഷത്രങ്ങളും ജനലിനരികിൽ വരിവച്ച് നിന്നു.

മുകളിലെ നിലയിൽ സെയ്നോ നടത്തമവസാനിപ്പിച്ചു. ലെഫ്റ്റി ചുമരിൽ തട്ടി എന്നവൾ അറിഞ്ഞ് കാണില്ല. അവൾ അപ്പോൾ മുറിയിലെ വിരിപ്പുകളുടെ ഭംഗി ആസ്വദിക്കുകയായിരുന്നിരിക്കണം. അതല്ലെങ്കിൽ കണ്ണാടിക്ക് മുന്നിലിരുന്ന്, മങ്ങിയവെളിച്ചത്തിൽ, തലമുടിയൊതുക്കുകയാകണം. കണ്ണാടിക്ക് മുന്നിൽ എപ്പോഴും മങ്ങിയ വെളിച്ചമല്ലേയുള്ളൂ. അവൾ ജനലൊന്ന് തുറന്നാൽ ഏതെങ്കിലും പക്ഷി അകത്തേക്ക് പറന്നെത്തും. ചിറക് വിടർത്തി, താഴത്തെ നിലയിൽ കിടക്കുന്ന മനുഷ്യൻ ഉറങ്ങുകയല്ല എന്ന് അവളോട് പറയും.

പ്രതികരണമായി മുകളിലെ നിലയിൽ നിന്നും ഒരു മുട്ട് വന്നു. അത് കേട്ട് ലെഫ്റ്റി പുഞ്ചിരിച്ചു. തണുത്ത കാറ്റ് അയാളുടെ നെഞ്ചിനെ തടവി. അയാൾ തല സാവധാനത്തിൽ ചുമരിൽ മുട്ടിച്ചു. കണ്ണടച്ചു. പച്ചമരുന്നുകളുടെ ഒരായിരം ഗന്ധം ഒന്നിച്ച് മുറിയിലേക്ക് ഇരച്ച് കയറി. പുറത്ത്

കാവൽക്കാരിയുടെ സ്വരം മാത്രമേയുള്ളൂ. അവൾ ഇപ്പോഴും പാടുകയാണ്. ആഗ്രഹങ്ങൾകൊണ്ടല്ല ശാന്തതകൊണ്ട് ഹൃദയം നിറഞ്ഞൊഴുകുന്ന അപൂർവ്വം രാത്രികളിലൊന്നാണിത്. ജീവിതം സന്തോഷത്തിന്റെ മെത്തയാകുന്ന അപൂർവ്വം രാത്രികളിലൊന്ന്.

പച്ചമരുന്നുകൾ, മുയലുകൾ, പാറകൾ എല്ലാം ഉറക്കത്തിലാണ്.

ഇടനാഴിയിൽ കാലൊച്ച കേട്ടപ്പോൾ ലെഫ്റ്റി ഒന്ന് ശങ്കിച്ചു. നിവർന്നിരുന്നു. പുതപ്പെടുത്ത് കാല് മറച്ചു. മുകളിലെ നിലയിൽ നിന്നും സെയ്നോയുടെ മുറിയിൽ നിന്നും കാലൊച്ച പുറത്തിറങ്ങുന്നതും പടികളിറങ്ങുന്നതും അയാൾ ശ്രദ്ധിച്ചിരുന്നില്ല.

അയാളുടെ വാതിൽക്കലെത്തിയപ്പോൾ അവൾ വൃദ്ധയെപ്പോലെ കാലുവലിച്ച് വയ്ക്കാൻ തുടങ്ങി. തിരക്ക് കൂട്ടാതെ നടക്കാൻ തുടങ്ങി. ഒരടി മുന്നോട്ട് വയ്ക്കുന്നതിനു മുമ്പ് മൂന്ന് ശ്വാസമെടുത്തു. മുന്നോട്ടൊരടി വയ്ക്കാൻ മടിച്ചു.

ഇടനാഴിയിൽ സമയം ഒന്നുകിൽ വളരെ സാവധാനത്തിൽ നീങ്ങുന്നു, അല്ലെങ്കിൽ അങ്ങനെയാണെന്ന് ലെഫ്റ്റിക്ക് തോന്നുന്നു.

ലെഫ്റ്റിക്കൊപ്പം ഇടനാഴിയിലെ സ്ത്രീയും കാത്തു. അവൾ വാതിലിന്മേൽ സ്പർശിച്ചില്ല. വാതിൽ തുറക്കാനല്ല അവളെത്തിയത്. മുറിയിലെ മനുഷ്യന്റെ സാമീപ്യത്തിനായി മാത്രം. അവൾ ദീർഘമായി ശ്വസിച്ചു. അവിടെ ദീർഘനേരം നിന്നു. മനസ്സിൽ നിറഞ്ഞ കൊടുങ്കാറ്റുകളെ അതിജീവിക്കാനുള്ള ക്ഷമ അവളിലുണ്ടായിരുന്നു. അവൾ രാവിനെ ശ്രദ്ധിച്ചു. ക്ഷീണത്തെ ഇല്ലായ്മ ചെയ്തു. തന്റെ മെലിഞ്ഞ വിരലുകൾ മുടിയിലോടിച്ചു. ദൂരെയെവിടെനിന്നോ വന്നതാണ് താൻ എന്ന മട്ടിൽ മുടിയുഴിഞ്ഞ് നിന്നു. പിന്നെ വൈകരുതെന്ന മട്ടിൽ പിന്തിരിഞ്ഞ് നടന്നു. ഒരു രാവിന്റെ ശ്രദ്ധ മുഴുവൻ അവൾ തന്നോടൊപ്പം വലിച്ചിഴച്ച് കൊണ്ടുപോയി. അത് ഭയമായിരുന്നോ അതോ സംതൃപ്തിയോ? ഇത്തരം രാത്രികളിൽ ഒരാളുടെ ഹൃദയത്തിൽ നിറയുന്നത് ഏത് വികാരമാണെന്ന് തിരിച്ചറിയുക അസാധ്യമാണ്.

തന്റെ അതിഥി അവസാന നിമിഷത്തിൽ പിന്തിരിഞ്ഞ് പോയതറിഞ്ഞ ലെഫ്റ്റി, ചാരിയിരുന്ന്, വീണ്ടും ചുമരിൽ തട്ടി. ഇത്തവണ തന്റെ ഏകാന്തതയെ സൂചിപ്പിക്കാനാണങ്ങനെ ചെയ്തത്: ആദ്യത്തേത് തനിക്ക്, രണ്ടാമത്തേത് സെയ്നോവിന്. വടക്കു ലഭിച്ച കരുണാർദ്രമായ ഈ രാവിനോട് അയാൾക്ക് കൃതഘ്നത തോന്നി. ചിലപ്പോഴെങ്കിലും ഉറക്കമില്ലാത്ത രാവുകൾ അനുഗ്രഹമാകാറുണ്ട്. അതനുഭവിച്ചറിയാനുള്ള ആനന്ദം എല്ലാവർക്കും ലഭിക്കാറില്ല. അയാൾ പുറത്തേക്ക് നോക്കിയിരുന്നപ്പോൾ മുകളിലെ ചുമരിൽ നിന്നും രണ്ട് മുട്ട് കേട്ടു. അതിനൊരു അർത്ഥവുമില്ല. വളരെ സാവധാനത്തിൽ ഇവിടെ നിന്ന് നടന്ന് നീങ്ങിയ സെയ്നൊ എങ്ങനെയാണിത്ര വേഗത്തിൽ മുകളിലെ മുറിയിലെത്തി തന്റെ അടയാളവാക്യം കേട്ടത് എന്നയാൾ അദ്ഭുതപ്പെട്ടു. അയാൾ

എഴുന്നേറ്റ് വാതിൽ തുറന്നു. ഇടനാഴിയിൽ രണ്ട് പന്തം എരിയുന്നുണ്ട്. എന്നാൽ അവിടെയൊന്നും ആരുമില്ല. എതിരിലുള്ള മുറിയിൽ നിന്നും വെളിച്ചവും വരുന്നില്ല.

ലെഫ്റ്റി മെത്തയിലേക്ക് തിരിച്ചെത്തി. രാത്രി മുഴുക്കെ പിന്നെ ചുമരിൽ മുട്ടിയില്ല. എഴുന്നേറ്റിരുന്നു. ഉറങ്ങിയില്ല. ജനലിലൂടെ പുറത്തേക്ക് നോക്കിയിരുന്നു. മറന്ന് പോയ പലതിനെക്കുറിച്ചും സ്വപ്നം കണ്ടു. ഇടയ്ക്ക് സെയ്നോയുടെ കാലടി കേട്ടു. അവസാനം ക്ഷീണത്താൽ കണ്ണടച്ചപ്പോൾ ഉറക്കം പിടികൂടി. അപ്പോഴേക്കും സൂര്യനുദിച്ചിരുന്നു. എന്നിട്ടും തോട്ടത്തിൽ നിന്നും ഒച്ചയോ അനക്കമോ വന്നില്ല.

ഉച്ചകഴിഞ്ഞാണ് പിന്നെ എഴുന്നേറ്റത്. ദിവസം മുഴുക്കെ മെത്തയിൽ തന്നെയായിരുന്നു. വെൻഡേല പല തവണ മുറിയിൽ വന്നിരുന്നു എന്നും താനിങ്ങനെ ഉറങ്ങുന്നതിൽ അവൾക്ക് ആകാംക്ഷയോ അങ്കലാപ്പോ തോന്നിയില്ലെന്നും അയാൾക്കറിയില്ലായിരുന്നു. ശ്വസനം ശ്രദ്ധിച്ചപ്പോഴേ അയാൾ സുഖപ്പെടുകയാണെന്ന് വെൻഡേലയ്ക്ക് മനസ്സിലായിരുന്നു. അയാളുടെ നിറത്തിലും മാറ്റം വന്നു തുടങ്ങിയിരുന്നു. വസ്ത്രം മാറി അയാൾ പുറത്തിറങ്ങി. ശുദ്ധവായു ശ്വസിക്കണം. ഇവർ തോട്ടം എന്ന് വിളിക്കുന്ന ഈ കൊട്ടാരം പകൽ വെളിച്ചത്തിൽ കാണണം.

ലോഡ്ജിന്റെ വാതിൽക്കൽ നിന്ന് ചുറ്റിലും നോക്കിയപ്പോൾ കണ്ടത് പാറക്കെട്ടുകളാണ്. ലോഡ്ജിനു മുകളിൽ എഴുന്ന് നിൽക്കുന്ന മലനിരകൾ. വീടുകൾ, പച്ചക്കറി തോട്ടങ്ങൾ, ആടുകൾ, താറാവുകൾ, നീർച്ചാലുകൾ, ഉയരം കൂടിയ, ഉയരം കുറഞ്ഞ, ആയുധം കയ്യിലില്ലാത്ത സ്ത്രീകൾ, ഓടിക്കളിക്കുന്ന കുട്ടികൾ, പൊടി നിറഞ്ഞ നായ്ക്കൾ, കുതിര ചിനയ്ക്കുന്ന സ്വരം, പശുക്കൾ, ചുറ്റിക ആഞ്ഞടിക്കുന്ന സ്വരം. യാത്രയ്ക്കിടയിൽ അവരുടെ വിശദീകരണം കേട്ടപ്പോൾ മലനിരകൾക്കിടയിലെ ഒരു കൊച്ചുമുറ്റം എന്നേ കരുതിയുള്ളൂ. ദൂരെനിന്ന് കാണാത്ത ഒരു പട്ടാളക്യാമ്പ് എന്ന്. താനിപ്പോൾ എത്തിപ്പെട്ടിരിക്കുന്നത് അനന്യമായ ഒരിടത്താണെന്ന് ഇന്നലെ രാത്രിയിലെ ഇരുട്ടിലും അയാൾ അറിഞ്ഞിരുന്നു. ഇത് സഫാലി പോലെ ഒരു പട്ടണമല്ല. സൗന്ദര്യത്തെ പ്രതിഫലിപ്പിക്കാനായി താഴികക്കുടങ്ങൾക്കും ഗോപുരങ്ങൾക്കും പകരം ഇവിടെ ചുമരുകളാണുള്ളത്. ശബ്ദം പുറത്തേക്ക് പോകുന്നത് പാറക്കെട്ടുകൾ തടയുന്നു.

“ഉറക്കം സുഖമായിരുന്നോ?”

വെൻഡേല ലെഫ്റ്റിക്ക് സമീപം വന്ന് നിന്നു.

“രാത്രി ഉറങ്ങാനായില്ല. പല ദിവസങ്ങൾ തുടർച്ചയായി അവർ എന്നെ പീഡിപ്പിച്ചതുകൊണ്ട് ഇപ്പോൾ പകലും രാത്രിയും തമ്മിലുള്ള വ്യത്യാസം മനസ്സ് മറന്നിരിക്കുന്നു എന്ന് തോന്നുന്നു.”

“ഇത്തരം സന്ദർഭങ്ങളിൽ എന്റെ ഇളയമ്മ പറയാറുള്ളത് നിന്റെ സ്വപ്നത്തിന്റെ ക്രമീകരണം തെറ്റിയിരിക്കുന്നു എന്നാണ്. സാരമില്ല.

എല്ലാം സാവധാനത്തിൽ നേരെയാകും. ഞാൻ താങ്കൾക്കുള്ള ഭക്ഷണം പാകം ചെയ്തിട്ടുണ്ട്."

"കുറച്ച് വൈകി കഴിക്കുന്നതിൽ കുഴപ്പമില്ലല്ലോ? ഒന്ന് നടന്നാൽ കൊള്ളാമെന്നുണ്ട്. അതിനു മുമ്പ് മുഖമൊന്ന് കഴുകണം." അവളെ പ്രകോപിപ്പിക്കരുതെന്ന മട്ടിൽ ഒരു നോട്ടം അയാൾ സമ്മാനിച്ചു.

"ആയിക്കോളൂ. അങ്ങോട്ട് പൊയ്ക്കോളൂ. അവിടെ ഒരു അരുവിയുണ്ട്. ദൂരെ കാണുന്ന ആ മലനിരകളിൽ നിന്നും വരുന്നതാണത്. ഇരുപതടി നടന്നാൽ മതി." ലോഡ്ജിന്റെ ഒരു വശത്തുള്ള മരക്കൂട്ടം ചൂണ്ടി വെൻഡേല പറഞ്ഞു.

സൂര്യൻ വളരെ പെട്ടെന്ന് തെക്കു നിന്ന് പടിഞ്ഞാട്ട് നീങ്ങി. ദിവസത്തിന്റെ നീളം കുറയുകയാണ്. അതിൽ ഇത്ര വിഷാദിക്കാനൊന്നുമില്ല. എന്നാൽ കുട്ടികൾക്ക് അത് ദുഃഖമുണ്ടാക്കുന്നതാണ്. ഇനി മണ്ണിൽ കളിക്കണമെങ്കിൽ നേരം വെളുക്കണമല്ലോ. വെൻഡേലയ്ക്കൊപ്പം ഒരു അപരിചിതൻ നടക്കുന്നത് കണ്ട് കുട്ടികൾ കളി നിർത്തി. ലെഫ്റ്റിയുടെ കയ്യിൽ വലിയ മോഹം തീർക്കുന്നതുപോലെ സ്പർശിച്ചു. 'സെലി ദോ' എന്ന് പറഞ്ഞ് സ്ത്രീകൾ ലെഫ്റ്റിയെ അഭിവാദ്യം ചെയ്തു. അങ്ങനെ പറയുമ്പോൾ അവർ അയാളുടെ കഴുത്തിനടുത്ത് നെഞ്ചിന്റെ മുകളിൽ സ്പർശിച്ചു. പുഞ്ചിരിച്ചുകൊണ്ട് ലെഫ്റ്റിയും 'സെലി ദോ' എന്ന് മറുപടി നൽകി.

"സ്പർശിച്ചുകൊണ്ടാണവർ സ്നേഹം പ്രകടിപ്പിക്കുന്നത്. ഇവരിൽ പലരും വിദൂരങ്ങളിലുള്ള ആദിമ ഗോത്രങ്ങളിൽ നിന്നുള്ളവരാണ്. അവർക്കൊന്നും താങ്കളുടെ ഭാഷ അറിയില്ല." വെൻഡേല പറഞ്ഞു. നടക്കുന്നതിനിടയിൽ അവർ സ്ത്രീകളുമായി സംസാരിച്ചു, കുട്ടികളെ താലോലിച്ചു.

പച്ചക്കറി തോട്ടം കടന്ന് അവർ നടന്നു. കുട്ടികൾ നായ്ക്കൾക്ക് പുറകെയോടുന്നതവസാനിപ്പിച്ച് ഇടം കയ്യനു പുറകെ കൂടി. അവർ അരുവിക്ക് കുറുകെ ചാടി. പശുക്കളെ കണ്ടു. കുതിരകളെ കണ്ടു. അക്കൂട്ടത്തിൽ ബെലെക്കുമുണ്ടായിരുന്നു. ഒരു കൊല്ലന്റെ ആലയിൽ നിന്നും തീ ഉയരുന്നത് കണ്ടു. നെയ്ത്തുകാരന്റെ ആല കണ്ടു. വാളുപയോഗിക്കാൻ പഠിപ്പിക്കുന്നത് കണ്ടു. തിരികെ ലോഡ്ജിലെത്തിയപ്പോഴേക്കും സൂര്യൻ അപ്രത്യക്ഷമായിട്ട് സമയമേറെയായിട്ടുണ്ടായിരുന്നു. എല്ലായിടത്തുനിന്നും ആളൊഴിഞ്ഞിരുന്നു. കുട്ടികൾ മാത്രം രാവിനെ ചെറുത്ത് തോട്ടമുപേക്ഷിക്കാൻ വിസമ്മതിച്ച് നിന്നു. അവസാനം അമ്മമാരെത്തി അവരെ വലിച്ചു കൊണ്ടുപോയി.

ലോഡ്ജിന്റെ വാതിൽക്കൽ അനസാഫ് ഇരിക്കുന്നുണ്ടായിരുന്നു. യോദ്ധാക്കളുടെ വസ്ത്രത്തിനു പകരം, ഒരു നീളൻ ഉടുപ്പാണവൾ ധരിച്ചിരുന്നത്. കഴുത്തിൽ നീല ഷാൾ പുതച്ചിരുന്നു. തലയിൽ വെള്ള തട്ടമിട്ടിരുന്നു.

"ലെഫ്റ്റിക്ക് ഇന്നലെ ഉറങ്ങാനായില്ല, ഇന്ന് നമ്മോടൊത്ത് കൂടാൻ ഞാൻ ക്ഷണിച്ചു" എന്ന വെൻഡേലയുടെ വാക്കുകൾക്ക് അവൾ "നന്നായി. നമുക്കൊന്നിച്ചിരുന്ന് സംസാരിക്കാം. എനിക്ക് വിശക്കുന്നു. നിനക്കോ" എന്ന് ചോദിച്ചു.

അകത്തേക്ക് കയറുന്നതിനു മുമ്പ് അവർ ഷൂസ് അഴിച്ച് മാറ്റി. നിലത്ത് പരവതാനി വിരിച്ചിരുന്നു. വലിയ ജാലകത്തിന്റെ മുകൾഭാഗം ഒരു കൊച്ച് താഴികക്കുടം പോലെയുണ്ടായിരുന്നു. അതിലൂടെ ആകാശം മുറിയിലേക്കിറങ്ങി വരുന്നുണ്ടായിരുന്നു. ഒരു ചുമരിന്റെ അരികിൽ, ചുമരിന്റെ നീളത്തിലൊരു ദിവാൻ കട്ടിലിട്ടിരിക്കുന്നു. അതിൽ തുന്നൽ പണികളുള്ള ആവരണമുണ്ട്. അതിനെതിർവശത്ത് മടക്കി വയ്ക്കാവുന്ന മെത്ത. അതിനു ചുറ്റും തലയിണകൾ. എരിയുന്ന മെഴുകുതിരി അന്തരീക്ഷത്തെ കൂടുതൽ ശാന്തമാക്കി. മെത്തയ്ക്ക് മുകളിലെ ചുമരിലും ഒരു പരവതാനി ഞാത്തിയിട്ടിട്ടുണ്ട്. അതിൽ കോപ്പയിലേക്ക് വെള്ളമൊഴിക്കുന്ന ഒരു സ്ത്രീയുടെ ചിത്രമുണ്ട്. ആ സ്ത്രീക്ക് ചുറ്റിലും ഒരു ജനക്കൂട്ടമുണ്ട്. അവളുടെ വശ്യസൗന്ദര്യം കാഴ്ചക്കാരുടെ ഹൃദയത്തിൽ വ്യത്യസ്തമായ ദാഹമുണർത്തുന്നതാണ്. പരവതാനിയുടെ നാലുഭാഗത്തും പാമ്പിന്റെ രൂപം വരച്ചിരിക്കുന്നു. അതിനാൽ അവിടേക്ക് ആർക്കും പ്രവേശിക്കാനോ അവിടെ നിന്ന് പോകാനോ അനുവാദമില്ലെന്ന സൂചന നൽകുന്നു. ഇതറിയാവുന്നവളാണ് ആ സ്ത്രീ. ഇതിൽ സംതൃപ്തയുമാണ് ആ സ്ത്രീ. അത്താഴമെല്ലാം കഴിഞ്ഞ്, ജാലകത്തിനരികെയിരിക്കുമ്പോഴാണ് ലെഫ്റ്റിക്ക് തന്റെ കഴുത്തിലണിഞ്ഞിരിക്കുന്ന നെക്‌ലസിലുള്ളതും പാമ്പിന്റെ രൂപമാണെന്നോർമ്മ വന്നത്.

അനസാഫ് ലെഫ്റ്റിക്ക് സമീപമിരുന്നു. "ഇന്നലെ പനിയുണ്ടായിരുന്നു എന്ന് വെൻഡേല പറഞ്ഞു. ഇന്ന് സുഖം തോന്നുന്നുണ്ടോ?" അവൾ ചോദിച്ചു.

"സുഖമായിരിക്കുന്നു. എന്റെ വേദനയെല്ലാം ഇന്നലെ തന്നെ പോയി. വെൻഡേലയുടെ മരുന്നുകൾക്ക് നന്ദി."

"അത്ര വേഗത്തിലല്ല." വെൻഡേല പറഞ്ഞു. നിലത്ത് കിടന്നിരുന്ന ഒരു തലയിണയെടുത്ത് നിവർത്തി വച്ചാണവൾ അത് പറഞ്ഞത്. "സാധാരണമട്ടിലാകാൻ കുറച്ച് സമയം കൂടിയെടുക്കും. അനാവശ്യമായി ശരീരം ക്ഷീണിപ്പിക്കരുത്. അങ്ങനെയെങ്കിൽ തളരും. വേദന തിരികെ വരും."

"അനസാഫ്, നിനക്കെങ്ങനെയുണ്ട്? അവർ ആ ഗുഹയിൽ വച്ച് നിന്നെ ഉപദ്രവിച്ചുകൊണ്ടിരുന്നപ്പോൾ ഞാൻ പാതി ചത്ത് കിടക്കുകയായിരുന്നു. കണ്ണുതുറക്കാനായിരുന്നില്ല. എനിക്ക് ബോധമുണ്ടായിരുന്നോ എന്ന് തന്നെ ഓർമ്മയില്ല. നിന്നെക്കുറിച്ച് എന്നിൽ വേവലാതിയുണ്ടായിരുന്നു. നിന്നെ വേദനിപ്പിക്കുന്നതിൽ അമർഷമുണ്ടായിരുന്നു. അത്രയൊക്കെയായിട്ടും നീയൊന്നുറക്കെ നിലവിളിക്കാത്തതിനാൽ അതൊരു സ്വപ്നമാണോ എന്ന് ഞാൻ കരുതി. എനിക്ക് ബോധമുണ്ടായിരുന്നെങ്കിൽ

'ഒന്നുറക്കെ കരയൂ, അത് വേദന ശമിക്കാൻ സഹായിക്കും' എന്ന് ഞാൻ വിളിച്ച് പറയുമായിരുന്നു."

അനസാഫിന്റെ മുഖത്തുകൂടി തളർച്ച മിന്നിമറഞ്ഞതിന്റെ സൂചന ലെഫ്റ്റി കണ്ടു. അവൾ ഗുഹയ്ക്കകത്ത് വച്ച് സഹിച്ച, അവമതി, മാന ഹാനി, വേദന എന്നിവയെക്കുറിച്ച് അവളെ ഓർമ്മിപ്പിച്ചത് ബുദ്ധിശൂന്യ മായി എന്നയാൾക്ക് തോന്നി.

"പുറത്ത് പൊള്ളിയത് ഇപ്പോൾ വേദനിക്കുന്നില്ല. മാറിലെ മുറിവ് ഇപ്പോൾ ഭേദമാകുന്നു. വെൻഡേലയുടെ ലേപനങ്ങൾക്ക് നന്ദി. എന്നാൽ അവർക്ക് എന്നെ തളർത്താനായില്ല എന്നതിൽ ഞാൻ സന്തോഷിക്കുന്നു. മാത്രമല്ല ആ മെറാനികളുടെ കോപം വർദ്ധിപ്പിക്കാനും എനിക്ക് സാധിച്ചു. അതിനു ഞാൻ നിന്നോട് നന്ദി പറയുന്നു."

അവൾ പറഞ്ഞതിലെ അർത്ഥം മനസ്സിലാകാതെ ലെഫ്റ്റി പരിഭ്രമിച്ചു. ശബ്ദം പുറത്ത് വന്നില്ല. ഇവൾ പറഞ്ഞതിന്റെ അർത്ഥമെന്തെന്നറിയാ നെന്ന മട്ടിൽ അയാൾ രണ്ട് പെണ്ണുങ്ങളേയും മാറി മാറി നോക്കി. അതും ഫലിച്ചില്ല. അപ്പോൾ അയാൾ അവിടെയുണ്ടായിരുന്ന മറ്റ് പെണ്ണുങ്ങളെ നോക്കി.

"എന്നോടെന്തിനു നന്ദി പറയണം?"

"എനിക്കറിയാത്ത ഒരു പ്രദേശത്തുകൂടെ യാത്ര ചെയ്യുകയായിരുന്നു. സെയ്നോയുടെ സംഘത്തോടൊപ്പം ചേരാനുള്ള തത്രപ്പാടിലായിരുന്നു ഞാൻ. കണ്ടുമുട്ടാമെന്നേറ്റിരുന്ന സ്ഥലത്ത്, ഇനിയും വൈകാതെ എത്താ നുള്ള തിരക്കിലായിരുന്നു. അപ്പോഴാണ് മെറാനികൾ എന്നെ പിന്തുട രുന്നു എന്ന് മനസ്സിലായത്. ഒന്ന് പ്രതിരോധിക്കാനാകും മുമ്പ് അവർ എന്നെ പിടികൂടി. എന്നെ ആ ഗുഹയിലേക്ക് തള്ളിയിട്ടപ്പോൾ എന്നിൽ ജിജ്ഞാസയും, നിരാശയും ഭയവുമുണ്ടായിരുന്നു. എന്റെ സുഹൃത്തു ക്കൾ എവിടെയെന്ന് വെളിപ്പെടുത്താതെ പിടിച്ച് നിൽക്കും എന്ന് ഉറപ്പി ച്ചിരുന്നു. ഉള്ളിൽ പരിഭ്രമവും ഭയവുമുണ്ടെന്ന് പുറത്ത് കാണിക്കാതിരി ക്കണം എന്നും തീരുമാനിച്ചിരുന്നു. വേദന സത്യമാണെന്നും അവസാനി ക്കാത്തതാണെന്നും മരണത്തിനോടഭിമുഖമായാണ് നിൽക്കുന്നതെന്നും എനിക്കറിയാമായിരുന്നു. ഭയത്തിനും വേദനയ്ക്കും അടിപ്പെട്ട് പരാജയം സമ്മതിക്കുമോ എന്നത് ഹൃദയത്തിന്റെ ഒരു മൂലയിൽ തുടിതാളം കൊട്ടി ക്കൊണ്ടിരുന്നു. ഗുഹയ്ക്കകത്ത് പ്രവേശിക്കുംവരേയും അത് തുടർന്നു. അകത്തെത്തി, എന്നെ ബന്ധിച്ചതിനു ശേഷമാണവർ താങ്കളെ കൊണ്ടു വന്നത്. താങ്കളെ അവർ നിലത്തേക്ക് വലിച്ചെറിഞ്ഞു. അവർ എത്ര നിർ ബന്ധിച്ചിട്ടും ആ കാതണിയെവിടെ എന്ന് താങ്കൾ പറഞ്ഞില്ല. അസ്ല മിന്റെ അരികിലാണെന്നത് എനിക്കൊരു ആത്മവിശ്വാസം നൽകി. അസ്ലം എന്ന പേര് മുമ്പും കേട്ടിട്ടുണ്ട്. അദ്ദേഹത്തിന്റെ പിന്മാറ്റം, മെറാനിയുടെ രക്തം അദ്ദേഹം ചിന്തിയത്, എല്ലാം ബോധവതിയാക്കി. ധൈര്യം സംഭ രിച്ച് എന്റെ പീഡകന്റെ മുഖത്തേക്ക് കാർക്കിച്ച് തുപ്പി. അയാൾ എന്നെ തിരിച്ചറിഞ്ഞിരുന്നു. താങ്കൾക്ക് എന്നെ കേൾക്കാനാകും എന്ന് എനിക്ക്

മനസ്സിലായിരുന്നെങ്കിൽ, അടിയറവ് പറയുകയില്ലെന്ന് വിളിച്ച് പറയുമായിരുന്നു. മോക്ഷം കിട്ടുന്നതുവരേക്കും അടിയറവ് പറയില്ലെന്ന്. ഇടയ്ക്ക് വച്ച് താങ്കളിൽ നിന്ന് അനക്കമൊന്നുമില്ലെന്ന് കണ്ടു. എന്റെ കണ്ണ് നിറഞ്ഞു. എന്റെ സഹോദരിമാർക്ക് നന്ദി. അവർ മെറാനിയളുടെ പാത തിരിച്ചറിഞ്ഞു. അവർ നമ്മെ രക്ഷപ്പെടുത്തി. അപ്പോൾ താങ്കൾക്ക് ജീവനുണ്ടെന്നറിഞ്ഞു. അതെന്നെ ഏറ്റവും സന്തോഷവതിയാക്കി."

ലെഫ്റ്റി ശ്വാസം പോലും നിർത്തി വച്ചു. ചുറ്റിലും കറുപ്പ് മാത്രം. മുറി വട്ടം കറങ്ങുന്നു. താനവിടെ വേദനയിൽ കുളിച്ച്, ഭയത്തിൽ കുളിച്ച്, നിരാശയിൽ കുളിച്ച്, ഒരു പിന്തുണ എവിടെ നിന്ന് ലഭിക്കുമെന്നന്വേഷിച്ച്, ഒന്ന് പിടിച്ച് തൂങ്ങാനൊരു ശിഖരം തേടി നിലത്ത് തളം കെട്ടിയ ചോരയിൽ പാതി ബോധത്തോടെ കിടന്നപ്പോൾ ഈ അബലയായ പെൺകുട്ടി, എന്നെ കണ്ട്, അതിൽ നിന്നും കരുത്താർജ്ജിച്ച്, തന്റെ പീഡകരെ കോപാകുലരാക്കി. ബലഹീനതയുടെ യാതൊരു ലക്ഷണവും അവൾ കാണിച്ചില്ല. ഏറ്റവും അസഹനീയമായ വേദനപോലും ഒരു നിശ്വാസത്താൽ അമർത്തിയൊതുക്കിയവൾ. അവർ കത്തിച്ച് കളഞ്ഞ മുടി അവൾ വെട്ടിയൊതുക്കിയിരിക്കുന്നു. അത് അടികിട്ടി ചീർത്ത അവളുടെ മുഖത്തിനൊരു ദയാലുത്വം നൽകി. ഒരു കൊച്ചുകുട്ടിയുടെ കണ്ണുപോലെ മൂർച്ചയേറിയതായിരുന്നു അവളുടെ നീലക്കണ്ണുകൾ. എന്നാൽ അതേ സമയം പ്രായമായ ഒരമ്മയുടെ സ്നേഹവും അതിലുണ്ടായിരുന്നു. തന്റെ വിരലുകൾക്ക് രോഗം ശമിപ്പിക്കാനുള്ള വിരുതും കഴിവുമുണ്ടെന്ന പോലെ ലെഫ്റ്റി അവളുടെ മുഖത്തെ മുറിവുകളിൽ തലോടി. അപ്പോൾ അവൾക്ക് വേദനയാകുന്നില്ലെന്നയാൾ ഉറപ്പ് വരുത്തി. പിന്നെ അവളുടെ നെറ്റിയിൽ ചുംബിച്ചു. ഈ സ്ത്രീകളുടെ ആത്മാവിൽ നിന്നും ശാന്തിയുടെ പങ്ക് തനിക്ക് ലഭിക്കുന്നു എന്ന് അയാൾ മനസ്സിലാക്കി. അതുകൊണ്ടാണ് പുറത്തേക്കിറങ്ങിയപ്പോൾ കത്തി കൈയിൽ വയ്ക്കാൻ മറന്നതെന്നും അയാൾക്ക് മനസ്സിലായി.

"എല്ലാവരും അവർക്കെന്നെ അറിയാം എന്ന മട്ടിലാണ് എന്നോട് പെരുമാറുന്നത്. എന്റെ പേര് ഞാൻ പ്രതീക്ഷിച്ചതിലും നേരത്തെ മുതൽ തെറ്റിദ്ധരിക്കപ്പെട്ടിരിക്കുന്നു. നിങ്ങളെല്ലാം ആ ഗുഹയിൽ വച്ച് എന്നെ തിരിച്ചറിഞ്ഞു. അതെങ്ങനെ എന്നറിയാൻ എനിക്കാഗ്രഹമുണ്ട്."

അനസാഫ് വെൻഡേലയെ നോക്കി. അവളെ സംസാരിക്കാൻ അനുവദിച്ചു.

"ഞാനാണ് താങ്കളെക്കുറിച്ച് അനസാഫിനോട് പറഞ്ഞത്. ബ്ലാക്ക് ട്രീ കാടുകളിൽ വച്ച് ഞാൻ താങ്കളുടെ പേര് കേട്ടു. ഇതിനെക്കുറിച്ചെല്ലാം സംസാരിക്കാൻ നമുക്ക് ധാരാളം സമയമുണ്ട്. ആദ്യം താങ്കളുടെ മുറിവിൽ മരുന്ന് പുരട്ടട്ടെ."

പലവിധ പച്ചമരുന്നുകൾ കൊണ്ടുണ്ടാക്കിയ ലേപനങ്ങളും ഔഷധികളും അനസാഫ് ഒരു തളികയിൽ കൊണ്ടുവന്നു. അത് അവർക്കിരുവർക്കും മദ്ധ്യേ വച്ചു. ആ പാത്രങ്ങളിൽ നിന്നും തുകലിന്റെ സഞ്ചികളിൽ

നിന്നും പലവിധ ഗന്ധങ്ങൾ അവിടെ നിറഞ്ഞു. ലെഫ്റ്റി തന്റെ കുപ്പായ മഴിച്ചു. പുറത്ത് കത്തികൊണ്ട് വരഞ്ഞുണ്ടായ പാടുകൾ വെൻഡേല യ്ക്ക് കാണിച്ചു കൊടുത്തു.

“ബ്ലാക്ക് ട്രീ കാടുകളിൽ നിന്നും ഞാൻ തിരികെ എത്തുകയും, എന്റെ സാഹസങ്ങളെക്കുറിച്ച് പറയുകയും ചെയ്യുന്നതിനിടയിൽ താങ്കളെ ക്കുറിച്ചും പറഞ്ഞു.” വെൻഡേല പറഞ്ഞ് തുടങ്ങി. അവളപ്പോൾ ദിവാനി ലിരിക്കുകയായിരുന്നു. അവളുടെ വിരലുകൾ ലെഫ്റ്റിയുടെ പുറം തടവി. “കാട്ടിൽ, നദിക്കരയിൽ ലോറിയയെ കാണാൻ പുറപ്പെട്ട സംഘത്തിൽ ഞാനുണ്ടായിരുന്നു. ഞാനവളെ ആദ്യമായി കാണുകയായിരുന്നു.”

ആ പേരുകേട്ടതും ലെഫ്റ്റിയുടെ മുറിവുകൾ മിടിക്കാൻ തുടങ്ങി. അയാളിലൂടെ ശക്തമായ ഒരു കാറ്റ് വീശിയടിച്ചു. മെഴുതിരികളുടെ വെളിച്ചം ഒരു മഞ്ഞച്ച പാടയായി. പരവതാനിയിലെ സ്ത്രീയുടെ ചിത്രം വെട്ടിത്തിളങ്ങി. അവർ കൂടുതൽ വെള്ളമൊഴിച്ചു. അവൾക്ക് ചുറ്റിലുമുള്ള, ദരിദ്രജനക്കൂട്ടം, മുല വറ്റിയ അമ്മമാർ, യാചകർ, ബലഹീനരായ വൃദ്ധർ എന്നിവർ അതുപോലെതന്നെ അനങ്ങാതെ നിന്നു. പാതിവിടർന്ന ചന്ദ്രൻ ഒരു അരിവാളുപോലെ തോന്നിച്ചു. പരവതാനിയിലെ ചിത്രത്തിലുള്ള അഗതികൾക്കായി ധാന്യം കൊയ്യാൻ തയ്യാറെടുക്കുന്ന അരിവാളുപോലെ. അതിനു ചുറ്റിലും നക്ഷത്രങ്ങളുടെ കാതുകൾ നെയ്ത് പിടിപ്പിച്ചിരിക്കുന്നു.

“നമ്മൾ വല്ലാതെ വൈകി. മെറാനികൾ ലോറിയയെ തിരിച്ചറിഞ്ഞു. അവളെ കാട്ടിൽ പിന്തുടർന്നു. നമ്മുടെ ചാരന്മാർക്ക് നന്ദി. നമ്മൾ അവർ ക്കൊപ്പമെത്തി. അവരുടെ പക്കൽ കുതിരകളുണ്ടായിരുന്നില്ല എന്നത് നമുക്ക് യുദ്ധം എളുപ്പമാക്കി. അവർക്ക് കാടിനെ നല്ലവണ്ണമറിയാം. അവ രുടെ ആളുകൾ ഒന്നിനു പുറകെ ഒന്നായി വന്നു ചേർന്നുകൊണ്ടിരുന്നു. യുദ്ധം സായാഹ്നം വരെ തുടർന്നു. അവസാനം ഇരുട്ടായപ്പോഴേക്കും അവർ ക്ഷീണിച്ചു. അപ്പോഴേക്കും അവരുടെ സംഘത്തിലെ നൂറോളം പേർ കാലഗതി പൂണ്ടിരുന്നു. അടുത്ത കാലത്ത് നടന്ന ഏറ്റവും രൂക്ഷ മായ പോരാട്ടമായിരുന്നു അത്. ഞങ്ങൾ കുറെ കരഞ്ഞു. ഞങ്ങൾക്കും പല യോദ്ധാക്കളേയും നഷ്ടപ്പെട്ടിരുന്നു. എനിക്ക് കരളിനാണ് മുറിവേറ്റത്. കരൾ ക്രൂരനാണ്. ഭാഗ്യമുണ്ടെങ്കിൽ മാത്രമേ അത് നിങ്ങളെ പിന്നെ ജീവിക്കാൻ അനുവദിക്കുകയുള്ളൂ.”

വെൻഡേല ലെഫ്റ്റിയെ മുഖം തിരിച്ചിരുത്തി. അമ്പുകൊണ്ട മുറിവ് പരിശോധിച്ചു. അത് എളുപ്പം ഉണങ്ങുന്നുണ്ട്. അതിന്റെ മുകളിൽ അവൾ ഒരു ഉണങ്ങിയ തുണിയെടുത്ത് തുടച്ചു. മുറിവിന്റെ അതിരുകളെല്ലാം വൃത്തിയാക്കി.

“അന്ന് താങ്കളെ കണ്ടിരുന്നു എന്നും താങ്കളുടെ കുതിര എത്തരത്തി ലുള്ളതാണെന്നും ലോറിയ പറഞ്ഞിരുന്നു. അപ്പോൾ പല യോദ്ധാക്കളും നദിക്കരയിലെത്തി. അവിടെ രക്തത്തുള്ളികളുണ്ടായിരുന്നു. അവർ അത് പിന്തുടർന്നു. താങ്കൾക്ക് മുറിവേറ്റിരുന്നു. ഒറ്റയ്ക്കായിരുന്നു. താങ്കൾക്ക്

എന്ത് സംഭവിച്ചു എന്ന് ഞങ്ങൾക്ക് മനസ്സിലായില്ല. അന്നാണാദ്യമായി ഞാൻ താങ്കളുടെ പേരു കേൾക്കുന്നത്. എന്നാൽ സെയ്നോ ഈ പേര് മുമ്പും കേട്ടിരുന്നു. അന്ന് രാത്രി എന്റെ മെത്തയ്ക്കരികിലിരിക്കുമ്പോൾ അവൾ അതിനെക്കുറിച്ച് പറഞ്ഞിരുന്നു."

ഈ സ്ത്രീകളിൽ നിന്നും കേട്ടതെല്ലാം തന്റെ അനുഭവങ്ങളുമായി എങ്ങനെ ഒത്തുപോകുന്നു എന്നതിൽ ലെഫ്റ്റിക്ക് സംശയമുണ്ടായിരുന്നു. വെൻഡേലയ്ക്കെന്തറിയാം എന്ന് കേൾക്കാൻ അയാൾ ആഗ്രഹിച്ചു. തന്റെ ജീവിതം വീണ്ടും കരുപ്പിടിപ്പിക്കുന്നതിന് വാക്കുകൾ ഒരു കാരണമാകുമെങ്കിൽ, രാവ് മെഴുതിരികളോടെന്നപോലെ, അല്ലെങ്കിൽ ഒരു മുറി പരവതാനിയോടെന്ന പോലെ അയാൾ അതിനെമാത്രം ആശ്രയിച്ച് നിൽക്കുകയാണ്.

ഒരു പക്ഷി ചിറക് വിടർത്തി വെയിൽ കായുന്നതുപോലെ തന്റെ വിരലുകൾ ലെഫ്റ്റിയുടെ നെഞ്ചിലോടിച്ച് തന്റെ കഥ പറയാനാരംഭിച്ചു. ആദ്യമവൾ ലോറിയയുടെ മുറിവിനെപ്പറ്റി പറഞ്ഞു. അവളുടെ കാതണി എങ്ങനെ തടാകം കുറുകെ കടക്കുമ്പോൾ നഷ്ടപ്പെട്ടു എന്ന് പറഞ്ഞു. കേൾക്കാനുള്ള ലെഫ്റ്റിയുടെ വിശപ്പ് വ്യക്തമായിരുന്നു. അറിയാനുള്ളതെല്ലാം അറിയാനുള്ള വിശപ്പ്.

"വേനൽ ശരത്കാലവുമായി ഇണചേരുന്ന കാലം." അവൾ പറഞ്ഞ് തുടങ്ങി. "ഒരു രാത്രിയിൽ കാട്ടിൽ ഉറക്കമുണർന്നപ്പോൾ കുറച്ച് ദൂരെ ആരോ തീ കൂട്ടിയിരിക്കുന്നു. ലോറിയ തന്റെ കത്തി തിരഞ്ഞു. എന്നാൽ ആ മനുഷ്യന്റെ സ്വരത്തിൽ സൗഹൃദമുണ്ടായിരുന്നതിനാൽ ശാന്തയായി. അയാളുടെ പേര് അസ്ലം എന്നായിരുന്നു. അയാൾ കല്ലിൽ, തീയിനരികെ ഒരു തുണ്ട് റൊട്ടി വച്ചിരിക്കുന്നു. ചൂടാക്കാനാണ് അത് വച്ചിരിക്കുന്നത്. അതിനോടൊപ്പം റോസാപ്പൂക്കളിട്ട ചായയും തയ്യാറാക്കുന്നുണ്ട്. അവർ ഒന്നിച്ച് ഭക്ഷണം കഴിച്ചു. അവിടങ്ങളിൽ വേട്ടയാടാൻ ഒന്നുമില്ലാത്തതിനെക്കുറിച്ച് ഒന്നിച്ച് പരിഭവിച്ചു. ഉടൻ വരുന്ന തണുപ്പുകാലത്തെക്കുറിച്ച് സംസാരിച്ചു."

അസ്ലം പിന്നെ അവളുടെ മെടഞ്ഞിട്ട മുടിയുടെ ഭംഗിയെക്കുറിച്ച് പറഞ്ഞു. കാതണി അണിഞ്ഞിരുന്നെങ്കിൽ കൂടുതൽ സുന്ദരിയാകുമായിരുന്നു എന്ന് പറഞ്ഞു. അപ്പോൾ, എന്തോ അവിശ്വാസം തോന്നി, ലോറിയ തന്റെ മാറാപ്പ് പരതി. "ഏത് തരം കാതണി?" അവൾ ചോദിച്ചു. "പച്ച." ഒരു മൗനം കാടിനെ വലയം ചെയ്തു. "അപ്പോൾ വെള്ളി നിറമുള്ളത് പോരാ അല്ലേ?" തിരക്കൊന്നുമില്ലാതെ അയാൾ ചായ നുണഞ്ഞു. "ഇല്ല. ചില്ലുപോലെയിരിക്കും അവ. എന്നാൽ ചില്ലല്ലതാനും." അയാൾ പറഞ്ഞു. "ആകൃതി?" അവൾ ചോദിച്ചു. "ചെറിയ വളയം. അതിനകത്ത് നീന്തിക്കളിക്കുന്ന വെളിച്ചപ്പൊട്ടുകൾ." ലോറിയയുടെ ആകാംക്ഷ വർദ്ധിച്ചു. അവളുടെ സംശയം വർദ്ധിച്ചു. "ഇതിനുമുമ്പ് അങ്ങനെയൊന്ന് കണ്ടിട്ടുണ്ടോ?" "ഉവ്വ്. നിങ്ങളുറങ്ങിക്കൊണ്ടിരുന്നപ്പോൾ ഞാനാ

മാറാപ്പൊന്ന് പരതി നോക്കി. നക്ഷത്രങ്ങളെപ്പോലെ ശുദ്ധമാണവ. ആകാശത്തെപ്പോലെ ഗഹനവും. വിഷമിക്കണ്ട. ഞാനവ അവിടെതന്നെ വച്ചു." ലോറിയ മാറാപ്പ് പരതി. കാതണി അവിടെത്തന്നെയുണ്ടെന്നത് അവളെ പ്രസാദിപ്പിച്ചില്ല. അവൾ കത്തി കയ്യിലെടുത്തു. കോപിച്ച് "താങ്കളാരാണ്? എന്ത് വേണം" എന്ന് ചോദിച്ചു.

അസ്ലം അവളെ ശാന്തയാക്കി. സമാധാനിപ്പിച്ചു. താൻ വായിച്ചിട്ടുള്ള ഫലകങ്ങളെക്കുറിച്ച് പറഞ്ഞു. താൻ നിരീക്ഷിച്ചിട്ടുള്ള നക്ഷത്രങ്ങളെക്കുറിച്ച് പറഞ്ഞു. കണക്ക് കൂട്ടിയതിനെക്കുറിച്ച് പറഞ്ഞു. ഒരു വലിയ മാറ്റം ഈ ലോകത്തെ കാത്തിരിക്കുന്നു എന്ന് പറഞ്ഞു. ഝഷം എന്ന നക്ഷത്ര വിന്യാസത്തിന്റെ ചലനങ്ങൾ കഴിഞ്ഞ ഏതാനും വർഷങ്ങളായി താൻ നിരീക്ഷിക്കുകയാണെന്നും ആകാശത്തിന്റെ പുരാതന ചിത്രങ്ങളുമായി അതിനെ താരതമ്യം ചെയ്തുവെന്നും പറഞ്ഞു. അതനുസരിച്ച് ഫലകങ്ങളിൽ പറഞ്ഞിരിക്കുന്ന മഹത്തായ കാലഘട്ടം എത്തിച്ചേരാറായി എന്ന് പറഞ്ഞു. "ഇതൊക്കെ എന്നോടെന്തിനു പറയുന്നു" എന്നായി ലോറിയ.

"മറ്റാരാക്കാളും ഇത് താങ്കളെ ബാധിക്കുന്നതാകയാൽ."

അസ്ലം ശാന്തമനസ്സോടെ വിശദീകരിച്ചു. തന്റെ ഒരു പഴയ സുഹൃത്തിനോടാണിതൊക്കെ പറയുന്നതെന്ന മട്ടിൽ വിശദീകരിച്ചു.

"രാത്രിയിൽ നമ്മെ നയിക്കുന്നത് ധ്രുവനക്ഷത്രമാണ്. കൊച്ചുകരടി എന്ന വിന്യാസത്തിലെ അവസാന നക്ഷത്രമാണത്. അത് സ്ഥാനം മാറിയിട്ടില്ല. വിന്യാസത്തിന്റെ വലത് ഭാഗത്ത് അതിനെ കാണാം. മറ്റ് എല്ലാ നക്ഷത്രങ്ങളും അവയുടെ സ്ഥാനം മാറിയാലും ഈ നക്ഷത്രം വടക്ക് തന്നെ ഉറച്ച് നിൽക്കും എന്നും നമുക്കറിയാം. ജീവിതത്തിൽ ചില കാര്യങ്ങളിൽ മാറ്റമൊന്നുമുണ്ടാകില്ല എന്ന സുരക്ഷിത ബോധമാണ് അത് നൽകുന്നത്. എന്നാൽ ഫലകങ്ങളിൽ രേഖപ്പെടുത്തിയിരിക്കുന്നതനുസരിച്ച്, വർഷങ്ങൾക്ക് മുമ്പ്, അവിടെ മറ്റൊരു നക്ഷത്രമാണുണ്ടായിരുന്നത്. അതായത് ഇവർ ഊഴമിട്ടാണ് ആകാശത്തിന്റെ കാവൽ ജോലി ഏറ്റെടുക്കുന്നതെന്ന്. അടുത്ത ഊഴം വന്നാൽ പഴയ കാവലാൾ തിരിച്ചെത്തും. കൊച്ചുകരടിയുടെ ഇടത് ഭാഗത്തു നിന്ന് തുടങ്ങുന്ന വിന്യാസത്തെയൊന്ന് നോക്കൂ. അവിടെ വ്യാളിയെക്കാണാനാകും. പണ്ട് ആകാശത്തിന്റെ കാവൽ ജോലി ആ കാണുന്ന നക്ഷത്രത്തിനായിരുന്നു."

മിന്നിത്തിളങ്ങുന്ന ആകാശത്തേക്ക് അവർ ഒന്നിച്ച് നോക്കി. അവർ ഒന്നിച്ച് ഒച്ചവച്ചാൽ ആ സ്വരം ഏറ്റവും മുകളിലെത്തുമായിരുന്നു. ഇങ്ങനെയുള്ള രാത്രികളിൽ ഒറ്റയ്ക്കല്ല എന്നറിയുന്നതിൽ ഒരു സൗഖ്യമുണ്ട്. അവർ തീയിലേക്ക് നീട്ടി കൈ ചൂട് പിടിപ്പിച്ചു.

"കുറെക്കാലം കഴിഞ്ഞാൽ ധ്രുവനക്ഷത്രവും അപ്രത്യക്ഷമാകും. പകരം മറ്റൊരു നക്ഷത്രം വരും." "അങ്ങനെയൊന്ന് സാധ്യമാണോ?" ലോറിയ ചോദിച്ചു.

"അതെ. ആകാശം അനന്തമാണെന്നും അനശ്വരമാണെന്നും നമ്മൾ കരുതുന്നു. എന്നാൽ മാറ്റമില്ലാത്തതായി ഒന്നുമില്ല. അതറിയുന്നതിൽ എനിക്കെത്ര സന്തോഷമുണ്ടെന്ന് എനിക്കറിയില്ല. മാറ്റം അസ്ഥിരതയുടെ ഒരു പ്രഭാവം തരുന്നു. നമ്മിൽ മരണത്തിന്റെ ഓർമ്മയെത്തിക്കുന്നു. ഈ ലോകത്തിനൊരു ഭാവിയുണ്ടോ എന്ന് പോലും പലപ്പോഴും അതിനാൽ ജനം ചിന്തിക്കുന്നു. റാം എന്ന വിന്യാസം താങ്കൾക്ക് കാണാമോ? അതിനെ കാണാമെങ്കിൽ ഞാൻപറയുന്നത് ഒന്നുകൂടി നന്നായി വിശദീകരിക്കാനാകും. നല്ലത് എന്ന് ഞാൻ പറഞ്ഞതെന്താണെന്ന് വിശദീകരിക്കാനാകും. അത് കിഴക്കാണ്. ചക്രവാളത്തിനു തൊട്ട് മുകളിൽ. വസന്തകാലം തുടങ്ങിവെയ്ക്കുന്ന രാശിയാണത് എന്നതാണ് നമുക്കതിലുള്ള പ്രാധാന്യം, അല്ലേ? പുതുവർഷമാകുമ്പോൾ അതും സൂര്യനും ഭൂമിയും ഒരു നേർരേഖയിലാകുന്നു. ഒരേ നിലയിലാകുന്നു."

ചെമ്പിന്റെ കപ്പിൽ അവർ കൂടുതൽ ചായ പകർന്നു. ഈ കപ്പുകൾ എന്നും അസ്ലമിന്റെ കൈവശമുണ്ടാകും. അയാൾ തീയിലേക്ക് കുറച്ച് ഉണങ്ങിയ ചുള്ളിക്കമ്പുകളിട്ടു.

"ആകാശത്തിന്റെ രേഖാചിത്രത്തിൽ ഓരോ നക്ഷത്രത്തിനും അതിന്റേതായ സ്ഥലവും സമയവുമുണ്ട്. റാമിന്റെ സമയം വസന്തമാണ്. മാർച്ച് മാസത്തിലാണത് വരുന്നത്. അന്ന് അതും സൂര്യനും ഭൂമിയും ഒരു നേർരേഖയിൽ വരുന്നു. അങ്ങനെ ഒരു പുതിയ വർഷം തുടങ്ങുന്നു. അങ്ങനെ ഋതുക്കൾ ആരംഭിക്കുന്നു. ആയിരക്കണക്കിനു വർഷങ്ങളായി ഈ ബ്രഹ്മാണ്ഡം ഇതേ ഭ്രമണപഥത്തിലാണ് കറങ്ങുന്നത്. അത് നമ്മുടെ ലോകത്തിന് ഒരേപോലെയുള്ള വിധി നൽകാൻ കാരണമാക്കുന്നു. ഒന്നിനും ഒരു മാറ്റമില്ലാതെ സ്ഥായിയായി നിലനിൽക്കും എന്ന പ്രതീക്ഷയിലാണ് നമ്മളെല്ലാം." അത് പറയുമ്പോഴെല്ലാം അസ്ലമിന്റെ നോട്ടം ആകാശത്തുറച്ചിരിക്കുകയായിരുന്നു. അയാൾ നിശ്വസിച്ചു. "എന്നാൽ ഇപ്പോൾ നമ്മൾ ഈ ചക്രത്തിന്റെ അവസാനത്തിലെത്തിയിരിക്കുന്നു."

ഇളംകാറ്റിനു ശക്തി കൂടിക്കൊണ്ടിരുന്നു.

"എന്റെ അച്ഛനും അമ്മയ്ക്കും ഇത് നല്ലവണ്ണമറിയാമായിരുന്നു. എന്റെ കുട്ടിക്കാലത്ത് എനിക്ക് അവർ നിരന്തരം ആകാശത്തെക്കുറിച്ച് വർണിച്ച് തരാറുണ്ടായിരുന്നു. അവിടത്തെ പാതകളെക്കുറിച്ച് പറയാറുണ്ടായിരുന്നു. എന്നെ നക്ഷത്രങ്ങൾക്കിടയിലിട്ടാണ് വളർത്തുന്നതെന്ന മട്ടിലായിരുന്നു അവരുടെ വിവരണങ്ങൾ. ആ വർഷം വരൾച്ച പ്രതീക്ഷിക്കുന്നു എങ്കിൽ അവരത് ജനങ്ങളെ അറിയിച്ചു. നട്ടുച്ചയ്ക്ക് സൂര്യൻ ഇരുളുമെങ്കിൽ ആ ദുഃഖവാർത്ത ആദ്യമേ അവർ പങ്കുവയ്ക്കും. അവരുടെ മരണശേഷം ഞാൻ പല ദേശാന്തരഗമനങ്ങൾ നടത്തി. ശാന്തമായ, അപരിമിതമായ, സ്ഥായിയായ ജീവിതം കെട്ടിപ്പെടുക്കാൻ ഞാൻ ആഗ്രഹിച്ചു. ഒരു നക്ഷത്രം ഭൂമിക്കടുത്തേക്ക് നീങ്ങുന്നു എന്ന് മനസ്സിലാക്കിയപ്പോൾ എന്റെ

ജീവിതം ഇനിയും മാറുകയാണെന്നതിനെക്കുറിച്ച് ഞാൻ ബോധവാനായില്ല. അത് എന്തുകൊണ്ട് നമുക്കടുത്തേക്ക് വരുന്നു എന്ന് എനിക്കറിയില്ലായിരുന്നു. ദിവസങ്ങളോളം അത് തന്നെ ചിന്തിച്ച് ഉറക്കമില്ലാതെ ഞാൻ കിടന്നു. ആ നക്ഷത്രം ഭൂമിയിൽ പതിച്ചാൽ അത് എന്ത് പ്രഭാവമുണ്ടാക്കും എന്ന് കണക്ക് കൂട്ടാൻ എനിക്കായില്ല. അതുവഴി നമുക്ക് ലഭിക്കുക ശുഭവാർത്തയാണോ അശുഭവാർത്തയാണോ? എന്റെ മാതാപിതാക്കൾ അതെന്ന പഠിപ്പിച്ചിരുന്നില്ല."

അസ്ലം തീയിലേക്ക് നോക്കി. ചായ നുണഞ്ഞു.

"അതിനാൽ ഞാൻ ആകാശത്തെ നിരന്തരം നിരീക്ഷിക്കാനാരംഭിച്ചു. കണക്ക് കൂട്ടാനാരംഭിച്ചു. നക്ഷത്രങ്ങളുടെ പഴയ രേഖകളും ചിത്രങ്ങളും കണ്ടെത്തി താരതമ്യപ്പെടുത്താനാരംഭിച്ചു. അപ്പോഴാണ് വ്യത്യസ്തമായ ഒരു ബിന്ദുവിലാണ് ചലനം സംഭവിക്കുന്നത് എന്ന് കണ്ടെത്തിയത്. അതെന്നെ അദ്ഭുതപ്പെടുത്തി. റാം എന്ന വിന്യാസം സ്ഥാനം മാറുകയായിരുന്നു. ഋഷം അതിന്റെ സ്ഥാനമേറ്റെടുക്കുകയാണ്. പ്രധാനപ്പെട്ട എന്തോ ഒന്ന് സംഭവിക്കാൻ പോകുന്നു എന്നെനിക്ക് മനസ്സിലായി. വസന്തകാലമാകുമ്പോൾ സൂര്യനും ഭൂമിയും റാം എന്ന വിന്യാസവുമായിരിക്കില്ല നേർരേഖയിൽ. റാമിനു പകരം അവിടെ ഋഷമാകും."

ലോറിയ അസ്‌ലമിന്റെ കരം സ്പർശിച്ചു. അയാൾക്കരികിലേക്ക് നീങ്ങി. തണുപ്പേറുന്നു എന്ന മട്ടിലായിരുന്നു ആ സ്പർശവും നീക്കവും. "എന്റെ അച്ഛനെ താങ്കൾക്കറിയാമായിരുന്നോ?" നനുത്ത സ്വരത്തിൽ അവൾ ചോദിച്ചു.

"ഇല്ല. എന്നാൽ താങ്കളുടെ അച്ഛനെന്ന് അവകാശപ്പെട്ട ഒരാളെ കണ്ടുമുട്ടുകയുണ്ടായി. അതിനെക്കുറിച്ചും പറയാൻ ഞാൻ ആഗ്രഹിച്ചിരുന്നു. അതിലാണ് ഈ നക്ഷത്രവിന്യാസത്തിലെ മാറ്റത്തിൽ താങ്കൾക്കുള്ള പ്രഭാവത്തിന്റെ സാംഗത്യവും."

അയാൾ ലോറിയയുടെ കൈ പിടിച്ചു. കണംകൈയിൽ കൈവച്ചു. കഥ തുടർന്നു.

"വർഷങ്ങൾക്ക് മുമ്പ്, ഞാൻ താമസിച്ചിരുന്ന ഗ്രാമത്തിൽ, സെഗാ എന്നൊരാൾ വരുമായിരുന്നു. ദയാലുവാണയാൾ. പണ്ഡിതൻ. രാവിനെ സ്നേഹിക്കുന്നവൻ. അയാളുടെ പക്കലുണ്ടായിരുന്ന പല ഫലകങ്ങളും ഞാൻ വായിച്ചു. പലതും അതിൽ നിന്ന് പഠിച്ചു. സെഗായ്ക്ക് തന്നെ അതൊന്നും വായിക്കാനായിട്ടുണ്ടായിരുന്നില്ല. ഒരു ഇതിഹാസമനുസരിച്ച് വടക്ക് ഒരു നക്ഷത്രം വീഴും. അതിനുശേഷം ലോകം ഋഷത്തിന്റെ കാലഘട്ടത്തിലേക്ക് കടക്കും. ആ പുതിയ കാലഘട്ടം പിന്നെ ആയിരക്കണക്കിനു വർഷങ്ങൾ തുടരും."

ദൂരെനിന്ന് അവർ ഒരു ചെന്നായയുടെ ഓരി കേട്ടു. തീയിലേക്കവർ ഇനിയും ചുള്ളിക്കമ്പുകളിട്ടു.

"വീണുകിടക്കുന്ന നക്ഷത്രത്തിൽനിന്നും ഒരു തുണ്ട് വെളിച്ചം ലഭിക്കുന്നവൻ വടക്കോട്ട് ചെന്ന് ഝഷത്തിന്റെ കാലഘട്ടം ആരംഭിക്കുന്നതിനായി കാത്ത് നിൽക്കണം എന്നാണ്. എന്നിട്ട് ആകാശത്തിന്റെ വാതിൽ തുറക്കുന്നതിനായി കാത്തിരിക്കണം. ഇതുമായി ബന്ധപ്പെട്ട ഫലകങ്ങൾ സ്ത്രീകളെഴുതിയതാണ്. സ്ത്രീകളുടെ ഭാഷ ഞാനാദ്യമായി കാണുകയായിരുന്നു. ഇഴപിരിച്ചെടുക്കാൻ വല്ലാതെ ബുദ്ധിമുട്ടി. വായിക്കുമ്പോൾ കവിതപോലുണ്ട്. അതിൽ വേദനയും പ്രതീക്ഷയുമുണ്ട്. മത്സ്യകന്യകമാരെപ്പോലെയുള്ള രണ്ട് സ്ത്രീകളാണ് ഝഷം എന്ന വിന്യാസത്തിലുള്ളത് എന്നാണ് പറയപ്പെടുന്നത്. കടലിന്റെ അടിത്തട്ടിലെ നിധിയെന്തെന്നറിയാവുന്ന മത്സ്യങ്ങളെപ്പോലെ, ഈ മത്സ്യകന്യകമാർക്ക് ആകാശത്തിന്റെ രഹസ്യങ്ങളറിയാം. സത്യം ദൂരദൂരങ്ങളിലേക്കെത്തുമെന്നും പുതിയ കാലഘട്ടത്തിൽ നന്മയുടെ വാർത്ത പരത്തുന്നത് സ്ത്രീകളാകുമെന്നും പറയപ്പെടുന്നു."

"അതുകൊണ്ടായിരിക്കണം ചില ഷഹാരൻ വിഭാഗക്കാർ മത്സ്യം ഭക്ഷിക്കാത്തത്."

അസ്ലം ലോറിയയുടെ കൈ പിടിച്ചു.

"ഞാനും അത്തരം സ്ത്രീകളെ കണ്ടിട്ടുണ്ട്. ലോറിയ, ഒരു വ്യക്തിയുടെ ജീവിതത്തിലെ വിപ്ലവകരമായ മാറ്റം വരുത്തുന്ന രണ്ട് കാര്യങ്ങളിൽ ഒന്ന് ജിജ്ഞാസയാണ്. എന്റെ നിരീക്ഷണങ്ങൾ ശരിയാണെന്ന തീർപ്പിൽ ഞാനെത്തിയപ്പോൾ, ഞാൻ ഹൃദയത്തിന്റെ വിളി കേട്ടു. വടക്കോട്ട് യാത്രയാരംഭിച്ചു. എന്റെ കണക്കുകൂട്ടലുകൾ തെറ്റിയില്ല. നക്ഷത്രം ഭൂമിയിൽ പതിക്കുന്നിടം ലക്ഷ്യമാക്കി നീങ്ങാനായി. അതെവിടെ പതിക്കും എന്നും കണക്ക് കൂട്ടാനായി. പലദിവസത്തെ യാത്രയ്ക്ക് ശേഷം എത്തിയപ്പോഴേക്കും പക്ഷേ വൈകിയിരുന്നു. കനത്ത മഴയിലായിരുന്നു യാത്ര. എനിക്ക് മുന്നേ ആരോ ആ നക്ഷത്രത്തെക്കുറിച്ചറിഞ്ഞിരുന്നു. അയാളതിനെ കണ്ടെത്തിയിരുന്നു. അതിനു മുകളിൽ മണ്ണും ഇലയുമിട്ട് മൂടിയിരുന്നു. ഞാൻ അതിൽ നിന്ന് ഒരു തുണ്ട് വെട്ടിയെടുത്തു. ഫലകങ്ങളിൽ പറഞ്ഞിരിക്കുന്നതനുസരിച്ച് അതിൽ നിന്നും ഒരു രൂപം കടഞ്ഞെടുത്തു. എന്നിട്ട് അതിനെ വെളിച്ചത്തിലേക്കുയർത്തി. പക്ഷേ അതുകൊണ്ടൊരു ഉപകാരവുമില്ലായിരുന്നു. തുടർച്ചയായി പെയ്ത മഴയിൽ നക്ഷത്രത്തിന്റെ തിളക്കം പാടേ മങ്ങിയിരുന്നു. പിന്നെയുണ്ടായിരുന്ന ഏക പോംവഴി ഈ നക്ഷത്രം കണ്ടെത്തിയതും എനിക്ക് മുന്നേ ഇതിൽ നിന്നൊരു തുണ്ടം മുറിച്ചെടുത്തതും ആരാണോ അയാളെ കണ്ടെത്തുക എന്നതായിരുന്നു. അയാളുടെ പക്കൽ അങ്ങനെയൊരു തുണ്ടുണ്ടെങ്കിൽ, എന്ത് വില കൊടുത്തും അത് കരസ്ഥമാക്കുക മാത്രമായിരുന്നു."

തന്റെ കൈകൾക്കുള്ളിൽ വിശ്രമിക്കുന്ന ലോറിയയുടെ കൈ തളരുന്നത് അസ്ലം ശ്രദ്ധിച്ചു.

"അതിനുള്ള പാത തിരഞ്ഞു. മഴ എല്ലാം മായ്ച്ച്കളയുന്നു എന്ന് അറിഞ്ഞെങ്കിലും മലയ്ക്കപ്പുറത്ത്, കത്തിതീർന്ന ഒരു കുടിലിലെത്തി.

നക്ഷത്രത്തിൽ നിന്നും ഒരു തീപ്പൊരി അവിടെ വീണ് കത്തിപ്പോയതാണാ കുടിൽ എന്നാണ് ആദ്യം കരുതിയത്. എന്നാൽ സത്യം തിരിച്ചറിയുന്ന തിനധികം സമയമെടുത്തില്ല. കാട്ടിലേക്ക്പ്രവേശിച്ചു. രാത്രി അവിടെ ചില വിടാം എന്നാണ് ഉദ്ദേശിച്ചത്. തീ കത്തിച്ചു. ഉറങ്ങി. എത്ര നേരം ഉറങ്ങി യിട്ടുണ്ടാകും എന്നറിയില്ല, ചില ശബ്ദങ്ങൾ ഉണർത്തി. മൂന്ന് കരടികൾ മുന്നിൽ നിൽക്കുന്നു. അവരുടെ അക്ഷമ കണ്ടാലറിയാമായിരുന്നു അത് വിശപ്പിന്റേതാണെന്ന്. തീ അണഞ്ഞിരുന്നു. ആദ്യ കരടിയുടെ കഴുത്തിനെ ലക്ഷ്യമാക്കി അമ്പെയ്തു. പക്ഷേ കരടി നിലത്ത് വീണില്ല. ഗർജിച്ചു കൊണ്ട് അത് എനിക്ക് നേരെ ചാടി വീണു. കൈവീശി അടിച്ചു. ഞാൻ മറിഞ്ഞ് വീണു. എന്റെ ചുമലിൽ നിന്നും രക്തം വന്നു. ഞാൻ വാളൂരി. ഒരു വിധത്തിൽ എഴുന്നേറ്റ് നിന്നു. മൂന്ന് കരടികളെ ഒരേ സമയം ഒറ്റ യ്ക്ക് നേരിടാനാകില്ല എന്ന് മനസ്സിലായി. ആക്രമിക്കാൻ തയ്യാറെടുത്ത കരടിയുടെ കാലിൽ ഞാൻ വെട്ടി. അത് മറിഞ്ഞ് വീണു. ഒരു വലിയ വൃക്ഷം വീഴുന്നതുപോലെയാണ് അത് വീണത്. അപ്പോൾ മറ്റ് രണ്ട് കരടികളും എനിക്ക് നേരെ കുതിച്ചു. തങ്ങളുടെ സുഹൃത്തിന്റെ നിലവിളി അവരിൽ കോപമായി. ചുറ്റുപാടുനിന്നും പെട്ടെന്ന് അമ്പ് വർഷിക്കാ നാരംഭിച്ചു. എവിടെ നിന്നാണ് ആ അമ്പുകൾ വന്നത് എന്നെനിക്കറിയില്ല. പക്ഷേ അവ രണ്ട് കരടികളേയും കീറിപ്പറിച്ചു. അവയുടെ ശരീരത്തിലെ മ്പാടും ദ്വാരങ്ങളുണ്ടാക്കി. അവ എന്റെ കാൽക്കൽ വീണു. കല്ലിൽ തട്ടി ത്തടഞ്ഞതുപോലെയായിരുന്നു ആ വീഴ്ച. എന്ത് സംഭവിച്ചു എന്ന് മനസ്സി ലാക്കാൻ ശ്രമിക്കുന്നതിനിടയിൽ, ചില പടയാളികളെത്തി. അവരിൽ ചിലർ സ്ത്രീകളായിരുന്നു. ഞാനിതുവരേക്കും കണ്ടിട്ടുള്ളതിൽ വച്ചേറ്റവും വലിയ വില്ലുകളാണവർ ഉപയോഗിച്ചിരുന്നത്. മുറിവേറ്റ കരടിയുടെ തല യ്ക്ക് മുകളിൽ പടയാളികളുടെ തലവൻ ഒരു കോടാലികൊണ്ടടിച്ചു. കരടികൾ അപ്പോൾ പിടഞ്ഞെഴുന്നേൽക്കാനുള്ള ശ്രമത്തിലായിരുന്നു. അവർ എന്റെ മുറിവിൽ മരുന്ന് വച്ച് കെട്ടി. റൊട്ടി തന്നു. പാതകൾ കണ്ടെ ത്തുന്നതിൽ നൈപുണ്യമുണ്ടെന്നും നായാട്ടിനായി ഇറങ്ങിയതാണെന്നും ഞാൻ അവരോട് പറഞ്ഞു. അപ്പോൾ ഞങ്ങളോടല്ല നന്ദി പറയേണ്ടത് താങ്കളുടെ ഭാഗ്യത്തിനോടാണ് എന്നായിരുന്നു പടനായകന്റെ പ്രതി കരണം. അവരോടൊപ്പം ചേരുന്നോ എന്നും അയാൾ ചോദിച്ചു. ഒരു മരണത്തിന്റെ വായിൽ നിന്നാണവർ എന്നെ രക്ഷിച്ചത്. നക്ഷത്രക്കല്ലിനെ ക്കുറിച്ച് അവർക്കൊന്നും അറിയില്ലെന്ന് ഒരു ദീർഘസംഭാഷണത്തി നൊടുവിൽ മനസ്സിലായി. വർഷങ്ങൾക്ക് മുമ്പ് നഷ്ടപ്പെട്ട തന്റെ മകളെ അന്വേഷിച്ചെത്തിയതാണ് താൻ എന്ന് പടനായകൻ പറഞ്ഞു. അവളെ തട്ടിക്കൊണ്ടുപോന്നവനെ പിടികൂടാനായി. പക്ഷേ മകളെ കണ്ടുകിട്ടി യിട്ടില്ല."

"നുണയാണത്!" ലോറിയ പെട്ടെന്ന് ക്ഷുഭിതയായി. "അയാൾ എന്റെ അച്ഛനൊന്നുമല്ല!" അവൾ കൈ പിൻവലിച്ചു. എന്നിൽ നിന്നും ദൂരെ മാറിയിരുന്നു. ഇരുട്ടിൽ ഉപേക്ഷിക്കപ്പെട്ട കുഞ്ഞിനെപ്പോലെ നിശ്ശബ്ദയായി.

കാട്ടിലെ പ്രതിധ്വനികൾ ഇല്ലാതായി. അത് കാടിന്റെ ആഴങ്ങളിലേക്കിറങ്ങിപ്പോയി.

“ആകാശത്തു നിന്ന് വീണ ആ കല്ല് മണ്ണിട്ട് മൂടിയത് ഞാനും അച്ഛനും ചേർന്നാണ്. കത്തിക്കരിഞ്ഞ കുടിൽ ഞങ്ങളുടേതായിരുന്നു. ഈ പടനായകനെക്കുറിച്ച് ഞാൻ കുട്ടിയായിരുന്നപ്പോൾ അവർ പറഞ്ഞ് തന്നിട്ടുണ്ട്. അത് ഞാനിവിടേക്കെത്തുന്നതിനും മുമ്പായിരുന്നു. അന്ന് ഞാൻ ഷഹ്മാരൻ സ്ത്രീകളോടൊപ്പമായിരുന്നു.” കാൽമുട്ടുകൾ വയറിലേക്ക് കയറ്റിവച്ചിരുന്ന് ലോറിയ പറഞ്ഞ് തുടങ്ങി. കൈകൾ കൊണ്ടവൾ കാൽമുട്ടിനെ വരിഞ്ഞ് കെട്ടി. താടി കാൽമുട്ടിൽ വച്ചു. തീയിലേക്ക് നോക്കിയാണവൾ സംസാരിച്ചത്. “ഞാൻ ജനിക്കുന്നതിനും മുമ്പ് ജനിച്ചവരാണ് ഷഹ്മാരൻ സ്ത്രീകൾ. എന്റെ മാതാപിതാക്കൾ അവർക്കൊപ്പമായിരുന്നു. ആദ്യമാദ്യം അവർ സ്ത്രീകളെ മാത്രമേ സംഘത്തിലെടുത്തിരുന്നുള്ളൂ. പിന്നെ വീടില്ലാത്തവരേയും അഗതികളയായ ഗ്രാമീണരേയും കൂട്ടത്തിൽ ചേർത്തു. രാജാക്കന്മാരുടെ, സുൽത്താന്മാരുടെ, പ്രഭുക്കന്മാരുടെ, അനീതി കാണിക്കുന്ന പട്ടാളത്തിന്റെ, ക്രൂരതകൾക്കെതിരെ അവർ പോരാടി. അവർ ഹൃദയത്തിന്റെ ഭാഷ മാത്രം കേൾക്കുന്നവരാകയാൽ അവരതിനെ മനസ്സാക്ഷിയുടെ യുദ്ധം എന്ന് വിളിച്ചു. ഈ പാത ഉപേക്ഷിക്കേണ്ടി വന്നാൽ പിന്നെ ഉറക്കം വരില്ല എന്നാണ് അവർ പറയാറുള്ളത്. ഒരു യുദ്ധത്തിനിടയിൽ അമ്മയെ യുദ്ധത്തടവുകാരിയായി പിടികൂടി. അപ്പോൾ പുരുഷ പട്ടാളത്തിന്റെ ക്രൂരതകൾക്ക് അമ്മ വിധേയയായി. പട്ടാളമേധാവി അമ്മയെ ബലാത്സംഗം ചെയ്തു. ഒരു സ്ത്രീയുടേയും ബഹുമാന്യതയ്ക്ക് ബലാത്സംഗം കളങ്കമാകുന്നില്ല. എന്നാൽ അത് അവരുടെ ഹൃദയം തകർക്കും. ഇവിടെ അസന്മാർഗ്ഗി പുരുഷനാണ്. ആ കളങ്കം അയാൾ തന്റെ കഴുത്തിലാണ് ചുമക്കേണ്ടത്. എന്നെന്നും അയാൾ അത് ചുമന്നേ പറ്റൂ. കുറച്ച് കഴിഞ്ഞപ്പോൾ ഷഹ്മാരൻ സംഘം വന്ന് അമ്മയടക്കം എല്ലാവരേയും മോചിപ്പിച്ചു. അപ്പോഴേക്കും അമ്മ ഗർഭിണിയായിട്ടുണ്ടായിരുന്നു. ഒരുപക്ഷേ അച്ഛനിൽ നിന്നാകാം ആ ഗർഭധാരണം സംഭവിച്ചത്, അല്ലെങ്കിൽ ആ പടനായകനിൽ നിന്ന്. അതിനും സാഗത്യമില്ല. ഞാൻ ജനിച്ചു. മറ്റ് കുട്ടികളെയെല്ലാം പോലെ ഞാനും നന്മയുടെ, മനസ്സാക്ഷിയുടെ കുട്ടിയായിരുന്നു. എന്നാൽ പ്രസവത്തിൽ അമ്മ മരിച്ചു. ഞാൻ അച്ഛനോടൊപ്പമായി. ഷഹ്മാരൻ സംഘത്തോടൊപ്പമായി. അവരുടെ ചിന്താഗതിക്കൾക്കനുസരിച്ചാണ് ഞാൻ വളർന്നത്. അവരുടെ അതേ മണ്ണിൽ ഞാൻ ശാന്തമായി അന്തിയുറങ്ങി. ആ ക്രൂരനായ മനുഷ്യനുമായോ അയാളുടെ ക്രൂരതകളുമായോ എന്നെ ബന്ധപ്പെടുത്തുന്ന യാതൊന്നുമില്ലായിരുന്നു.”

ലോറിയയുടെ വാക്കുകളിൽ ഒരാത്മവിശ്വാസമുണ്ട്. എന്തിനോ ഉള്ള ഇച്ഛയുമുണ്ട്. തീയിനെ അഭിസംബോധന ചെയ്യുന്നതുപോലെ അവർ നേരെ നോക്കിയാണ് സംസാരിച്ചിരുന്നത്.

“പടനായകന്റെ ആക്രമണങ്ങളുടെ എണ്ണം വർദ്ധിച്ചു. അയാൾ എന്നെ പിടികൂടാനുള്ള ശ്രമത്തിലായിരുന്നു. വഴിയിൽ കണ്ടതിനെല്ലാം അയാൾ

തീയിടാൻ തുടങ്ങി. അവസാനം ഷഹ്മാരൻ സംഘത്തെ വിട്ട് ഞാനും അച്ഛനും കാട്ടിലൊരിടത്ത് ഒളിച്ച് താമസിക്കാൻ തീരുമാനിച്ചു. പടയാളിയായിരുന്ന അച്ഛൻ അങ്ങനെ വിറകുവെട്ടിയായി. ഞങ്ങൾ സ്നേഹിച്ചവരിൽ നിന്നും വേർപെട്ടെങ്കിലും ജീവിതം സന്തോഷപ്രദമായിരുന്നു. ഒരു രാത്രിയിൽ ഞങ്ങൾ നക്ഷത്രങ്ങളെ നോക്കിയിരിക്കുന്നതിനിടയിൽ, അച്ഛൻ ആകാശക്കല്ല് എന്ന് പേരിട്ട ഒരു വലിയ കല്ല് ഞങ്ങളുടെ വീടിനു സമീപം വന്ന് വീണു. ഞങ്ങൾ ഭയന്നു. ഞങ്ങളതിനെ ഉടൻ കല്ലും മണ്ണും ഇലകളും കൊണ്ട് മൂടി. അച്ഛൻ അതിൽ നിന്നും ഒരു തുണ്ടെടുത്ത് എനിക്ക് ഒരു ജോടി കാതണിയുണ്ടാക്കി. അസ്തമിച്ച ഒരു നക്ഷത്രത്തിൽ നിന്നുള്ള തുണ്ടാണത് എന്ന് അച്ഛൻ തിരിച്ചറിഞ്ഞിരുന്നോ എന്നെനിക്കറിയില്ല. രാത്രിയിൽ ഞങ്ങൾ അതിലേക്ക് നോക്കിയപ്പോൾ അതിനകത്ത് നക്ഷത്രങ്ങൾ മിന്നുന്നതുപോലെ തോന്നി. ഏതാനും ദിവസങ്ങൾക്ക് ശേഷം മെറാനികൾ ഞങ്ങളെ തേടിയെത്തി. ഞങ്ങളെ പിടികൂടി. അച്ഛനെ പീഡിപ്പിച്ചു. ചമ്മട്ടിക്കൊണ്ടടിച്ചു. എനിക്ക് ഒന്നനങ്ങാൻ പോലുമായില്ല. ഈ ലോകത്തിലെ ഏതൊരു കുട്ടിയേക്കാളും കൂടുതൽ അന്ന് ഞാൻ കരഞ്ഞിട്ടുണ്ടാകും. പിന്നെ ശരിയായ ഷഹ്മാരനെപ്പോലെ ഞാൻ മാൻപേടകളുടെ വഴിയിലൂടെ അവരിൽ നിന്നും അപ്രത്യക്ഷമായി. ഷഹ്മാരൻ സ്ത്രീകൾ ഈ വാർത്ത കേട്ടു. അവർ എന്നെ തേടി പിടിച്ചു. ആലിംഗനം ചെയ്തു. അവരുടെ ഹൃദയത്തിനോട് ചേർത്ത് വച്ചു. യുദ്ധം പ്രഖ്യാപിച്ചു. മെറാനികളുടെ നിഴൽ വീണ ഇടങ്ങളൊക്കെത്തേടി അവരെത്തി. അവരെ സംരക്ഷിക്കാൻ അവരല്ലാതെ മറ്റാരുമില്ലായിരുന്നു. യുദ്ധം ചെയ്യേണ്ടതെങ്ങനെ എന്നവർ എന്നെ പഠിപ്പിച്ചു. അങ്ങനെ സ്വയം പ്രതിരോധമെന്തെന്ന് പഠിപ്പിച്ചു. എന്നിട്ട് മാൻപേടകൾ പോയ വഴിയിലൂടെ നടന്ന് യുദ്ധത്തിൽ നിന്നും അകന്ന് നിൽക്കാൻ എന്നോടാവശ്യപ്പെട്ടു. ഞാൻ അവരോടൊപ്പമില്ലെങ്കിൽ മെറാനികൾ എന്നെത്തേടിയെത്തും. മെറാനികൾക്ക് ഞാനെവിടെയെന്നറിയാനാകും. അപ്പോൾ എവിടെ ആക്രമിക്കണമെന്ന് ഷഹ്മാരൻ പടയാളികൾക്കറിയാനാകും."

"പക്ഷേ ഞാൻ താങ്കളെ കണ്ടെത്തി. മെറാനികളും താങ്കളെ കണ്ടെത്തി. മുമ്പും അവർ താങ്കളെ കണ്ടെത്തിയിരുന്നല്ലോ." ഒരച്ഛന്റെ സ്വരം അപ്പോൾ അസ്ലമിന്റെ വാക്കുകളിൽ നിറഞ്ഞു. "എന്റെ യാത്രയ്ക്കിടയിൽ ഞാൻ പലതും പഠിച്ചു. എന്നാൽ മാൻപേടകൾ പോകുന്ന വഴിയുടെ രഹസ്യം മാത്രം ചുരുളഴിക്കാനായില്ല. അത് എന്റെ ഫലകങ്ങളിലില്ലായിരുന്നു. സ്ത്രീകൾക്ക് മാത്രമറിയാവുന്ന രഹസ്യങ്ങളിൽ ഒന്നാണത് എന്നെനിക്ക് തോന്നുന്നു."

ലോറിയ അപ്പോഴും അഗ്നിയിലേക്ക് നോക്കിയിരിക്കുകയായിരുന്നു. മറുപടി അനാവശ്യമാണെന്ന് അവൾ തീരുമാനിച്ചിരുന്നു.

"ആ പടനായകനെ പിന്നെ താങ്കൾ കണ്ടിട്ടില്ല, അല്ലേ?" അസ്ലം ചോദിച്ചു.

ലോറിയ അയാളെ നോക്കി. അവരുടെ കണ്ണുകൾ കൂട്ടിമുട്ടി. "എങ്ങനെയറിയാം?" അവൾ ചോദിച്ചു.

"ഈ വിശ്വത്തെക്കുറിച്ചുള്ള ആകാംക്ഷയിൽ എരിയുന്ന ഏതൊരു യുവത്വത്തേയും പോലെ, വിചിത്രങ്ങളായ ഭൂപ്രദേശങ്ങളന്വേഷിച്ച് അമ്മയുടെ നെരിപ്പോട് വിട്ടിറങ്ങിയ നിമിഷത്തിൽ, ഇനിയെനിക്ക് ഈ വിശ്വത്തെ ഇതുപോലെ കാണാനാകില്ല എന്ന് മനസ്സിലായിരുന്നു. മഞ്ഞക്കുതിരകളുടെ നാടേതെന്ന് അന്വേഷിക്കുകയായിരുന്നു ഞാൻ. ആ പുരാണകഥകൾ കേട്ടാണ് ഞങ്ങളെല്ലാം വളർന്നത്. പണ്ടു പണ്ട്, ദൂരെദൂരെ, മലനിരകൾക്കെല്ലാം അപ്പുറത്ത്, സുന്ദരരൂപികളായ, നീളൻകാലുകളുള്ള, ലോലമായ കഴുത്തുള്ള, കാറ്റിൽ നിന്നും കടമെടുത്തതുപോലെയുള്ള കുഞ്ചിരോമങ്ങളും വാലുമുള്ള മഞ്ഞക്കുതിരകളുണ്ടായിരുന്നുവത്രെ. അമ്മ ഈ കഥ പറയുന്ന അവസരത്തിൽ പലപ്പോഴും അമ്മയുടെ ചെമ്പ് മോതിരം കാണിക്കുമായിരുന്നു. അതിലെ രൂപങ്ങൾ മുത്തശ്ശി കൊത്തിയുണ്ടാക്കിയതാണെന്ന് പറയുമായിരുന്നു. മുത്തശ്ശി തന്റെ കുട്ടിക്കാലത്ത് ഒരിക്കൽ ഈ കുതിരകളെ കണ്ടിട്ടുണ്ട്. പിന്നെയുള്ള ആയുസ്സ് മുഴുവൻ ആ കുതിരകൾ തിരിച്ച് വരുന്നതും കാത്ത് മുത്തശ്ശിയിരുന്നു.

സായാഹ്നസൂര്യനിൽ കുളിച്ച കുതിരകൾ ഓടിനടന്നു. അനന്തമായ സമയത്തിൽ ഇഴുകിച്ചേർന്ന് അവ കത്തിതീരുന്ന മേഘങ്ങളിൽ ലയിച്ചു. അതിലൊന്നിന്മേൽ കയറാനാകുന്നവർ ആയുസ്സുമുഴുവൻ യുവത്വമുള്ളവരാകും. ആരോഗ്യം എന്നും അവരോടൊപ്പമുണ്ടാകും. അതിനാൽ അതിലൊന്നിന്മേൽ കയറിയിരിക്കുന്നത് ഞാൻ സ്വപ്നം കണ്ടു. എന്നിട്ട് അതിനെയോടിച്ച് തിരികെ വീട്ടിലെത്തുന്നത്. വിയർപ്പിൽ കുളിച്ച അതിനെ അമ്മയ്ക്ക് സമ്മാനമായി നൽകുന്നത്.

ഞാൻ യാത്രാസംഘങ്ങൾക്കൊപ്പം യാത്ര ചെയ്തു. വലിയ പട്ടണങ്ങളിൽ വഴി തെറ്റി നടന്നു. പുതിയ ഭാഷകൾ പഠിച്ചു. യാചകർക്കുള്ള അഭയകേന്ദ്രങ്ങളിൽ ഉറങ്ങി. കപ്പലിൽ യാത്ര ചെയ്തു. യുദ്ധങ്ങളിൽ പങ്കെടുത്ത് ആണുങ്ങളെ കൊന്നു. തടവുകാരിയായി. വിശപ്പ് എന്തെന്നറിഞ്ഞു. പാമ്പുകൾ വസിക്കുന്ന മാളങ്ങളിൽ ഒളിച്ചിരുന്നു. പ്രണയിച്ചു. ദിവ്യരുമായി സൗഹൃദത്തിലായി. കടലിനടിയിൽ കുഴിച്ച് മൂടപ്പെട്ട വസ്തുക്കളുടെ ക്ഷണികതയിൽ, ചാഞ്ചല്യത്തിൽ ആകൃഷ്ടനായി. വഞ്ചിക്കപ്പെട്ടു. വീഞ്ഞില്ലാത്ത രാത്രികളിൽ നൃത്തം മാത്രം ചെയ്ത് ലഹരി എന്തെന്നറിഞ്ഞു. സ്ത്രീകളൊത്തിരുന്ന് ചിത്രത്തുന്നലിലേർപ്പെട്ടു. കാത്തിരിപ്പ് എന്തെന്നറിഞ്ഞു. പൂർണചന്ദ്രനുദിക്കുമ്പോൾ കടലിലെ വേലിയേറ്റമെന്തെന്ന് കണ്ടു. അണയാത്ത തീയിനരികിലിരുന്നു. മരിക്കാൻ തീരുമാനിച്ചവർക്കരികിലിരുന്ന് അവരുടെ ഹൃദയരഹസ്യമെന്തെന്നറിഞ്ഞു. വിശന്ന ചെന്നായ്ക്കൾ എന്നെ വലയം ചെയ്തു. പല കാരണങ്ങളാൽ ജനങ്ങൾ എങ്ങനെ തിന്മകൾ ചെയ്യുന്നു എന്നും പൊടുന്നനെ നന്മയിലേക്ക് തിരിച്ച് പോകുന്നു എന്നുമറിഞ്ഞു. ജീവൻ രക്ഷിച്ചു. കൊട്ടാരങ്ങളിൽ കയറിച്ചെന്നു. വിഷം പുരട്ടിയ അമ്പുണ്ടാക്കുന്നതെങ്ങനെ എന്ന്

പഠിച്ചു. ചിലപ്പോഴെങ്കിലും ഇടംകയ്യായതിനെ ശപിച്ചു. ചിലപ്പോൾ അതിൽ ആനന്ദിച്ചു. എനിക്ക് ഒരു കർഷകൻ സമ്മാനിച്ച കറുപ്പും വെളുപ്പും നിറമുള്ള കുതിരക്കുട്ടിയെ എന്നോടൊപ്പം ചേർത്തു, പക്ഷേ എന്നിട്ടും ഒരിക്കലും മഞ്ഞക്കുതിരകളുടെ നാടിനെ മാത്രം കണ്ടെത്താനായില്ല.

ഉറക്കവും ജീവിതവും രണ്ടും രണ്ട് ലോകത്തിന്റേതാണ്. ഉറക്കത്തിൽ നമ്മൾ മറ്റൊരു ബ്രഹ്മാണ്ഡത്തിലെത്തുന്നു. അവിടെ നമ്മൾ അനശ്വരരാകുന്നു. എന്നാൽ അവിടെതന്നെ എന്നെന്നും നിലനിൽക്കാൻ നമുക്കാകില്ല. അതേസമയം യാത്രകൾക്കിടയിൽ, ആ യാത്ര എത്ര ദൂരം ചെന്നാലും നമ്മൾ ഉണരും എന്ന് നമുക്കറിയാം. നമ്മൾ വീട്ടിൽ തിരിച്ചെത്തും എന്ന്.

വർഷങ്ങൾക്ക് ശേഷം, മഞ്ഞക്കുതിരകളെ മറന്ന് ഞാൻ വീട്ടിലേക്ക് തിരിച്ചെത്താൻ തീരുമാനിച്ചു. അപ്പോൾ സ്വപ്നത്തിൽ നിന്നുണർത്തിയ കുട്ടിയെപ്പോലെ ഇച്ഛാഭംഗമുണ്ടായിരുന്നു എന്നിൽ. അതിനോടൊപ്പം ഏറ്റവും സുന്ദരമായ സ്വപ്നം നടക്കാതെ പോയ വൃദ്ധരുടേതുപോലെയുള്ള അമർഷവും.

പല ഭീകരസംഭവങ്ങൾക്കും സാക്ഷിയായ, വിശ്വസിക്കാനാകാത്തത്ര വലിയ ക്ലേശങ്ങൾ സഹിച്ച ഞാൻ വിട്ടിൽ തിരിച്ചെത്തിയപ്പോൾ, സമയമിത്ര കഴിഞ്ഞിട്ടും കാലമിത്ര കഴിഞ്ഞിട്ടും അവിടെ മാറ്റമൊന്നുമുണ്ടാകില്ലെന്ന് പ്രതീക്ഷിച്ചു. പക്ഷേ എനിക്കെന്റെ കണ്ണുകളെ വിശ്വസിക്കാനായില്ല. ആ സ്ഥലം ആകെ നശിപ്പിച്ചിരിക്കുന്നു. ഉന്മൂലനം ചെയ്തിരിക്കുന്നു. ഞങ്ങളുടെ വീട് നശിപ്പിക്കപ്പെട്ടിരിക്കുന്നു. സുന്ദരമായ പൂന്തോട്ടത്തിനു പകരമായി അവിടെയുണ്ടായിരുന്നത് ചാരം മാത്രം. ആ ഒരു നിമിഷത്തിൽ, വിദേശ രാജ്യങ്ങളിൽ ഞാൻ കണ്ടതും അനുഭവിച്ചതിനുമെല്ലാം ഒരു പ്രാധാന്യവുമില്ലാത്തതായി. എന്റെ ജീവിതം പുഴുക്കുത്ത് വീണതായി. മുരടിച്ചതായി. മഞ്ഞക്കുതിരകളെ തേടിയുള്ള യാത്ര വ്യർത്ഥമായി. എന്റെ അച്ഛനുമമ്മയും വളരെ മുമ്പേ ഈ ലോകത്തിൽ നിന്നും യാത്രയായിട്ടുണ്ടായിരുന്നു. ലക്ഷ്യമില്ലാതെ ഞാനലയുമ്പോൾ, വീട്ടിൽ നിന്നും വളരെ ദൂരെയായിരുന്നപ്പോൾ, അവരുടെ മരണം ഞാനറിഞ്ഞിരുന്നു. എന്റെ സ്വപ്നങ്ങളിൽ അവർ കയറി വന്നിരുന്നു. എന്നാൽ നിശ്ചയിക്കപ്പെട്ട മുഹൂർത്തത്തിലല്ല അവർ മരിച്ചത്.

അയൽവാസികൾ പറഞ്ഞത്, ഒരു പറ്റം പട്ടാളക്കാർ തലേവർഷം അവിടെ വന്നിരുന്നു എന്നാണ്. അവർ സൗഹൃദത്തോടെയാണ് പെരുമാറിയത്. പട്ടണത്തിൽ നിന്നും അവർക്കാവശ്യമായ വസ്തുക്കൾ വാങ്ങുക എന്നതായിരുന്നു ലക്ഷ്യം. അവരിൽ ചിലർ എന്റെ മാതാപിതാക്കളുടെ അതിഥികളായിരുന്നു. അവർ ഒന്നിച്ച് ഭക്ഷണം കഴിച്ചു. ഒന്നിച്ചുറങ്ങി. പശ്ചിമദിക്കിലേക്ക് യുദ്ധത്തിനു പോകുകയായിരുന്നു അവർ. അവരെ കാത്തിരിക്കുന്നതെന്ത് എന്നറിയാനുള്ള ആകാംക്ഷ അവരിലുണ്ടായിരുന്നു. നക്ഷത്രങ്ങളെ നോക്കിയതിനു ശേഷം അച്ഛനവരോട് 'ഒരു

കൊടുങ്കാറ്റിന്റെ സൂചനയുണ്ട്. വിജയം ആരും രുചിക്കില്ല' എന്ന് പറഞ്ഞു. ഇത് അവരെ കോപാകുലരാക്കി. അവർ അച്ഛനെ കൊന്നു. അവർ ആ ചോദ്യം അമ്മയോടും ചോദിച്ചു. 'വിജയമല്ല നിങ്ങളെ കാത്തിരിക്കുന്നത്. കൊടുങ്കാറ്റാണ്.' എന്ന് അമ്മ പറഞ്ഞു. അവർ അമ്മയുടെ വിരലുകൾ ഛേദിച്ചു. നാക്ക് പിഴുതെടുത്തു. വീടിനു തീയിട്ടു. അമ്മയെ ആ തീയിന കത്തിട്ടു.

പക്ഷേ, രണ്ടാഴ്ചയ്ക്ക് ശേഷം യുദ്ധത്തിനായി പടിഞ്ഞാട്ട് പോയ വർ ഒരു കൊടുങ്കാറ്റിലകപ്പെട്ടു. ചുഴലിയും വെള്ളപ്പൊക്കവുമുണ്ടായി. ഒരാൾക്ക് മുന്നിലും അടിയറവ് പറയാത്ത അവരിലെ പല പോരാളികളും മരിച്ചു. കുതിരകൾ ചത്തു. എന്റെ മാതാപിതാക്കളുടെ പ്രവചനം വാസ്ത വമായി. നക്ഷത്രങ്ങളിൽ അവർ കണ്ടത് സ്വന്തം പ്രതികാരമായിരുന്നു.

അതിനുശേഷം എന്റെ ജീവിതശൈലി മാറി. ശോചനീയമായ ജീവിത ശൈലിയായി. പിന്നെ ഞാൻ ജന്മനാട്ടിലേക്ക് തിരികെ പോയിട്ടില്ല. ഒരു വൻ ഏറ്റവും കൂടുതൽ പ്രണയിക്കുന്നത് അവന്റെ വീടിനെയാണ്. അത് നഷ്ടമായപ്പോൾ ഞാൻ പാതാളത്തിൽ പതിച്ചു. ഞാനില്ലാതായി. ഒടിഞ്ഞ ശിഖരം പോലെ കാറ്റ് എവിടേക്ക് കൊണ്ടുപോകുന്നോ അവിടേക്ക് ഞാൻ നീങ്ങി. കുട്ടികൾക്ക് മാത്രം ആകാംക്ഷ തോന്നുന്ന സ്ഥലങ്ങൾ കണ്ടു. കുട്ടികൾക്ക് ആലോചിക്കാനാകാത്ത, ചിന്തിക്കാനാകാത്ത സ്ഥലങ്ങളിൽ എത്തിപ്പെട്ടു. എന്നാൽ സ്ഥായിഭാവം എന്നൊന്നില്ലെങ്കിൽ, ഒരാൾക്ക് താൻ ഒരിടത്തിന്റെ ഭാഗമാണെന്ന ചിന്തയില്ലെങ്കിൽ, അയാൾ പിന്നെ എവിടെ സ്ഥിരമായി നിൽക്കും? അയാൾക്കെങ്ങനെ മാറ്റമില്ലാത്ത ജീവിതമുണ്ടാകും? മറ്റ് വാക്കുകളിൽ പറഞ്ഞാൽ, തന്നെ കാത്തിരിക്കുന്ന സ്വപ്നഗൃഹം എന്നൊന്നില്ലെങ്കിൽ പിന്നെ യാത്രകൾ ഒരു അന്വേഷണമാകുന്നില്ല. തേട ലാകുന്നില്ല. കാറ്റിനു സമർപ്പിച്ച ഒടിഞ്ഞ വൃക്ഷശിഖരം പോലെയാണത് പിന്നെ. അതിലും മൂല്യം കാണുന്നവരുണ്ട് എന്നെനിക്കറിയാം. അത്തരം യാത്രികരെ ഞാൻ കണ്ടുമുട്ടിയിട്ടുണ്ട്. എന്നാൽ ഓരോരുത്തരുടേയും ആത്മാവിലെ ആഗ്രഹങ്ങൾക്ക് വ്യത്യാസമുണ്ടാകും. എവിടെയെങ്കിലും വേരുറപ്പിക്കണം എന്നാഗ്രഹിച്ചവനായിരുന്നു ഞാൻ. ഈ ഭൂമിയുമായി ഒരു ബന്ധം വേണമെന്ന് ആഗ്രഹിച്ചവൻ. എനിക്കെന്റെ മാതാപിതാക്കളെ നഷ്ടമായി. ദീർഘകാലം പിന്നെ ഞാൻ നക്ഷത്രനിരീക്ഷണം നടത്തിയില്ല. എന്തിനാണ് ജീവിക്കുന്നത് എന്നുപോലും മറന്നു. സമയം എന്ന വേദനാസംഹാരി എന്റെ മുറിവ് ഉണക്കുന്നതിൽ വിളംബം കാണി ച്ചില്ല. ഈ സഹനങ്ങൾക്കെല്ലാം ശേഷം, ഞാൻ ഏകാന്തതയെ പുറം തള്ളി, ജനങ്ങളുമായി സമ്പർക്കം തുടങ്ങിയപ്പോൾ, കൂടുതൽ സംസാര പ്രിയനായി. അനുഭവകഥകൾ എല്ലാവരുമായും പങ്ക് വയ്ക്കാനാരംഭിച്ചു. സുഹൃത്തുക്കളുണ്ടായി. നല്ലവരുടെ സ്നേഹം ലഭിച്ചു. പലരുടേയും ഭവന ങ്ങളിലേക്ക് ഊഷ്മള സ്വീകരണമുണ്ടായി. എല്ലാവരുടേയും ഹൃദയത്തിൽ രഹസ്യമായി സൂക്ഷിക്കുന്ന ഒരു ദുഃഖമെങ്കിലുമുണ്ട് എന്ന് മനസ്സിലാക്കിയ

ദിവസം, എല്ലാവരിലും ഒരു മുറിവെങ്കിലുമുണ്ട് എന്ന് മനസ്സിലാക്കിയ ദിവസം, ഞാൻ സന്തോഷകരമായ ജീവിതത്തിനു തയ്യാറായിരിക്കുന്നു എന്നെനിക്ക് മനസ്സിലായി. എനിക്ക് സ്നേഹിക്കാനായ ഒരു ഗ്രാമത്തിൽ പുതുജീവിതം തുടങ്ങി. അവിടെയുള്ളവരെ സ്നേഹിച്ചു. ആ സ്ഥലമാണ് എന്റെ വീടെന്ന് ഞാൻ കരുതി.

പക്ഷേ, ആ ഗ്രാമത്തിലും അധികകാലം കഴിയാനായില്ല. അപ്പോഴും വടക്ക് എന്തുകൊണ്ടിങ്ങനെ ഒരാളെ അതിലേക്ക് വലിച്ചടുപ്പിക്കുന്നു എന്നെനിക്കറിയില്ലായിരുന്നു. നക്ഷത്രങ്ങളുടെ ചലനത്തെക്കുറിച്ച് അറിഞ്ഞപ്പോഴും എന്നെ കാത്തിരിക്കുന്ന വിധിയെന്തെന്നതിനെക്കുറിച്ച് ഒരു രൂപവുമില്ലായിരുന്നു. വടക്കുള്ള കാടുകളെ ലക്ഷ്യം വച്ച് നീങ്ങി. ഝഷത്തേയും ആകാശത്തെ സൂചകങ്ങളേയും ശ്രദ്ധിച്ചു. എല്ലായിടത്തും കണ്ടത് ശാപത്തിന്റെ നിഴലായിരുന്നു. അവസാനം ജീവൻ രക്ഷിച്ച പടയാളികൾക്കൊപ്പം ചേർന്നു. അവരുടെ പടനായകൻ താങ്കളെ അന്വേഷിച്ചിറങ്ങിയതാണ്. ഞാനാകട്ടെ അങ്ങനെയൊന്നുണ്ടെന്നറിയാതെ ആ കടുക്കനുകൾ അന്വേഷിച്ചിറങ്ങിയതും. ഞങ്ങൾ ഇരുവരും താങ്കളെ പിന്തുടർന്നു. ആ പ്രദേശങ്ങളിൽ താങ്കളല്ലാതെ മറ്റാരുമില്ലായിരുന്നു. താങ്കളുടെ അച്ഛൻ മരിച്ചിരുന്നതിനാൽ ആ നക്ഷത്രക്കല്ലിന്റെ ഒരു തുണ്ട് എന്തായാലും താങ്കളുടെ പക്കലുണ്ടാകും എന്ന് കരുതി. ഞാൻ സൂചകങ്ങളെ പിന്തുടരുകയായിരുന്നു. മാൻപേടകൾ പോകുന്ന വഴിയുടെ അർത്ഥം ഗ്രഹിക്കുകയായിരുന്നു. ഷഹ്മാരൻ കഥകൾ പഠിക്കുകയായിരുന്നു.

മുറിവേറ്റ ഒരു ഷഹ്മാരനെ മറ്റൊരു പട്ടാളം പിടികൂടിയെന്നൊരു വാർത്ത ഒരു ദിവസം ഞങ്ങളെ തേടിയെത്തി. അപ്പോൾ ഞാനും പടനായകനും ഒന്നിച്ചുണ്ടായിരുന്നു. സംഭവസ്ഥലത്ത് ഞങ്ങളെത്തിയപ്പോൾ അവൾ രക്തം വാർന്ന് കിടപ്പായിരുന്നു. മരണത്തിനോടടുത്തിരുന്നു. പടനായകന്റെ ചോദ്യങ്ങൾക്കുത്തരമായി ‘ലോറിയ എവിടെയാണെന്ന് ഞാൻ പറയും എന്നാണോ താങ്കൾ പ്രതീക്ഷിക്കുന്നത്? ലോറിയയുടെ കാതണികൾക്ക് നിങ്ങളുടെയെല്ലാം ജീവനേക്കാൾ കൂടുതൽ മൂല്യമുണ്ടെങ്കിലും ഞാനത് പറയില്ല.”

അത്രയും ദിവസങ്ങൾക്കുള്ളിൽ എനിക്ക് വന്ന മാറ്റങ്ങൾ എന്തൊക്കെ എന്ന് എനിക്കുമറിയില്ലായിരുന്നു. ഷഹ്മാരൻ സ്ത്രീയുടെ മരണം എന്നിൽ ഒരു വികാരവുമുണ്ടാക്കിയില്ല. അടുത്ത് ചെന്ന് അവരുടെ മുഖമൊന്ന് കാണണം എന്നുപോലും തോന്നിയില്ല. എന്നാൽ പടനായകൻ ക്ഷോഭിച്ചിരുന്നു. ഒരു പുതിയ വിവരവും തനിക്ക് ലഭിച്ചില്ലല്ലോ എന്ന ക്ഷോഭമായിരുന്നു അത്. ഞാനാകട്ടെ, അന്വേഷിച്ച് നടക്കുന്നതിനെക്കുറിച്ചൊരു ടിപ്പണി കിട്ടിയ സന്തോഷത്തിലായിരുന്നു. ലോറിയയുടെ കാതണി കല്ലുകൊണ്ടുള്ളതാണെന്ന വാക്കുകൾ നക്ഷത്രക്കല്ലിനെ ഓർക്കുന്നതിനു സഹായകരമായി. അതൊരു സാധ്യതയായിരുന്നു. ഷഹ്മാരൻ കാതണിയെക്കുറിച്ച് ഇത്രയും സ്വതന്ത്രമായി പറയുമ്പോൾ അതിനർത്ഥം അതിലൊരു

രഹസ്യമടങ്ങിയിട്ടുണ്ട് എന്നു തന്നെയാണ്. നക്ഷത്രത്തിന്റെ ഒരു തുണ്ട് ഭൂമിയിലെങ്ങനെ പതിച്ചു എന്ന രഹസ്യമാകാം അത്, അല്ലെങ്കിൽ ഝഷത്തിന്റെ കാലഘട്ടം അടുത്തെത്തുന്നതിനെക്കുറിച്ചുള്ളതാകാം.

നായാട്ടുകാരൻ പലപ്പോഴും താൻ കാണുന്ന സ്വപ്നങ്ങളിൽ അഭിരമിക്കാറുണ്ട്. അങ്ങനെ അഭിരമിച്ച് താൻ തന്നെയാണിര, അല്ലെങ്കിൽ തന്റെ രൂപവും ഇരയുടെ രൂപവും തമ്മിൽ ഒരു വ്യത്യാസവുമില്ല എന്നൊക്കെയുള്ള തോന്നലുകൾ അയാളിലുണ്ടാകാറുണ്ട്. ഒരേ കണ്ണുകളിലൂടെ അയാൾ ലോകത്തെ കാണാൻ തുടങ്ങുന്നു. തന്നെ ഇരയുടെ സ്ഥാനത്ത് പ്രതിഷ്ഠിക്കുന്നു. ഞാൻ താങ്കൾക്കരികിലെത്തുകയാണെന്ന് എനിക്ക് മനസ്സിലായി തുടങ്ങി.

“അന്ന് അർദ്ധരാത്രിയായപ്പോൾ ഞാനും പടനായകനും ഷഹ്മാരന്റെ ശവത്തിനു കാവലിരിക്കുകയായിരുന്നു. മറ്റു പടയാളികൾ അടുത്ത ജില്ലയിലേക്ക് പോയിരുന്നു. ഞങ്ങൾ തീ കത്തിച്ചു. നിലത്തിരുന്നു. ആകാശത്തെ നോക്കിയില്ല, പകരം ദൂരേക്ക് നോക്കി. അയാൾ തന്റെ മകളെക്കുറിച്ച് ചിന്തിക്കുകയാണെന്ന് എനിക്കറിയില്ലായിരുന്നു. താങ്കളെക്കുറിച്ച് പറയുന്നതിനു പകരം “മറ്റെന്തിനേയോപറ്റി പറയുമ്പോൾ ഈ ഷഹ്മാരൻ കാതണിയുടെ ഉപമയെടുത്തത് എന്തിനാണെന്ന് അദ്ഭുതപ്പെടുകയാണ്. മരണത്തിനു തൊട്ടുമുമ്പ്, ഒരാളുടെ മനസ്സ് ഒരു ഗർത്തത്തിലേക്ക് പതിക്കും എന്ന് താങ്കൾക്കറിയാമോ? ഒരു കല്ല് കിണറ്റിൽ വീഴുന്നതു പോലെയാണത്. അവിടെ എന്തുണ്ടെന്ന് ആർക്കുമറിയില്ല. ഒരിക്കൽ ഞങ്ങൾ ഒരു സ്ത്രീയേയും അവരുടെ ഭർത്താവിനേയും കൊന്നു. ആ സ്ത്രീ ‘മഞ്ഞക്കുതിരകളെ അന്വേഷിക്കുന്നവൻ നിങ്ങളെ കണ്ടെത്തും.’ എന്ന് പറഞ്ഞപ്പോൾ ഞാൻ ഉറക്കെ ചിരിച്ചു. അവളുടെ കയ്യിലുള്ള മോതിരവും അതിൽ കൊത്തിവച്ചിരിക്കുന്ന കുതിരയുടെ രൂപവും അവൾ എനിക്ക് കാണിച്ച് തന്നു. അപ്പോൾ ഞാൻ അവളുടെ വിരലുകൾ ഛേദിച്ചു. അതെടുത്ത് തീയിലിട്ടു. അവളുടെ വിരലുകളും തീയിലിട്ടു. അത്തരം അബദ്ധങ്ങൾ കേൾക്കാൻ ഇപ്പോൾ എന്റെ പക്കൽ സമയമില്ലെന്ന് പറഞ്ഞു. വർഷങ്ങൾ പലത് കഴിഞ്ഞെങ്കിലും ഞാനിപ്പോഴും അവരെന്തുകൊണ്ട് അങ്ങനെ പറഞ്ഞു എന്ന് അദ്ഭുതപ്പെടുന്നു. അവളുടെ മനസ്സിന്റെ ആഴങ്ങളിൽ എന്തായിരുന്നു എന്ന്. എന്തുകൊണ്ടെന്നറിയില്ല ആ സംഭവം മനസ്സിൽ നിന്നും മാഞ്ഞ് പോകുന്നില്ല,” എന്നയാൾ പറഞ്ഞു.

കാലവിളംബമില്ലാതെ ഞാൻ കത്തിയൂരി. മിന്നൽപിണർ പോലെ അത് പടനായകന്റെ നെഞ്ചിലമർത്തി. എന്റെ സർവ്വ കരുത്തും ഞാനതിനായി ഉപയോഗിച്ചു. “ഇതുകൊണ്ടാണ് നിനക്ക് അത് മറക്കാനാകാത്തത്” എന്ന് നിലവിളിച്ചു.

വളരെ പെട്ടെന്നാണത് സംഭവിച്ചത്. എന്താണ് സംഭവിക്കുന്നത് എന്ന് എനിക്കുപോലും മനസ്സിലാകുന്നതിനുമുമ്പ്. പടനായകന്റെ വായിൽ നിന്നും രക്തം തെറിച്ചു. അയാൾ അപ്പോൾ മരണത്തിനരികിലായിരുന്നു.

മഞ്ഞക്കുതിരകൾക്കായുള്ള തിരച്ചിലിനിടയിൽ ഞാൻ കണ്ടുമുട്ടിയ ലാൽ -ലെ എന്നയാളുടെ കഥയപ്പോൾ അയാളോട് പറഞ്ഞു. അയാളുടെ പ്രാണ പ്രേയസിക്കസുഖമായി. അവൾ കിടപ്പിലായി. ഒരു വിധ ഔഷധങ്ങൾക്കും ലേപനങ്ങൾക്കും അവളെ സുഖപ്പെടുത്താനായില്ല. ലാൽ-ലെയുടെ ആകെയുള്ള പ്രതീക്ഷ മഞ്ഞക്കുതിരകളെ കണ്ടെത്തുന്നതിലായിരുന്നു. അയാൾ അതിനെ തിരഞ്ഞിറങ്ങി. "ഞാൻ വരുന്നത് വരെ കാത്തിരിക്കണേ." അയാൾ കാമുകിയോട് പറഞ്ഞു. അവൾ പട്ടിന്റെയൊരു ഷാളെടുത്ത് കൊടുത്തു. ഇത് മഞ്ഞക്കുതിരയുടെ പുറത്ത് വിരിക്കണം എന്ന് പറഞ്ഞു. തുന്നൽ വേലകൾ ചെയ്ത ഷാളിന്റെ അരികുകളിൽ തിളങ്ങുന്ന കല്ലുകൾ തുന്നിപ്പിടിപ്പിച്ചിരുന്നു. അതിന്റെ സൗന്ദര്യം എന്നെ ആകർഷിച്ചു. ഇത്രയും സൗന്ദര്യമുള്ള ഒന്നേ മഞ്ഞക്കുതിരകൾക്ക് പകരമാകുകയുള്ളൂ. ലാൽ-ലെയും അയാളുടെ കാമുകിയും ഒരേ സ്വപ്നത്തിൽ ഒരേ കുതിരയെ കണ്ടിരുന്നു. അതാണ് അയാളെക്കൊണ്ട് ഇത്ര നീണ്ട വർഷങ്ങളുടെ ഒരു തിരച്ചിലിനു കാരണമാക്കിയത്. ആ സ്വപ്നത്തിലുള്ള വിശ്വാസമാണ് അവരെക്കൊണ്ട് ജീവിതം മുന്നോട്ട് നയിപ്പിച്ചത്. അമ്മ എന്റെ തിരിച്ച് വരവും കാത്തിരിക്കുകയായിരുന്നപ്പോൾ, അമ്മയും അതുപോലൊരു സ്വപ്നത്തിൽ തന്നെയാണ് വിശ്വാസമർപ്പിച്ചിരുന്നത്. നക്ഷത്രങ്ങളിലായിരുന്നില്ല അമ്മയുടെ വിശ്വാസം. "നീ അവരുടെ വിശ്വാസമാണ് തകർത്തത്." ഞാൻ ഒച്ചവച്ചു.

"അമ്മമാർക്ക് കുട്ടികളുടെ മനസ്സറിയാനാകും." ഇതൊരു അദ്ഭുതത്തോടെയാണ് ഞാൻ അപ്പോൾ തിരിച്ചറിഞ്ഞത്. ഞാൻ മഞ്ഞക്കുതിരയെ തിരഞ്ഞിറങ്ങിയതാണെന്ന് അമ്മയ്ക്കറിയാം. എന്നാൽ അതിനെക്കുറിച്ച് അമ്മ എന്നോടൊന്നും പറഞ്ഞിരുന്നില്ല. വടക്ക് എനിക്ക് തന്ന വിധി ഇതായിരുന്നു. ഇതിനപ്പുറം ഞാനെത്തിയില്ല. ഓരോരുത്തർക്കും അവരുടേതായ ഉത്തരദിക്കുണ്ടെങ്കിൽ, എനിക്ക് എന്റേതായ ഒന്നുണ്ട്. ഞാൻ എന്നോട് തന്നെ പറഞ്ഞു. താഴേക്ക് പതിക്കുന്ന നക്ഷത്രം, ഝഷത്തിന്റെ വിന്യാസം, എന്നിവയൊന്നിച്ച് തുടങ്ങിയ എന്റെ പുതിയ കാലഘട്ടം ഇതായിരുന്നു.

ഞാൻ നിലത്ത് നിവർന്ന് കിടന്നു. എന്റെ ഒരു വശത്ത് ഷഹ്മാരൻ സ്ത്രീയായിരുന്നു. മറുവശത്ത് മെറാണിയും. ലോകം ഒരു കറുത്ത മഞ്ഞുകട്ടിപോലെ തോന്നിച്ചു. എന്നിൽ പശ്ചാത്താപം നിറഞ്ഞു. എന്റെ ജീവൻ രക്ഷിച്ച പടനായകനെ കൊന്നതിലുള്ള പശ്ചാത്താപം. എന്റെ ഏറ്റവും വലിയ ശത്രുവായ ഈ പടനായകനുമായി സൗഹൃദത്തിലായതിലുള്ള പശ്ചാത്താപം. എന്റെ രാവും പകലും അയാൾക്കൊപ്പം പങ്കുവച്ചതിലുള്ള പശ്ചാത്താപം. തന്നോട് നന്മ ചെയ്തിട്ടുള്ള ഒരാളെ എങ്ങനെ കൊല്ലാനാകും? ഞാനങ്ങനെ വികാരവിക്ഷോഭത്താൽ പ്രവർത്തിച്ചിരുന്നില്ലെങ്കിൽ, പിന്നെയൊരിക്കൽ അങ്ങനെ ഒന്നാലോചിക്കാനുള്ള മനസ്സുപോലുമുണ്ടാകില്ലായിരുന്നു. തന്റെ അമ്മയെ കൊന്നവനു മാപ്പ് നൽകാനുള്ള കരുത്ത് എന്നിലുള്ളതിനാലല്ല. പകരം പടനായകന്റെ ജീവൻ എന്റെ ദാനമാണെന്ന്

അയാളുടെ കണ്ണിൽ നോക്കുമ്പോഴെക്കെ എനിക്ക് തോന്നുമായിരുന്നതിലാണ്.

അങ്ങനെയെങ്കിൽ ഞാൻ ഈ ലോകത്തിൽ നിന്നും പിൻവാങ്ങി നിതാന്തമായ ഏകാന്തതയിൽ അഭയം പ്രാപിക്കുമായിരുന്നു. അവനെ കൊന്നത് നന്നായി എന്ന തോന്നൽ എന്നിലുണ്ടായില്ല. ഒരു ഋഷിയെപ്പോലെ ക്ഷമയെ സ്വീകരിച്ചിരുന്നുവെങ്കിൽ, ഹൃദയത്തിൽ കിനിഞ്ഞ് വന്ന വേദന സാവധാനത്തിലൊന്നരിച്ചെടുത്തിരുന്നെങ്കിൽ ഞാൻ അയാളെ കൊല്ലില്ലായിരുന്നു. അത് എന്നെ ഒരു നല്ല കുട്ടിയാക്കുമായിരുന്നോ? വിശാലഹൃദയനാക്കുമായിരുന്നോ? ഞാൻ സാവധാനത്തിൽ തിരിഞ്ഞ് വിളറിയിരിക്കുന്ന ഷഹ്മാരനെ നോക്കി. പിന്നെ പുലരുംവരെ നക്ഷത്രങ്ങളെ നോക്കിയിരുന്നു. എന്റെ ഒരു വശത്ത് നല്ലവയും മറുവശത്ത് ചീത്തയുമായിരുന്നു. ഞാൻ ഇതിനു രണ്ടിനും മദ്ധ്യത്തിലായിരുന്നു.

എന്റെ വടക്ക് അവിടെ അവസാനിച്ചു. അന്നു മുതൽ എനിക്ക് വല്ലാത്ത പിരിമുറുക്കമനുഭവപ്പെട്ടു തുടങ്ങി. എന്റെ രക്തമെല്ലാം വാർന്നു പോയതു പോലെ തോന്നിത്തുടങ്ങി. വടക്കോട്ടുള്ള യാത്ര ഫലപ്രാപ്തിയാലാക്കുന്നതിനു പകരം എന്നോട് ദയ കാണിച്ച മനുഷ്യനെ ഞാൻ കൊന്നിരിക്കുന്നു. മനസ്സിൽ ശാന്തത വിളയാടേണ്ടതിനു പകരം കോപം കത്തി ജ്വലിക്കുന്നു. വടക്കാണെനിക്ക് ഈ വിധി നൽകിയത്. കാറ്റൊന്നമർന്ന് വീശിയാൽ ഞാൻ വെറും പൊടിപടലമാകും. ആരെങ്കിലും എന്നെയൊന്ന് സ്പർശിച്ചാൽ ഞാൻ പലതുമുണ്ടായി നിലത്ത് വീഴും.

പിന്നെ അവസാനം തീരുമാനത്തിലെത്തി. ഇനി ഞാൻ ഞാനാകണമെങ്കിൽ, മറ്റൊരാൾക്ക് മുമ്പിൽ വിശാലഹൃദയനാകേണ്ടിയിരിക്കുന്നു. താങ്കൾക്ക് എന്നെ വേണം എന്നെനിക്ക് മനസ്സിലായി. എനിക്കായി വടക്ക് തീരുമാനിച്ച പരിധിയിൽ ഒതുങ്ങി നിൽക്കേണ്ടതില്ലെന്ന് തീരുമാനിച്ചു. താങ്കളെ കണ്ടെത്തുന്നതിലും നക്ഷത്രങ്ങളെക്കുറിച്ച് പഠിപ്പിക്കുന്നതിലും ശ്രദ്ധിക്കാൻ തീരുമാനിച്ചു. അങ്ങനെ ആകാശത്തിന്റെ വാതിൽക്കൽ എത്താൻ താങ്കളെ സഹായിച്ചാൽ അത് എന്റെ മനോവേദന കുറയ്ക്കും. അതല്ലെങ്കിൽ ബലഹീനമായ ഈ ഹൃദയമെന്നെ, ഞാൻ നേരിടേണ്ടുന്ന വൈഷമ്യങ്ങൾക്ക് മുഖത്തോടുമുഖം നിൽക്കാൻ പ്രാപ്തനല്ലാതാക്കും. ഞാനാകെ തകരും.

ഇനി എന്റെ വഴിയേ പോകേണ്ടതില്ലെന്നും പകരം താങ്കളുടെ മാർഗം തിരയാമെന്നുമുള്ള തീരുമാനത്തിൽ എത്തി. മെറാനികളിൽ നിന്നും ഓടിപ്പോന്നു. നിങ്ങളുടെ മാർഗം തിരഞ്ഞു. ആ നക്ഷത്രക്കല്ല് താഴെ വീണത് താങ്കൾക്കായാണ്. ഝഷത്തിലെ നക്ഷത്രങ്ങൾ പുതിയകാലം കൊണ്ടുവരുന്നത് താങ്കൾക്കായാണ്. ആ കാതണികൾ താങ്കൾ വസന്തകാലത്തണിയുകയാണെങ്കിൽ, അതണിഞ്ഞ് വടക്കിന്റെ അതിരിൽ പോകയാണെങ്കിൽ, ആകാശവാതിലുകൾ തുറക്കുന്നത് കാണാനാകും. അതിന് ഝഷത്തിനു നന്ദി പറയുക. ആ വാതിലിലൂടെ താങ്കൾക്ക് പ്രവേശിക്കുവാനാകും."

അസ്ലം ദീർഘശ്വാസമെടുത്തു. ഇത് പറയാനാണ് താങ്കളുടെ പാത ഞാൻ തിരഞ്ഞത്. സംരക്ഷിക്കാനാണ് ഞാൻ വന്നത്. വടക്കിന്റെ അതിരിലെത്താൻ സഹായിക്കാൻ. താങ്കളുടെ വടക്കിന്റെ ഭാഗമാണിപ്പോൾ ഞാൻ. സമ്മതമെങ്കിൽ നമുക്കൊരുമിച്ച് മുന്നോട്ട് യാത്ര ചെയ്യാം. അത് കഴിഞ്ഞാൽ മനസ്സമാധാനത്തോടെ എനിക്ക് തിരികെ പോകാം. അവിടെ ചെന്ന് സ്ഥായിയായ, ശാന്തമായ, സന്തോഷപ്രദമായ ഒരു ജീവിതം ആരംഭിക്കാം."

അവർ തീയിനെ മറന്നിരുന്നു. അതിനു വീണ്ടും ജീവൻ ലഭിക്കാനായി അതിലേക്ക് കുറച്ച് വിറകുകൊള്ളികളിട്ടു. ആ തീനാളങ്ങളിൽ മഞ്ഞക്കുതിരകൾ കുളമ്പടിച്ച് നീങ്ങുന്നത് അവർ കണ്ടു. അവയുടെ കുഞ്ചിരോമം ചക്രവാളത്തിലേക്കുയരുന്നുണ്ടായിരുന്നു. ആ കുഞ്ചിരോമത്തിന് ചെമ്പിന്റെ നിറമായിരുന്നു. ആകാശത്തിന്റെ സിന്ദൂരം അവയുടെ പുറം തഴുകുന്നുണ്ടായിരുന്നു. വൃക്ഷശിഖരങ്ങൾ പോലെ നീളമുള്ളവയായിരുന്നു അവയുടെ കാലുകൾ. വെള്ളം പോലെ വഴങ്ങുന്ന ശരീരമായിരുന്നു അവയുടേത്. വിയർപ്പ് തുള്ളികൾക്ക് പകരം അവയുടെ കഴുത്തിൽനിന്നും വീണത് തീനാളങ്ങളായിരുന്നു. ഏത് കാറ്റിനവയെക്കാപ്പമെത്താനുള്ള വേഗമുണ്ട്? ഏത് സ്വപ്നത്തിന് ഈ സൗന്ദര്യമൊപ്പിയെടുക്കാനാകും? മലനിരകൾ മാറി നിന്നു. താഴ്വാരങ്ങളും കുത്തനെയുള്ള ഇറക്കങ്ങളും നീണ്ട് നമസ്കരിച്ചു. ഇത്രയും അഭൗമ സൗന്ദര്യം അവകാശപ്പെടാൻ കരുത്തുള്ളത് ആകാശത്തിന് മാത്രമായിരുന്നു. അഗ്നിനാളങ്ങളിലൂടെ ആ മഞ്ഞക്കുതിരകൾ കുളമ്പടിച്ച് നീങ്ങി. പിന്നെ സ്വപ്നം പോലെ അപ്രത്യക്ഷമായി.

ലോറിയ മാറാപ്പിൽ നിന്നും കാതണിയെടുത്തു. അതിനെ തീനാളങ്ങൾക്ക് മുന്നിൽ പിടിച്ച് പരിശോധിച്ചു. അതിനുള്ളിൽ അവൾ പലതവണ കണ്ട വെളിച്ചത്തിന്റെ പൊട്ടുകൾ സത്യമായും നക്ഷത്രങ്ങൾ തന്നെയെന്ന് തിരിച്ചറിഞ്ഞു. ആ നക്ഷത്രപ്പൊട്ടുകൾ കാതണിക്കുള്ളിൽ ഒഴുകി നടക്കുന്നു. ഗാംഭീര്യത്തിൽ ഒട്ടും ഇടിവ് വരാതെ ആകാശത്തിനെങ്ങനെ ഇത്രയും ചെറുതാകാനാകുന്നു എന്നവൾ ആശ്ചര്യപ്പെട്ടു. ജീവിതത്തിനൊരു രഹസ്യമുണ്ടെങ്കിൽ അതാണ് ഈ കാതണിക്കുള്ളിൽ ഒഴുകി നടക്കുന്നത്. സമയത്തിന്റെ എല്ലാ പാതകളും ഇതിനുള്ളിൽ വളഞ്ഞ് പുളഞ്ഞൊഴുകുന്നു.

"രണ്ട് കാതണികളും ശ്രദ്ധിച്ച് നോക്കൂ. അവയിലെ നക്ഷത്രങ്ങൾ തമ്മിൽ വ്യത്യാസമുണ്ട്. അതിലൊന്ന് റാം എന്ന വിന്യാസമുണ്ട് മറ്റേതിൽ ഝഷവും." അസ്ലം പറഞ്ഞു. "അതുകൊണ്ടാണ് ആകാശത്തിന്റെ പടിവാതിൽക്കലെത്തുമ്പോൾ രണ്ടും ധരിച്ചിരിക്കണം എന്ന് പറയുന്നത്. അതിലൊന്ന് നഷ്ടമായാൽ അവിടെ തുറക്കപ്പെടുന്ന വാതിൽ നിങ്ങൾക്ക് കാണാനാകില്ല."

ലോറിയ കാതണികൾ മുഖത്തിനോടടുപ്പിച്ചു. പിന്നെ കുറച്ച് അകലെ പിടിച്ചു. ആകാശത്തേക്ക് കുറച്ച് നേരം നോക്കിയിരുന്നാൽ അത് അവളെ

മത്ത് പിടിപ്പിക്കുമായിരുന്നു. അതിപ്പോഴും ആവർത്തിക്കുന്നു. കുട്ടിക്കാലത്ത് ആകാശത്തിലേക്ക് കാൽവഴുതി വീണു എന്ന തോന്നലുണ്ടാകാറുണ്ട്. അതിപ്പോഴും ആവർത്തിക്കുന്നു. "കാതണികൾ എന്നെ കൂടുതൽ സുന്ദരിയാക്കും എന്ന് പറഞ്ഞപ്പോൾ അത് മനസ്സിൽ തട്ടി പറഞ്ഞതായിരുന്നില്ല. കാതണിയെക്കുറിച്ചൊരു ചർച്ച തുടങ്ങാനായി മാത്രം പറഞ്ഞതായിരുന്നു...."

"അല്ല. 'ആഭരണങ്ങളണിയാത്ത സ്ത്രീ, ചിത്രത്തുന്നലിന്റെ ചട്ടക്കൂടില്ലാത്ത കണ്ണാടിപോലെയാണ്' എന്ന് ആരോ പറഞ്ഞതോർത്തതാണ്. നാവികരുടെ ഇടയിലുള്ള ഒരു ചൊല്ലാണതെന്നോർക്കുന്നു. ചട്ടക്കൂടിലൊതുക്കിയാൽ കണ്ണാടി പെട്ടെന്ന് താഴെ വീണുടയില്ലത്രെ. അപ്പോൾ കണ്ണാടി കയ്യിലെടുക്കാൻ എളുപ്പമാകും. അതിന്റെ അനന്യമായ സൗന്ദര്യം ആസ്വദിക്കാനുമാകും."

ലോറിയ കാതണിയണിഞ്ഞു. "ഇതിലൊന്ന് അണിഞ്ഞ് നോക്കുന്നോ?" അവൾ ചോദിച്ചു. "വേണ്ട." അസ്ലം ചിരിച്ചു. അവർക്കിനിയും കഥകളുണ്ട് പറയാൻ. എന്നാൽ രാവിന് ഇനി അധികനീളമില്ല. തീയിനേയും ആകാശത്തേയും വിശ്വസിച്ച് അവർ ഉറങ്ങാൻ കിടന്നു. ഹ്രസ്വമെങ്കിലും സുഖനിദ്ര ആസ്വദിച്ചു.

പിറ്റേന്ന് പ്രഭാതത്തിൽ, ആദ്യ വെയിൽകിരണങ്ങൾ പിറന്ന് അധികം കഴിയുന്നതിനു മുമ്പേ, കുതിരകളെ തയ്യാറാക്കി യാത്ര തുടങ്ങിയപ്പോൾ ആരോ തങ്ങൾക്ക് പുറകിലുണ്ടെന്ന് അവർ മനസ്സിലാക്കി. അവർ നദീതീരത്തേക്ക് കുതിരകളെയോടിച്ചു. പുറകിൽ നിന്നും വന്ന അമ്പ് ലോറിയയുടെ വലത് കൈത്തണ്ടയിൽ തറച്ചു. പുറകെ വരുന്നവരുടെ ശ്രദ്ധ തിരിക്കാനായി അസ്ലം മറ്റൊരു ദിശയിലേക്ക് തിരിഞ്ഞു. അപ്പോൾ പുറകിൽ നിന്നും 'കാതണികളിൽ ഒന്ന് നദിയിൽ വീണു' എന്ന് ലോറിയ വിളിച്ച് പറയുന്നത് അയാൾ കേട്ടു. "ഞാനെടുത്ത് കൊണ്ടുവരാം. ഇപ്പോൾ അതിനെക്കുറിച്ചോർത്ത് വിഷമിക്കണ്ട!" അസ്ലം മറുപടി പറഞ്ഞു. അപ്പോഴേക്കും മെറാനികൾ പുഴ മുറിച്ച് കടക്കാൻ തുടങ്ങിയിരുന്നു. മുന്നിൽ നിന്ന രണ്ടുപേരെ അസ്ലം ചോരപ്പുഴയിൽ മുക്കി. കുന്നിൻ മുകളിലെത്തിയതിനു ശേഷം ലോറിയയും ശരവർഷം തുടങ്ങി. പക്ഷേ കയ്യിലെ മുറിവ് മൂലം അവൾക്ക് അധിക നേരം പിടിച്ച് നിൽക്കാനായില്ല.

സായാഹ്നത്തിൽ ലോറിയ ഷഹ്മാരൻ സ്ത്രീകളോടൊപ്പം അവിടേക്ക് തിരിച്ചെത്തി. അവിടെ കുറേയേറെ മെറാനി ശവങ്ങൾ കണ്ടു. അസ്ലമിനെക്കുറിച്ച് വിവരമൊന്നും ലഭിച്ചില്ല. നദിയിൽ മുങ്ങിത്തപ്പിയെങ്കിലും കാതണിയും ലഭിച്ചില്ല.

"താങ്കളെ ഞങ്ങൾ അന്വേഷിച്ചു. ഒരു തുമ്പും ലഭിച്ചില്ല. ഞങ്ങൾ പിടികൂടിയ മെറാനികളോടന്വേഷിച്ചു." വെൻഡേല തുടർന്നു. അവൾ ലെഫ്റ്റിയുടെ കാൽമുട്ടിനരികെ ഇരിപ്പായിരുന്നു. ഇത്രകാലം അവൾ നെടുവീർപ്പോടെ, അമ്പരപ്പോടെ കേട്ടറിഞ്ഞ മനുഷ്യനിതാ ഒരു കൈപ്പാടകലത്തിലിരിക്കുന്നു. അനസാഫിന്റെ മുറിവുകളിൽ അവൾ മരുന്ന് പുരട്ടി.

ലെഫ്റ്റിയുടെ മുറിവുകളിൽ മരുന്ന് പുരട്ടി. പിന്നെ മരുന്ന് നിറച്ച തളിക വൃത്തിയാക്കി.

"പുറത്ത് നിന്ന് നല്ലൊരു മണം വരുന്നു." ലെഫ്റ്റി പറഞ്ഞു.

"അത് പുറത്തുനിന്നല്ല. ഈ മുറിയുടെ മണമാണത്. കഴിഞ്ഞ വസന്തത്തിൽ വെൻഡേല മുറിയിൽ വെള്ള പൂശുന്നതിനിടയിൽ, ചായത്തിൽ മുല്ലപ്പൂ എണ്ണ കലർത്തി. തണുപ്പ് കാലമായാൽ ആ മണത്തിനിത്തിരി കടുപ്പം കൂടും. ജീവൻ വയ്ക്കും. മരുന്നിന്റെ തളികകൾ മാറ്റിയതിനാൽ ഇപ്പോൾ മുല്ലപ്പൂവിന്റെ മണം കൂടുതൽ ശക്തമായി."

"ലോറിയ ഇവിടെയുണ്ടോ?" ലെഫ്റ്റി ചോദിച്ചു.

"ഇല്ല. തോട്ടം എവിടെയെന്ന് അവൾക്കറിയാം. എന്നാൽ അവിടെ നിന്ന് കഴിവതും അകന്ന് നിൽക്കാൻ അവൾ ശ്രദ്ധിക്കുന്നു."

"അങ്ങിനെയെങ്കിൽ, ലോറിയ എന്നന്വേഷിക്കുന്നതിനു പകരം മേറാനികൾ തോട്ടത്തെക്കുറിച്ചെന്തിനന്വേഷിച്ചു? താങ്കളെ പീഡിപ്പിക്കുന്നതിനിടയിൽ തോട്ടത്തിനെക്കുറിച്ചല്ലേ അന്വേഷിച്ചിരുന്നത്?"

"ഗുഹയിലേക്ക് കൊണ്ടുപോകുന്ന വഴിയിൽ വച്ച് അവർ എന്റെ പേര് ചോദിച്ചു. പിന്നേയും പല ചോദ്യങ്ങളുമുണ്ടായി. ലോറിയ എവിടെയാണെന്ന് വളരെ അപൂർവ്വം പേർക്കേ അറിയുകയുള്ളൂ. അതിലൊന്ന് ഞാനാണെന്ന് അവർ ഊഹിച്ചു. എനിക്കുത്തരം നൽകാനാകാത്ത ചോദ്യങ്ങൾ ചോദിച്ചുകൊണ്ടേയിരിക്കുന്നത് അവരെ സംബന്ധിച്ച് സമയ നഷ്ടമായിരുന്നു. തോട്ടം എവിടെയെന്നറിഞ്ഞാൽ തോട്ടം ആക്രമിക്കുക മാത്രമല്ല, ലോറിയ എവിടെ എന്നറിയുന്നവരെ പിടികൂടുകയും ചെയ്യാം. അതായിരിക്കണം കാരണം."

"ഈ തോട്ടത്തിനത്രയൊക്കെ പ്രാധാന്യമുണ്ടോ? ഷഫാരൻ വിഭാഗം ഒരിക്കലും എവിടേയും സ്ഥിരതാമസമാക്കാറില്ലെന്ന ചിന്തയായിരുന്നു എനിക്ക്. ഓരോ ഋതുവിലും വാസസ്ഥാനം മാറുന്നു എന്ന്."

"അതെ. ഞങ്ങൾ അങ്ങനെയൊരു നായാടിവർഗ്ഗം തന്നെയാണ്. എന്നാൽ യുദ്ധകാലത്ത് ചില മാറ്റങ്ങളുണ്ടായി. ആദ്യമൊക്കെ ചില പ്രത്യേക സ്ഥലങ്ങളിൽ കേന്ദ്രീകരിച്ചായിരുന്നു പ്രവർത്തനം. പിന്നെ പിന്നെ അഗതികളായ സ്ത്രീകളുള്ള, അഗതികളായ ജനങ്ങളുള്ള, എല്ലായിടങ്ങളിലേക്കും പ്രവർത്തനം വ്യാപിപ്പിച്ചു. അങ്ങനെ വ്യാപിച്ചപ്പോൾ മെറാനികളുടെ ആക്രമം അധികമായി. വല്ലപ്പോഴും ഒരു യുദ്ധം എന്നതിനു പകരം എന്നും എല്ലായിടത്തും യുദ്ധമായി. ഞങ്ങളുടെ സംഖ്യാബലം വർദ്ധിച്ചതിനാൽ യുദ്ധഭൂമിയിൽ നിന്നും വളരെ മാറി ഞങ്ങൾ തോട്ടം നിർമ്മിച്ചു. ഞങ്ങൾ ഇവിടെ വിശ്രമിക്കുന്നു. ഞങ്ങളുടെ പോരാളികൾക്ക് പരിശീലനം നൽകുന്നു. ആവശ്യമുള്ളവർക്ക് അഭയം നൽകുന്നു. അവർ ഈ തോട്ടം കണ്ടെത്തിയാൽ ഞങ്ങൾ ഇത് ഉപേക്ഷിക്കും. മറ്റൊന്ന് നിർമ്മിക്കും. ഞങ്ങളുടെ കരുത്ത്, ഈ തോട്ടത്തിനു പുറത്താണെങ്കിലും

എല്ലായിടത്തുമാണെങ്കിലും പൊടുന്നനെയൊന്ന് ഞങ്ങളെ ആക്രമിക്കാനായാൽ, ഞങ്ങളുടെ ഹൃദയം തന്നെ തകർക്കാനാകും എന്നവർ കരുതുന്നു."

"അങ്ങനെ തന്നെയല്ലേ? ഇവിടെ ഞാൻ ധാരാളം യോദ്ധാക്കളെ കണ്ടു. മെറാനികൾക്ക് ഇത് നല്ലൊരു ലക്ഷ്യസ്ഥാനമാകുമെന്ന് തോന്നുന്നു. സെയ്നോയും ഇവിടെ തന്നെയുണ്ട്. അവരോട് ലോറിയ എവിടെയെന്ന് അവർ ചോദിക്കും."

"ഉവ്വ്. അവർക്ക് സെയ്നോയെ അറിയാം. ലോറിയയെ പിടികൂടാൻ താത്പര്യമുള്ളതുപോലെ സെയ്നോയേയും പിടികൂടാൻ അവർക്ക് താത്പര്യമുണ്ട്. ഒരു പക്ഷേ സെയ്നോയെ പിടികൂടാനാകും കൂടുതൽ താത്പര്യം..." അനസാഫ് ഒരു നിമിഷം നിർത്തി. എങ്ങിനെ തുടരണം എന്നാലോചിക്കുകയാണെന്ന് തോന്നി.

"ഇന്ന് മുഴുവൻ സെയ്നോയെ കണ്ടിട്ടില്ല. തിരക്കിലാകുമെന്ന് തോന്നുന്നു." ലെഫ്റ്റി പറഞ്ഞു.

"റോന്ത് ചുറ്റുന്ന രഹസ്യാന്വേഷണ വിഭാഗക്കാരിൽ നിന്നും ചില വിവരങ്ങൾ ലഭിച്ചതിനാൽ പുറത്ത് പോയിരിക്കുന്നു. എപ്പോൾ തിരിച്ചെത്തും എന്നറിയില്ല."

"സെയ്നോയ്ക്ക് ലോറിയയെക്കുറിച്ച് വേവലാതിയുണ്ടെന്ന് എനിക്ക് മനസ്സിലായി."

"ഉവ്വ്..." വെൻഡേലയാണ് പറഞ്ഞത്. "എന്നാൽ ഇപ്പോൾ ആ പിരിമുറുക്കത്തിനൊരു അയവ് വന്നിരിക്കുന്നു. അവളുടെ മകൾ ഒരുകാലത്ത് ഞങ്ങളോടൊപ്പമായിരുന്നു. അന്നവർക്ക് എപ്പോഴും ആകാംക്ഷയായിരുന്നു. എന്നും മരണവുമൊത്ത് നൃത്തമാടുന്ന അമ്മയോടൊത്തൊരു കുഞ്ഞ് എന്ന ഭയം സഹിക്കാനാകുന്നതിലും അപ്പുറത്തുള്ളതാണ്. പേക്കിനാവുകൾ അവരെ വേട്ടയാടാൻ തുടങ്ങി. തന്നെയല്ല, തന്റെ മകളെ ശത്രുക്കൾ വേട്ടയാടിയേക്കും എന്ന ഭയവും. അക്കാലങ്ങളിൽ അവരുടെ കാഴ്ച മങ്ങിയോ, വാളുപിടിക്കുന്ന കൈത്തണ്ടയുടെ കരുത്ത് മങ്ങിയോ എന്നൊക്കെ ഞാൻ ചിന്തിച്ചിട്ടുണ്ട്. സ്വയം മറ്റൊരു ലോകത്തിലേക്കവർ വലിച്ചിഴച്ച് കൊണ്ടുപോകുകയായിരുന്നു. അതുകൊണ്ടാണ് സെയ്നോ തന്റെ മകളെ അമ്മ സീയുടെ അടുത്തേക്കയയ്ക്കാൻ തീരുമാനിച്ചത്."

ഇത് കേട്ടതും ലെഫ്റ്റി പെട്ടെന്ന് ചുമയ്ക്കാൻ തുടങ്ങി. ശ്വാസം തടസ്സപ്പെട്ടതുപോലെ ചുമയ്ക്കാൻ തുടങ്ങി. മുഖം ചുവന്നു. തൊണ്ടയിൽ എന്തോ കുരുങ്ങിയതുപോലെ ഞരമ്പുകളെല്ലാം തുടുത്ത് വന്നു. വെൻഡേല കുറച്ച് വെള്ളം കൊടുത്തു. ചുമ നിന്നു. എന്നാൽ കണ്ണിൽ നിന്നും ധാരധാരയായി വെള്ളമൊലിക്കാൻ തുടങ്ങി. തല കറങ്ങുന്നതുപോലെ തോന്നി. മുറിവുകളെല്ലാം ഒന്നിച്ച് വേദനിക്കാൻ തുടങ്ങി. ഊർജ്ജം വാർന്നുപോയതുപോലെ തോന്നി. അവർ അവനെ താങ്ങിയെടുത്തു.

മെത്തയിൽ കിടത്തി. അവൻ സീയെക്കുറിച്ചാലോചിച്ചു. ഉമിനീരിറക്കി. പിന്നെ അതുവരേക്കും ചോദിക്കാൻ മടിച്ച ചോദ്യമെടുത്തു.

"സെയ്നോയുടെ മകളുടെ പേരെന്തായിരുന്നു?"

"റാവെ." അനസാഫ് പറഞ്ഞു.

"സെയ്നോ അവരെ അവസാനം കണ്ടതെന്നാണ്?"

"മകളെ അമ്മയുടെ സമീപമാക്കിയതിനു ശേഷം അവർ തമ്മിൽ കണ്ടിട്ടില്ല. അങ്ങനെ പരസ്പരം കാണാതിരിക്കുന്നതാണിരുവരുടേയും സുരക്ഷിതത്വത്തിനു നല്ലതെന്ന തീരുമാനത്തിലെത്തി. അമ്മയുടെ ഗ്രാമം വളരെ ദൂരെയാണ്. ചോദിക്കാൻ കാരണം? താങ്കൾക്ക് അവരെ അറിയാമോ?"

"ഇല്ല. എനിക്കറിയില്ല." സീയുടെയും റാവെയുടേയും വിധി പറഞ്ഞ് അവരിൽ ദുഃഖത്തിനു കാരണമാക്കണ്ട എന്ന തീരുമാനത്തിൽ ലെഫ്റ്റി എത്തി. അതിലുംനല്ലത് ആ വേദന തന്നിൽ മാത്രമായി ഒതുങ്ങുന്നതാണ്.

"അങ്ങനെയൊക്കെ." വെൻഡേല ആശ്ചര്യം ഒറ്റവാക്കിലൊതുക്കി. അടുപ്പിനടുത്തേക്ക് നടന്നു. മെഴുകുതിരിയുപയോഗിച്ച് അടുപ്പ് കത്തിച്ചു. വെള്ളം ചൂടാക്കാൻ വച്ചു. പിന്നെ ഒന്ന് ചിരിച്ചു. "സംസാരിച്ചിരുന്ന് ചായയുടെ കാര്യം മറന്നു. എന്തോ മറന്നതുപോലെയുണ്ടായിരുന്നു. അതെന്താണെന്ന് ഓർത്തെടുക്കാൻ ശ്രമിക്കുകയായിരുന്നു."

"സെയ്നോയുടെ അച്ഛനെ അറിയുമോ? ഇപ്പോഴും ജീവിച്ചിരിപ്പുണ്ടോ?" ലെഫ്റ്റി അനസാഫിനോട് ചോദിച്ചു.

"ആരും ഇതുവരെ കണ്ടിട്ടില്ല. എന്നാൽ ജീവിച്ചിരിപ്പുണ്ട് എന്നാണ് കേൾക്കുന്നത്. സെയ്നോയും അന്വേഷിച്ചുകൊണ്ടിരിക്കുന്നു."

"അദ്ദേഹത്തിന്റെ പേരെന്താണ്?"

"പല പേരിലും അറിയപ്പെടുന്നുണ്ട്. ശരിയായ പേരെന്തെന്ന് ഇതുവരേക്കും സെയ്നോ പറഞ്ഞിട്ടില്ല. അദ്ദേഹവും ഇടംകയ്യനാണത്രെ."

"ഇടംകയ്യനോ...?"

"താങ്കളെ കാണാൻ വെമ്പൽ പൂണ്ട വെൻഡേല, താങ്കളെ ലെഫ്റ്റി എന്ന് വിളിച്ചു തുടങ്ങി. അപ്പോഴാണ് തന്റെ അച്ഛനും ഇടംകയ്യനാണെന്ന കഥ സെയ്നോ പറയുന്നത്. അതുമൂലം അച്ഛൻ അനുഭവിച്ച പല രസകരമായ വസ്തുതകളെക്കുറിച്ചും സെയ്നോ പറയുകയുണ്ടായി. അപരിചിതമായ ഗ്രാമങ്ങൾ സന്ദർശിച്ചപ്പോൾ സംഭവിച്ചവ. അത് കേട്ട് ഞങ്ങൾ കുറേ ചിരിച്ചു. എന്നാൽ അദ്ദേഹം പിന്നെ വീട്ടിൽ തിരിച്ചെത്തിയില്ല എന്ന് കേട്ടപ്പോൾ ദുഃഖവും തോന്നി. അതിനുശേഷം അതൊരിക്കലും സംഭാഷണത്തിൽ കയറി വന്നിട്ടില്ല."

"ഇതിനെക്കുറിച്ച് സംസാരിക്കേണ്ട കാര്യമില്ല." വെൻഡേല ഇടയ്ക്ക് കയറി പറഞ്ഞു. തനിക്ക് ലെഫ്റ്റിയെ കാണാൻ വെമ്പലുണ്ടായിരുന്നു

എന്നത് അവരെ പരിഭ്രമിപ്പിച്ചതാണോ അതോ സെയ്നോയുടെ ദുഃഖത്തെക്കുറിച്ച് പറഞ്ഞതാണോ അവർ അങ്ങനെ പ്രതികരിക്കാൻ കാരണമാക്കിയത് എന്നവർക്കറിയില്ല. മെഴുകുതിരി വെളിച്ചം രഹസ്യങ്ങളൊന്നും പുറത്ത് വിട്ടില്ല. ഒരു തളികയിലെ ചെറുചൂടുവെള്ളത്തിലേക്ക് അവർ റോസാദളങ്ങളിട്ടു. ആ പാത്രം മെത്തയ്ക്കരികിൽ വച്ചു. "ഈ പ്രദേശങ്ങളിൽ പൂക്കാലം വൈകിയേ വരൂ. പൂക്കൾ വിടരാനും വൈകും. അതുകൊണ്ട് തന്നെ പഴങ്ങളും വൈകും. ഇത് ഈ വസന്തത്തിലെ അവസാനത്തെ മഞ്ഞ പനിനീർ പൂക്കളാണ്. മാത്രമല്ല അവസാനത്തെ ചെറിപ്പഴങ്ങളും ഇന്ന് ഞങ്ങൾ പറിക്കുകയുണ്ടായി. അത് രണ്ടിനും താങ്കൾക്ക് സമീപമെത്താനാണ് വിധി എന്ന് തോന്നുന്നു."

തനിക്കരികിലിരിക്കുന്ന വെൻഡേലയെ ലെഫ്റ്റി നോക്കി. അവളുടെ മുഖത്തു നിന്ന് ഒന്നല്ല, രണ്ട് തരം സൗന്ദര്യങ്ങൾ. സ്വരത്തിന് രണ്ട് വ്യത്യസ്ത ഭാവങ്ങൾ. "ഇന്നലെ രാത്രി പാട്ട് പാടിയിരുന്ന കാവൽക്കാരി താങ്കളായിരുന്നു അല്ലേ?"

"അതെ." വെൻഡേല ലജ്ജിച്ചുകൊണ്ടാണ് അത് പറഞ്ഞത്. "ഇരുട്ടിലിരിക്കുമ്പോൾ പാടാനെനിക്കിഷ്ടമാണ്. എന്നാൽ ഇപ്പോൾ പാടാനൊന്നും പറയല്ലേ. എനിക്കതിനാകില്ല."

ലെഫ്റ്റി ഒന്നും പറഞ്ഞില്ല. വെറുതെ അവളുടെ മുഖത്തേക്ക് നോക്കിയിരുന്നു.

"ഞാൻ പല കാര്യത്തിലും ഇളയമ്മയെപ്പോലെയാണ്. എന്റെ ശബ്ദവും ഇളമയമ്മയിൽ നിന്നും ലഭിച്ചതാണെന്ന് പലരും പറയുന്നു. എന്നാൽ അവരുടെ ആത്മവിശ്വാസം എനിക്കില്ല. ഇളയമ്മയ്ക്ക് പൊതുവേദികളിൽ പാടാനും ഇഷ്ടമായിരുന്നു."

"എസീറാ...." ലെഫ്റ്റി വിളിച്ചു.

"ഒരാൾ പേരുമാറ്റിയാൽ അത് ആത്മാവിനേയും ബാധിക്കും എന്നെനിക്കറിയില്ലായിരുന്നു. ഒരു കുഞ്ഞ് ജനിക്കുന്നതുപോലെയാണത്, അല്ലെങ്കിൽ മരിച്ചവരെ മറക്കുന്നതുപോലെ. എസീറാ..വെൻഡേലാ, എനിക്ക് രണ്ടുപേരുകളുണ്ട്. ഞാൻ കുഞ്ഞായിരുന്നപ്പോൾ എല്ലാവരും എന്നെ കൊച്ചു എസീറാ എന്ന് വിളിച്ചു. ഇളയമ്മയെ വലിയ എസീറാ എന്നും. എന്നാൽ ഇളമയമ്മയുടെ മരണശേഷം ഞാൻ ഷഫാരനോടൊപ്പം ചേർന്നപ്പോൾ അവർ എന്റെ രണ്ടാമത്തെ പേരുപയോഗിക്കാൻ തീരുമാനിച്ചു. ഞാനും ഇളയമ്മയും തമ്മിൽ മാറാതിരിക്കാനാണ് അവർ ഇത് ചെയ്തത്. ആദ്യമൊന്നും ഇതൊരു വലിയ കാര്യമായി തോന്നിയില്ല. എന്റെ മനസ്സിൽ ഇതിനെക്കുറിച്ച് ചിന്തിക്കാനാകാത്ത മറ്റ് വൈഷമ്യങ്ങളുണ്ടായിരുന്നു. എന്നാൽ, കുറച്ച് കഴിഞ്ഞപ്പോൾ, ഇളയമ്മ മരിച്ചതുപോലെ എന്റെ മറ്റേ പേരും മരിക്കുകയാണെന്ന് ഞാൻ അറിഞ്ഞു. എന്റെ ഭൂതം തന്നെ നഷ്ടമാകുന്നതുപോലെ തോന്നി. എന്റെ പഴയ ജീവിതം എന്നോടൊപ്പമില്ലാത്തതുപോലെ. അതുരുകി ഒലിച്ച് പോകുന്നതുപോലെ. ആരോ തേച്ചു

മായ്ച്ച് കളയുന്നതുപോലെ. എനിക്ക് എന്നെത്തന്നെ നഷ്ടമാകാൻ തുടങ്ങി. ഇടയ്ക്ക് ഞാൻ കണ്ണാടിക്ക് മുന്നിൽ ചെന്നു നിന്ന് എന്റെ പ്രതി ബിംബത്തിനോട് സംസാരിക്കാനാരംഭിച്ചു. പ്രതിബിംബത്തെ എസീറാ എന്ന് വിളിച്ചു. അപ്പോഴാണ് ഞാൻ സംസാരിക്കുന്നത് എന്റെ ഇളയമ്മ യോടാണോ എന്ന സംശയമുണ്ടായത്. അതെന്നെ ഭയപ്പെടുത്തി. പിന്നെ കണ്ണാടിക്ക് മുന്നിൽ നിന്ന് സംസാരിച്ചില്ല. ജീവിതം നമുക്കെല്ലാം തരുന്ന ഏറ്റവും വലിയ നിധി, എല്ലാതിനോടും പൊരുത്തപ്പെടുവാനുള്ള കഴി വാണ്. മരണത്തിനോടുപോലും നമ്മൾ പൊരുത്തപ്പെട്ടുപോകുന്നു. അതു കൊണ്ടുതന്നെ ഏറ്റവും വേദനാജനകമായ കാര്യങ്ങളെക്കൂടി മറികടക്കു വാൻ നമുക്കാകുന്നു. സമയം കടന്ന് പോയപ്പോൾ ഞാൻ പുതിയ കളിയെ സ്വീകരിച്ചു. അതുമായി പൊരുത്തപ്പെട്ടു. അതിനെ ഇഷ്ടപ്പെടാനാരംഭിച്ചു. എന്നാൽ എന്തെങ്കിലുമൊത്ത് പൊരുത്തപ്പെടുക എന്നതൊരു കാര്യം, എന്തിനെയെങ്കിലും മറക്കുക എന്നത് തീർത്തും വ്യത്യസ്തമാണ്. മരിച്ചു പോയ നമ്മുടെ ബന്ധുക്കളെ നഷ്ടമാകുക, നമ്മുടെ പഴയ പേര് നഷ്ട മാകുക എന്നതൊക്കെ ജീവിതം നമുക്ക് തരുന്ന സമ്മാനങ്ങളായി കരുതി യാൽ മതി."

തന്റെ തലയ്ക്ക് മുകളിൽ ഞാത്തിയിട്ടിരിക്കുന്ന പായയിലേക്ക് ലെഫ്റ്റി ശ്രദ്ധ തിരിച്ചു. കണ്ണടച്ചു. അതിൽ തുന്നിപ്പിടിപ്പിച്ചിട്ടുള്ള പാമ്പിന്റെ ചിത്രത്തിൽ പാമ്പ് താഴേക്കിറങ്ങുകയാണ്. അതിനു മുമ്പ് കേട്ടിട്ടില്ലാത്ത ഒരു ഗാനം എസീറ മൂളാനാരംഭിച്ചു. വളരെ പഴയ, പരിചിതമല്ലാത്ത, എല്ലാവരാലും ഉപേക്ഷിക്കപ്പെട്ട ഒരു ഗാനം. ദൂരെ പറന്ന് നടന്നിരുന്ന പക്ഷികൾ ദിശമാറ്റി പറക്കുവാനാരംഭിച്ചു. നക്ഷത്രങ്ങൾ മലമുകളിൽ വന്നിറങ്ങി നിന്നു. തോട്ടം പൂത്തുലഞ്ഞു. മരങ്ങൾ ചാഞ്ചാടുവാനാ രംഭിച്ചു. അവൾ ഈ ഗാനം ഇന്നേക്ക് വേണ്ടി, ഈ രാത്രിയിലേക്ക് വേണ്ടി സൂക്ഷിച്ച് വച്ചതാണ്. ഇത്തിരി ദുഃഖവും ഇത്തിരി ആനന്ദവും പിന്നെയിത്തിരി ഇരുട്ടും ആ ഗാനത്തിലുണ്ട്. വഴി നടക്കുന്നവർക്കായി വഴിയരികിൽ സൂക്ഷിച്ചിരുന്ന ശുദ്ധജലമായിരുന്നു അത്, രോഗികൾക്ക് ഔഷധം, പേരുമറന്ന് പോയവർക്ക് ഒരഭിവാദ്യം... നിലവിലുണ്ടെന്നെല്ലാ വർക്കും അറിയാമെങ്കിലും പെട്ടെന്ന് നേടിയെടുക്കാനാകാത്ത പ്രണയ മാണത്.

ഉറക്കം ലെഫ്റ്റിയെ കീഴടക്കാൻ ആരംഭിച്ചു. ഉറക്കം അവനെ തലോടുന്നു. അതിനു മുമ്പേ റോസാദളങ്ങൾ ഉയർന്ന് വന്ന് അവന്റെ മുഖമൊന്ന് തലോടി. ചിത്രത്തിലെ പാമ്പ് താഴേക്കിറങ്ങി. ആദ്യം കഴുത്ത്, പിന്നെ ശരീരം മുഴുക്കെ അവൻ താഴോട്ടിറക്കി. അവന്റെ വായിൽ പഴയ മുറിവുകൾക്കുള്ള ശമനൗഷധമുണ്ട്. ഏറ്റവും കൊടിയ വേദനയെ പോലും സഹിച്ചുനിൽക്കാൻ സഹായിക്കുന്ന ഔഷധം. പാമ്പ് ചൂടുവെള്ളം പോലെ യായിരുന്നു. ഞരമ്പിലൂടെ ഒലിച്ചിറങ്ങുന്ന ചൂടുവെള്ളം പോലെ. പാട്ടിന്റെ താളത്തിനൊത്ത് ശ്രുതി മീട്ടി, തീയിന്റെ നിറത്തിനൊത്ത് അയഞ്ഞ്, നാക്കിൽ അമൃത് പുരട്ടി അവനിറങ്ങി വന്നു.

പാട്ട് അനന്തമായി നീണ്ടുപോയി. എപ്പോഴാണ് അത് അവസാനിച്ച തെന്ന് ആരുമറിഞ്ഞില്ല. ലെഫ്റ്റി ഉറക്കം തുടങ്ങിയപ്പോൾ അവർ ഒരു കമ്പിളിയെടുത്ത് പുതപ്പിച്ചു. ചൂളയ്ക്ക് മുകളിൽ വച്ചിരുന്ന വെള്ളമെടുത്ത് മാറ്റി. മെഴുകുതിരികൾ കെടുത്തി. തോട്ടവും നിശ്ശബ്ദമായിട്ടുണ്ടായിരുന്നു. പക്ഷികളെല്ലാം പറന്ന് പോയിരിക്കുന്നു. എസീറയും അനസാഫും ലെഫ്റ്റിക്ക് സമീപം കിടന്നു. അവരിപ്പോൾ മറ്റേതോ ലോകത്താണ്. മംഗള കരമായ രാത്രിയാണത്. ഒരുപക്ഷേ അവരെല്ലാം ഒരേ സ്വപ്നം കാണു മായിരിക്കാം. പരസ്പരം അവരുടെ മുഖങ്ങൾ ഒന്നുകൂടി അടുത്ത് കാണു മായിരിക്കാം. ഒരഗതിക്ക് തണുപ്പകറ്റാനൊരു വീട് ലഭിച്ചതുപോലെ സന്തുഷ്ടരായിരുന്നു അവർ. അതല്ലെങ്കിൽ വിശന്നിരിക്കുന്നവന് അന്നം ലഭിച്ചതുപോലെ. രാത്രിമുഴുവൻ അവർ സന്തോഷമായുറങ്ങി. അടുത്ത് കിടക്കുന്നയാളുടെ നിശ്വാസത്താൽ തണുപ്പകറ്റി ഉറങ്ങി.

പിറ്റേന്ന് ലെഫ്റ്റി ഉറക്കമുണർന്നപ്പോൾ ദിവാനുമുകളിലിരിക്കുന്ന സെയ്നോയെ കണ്ടു. അവൾ പുറത്തേക്ക് നോക്കിയിരിക്കുകയായിരുന്നു.

“എപ്പോഴാണ് തിരിച്ചെത്തിയത്?”

ശബ്ദം കേട്ട് സെയ്നൊ ലെഫ്റ്റിയുടെ മെത്തയ്ക്കരികിലിരുന്നു. “ആവശ്യത്തിനു വിശ്രമം ലഭിച്ചു എന്ന് തോന്നുന്നു. എനിക്ക് ഇന്നലെ മുഴുവൻ ഉറങ്ങാനായില്ല. യാത്രയിലായിരുന്നു.”

ലെഫ്റ്റി സെയ്നോയുടെ ക്ഷീണിച്ച മുഖത്തേക്ക് കണ്ണോടിച്ചു. കൈ ഉയർത്തി ആ മുഖത്ത് സ്പർശിച്ചു. “താങ്കൾക്ക് ഒരു മകളുണ്ടെന്നും താങ്കളുടെ അമ്മയോടൊപ്പമാണ് അവൾ താമസിക്കുന്നതെന്നും ഞാന റിഞ്ഞു.” ഒട്ടൊന്ന് മടിച്ചാണ് അയാളത് പറഞ്ഞവസാനിപ്പിച്ചത്. അവർ ക്കിടയിൽ ഒരു വേള മൗനം പൊതിഞ്ഞ് നിന്നു. സെയ്നോയുടെ കണ്ണു നിറഞ്ഞു. “സെലി ദൊ-യാനി” അവൾ പറഞ്ഞു. എന്റെ ആഗ്രഹങ്ങൾ എന്റെ ഹൃദയത്തിലെ അഗ്നിയാകുന്നു. അതെന്റെ ഉള്ളമെരിയിക്കുന്നു. അത് പുറത്ത് വന്നാൽ ഞാനാകെ ചാരമാകും. ഈ വേർപാടിനിയും എത്ര നാൾ സഹിക്കണം? ഈ യുദ്ധം എന്നവസാനിക്കും? അതല്ലാതെ മറ്റ് മാർഗ്ഗമില്ലേ? ഒന്നുറങ്ങിയെഴുന്നേൽക്കുമ്പോൾ എന്റെ അമ്മയ്ക്കും മകൾക്കും സമീപമായിരുന്നെങ്കിൽ എന്നാഗ്രഹിക്കാറുണ്ട്. ഇതെല്ലാം ഒരു സ്വപ്നം മാത്രമായിരുന്നു എങ്കിൽ എന്ന്. ഒന്നിച്ചുറങ്ങാനാകുക എന്ന താണ് ഏറ്റവും സുന്ദരമായ സ്നേഹം. “അങ്ങനെയെങ്കിൽ ഉറങ്ങി ക്കോളൂ.” “ഞങ്ങളുടെ പക്കൽ സമയമില്ല. പോകണം.” സെയ്നോ പറഞ്ഞു. ലെഫ്റ്റി നിശ്ശബ്ദനായി. പിന്നെ ആകാശത്തേക്ക് നോക്കി പറഞ്ഞു. “താങ്കളോട് ഒരു കാര്യം പറയാനുണ്ട്.” സെയ്നോ ലെഫ്റ്റി ക്കരികിലേക്ക് നീങ്ങി. “പറയാൻ പോകുന്നത് നമ്മൾ രണ്ടുപേരേയും ഉൾക്കൊള്ളുന്ന എന്തെങ്കിലുമാണെങ്കിൽ പറയുക. താങ്കളെ മാത്രം സംബന്ധിക്കുന്നതാണെങ്കിൽ പറയാതിരിക്കുക. അതല്ല എന്നെ മാത്രം സംബന്ധിക്കുന്നതാണെങ്കിൽ അത് മഞ്ഞ മുടിയുടെ മുത്തശ്ശിയുടെ

മുന്നിൽ വച്ച് പറയുക. പ്രഭാതം മുതൽ അവർ നമ്മെ കാത്തിരിക്കുക യാണ്." ലെഫ്റ്റി എഴുന്നേറ്റ് സെയ്നോയുടെ കൈ പിടിച്ചു. "മഞ്ഞമുടി യുള്ള മുത്തശ്ശി എന്നാണോ പറഞ്ഞത്?" "അതെ. താങ്കളെ കാണണ മെന്നും യാത്ര ചോദിക്കണമെന്നും പറഞ്ഞു." പിന്നെ എന്ത് ചോദിക്ക ണം എന്ന് ലെഫ്റ്റിക്കറിയില്ലായിരുന്നു. "അവർ എവിടെപ്പോകുകയാണ്?" "അവർ എവിടേക്കും പോകുന്നില്ല. പോകുന്നത് താങ്കളാണ്." അത് കേട്ട് ലെഫ്റ്റി ഒന്ന് നാണിച്ചു. "ഞാനോ? എപ്പോൾ?" അയാൾ ചോദിച്ചു. 'ഇന്ന് രാത്രി' എന്ന് സെയ്നോ പറഞ്ഞത് അയാൾ മുഴുവൻ കേട്ടില്ല എന്ന് തോന്നി.

അവർ മുറിയിൽ നിന്നും പുറത്തിറങ്ങി. ഗുഹയുടെ അങ്ങേയറ്റത്തേ ക്കുള്ള ഇടനാഴിയിലൂടെ നടന്നുപോയി. ഒരു വലിയ സ്വീകരണ മുറിയും ചൂടുവെള്ളം നിറച്ച കുളവും കടന്നു പോയി. ഈ കുളത്തിലാണിന്നലെ ലെഫ്റ്റി കുളിച്ചത്. അതിനപ്പുറം വരിവരിയായി മുറികളുണ്ടായിരുന്നു. അതും ഒരു വലിയ വാതിലും കടന്ന് അവർ മുന്നോട്ട് നീങ്ങി.

നല്ല ഉയരമുള്ള മച്ചോടുകൂടിയ മുറിയിലാണ് അവർ എത്തിയത്. പാറ യ്ക്കുള്ളിൽ വെട്ടിയെടുത്തതാണ് ആ മുറി. അതിന്റെ ഇടതുഭാഗത്ത് ഒരു ജാലകമുണ്ട്. പുറത്ത് ധാരാളം മരങ്ങളുണ്ട്. മരങ്ങളിൽ വെയിലടിക്കു ന്നുണ്ടെങ്കിലും മുറിക്കകത്തേക്ക് വെയിൽ അരിച്ചെത്തുന്നില്ല. വലിയ ജാലകമായിരുന്നു അത്. മധ്യത്തിൽ മരത്തിൽ കൊത്തിയുണ്ടാക്കിയ ഒരു പ്രതിമ വച്ചിരിക്കുന്നു. ഒരു കൈയിന്റെ നീളമുള്ള പശുവിന്റെ പ്രതിമയാ യിരുന്നു അത്. അതിന്മേൽ വെള്ളച്ചായം തേച്ചിട്ടുണ്ട്.

അതിനെതിരെയുള്ള ചുമരിനരികിൽ ഒരു ദിവാൻ കട്ടിലിട്ടിരിക്കുന്നു. അതിനു മുന്നിൽ ഉയർത്തി വച്ചിരിക്കുന്ന ഒരു തളികയിൽ പഴങ്ങൾ വച്ചിട്ടുണ്ട്. ആപ്പിൾ, മുന്തിരി, ചെറി എന്നിവയെല്ലാമുണ്ട്. അതുകൂടാതെ രണ്ട് ഭരണികളും കുറേ ഗ്ലാസുകളും വച്ചിട്ടുണ്ട്. പിന്നെ കുറച്ച് റൊട്ടി യുണ്ട്. ചുമരിൽ ചിത്രപ്പണികളൊന്നുമില്ല.

എന്നാൽ ഇതൊന്നുമല്ല ലെഫ്റ്റിയുടെ നോട്ടം പിടിച്ചെടുത്തത്. ദിവാനു മുകളിലിരുന്ന പ്രായം ചെന്ന സ്ത്രീയാണ്. നീല നിറമുള്ള നീളൻ ഉടുപ്പാണവരുടെ വേഷം. വെള്ള മസ്ലിൻ തുണികൊണ്ടുള്ള ഒരു ഷാൾ പുതച്ചിട്ടുണ്ട്. ലെഫ്റ്റി അവർക്ക് സമീപമെത്തി, കയ്യിൽ മുത്തമിട്ടു. എഴുന്നേൽക്കാനാകാത്തതിനാലാകണം അവർ തന്റെ മെലിഞ്ഞ, ചർമ്മം ചുളുങ്ങിയ, കൈകൊണ്ട് ലെഫ്റ്റിയുടെ മുഖത്ത് തലോടി. കണ്ണിനേക്കാൾ കൈകളെ വിശ്വസിക്കുന്ന വൃദ്ധരെപ്പോലെ അവരും നെറ്റിയിൽ, പുരിക ങ്ങളിൽ, മൂക്കിന്മേൽ, കവിളുകളിലെല്ലാം വിരലോടിച്ചു.

"താങ്കൾ ഇവിടെയുണ്ടെന്നറിഞ്ഞിരുന്നു എങ്കിൽ ഞാൻ വന്നു കാണു മായിരുന്നു." ലെഫ്റ്റി പറഞ്ഞു.

സെയ്നോ ഒന്നും പറഞ്ഞില്ല. മുത്തശ്ശി ആദ്യം സംസാരിക്കട്ടെ എന്ന വൾ തീരുമാനിച്ചു.

തന്റെ ഗാനാലാപനത്തിനിടയിൽ വെളുത്ത കുറുക്കൻ കളിയാക്കിയ മഞ്ഞനിറമുള്ള മുത്തശ്ശിയെ നേരിൽ കാണാനാകുമെന്ന് ലെഫ്റ്റി ഒരിക്കലും കരുതിയിരുന്നില്ല. മുത്തശ്ശിയെ കളിയാക്കി പാടിയതിനു ശേഷം കുറുക്കൻ മുത്തശ്ശിയുടെ വീടിന്റെ ജാലകങ്ങൾ എറിഞ്ഞുടച്ചിരുന്നു. കഥയിലെ ആ മുത്തശ്ശി ജീവനോടെയുണ്ടോ എന്നുപോലും ലെഫ്റ്റിക്കറിയില്ലായിരുന്നു. സെയ്നോ പറഞ്ഞ് കേട്ടിട്ടും മനസ്സിന്റെ കോണിൽ അവശേഷിച്ച സംശയത്തിന്റെ തരി ഇപ്പോൾ ഇല്ലാതായി.

“സെലി ദോ” മുത്തശ്ശി പറഞ്ഞു. രണ്ട് വിരലുകൾ ലെഫ്റ്റിയുടെ നെഞ്ചിൽ വച്ചാണവർ അത് പറഞ്ഞത്.

ഉച്ചരിക്കേണ്ട ആദ്യവാക്കെന്തെന്ന് ലെഫ്റ്റി മറന്ന് പോയിരുന്നു. അതിൽ പകച്ചുപോയ അയാൾ “സെലി ദോ” എന്ന് മറുപടി പറഞ്ഞു. മുത്തശ്ശിക്ക് സമീപമിരുന്നു. അതിനുശേഷം അവർ പറഞ്ഞതൊന്നും ലെഫ്റ്റിക്ക് മനസ്സിലായില്ല. എത്ര ശ്രദ്ധാപൂർവ്വം കേൾക്കാൻ ശ്രമിച്ചിട്ടും മുത്തശ്ശിയുടെ വായിൽ നിന്നും കുത്തിയൊഴുകി വന്ന വാക്കുകളൊന്നും തിരിച്ചറിയാനായില്ല.

“മുറിവുകൾ ഭേദമായോ എന്നാണ് ചോദിക്കുന്നത്? എന്റെ കുട്ടികൾ താങ്കൾക്ക് വേണ്ട ശുശ്രൂഷ നൽകുന്നുണ്ട് എന്ന് വിശ്വസിക്കട്ടെ.” സെയ്നോ പറഞ്ഞ് കൊടുത്തു.

മുറിയിലേക്ക് പോകുമ്പോൾ മഞ്ഞ മുടിയുള്ള മുത്തശ്ശി സ്ത്രീകളുടെ ഭാഷ മാത്രം സംസാരിക്കുന്നതിനാൽ താൻ പരിഭാഷകയായി പ്രവർത്തിക്കും എന്ന് സെയ്നോ പറഞ്ഞിരുന്നു.

“എനിക്ക് അവരോട് നന്ദിയുണ്ട്. അവർ എന്റെ ജീവൻ രക്ഷിക്കുക മാത്രമല്ല ചെയ്തത്. ആ സമയത്ത് അവരെത്തിയില്ലെങ്കിൽ ഞാനിപ്പോൾ ജീവനോടെ ഉണ്ടാകുമായിരുന്നില്ല. അവർ എനിക്ക് വേണ്ട എല്ലാ ശ്രുശ്രൂഷയും തരുന്നുണ്ട്.” സെയ്നോ ഈ വാക്കുകൾ സ്ത്രീ ഭാഷയിലേക്ക് വിവർത്തനം ചെയ്തു.

“ജീവിതം എന്നെ ക്ഷമ പരിശീലിപ്പിച്ചിരിക്കുന്നു എന്ന് തോന്നുന്നു. താങ്കളെ കാണാൻ ഇനിയും ഏതാനും ദിവസം കാത്തിരിക്കേണ്ടിവരും എന്നാണ് കരുതിയിരുന്നത്. എന്നാൽ അത്രയും കാത്തിരിക്കാനുള്ള ക്ഷമയില്ലായിരുന്നു. ഇന്നലെ രാത്രി ഒരുറക്കം കഴിഞ്ഞപ്പോൾ എഴുന്നേറ്റ് താങ്കളുടെ മുറിയിലേക്ക് വന്നാലോ എന്നാഗ്രഹം തോന്നി. അവിടെയെത്തി. താങ്കൾ ക്ഷീണിച്ചുറങ്ങുകയായിരുന്നതിനാൽ ശബ്ദമുണ്ടാക്കാതിരിക്കാൻ ശ്രമിച്ചു. താങ്കൾ ശ്വസിക്കുന്ന സ്വരം പിടിച്ചെടുക്കാൻ മാത്രം കരുത്ത് എന്റെ കാതുകൾക്കിപ്പോഴില്ല. എന്നാൽ ആ മുറിയിൽ താങ്കളുണ്ടെന്നത് എന്നെ സന്തോഷിപ്പിച്ചു. ചുമരിൽ പിടിച്ചുകൊണ്ട് തിരികെ നടന്നു. ദൂരെയുള്ള ഒരു പഴയ സുഹൃത്തിനെ കണ്ട് തിരികെ വരികയാണെന്ന് തോന്നി എനിക്ക്. വളരെ ദൂരം നടന്നുവെന്നും.”

അന്ന് രാത്രി, സെയ്നോയല്ല, മഞ്ഞ മുടിയുള്ള മുത്തശ്ശിയാണ് വാതിൽ വരെ നടന്നെത്തിയതെന്ന് ലെഫ്റ്റി തിരിച്ചറിഞ്ഞു. അപ്പോൾ ഹൃദയം മിടിച്ചതുപോലെ ഇപ്പോഴും മിടിക്കാനാരംഭിച്ചു. വൃദ്ധയുടെ വിരലുകൾ ചുണ്ടിനോടടുപ്പിച്ച് ഒരുവട്ടം കൂടി ചുംബിച്ചു. പിന്നെ സെയ്നോയുടെ, വലിയ, ആഴമുള്ള, ഊഷ്മളമായ, ദയയുള്ള, കറുത്ത കണ്ണിലേക്ക് നോക്കി.

"താങ്കൾ സഫാലിയിലുണ്ടെന്നും പിന്നെ ആരോടും ഒന്നും പറയാതെ, പെട്ടെന്ന് അവിടം വിട്ടു എന്നും കൊച്ചുസുൽത്താൻ അറിയിച്ചപ്പോൾ അതെന്നിൽ വേവലാതിയുണ്ടാക്കി," മുത്തശ്ശി തുടർന്നു. "മെറാനികൾ താങ്കളെ കണ്ടെത്തുമോ എന്ന് ഞാൻ ഭയന്നു. താങ്കളെക്കുറിച്ച് എന്തെങ്കിലും വാർത്ത ലഭിച്ചിട്ട് കാലമേറെയായിരുന്നല്ലോ. എന്റെ കുട്ടികൾ താങ്കളെ എല്ലായിടത്തും അന്വേഷിക്കുകയുണ്ടായി."

"കൊച്ചുസുൽത്താന് സുഖം തന്നെയല്ലേ?" ലെഫ്റ്റി ചോദിച്ചു. ആ പേരുകേട്ടപ്പോൾ സന്തോഷം തോന്നി. "അവിടെ നിന്നിറങ്ങുന്നതിനു മുമ്പ് അദ്ദേഹത്തെ ഒന്ന് കാണാനായില്ല. അദ്ദേഹം താങ്കളുടെ സുഹൃത്താണെന്നറിഞ്ഞതിൽ സന്തോഷമുണ്ട്."

"അദ്ദേഹത്തിനു സുഖമാണെന്നാണവർ പറയുന്നത്. ഞാൻ അദ്ദേഹത്തെ കണ്ടിട്ട് വർഷങ്ങളായി. പ്രായം ഇത്രയൊക്കെയായില്ലേ? ഇനി കാണാനും സാധ്യത കുറവാണ്. ഞാൻ പലപ്പോഴും അദ്ദേഹത്തെക്കുറിച്ചാലോചിക്കാറുണ്ട്. അദ്ദേഹം ബാല്യം ചിലവഴിച്ച കൊട്ടാരത്തിലേക്ക് ഞാൻ പോകാറുണ്ടായിരുന്നു. അന്ന് ഞാൻ മുത്തശ്ശിയായിട്ടില്ല. അവർ എന്നെ മഞ്ഞ മുടിയുള്ള സ്ത്രീ എന്നാണ് വിളിച്ചിരുന്നത്. ഞാൻ അത്ര ചെറുപ്പമൊന്നുമായിരുന്നില്ല. എന്നാൽ നല്ല കരുത്തുണ്ടായിരുന്നു. നീക്കങ്ങളിൽ ചടുലതയും ഉത്സാഹവുമുണ്ടായിരുന്നു. സുൽത്താൻ അന്ന് യൗവ്വനത്തിന്റെ ആരംഭത്തിലായിരുന്നു. സ്ത്രീകളുടെ ഭാഷയറിയാവുന്ന അപൂർവ്വം പുരുഷന്മാരിൽ ഒരാളാണദ്ദേഹം. എന്നെ എപ്പോഴും മഞ്ഞ മുടിയുള്ള സ്ത്രീ എന്നാണ് അഭിസംബോധന ചെയ്തിരുന്നത്."

ഇത് പറയുമ്പോൾ അവർ സുന്ദരമായി പുഞ്ചിരിക്കുന്നുണ്ടായിരുന്നു. തോളുവരെ നീണ്ട് കിടക്കുന്ന നീളൻ മുടിയിലൂടെ അവർ വിരലോടിച്ചു. വെയിൽ കൊണ്ട് ഉണങ്ങി തവിട്ട് നിറമായ മുഖത്തിന് യോജിച്ചതായിരുന്നു, നേർപാതിയിൽ നിന്നും ഇരുവശത്തേക്കും വകഞ്ഞിട്ട ആ കേശാലങ്കാരം.

"അങ്ങനെ പറയരുത്. ഒരുപക്ഷേ നിങ്ങളിരുവരും വീണ്ടും കണ്ടേക്കാം." ഇത് അമിതമായ ആത്മവിശ്വാസമാണെന്ന് മനസ്സിലാക്കി ലെഫ്റ്റി പിന്നെ തുടർന്നില്ല.

"അങ്ങനെ ഞാൻ കരുതുന്നില്ല മകനേ. എന്റെ ആരോഗ്യം നശിച്ചു തുടങ്ങിയിരിക്കുന്നു. അധികകാലം ജീവിക്കാനോ, സഫാലി വരെ ഒരു ദൂരയാത്രയ്ക്കോ ഉള്ള ആരോഗ്യം ഇപ്പോഴെനിക്കില്ല. അതറിയുന്നത് എന്നെ വിഷമിപ്പിക്കുന്നില്ല. വൃദ്ധയാകുന്നതിൽ ഏക വിഷമമേയുള്ളൂ.

വാർദ്ധക്യം കരുത്തിനെ ചോർത്തുന്നു എന്ന ദുഃഖം. എന്നാൽ അതാണെന്ന മരണത്തെ പ്രകീർത്തിക്കുന്നതിനടുത്തെത്തിച്ചത് എന്ന് മനസ്സിലാക്കുന്നു. ഞാനതുമായി പൊരുത്തപ്പെട്ടിരിക്കുന്നു. അതല്ലെങ്കിൽ നമ്മുടെ ഹൃദയം ജീവിതത്തോടൊട്ടി നിൽക്കും. മരണം എത്തി എന്നറിഞ്ഞാൽ ആകെ തകരും."

വാക്യങ്ങൾക്കിടയിൽ ശ്വാസമെടുക്കാൻ മുത്തശ്ശി നിർത്തി. അത് സെയ്നോയ്ക്ക് വിവർത്തനത്തിനാവശ്യത്തിലധികം സമയം നൽകി.

"യൗവ്വനമാണ് വാർദ്ധക്യത്തേക്കാൾ നല്ലതെന്ന എന്റെ പഴയ നിഷ്കളങ്ക ചിന്താഗതി മാറിയിരിക്കുന്നു. വാർദ്ധക്യത്തിലെത്തിയവർക്ക് അവരുടെ യൗവ്വനം നഷ്ടമായതിൽ ദുഃഖമുണ്ടാകും എന്ന് കരുതിയിരുന്നു. എന്നാൽ യൗവ്വനം ഞങ്ങൾക്ക് നഷ്ടമായിട്ടില്ല എന്ന് ഇപ്പോൾ മനസ്സിലാകുന്നു. നഷ്ടമായത് ഭൂതകാലമാണ്. ഭൂതകാലത്തിലാണ് നമ്മൾ ജീവിച്ചതും അതിനെയാണ് നമ്മൾ പുറകിൽ ഉപേക്ഷിച്ചതും. അവിടേക്കിനി തിരിച്ച് പോകാനാകില്ല. സമയം വിപരീത ദിശയിലാണ് സഞ്ചരിക്കുന്നതെങ്കിൽ, മറ്റ് വാക്കുകളിൽ പറഞ്ഞാൽ, നമ്മൾ ഈ ലോകത്തിലെത്തുമ്പോൾ വൃദ്ധരാകുകയും പിന്നെപിന്നെ യൗവ്വനത്തിലേക്ക് നീങ്ങുകയുമാണെങ്കിൽ, വാർദ്ധക്യം, പക്വത, ആ പ്രായത്തിന്റെ രുചി എന്നിവയാകും നഷ്ടപ്പെട്ടു എന്ന തോന്നലിന്റെ ഭാഗമായുണ്ടാകുക. കാരണം അത് കഴിഞ്ഞ് പോയതാണെന്ന് തന്നെ. അതിനി തിരിച്ചെത്തില്ല. ഒരാളുടെ ജീവിതത്തിൽ നല്ല പ്രായം ചീത്ത പ്രായം എന്നൊന്നില്ല എന്നെനിക്ക് മനസ്സിലാകുന്നു. അത് സമയം നമ്മോട് കളിക്കുന്ന ഒരു കളിയാണ്, മനസ്സിന്റെ കെണിയാണ്."

മഞ്ഞ മുടിയുള്ള മുത്തശ്ശി സെയ്നോക്ക് നേരെ തിരിഞ്ഞ് അവരോട് എന്തോ പറഞ്ഞു. പിന്നെ പാൽ നിറച്ച് വച്ച ഭരണിയെടുത്ത് കോപ്പകൾ നിറച്ചു.

"താങ്കൾ ഭക്ഷണം കഴിച്ചോ എന്നാണ് ചോദിച്ചത്." സെയ്നോ പറഞ്ഞു.

മറ്റൊരു ഭരണിയിൽ നിന്നും മുത്തശ്ശി പാലിലേക്ക് മൾബറിയുടെ സിറപ്പ് ചേർത്തു. ഒരു ചെറിയ കോലെടുത്ത് ഇളക്കി. രണ്ടും ഒന്നായി, ഒരു മിശ്രിതമായി എന്നുറപ്പായപ്പോൾ അത് ലെഫ്റ്റിക്ക് നേരെ നീട്ടി. പിന്നെ ശേഷിച്ച ഗ്ലാസുകൾ ഇളക്കുവാൻ തുടങ്ങി. ഒട്ടും തിരക്കില്ലാതെ, സമയമെടുത്താണിതെല്ലാം ചെയ്തത്. അപ്പോൾ മുറിയിൽ ആകെയുണ്ടായിരുന്ന സ്വരം മരത്തിന്റെ കോൽ മണ്ണിന്റെ കോപ്പയിൽ തട്ടുന്നത് മാത്രമായിരുന്നു.

"എന്നും താങ്കളോടൊത്ത് സംസാരിക്കാനവസരം ലഭിച്ചും സെയ്നോ അടുത്തുണ്ടായും പ്രഭാതം വിരിയുകയായിരുന്നെങ്കിൽ, ഇന്ന് ഈ തോട്ടമെന്നോട് കാണിച്ച ദയപോലെ എന്നും ലഭിച്ചിരുന്നു എങ്കിൽ.." ലെഫ്റ്റി പറഞ്ഞു.

ഒരു തുണ്ട് റൊട്ടി ലെഫ്റ്റിക്ക് കൊടുക്കുന്നതിനിടയിൽ, ലെഫ്റ്റിയുടെ വാക്കുകൾ കേട്ട് സെയ്നോ പുഞ്ചിരിക്കുന്നുണ്ടായിരുന്നു.

“നക്ഷത്രങ്ങളെക്കുറിച്ച് താങ്കൾക്കുള്ള ജ്ഞാനം, താങ്കൾ കടന്ന് പോയ ദൗർഭാഗ്യങ്ങൾ എന്നിവയെക്കുറിച്ചെല്ലാം ഞാൻ കേട്ടു. അതിലും ഉപരി താങ്കളുടെ ജീവിതത്തിൽ എന്തൊക്കെയോ ഉണ്ടെന്ന് ഞാൻ കരുതുന്നു.” മഞ്ഞ മുടിയുള്ള മുത്തശ്ശി പറഞ്ഞ് തുടങ്ങി. “ജീവിതത്തിൽ ലളിതമായതോ അപ്രധാനമായതോ ഒന്നുമില്ല. നമ്മൾ കുടിക്കുന്ന ഈ പാലുപോലെ തന്നെ. ആ ജാലകത്തിൽ കാണുന്ന വെളുത്ത പശുവിനെ പോലെ. പോയകാലങ്ങളിൽ അമ്മമരാണ് പശുവിനെ വളർത്തിയത്. അതിന്റെ ഫലമായി ഇന്നും നമുക്ക് ജീവിക്കാനാവശ്യമുള്ളതെല്ലാം ലഭിക്കുന്നു. നമ്മൾ പശുവിന്റെ പാലെടുത്തു. അതിന്റെ മാംസം ഭക്ഷിച്ചു. ചർമ്മമെടുത്തു. നമ്മൾ ഒരേ കുടിൽ പങ്കിട്ടു, അടുത്തടുത്ത് കിടന്നുറങ്ങി, വയലിൽ ഒന്നിച്ച് വേലയെടുത്തു. ഒന്നിച്ചൊരേ കാലത്താണ് ഗർഭം ധരിച്ചതെങ്കിൽ, കുഞ്ഞുങ്ങളും ഒരേ കാലത്ത് ജനിച്ചു. പ്രകൃതി ഞങ്ങൾക്ക് തന്ന ഏറ്റവും സുന്ദരമായ വരദാനമായിരുന്നു പശു. അവയുള്ളതുകൊണ്ടാണ് ഞങ്ങൾക്ക് മക്കളെ വളർത്താനും എല്ലാ വൈഷമ്യങ്ങളും അതിജീവിക്കുവാനുമായത്. ഞങ്ങൾക്കിന്ന് വസ്ത്രമുണ്ട്. ഭക്ഷണമുണ്ട്. സംതൃപ്തിയുമുണ്ട്. ‘നമ്മുടെ ലോകം പശുവിലാണ്’ എന്ന് പറഞ്ഞ് ഈ ദയാവായ്പിനെ ഞങ്ങളുടെ അമ്മമാർ അനുഗ്രഹിക്കും. കാരണം പശുവില്ലായിരുന്നുവെങ്കിൽ നമ്മുടെ ജീവിതം അർത്ഥശൂന്യവും ബലഹീനവുമാകുമായിരുന്നു.”

മഞ്ഞ മുടിയുള്ള മുത്തശ്ശി കോപ്പ തളികയിൽ വച്ചു. ശ്വാസമെടുത്തു. ജാലകത്തിൽ വച്ചിരിക്കുന്ന വെളുത്ത പശുവിന്റെ പ്രതിമയിലേക്ക് നോക്കി.

ഇവിടെ വരുന്ന എല്ലാ പുതിയ പെൺകുട്ടികളോടും ഞാനിത് പറയാറുണ്ട്. സ്ത്രീകൾ അവരോടൊപ്പം കൊണ്ടുവരുന്ന നിരാശ, ആത്മാഭിമാനത്തിലെ കുറവ്, ഭയം എന്നിവയും അവരുടെ വേദനയും ഒന്നിച്ചാൽ അത് മതി മകനേ നമ്മെയൊക്കെ നിരാശരാക്കാൻ. അതൊന്ന് താങ്കൾ കാണണം എന്നെനിക്കാഗ്രഹമുണ്ട്. ഞാനവർക്ക് കവിത വായിച്ച് കൊടുക്കുന്നു. നമ്മുടെ അമ്മമാരെല്ലാം കവിതയെഴുതുമായിരുന്നു എന്ന് പറയുന്നു. രോഗശമനം തരുന്ന ഔഷധങ്ങൾ കണ്ടെത്തിയത് നമ്മളാണെന്ന് പറഞ്ഞ് കൊടുക്കുന്നു, ആദ്യമായി നിലം ഉഴുതതും ഗോതമ്പുകൊണ്ട് റൊട്ടിയുണ്ടാക്കിയതും മുന്തിരികൊണ്ട് വീഞ്ഞുണ്ടാക്കിയതും നമ്മളാണ്. നമ്മുടെ മക്കൾക്ക് ജീവിക്കാനാണതെല്ലാം ചെയ്തത്. എല്ലാവർക്കും ഒന്നിച്ച് ആനന്ദിക്കാൻ. ഇതെല്ലാം കേട്ട് വിശ്വസിക്കാതെ, കണ്ണു തുറിപ്പിച്ച് അവരിരിക്കുന്നു. അവർ മർദ്ദനത്തിനു വിധേയരായിട്ടുണ്ട്, ബലാത്സംഗം ചെയ്യപ്പെട്ടിട്ടുണ്ട്, പട്ടിണി കിടന്നിട്ടുണ്ട്, അധിക്ഷേപിക്കപ്പെട്ടിട്ടുണ്ട്, ബലം പ്രയോഗിച്ച് വിവാഹം കഴിപ്പിച്ചിട്ടുണ്ട്, അപമാനിച്ചിട്ടുണ്ട്, അടിമയായി വിൽക്കപ്പെട്ടിട്ടുണ്ട്. പോരാടാൻ ആർക്കും ആഗ്രഹമില്ല. അന്യായത്തിൽ നിന്നും രക്ഷപ്പെടാനാണവരെല്ലാം ഇവിടെയെത്തുന്നത്.”

“ഞങ്ങൾ തീ കത്തിക്കാനും റൊട്ടി ചുടാനും പുരുഷന്മാരെ പഠിപ്പിച്ചു. എന്നാൽ അവർ നമ്മെ എഴുത്ത് പഠിപ്പിച്ചില്ല. അവർ അമ്മമാരുടെ എഴുത്ത് പലകകൾ നശിപ്പിച്ചു. ഞങ്ങൾ സൂചി കണ്ടുപിടിച്ച് വസ്ത്രം തുന്നാനിരുന്നപ്പോൾ അവർ വലിയ കുന്തങ്ങളുണ്ടാക്കുന്ന തിരക്കിലായിരുന്നു. അത് പിന്നെ അവർ ഞങ്ങളുടെ കഴുത്തിനു നേരെ നീട്ടി. അവർ ഞങ്ങളുടെ കലപ്പ കണ്ട് കൊതിച്ചു, ഞങ്ങൾക്ക് വിള തന്ന വയൽ കണ്ട് കൊതിച്ചു, എന്നിട്ട് ഞങ്ങളുടെ രക്തം ചിന്തി. അതിൽ അഭിമാനമേയുള്ളൂ. അവർ പുരുഷന്മാരായതിനാലാണോ അവർ ഇങ്ങനെ കരുത്തരായതെന്ന് തോന്നിയത് അതോ അവർ കവർന്നെടുത്ത സമ്മാനങ്ങളാണോ ഈ ചിന്ത അവരിലെത്തിച്ചത് എന്ന് മനസ്സിലാക്കുവാൻ ഞങ്ങൾ ശ്രമിച്ചുകൊണ്ടിരിക്കുന്നതിനിടയിൽ അവർ ഞങ്ങളെ വീടിനകത്ത് അടച്ചിട്ടു. ഒരു പശുക്കൊമ്പിൽ ജനിക്കുന്ന ജീവിതം വളരെ വൈകിയാണ് ഈ അവസ്ഥയിലെത്തിയതെന്ന് അവർ മറന്നു. ഇങ്ങനെ തുടർന്നാൽ അവരുടെ ഹൃദയവും വരളും എന്ന് ഞങ്ങൾ അവരോട് പറഞ്ഞു. അത് കേട്ട് അവർ ഞങ്ങളെ കളിയാക്കി. ചിരിച്ചു. സ്വന്തം ആശയമനുസരിച്ചവർ ചരിത്രമെഴുതി. ആ ചരിത്രത്തിൽ ഞങ്ങൾക്ക് ഒരു ഭാഗവുമില്ല എന്ന മട്ടിലാണവർ എഴുതിയത്.

“പക്ഷേ, എഴുതാൻ അവർക്കേ ആയുള്ളൂ എങ്കിലും വാക്കുകൾ ഞങ്ങളുടെ പക്കലായിരുന്നു. ആലയിൽ വച്ച് പഴുപ്പിച്ച് രൂപം കൊടുക്കുന്ന ലോഹം പോലെ ഞങ്ങൾ സ്വന്തം സത്യത്തിനു രൂപം നൽകി. അതിന്റെ യക്ഷിക്കഥകളിലൊളിപ്പിച്ചു. അതിലാണ് ഞങ്ങൾ, വേദന, നന്മ, തിന്മ, സന്തോഷം എന്നിവയെയെല്ലാം വിശദീകരിച്ചത്. അതുകണ്ട് അമ്പരന്നവർ ഞങ്ങളിലെ ബുദ്ധിമതികളെ ദുർമന്ത്രവാദിനികൾ എന്ന് വിളിച്ചു, വൈദ്യരായ അമ്മമാരെ യക്ഷികളെന്നും. സ്വേച്ഛാധിപതിയായ ക്രൂരർ പുരുഷന്മാരാണെന്ന് ഞങ്ങൾ തുറന്ന് കാണിച്ചതിന്റെ കോപം അവരിൽ കുമിഞ്ഞ് കൂടി. പലയിടത്തും ഞങ്ങളുടെ കഥകളെ അവർ വിലക്കി. പകരം സ്വന്തം കഥകൾ പറയണമെന്നാവശ്യപ്പെട്ടു. അവരുടെ കഥകളിൽ ദിവ്യത്വമുണ്ടെന്ന് പറഞ്ഞു. ഞങ്ങളുടെ കഥകളിലെ ദൈവം പ്രകൃതിയായിരുന്നു, ജീവിതത്തെക്കുറിച്ചുള്ള അവബോധമായിരുന്നു. എത്ര ശ്രമിച്ചിട്ടും കഥാവസാനത്തിലെ ആനന്ദത്തെ തല്ലിക്കെടുത്താൻ അവർക്കായില്ല. ഞങ്ങളുടെ പ്രതീക്ഷയും അതിലായിരുന്നു. വെറുക്കപ്പെട്ടവരുടെ, നിന്ദിക്കപ്പെട്ടവരുടെ പ്രതീക്ഷ. അനീതികൾക്കിരയായവരുടെ പ്രതീക്ഷ. ലെഫ്റ്റി, പ്രിയ മകനേ, ഒരു സഹനവും വൃഥാവിലാകില്ല. കഥകൾ പരിശോധിക്കൂ. ഏതൊരു കഥയിലും ന്യായവും സന്തോഷവും എന്നും ഒന്നിച്ച് നിൽക്കുന്നത് കാണാനാകും. അവയൊന്നിച്ച് ക്രൂരതയ്ക്കെതിരെ നിൽക്കുന്നത് കാണാനാകും. ഇതെല്ലാം ഞങ്ങളുടെ സ്വപ്നങ്ങളാണ്. ഞങ്ങളുടെ അമ്മമാർ ഞങ്ങളിൽ വിതറിപ്പോയ സ്വപ്നങ്ങൾ. അതുകൊണ്ടാണ് എഴുത്തിൽ ഞങ്ങൾക്ക് താത്പര്യമില്ലാത്തത്, വാക്കുകളിൽ വിശ്വാസമുള്ളത്.”

പുറത്തുനിന്ന് ഒരു സ്വരം കേട്ടു. മരങ്ങൾക്കും അപ്പുറത്തുള്ള പാറക്കെട്ടിൽ നിന്നാണ് അത് വന്നത്. രണ്ടാമതും ആ സ്വരം വന്നപ്പോൾ അതൊരു കുറുക്കന്റേതാണെന്ന് അവർ തിരിച്ചറിഞ്ഞു. "കുറുക്കന്മാർ... തെമ്മാടികൾ..." പുഞ്ചിരിച്ചുകൊണ്ട് മുത്തശ്ശി പറഞ്ഞു.

മുമ്പേതോ അവസരത്തിൽ കേട്ട വാക്കുകൾ ഇപ്പോൾ പുതിയ വാക്കുകളിൽ കുരുങ്ങിക്കിടക്കുകയാണെന്ന് സെയ്നോ തിരിച്ചറിഞ്ഞു. സ്വരത്തിന്റെ ഒരു പുതിയ സ്വനത്തിൽ. വാക്കുകൾ വിവർത്തനം ചെയ്തുകൊണ്ടിരുന്നപ്പോൾ താനും ആ വാക്കുകളുടെ ഭാഗമായെന്ന് അവർക്ക് തോന്നി. അങ്ങനെ അവർ ഒന്നിച്ച് ജീവിതത്തിനൊരു പുതിയ ഗന്ധം നൽകുകയായിരുന്നു എന്ന്. അവർ മഞ്ഞ മുടിയുള്ള മുത്തശ്ശിയോടെന്തോ പറഞ്ഞു. അത് കേട്ടപ്പോൾ മുത്തശ്ശി ലെഫ്റ്റിക്ക് നേരെ തിരിഞ്ഞു. "ശത്രു ഈ വഴിക്ക് വരുന്നുണ്ടെന്ന് താങ്കളോട് പറഞ്ഞിട്ടുണ്ട് എന്നാണ് സെയ്നോ പറഞ്ഞത്." അവർ ഒരു ചെറിയ കത്തിയെടുത്തു. തളികയിൽ നിന്നും ഒരു ആപ്പിളെടുത്ത് മുറിക്കാൻ തുടങ്ങി.

ഇന്നലെ കാലത്ത് ചാരപ്പണിക്കാരിൽ നിന്നും ലഭിച്ച വിവരമനുസരിച്ച് സെയ്നോ തെക്ക് ഭാഗത്തേക്കൊരു പരിശോധനയ്ക്ക് പോയിരുന്നു. അപ്പോൾ ഒരു വലിയ പട ഇവിടം ലക്ഷ്യമാക്കി വരുന്നു എന്നവർ കണ്ടു.

സ്വീകരണമുറിയും കടന്നവർ നടന്നപ്പോൾ സെയ്നോ ലെഫ്റ്റിയോട് സംസാരിച്ചിരുന്നു. ലെഫ്റ്റി അപ്പോൾ ഉയരമേറിയ മച്ചിന്റെ ഭംഗി ആസ്വദിക്കുകയായിരുന്നു. "ഈ കൊത്തുപണികളിൽ രക്തംകൊണ്ട് ചിത്രമെഴുതാനാണവർ വരുന്നത്. ആയിരക്കണക്കിന് മെറാനികൾ ഇതുവഴി വരുന്നുണ്ട്. ഇത്രയും വലിയൊരു പടയൊരുക്കം അവർ നടത്തിയിട്ടുണ്ടെങ്കിൽ, അതിനർത്ഥം, തോട്ടം എവിടെയെന്ന് അവർ കണ്ടെത്തിയിരിക്കുന്നു എന്നാണ്. മൂന്ന് ദിവസത്തെ യാത്രയുണ്ട് അവർക്കിനി ഇവിടേക്ക്. ചുറ്റിലുമുള്ള എല്ലാ ഷഫ്മാരൻ സംഘങ്ങളോടും ഞാൻ സഹായമഭ്യർത്ഥിച്ചിട്ടുണ്ട്. റോന്ത് ചുറ്റുന്ന ഞങ്ങളുടെ സംഘം, ഇവിടെ നിന്ന് കുറെ ദൂരെക്ക് നീങ്ങുന്നുണ്ട്. മെറാനികളെ ആശയക്കുഴപ്പത്തിലാക്കി കുറച്ച് സമയം കൂടി ലഭിക്കുമോ എന്ന് ശ്രമിക്കുകയാണവർ. ശത്രുക്കളുടെ ദിശ മാറ്റുവാനൊരു ശ്രമം. അത് വിജയിച്ച് രണ്ട് ദിവസം അധികം ലഭിച്ചാൽ മതി. അതിനിടയിൽ തയ്യാറെടുപ്പുകൾ എല്ലാം പൂർത്തിയാക്കാം." ലെഫ്റ്റി അദ്ഭുതത്തോടെ സെയ്നോയുടെ മുഖത്തേക്ക് നോക്കിയിരുന്നു. അത് എല്ലാ കൊത്തുപണികളേക്കാളും സുന്ദരമായിരുന്നു.

"അതുകൊണ്ടാണോ ഞാൻ പോകണം എന്ന് തീരുമാനിച്ചത്?"

"അതെ മകനേ. ഈ യുദ്ധം കുറച്ചിട നീണ്ട് നിൽക്കും എന്ന് ഞങ്ങൾ മനസ്സിലാക്കുന്നു. താങ്കൾ വടക്കോട്ട് പോകണം. ലോറിയയെ കണ്ടെത്തണം. ആകാശത്തേക്കുള്ള വാതിൽ തുറക്കപ്പെടുമ്പോൾ ലോറിയ അതിലൂടെ പ്രവേശിക്കും. ഈ ലോകത്തിൽ ഒരു പുതുയുഗം ആരംഭിക്കുന്നത് അവൾ കാണും. ഒരുപക്ഷേ ആ പുതുയുഗത്തിൽ സ്ത്രീകൾക്കും അഗതികൾക്കും നിഷ്കളങ്കർക്കും പുതുജീവിതമുണ്ടായേക്കാം.

അവരുടെ ഹൃദയത്തിലെ വെളിച്ചം വർദ്ധിച്ചേക്കാം. തിന്മയ്ക്ക് മേൽ വിജയം നേടാൻ നന്മയ്ക്ക് അധിക കരുത്ത് ലഭിച്ചേക്കാം."

"അതിലും നല്ലത് ഞാൻ ഇവിടെ തന്നെ നിൽക്കുകയാണ്. മെറാനികളുടേത് വലിയൊരു സംഘമാണ്. ഞാനിപ്പോൾ സുഖപ്പെട്ട് വരികയാണ്. എനിക്ക് വാളുപയോഗിക്കാനാകും. എന്റെ ജീവൻ രക്ഷിച്ച സ്ത്രീകളെ ഉപേക്ഷിക്കാൻ എനിക്കാകില്ല. താങ്കളാണ് സുരക്ഷിത സ്ഥാനത്തേക്ക് നീങ്ങേണ്ടത്..."

മഞ്ഞ മുടിയുള്ള മുത്തശ്ശി സാവധാനത്തിൽ കയ്യുയർത്തി സംസാരം നിർത്താൻ ആവശ്യപ്പെട്ടു. എന്നിട്ട് അയാളുടെ കണ്ണിലേക്ക് നോക്കി ചോദിച്ചു. "ഇതാണോ താങ്കളുടെ വടക്ക്? ഇതിനാണോ ഇവിടെ നിൽക്കണം എന്ന് പറയുന്നത്?"

ലെഫ്റ്റി മറുപടി ഒന്നും പറഞ്ഞില്ല.

"മെറാനികൾ മുമ്പും ഇവിടെ വന്നിട്ടുണ്ട്. ഞങ്ങൾ ഇവിടെയുണ്ടെന്നറിയാതെ അവർ കടന്നുപോയി. എന്നാൽ ഇത്തവണ ഞങ്ങൾ എവിടെയാണെന്ന് അവർക്ക് അറിയാമെന്ന് തോന്നുന്നു. അവർ വരുന്നതിന്റെ പ്രധാന ലക്ഷ്യം താങ്കളെ പിടികൂടാനാണെന്ന് അറിയാമോ? ആ കാതണി കൈക്കലാക്കാൻ?"

മഞ്ഞ മുടിയുള്ള മുത്തശ്ശി തലയിണയിൽ ചാരിയിരുന്നു. ലെഫ്റ്റി ചുമരിൽ നിന്നും കണ്ണ് പറിച്ചെടുത്ത് ആദ്യം സെയ്നോയിലും പിന്നെ മുത്തശ്ശിയിലും ഉറപ്പിച്ചു.

"എന്റെ കയ്യിൽ കാതണിയുണ്ടായിരുന്നു എങ്കിൽ അവർ അത് കണ്ടെത്തിയിട്ടുണ്ടാകുമായിരുന്നു. അല്ലെങ്കിൽ പീഡിപ്പിക്കുന്നതിനിടയിൽ അതെവിടെയാണെന്ന് എന്നെക്കൊണ്ട് പറയിച്ചിട്ടുണ്ടാകുമായിരുന്നു..."

"താങ്കളെക്കുറിച്ചുള്ള കഥകളെല്ലാം ഞാൻ കേട്ടു. താങ്കളുടെ വടക്ക് ഇപ്പോഴും അവസാനിച്ചിട്ടില്ല എന്നെനിക്കറിയാം. തുടരണം. സ്വന്തം പാതയിലൂടെ തുടരണം. ആകാശവാതിൽ തുറന്ന് കിട്ടാനായി മെറാനികൾ ആ കാതണി മാത്രമല്ല തിരയുന്നത്, അവർ ലോറിയയുടെ കയ്യിലുള്ള കാതണിയും തിരയുന്നുണ്ട്. എല്ലാവരും ഇവിടെതന്നെ നിന്നാൽ ആ സ്വപ്നം ആര് പൂർത്തീകരിക്കും? ഞങ്ങളെക്കുറിച്ചോർത്ത് വിഷമിക്കണ്ട. ഇവിടെ സെയ്നോയുണ്ട്. എന്റെ മറ്റ് മക്കളുമുണ്ട്. മാത്രമല്ല, എന്റെ വിധിയെക്കുറിച്ച് എനിക്ക് നല്ല ബോധ്യമുണ്ട്. അതായത് ഞാൻ എപ്പോൾ മരിക്കും എന്ന് എനിക്കറിയാം എന്ന്."

അവസാന വാചകം ലെഫ്റ്റിക്ക് മനസ്സിലായില്ല. താൻ കേട്ടത് ശരിയാണോ എന്ന് സെയ്നോയ്ക്കും ഉറപ്പില്ലായിരുന്നു. മുത്തശ്ശി അതാവർത്തിച്ചപ്പോൾ മാത്രമാണവൾ അത് വിവർത്തനം ചെയ്തത്. മുറിച്ചെടുത്ത ആപ്പിളിൽ നിന്നും ഒരു തുണ്ട് മുത്തശ്ശി ലെഫ്റ്റിക്ക് നൽകി, മറ്റൊരു തുണ്ട് സെയ്നോയ്ക്കും. മഞ്ഞ മുടിയുള്ള മുത്തശ്ശി സംഭാഷണം തുടർന്നു.

"എന്റെ ബാല്യകാലത്ത് ഒരു രാത്രിയിൽ ഞങ്ങൾ സ്ത്രീകൾ താമസിച്ചിരുന്ന വീട് അപരിചിതരായ ചില പുരുഷന്മാർ ആക്രമിച്ചു. അവിടെയുള്ളവരെയെല്ലാം വാളിനിരയാക്കി. എനിക്കും വെട്ടു കൊണ്ടു. ഞാനും രക്തത്തിൽ കുളിച്ച് കിടന്നു. കുട്ടികൾക്ക് ഉറങ്ങാനുള്ള സമയമായിട്ടുണ്ടായിരുന്നില്ല. ഞങ്ങൾ തോട്ടത്തിലിരുന്ന് പാടുകയായിരുന്നു. നൂറുകണക്കിന് പടയാളികളാണ് ആക്രമിക്കാനെത്തിയത്. നീളൻ കുന്തങ്ങളും ആകാശം മുട്ടെ അമ്പുകളും വന്നു. ഞങ്ങളാണ് അവിടത്തെ നിലമുഴുതത്, ഞങ്ങളാണവിടെ വസ്ത്രം നെയ്തത്, കഥകൾ പറഞ്ഞത്. ആക്രമണം വന്നപ്പോൾ അന്തരീക്ഷത്തിൽ കരച്ചിലല്ലാതെ മറ്റൊരു സ്വരമില്ലെന്നായി. കുറെ നേരം ഞാനവിടെ അനങ്ങാതെ കിടന്നു. അമ്മ എവിടെയാണ് വീണ് കിടക്കുന്നത് എന്നറിയാൻ വളരെയധികം സമയമെടുത്തു. ആക്രമണം തുടങ്ങിയപ്പോൾ ഞാൻ ഭയന്നിരുന്നു. എന്നാൽ ഞാൻ മരിച്ച് കഴിഞ്ഞു എന്ന് മനസ്സിലായപ്പോൾ ഭയം ആവിയായി. ഞാൻ അക്രമത്തിന്റെ ഭീകരത കേൾക്കുകയായിരുന്നു. പറഞ്ഞില്ലേ, അവിടെ വസ്ത്രം നെയ്തത് ഞങ്ങളായിരുന്നു. ഞാനാണവിടെയുള്ള ഏക കുഞ്ഞ് എന്ന മട്ടിലാണതെല്ലാം ചെയ്തത്.

ഞങ്ങളിൽ ഏറ്റവും നിപുണയായ നെയ്ത്തുകാരി താലനായിരുന്നു. സുന്ദരമായ നീളൻ വിരലുകളുള്ള താലൻ. അവൾ എനിക്കരികിൽ പുറകിലൊരു അമ്പു തറച്ച് കിടക്കുന്നു. അവളുടെ കണ്ണുകൾ മലർക്കെ തുറന്ന് കിടക്കുന്നു. "നീ മരിച്ചോ താലൻ?" ഞാൻ ചോദിച്ചു. "ഇല്ല. ഏത് നിമിഷവും മരിച്ചേക്കാം. നീ ജീവിക്കും." അവൾ മന്ത്രിച്ചു. "ഇല്ല. ഇല്ല... ഞാൻ മരിച്ചിട്ട് നേരം കുറെയായി." അതേ സ്വരത്തിൽ ഞാൻ മറുപടി പറഞ്ഞു. സ്വരം അതുപോലെ താഴ്ത്തി പറഞ്ഞില്ലെങ്കിൽ മരിച്ചവർ തമ്മിൽ തമ്മിൽ സംസാരിക്കുന്നത് ആരെങ്കിലും കേട്ടാലോ എന്ന ഭയമായിരുന്നു എന്നിൽ. താലൻ സുന്ദരിയായിരുന്നു. എന്നെ മുട്ടുകാലിലിരുത്തി, കവിൾ തടവുമായിരുന്നു. അടച്ച കണ്ണുകൊണ്ട് കവിളിൽ തലോടുമായിരുന്നു. എന്നെ താലോലിക്കാൻ പല പേരുകളും കണ്ടെത്തുമായിരുന്നു. എന്നോടൊപ്പം കളിക്കാനായി, എന്നെ ഓർക്കുന്നില്ല എന്ന് നടിക്കുമായിരുന്നു. എന്നെ ചിരിപ്പിക്കുമായിരുന്നു. അവർ മാത്രമാണെന്നെ പേരെടുത്ത് വിളിച്ചത്. അവർ മാത്രമാണെന്നെ മഞ്ഞ മുടിയുള്ള പെൺകുട്ടി എന്ന് വിളിക്കാതിരുന്നത്. "തെലേയുടെ ജീവിതകാലഘട്ടത്തിൽ ഝഷത്തിന്റെ വിന്യാസഘട്ടവും തുടങ്ങും." ഒരു ദിവസം അവൾ പറയുകയുണ്ടായി. അപ്പോൾ എല്ലാവരും എന്നെ നോക്കി. നൃത്തം ചെയ്തു. എന്നാൽ ഇപ്പോൾ ഞങ്ങൾ മരിച്ച് കിടക്കുകയാണ്. ഞങ്ങൾക്ക് വേദനിക്കുന്നുണ്ട്. എന്റെ തലയിലെ മുറിവിൽ നിന്നും രക്തമൊലിക്കുന്നു. ചുമരിൽ മുഴുവൻ രക്തം കൊണ്ട് ചിത്രം വരക്കപ്പെട്ടിരിക്കുന്നു. സ്ത്രീകളുടെ നിലവിളി കേട്ടപ്പോൾ, ഏറ്റവും വലിയ തിന്മ പീഡനമാണെന്ന് ഞാനറിഞ്ഞു. മരണത്തെ അഭിമുഖീകരിക്കുക എളുപ്പമാണ്. അത് എനിക്കും താലനും അറിയാം. "തെലെ, ഝഷത്തിന്റെ വിന്യാസ കാലഘട്ടം തുടങ്ങുന്നതിനു മുമ്പ് നീ മരിക്കില്ല" അവൾ ഒരിക്കൽ കൂടി മന്ത്രിച്ചു.

അവളുടെ വായിൽ നിന്നും രക്തമൊലിക്കുന്നുണ്ടായിരുന്നു. നെറ്റിയിൽ പച്ചകുത്തിയ നക്ഷത്രത്തിന്റേയും ചന്ദ്രക്കലയുടേയും ചിത്രം തുടിക്കുന്നുണ്ടായിരുന്നു. സ്ത്രീകൾ യാചിക്കുന്നത് കേട്ടപ്പോൾ ഏറ്റവും വലിയ പീഡ ബലാത്സംഗമാണെന്ന് ഞാൻ അറിഞ്ഞു. ഞങ്ങളേ ഇല്ല എന്ന തോന്നൽ സ്ഫടികംപോലെ ഞങ്ങളിൽ വീണുടഞ്ഞു. ഭയന്ന സ്ത്രീകളുടെ തകർച്ച ഞങ്ങൾ കണ്ടു. താലൻ പിന്നേയും എന്നോട് മന്ത്രിക്കാൻ തുടങ്ങി. "നക്ഷത്രങ്ങൾക്കായി കാത്തിരിക്കരുത്. നന്മയ്ക്ക് വേണ്ടി പടപൊരുതുക." ബഹളം പിന്നേയും വർദ്ധിക്കുന്നുണ്ടായിരുന്നു. ദാരിദ്ര്യവും വിശപ്പും തിന്മയാണെന്ന് എനിക്കറിയാമായിരുന്നു. ഞാൻ ചെറുപ്പമായിരുന്നു. മെലിഞ്ഞ ശരീരമുള്ളവളായിരുന്നു. അപ്പോൾ അക്രമം നടക്കുന്ന ക്ഷേത്രത്തിൽ ഞങ്ങൾ അഭയം തേടിയപ്പോൾ, ഞാനെങ്കിലും ജീവിക്കണം എന്നായിരുന്നു എന്റെ അമ്മയുടെ ലക്ഷ്യം. യുദ്ധത്തിൽ നിന്നും രക്ഷപ്പെട്ട മറ്റ് കുട്ടികളും അവിടെയുണ്ടായിരുന്നു. ഞങ്ങൾ കളിച്ചിരുന്ന തോട്ടത്തിൽ പൂക്കളുടെ പരവതാനിയുണ്ടായിരുന്നു. ഞങ്ങൾക്ക് ആവശ്യത്തിന് ഭക്ഷണമുണ്ടായിരുന്നു. ഇരുട്ടായിത്തുടങ്ങി. കരച്ചിലുകൾക്കിടയിൽ താലന്റെ മുഖത്തൊരു പുഞ്ചിരി വിടരുന്നതിനായി ഞാൻ കാത്തിരുന്നു. എന്നാൽ അവളുടെ മുരൾച്ചയും കരച്ചിലും വർദ്ധിച്ച് വന്നു. മരിച്ചവർ അങ്ങനെയാണ്. എന്റെ മുഖഭാവവും തണുത്തറഞ്ഞിരുന്നു എന്ന് എനിക്കറിയാം.

മഞ്ഞമുടിയുള്ള മുത്തശ്ശി തോളിലിട്ടിരുന്ന വെള്ള മസ്ലിൻതുണി കൊണ്ട് കണ്ണു തുടച്ചു. ഒരു നിമിഷം സംസാരം നിർത്തി. പിന്നെ തലയൊന്നുയർത്തി. വണങ്ങി. ജാലകത്തിലേക്ക് നോക്കി. അനക്കമില്ലാത്ത മുഖം മൃദുവായി. ചുണ്ടിൽ ഒരു പുഞ്ചിരി വന്നു.

"താലന്റെ വാക്കുകൾ കേട്ടിട്ട് വർഷങ്ങൾ പലത് കഴിഞ്ഞിരിക്കുന്നു. പിറ്റേന്ന് എനിക്ക് ബോധം വന്നു. ഇന്ന്, എന്റെ ക്ഷീണിച്ച ശരീരം മരിക്കാൻ തയ്യാറായിരിക്കുന്നു. എന്റെ കരുത്ത് ക്ഷീണിച്ച് തുടങ്ങുമ്പോൾ ഝഷത്തിലെ നക്ഷത്രങ്ങൾ അടുത്തെത്തുന്നു എന്ന തോന്നലുണ്ടാകുന്നു. അടുത്ത വസന്തത്തിൽ അവ സൂര്യനുമായി നേർരേഖയിലെത്തും. പുതുയുഗം ആരംഭിക്കും. ഇനിയൊരു വസന്തംവരെ കാത്തിരിക്കാനുള്ള ആരോഗ്യം എന്നിലില്ല എന്ന് അവർക്കറിയാം. അത്ര വൈകില്ല ഇനിയവർ.

"ഒരായുസ്സ് മുഴുവൻ ഞാൻ ക്ലേശിച്ചു ലെഫ്റ്റി. ഞാൻ പ്രതിരോധിച്ചു. പക വീട്ടി. ഞങ്ങളുടെ ലക്ഷ്യം പുരുഷന്മാരെപ്പോലെ ജീവിക്കുക എന്നതല്ല. അവരുടെ കണ്ണിനെ മൂടിയിരിക്കുന്ന തിമിരം മാറ്റുക എന്നത് മാത്രമാണ്. അവരുടെ അഹങ്കാരം മാറ്റുക. എന്റെ മക്കളോട്, അവർ ആൺകുട്ടികളോ, പെൺകുട്ടികളോ ആകട്ടെ, ഞാൻ എപ്പോഴും ഒരു കാര്യം പറയാറുണ്ട്. വാളുപയോഗിക്കുന്നവരുടെ മനസ്സാക്ഷി വാളിന്റെ തലപ്പത്താണിരിക്കുന്നത് എന്നാണു പറയാറുള്ളത്. ദേശദ്രോഹികളെ, പ്രജകളെ പീഡിപ്പിക്കുന്നവരെ, വാൾ ഒരു പാഠം പഠിപ്പിക്കും. എന്നാൽ അതുകൊണ്ട്

ഈ ലോകത്തിൽ പുതിയ ചക്രവാളം തുറക്കാനാകില്ല. അത് ഒരിക്കലും നീ മറക്കരുത് മകനേ. വീട്ടിൽ, വയലിൽ, ഗാനങ്ങളിൽ, കഥകളിൽ, നമ്മൾ ഭക്ഷിക്കുന്ന റൊട്ടിയിൽ, നമ്മളൊന്നിച്ച് പടുത്തുയർത്തിയ ജീവിതത്തിൽ, ന്യായവും നീതിയും നടക്കുന്നു എന്ന് നമ്മൾ ഉറപ്പാക്കണം. അല്ലെങ്കിൽ നമ്മൾ പരാജിതരാണ്. വാളുകൊണ്ട് ലഭിക്കുന്ന നീതി സന്തോഷകര മല്ല, വേദനാജനകമാണ്. അതിനെ നീ ഒരിക്കലും വിശ്വസിക്കരുത്.

"ഓരോ യുദ്ധം കഴിയുമ്പോഴും ഞങ്ങൾ കരയും. മരിച്ചവർക്കായി വാവിട്ട് കരയും. ഞങ്ങൾ ഞങ്ങളുടെ ശത്രുക്കളോടുള്ള സ്നേഹം അങ്ങനെ പ്രകടിപ്പിക്കും. നീതിയുള്ള ഒരു ലോകത്തിലാണ് ഞങ്ങൾ പരസ്പരം കണ്ടുമുട്ടിയതെങ്കിൽ എത്ര നല്ല സുഹൃത്തുക്കളോ കമിതാ ക്കളോ ആകുമായിരുന്നു ഞങ്ങളിരുവരും എന്ന് സ്വപ്നം കാണും. അവരെ ക്കുറിച്ച് അങ്ങനെയേ ഞങ്ങൾ ചിന്തിക്കാറുള്ളൂ. ഞങ്ങളുടെ ശത്രുക്കൾക്ക് വേണ്ടി കരയാനാകാതെ വന്നാൽ ഞങ്ങളും പിന്നെ രാജാക്കന്മാരുടേയോ, പ്രഭുക്കന്മാരുടേയോ ധനികരുടേയോ പുരുഷ കാലാൾപട പോലെയാകും. അവരിൽ നിന്നും ഒട്ടും വ്യത്യാസമില്ലാത്തവരാകും. രക്തദാഹം ആണി നേയും പെണ്ണിനേയും വേർതിരിക്കുന്നില്ല. നന്മ വിജയിക്കണമെന്നും രക്ത ച്ചൊരിച്ചിൽ അവസാനിക്കണമെന്നുമുള്ള ഞങ്ങളുടെ ആഗ്രഹം വളർന്നു കൊണ്ടേയിരിക്കുന്നു. പുതുയുഗം വരുന്നതിനായി അക്ഷമയോടെ കാത്തിരിക്കുകയാണ് ഞങ്ങൾ. അത് വന്നാൽ ഞാൻ സമാധാനത്തോടെ മരിക്കും. താലന്റെ സമീപം കിടക്കുമ്പോൾ രുചിച്ച ആ മരണത്തിലേക്ക് ഞാൻ മടങ്ങും. എന്നാൽ ഇത്തവണ മരണം വേദനാജനകമാകില്ല. എന്റെ ഹൃദയമിപ്പോൾ അതിനു പാകപ്പെട്ട് കഴിഞ്ഞു.

പുറത്തുനിന്ന് വീണ്ടും കുറുക്കന്റെ ഓരി കേട്ടു. അത് പക്ഷേ അത്ര ശക്തമായിരുന്നില്ല. മുത്തശ്ശി ചിരിച്ചു. അവരുടെ മുഖത്തെ ദുഃഖം ഇല്ലാ തായി. "ഒരിക്കൽ ഞാനൊരു കുടിലിൽ താമസിച്ചിരുന്നു. കാടിനരികി ലായിരുന്നു ആ കുടിൽ. അപ്പോൾ ഒരു കുറുക്കൻ എന്റെ കുടിലിന്റെ വാതിൽക്കൽ വന്ന് കളിക്കുമായിരുന്നു. സുന്ദരനായിരുന്നു അവൻ. എന്നാൽ അവസാനം അവൻ എന്നെ കോപിഷ്ഠയാക്കുന്നതിൽ വിജയിച്ചു."

"അതിന്റെ നിറമെന്തായിരുന്നു?" ലെഫ്റ്റി ചോദിച്ചു. മുത്തശ്ശി അയാൾക്ക് കുറച്ച് മുന്തിരിയെടുത്ത് കൊടുത്തു. ലെഫ്റ്റി അത് വാങ്ങി.

"ഓർമ്മയില്ല. രാത്രിയിലാണവൻ വരാറുള്ളത്. ഇരുട്ടിൽ. അതൊരു സ്വപ്നമാണെന്ന് അവൻ കരുതിയിരുന്നു എന്ന് തോന്നുന്നു. അതിനി ഉണരാതിരിക്കട്ടെ എന്ന് ആ കോപത്തിൽ ഞാൻ പറഞ്ഞുപോയി."

പുറത്ത് കുറുക്കന്റെ ഓരി പിന്നേയും കേട്ടു.

"അങ്ങനെ ആ കുറുക്കനോട് പറയുകയുണ്ടായോ?"

"അത് കേട്ടോ എന്നെനിക്കറിയില്ല. ഞാൻ എന്നോട് തന്നെ പറയുക യായിരുന്നു..." മുത്തശ്ശി ഒന്ന് പുഞ്ചിരിച്ച് പറഞ്ഞു. കയ്യിലുണ്ടായിരുന്ന മുന്തിരി സെയ്നോയ്ക്ക് നീട്ടി.

"രാത്രിയിൽ ശബ്ദത്തിനു വേഗം കൂടും. നിങ്ങൾ പറഞ്ഞത് കുറുക്കൻ കേട്ടിട്ടുണ്ടാകും."

ലെഫ്റ്റി ഉദ്ദേശിച്ചതെന്താണെന്ന് സെയ്നോയ്ക്ക് മനസ്സിലായില്ല എന്ന് അവളുടെ നോട്ടത്തിൽനിന്നും മനസ്സിലായി. അതിനാൽ അതിന്റെ വാക്യാർത്ഥം പരിഭാഷപ്പെടുത്തി. കൂടുതൽ വിവരണങ്ങളുണ്ടായില്ല. ലെഫ്റ്റി ജാലകത്തിലേക്ക് തിരിഞ്ഞു. പുറത്തെ വെളിച്ചത്തിലലിഞ്ഞു. ആലോചനയിൽ മുഴുകി. മരങ്ങളുടെ മർമ്മരം കേട്ടു.

ചുമരുകൾ തണുത്തിരുന്നു. ശാന്തമായിരുന്നു. നിശ്ശബ്ദത ചുറ്റിലുമുണ്ടായിരുന്നു. മുറിയുടെ മച്ചിന് നല്ല ഉയരമുണ്ട്. അതിനകത്തൊരു ഇരുട്ടുണ്ട്. ആ ഇരുട്ടെന്തെന്ന് പക്ഷേ ആർക്കും അറിയില്ല. പുറത്ത് ദിവസം സാവധാനത്തിൽ മുന്നോട്ട് പോകുന്നു. മലനിരകളിൽ ചുറ്റി വരിഞ്ഞ് അത് മുന്നോട്ട് നീങ്ങുകയാണ്. ലെഫ്റ്റിയുടെ മുഖഭാവം മാറി. അവിടെ ഒരു അനിശ്ചിതത്വം നിഴലിച്ചു. അയാൾ സെയ്നോയ്ക്ക് നേരെ തിരിഞ്ഞു. "എനിക്ക് ഒരു കാര്യം പറയാനുണ്ട്."

"എന്നോടോ?" സെയ്നോ ചോദിച്ചു. "ഞാൻ വിവർത്തനം ചെയ്യണ്ട എന്നാണോ?"

"അല്ല. അതല്ല ഞാൻ ഉദ്ദേശിച്ചത്."

സെയ്നോ കാത്തിരുന്നു. അവൾ വിവർത്തനം ചെയ്തില്ല. മഞ്ഞ മുടിയുള്ള മുത്തശ്ശി ജാലകത്തിലേക്ക് നോക്കിയിരിക്കുകയായിരുന്നു. മച്ചിൽ ഇരുട്ട് എന്തോ ഗൂഢാലോചനയിലായിരുന്നു.

ദീർഘനേരം അവരൊന്നും പറഞ്ഞില്ല.

"അപ്പോൾ കൊച്ചുസുൽത്താൻ പറഞ്ഞത് വാസ്തവമായിരുന്നു." പുറത്തെ വെയിലിലേക്ക് നോക്കി മഞ്ഞ മുടിയുള്ള മുത്തശ്ശി പറഞ്ഞു.

സെയ്നോ അത് പരിഭാഷപ്പെടുത്തി. മഞ്ഞ മുടിയുള്ള മുത്തശ്ശി പിന്നെ തുടർന്നില്ല. ലെഫ്റ്റിയും ഒന്നും പറഞ്ഞില്ല. 'എന്താണ് കൊച്ചുസുൽത്താൻ പറഞ്ഞത്' എന്ന് സ്വന്തം ആകാംക്ഷയടക്കാനെന്നവണ്ണം സെയ്നോ ചോദിച്ചു.

ആ മുറി അത്ര ചെറുതൊന്നുമല്ലായിരുന്നു. എങ്കിലും അത് പെട്ടെന്ന് വല്ലാതെ ചെറുതായതുപോലെ തോന്നി. അതിലത്ര ഇരുട്ടൊന്നുമില്ലായിരുന്നു, എങ്കിലും അതിൽ ഇരുട്ട് നിറഞ്ഞു. ഒരു നിമിഷത്തേക്ക് ജാലകം അപ്രത്യക്ഷമായി. ചുമരുകൾക്ക് പല പാളികൾ കൂടി ഘനം വച്ചു. മഞ്ഞ മുടിയുള്ള മുത്തശ്ശി, പാതി കണ്ണടച്ച്, ലെഫ്റ്റിയുടെ വിരലിൽ സ്പർശിച്ചു. കൈ പിടിച്ചു.

"സഫാലിയിലെ ചർച്ചകൾക്ക് എല്ലാവരും എന്തെങ്കിലും തൂലികാനാമം ഉപയോഗിച്ചപ്പോൾ ലെഫ്റ്റി തന്റെ പേര് റിൻഡ എന്നാണെന്നും അതാണ് ശരിയായ പേരെന്നും താൻ തന്റെ അച്ഛൻ അസ്ലമിന്റെ പാതയന്വേഷിച്ചിറങ്ങിയതാണെന്നും പറഞ്ഞുവത്രെ."

“അതെ. അതിനെക്കുറിച്ച് തന്നെയാണെനിക്ക് പറയാനുള്ളത്.”

“താങ്കൾ....” ഒട്ടൊന്നദ്ഭുതത്തോടെയാണ് സെയ്നോ എന്തോ പറയാനാരംഭിച്ചത്. പിന്നെ ആ മുഖത്ത് ഒരു വികാരവും കണ്ടില്ല.

അവരെല്ലാം നിശ്ശബ്ദരായി.

കാറ്റും അതിന്റെ മർമ്മരം അവസാനിപ്പിച്ചിരുന്നു. പുറത്ത് സാവധാനത്തിൽ മുന്നോട്ട് നീങ്ങിക്കൊണ്ടിരുന്ന പകൽ പെട്ടെന്ന് മലനിരകളിൽ ഉറഞ്ഞുകൂടി. മച്ചിലെ ഇരുട്ട് ഒരു വലിയ ഗർത്തത്തിലേക്ക് തുറന്നു. കാറ്റ് അവരുടെ ഹൃദയത്തിൽ ഉറകൂടി.

ലെഫ്റ്റി സാവധാനത്തിൽ സംസാരിച്ചു തുടങ്ങി.

“എന്താണ് എന്റെ വടക്ക് എന്ന ചോദ്യത്തിനുള്ള മറുപടി ആശയക്കുഴപ്പം നിറഞ്ഞതായിരുന്നു. ഒരു നിമിഷത്തേക്കെങ്കിലും വടക്ക് എന്നൊന്നില്ലെന്ന് വിശ്വസിച്ചു. യാത്രയിലുടനീളം, റിൻഡ അവന്റെ അച്ഛന്റെ പാത തിരയുകയാണെന്ന് പറഞ്ഞു. എനിക്ക് ചിത്തഭ്രമമാണെന്ന് പറഞ്ഞ് ഗ്ലട്ട് കളിയാക്കി. സഫാലിയിലെത്തിയപ്പോൾ മറ്റൊരു പേര് സ്വീകരിക്കണം എന്ന് തോന്നിയില്ല. എന്നാൽ ഞാൻ ഒരു കളിയിലേർപ്പെട്ടിരിക്കയാണെന്ന് എല്ലാവരും കരുതി. പിന്നെ ആ ഗുഹയിൽ വച്ച് അസ്ലം പീഡനത്തിനു മുമ്പിൽ കീഴടങ്ങി എന്നവർ പറഞ്ഞപ്പോൾ, അസ്ലമിനു ചെറുത്ത് നിൽക്കാനാകും എന്നവരെ കാണിക്കണം എന്ന് തീരുമാനിച്ചു. അച്ഛന്റെ സഹായത്തിനെത്തുന്ന മകനും മകനെ നഷ്ടപ്പെട്ട അച്ഛനുമായി ഞാൻ. അങ്ങനെ അവർ ഇരുവരിലും നിന്നും മരണത്തെ അകറ്റി നിർത്തി.”

“അസ്-റീ...” മഞ്ഞമുടിയുള്ള മുത്തശ്ശി ചിന്താഗ്രസ്തയായി. അവർ സെയ്നോയോട് എന്തോ പറഞ്ഞു.

“അസ്-റീ എന്നത് ഇനി മുതൽ സ്ത്രീകളുടെ ഭാഷയിലെ ഒരു പുതിയ വാക്കാകും.” സെയ്നോ വിശദീകരിച്ചു. “അസ്ലം, റിൻഡ എന്നീ പേരുകളിൽ നിന്നാണീ വാക്ക് മുത്തശ്ശി കടഞ്ഞെടുത്തത്. ഇതൊരു പഴയ ശീലമാണ്. ഒരു വസ്തുവിന്, അല്ലെങ്കിൽ അവസ്ഥയ്ക്ക് അനുയോജ്യമായ ഒരു വാക്ക് ഞങ്ങളുടെ പക്കലില്ലെങ്കിൽ അമ്മമാർ അതിനൊരു വാക്ക് കണ്ടെത്തുന്നു, അത് നിർദ്ദേശിക്കുന്നു, ഉപയോഗിക്കുന്നു. പിന്നെ അതിനെ സമയത്തിന്റെ ദയാവായ്പിനു വിട്ട് കൊടുക്കുന്നു. താങ്കൾ അച്ഛനും മകനും ഇടയിൽ ചാഞ്ചാടുന്നതിനാൽ, സ്വയം താങ്കളും മറ്റൊരാളുമായി മാറിക്കൊണ്ടിരിക്കുന്നതിനാൽ, താങ്കളുടെ മാനസികാവസ്ഥയെ വിവരിക്കുന്നതിനായി മുത്തശ്ശി അസ്-റി എന്ന വാക്ക് തിരഞ്ഞെടുത്തിരിക്കുന്നു. താൻ ആരാണെന്നറിയാത്തവരേയും ഒരേ പോലെയുള്ള വ്യക്തിത്വമാണ് ഞങ്ങൾ ഇരുവർക്കും എന്ന് കരുതുന്നവരേയും വിവരിക്കാൻ ഇനി മുതൽ ഈ വാക്ക് ഉപയോഗിക്കപ്പെടും.”

“നന്നായി. താങ്കളാരാണെന്ന് ഇപ്പോൾ തിരിച്ചറിയുന്നുണ്ടോ?” മഞ്ഞമുടിയുള്ള മുത്തശ്ശി ചോദിച്ചു.

"എനിക്കറിയാമായിരിക്കും. എന്നാൽ മറ്റുള്ളവർക്ക് അതറിയില്ല. അവരുടെ വാക്കാണ് സത്യം എന്ന് എല്ലാവരും വിശ്വസിക്കുന്നു. അത് എന്നിൽ അടിച്ചേല്പിക്കാൻ ശ്രമിക്കുന്നു. ഈ ചോദ്യത്തിൽ കിടന്നുഴന്ന് മനസ്സ് ക്ഷീണിക്കുന്ന രാത്രികളിൽ ചിലപ്പോൾ ഞാനാരാണെന്ന ശങ്കയുണ്ടാകുന്നു. എനിക്കുപരി ഒരു സത്യമുണ്ടെങ്കിൽ, അതെവിടെ തിരയണമെന്നും അതിനെ എങ്ങനെ കണ്ടെത്തണമെന്നും അറിയില്ല.

"തിരഞ്ഞാൽ കണ്ടെത്താവുന്നതാണോ സത്യം?"

"ആ ചോദ്യം ആദ്യമായി കേൾക്കുകയല്ല. അതല്ലാതെ സത്യം കണ്ടെത്താൻ മറ്റെന്ത് മാർഗ്ഗമുണ്ട്?"

മുത്തശ്ശി ശാന്തമായി അയാളെ നോക്കി. കുട്ടികളുടെ സംസാരത്തിൽ കൗതുകം കൊള്ളുന്ന വൃദ്ധരുടെ അതേ നോട്ടം. "സഫാലിയിലെ ചർച്ചയിൽ അവർ പറഞ്ഞ ആ കഥ ഞാൻ കേട്ടു. നല്ലവന്റേയും തെമ്മാടിയുടേയും വിധിയുടെ കഥ. വിധി ഒരു നിമിഷത്തിൽ ഒന്നിനുമുകളിൽ ഒന്നായി, അടുക്കായി, വന്ന കഥ. അതിൽ ഒരാൾക്ക് മാത്രമേ കപ്പലിൽ കയറാനായുള്ളൂ. അയാൾക്കേ തന്റെ കമിതാവിനൊപ്പം പോകാനായുള്ളൂ. മറ്റേയാൾ കരയിൽ തന്നെ തങ്ങി. അയാൾക്ക് ഓർമ്മ നഷ്ടപ്പെട്ടു. സ്വന്തം പേരുപോലും ഓർക്കാനായില്ല. അയാളും നഗരവാസികളും സത്യമെന്തെന്നറിയാൻ ശ്രമിച്ചു. പോംവഴി തിരഞ്ഞു. അങ്ങനെ കരയിൽ തങ്ങിയത് നല്ലവനായിരുന്നോ അതോ തെമ്മാടിയോ? മകനേ, ഈ ചോദ്യത്തിനുത്തരമുണ്ടെങ്കിൽ, സ്വന്തം സത്യം വിശ്വസിക്കുക എളുപ്പമാകും."

ഇത് പരിഭാഷപ്പെടുത്തിക്കൊണ്ടിരിക്കുന്നതിനിടയിൽ "ഈ കഥയ്ക്ക് ഞാനുമായി എന്ത് ബന്ധം എന്നെനിക്ക് മനസ്സിലാകുന്നില്ല" എന്ന് ലെഫ്റ്റി പറഞ്ഞപ്പോൾ 'എനിക്കും' എന്ന് സെയ്നോ കൂട്ടിച്ചേർത്തു.

"സത്യം തിരഞ്ഞാൽ കണ്ടെത്തപ്പെടുന്നതല്ല. സത്യം സൃഷ്ടിക്കപ്പെടുന്നതാണ്." മുത്തശ്ശി പറഞ്ഞു. "അത് കണ്ടെത്തിയപ്പോൾ ഞാൻ ചെറുപ്പമായിരുന്നു. ഞങ്ങൾ, സ്ത്രീകൾ, സ്വരമുയർത്താതിരുന്നപ്പോൾ, ഞങ്ങളെ നിരന്തരം അടിച്ചമർത്തി. ഞങ്ങൾ ഷഹ്മാരൻ വിഭാഗമാകുന്നതിനു മുമ്പ്, അതാണ് ജീവിതം എന്ന് വിശ്വസിച്ചു. പുരുഷന്മാരേക്കാൾ കൂടുതൽ അങ്ങനെ വിശ്വസിച്ചു. ഞങ്ങളുടെ പുത്രിമാരോടും പൗത്രിമാരോടും ഈ പാത പിന്തുടരണം എന്നുപദേശിച്ചു. പിന്നെയൊരു ദിവസം ആരോ വന്ന്, ഇതല്ല ഞങ്ങളുടെ സത്യം എന്ന് പറഞ്ഞപ്പോൾ വിശ്വസിക്കാതിരുന്നവരുടെ കൂട്ടത്തിൽ ഞാനുമുണ്ടായിരുന്നു. അന്ന് ഞാനൊരു കൊച്ചു പെൺകുട്ടിയായിരുന്നു. എനിക്കവർ പറഞ്ഞത് മനസ്സിലായില്ല. ഈ ജീവിതത്തെ ഇകഴ്ത്തുന്നില്ല. വേണ്ടെന്ന് വയ്ക്കുന്നില്ല. എന്നാൽ ഇത് നമ്മുടെ ജീവിതമല്ല. ഇത് പുരുഷന്മാരുടെ ജീവിതമാണ്. പ്രഭുക്കന്മാരുടേയും അധികാരി വർഗത്തിന്റേയും ജീവിതമാണ്. അവർ പറഞ്ഞു. മറ്റൊരു ജീവിതത്തിന്റെ സാധ്യതകളെക്കുറിച്ച് അവർ പറഞ്ഞു. ഇത് മാത്രമല്ല ഏക സത്യം. പൂർണമായ സത്യം എന്നൊന്നില്ല. സ്ത്രീകൾ

അങ്ങനെ കരുതുന്നു. ആ ചിന്തയിൽ പ്രചോദിതരായി ജീവിക്കുന്നു. ഒരേയൊരു സത്യമേയുള്ളൂ എന്ന് വിശ്വസിച്ചിരുന്നു എങ്കിൽ, ഇങ്ങനെ കഥകൾ പറയുന്നതിന് നിർബന്ധം പിടിക്കില്ലായിരുന്നു. കുട്ടികളുടെ ഹൃദയത്തിനു നേരെ കണ്ണാടി പിടിക്കുന്നതിന് നിർബന്ധം കാണിക്കില്ലായിരുന്നു. ഇതല്ലാതേയും ജീവിതമുണ്ട് എന്ന അനുമാനം, ഞങ്ങൾക്ക് ഞങ്ങളുടെ അമ്മമാരിൽ നിന്നും ലഭിച്ച ഏറ്റവും വിലകൂടിയ പൈതൃകമാണ്. വീട്ടിൽ, ജോലിയിൽ, സ്നേഹത്തിൽ, ക്ഷമയിൽ, സന്തോഷത്തിൽ എല്ലാം അതുണ്ടെന്ന് ഞങ്ങളറിയുന്നു. കഥകൾ മറക്കുന്ന ദിവസം ഞങ്ങളിലെ പ്രതീക്ഷയെല്ലാം അസ്തമിക്കും എന്നും ഞങ്ങൾക്കറിയാം.

"ഈ സത്യം എവിടെയാണ്? നമ്മൾ എങ്ങനെ അതിനെ കണ്ടെത്തും? ഞങ്ങളും ഇതൊക്കെ ചോദിക്കാറുണ്ടായിരുന്നു. ഋതുക്കളുടെ അവസാനത്തിലോ, ഇരുട്ടിന്റെ രഹസ്യസൂചകങ്ങളിലോ അതോ മലനിരകൾക്ക് പുറകിലോ? ഇനിയും ഞങ്ങൾ കാത്തിരിക്കണോ അതോ ചളിനിറഞ്ഞ വഴിയിലൂടെ നടക്കണോ, മഞ്ഞും തണുപ്പും നിറഞ്ഞ വഴിയിലൂടെ നടക്കണോ? പ്രാർത്ഥിച്ചാൽ, വഴിപാടിട്ടാൽ, സങ്കീർത്തനങ്ങൾ പാടിയാൽ, അതൊന്നും വിജയിച്ചില്ലെങ്കിൽ പുകകൊണ്ടുള്ള സൂചകങ്ങൾ അയച്ചാൽ, എല്ലാം സംഭവ്യമാകുമോ? സത്യമാകുമോ?"

"അവർ വളരെക്കുറച്ച് പേരെയുണ്ടായിരുന്നുള്ളൂ. താഴ്ന്ന സ്വരത്തിലാണവർ സംസാരിച്ചത്. സഹോദരിമാരേ എന്ന് വിളിച്ച്. സത്യം തിരഞ്ഞ് കണ്ട് പിടിക്കാനാകില്ല സഹോദരിമാരേ. ഈ വിശ്വം ഇന്നും പൂർണമായി രൂപപ്പെട്ടിട്ടില്ല. അത് പൂർണമായി രൂപപ്പെടുവാനും സാധ്യതയില്ല. ഈ ആകാശവും ലോകവും ജീവിതവും ജനങ്ങളുമെല്ലാം മറ്റ് വാക്കുകളിൽ പറഞ്ഞാൽ, നമുക്കറിയാവുന്നതെല്ലാം, ഇപ്പോഴും രൂപപ്പെട്ട് വരികയാണ്. അതങ്ങനെ നിരന്തരം പരിണമിക്കുകയാണ്, വട്ടം ചുറ്റി വരികയാണ്. ഉപയോഗിക്കപ്പെടുകയും വാടുകയും തിളങ്ങുകയും വീണ്ടും ജനിക്കുകയും ചെയ്തുകൊണ്ടേയിരിക്കുകയാണ്. ഈ ഒഴുക്കിനിടയിൽ നമുക്ക് നമ്മുടെ സത്യം സൃഷ്ടിച്ചെടുക്കാനാകും. മറ്റ് വാക്കുളിൽ പറഞ്ഞാൽ, സഹോദരിമാരെ, സത്യം എന്ന് പറയുന്നത് നിങ്ങൾക്ക് കാണാനാകുന്ന ഒന്നല്ല. നിങ്ങൾ സൃഷ്ടിച്ചെടുക്കേണ്ടതാണ്! അവർ ഞങ്ങളോട് പറഞ്ഞു.

വളരെ വ്യക്തതയോടെ, തുറന്ന്, സംശയമൊന്നുമില്ലാതെയാണവർ സംസാരിച്ചത്. ഞങ്ങളുടെ അമ്മമാർക്കറിയാവുന്ന ഒരു ഷഹ്മാരൻ കഥയുണ്ട്. അതിപ്പോൾ എല്ലാവരും മറന്നുപോയിരിക്കുന്നു. ആർക്കും ഓർമ്മയില്ല. അതിന്റെ പേരുമാത്രം ഇന്നും നിലനിൽക്കുന്നു. ആ കഥ വീണ്ടും പുനരുജ്ജീവിപ്പിക്കേണ്ടിയിരിക്കുന്നു. അവർ പറഞ്ഞു. അതിൽ നമ്മൾ നമ്മുടെ ക്ലേശങ്ങളും സന്തോഷങ്ങളും പ്രയത്നങ്ങളും കൂട്ടിച്ചേർക്കണം."

ആ ദിനങ്ങൾ ഓർത്തെടുക്കുന്ന വിഷമത്തിൽ മഞ്ഞമുടിയുള്ള മുത്തശ്ശി ഒരർദ്ധവിരാമമിട്ടു. കയ്യെത്തിച്ച് തളികയിൽ നിന്നും കുറച്ച്

ചെറിപഴങ്ങളെടുത്തു. പിന്നെ സംസാരം തുടർന്നു. തന്റെ മക്കളുടെ സംഭാഷണത്തിനു പകരമായി എത്ര മുത്തും പവിഴവും തന്നാലും വേണ്ടെന്ന് പറയുന്ന വൃദ്ധരുടെ അക്ഷോഭ്യതയോടെ, സമചിത്തതയോടെ യാണവർ തുടർന്നത്.

"ആ കഥയിൽ നല്ലവനാണോ തെമ്മാടിയാണോ പുറകിലായത്? സൃഷ്ടിക്കപ്പെടുന്നതാണ് സത്യമെങ്കിൽ, പുറകിലായിപ്പോയ സഹോദരൻ ഞാൻ തെമ്മാടിയാണെന്ന് പറയും. രണ്ട് സഹോദരന്മാരും രണ്ട് വഴിക്കാണ് പോയത്. എന്നാൽ ഇരുവരുടേയും പാതകൾ ഒരേ സ്ത്രീ യുടെ വിധിയിൽ വച്ച് കണ്ടുമുട്ടി. അവളാകട്ടെ രണ്ടുപേരിൽ പ്രണയം കണ്ടു. അവരിൽ ഒരാളുമായി ഒന്നു ചേർന്നു. എന്താണ് പ്രണയം, കമിതാവ് എന്നാൽ എന്താണ്, എന്നൊക്കെയുള്ള പ്രധാനപ്പെട്ട ചോദ്യങ്ങൾ നമുക്ക് സഫാലിയിലെ നമ്മുടെ സുഹൃത്തുക്കൾക്കായി നീക്കിവയ്ക്കാം. പുറകിലായ സഹോദരൻ ഇച്ഛിക്കുന്നത് തന്റെ സഹോ ദരനും ആ സ്ത്രീയും സന്തോഷത്തോടുകൂടി കഴിയണം എന്നാണ്. തെമ്മാടിയാകുക എന്നാൽ എന്താണെന്നും അയാൾ മനസ്സിലാക്കുന്നു. ഒരു വ്യക്തിയുടെ ജീവിതത്തെ അപ്പാടെ മാറ്റിമറിക്കുന്ന രണ്ട് പാതകളിൽ ഒന്നാണ് പ്രണയം. ഏതൊരു ഹൃദയത്തിലും ദയ കുത്തിവയ്ക്കാൻ അതിനാകും. അതല്ലെങ്കിൽ പുറകിലായിപ്പോയ സഹോദരന്റെ പ്രണയം, കേടുപാടുകളുള്ളതാകും, കയ്പ് നിറഞ്ഞതാകും, ഇരുണ്ടതാകും.

"ഒരേ വസ്തുവിൽ എല്ലാവരും സന്തോഷം കണ്ടെത്തുന്നു. യാത്ര യായ രണ്ടുപേർ മാത്രമല്ല, പുറകിലായിപ്പോയവനും. ഇതിനെയാണ് നമ്മൾ വിധിയുടെ കണ്ണാടി എന്ന് വിളിക്കുന്നത്. മറ്റു വാക്കുകളിൽ പറഞ്ഞാൽ പലരുടേയും വിധിയെ ഒരേ വെള്ളത്തിലേക്കൊഴിച്ച് പിന്നെ അതിനെ വേർപെടുത്തിയെടുക്കുന്നതുപോലെയാണിത്. നമുക്ക് സ്വയം മാറി, നമ്മുടെ വിധിയെ ആശ്രയിക്കുന്ന മറ്റുള്ളവരിൽ ആ മാറ്റത്തെ പ്രതി ഫലിപ്പിക്കാം. അയാൾ ആ സ്ത്രീയേയും തന്റെ സഹോദരനേയും സ്നേഹിക്കുന്നു എന്ന കാരണത്താൽ, താൻ തെമ്മാടിയാണെന്ന് വിശ്വസിക്കുന്നത് അയാൾക്കും കണ്ണാടിക്കുമിടയിൽ ഒരു വിശ്വാസ്യത യ്ക്ക് കാരണമാക്കും. അത് നന്മ എന്താണെന്നതിനൊരു പുതിയ നിർ വചനം നൽകും."

കയ്യിലുണ്ടായിരുന്ന ചെറി പഴങ്ങൾ മഞ്ഞ മുടിയുള്ള മുത്തശ്ശി സെയ്നോയ്ക്ക് നൽകി. പിന്നെ പാത്രത്തിൽ നിന്നും കുറച്ചെടുത്ത് ലെഫ്റ്റിക്ക് നേരെ നീട്ടി. "താങ്കളും സ്വന്തം സത്യം സൃഷ്ടിച്ചെടുക്കണം" എന്ന് പറഞ്ഞു.

ലെഫ്റ്റി ചുമരിലേക്ക് നോക്കി. ജാലകത്തിലേക്ക് നോക്കി. തളിക യിലേക്ക് നോക്കി. സെയ്നോയെ നോക്കി. പിന്നെ മുത്തശ്ശിയുടെ കയ്യിലുള്ള ചെറിയിലേക്ക് നോക്കി. വടക്കോട്ട് യാത്ര തിരിച്ചപ്പോൾ മനസ്സി ലുണ്ടായിരുന്ന ചോദ്യങ്ങൾ എത്ര ലളിതമായിരുന്നു എന്നോർത്തു.

“കണ്ണാടിയിൽ കണ്ട കാര്യങ്ങൾ പങ്കുവയ്ക്കണമെന്ന് എനിക്കാഗ്രഹമുണ്ട്. ദിവസങ്ങളായി ഞാൻ ആ കണ്ണാടിയിലേക്ക് നോക്കിക്കൊണ്ടിരിക്കുകയാണ്. അസ്ലം ഇടംകയ്യനാണ്. എന്നാൽ അതുപോലെ വലം കയ്യുമുപയോഗിക്കാനായിരുന്നു. എനിക്ക് എന്റെ വലതുകൈ അതുപോലെ ഉപയോഗിക്കാനാകില്ല. എന്നാൽ മുറിവേറ്റ വിരൽ സുഖപ്പെട്ടാലുടൻ ഞാനതുപയോഗിച്ചു തുടങ്ങിയാൽ ഈ പറഞ്ഞത് ഞാൻ വിശ്വസിക്കുകയില്ല എന്നതിൽ ഉറപ്പൊന്നുമില്ല. അസ്ലമിനെഴുതാനറിയാം. സങ്കീർണമായ ഗണിതങ്ങൾ പോലും വായിച്ച് മനസ്സിലാക്കാനറിയാം. എന്നാൽ മനസ്സിൽ ഒരൊറ്റ അക്ഷരം പോലും തെളിയില്ല. എനിക്ക് വായിക്കാനറിയില്ല. പീഡിപ്പിക്കപ്പെട്ടുകൊണ്ടിരുന്നപ്പോൾ ഞാൻ കടലിനെക്കുറിച്ച് ചിന്തിച്ചു. കടലിലാണെന്ന് ചിന്തിച്ചു. എന്നെ പീഡിപ്പിച്ചവരിൽ ഒരാളോട് കടലിനടിയിലെ നഗരങ്ങളെക്കുറിച്ച് പറഞ്ഞപ്പോൾ, കണ്ട കാര്യമായിരുന്നില്ല പറഞ്ഞിരുന്നത്, അസ്ലം ഞങ്ങളുടെ ഗ്രാമവാസികളോട് പറഞ്ഞ ഒരു കഥയായിരുന്നു. കടൽ ഞാൻ കണ്ടിട്ടില്ല. എന്നാൽ എന്റെ വിരലിന്റെ മുറിവെല്ലാം ഭേദമായതിനു ശേഷം ഞാൻ വലതുകൈ ഉപയോഗിക്കില്ലെന്നും ഗണിതചിഹ്നങ്ങൾ തിരിച്ചറിയില്ലെന്നും കടലിനെ തിരിച്ചറിയില്ലെന്നുമുള്ളതിനൊരു ഉറപ്പുമില്ല. പിന്നെ ഇവിടെ ഈ സ്ത്രീകൾക്കടുത്തിരിക്കുമ്പോൾ മനസ്സിൽ യുമാതിയാണ്. അസ്ലമിന്റെ ഭാര്യ, റിൻഡയുടെ അമ്മ. അപ്പോൾ ഞാനാരാണ്, യുമാതി എനിക്കാരാണ്? ഇന്നലെ രാത്രി ഉറക്കത്തിലേക്ക് വഴുതിക്കൊണ്ടിരിക്കുന്നതിനിടയിൽ അമ്മ പാടാറുള്ള താരാട്ടുപാട്ട് വെൻഡേല പാടുന്നത് ഞാൻ കേട്ടു. എന്റെ കുട്ടിക്കാലത്ത് എന്നെയുറക്കാൻ അമ്മ പാടിയിരുന്ന പാട്ട്. ആ സ്വരം പോലും യുമാതിയുടേതായിരുന്നു. ഞാൻ അവരുടെ മകനായി. എന്നാൽ എല്ലാ പുരുഷന്മാരും അവർ സ്നേഹിക്കുന്ന ഒരു സ്ത്രീയുടെ മകനാണെന്ന് എനിക്കറിയാം. അങ്ങനെ അവർ ആ സ്ത്രീയുടെ സ്വരത്തിൽ സൗഖ്യം കണ്ട് ഉറങ്ങുന്നു എന്നും.

സഫാലിയിലെ ജ്ഞാനികളാണെന്റെ മനസ്സിൽ ഏറ്റവും വലിയ സംശയം വിതച്ചത്. മറ്റുള്ളവരെല്ലാം മറ്റെന്തൊക്കെയോ പേര് സ്വീകരിച്ചപ്പോൾ, ഈ ചർച്ചയിൽ എനിക്കെങ്ങനെ റിൻഡയാകാനാകും എന്ന് അദ്ഭുതപ്പെട്ടു. പിടിച്ച് നിൽക്കാനൊരു ശിഖരത്തിനായി തിരയുകയായിരുന്നു. മറ്റാരെങ്കിലും സ്വന്തം പേരവിടെ ഉപയോഗിച്ചിരുന്നു എങ്കിൽ ആത്മവിശ്വാസം തോന്നുമായിരുന്നു.

“കൊച്ചുസുൽത്താൻ തന്റെ സ്വന്തം പേരാണുപയോഗിക്കുന്നതെന്ന് അറിയാം. എന്നാൽ അതിലും അർത്ഥമില്ല. ആദ്യമൊക്കെ അദ്ദേഹത്തിന്റെ പേരും വ്യത്യസ്തമായിരുന്നുവല്ലോ. വളരെക്കഴിഞ്ഞല്ലേ അദ്ദേഹം സ്വയം കൊച്ചുസുൽത്താൻ എന്ന് പ്രഖ്യാപിച്ചത്.” മുത്തശ്ശി പറഞ്ഞു.

ലെഫ്റ്റി തല കുമ്പിട്ട് വണങ്ങി. ദീർഘശ്വാസമെടുത്തു. കണ്ണു തുറന്നപ്പോൾ മുത്തശ്ശിയുടെ കൈകളിൽ അക്ഷമയോടെയിരിക്കുന്ന ചെറിപഴങ്ങൾ കണ്ടു.

"എനിക്ക് റിൻഡ എന്നറിയപ്പെടണം. ആ പാതയണെന്റെ ഹൃദയം കാണിച്ച് തരുന്നത്. അതിന് അനേകായിരം കാരണങ്ങൾ കണ്ടേക്കാം. അല്ലെങ്കിൽ കാരണമൊന്നുമുണ്ടായെന്നും വരില്ല. യുമാതി എന്റെ അമ്മ യായി അറിയപ്പെടണം. അസ്ലമിനെപ്പോലെയുള്ള അച്ഛൻ വേണം. വട ക്കോട്ട് യാത്ര തിരിച്ചപ്പോഴുള്ള അതേ പേരിൽ എനിക്ക് തിരികെ പോകണം. പീഡിപ്പിക്കപ്പെട്ടപ്പോൾ തോന്നിയ ഭയത്തിന്റെ ഉത്തരവാദിത്വം ഏറ്റെടുക്കണം. മനസ്സിൽ നിറഞ്ഞ സംശയത്തിന്റെ ഉത്തരവാദിത്വം ഏറ്റെടുക്കണം. അച്ഛന്റെ ബലഹീനത എന്തായിരുന്നു എന്ന് മനസ്സിലാ ക്കണം. എനിക്ക് എന്നിൽ പൂർണവിശ്വാസമുണ്ടാക്കൻ സമയമെടുക്കും എന്നറിയാം. അതുകൊണ്ട് മാത്രം ഞാൻ എന്റെ യാത്ര തുടരുന്നു. അങ്ങനെ അസ്ലമിന്റെ വിധിയുടെ ഭാഗമാകുന്നു. ലോറിയയുടെ സഹായ ത്തോടെ അസ്ലമിന്റെ സ്വപ്നം സാക്ഷാത്കരിക്കണം."

വിയർപ്പ് നെറ്റിയിൽ നിന്നും കഴുത്തിലേക്കൊഴുകി. മുത്തശ്ശിയുടെ കൈയ്യിൽ നിന്നും ചെറി വാങ്ങി അയാൾ വായിലിട്ടു. സെയ്നോയുടെ കണ്ണിലേക്ക് നോക്കി. വീണ്ടുമൊരു ചെറിയെടുത്തു. ദിവസം മുന്നോട്ട് പോകുന്നു. വേനലവസാനിക്കാറായിരിക്കുന്നു. ചെറിക്ക് നല്ല സ്വാദ്.

ആരും കാണാതെ അന്ന് രാത്രി യാത്ര തിരിക്കണം എന്ന് അവർ റിൻഡയോട് പറഞ്ഞു.

"കുതിരയെ ഉപേക്ഷിക്കണം. അങ്ങ് വടക്ക് മഞ്ഞ് മൂടിയിരിക്കുന്നു. അവിടെ ബെലെക്കിനു വേണ്ട ഭക്ഷണം എളുപ്പം കണ്ടുപിടിക്കാനാകില്ല. ഒറ്റയ്ക്ക് യാത്രയാകണം."

എല്ലാവർക്കും രഹസ്യങ്ങളുണ്ടെങ്കിൽ ആ രഹസ്യത്തെ സംരക്ഷി ക്കാൻ ശ്രദ്ധിക്കണം എന്നും മാൻപേടകൾ പോകുന്ന വഴി സ്ത്രീകളുടെ രഹസ്യമായിരിക്കും എന്നും അവർ പറഞ്ഞു.

ലോറിയ മാൻ പേടകൾ പോകുന്ന വഴി പിന്തുടരും. അവനെ വടക്ക് വന്ന് തിരയും. അവനാകട്ടെ നക്ഷത്രങ്ങളിൽ വിശ്വാസമർപ്പിച്ച് ലോറിയയെ കണ്ടെത്തണം.

രാത്രിവരെ റിൻഡ മുറിയിൽ തന്നെ കഴിഞ്ഞു. സെയ്നോയും മഞ്ഞ മുടിയുള്ള മുത്തശ്ശിയും പുറത്തിറങ്ങി ചുറ്റിലുമുള്ള ഹരിതാഭയെ പ്രകീർ ത്തിച്ചു. ഒരു വലിയ യുദ്ധത്തിനുള്ള തയ്യാറെടുപ്പിലായിരുന്നു അവർ. ആ യുദ്ധം ഏതാനും ദിവസങ്ങൾക്കുള്ളിൽ ആരംഭിക്കും. തോട്ടത്തിൽ സ്ത്രീ പുരുഷ പടയാളികളുടെ ഒരു വലിയ സംഘം ഒത്തുചേർന്നിരിക്കുന്നു. അവരിൽ ചിലരെ റിൻഡ തിരിച്ചറിഞ്ഞു. അവർ കുപിതരായിരുന്നു. അതേ സമയം മനോദാർഢ്യമുള്ളവരുമായിരുന്നു. സുന്ദരന്മാരായ കുതിരകൾ അവർക്കുണ്ടായിരുന്നു. ആയുധങ്ങൾ തേച്ചുമിനുക്കിയിരുന്നു. മുഖത്ത് ചായം തേച്ചിരുന്നു. അവരിൽ യുവാക്കളും വൃദ്ധരുമുണ്ടായിരുന്നു. ആരെ ങ്കിലും ചോദിച്ചാൽ അവർ ലെഫ്റ്റി ലോറിയയെ തിരഞ്ഞ് പോയി എന്ന്

പറയും. നഷ്ടപ്പെടുത്താൻ സമയമില്ല. ഷഫ്മാരൻ പരിഭ്രമിച്ചിട്ടില്ല. ദീർഘ കാലമായി പരസ്പരം കണ്ടിട്ടില്ലാത്തവർ ആയുധം മാറ്റി വച്ച് പരസ്പരം കെട്ടിപ്പിടിച്ച് പൊട്ടിച്ചിരിച്ചു. കുട്ടികൾ അവരുടെ കളി കൂടുതൽ ആനന്ദ ത്തോടെ തുടർന്നു.

രാത്രിയായപ്പോൾ റിൻഡ തന്റെ ആയുധങ്ങൾ അരയിലണിഞ്ഞു. ഭക്ഷണവും മറ്റ് അവശ്യസാധനങ്ങളും സെയ്നോ പൊതിഞ്ഞ് കൊടുത്തു. അയാൾ തോട്ടത്തെ അവസാനമായൊന്ന് നോക്കി. തണുപ്പു ള്ളൊരിളം കാറ്റ് വീശുന്നുണ്ട്. അത് വൃക്ഷശിഖരങ്ങളിൽ തട്ടി ചൂളം വിളിക്കുന്നുണ്ട്. വെൻഡേലയോടും അനസാഫിനോടും യാത്ര ചോദിച്ച തായി പറയണമെന്നും തന്റെ കുതിരയെ സംരക്ഷിക്കണമെന്നും സെയ്നോയോടഭ്യർത്ഥിച്ചു.

“സെലി ദോ-യാനി....” അവർ ഇരുവരും ഒന്നിച്ച് പറഞ്ഞു. ചിരിച്ചു. അനേകലക്ഷം നക്ഷത്രങ്ങൾ ആകാംക്ഷയോടെ കണ്ണു ചിമ്മി. സുന്ദര മായ രാത്രി, അവർ പറഞ്ഞു. “സത്യം സൃഷ്ടിക്കാൻ നമ്മൾ ശ്രമിച്ചു കൊണ്ടേയിരിക്കുമായിരിക്കുമെങ്കിലും പലപ്പോഴും വിധി നമ്മുടെ പക്ക ലാകില്ല.” അവർ പറഞ്ഞു. അവരുടെ വിരലുകൾ വിറച്ചു. “വിധിയുടെ കണ്ണാടിയിൽ നമുക്ക് വിശ്വസിക്കാം. അവിടെയെത്തിയാൽ സ്വയം സംര ക്ഷിക്കുക.” ഇരുവരുടേയും ശ്വാസത്തിന്റെ ഊഷ്മളത അവർക്ക് അറി യാനായി. അവർ പറഞ്ഞതിനെക്കുറിച്ച് ഇനിയും പലതുമെനിക്ക് പറ യാനുണ്ട്. അവർ സമയത്തെ ഏല്പിച്ച കാര്യങ്ങളെക്കുറിച്ചും പറയാ നുണ്ട്. എന്നാൽ ഇപ്പോൾ സമയം രണ്ട് ദിശകളിലേക്ക് ചൂണ്ടി നിൽ ക്കുകയാണ്.

ഏഴ്

മുമ്പറിയാവുന്നതെല്ലാം ഇന്നുമെനിക്കെറിയാം
കൂടുതൽ ഗഹനമായറിയാം
പക്വമായറിയാം
അതല്ലെങ്കിൽ പഠനവും അറിവും
തമ്മിലെന്ത് വ്യത്യാസം?
- ഇബിൻ സീന (അവിചേന)

ആകാശത്തേക്കുള്ള വാതായനങ്ങൾ

ദിവസം മുഴുക്കെ ഇടതടവില്ലാതെ മഞ്ഞ് വീണുകൊണ്ടിരുന്നു. സായാഹ്നമായപ്പോഴാണ് ഒരു ശമനമുണ്ടായത്. മഞ്ഞ് വീഴ്ച നിന്നപ്പോൾ അത് ആകാശത്തെ ശുദ്ധീകരിച്ചു. ആകാശം നീലവെയിലിൽ കുളിച്ചു. ആകാശത്ത് വെട്ടിത്തിളങ്ങിനിന്ന നക്ഷത്രക്കൂട്ടത്തിലേക്കാരെങ്കിലും നോക്കി, പിന്നെ മണ്ണിൽ നിറഞ്ഞ വെണ്മയിലേക്ക് ആ നോട്ടം മാറ്റുകയായിരുന്നു എങ്കിൽ ആ മഞ്ഞിനെയെല്ലാം കടുംനീല വെള്ളത്തിൽ കഴുകിയെടുത്തതാണെന്ന് കരുതും. ആകാശത്തേക്കാണോ മണ്ണിലേക്കാണോ നമ്മൾ നോക്കുന്നത് എന്നൊരു ശങ്കയുദിക്കും.

മഞ്ഞുകാറ്റ് റിൻഡയെക്കൊണ്ട് ഒരു ചെറിയ ഗുഹയിൽ അഭയം തേടിപ്പിച്ചു. അതിനകത്ത് ദിവസം മുഴുവൻ തീ കാഞ്ഞിരുന്നു. നിശ്ശബ്ദമായ ഭൂപ്രദേശങ്ങളിലൂടെ മാസങ്ങളോളം യാത്ര ചെയ്തതിനു ശേഷം മലനിരകളുടേയും കാറ്റിന്റേയും ക്രൗര്യം പരിചിതമായിരിക്കുന്നു. ചിലപ്പോൾ തണുത്തുറഞ്ഞ പച്ചിലകൾ ഭക്ഷിച്ചു. ചിലപ്പോൾ മഞ്ഞിൽ പുതഞ്ഞ് കിടന്ന ഏതെങ്കിലും കിളിയുടെ മാംസം. സെയ്നോ തന്ന രോമക്കുപ്പായങ്ങളെല്ലാം ഒന്നിനുമുകളിൽ ഒന്നായി ധരിച്ചിരുന്നു. ബൂട്ട് കെട്ടിയുറപ്പിച്ചിരുന്നു. ഇവിടെ ഈ തീക്കരികിലിരുന്നാൽ ഉറക്കം വരും. ഒന്നുറങ്ങി, പ്രഭാതത്തിലെഴുന്നേറ്റ് യാത്ര തുടരാം.

അയാളുടെ നോട്ടം തീയിൽ ലയിച്ചു. ആളിക്കത്തുന്ന തീ നാളങ്ങളിൽ മഞ്ഞക്കുതിരകൾ കുളമ്പടിക്കുന്നത് കണ്ടു. തീയിന്റെ ശോഭയിൽ

അവയുടെ കുഞ്ചിരോമത്തിനു ചെമ്പിന്റെ നിറം കയറുന്നുണ്ടായിരുന്നു. ആകാശത്തെ കുങ്കുമം അവയുടെ പുറം തടവുന്നുണ്ടായിരുന്നു. വൃക്ഷ ശിഖരങ്ങൾ പോലെ നീണ്ട് കിടക്കുന്ന കാലുകളും ജലംപോലെ ഒഴുകുന്ന ശരീരവും അവയ്ക്കുണ്ടായിരുന്നു. അവയുടെ കഴുത്തിൽനിന്നും ഇറ്റ് വീഴുന്ന വിയർപ്പ് കണങ്ങളിൽ തീ കൂടുകൂട്ടിയിരുന്നു. അവയോടൊപ്പം ഓടിയെത്തുവാൻ കരുത്തുള്ള ഏത് കാറ്റുണ്ട്? അവയുടെ സൗന്ദര്യത്തെ വെല്ലുവിളിക്കാനാകുന്ന ഏത് സ്വപ്നമുണ്ട്? അവ വരുന്നത് കണ്ടാൽ മലനിരകൾ മാറി നിൽക്കും, ചെങ്കുത്തായ താഴ്വാരങ്ങൾ സ്വയം വഴിയൊരുക്കും, പുല്ല് തലകുമ്പിട്ട് വണങ്ങും. ഇത്രയും ഗാംഭീര്യമുള്ളത് ആകാശത്തിനു മാത്രം. മഞ്ഞക്കുതിരകൾ ഒരു സ്വപ്നം പോലെ തീനാളങ്ങളിലൂടെ പാഞ്ഞുപോയി, കണ്ണിൽ നിന്നും മറഞ്ഞ് പോയി.

മെറാനികൾ ഇവിടെയെത്തിയിട്ടില്ല. ഇവിടെ ആകെയുള്ള ശത്രു ഈ തണുപ്പാണ്. ഇവിടെ ആകെയുള്ള തീ വിശപ്പാണ്. പകലിന് ഇരുട്ടാണ്. രാവ് ജ്വലിച്ച് നിൽക്കും. ചിലപ്പോൾ മാൻപേടകൾ പോകുന്ന വഴികാണുമ്പോൾ റിൻഡയിൽ ആവേശം കയറും. ആ വഴിയെ പിന്തുടരും. എന്നാൽ മഞ്ഞുപെയ്ത് തുടങ്ങിയപ്പോൾ വഴി നഷ്ടപ്പെട്ടു. ആ സമയങ്ങളിൽ അയാൾ വിശപ്പ് മൂലം ഓരിയിടുന്ന ചെന്നായയെപ്പോലെയല്ല കരഞ്ഞത്, പകരം കറുത്ത മാൻപേടയെപ്പോലെയായിരുന്നു. അവയുടെ സ്വരവും പാതയുമല്ലാതെ മറ്റെല്ലാം മറന്നതിനാൽ, അതേ പാതയ്ക്ക് കുറുകെ പോകുന്ന കുറുക്കന്റെ കാലടികളെ അയാൾ തിരിച്ചറിഞ്ഞില്ല. ഒരു സ്വപ്നത്തിലേക്ക് വഴുതി വീഴുന്നതുപോലെ അയാളുടെ കണ്ണുകൾ ഉറക്കത്തിലേക്ക് വഴുതിത്തുടങ്ങി.

ഉറക്കവും ഉണർവും രണ്ട് ലോകമാണ്. ഉറക്കത്തിൽ നമ്മൾ മറ്റൊരു ലോകത്തിലെത്തുന്നു. അനന്തതയിലേക്ക് ചേക്കേറുന്നു. എന്നാൽ അവിടെ എന്നും നിൽക്കാനാകില്ല. അതുപോലെതന്നെയാണ് യാത്ര ചെയ്യുമ്പോഴും. എത്ര ദൂരം യാത്ര ചെയ്താലും അനുഭവം ഇത് തന്നെയാകും. നമ്മൾ എഴുന്നേൽക്കും എന്ന് നമുക്കറിയാം. വീട്ടിലേക്ക് തിരിച്ചെത്തേണ്ടതുണ്ടെന്ന് നമുക്കറിയാം. അങ്ങനെയല്ലേ?

സ്വപ്നത്തെ ജീവിതം പോലെ തന്നെ നമ്മൾ അനുഭവിച്ചറിഞ്ഞാൽ പിന്നെ ഉണർന്നാൽ തിരിച്ചെത്തേണ്ടൊരിടമുണ്ടെന്ന് നമ്മളെങ്ങനെ ഉറപ്പിക്കും? ഒരു നിമിഷത്തെ ഉറക്കത്തിനുള്ളിൽ മാസങ്ങളും ചിലപ്പോൾ വർഷങ്ങളും കടന്ന് പോകുന്ന സ്വപ്നത്തിലെക്ക് വഴുതി വീഴുമ്പോൾ നമ്മൾ ഭൂതകാലത്തെ ഓർമ്മിക്കാറുണ്ടോ? ഞാൻ റിൻഡയെക്കുറിച്ചല്ല പറയുന്നത്. തനിക്കിനി ഒരിടത്തേക്ക് തിരിച്ചുപോകാനുണ്ടെന്ന് അവൻ മറന്നിരിക്കുന്നു. വടക്കോട്ട് വളരെ ദൂരം യാത്ര ചെയ്തിനാൽ അവന് സംഭവിച്ചതാണത്. ഞാൻ പറയുന്നത് എന്നെക്കുറിച്ചാണ്. സ്വപ്നത്തിൽ നിന്ന് എന്നെങ്കിലും എഴുന്നേൽക്കും എന്ന പ്രതീക്ഷ അസ്തമിച്ച വെള്ളക്കുറുക്കനെപ്പറ്റി.

നിങ്ങൾ സ്നേഹിക്കുന്നവർ, നിങ്ങൾ മൂല്യം കല്പിക്കുന്നവർ നിങ്ങളെ മറക്കുമ്പോൾ അത് വേദനയുണ്ടാക്കും. എന്റെ അസ്തിത്വം നിങ്ങളെ സംബന്ധിച്ചിടത്തോളം അത്ര പ്രാധാന്യമുള്ളതൊന്നുമല്ല. പതുങ്ങിയിരിക്കുന്ന എന്റെ നിഴൽ, എന്റെ പാതകൾ, എന്റെ സ്വരം എന്നിവയെക്കുറിച്ചൊരു പക്ഷേ നിങ്ങൾക്ക് ധാരണകളില്ലായിരിക്കാം. ഷഹ്മാരൻ തോട്ടത്തിലെ തന്റെ ആദ്യരാത്രിയിൽ 'നിർഭാഗ്യവാനായ കുറുക്കൻ' എന്ന് റിൻഡ എന്നെക്കുറിച്ച് കരുതിയത് ഒരുപക്ഷേ ശരിയായിരുന്നിരിക്കാം. അന്നു മുതൽ ഈ സ്വപ്നത്തിന്റെ തുറുങ്കിൽ ഞാനടയ്ക്കപ്പെട്ടിരിക്കുന്നു എന്ന അവബോധം എന്നിലുണ്ടായി. രക്ഷപ്പെടാനൊരു മാർഗം തിരഞ്ഞുതുടങ്ങി. മറുപുറത്തുള്ള എന്റെ ജീവിതത്തിലേക്ക് മടങ്ങിപ്പോകാൻ. ഉണർന്നാൽ ഈ ലോകം മുഴുക്കെ ഏറ്റവും ചെറിയ സമയകണികയിലേക്ക് ചുരുങ്ങിയിട്ടുണ്ടാകും എന്നറിഞ്ഞ് ഞാനദ്ഭുതപ്പെടും എന്നുമെനിക്കറിയാം.

ഇവിടെ സമയം എന്നാൽ എന്താണെന്ന് വിശദീകരിക്കുക ഒരന്ധനോട് തീ, വെള്ളം അല്ലെങ്കിൽ ആകാശം എന്നാൽ എന്താണെന്ന് വിശദീകരിക്കുന്നതിനേക്കാൾ വിഷമം പിടിച്ചതാണ്. അന്ധതയുള്ളയാൾക്ക് തീയിനെ സ്പർശിക്കാനാകില്ല. അതിന്റെ അടുത്തെത്തുമ്പോൾ അതിന്റെ സാമീപ്യം അവർക്ക് മനസ്സിലാകും, എന്നാൽ ഒരു പരിധിവിട്ട് അടുത്തേക്ക് നീങ്ങാനവർക്കാകില്ല. വെള്ളം കയ്യിനിടയിലൂടെ വഴുതിപ്പോകും. അതിനു നിറമില്ല. ഏത് പാത്രത്തിലാണോ അത് സൂക്ഷിച്ചിരിക്കുന്നത് അതിന്റെ രൂപം സ്വീകരിക്കും. അന്ധതയുള്ളവർക്ക് വെള്ളത്തെ സ്പർശിക്കാം. തീയിന്റെ ചൂടറിയാം. എന്നാൽ ആകാശം എന്നാൽ എന്താണെന്ന് തൊട്ടറിയാനാകില്ല. ആകാശം അന്തമില്ലാത്ത ഒരു ഗർത്തം പോലെ അവർക്ക് മുന്നിലുണ്ടാകും. രാവിൽ അത് ഇരുട്ടിലാകും. വെളിച്ചമെന്തെന്നറിയാത്ത ഒരാളോട് ഇരുട്ട് എന്നാൽ എന്താണെന്നെങ്ങനെ പറയാനാകും? ജലത്തിന്റെ നിറമെങ്ങനെ പറഞ്ഞ് കൊടുക്കും? ഭൂമിയിൽ നമ്മൾ സുരക്ഷിതരായി മുന്നോട്ട് നടന്ന് നീങ്ങുന്നു. എന്നാൽ ആകാശം എന്നത് അവസാനമേതുമില്ലാത്ത ഗർത്തമാണ്.

ഇതെല്ലാം അന്ധതയുള്ള ഒരാൾക്ക് വിശദീകരിച്ച് കൊടുക്കാൻ നിങ്ങൾക്കാകുമെങ്കിൽ സ്വപ്നത്തിൽ ജീവിതം, അസ്തിത്വം എന്നീ രൂപങ്ങൾ നേടുന്ന സമയത്തെ കൃത്യമായി ഞാൻ വിശദീകരിക്കാം. ഈ വിശ്വം, പദാർത്ഥം, ചലനം, സമയം എന്നിവയെല്ലാം ഒരേ നിമിഷത്തിൽ സൃഷ്ടിക്കപ്പെട്ടതാണെങ്കിൽ, മറ്റൊരു സമയത്തിലേക്കെനിക്ക് പ്രവേശിക്കാനാകുമോ, പ്രവേശിച്ചാൽപുറത്ത് വരാനാകുമോ, എന്ന സംശയത്തിലും ഞാൻ എത്തിച്ചേരുന്നു. അതോ ഒരു സ്വപ്നത്തിന്റെ അവസാനത്തിൽ ഞാനെത്തുന്നത് ശൂന്യതയിലേക്കാണോ? ഈ ചോദ്യം എന്നോട് തന്നെ ചോദിക്കുന്നതാണ്.

ചിലർക്ക് സമയം എന്നത് ചലനത്തിന്റെ ഭാഗമാണ്. രണ്ടും പദാർത്ഥം പോലെ ഒരേ സമയം രൂപപ്പെട്ടവയാണ്. ചിലർ സമയം എന്നാൽ

മറ്റെല്ലാതിൽ നിന്നും സ്വതന്ത്രമാണെന്ന് പറയുന്നു. ഈ വിശ്വത്തിൽ നിന്നുപോലും സ്വതന്ത്രമാണെന്ന്. ഇനിയും ചിലർ സമയം എന്നതിൽ വിശ്വസിക്കുന്നേയില്ല. അതൊരു മിഥ്യാബോധമാണെന്നവർ പറയുന്നു. ഞാനാകട്ടെ സമയത്തിലും അസ്തിത്വത്തിലും വിശ്വസിക്കുന്നു. ഉദാഹരണമായി, ഇനി എനിക്ക് എന്ത് സംഭവിക്കും എന്ന് ഞാൻ അദ്ഭുതപ്പെടാറുണ്ട്. നമ്മുടെ സ്വപ്നം അവസാനിച്ചാൽ അതിനോടൊപ്പം ജീവിതവും അവസാനിക്കുമോ? ഇതിന്റെ ഉത്തരം എന്തെന്ന് എനിക്കറിയാത്തതിനാൽ, ഒന്നുണരാനായി ഞാൻ വെറി പിടിക്കുന്നു. അതിനരികിലെത്തിയാലോ, ഉണരണം എന്നതിൽ എനിക്കുറപ്പില്ലാതാകാകുന്നു. എല്ലാവരുടേയും, എല്ലാറ്റിന്റേയും അസ്തിത്വവും അസ്തിത്വമില്ലായ്മയും എന്റെ സ്വപ്നത്തെ ആശ്രയിച്ചാണിരിക്കുന്നതെങ്കിൽ, സമയം എന്നെ ആശ്രയിക്കുന്നു എന്നാണർത്ഥം. അസ്തിത്വത്തിന്റേയും സമയം എന്നതിന്റെ തന്നേയും അർത്ഥം അപ്പോൾ ഞാനാകുന്നു.

ഇപ്പോൾ കാണുന്നവരോടെല്ലാം ഞാനിതിനെക്കുറിച്ച് സംസാരിക്കാറില്ല. അത് നിങ്ങൾക്കും അറിയാം. ഞാനിപ്പോൾ ഗ്രാമത്തിലെ വിഡ്ഢിയെപ്പോലെയാണ്. ഞാൻ മറ്റൊരു സത്യം കാണുന്നു എന്നും മറ്റൊരു സമയത്തിന്റെ അസ്തിത്വത്തിൽ വിശ്വസിക്കുന്നു എന്നും ലോകരോട് പറയുമ്പോൾ അവർ എന്നെ നോക്കി ചിരിക്കുന്നു. പരിഹസിക്കുന്നു. കോപിക്കുന്നു. ഭയക്കുന്നു. അതുകൊണ്ടാണ് ഞാൻ നിങ്ങളെപ്പോലെയുള്ളവരോടല്ലാതെ മറ്റൊരാളോടും ഇതിനെക്കുറിച്ച് സംസാരിക്കാത്തത്.

ചിലപ്പോഴെങ്കിലും സ്വപ്നങ്ങൾക്കുള്ളിൽ ഒരേ സ്ഥലങ്ങളെക്കുറിച്ചുള്ള സ്പനങ്ങളുണ്ടാകാറുണ്ട്. വാക്കുകളും ആവർത്തിക്കാറുണ്ട്. അതുകൊണ്ടാണ് ഒരേ വാക്ക് ആവർത്തിക്കുന്നു എന്ന ബോധം എന്നിലുള്ളത്. സമയം സ്വപ്നത്തിൽ കളിക്കുന്ന കളിയാണത്.

ഈ വിശ്വത്തെ ഞാനിവിടെ കാണുന്നുണ്ട്. എന്നാൽ അതിലൊരു മാറ്റം വരുത്താനുള്ള കരുത്ത് എന്നിലില്ല. മാറ്റാനാകാത്തിടത്തോളം കാലം അതിൽ ഇതുപോലെ നിലനിൽക്കുക എന്നതല്ലാതെ മറ്റൊന്നും ചെയ്യാനില്ല. തിരഞ്ഞാൽ കണ്ടെത്താവുന്നതല്ല സ്വപ്നം, സൃഷ്ടിക്കപ്പെടേണ്ടതാണെന്ന് മഞ്ഞ മുടിയുള്ള മുത്തശ്ശി റിൻഡയോട് പറഞ്ഞപ്പോൾ, അവർ എന്റെ നിസ്സഹായതയെയാണ് പരാമർശിച്ചിരുന്നത്. അവർക്കോ, ശുദ്ധഹൃദയരായ സഹോദരന്മാർക്കോ എന്നെ സഹായിക്കാനാകില്ല എന്ന് ഉറപ്പായപ്പോൾ, മുത്തശ്ശിയോട് എന്റെ നേരെ തൊടുത്തുവിട്ട ശാപം പിൻവലിക്കണമെന്ന് "ഈ സ്വപ്നത്തിൽ നിന്നും ഉണരാതെ എന്നെന്നും കുറുക്കനായിരിക്കണം" എന്ന ശാപം പിൻവലിക്കണമെന്ന്, അഭ്യർത്ഥിക്കുന്നതവസാനിപ്പിച്ചു. അതിനിയും ഉപയോഗശൂന്യമാണെന്ന് മനസ്സിലായിരുന്നു. മഞ്ഞ മുടിയുള്ള മുത്തശ്ശി ഷഹ്മാരന്റെ തോട്ടത്തിലുണ്ടെന്നറിഞ്ഞപ്പോൾ ഞാൻ ഭയന്നു എന്ന് പറഞ്ഞാൽ അതൊരു നുണയല്ല. ഒരായുസ്സ് മുഴുക്കെ ഞാൻ തിരഞ്ഞ സ്ത്രീയെ, ഈ തുറുങ്കിൽ നിന്നും

എന്നെ രക്ഷിക്കാനാകുന്ന സ്ത്രീയെ, ഞാൻ കണ്ടെത്തി എന്നതിൽ ആവേശം പൂണ്ട്. എന്റെ ശ്വാസം തന്നെ നിലച്ചു എന്ന് തോന്നി. അതുകൊണ്ടായിരിക്കണം അന്ന് എന്റെ സ്വരം വളരെ നേർത്തതായിപ്പോയത്. റിൻഡയും മഞ്ഞമുടിയുള്ള മുത്തശ്ശിയും സംസാരിച്ചുകൊണ്ടിരുന്നപ്പോൾ പുറത്ത് കേട്ട ഓരി ഒരു സാധാരണ കുറുക്കന്റേതായിരുന്നു. അത് ഞാനാണെന്ന് അവർ തെറ്റിദ്ധരിച്ചു. ഞാനാകട്ടെ അപ്പോൾ ദാഹം കൊണ്ട് വലഞ്ഞിരിക്കുകയായിരുന്നു. ചിലപ്പോൾ സ്പനം കണ്ടുകൊണ്ടിരിക്കുമ്പോൾ നിങ്ങൾക്ക് സ്വരമില്ലാതാകും. ഒച്ചവയ്ക്കണമെന്ന് ആഗ്രഹിച്ചാലും അതാരും കേൾക്കില്ല. പരുപരുത്ത സ്വരത്തിൽ ഏതാനും തവണ വിളിച്ച് കൂവിയതിനുശേഷം ഞാൻ നിർത്തി. വിളിച്ച് കൂവുന്നതിനേക്കാൾ ചിണുങ്ങിക്കരയുകയായിരുന്നു. നിസ്സഹായായ കുഞ്ഞിനെപ്പോലെ ഞാൻ തകർന്ന് വീണു. എന്ത് ചെയ്യണം എന്ന് അറിയില്ലായിരുന്നു. എന്റെ ബുദ്ധിമുട്ടുമായി യാതൊരു ബന്ധവുമില്ലാത്ത കാര്യങ്ങൾ ചർച്ചചെയ്യുകയായിരുന്നു അവർ. അടുത്ത വസന്തത്തിൽ ഝഷം കൊണ്ടുവരാനിരിക്കുന്ന പുതുയുഗത്തിലായിരുന്നു അവരുടെ താത്പര്യം. ആകാശത്തിന്റെ വിധി, നക്ഷത്രങ്ങൾ, ഭൂമി, സ്ത്രീകൾ, എല്ലാറ്റിലും പ്രകടമായ മാറ്റം വരുമത്രെ. അതിന് ലോറിയ വടക്കുള്ള കടലിനരികിലെത്തണം. എന്നാൽ അപ്പോൾ എന്റെ വിധിയെന്താകും?

നിങ്ങൾക്ക് അദ്ഭുതങ്ങളിൽ വിശ്വാസമുണ്ടോ? എന്നെ ഇത്ര ശ്രദ്ധയോടെ കേട്ടുകൊണ്ടിരിക്കുമ്പോൾ ...സത്യത്തെ സൃഷ്ടിക്കണമെന്ന് പറയുന്ന സ്ത്രീകൾ അദ്ഭുതങ്ങളെ ആശ്രയിക്കുന്നത് തീർത്തും വിചിത്രമായി തോന്നുന്നു. അവർക്ക് അദ്ഭുതങ്ങൾ മാത്രമുള്ള ഒരു സ്വപ്നമുണ്ട് എന്ന് പറയുകയാകും കൂടുതൽ ശരി. അങ്ങനെയുണ്ടെങ്കിലും അവർ ഈ ജീവിതത്തിൽ സ്വന്തം പരിശ്രമത്തെ മാത്രം ആശ്രയിക്കുന്നു. കാതണികളണിഞ്ഞ് ആകാശത്തിന്റെ വാതായനം കടന്ന് പോകുന്ന വ്യക്തി വിശ്വത്തിന്റെ ഹൃദയത്തിലെത്തും എന്നുറപ്പ്. അങ്ങനെയാണവർ പറയുന്നത്. ഒരാൾ മാത്രം ആ രഹസ്യം സ്വന്തമാക്കിയാൽ മറ്റുള്ളവർക്ക് എന്ത് ലാഭം? ലോറിയ തന്റെ ലക്ഷ്യം നേടിയാൽ അത് അവരെല്ലാവർക്കും സന്തോഷം കൊണ്ടുവരുമെന്നാണോ അവർ കരുതുന്നത്? അതിനാണോ അവർ കാത്തിരിക്കുന്നത്. അതോ അവർ മഞ്ഞ മുടിയുള്ള മുത്തശ്ശി പറയുന്ന വിധിയുടെ കണ്ണാടിയിൽ വിശ്വസിക്കുകയാണോ?

അവർ പ്രതീക്ഷിച്ചതിൽ നിന്നും വളരെ വ്യത്യസ്തമായ ഒരു ഫലത്തിനും സാധ്യതയില്ലേ?

എന്റെ വിധിയിൽ വന്ന മാറ്റം ഒരു ഉദാഹരണമായെടുക്കാം. ഈ സ്വപ്നത്തിൽ നിന്നുണർന്ന് സ്വന്തം ജീവിതത്തിലേക്കുള്ള തിരിച്ചുപോക്ക്. അങ്ങനെ ഒരു അദ്ഭുതം സംഭവിപ്പിക്കുന്നതിനുള്ള പ്രയത്നമാകാം ഓരോ സ്ത്രീയും ചെയ്തുകൊണ്ടിരിക്കുന്നത്. എന്നെ അടിമത്തത്തിൽ നിന്ന്, അവസാനമില്ലാത്ത ഈ ഉറക്കത്തിൽ നിന്ന്, സ്വതന്ത്രമാക്കാനുള്ള ഒരു

മാർഗമാകാം അവർ അന്വേഷിച്ചുകൊണ്ടിരിക്കുന്നത്. അവർ എന്നെ സഹായിക്കാനുള്ള മാർഗ്ഗം തിരയുകയാകാം.

ഇങ്ങനെയൊന്നും ചിന്തിക്കരുത് എന്ന് എനിക്കറിയാം. ഈ വിശ്വം മുഴുക്കെ അലയാനുള്ള സ്വാതന്ത്ര്യം ഉണ്ടെങ്കിലും സ്വപ്നത്തിൽ നിന്നും പുറത്തിറങ്ങാനുള്ള കരുത്തില്ലാത്തതിനാൽ കെണിയിൽ പെട്ടിരിക്കുന്നു എന്ന തോന്നലിലാണെന്നറിയാം. അപ്പോൾ ഇതുപോലുള്ള സ്വപ്നങ്ങൾക്കുള്ളിൽ പെട്ട് ഗ്രാമത്തിലെ വിഡ്ഢിയെപ്പോലെ സംസാരിക്കുന്നു. എന്നെ കേട്ടുകൊണ്ടിരിക്കുന്ന നിങ്ങൾ എന്നെ വിശ്വസിക്കുന്നു. ഇവിടെയുള്ളവരുടെ ക്ലേശങ്ങളിൽ ഹൃദയത്തിലെ ക്ലേശങ്ങളെ ചേർത്തുവയ്ക്കുന്നു, അതിനെ തിരിച്ചറിയുന്നു. വിനീതനായ ഒരു സന്ന്യാസിയെപ്പോലെയാകുന്നു നിങ്ങൾ. മറ്റുള്ളവരുടെ കഥകളിൽ നിങ്ങൾ അസ്തിത്വം തിരയുന്നു. അങ്ങനെ ജീവിതത്തിന്റെ വൃത്തിയുള്ള ഒരു പകർപ്പെടുക്കുന്നു. അതല്ലെങ്കിൽ, കഥകളിൽ വാരിവിതറിയിരിക്കുന്ന ദയ, സ്നേഹം, പ്രതീക്ഷ, സന്തോഷം എന്നിവയിൽ വിശ്വസിക്കുന്നു. എന്നെ ഇപ്പോൾ നിങ്ങൾ ശ്രദ്ധാപൂർവ്വം കേൾക്കുന്നതുപോലെ...

വാളിന്റെ നിഴലിൽ വസിക്കുന്നവർ വാളിന്റെ ഭാഗമായി തീരുന്നതുപോലെ, മനസ്സും ഈ സ്വപ്നത്തിന്റെ ഭാഗമായിരിക്കുന്നു. ഇപ്പോൾ സ്വപ്നത്തിൽനിന്നും ഉണരുകയാണെങ്കിൽ, സ്വപ്നം പാതിയിൽ മുറിഞ്ഞാൽ കുട്ടികൾക്കുണ്ടാകുന്ന പരിഭ്രമം എന്നിലുണ്ടാകും. അതല്ലെങ്കിൽ നടപ്പാകാത്ത സ്വപ്നം കണ്ടുകൊണ്ടിരിക്കുന്ന വൃദ്ധരെ ആ സ്വപ്നത്തിനിടയിൽ ശല്യപ്പെടുത്തിയതുപോലെയുള്ള വിഭ്രാന്തി.

ഞാനൊരു രഹസ്യം പറയാം. ശത്രുപക്ഷത്തെ തുടച്ച് നീക്കുന്നതിൽ കുറഞ്ഞൊന്നിലും തൃപ്തരാകില്ലെന്ന് ഉറപ്പുള്ള മെറാനികൾ, പക്ഷേ, മഞ്ഞ മുടിയുള്ള മുത്തശ്ശിയിൽ നിന്നും ഒരു മുടിപോലും കൊഴിഞ്ഞ് വീഴരുതേ എന്ന് പ്രാർത്ഥിക്കുന്നുണ്ട്. അവരിലെ മന്ത്രവാദികൾ പറയുന്നത് മുത്തശ്ശിക്ക് എന്തെങ്കിലും സംഭവിച്ചാൽ വെള്ളക്കുറുക്കൻ സ്വപ്നത്തിൽ നിന്നുണരും എന്നാണ്. വെള്ളക്കുറുക്കൻ സ്വപ്നത്തിൽ നിന്നുണർന്നാൽ ഈ ലോകം തലകീഴായി മറിയും. ഇതിൽ എത്ര സത്യമുണ്ടെന്ന് ഇപ്പോൾ ഞാനും അദ്ഭുതപ്പെടുന്നു. ഒരായുസ്സ് മുഴുവൻ രക്തത്തിൽ കളിച്ച് മദിച്ച ഇവർക്ക് ഇപ്പോൾ ഭയം മരണത്തെയല്ല, അസ്തിത്വം, സമയം എന്നതിന്റെ അവസാനം, എന്നിവയിലാണ്.

കഴുത്ത് വളഞ്ഞ അവാദീൻ മഞ്ഞ മുടിയുള്ള മുത്തശ്ശിയുടെ മരണമല്ലാതെ മറ്റൊന്നും കാംക്ഷിച്ചിട്ടില്ല. അത് സംഭവിച്ചാൽ ഈ അസ്തിത്വത്തിനപ്പുറത്തെന്താണെന്ന അദ്ദേഹത്തിന്റെ ആകാംക്ഷ പൂർത്തീകരിക്കാനാകും. എന്നാൽ ലോറിയയുടെ പക്കലുള്ള കാതണി ലഭിച്ചാൽ താൻ തൃപ്തനാകും എന്ന് പറയുക വഴി, ഭയം മൂലം ഉറക്കം നഷ്ടമായ മെറാനികളെ തൃപ്തിപ്പെടുത്തുകയായിരുന്നു അയാൾ. അങ്ങനെ അവരെ സ്വന്തമാക്കി. ആകാശത്തിന്റെ വാതിലിലൂടെ കടന്ന്, വിശ്വത്തിന്റെ

ഹൃദയത്തിലേക്കിറങ്ങിയാൽ അയാൾ അസ്തിത്വം, സമയം എന്നിവ യുടെ അനന്തബന്ധത്തിന്റെ ഭാഗമായി തീരും.

പിറ്റേന്ന് റിൻഡ ഗുഹയിൽ നിന്നിറങ്ങി, സാവധാനത്തിൽ യാത്ര തുടർന്നു. അപ്പോൾ അയാളുടെ മനസ്സിൽ ഇതൊന്നുമല്ലായിരുന്നു. തന്റെ യാത്ര അവസാനത്തിലേക്കെത്തുകയാണല്ലോ എന്ന ചിന്തയായിരുന്നു. ഉച്ചയോടെ, ദൂരെ ഒരു മരം കണ്ടു. അത്ര ഉയരമൊന്നുമില്ല ആ മരത്തിന്. അടുത്തെത്തിയപ്പോൾ അതിന്റെ ചുവട്ടിൽ ഒരു തലയോട്ടി വച്ചിരിക്കു ന്നത് ശ്രദ്ധിച്ചു. മഞ്ഞെല്ലാം മാറ്റി അയാൾ അതിനു കീഴെയുള്ള അസ്ഥി പഞ്ജരം മുഴുക്കെ പുറത്തെടുത്തു. കാറ്റ്, ശവത്തിന്റെ പക്കലുണ്ടായി രുന്ന മാറാപ്പിനെ എടുത്തുകൊണ്ടുപോയിരിക്കുന്നു. കാറ്റിന്റെ ചിറകിൽ നിന്നും വീണപ്പോൾ അത് പല തുണ്ടങ്ങളായിട്ടുണ്ടായിരുന്നു.

ഷഹ്മാരൻ തോട്ടത്തിൽ നിന്നിറങ്ങിയതിനു ശേഷം കണ്ടെത്തുന്ന രണ്ടാമത്തെ അസ്ഥിക്കൂടാണിത്. അതിന്റെ സമീപവും ഒരു വാളുണ്ട്. വിശപ്പും തണുപ്പും സഹിക്കാനും അതിജീവിക്കാനുമാകാത്തെ യാത്രി കർ അതിന്റെ ഗർത്തത്തിലേക്ക് വീഴുകയും അവിടെ നിന്ന് പിന്നെ രക്ഷ പ്പെടാനാകാത്ത അവസ്ഥയിലേക്കെത്തുകയും ചെയ്യും. ശരീരത്തിനടുത്ത് ഏതെങ്കിലും വന്യമൃഗം വന്ന അടയാളമൊന്നുമുണ്ടായിരുന്നില്ല. ഒരു കരടിയോ ചെന്നായയോ അവിടെയെത്തിയിട്ടില്ല. തലയോട്ടിയിൽ കുടുങ്ങി ക്കിടന്നിരുന്ന ആഭരണം, വാളിന്റെ രൂപകല്പന, എന്നിവയിൽ നിന്നും ഇതൊരു സ്ത്രീയുടെ അസ്ഥികൂടമാണെന്ന് ഉറപ്പിക്കാനാകും.

റിൻഡ ആ മരത്തിന്റെ ഒരില പറിച്ച് മണപ്പിച്ചു. പിന്നെ സാവധാന ത്തിൽ ചവച്ചു. ഭക്ഷ്യയോഗ്യമാണെന്നുറപ്പായപ്പോൾ ചവച്ചത് വിഴുങ്ങി. വിശപ്പിന്റെ ഭയം എന്നാൽ എന്താണെന്ന് അയാൾക്കറിയാം. വയറു നിറയെ കഴിക്കുന്നതിനിടയിൽ അതിൽ നിന്നും കുറച്ചെടുത്ത് മാറാപ്പിലും നിറച്ചു. മനുഷ്യജീവിതത്തെ അപ്പാടെ മാറ്റിമറിക്കുന്ന രണ്ട് പ്രധാന സഞ്ചാരപഥങ്ങളിൽ ഒന്ന് വിശപ്പാണോ? എനിക്കറിയില്ല. എല്ലാവരും അവരവരുടേതായ രീതിയിൽ ചിന്തിക്കുന്നു. അവരവരുടെ ഭയം, സംശയം എന്നിവയെ അടിസ്ഥാനമാക്കി ചിന്തിക്കുന്നു. ചിലർ പറയുന്നത് ഭയവും ആകാംക്ഷയുമാണെന്നാണ്. ആകാംക്ഷയും സ്നേഹവുമാണ് ജീവി തത്തെ മാറ്റിമറിക്കുന്നത് എന്ന് പറയുന്നവരുമുണ്ട്. ഈ പട്ടികയിലേക്ക് ഏകാന്തത, തിരസ്കാരം, നിസ്സഹായത എന്നിവ കൂട്ടിച്ചേർക്കുന്നവരോട് എനിക്കൊരു കാര്യം പറയാനുണ്ട്. സ്വപ്നത്തെക്കുറിച്ചാണെനിക്ക് പറ യാനുള്ളത്. ഇത് പക്ഷേ വിശദീകരിക്കുക ഏറ്റവും പ്രയാസം, സ്നേഹം അഥവാ പ്രണയം എന്നതിനെയാകും. അതെന്താണെന്ന് എല്ലാവർക്കു മറിയാം, എന്നാൽ അതിനെ വിശദീകരിക്കാൻ ആർക്കുമാകില്ല. ഒരു പക്ഷേ, ആർക്കും അറിയില്ലായിരിക്കാം!

ഒരു സ്ത്രീയിൽ എന്തിനെയാണ് നിങ്ങൾ സ്നേഹിക്കുന്നത് എന്ന റിയുന്നത് ഗംഭീരമാണെങ്കിലും എന്തിനെയാണ് പ്രണയിക്കാത്തതെന്ന റിയുന്നത് അപകടകാരിയാകും എന്നാണ് വഴിവാണിഭക്കാരൻ പറഞ്ഞത്.

അയാൾ പറഞ്ഞത് എന്തെന്ന് എനിക്കുറപ്പില്ല. അയാളിൽനിന്നും കേട്ട പലതും ഞാനിതിനിടയിൽ നിങ്ങളുമൊത്ത് പങ്കുവച്ചിട്ടുണ്ട്. അതുപോലെ എന്റെ പൂർവ്വജീവിതത്തിൽ പലരിൽ നിന്നും കേട്ടത് പങ്കുവച്ചിട്ടുണ്ട്. ചിലപ്പോൾ പറഞ്ഞവരുടെ പേരുപറയാതെ, മറ്റ് ചിലപ്പോൾ പറഞ്ഞ വരാരാണെന്നറിയാതെ, പറഞ്ഞിട്ടുണ്ട്. ഒരു സ്വപ്നം ബാഹ്യലോക ത്തിൽ നിന്നും സ്വതന്ത്രമാണെന്നൊരു അവകാശവാദമുന്നയിക്കാനൊ ന്നുമുള്ള ലക്ഷ്യമില്ലെനിക്ക്. അത് സ്വപ്നം കാണുന്ന വ്യക്തിയുടെ സ്വന്തമാണെന്നോ, അതിൽ മറ്റൊരാളുടെ ഒരംശവുമില്ലെന്നോ പറയാ നുള്ള ഉദ്ദേശ്യവുമില്ല. ഇന്നുവരെ സ്വപ്നം കണ്ടിട്ടുള്ള എല്ലാവരുടേയും കണ്ണിലൂടെയാണ് ഞാനിതൊക്കെ നിരീക്ഷിക്കുന്നത് എന്നാണ് തോന്നൽ. മനുഷ്യരുടെ ചിന്തകളോ സ്വപ്നങ്ങളോ ശുദ്ധമല്ല. ഏറ്റവും രഹസ്യ സ്വഭാവമുള്ള മനോരാജ്യങ്ങൾക്കുപോലും അവയുടേതായ പ്രചോദന ങ്ങളുണ്ട്.

ഒരിക്കൽ ലെ ഹെയ്സെ എന്ന് പേരുള്ള ഒരു കൊച്ചുകുട്ടി എന്നോട് പറഞ്ഞത് ഞാൻ ഒരിക്കലും മറക്കില്ല. പ്രണയത്തെക്കുറിച്ചാണവൾ പറ ഞ്ഞത്. ഒരു മരുഭൂമിയിൽ വെച്ചാണ് ഞാനവളെ കണ്ടുമുട്ടിയത്. ഒരു വ്യക്തിയുടെ ജീവിതപ്പാതയിൽ വലിയ മാറ്റം വരുത്തുന്ന രണ്ട് കാര്യ ങ്ങളിൽ ഒന്ന് വിശപ്പാണെന്ന് പറയുന്നവരുടെ വാക്കുകൾ ഞാൻ സശ്രദ്ധം കേട്ടിരുന്ന കാലമായിരുന്നു അത്. ഒരിക്കൽ ഒരു വാഹനവ്യൂഹത്തിനു സമീപം, ചപ്പുചവറുകളിൽ പരതി നടക്കുകയായിരുന്നു. എന്തെങ്കിലും ഭക്ഷിക്കാൻ ലഭിക്കുമോ എന്ന് തന്നെയായിരുന്നു തിരച്ചിൽ. മൂന്ന് ദിവസ മായിട്ടുണ്ടായിരുന്നു ഒരു തുണ്ട് അന്നം വയറ്റിലെത്തിയിട്ട്. ഈ സ്വപ്ന ത്തിൽ ചെന്നുവിണതിനുശേഷം ഒരു അസ്ഥികൂടമായിട്ടുണ്ടായിരുന്നു. ചർമ്മം കൊണ്ട് പൊതിഞ്ഞ ഒരു അസ്ഥികൂടം. മഞ്ഞ മുടിയുള്ള മുത്തശ്ശി യുടെ ജാലകത്തിലേക്ക് കല്ല് വലിച്ചെറിഞ്ഞിരുന്ന കാലത്തുള്ള എന്നെ, നിങ്ങളൊന്ന് കാണേണ്ടതായിരുന്നു. നല്ല ഭക്ഷണമെല്ലാം കഴിച്ച്, നല്ല ആരോഗ്യത്തോടെ, ഓജസ്സും ഉണർവ്വും നിറഞ്ഞ് നിന്നിരുന്നവനാണ് ഞാൻ. എന്നാൽ പിന്നെ എന്നിലെ ആരോഗ്യമെല്ലാം കാർന്നെടുക്കപ്പെട്ടു. ഗ്രാമങ്ങളിലെ കുട്ടികളുടെ കല്ലേറിൽനിന്നും ജീവനോടെ രക്ഷപ്പെടുക ബുദ്ധിമുട്ടായി തുടങ്ങി. അപ്പോൾ വിശപ്പ് എന്താണെന്ന് മനസ്സിലായി. വാഹനവ്യൂഹത്തിനരികിലെത്തുമ്പോൾ അർദ്ധരാത്രിയായിട്ടുണ്ടായി രുന്നു. ഭക്ഷണമന്വേഷിച്ച് അതിലൊരു വാഹനത്തിനു സമീപമെത്തി. ഒരു തുണ്ട് റൊട്ടിപോലും അവർ നിലത്തെറിഞ്ഞ് കളഞ്ഞിട്ടില്ല. ഒന്ന് കട്ടെടുക്കാമെന്ന് വച്ചാൽ, അതിനകത്ത് ഒന്നും ശേഷിപ്പുമില്ല. മോഷണം തെറ്റാണെന്ന് അറിയാം. എന്നാൽ വിശപ്പിൽ നിന്നും രക്ഷ നേടാനാകാതെ നിൽക്കുന്നവരുടെ അവസ്ഥ നിങ്ങൾ മനസ്സിലാക്കണം. വിശപ്പുമൂല മാണവർ മോഷ്ടിക്കുന്നത്. അവരോട് ദയയുണ്ടാകണം. അഗതികളായ കുട്ടികളിൽ നിന്നുമല്ല റൊട്ടി തട്ടിപ്പറിക്കുന്നത്. യാചകർ അന്വേഷി ച്ചെത്തുന്ന ഭക്ഷണാവിശിഷ്ടങ്ങളിലാണ് പരതുന്നത്. അതിൽ വലിയ

കൊതിയൊന്നുമുണ്ടായിട്ടല്ല. എന്നാൽ ഈ ലോകം എന്റേതുകൂടിയാണ്. എനിക്കും ഇവിടെ അതിജീവിക്കണം. നിലനിൽക്കണം. അങ്ങനെ അലഞ്ഞ് നടക്കുന്നതിനിടയിൽ ഒരു തുണ്ട് അസ്ഥി കണ്ടു. ഇറച്ചിയുടെ മണം പോലും അവശേഷിപ്പിക്കാതെ അവർ അത് വൃത്തിയാക്കിയിരിക്കുന്നു. ഒരു തുണ്ട് ഇറച്ചി അതുമുഴുക്കെ തിരഞ്ഞാലും ലഭിക്കില്ല. എന്നിട്ടും അത് നക്കിത്തുടച്ചു. ചവച്ചു. അപ്പോൾ ഒരു തുണ്ട് റൊട്ടി സമീപം വന്ന് വീണു. ഒന്ന് ഭയന്നു. ഒന്നുരണ്ടടി പുറകോട്ട് വച്ചു. വാഹനവ്യൂഹത്തിനു സമീപം ഒരു കൊച്ചു പെൺകുട്ടിയിരിക്കുന്നു.

അവൾക്കരികിൽ ഒരു ആൺകുട്ടിയുമുണ്ടായിരുന്നു. അവളേക്കാൾ ഒന്നു രണ്ട് വയസ്സിനിളപ്പമായിരിക്കണം അവന്. അവരല്ലാതെ അവിടെ ആരുമില്ലെന്ന് ഉറപ്പായപ്പോൾ ആ റൊട്ടി തിന്നു. തിരിച്ച് നടക്കാൻ തുടങ്ങിയപ്പോൾ എവിടേക്കാണ് ഈ യാത്ര എന്ന് ലെ ഹെയ്സെ ചോദിച്ചു. "ഭക്ഷണം തേടി. ഞാൻ പെട്ടെന്ന് പോയില്ലെങ്കിൽ താങ്കളുടെ സഹോദരൻ ഉണരും. അവൻ ഭയന്ന് ഈ സഞ്ചാരക്കൂട്ടത്തിലുള്ളവരെയെല്ലാം ഉണർത്തും." ഞാൻ പറഞ്ഞു. "ഇവനെന്റെ സഹോദരനല്ല. എന്റെ ചേച്ചിയുടെ സഹോദരനാണ്." അവൾ പറഞ്ഞു. അതെനിക്കൊരു ഇക്കിളി തന്നു. ഞാൻ ചിരിച്ചു. ഈ കൊച്ചുകുട്ടികളുടെ മനസ്സ് എനിക്കിഷ്ടമാണ്. അവരുടെ ഭാഷ അവരുടെ മനസ്സിന്റെ കണ്ണാടിയാണ്. "അപ്പോൾ അവൻ നിന്റെ സഹോദരനുമല്ലേ?" ഞാനവളെ തിരുത്തി. "അല്ല. ഇവൻ എന്റെ സഹോദരനല്ല." അവൾ തീർത്ത് പറഞ്ഞു. കളിക്കിടയിൽ അവർ തമ്മിൽ പിണങ്ങിയിരിക്കണം. അപ്പോൾ ചേച്ചി അവന്റെ പക്ഷം ചേർന്നിരിക്കണം. അതുകണ്ട് അവൾ "നീ ചേച്ചിയുടെ അനുജനാണ്. എന്റെയല്ല എന്ന് പറഞ്ഞിരിക്കണം." ആ ശാഠ്യം മൂലമാകണം എല്ലാവരും ഉറങ്ങുമ്പോൾ ഇവളങ്ങനെ ഒറ്റയ്ക്ക് വന്നിരിക്കുന്നത്.

കുട്ടിക്കാലത്ത് ഞാനും ഇങ്ങനെ ശാഠ്യം പിടിച്ചിട്ടുണ്ട്. ഒരു ദിവസം അമ്മ എനിക്കും സഹോദരിക്കും കോഴിയിറച്ചി കൊണ്ടുവന്നു. അമ്മയത് എങ്ങനെ സംഘടിപ്പിച്ചു എന്നറിയില്ല. അക്കാലങ്ങളിൽ ഭക്ഷണം വളരെ ദുർലഭമായേ ലഭിക്കാറുള്ളൂ. അവസാനത്തെ തുണ്ട് അമ്മ സഹോദരിക്ക് കൊടുത്തു. അതെനിക്കിഷ്ടമായില്ല. ഞാൻ മുഖം വീർപ്പിച്ചു. അവളുടെ നേരെ നോക്കി "നീ അമ്മയുടെ മകളാണ്. ഞാൻ അമ്മയുടേതല്ല" എന്ന് പറഞ്ഞു. ഒരു തുണ്ട് ഇറച്ചിയോടുള്ള കൊതിയല്ല അപ്പോൾ എന്നിലുണ്ടായിരുന്നത്. അമ്മ അവളുടെ പക്ഷത്തായതാണ്. എന്നാൽ അമ്മ എന്നെ സമാധാനിപ്പിക്കാനപ്പോൾ പറഞ്ഞ വാക്കുകൾ ശരിയായിരുന്നു. എന്റെ സഹോദരിക്ക് കുറെ ദിവസങ്ങളായി സുഖമില്ലായിരുന്നു. അവൾ വല്ലാതെ മെലിഞ്ഞിരുന്നു. "അവൾക്ക് നമ്മളേക്കാൾ കൂടുതൽ ഭക്ഷണം വേണം" അമ്മ പറഞ്ഞു. "നിങ്ങൾ രണ്ടുപേരും ഭക്ഷിക്കുന്നത്ര ഞാൻ ഭക്ഷിക്കാറുണ്ടോ?" അപ്പോൾ മാത്രമാണ് അമ്മ എന്തെങ്കിലും കഴിച്ചോ എന്ന് ശ്രദ്ധിച്ചില്ലെന്ന ഓർമ്മ എന്നിലുണ്ടായത്. ഞാൻ അമ്മയുടെ മുഖത്തേക്ക് നോക്കി. അത് എന്റെ സഹോദരിയുടെ മുഖത്തേക്കാൾ

വിവർണ്ണമായിരിക്കുന്നു. അമ്മയുടെ കണ്ണുകളും കവിളും ഒട്ടിപ്പോയിരിക്കുന്നു. അന്നു മുതൽ അമ്മ എനിക്ക് തന്ന ഭക്ഷണത്തിൽ നിന്നും ഒരു തുണ്ട് ഞാൻ ഒളിപ്പിച്ച് വക്കുമായിരുന്നു. എന്നിട്ട് രാത്രിയിൽ ആരും കാണാതെ അതെന്റെ സഹോദരിക്ക് കൊണ്ടുപോയി കൊടുക്കും.

ഇപ്പോൾ അനുചിതമായി എന്തോ സംഭവിക്കുന്നു എന്ന തോന്നൽ എന്നിലുണ്ട്. പഴയ സംഭവങ്ങൾ ഓർമ്മയിലെത്തുന്നു എങ്കിലും ആ ചിത്രങ്ങൾ മനസ്സിലേക്കോടിയെത്തുന്നില്ല. എന്റെ യഥാർത്ഥ ജീവിതത്തിലെ ചിത്രങ്ങൾ. അമ്മ വിളറി വെളുത്തിരിക്കുന്നത് ഓർക്കുന്നു. എന്നാൽ അമ്മയുടെ മുഖം ഓർമ്മയിലില്ല. അമ്മയുടെ കണ്ണുകൾ വല്ലാതെ കുഴിഞ്ഞ് പോയതോർക്കുന്നു, എന്നാൽ ആ കണ്ണുകളുടെ രൂപം ഓർമ്മയിലില്ല. എന്റെ അമ്മയേയും സഹോദരിയേയും കുറുക്കന്മാരായാണോ അതോ മനുഷ്യന്മാരായാണോ കാണുന്നത് എന്നതും ഓർമ്മയിലില്ല.

മറുപടിയൊന്നും പറയാതെ അവിടെ തന്നെ നില്പാണെന്ന് കണ്ടലെ ഹെയ്സെ, ഒന്നും പറയാതെ ഞാനവിടെ നിന്ന് പോകാനൊരുങ്ങുകയാണെന്ന് കണ്ട ലെ ഹെയ്സെ, അവൾ പറഞ്ഞത് ഞാൻ വിശ്വസിച്ചിട്ടില്ല എന്ന് തീർപ്പാക്കി. മാത്രമല്ല, ഞാൻ അവളെ കളിയാക്കുകയാണെന്നും അവൾ മനസ്സിലാക്കി. “ഈ ആൺകുട്ടി എന്റെ ചേച്ചിയുടെ സഹോദരനാണ്. അതെങ്ങനെ സാധ്യമാകും എന്ന് നിനക്ക് പറയാമെങ്കിൽ ഞാൻ ഒരു തുണ്ട് ഇറച്ചി കൊണ്ടുവരാം.” അവൾ പറഞ്ഞു.

മാംസം എന്ന് കേട്ടപ്പോൾ എന്റെ കാതുകളെഴുന്നേറ്റ് നിന്നു. കണ്ണിൽ വെളിച്ചം നിറഞ്ഞു. ലെ ഹെയ്സെയുടെ കടം കഥയ്ക്കെങ്ങനെ ഉത്തരം നൽകാമെന്ന ചിന്തയിലായി ഞാൻ. പല സുന്ദരമാർഗ്ഗങ്ങളും ഞാനുപയോഗിച്ചു. ആ കുട്ടി സ്വന്തം സഹോദരനാണെന്ന് അവളെക്കൊണ്ട് സമ്മതിപ്പിക്കാൻ ശ്രമിച്ചു. എല്ലാ സാധ്യതകളും അക്കമിട്ട് നിരത്തി. താൻ പറഞ്ഞത് അസംബന്ധമാണെന്ന് മാത്രം ലെ ഹെയ്സെ സമ്മതിച്ചില്ല. അവളുടെ കടം കഥയ്ക്കൊരു ശരിയുത്തരമുണ്ടെന്നവൾ ശഠിച്ചു. വാശിപിടിച്ചു. ഞാൻ നിരാശനായി. ഈ കുറുക്കൻ ജീവിതത്തിൽ ഒരിക്കലെങ്കിലും ഒരു കുട്ടിയെ വിശ്വസിക്കണം എന്ന തീരുമാനത്തിൽ എത്തിച്ചേർന്നു. അങ്ങനെ ചെയ്യണം എന്ന ആഗ്രഹം കൊണ്ടല്ല, അതല്ലാതെ ആ ഇറച്ചിത്തുണ്ട് ലഭിക്കാൻ മറ്റ് മാർഗ്ഗമില്ലാത്തതിനാൽ. അതിനാൽ ആ കുട്ടി ലെ ഹെയ്സെയുടെ ചേച്ചിയുടെ സഹോദരനായിരിക്കാം എന്നത് എന്റെ മനസ്സ് സ്വീകരിച്ചു. അപ്പോൾ കടം കഥയുടെ ഉത്തരം തെളിഞ്ഞു. അവൾ പറഞ്ഞത് ശരിയായിരുന്നു. ഞാൻ ഉത്തരം പറഞ്ഞു. തലയൊന്ന് വെട്ടിച്ച് കെഞ്ചുന്ന ഒരു നോട്ടം വച്ചുകൊടുത്തു. അതും അവൾക്ക് സ്വീകാര്യമായില്ലെങ്കിൽ പിന്നെ അവിടം വിടുകയല്ലാതെ മറ്റ് മാർഗ മെനിക്കില്ല. ലെ ഹെയ്സെ വാഹനത്തിലേക്ക് പോയി ഒരു വലിയ തുണ്ട് ആട്ടിറച്ചിയുമായി മടങ്ങിയെത്തി. എന്റെ അരികിൽ വന്ന് തല തടവി. “സുന്ദരൻ ഉത്തരം എന്റെ സുന്ദരൻ കുറുക്കാ.” അവൾ പറഞ്ഞു. ഞങ്ങൾ

സുഹൃത്തുക്കളായി എന്നപ്പോൾ എനിക്ക് മനസ്സിലായി. അപ്പോൾ അവൾ മനം തുറന്നു. മനസ്സിനുള്ളിലെ ഏറ്റവും വലിയ രഹസ്യം പങ്കുവച്ചു. താൻ ഒരു പയ്യനുമായി പ്രണയത്തിലാണെന്ന് പറഞ്ഞു. "അവൻ ഇവിടെയുണ്ടോ?" ഞാൻ ചോദിച്ചു. "ഇല്ല അവന്റെ കുടുംബം കഴിഞ്ഞയാഴ്ച ഈ യാത്രാ സംഘത്തിൽ നിന്നും വിട്ടുപോയി." അവളുടെ തുടുത്ത കവിൾത്തടം ഇരുട്ടിലും ചുകന്നു. "നീ പ്രണയിക്കുകയാണെന്ന് നിനക്കെങ്ങനെ മനസ്സിലായി?" ഞാൻ ചോദിച്ചു. "അവനെക്കുറിച്ചാലോചിക്കുമ്പോൾ എനിക്ക് വിശപ്പ് വരുന്നു. എന്നാൽ ഒന്നും ഭക്ഷിക്കാനുമാകുന്നില്ല. ഇതാ ഇപ്പോൾ അവനെക്കുറിച്ച് സംസാരിക്കാനാരംഭിച്ചപ്പോഴേ എനിക്ക് വിശന്ന് തുടങ്ങിയിരിക്കുന്നു. ഇനി ഒന്നുറങ്ങി സ്വപ്നത്തിൽ അവൻ വന്നാലേ ഈ വിശപ്പവസാനിക്കുകയുള്ളൂ."

സുന്ദരിക്കുട്ടി. എല്ലാവർക്കും പ്രണയത്തിന് അവരവരുടേതായ വിശദീകരണമുണ്ട്. ഞാനതെല്ലാം വളരെ മുമ്പേ മറന്നിരിക്കണം. എന്നാൽ ഈ വിശദീകരണം ഇവൾക്ക് ചേരുന്നുണ്ട്. ഞാൻ യാത്ര ചോദിക്കാനൊരുമ്പെടുകയായിരുന്നു. ഞങ്ങൾ സുഹൃത്തുക്കളായി എന്ന സന്തോഷത്തിൽ യാത്രയ്ക്കൊരുങ്ങികയായിരുന്നു. ലെ ഹെയ്സെ അപ്പോൾ എന്നെ ആ വാഹനവ്യൂഹത്തിലെ മറ്റൊരു വാഹനത്തിനരികിലേക്ക് കൊണ്ടുപോയി. അതിൽ ഉറങ്ങിക്കിടക്കുന്ന ഒരു പെൺകുട്ടിയെ ചൂണ്ടിക്കാണിച്ചു. "ഇതാരാണെന്നറിയാമോ? ഇത് എന്റെ ചേച്ചിയുടെ സഹോദരന്റെ സഹോദരിയാണ്." ഇത്തവണ ഞാൻ ഒന്നും പറഞ്ഞില്ല. "ചേച്ചിയുടെ സഹോദരി എന്നാണോ ഉദ്ദേശിച്ചത്. അതോ നിന്റെ സഹോദരി എന്നോ" എന്ന് ചോദിക്കുന്നതിൽ നിന്നും ഞാൻ പിന്മാറി. വയർ നിറഞ്ഞതിനാലല്ല ഇനിയൊരു ചോദ്യം വേണ്ടെന്ന് വച്ചത്. വളരെ നേരമായി ഞാനവിടെ ചുറ്റിക്കറങ്ങുന്നു. ആരെങ്കിലും എഴുന്നേറ്റ് വന്നാൽ അതെനിക്ക് ആപത്താകും. ഉത്തരമെന്തെങ്കിലും പറയുന്നതിനു പകരം ഞാൻ ലെ ഹെയ്സിനു സമീപമെത്തി. അവളുടെ കയ്യിൽ എന്റെ മുഖമൊന്ന് തടവി. പിന്നെ നിശ്ശബ്ദം അവിടെ നിന്ന് യാത്രയായി. അതിനു ശേഷം ചൂടുള്ള റൊട്ടിയുടെ മണമടിക്കുമ്പോഴെല്ലാം ലെ ഹെയ്സെ എന്റെ കൈകൾ എന്റെ കവിളിൽ തലോടിയതോർമ്മവരും. അവളുടെ മധുരസ്വരം ഓർമ്മവരും. അവളുടെ ശ്വാസത്തിന്റെ ഊഷ്മളത ഓർമ്മവരും. എന്നാൽ ആ അവസാന ചോദ്യം മാത്രം ഓർമ്മയിലെത്തുകയില്ല. ഇനിയൊരിക്കൽ വിശപ്പ് എന്നെ അസഹനീയമാംവണ്ണം കീഴ്പ്പെടുത്തിയാൽ ആ ചോദ്യത്തിൽ ഗൗരവമുള്ള എന്തെങ്കിലുമുണ്ടായിരുന്നോ ഇല്ലയോ എന്ന് ആലോചിക്കും.

അതിനിടയിൽ റിൻഡ ഒരു മലയിറങ്ങി. കീഴ്ക്കാം തൂക്കായുള്ള മല. താഴ്വാരം കടന്നു. മറ്റൊരു മല കയറി അപ്പുറത്തെത്തി. മൂന്ന് പേർ അയാളെ അപ്പോൾ പിന്തുടരുന്നുണ്ട് എന്നയാൾക്കറിയില്ലായിരുന്നു. റിൻഡയുടെ കാലടിപ്പാടുകൾ പിന്തുടർന്ന് അവർ ഒപ്പമെത്തുന്നുണ്ട് എന്നറിയില്ലായിരുന്നു.

ശിശിരത്തിന്റെ അവസാനത്തിലെത്തിയിരുന്നെങ്കിലും മഞ്ഞുരുകുന്നതിന്റെ ലക്ഷണമൊന്നും കണ്ടിരുന്നില്ല. വടക്കിന്റെ അതിരിൽ എല്ലാ ഋതുക്കൾക്കും തണുപ്പാണ്. ആകാശത്തിൽ മേഘം മൂടിക്കിടപ്പുണ്ടായിരുന്നു.

റിൻഡയെപ്പോലെ തന്നെ ക്ഷീണിതരായിരുന്നു അവനെ പിന്തുടരുന്നവരും. റിൻഡയെപ്പോലെ തന്നെ ക്ഷമാശീലരായിരുന്നു അവനെ പിന്തുടർന്നിരുന്നവരും. മാസങ്ങളായി തിരഞ്ഞിരുന്ന പാതയാണ് അവർ കണ്ടെത്തിയിരിക്കുന്നത്. വെയിൽ, ഭക്ഷണം എന്നിവയെക്കുറിച്ചവർ ചിന്തിക്കുന്നുണ്ടായിരുന്നില്ല. എത്രയും പെട്ടെന്ന് റിൻഡയെക്കാപ്പമെത്തണം എന്ന ചിന്ത മാത്രമാണ് അവരിലുണ്ടായിരുന്നത്.

ഒരു മലഞ്ചെരുവിലൂടെ നടക്കുന്നതിനിടയിൽ റിൻഡ മുകളിൽ നിന്നും ഒരു സ്വരം കേട്ടു. മുകളിൽ ഒരനക്കമുണ്ടായാൽ, മഞ്ഞ് പൊളിഞ്ഞ് വീഴും. അതൊരു ഹിമപ്രവാഹത്തിനു കാരണമാക്കും. റിൻഡ നിന്നു. ചുറ്റിലും നോക്കി. എല്ലായിടവും നിശ്ശബ്ദമാണ്. തിരിഞ്ഞ് നോക്കിയപ്പോൾ പുറകിൽ അവർ വരുന്നത് റിൻഡ കണ്ടു. നീളൻ രോമക്കുപ്പായങ്ങളും വലിയ തൊപ്പിയും ധരിച്ച മൂന്ന് പേർ. അവരിൽ രണ്ട് പേർ വേഗം കുറച്ചു. മൂന്നാമൻ റിൻഡയ്ക്ക് നേരെ നടന്നു. വേഗം കുറച്ച, പുറകിൽ നിന്ന, രണ്ടുപേരുടെ അരയിൽ വാളുണ്ട്. കയ്യിൽ വില്ലുണ്ട്. പുറകിൽ തൂണീരത്തിൽ അമ്പുണ്ട്. ഇത്ര ദൂരത്തുനിന്ന് നോക്കിയാലും മുന്നിലുള്ളയാൾക്ക് നടക്കുമ്പോൾ ഒരു ചരിവുണ്ടെന്നത് വ്യക്തമായി കാണാമായിരുന്നു.

മഞ്ഞിന്റെ വെളുത്ത തിളക്കം ബുദ്ധിമുട്ടിച്ചുവെങ്കിലും അത് അവാദീനാണെന്ന് റിൻഡയ്ക്ക് മനസ്സിലായി. മറ്റാരെങ്കിലുമുണ്ടോ എന്നയാൾ ചുറ്റിലും നോക്കി. മുഖത്തേക്ക് മൂർച്ചയുള്ള ഒരു കാറ്റടിച്ചു.

അധികം അടുത്തേക്ക് വരാതെ അവാദീൻ നിന്നു. “അവസാനം നിന്നെ ഞങ്ങൾ കണ്ടെത്തി.” അയാൾക്ക് ശ്വാസം ലഭിക്കുന്നില്ല. കയ്യിലുള്ള നീളൻ വടിയിലൂന്നിയാണയാൾ നിൽക്കുന്നത്.

റിൻഡ മറുപടിയൊന്നും പറഞ്ഞില്ല.

“ഞാൻ ഇത്ര ദൂരം വെറുതെ നടന്നതല്ല. മരണം മുന്നിൽ കണ്ടുകൊണ്ടാണ് നടന്നത്. എന്നോടൊപ്പം വലിയൊരു സംഘം തന്നെയുണ്ടായിരുന്നു. എന്നാൽ അതിൽ രണ്ടു പേർ മാത്രമേ ശേഷിച്ചുള്ളൂ. ഞങ്ങൾക്ക് വേണ്ടതെന്തോ അത് നിന്റെ പക്കലുണ്ട്. അതിനായാണ് ഞങ്ങൾ വന്നത്.”

“എനിക്ക് വേണ്ടത് നിന്റെ പക്കലുണ്ടാകും എന്ന് ഞാൻ കരുതുന്നു.” റിൻഡ ദൃഢസ്വരത്തിൽ പറഞ്ഞു.

അവാദിനിന് ആശയക്കുഴപ്പമായി.

“ഞാൻ നിനക്ക് പുറകിലല്ല. ആ കാതണിക്ക് പുറകിലാണ്. സഹകരിച്ചാൽ നിന്നെ സ്വതന്ത്രമാക്കാം.” അയാൾ പറഞ്ഞു.

മറ്റ് രണ്ട് മെറാനികൾ പുറകിൽ കാത്ത് നിന്നു.

"എന്റെ പക്കൽ കാതണിയുണ്ടോ എന്നതിൽ നിനക്ക് ഉറപ്പൊന്നുമില്ല. അല്ലെങ്കിൽ നീ എന്നെ കൊന്നുകളഞ്ഞിട്ടുണ്ടാകുമായിരുന്നു. ഇങ്ങനെ സംസാരിച്ച് സമയം കളയില്ലായിരുന്നു. നീ എന്നെ പീഡിപ്പിക്കാനാണുദ്ദേശിക്കുന്നത്. എന്നാൽ ആ പീഡനം എത്ര ദിവസങ്ങൾ, എത്ര ആഴ്ചകൾ തുടരേണ്ടി വരും എന്ന് നിനക്കറിയില്ല. അത്രയധികം സമയവും നിന്റെ പക്കലില്ല." മുന്നിൽ അമ്പും വില്ലുമായി രണ്ടുപേർ നിൽക്കുന്നതിനാൽ എതിർക്കാനൊരു ശ്രമം നടത്തുന്നത് വിഡ്ഢിത്തമായിരിക്കും എന്ന് റിൻഡയ്ക്കറിയാം. അതുകൊണ്ട് തന്നെ തന്റെ വില്ലിലേക്കോ വാളിലേക്കോ റിൻഡയുടെ കൈകൾ നീങ്ങിയില്ല.

"കാതണിയില്ലാതെയാണ് നീ ഇത്ര ദൂരം യാത്ര ചെയ്തത് എന്ന് വിശ്വസിക്കാൻ മാത്രം വിഡ്ഢിയല്ല ഞാൻ എന്ന് നിനക്കറിയാമെന്ന് കരുതുന്നു." അവാദീൻ പറഞ്ഞു

"ഇതിന്റെ ജോടിയില്ലാതെ ആകാശത്തിന്റെ വാതിൽ തുറക്കപ്പെടുകയില്ല എന്ന് നിനക്കറിയാം എന്നും ഞാൻ കരുതുന്നു. അതെഴുതിയ ഫലകങ്ങൾ നീയും കണ്ടിട്ടുള്ളതല്ലേ."

അവാദീൻ തന്റെ തൊപ്പി താഴ്ത്തി. മുഖം അപ്പോൾ വ്യക്തമായി. അയാൾ വല്ലാതെ ക്ഷീണിച്ചിരിക്കുന്നു, വിളർത്തിരിക്കുന്നു. താടി വളർന്നിട്ടുണ്ട്. മുടിയുടെ കനം കുറഞ്ഞിരിക്കുന്നു. മുമ്പിലത്തേക്കാൾ കഴുത്ത് വളഞ്ഞിട്ടുണ്ട്. അതിപ്പോൾ തോൾ തൊടുമെന്ന് തോന്നും മട്ടിൽ വളഞ്ഞിരിക്കുന്നു. വിശപ്പ് അയാളെ കാർന്ന് തിന്നിട്ടുണ്ട്. ഒന്ന് കിടക്കണം, അടുത്തിത്തിരി തീയുണ്ടാകണം എന്ന ചിന്ത അയാളിൽ ശക്തമായിരുന്നു.

"ലോറിയ വളരെ മുമ്പേ വടക്കൻ കടലിന്റെ തീരത്തെത്തിയിട്ടുണ്ടാകും. അവൾ കാത്തിരിക്കുന്നുണ്ടാകും. അവളെ കണ്ടെത്തുക ബുദ്ധിമുട്ടാകില്ല."

"അവളേയും കൊല്ലാനാണോ ലക്ഷ്യമിടുന്നത്?" റിൻഡ പല്ലുകടിച്ചു.

"ഞാനെന്തിനവളെ കൊല്ലണം? നീ കരുതുന്നതുപോലെ ക്രൂരനൊന്നുമല്ല ഞാൻ. അവളിൽ നിന്ന് കാതണിയെടുക്കണം എന്ന ലക്ഷ്യമേ എനിക്കുള്ളൂ."

റിൻഡ അവജ്ഞയോടെ അയാളെ നോക്കി. "മാൻപേടകൾ പോകുന്ന വഴി പിന്തുടരാനാണോ താങ്കളും ഉദ്ദേശിക്കുന്നത് എന്നദ്ഭുതപ്പെടുകയാണിപ്പോൾ ഞാൻ."

അയാൾ തലയൊന്ന് ചരിച്ചു. ആകാശത്തേക്ക് നോക്കി. "അല്ല. ഞാൻ താങ്കളെപ്പോലെ നക്ഷത്രങ്ങളെ പിന്തുടരാൻ ഉദ്ദേശിക്കുന്നു. ഈ മേഘങ്ങൾ ഒഴിഞ്ഞ് പോകുമെന്നും ആകാശം കാണപ്പെടുമെന്നും വിശ്വസിക്കുന്നു."

മാൻപേടകൾ പോകുന്ന വഴിയുടെ രഹസ്യം എന്തെന്ന് ഇരുവർക്കും അറിയില്ല എന്ന് രണ്ട് പേർക്കും വ്യക്തമായിരുന്നു. അത്രയും മനസ്സിലാകാൻ മാത്രമുള്ള പരിചയം അവർ തമ്മിലുണ്ട്.

“താങ്കളുടെ സംഘത്തിലുണ്ടായിരുന്ന അഞ്ചുപേർ തണുപ്പിനും വിശപ്പിനും കീഴടങ്ങിയതാണോ അതോ ഷഹ്മാരൻ സംഘത്തോട് അടിയറവ് പറഞ്ഞതാണോ?” റിൻഡ ചോദിച്ചു. പിന്നെ നിർത്തി. ഉമിനീരിറക്കി. അവാദീൻ ചൂളുന്നത് റിൻഡ കണ്ടു.

“നമുക്ക് മുന്നിൽ വടക്കുണ്ട്. വടക്കിന്റെ തീരത്ത് എല്ലാ ദിശകളുടേയും അവസാനമുണ്ടാകുന്നു എന്ന് അവർ പറയുന്നു. ദക്ഷിണമൊഴികെ. ഞാനിനി പിന്തിരിയില്ല. അവിടെയെത്തിയാൽ ഞാൻ മറ്റൊരു വിശ്വത്തിൽ പ്രവേശിക്കും. സമയമോ ദിശകളോ ഇല്ലാത്ത വിശ്വത്തിൽ. പിന്നെ ഞാൻ ഭൂതകാലത്തെക്കുറിച്ച് ചിന്തിക്കില്ല. അത് ഞാൻ ഓർമ്മയിൽ നിന്നും മായ്ച്ച് കളയും. മെറാനികളെക്കുറിച്ചോ, ഷഹ്മാരൻ തോട്ടത്തെക്കുറിച്ചോ, മഞ്ഞ മുടിയുള്ള മുത്തശ്ശിയെക്കുറിച്ചോ പിന്നെ ഞാൻ ഓർക്കില്ല.” അയാൾ പറഞ്ഞ് നിർത്തി.

“സെയ്നോയേക്കുറിച്ചും ഓർക്കില്ലേ?”

അവാദീൻ ഒന്ന് ശങ്കിച്ചു. “അവൾ... ഇത്ര പ്രാധാന്യം താങ്കൾ അവൾക്ക് കല്പിക്കുന്നുണ്ടോ?”

കാറ്റിനു കോപമേറി. അത് പാറക്കെട്ടുകളിൽ തലതല്ലാൻ തുടങ്ങി. അതിന്റെ ആഘാതത്തിൽ മഞ്ഞ് മലഞ്ചെരിവിറങ്ങി വഴുതി വീണു. അവരിരുവരും ഭയന്നു. എന്നാൽ എതിരിൽ നിൽക്കുന്നവനെ ആ ഭയം കാണിച്ചില്ല. മലമുകളിൽ ഒരു ഓരി പ്രതിധ്വനിച്ചു.

“എന്താ താങ്കളെ സംബന്ധിച്ചിടത്തോളം അവൾക്ക് പ്രാധാന്യമില്ലേ?” റിൻഡ ചോദിച്ചു. അവാദീൻ ആ ചോദ്യത്തെ അവഗണിക്കുന്നു എന്ന മട്ടിൽ പ്രതികരിക്കാനൊരു ശ്രമം നടത്തി. “നല്ല പോരാളിയാണവൾ എന്നാണ് ഞാൻ കേട്ടിരിക്കുന്നത്. എന്നാൽ അതെന്നെ ബാധിക്കുന്നതല്ലല്ലോ, മെറാനികളെ ബാധിക്കുന്നതാണ്. എനിക്ക് പുറകിൽ നിൽക്കുന്നവരോടാണീ ചോദ്യം ചോദിക്കേണ്ടത്.”

റിൻഡയുടെ മുഖം ദൃഢമായി. അയാൾ തന്റെ കാതണിയുടെ രഹസ്യം സൂക്ഷിക്കുന്നു. എല്ലാവരിലും അങ്ങനെയൊരു രഹസ്യമുണ്ടെന്ന് അയാൾക്കറിയാം.

സ്വരമൊന്നുയർത്തി അയാൾ ചോദിച്ചു. “താങ്കൾക്കിതെങ്ങനെ ചെയ്യാനാകുന്നു. അതും സെയ്നോയോട്? താങ്കൾ അവളുടെ അച്ഛനല്ലേ?”

“ശബ്ദിക്കരുത്....നീ എന്താണീ പറയുന്നത്?” അവാദീനിൽ കോപം ഇരച്ചുകയറി. പുറകിൽ നിൽക്കുന്നവർ റിൻഡ പറഞ്ഞത് കേട്ടോ എന്നൊന്ന് തിരിഞ്ഞ് നോക്കി. അവർ കുറച്ച് ദൂരെയായിരുന്നു. “അവർ ഇത് കേട്ടാൽ എന്ത് സംഭവിക്കും എന്നൂഹിക്കാനാകുന്നുണ്ടോ?”

"കേൾക്കട്ടെ. എന്തായാലും താങ്കൾ എന്നെ കൊല്ലും." റിൻഡയുടെ കൈകൾ അപ്പോൾ കോപം കൊണ്ട് വിറയ്ക്കുന്നുണ്ടായിരുന്നു.

അവാദീൻ തല താഴ്ത്തി. തന്റെ കയ്യിലുള്ള വടിയിൽ ഊന്നി നിന്നു. ആ മലയ്ക്ക് മുകളിലുള്ള മഞ്ഞെല്ലാം തന്റെ പുറത്ത് വന്ന് പതിച്ചതു പോലെ തോന്നി അയാൾക്ക്. തോൾ കൂടുതൽ മടങ്ങി. വടക്കിന്റെ അതിരു വരെ നടന്നതിൽ ഇപ്പോൾ ആദ്യമായി അയാൾക്ക് ദുഃഖം തോന്നി. പശ്ചാത്താപം തോന്നി. മനസ്സിൽ ചിന്നിച്ചിതറിയ ചിന്തകളെ സ്വരുക്കൂട്ടുന്നതിനയാൾ വിഷമിച്ചു.

"സെയ്നോ ഇതാരോടും പറഞ്ഞിട്ടില്ല എന്നാണ് ഞാൻ കരുതിയിരുന്നത്."

"അവൾ എന്നോട് പറഞ്ഞില്ല. പക്ഷേ ഞാൻ ഊഹിച്ചു." റിൻഡ പറഞ്ഞു. "സെയ്നോയുടെ അച്ഛൻ ഇടം കയ്യനാണെന്ന് കേട്ടപ്പോൾ ആദ്യമൊക്കെ എനിക്കും ആശയക്കുഴപ്പമുണ്ടായിരുന്നു. എന്ത് ചിന്തിക്കണം എന്നറിയില്ലായിരുന്നു. എന്നെ പീഡിപ്പിച്ച ഗുഹയിൽ നിന്നും രക്ഷപ്പെടുത്തുമ്പോൾ കഴുത്തൊന്ന് വളഞ്ഞ മനുഷ്യനെക്കുറിച്ച് മാത്രം അവൾ അന്വേഷിച്ചതിൽ അപാകതയോ പ്രത്യേകതയോ അപ്പോൾ തോന്നിയില്ല. താങ്കൾ പ്രധാനിയായിരുന്നു. പിന്നെ, അച്ഛന്റെ പേരുപറയുന്നതിൽ നിന്നും അവൾ ഒഴിഞ്ഞ് മാറുന്നു എന്ന് കേട്ടപ്പോൾ താങ്കളെ ഓർമ്മ വന്നു. താങ്കൾ ഇടം കയ്യനാണെന്ന് ഓർമ്മവന്നു. സഫാലിയിൽ വച്ച് താങ്കൾ ഇടം കൈ ഉപയോഗിക്കുന്നത് കഴുത്ത് വലത്തോട്ട് വളഞ്ഞതിനാലാണെന്നാണ് കരുതിയിരുന്നത്. എന്നാൽ ഗുഹയിലെത്തിയപ്പോൾ താങ്കൾ ഇടം കയ്യനാണെന്ന് ഞാൻ ഉറപ്പിച്ചു. ഭരണിയും ഗ്ലാസും മാത്രമല്ല താങ്കൾ ഇടം കൈ കൊണ്ടെടുത്തത്, കത്തിപോലും ഇടം കയ്യിലായിരുന്നു."

അവാദീൻ ഒന്ന് മുരണ്ടു. വടിയുടെ ബലമില്ലായിരുന്നെങ്കിൽ അയാൾ താഴെ വീഴുമായിരുന്നു. ഈ മഞ്ഞിനടിയിൽ കുഴിച്ച് മൂടപ്പെട്ടിരുന്നെങ്കിൽ എന്നയാൾ ആശിച്ചു. വഴിയിൽ കണ്ട അസ്ഥികൂടങ്ങളെപ്പോലെ താനും ഇല്ലാതായിരുന്നു എങ്കിൽ. അങ്ങനെയെങ്കിൽ ഒരുപക്ഷേ വിധി അയാൾക്ക് ഒരവസരം കൂടി നൽകിയേക്കും. അപ്പോൾ വ്യത്യസ്തമായ ജീവിതം നയിക്കാനാകും. ഈ ലോകവുമായി ബന്ധപ്പെട്ടതെല്ലാം മറക്കാനാകും. അയാളുടെ കാതിൽ ഇങ്ങനെ കൊടുങ്കാറ്റടിച്ചുകൊണ്ടിരുന്നതിനാൽ റിൻഡയുടെ ചോദ്യം കേട്ടില്ല. "സെയ്നോ ജീവനോടെയുണ്ടോ എന്നെങ്കിലുമൊന്ന് പറയൂ."

"അവളുടെ അമ്മയേയും മകളേയും കൊന്നതാരാണെന്ന് സെയ്നോയ്ക്കറിയാമോ?" അവാദീൻ ചോദിച്ചു.

"ഇല്ല."

"പക്ഷേ, താങ്കൾക്കതറിയാം. എന്നെ ആശ്ലേഷിച്ച ദൗർഭാഗ്യം ഞങ്ങളെയെല്ലാം ബാധിച്ചിരിക്കുന്നു. ഞാൻ വീണ നദിയിൽ നിന്നും കയറാൻ

എനിക്കാകില്ല. എന്റെ ഭാര്യ മരിച്ചതറിഞ്ഞ് അന്ന് രാത്രി മുഴുക്കെ ഞാൻ കരഞ്ഞു. സഫാലിയിൽ വച്ചാണല്ലോ നമ്മളത് കേട്ടത്. എല്ലാം നേരെ യാക്കാനുള്ള കരുത്ത് എന്നിലുണ്ടായിരുന്നെങ്കിൽ എന്ന് ഞാൻ ആശിച്ചു."

റിൻഡയുടെ നോട്ടം അവാദീനിൽ ഉറച്ച് നിന്നു. അയാൾ പറയുന്നത് ശ്രദ്ധിച്ചു. കാറ്റ് മഞ്ഞിനെ മലഞ്ചെരിവിലൂടെ താഴോട്ടൊഴുക്കുന്നത് അയാൾ ശ്രദ്ധിച്ചില്ല. പുറകിൽ ആഞ്ഞടിക്കുന്ന ഹിമക്കാറ്റിനെ അയാൾ വക വച്ചില്ല. മലമുകളിലെ ഓരിക്ക് കൂടുതൽ ഗൗരവം വരുന്നുണ്ടായി രുന്നു.

"അങ്ങനെ ചെയ്യാനാകില്ലേ? തിരിച്ച് ചെന്ന് സെയ്നോയോട് സംസാ രിച്ചാൽ...."

"അസാധ്യം." അവാദീൻ പറഞ്ഞു. "അവൾ എനിക്ക് മാപ്പ് തരില്ല. ചെയ്ത പാപങ്ങൾ അവൾ മറക്കില്ല. സീയുടേയും റാവേയുടേയും മരണ മവൾ മറക്കില്ല. അവൾക്കാഗ്രഹമുണ്ടെങ്കിലും അവളുടെ ഹൃദയം അതിനു സമ്മതിക്കില്ല."

അയാളുടെ സ്വരത്തിൽ സെയ്നോ മരിച്ചിട്ടില്ല എന്ന ലാഞ്ഛനയു ണ്ടായിരുന്നു.

അതറിഞ്ഞപ്പോൾ റിൻഡയ്ക്ക് വലിയ സന്തോഷമായി. "എന്നെ പോകാൻ അനുവദിക്കുമോ?"

"എനിക്കതിനാകില്ല. വർഷം പലത് കഴിഞ്ഞില്ലേ? ഇനി തിരിച്ച് പോകാ നാകില്ല. ഇനി മോക്ഷത്തിനുള്ള ഏക മാർഗ്ഗം ആ കാതണിയാണ്."

"എന്റെ മരണവും," റിൻഡ പിറുപിറുത്തു. പിന്നെ തുടർന്നു. "ഒരി ക്കൽ പീഡിപ്പിക്കപ്പെട്ടാൽ വീണ്ടും ജീവിതം തുടങ്ങുന്നതിന് ജനം ഭയ ക്കുന്നു എന്നാണ് ഗുഹയിൽ വച്ച് താങ്കളെന്നോട് പറഞ്ഞത്. ഓർമ്മ യുണ്ടോ? വീണ്ടും ജീവിതത്തെ നേരിടാനുള്ള കരുത്ത് അവരിലുണ്ടാ കില്ല എന്ന്. സ്വന്തം ആത്മാവിനെപ്പോലും പിന്നെ അവർ വിശ്വസിക്കുക യില്ല എന്ന്. സ്വന്തം കാലിൽ നിൽക്കാൻ ഇനി അവർക്കാകും എന്ന വിശ്വാസം നഷ്ടമാകുന്നു. അതുകൊണ്ട് അവർ പിന്നെ ജീവിതത്തെ കുറച്ച് കാണുന്നു, ദുർബ്ബലമാക്കുന്നു. ഉപയോഗശൂന്യമായ ഒന്നായി ജീവിതത്തെ കാണുന്നു. ജീവിതത്തിനോടുള്ള ഭയം മൂലമാണവർ അങ്ങനെ ജീവി ക്കുന്നത്."

"ഇതിപ്പോൾ എന്തുകൊണ്ടാണ് നീ പറയുന്നത് എന്ന് എനിക്കറിയാം. എനിക്കിപ്പോഴും ഒരു ജീവിതമുണ്ട്. അഭിമുഖികരീക്കേണ്ട ജീവിതം. എനിക്കെന്റെ ഭാര്യയെ നഷ്ടമായി. മകളുടെ വിദ്വേഷം, വെറുപ്പ് വാങ്ങി ക്കെട്ടി. എന്നിൽ പണ്ടുണ്ടായിരുന്ന സുന്ദരമായ ഹൃദയം ഇപ്പോൾ അലി ഞ്ഞില്ലാതായിരിക്കുന്നു. ദുഷ്ട മെറാനികളുടെ കൂട്ടത്തിൽ ഒരുവനായിരി ക്കുന്നു ഞാനും."

"എപ്പോഴോ എവിടെനിന്നോ താങ്കളുടെ ഹൃദയത്തിൽ കയറിക്കൂടിയ ഒരുതരം വിഷമാണീ തിന്മ എന്ന മട്ടിലാണ് താങ്കൾ സംസാരിക്കുന്നത്.

അതിന് സത്യത്തിൽ താങ്കളുമായി യാതൊരു ബന്ധവുമില്ലാത്തതു പോലെ. എന്നിട്ടും ഇപ്പോഴും കുട്ടിക്കാലത്ത് ഞാനൊരു പട്ടിയെ ഉപദ്രവിച്ചു, പീഡിപ്പിച്ചു എന്ന് പറയുമ്പോൾ അതാസ്വദിക്കുകയും ചെയ്യുന്നു."

"എന്ത്?" അവാദീന്റെ പ്രതികരണത്തിനു മൂർച്ചയുണ്ടായിരുന്നു. "കേട്ടതിലെ പിഴവായിരിക്കും."

"പൂച്ചക്കണ്ണൻ പീഡകൻ എന്നോട് പറഞ്ഞ കഥയാണിത്."

"അല്ല. അല്ല. ഞാൻ വേറൊരാളുടെ കഥ പറയുകയായിരുന്നു. അതുമായി എനിക്ക് ബന്ധമൊന്നുമില്ല."

"അത് അവാദീനിന്റെ കഥയല്ല എന്നാണോ പറയുന്നത്?"

അപ്പോൾ അവാദീൻ റിൻഡയെ നോക്കി. ആ നോട്ടത്തിൽ ഭയമുണ്ടായിരുന്നു. ആദ്യമായാണയാൾ ഭയത്തോടെ റിൻഡയെ നോക്കുന്നത്. അവർക്കിടയിലൂടെ കടന്നുപോയ കാറ്റ് വീണ്ടും മലഞ്ചെരുവിൽ ചെന്നിടിച്ചു. മഞ്ഞ് കൂടുതൽ വേഗത്തിൽ വഴുതി വീണു. പാറക്കെട്ടുകൾ ഓരിയിട്ടു.

"എന്റെ രഹസ്യം താങ്കളുടെ കാതണിപോലെയായിരുന്നു. സെയ്നോ എന്റെ മകളാണെന്ന് ഞാനാരോടും പറഞ്ഞിട്ടില്ല. ഭയന്നിട്ടല്ല. ലജ്ജകൊണ്ട്. എന്നെക്കുറിച്ചോർത്തുള്ള ലജ്ജകൊണ്ട്. അതുപോലെ അത് പറഞ്ഞാൽ അവൾക്കുണ്ടായേക്കാവുന്ന പാരവശ്യവും കണക്കിലെടുത്ത്."

"തെമ്മാടിയാകുന്നതിൽ ലജ്ജയില്ലേ? അങ്ങനെയുള്ള ഒരാൾ ന്യായവാദങ്ങൾ നടത്തുക എന്നത് അസാധാരണമാണ്."

അവാദീൻ ഒന്നും പറയുന്നില്ല എന്ന് ശ്രദ്ധിച്ച റിൻഡ അവാദീൻ മുമ്പ് പറഞ്ഞ വാക്കുകളോർത്തു:

"സഫാലിയിൽ വച്ച് താങ്കൾ പറഞ്ഞതോർമ്മയില്ലേ? ചീത്ത മനുഷ്യർ നമ്മുടെ മാംസത്തിൽ നിന്നാണ് വരുന്നത്, നമ്മുടെ ശരീരത്തിൽ നിന്ന്, ഈ വിശ്വത്തിൽ നിസ്സഹായത പൂളുന്ന നമ്മുടെ ശരീരത്തിൽ നിന്ന്. അത് പറഞ്ഞത് സെയ്ദിഗളായിരുന്നോ അതോ അവാദീനോ? പാപികൾക്കും മൂല്യമുണ്ടെന്ന് താങ്കൾ പറയുകയുണ്ടായി. അവരിലും ഇരുളും വെളിച്ചവും തമ്മിലുള്ള ആശയക്കുഴപ്പമുണ്ടെന്ന് പറയുകയുണ്ടായി. നന്മയേതെന്നും തിന്മയേതെന്നും തീർത്ത് പറയുക അസാധ്യമാണെന്നും പറയുകയുണ്ടായി."

"നല്ല ഓർമ്മയുണ്ടല്ലോ. താങ്കൾക്ക് താത്പര്യമുണ്ടെങ്കിൽ ഞാൻ ഒരു കഥ പറയാം. എന്നാൽ അതിനു പകരം എനിക്കാ കാതണി ഒന്ന് കാണിച്ച് തരണം."

കാതണിയുടെ മൂല്യം എന്തെന്ന് അപ്പോൾ റിൻഡ ചിന്തിച്ചില്ല. ആ നക്ഷത്രക്കല്ലിന്റെ മൂല്യത്തെക്കുറിച്ച് ചിന്തിച്ചില്ല. എന്നാൽ ചിന്ത മുഴുവൻ

അവാദീനിന്റെ ഹൃദയത്തിൽ ചെന്നിടിച്ച്, ഹൃദയത്തെ തകർത്ത കല്ല് ഏതെന്നായിരുന്നു. "ആരുടെ കഥയാണിപ്പോൾ പറയാൻ പോകുന്നത്? സെയ്ദിഗളിന്റേയോ അതോ അവാദീനിന്റേയോ?"

"എന്തിനാണിപ്പോഴും സെയ്ദിഗളിന്റെ കാര്യമെടുത്തിടുന്നത്? നിന്റെ മനസ്സിലെന്താണ്? അവനെ കൊന്നത് ഞാനാണെന്ന് നീ കരുതുന്നുണ്ടോ?"

മരിച്ചു എന്ന് പറയപ്പെടുന്ന സെയ്ദിഗൾ ജീവനോടെയുണ്ടാകണം എന്ന് ആഗ്രഹിക്കുന്നവനാണ് അവാദീൻ. തനിക്കാകുമായിരുന്നെങ്കിൽ താൻ സെയ്ദിഗളിന്റെ ജീവന്റെ രൂപമെടുക്കുമായിരുന്നു. ആ ശ്വാസം തന്റേതാക്കുമായിരുന്നു. അങ്ങനെയാകുമ്പോൾ ജീവിതത്തിന്റെ രഹസ്യമറിയാൻ എളുപ്പമാകും. വിഷമം പിടിച്ച താഴുകൾ തുറക്കുക എല്ലാവർക്കുമാകുന്ന കാര്യമല്ല. ഏറ്റവും വിഷമമേറിയ കെട്ടുകളുടെ കുരുക്കഴിക്കുന്നതും ആർക്കും ചെയ്യാവുന്നതല്ല. സെയ്ദിഗളിനോളം വിശാലതയുള്ള മനസ്സും ഹൃദയവുമുള്ളവർ അപൂർവ്വമാണ്. ഒരുപാട് ചോദ്യങ്ങളുണ്ടായിരുന്നു അയാളുടെ പക്കൽ. അതിന്റെ ചുറ്റുവട്ടത്ത് വെറുതെ ഉലാത്തുന്നത് അയാൾക്കിഷ്ടമായിരുന്നു. എല്ലാ ഇരുട്ടിലേക്കും കയറിച്ചെന്ന്, ശൂന്യതയിലേക്ക് കാലുവയ്ക്കാൻ അയാൾക്ക് ഭയമൊന്നുമുണ്ടായിരുന്നില്ല. അയാളെപ്പോലെ വിജയിക്കാൻ എത്രപേർക്കാകും? സ്വന്തം മനസ്സിന്റെ കരുത്തുകൊണ്ട് കൊടുങ്കാറ്റിനെ ആത്മാവിൽ തളച്ചിടാൻ ആർക്കാകും?

അനശ്വരത കൈവരിക്കുന്നതിന്റെ രഹസ്യം നിത്യതയ്ക്ക് കുറുകെ പോകുന്നു എങ്കിൽ, സത്യത്തിനോട് ഏറ്റവും അടുത്തെത്തിയ വ്യക്തി അയാളായിരുന്നു. കടിഞ്ഞാൺ വിടാത്ത യാത്രികനെപ്പോലെയാണയാൾ. കൈവിരലുകൾ ചിലപ്പോൾ ബലഹീനമായാലും കടിഞ്ഞാണിന്റെ പിടി അയഞ്ഞുപോകാത്ത യാത്രികൻ. അയാൾ കാറ്റിനെക്കുറിച്ച് ജാഗ്രതയുള്ളവനായി. അതിലൂടെ സ്വന്തം പാത വെട്ടിയുണ്ടാക്കി. അയാളുടെ താഴ്മയും ജ്ഞാനവും ഈ ലോകത്തെ വലയം ചെയ്യുമായിരുന്നു. തന്റെ നിഴലിൽ പോലും മാന്യതയുടെ കനം തൂങ്ങിയിരുന്ന വ്യക്തിത്വമായിരുന്നു സെയ്ദിഗൾ.

"അയാൾ മരിച്ചു എന്ന് ഞാനറിഞ്ഞാൽ അയാളെ കൊന്നത് നിങ്ങളാണെന്ന് ഞാൻ പറയും." റിൻഡ പറഞ്ഞു. അപ്പോൾ അയാളുടെ സ്വരത്തിനു മുറിവേറ്റിരുന്നു.

"എനിക്ക് താങ്കൾ പറഞ്ഞത് മനസ്സിലായില്ല. കാതണിയിൽ നിന്നും വിഷയം മാറ്റാൻ ശ്രമിക്കുകയാണ് നിങ്ങൾ. ഞാൻ സെയ്നോയുടെ അച്ഛനാണെന്ന് വെളിപ്പെടുത്തുകവഴി എന്റെ കാതണിയുടെ രഹസ്യം പറഞ്ഞു. അപ്പോൾ പിന്നെ എന്തുകൊണ്ട് താങ്കൾ സ്വന്തം രഹസ്യം വെളിപ്പെടുത്തുന്നില്ല?"

"സെയ്നോയുടെ അച്ഛനാണെന്ന് താങ്കൾ പറഞ്ഞില്ല. ഞാനാണ് അത് പറഞ്ഞത്. ആകാശത്തിന്റെ വാതായനം തുറക്കാൻ രണ്ട് കാതണി

വേണം എന്ന് താങ്കൾക്ക് അറിവുള്ളതാണല്ലോ. അതുകൊണ്ടുതന്നെ ഇപ്പോൾ രണ്ടാമത്തെ രഹസ്യവും വെളിപ്പെടുത്തിയേ മതിയാകൂ."

"നിനക്ക് വെളിവ് നഷ്ടമായി എന്ന് തോന്നുന്നു." അവാദീൻ അപ്പോൾ അലോസരപ്പെട്ടിരുന്നു. "എന്താണ് പറയുന്നത് എന്ന് നിനക്കറിയില്ല. നിന്നെ കൊല്ലുക എന്നതല്ലാതെ മറ്റൊരു പോംവഴിയും ഇപ്പോൾ നീ എന്നിൽ ഉപേക്ഷിക്കുന്നില്ല."

"എന്റെ പക്കൽ കാതണിയില്ല എന്ന് പറഞ്ഞാലും താങ്കൾ എന്നെ കൊല്ലും എന്നെനിക്കറിയാം. അതുകൊണ്ട് ഒരു ഉപകാരവും താങ്കൾക്കുണ്ടാകില്ല."

റിൻഡയുടെ ഈ വാക്കുകൾക്ക് മുന്നിൽ അവാദീൻ ഒന്ന് പകച്ചു. കാതണി കൈയിലില്ലാതെയാണോ അയാൾ ഇത്രയും ദൂരം വന്നത്? വെറുതെ ലോറിയയെ കാണാൻ മാത്രമാണോ അയാൾ വന്നത്? മെറാനികൾ പിടികൂടിയപ്പോൾ ഇവന്റെ പക്കൽ കാതണിയില്ലായിരുന്നു. ഒരുപക്ഷേ അപ്പോഴത് എവിടെയെങ്കിലും ഒളിപ്പിച്ചിട്ടുണ്ടാകും. പിന്നെ എടുത്തിട്ടുണ്ടാകും. എന്നാൽ ഇപ്പോൾ ഇത്ര ആത്മവിശ്വാസത്തോടെ എങ്ങനെ ഇവന് ഇങ്ങനെ സംസാരിക്കാനാകുന്നു?

"ഒരുപക്ഷേ, നീ ഏതെങ്കിലും ഷഫാരൻ സ്ത്രീയുടെ പക്കൽ ആ കാതണി ലോറിയക്കെത്തിച്ചിട്ടുണ്ടാകും. അങ്ങനെ ഞങ്ങളെ വഞ്ചിച്ചിട്ടുണ്ടാകും. നിന്നെ പിന്തുടർന്ന് ഞങ്ങൾ വളരെയധികം സമയം പാഴാക്കിയിരിക്കുന്നു. അതുകൊണ്ട് ഇനി ലോറിയയെ കണ്ടെത്തുന്നതായിരിക്കും നല്ലതെന്ന് എനിക്ക് തോന്നുന്നു."

"കാരണത്തിനു മേൽ ഇന്ദ്രിയങ്ങൾ ആധിപത്യം നേടുന്നതാണ് തിന്മ എന്ന് നിങ്ങൾ സഫാലിയിൽ വച്ച് പറയുകയുണ്ടായി. അതല്ലെങ്കിൽ സ്വന്തം അസ്തിത്വത്തെ മനസ്സ് തള്ളിപ്പറയുന്നത്. പക്ഷേ ഇപ്പോൾ എന്തുകൊണ്ട് സ്വയം പരാജിതനായി എന്ന് തോന്നുന്നു? സെയ്ദിഗളിന്റെ മനസ്സ് ഇത്ര ബലഹീനമാണോ?"

"അവാദീനിന്റെ എന്നാണ് ഉദ്ദേശിച്ചത് എന്ന് ഞാൻ പ്രതീക്ഷിക്കുന്നു..."

അത്രയും നേരം അനങ്ങാതെ നിന്നതിനാൽ അവർ ഇരുവരുടേയും കാലുകൾ തണുത്തുറഞ്ഞിരുന്നു. അവർക്ക് പുറകിലുണ്ടായിരുന്നവർ ഇടയ്ക്കൊക്കെ ഒന്നനങ്ങി സ്വയം ശരീരം ചൂടാക്കാനൊരു ശ്രമം നടത്തുന്നുണ്ടായിരുന്നു. വിശപ്പിനെക്കുറിച്ച് അവരാരും ചിന്തിച്ചില്ല. അവരുടെ സഞ്ചിയിൽ പൊതിഞ്ഞ് സൂക്ഷിച്ചിരുന്ന പച്ചിലകളുടെ ഗന്ധം അവരെ തേടിയെത്തിയില്ല.

"എന്തിനെന്നറിയാതെ ചുമക്കുന്ന ഒരു ഭാരം ഒഴിവാക്കാൻ താങ്കൾക്കാഗ്രഹമുണ്ടാകും എന്നാണ് ഞാൻ പറഞ്ഞത്. എന്നാൽ ഇപ്പോൾ അതിനാകുന്നില്ല. ഉള്ളിലുള്ള ചങ്ങലകളിൽ നിന്നും മോചനം നേടിയാലൊരുപക്ഷേ താങ്കൾക്ക് ഇത്തിരി മനഃസുഖം ലഭിക്കുമായിരിക്കും. അപ്പോൾ

സത്യത്തിന്റെ പാത നിങ്ങൾക്ക് മുന്നിൽ വളരെ വേഗം വ്യക്തമാകും. അത് നിങ്ങൾ നിരന്തരം മാറ്റിവെയ്ക്കുന്നു. എല്ലാ ചോദ്യങ്ങൾക്കും ഉത്തരം നൽകാൻ കെല്പുള്ള ഒരാൾ വരുമെന്ന പ്രതീക്ഷയിലാണ് നിങ്ങൾ. ഒരു പേരോ കാതണിയോ എന്തോ ആകട്ടെ അതാണ് സത്യം കണ്ടെത്തുന്ന തിനുള്ള യഥാർത്ഥ തടസ്സം. താങ്കളിപ്പോൾ ഒരു കെണിയിൽ അകപ്പെട്ടിരി ക്കുകയാണ്. അതിൽ നിന്നും പുറത്ത് കടക്കാനാകുന്നില്ല. ഹൃദയത്തി നുള്ളിലുള്ള വൈഷമ്യത്തെ ഉരുക്കിക്കളയണം എന്ന് ഞാൻ പറയും. ഒന്ന് ശ്രമിച്ച് നോക്കുന്നോ?"

"നീ എന്തിനാണിങ്ങനെ അസംബന്ധം പുലമ്പുന്നത്?" അവാദീൻ കോപിച്ചു. "ഇതെല്ലാം ഞാൻ ഗുഹയിൽ വച്ച് നിന്നോട് പറഞ്ഞ വാക്കു കളാണ്." അയാൾ ശബ്ദമുയർത്തി. പുറകിലുള്ളവർ അത് കേട്ടു.

"നല്ല ഓർമ്മയുണ്ടല്ലോ," റിൻഡ ചോദിച്ചു. ഒരടി മുന്നോട്ട് വച്ചു. അത് കണ്ട മെറാനികൾ വില്ലിൽ കൈവച്ചു. "സത്യം കണ്ടെത്തുന്നതിന്റെ സൂത്രവാക്യമാണ് സംശയം. അന്തിമ ലക്ഷ്യം എന്തുമാകട്ടെ, നമ്മൾ ചോദ്യം ചോദിക്കുന്നത് അവസാനിപ്പിക്കരുത്. നമുക്ക് പുറകിൽ വ്യക്ത മായി കാണുന്ന സത്യം അന്വേഷിക്കുന്നത് അവസാനിപ്പിക്കരുത്. ചില പ്പോൾ വിഷമമുള്ള കാര്യങ്ങൾ സ്വീകരിക്കാൻ നമുക്ക് ബുദ്ധിമുട്ടുണ്ടാകും. ആ കോണിൽ നിന്നും ജീവിതത്തെ കാണാൻ ബുദ്ധിമുട്ടുണ്ടാകും. അങ്ങനെ നമുക്ക് നമ്മെ കാണാം എന്ന് മാത്രമല്ല അതുകൊണ്ടുള്ള ഉപ കാരം, ജീവിതവുമായുള്ള നമ്മുടെ ബന്ധത്തെ പരീക്ഷിക്കാം എന്ന് കൂടി യാണ്."

"മനസ്സിന്റെ സമനില തെറ്റി എന്ന് തോന്നുന്നു."

"ശരി. നമുക്ക് ലളിതമായ ഒരു കളിയിലേർപ്പെടാം. ഉദാഹരണത്തിന്, ഞാൻ താങ്കളുടെ പേരെന്തെന്ന് ചോദിക്കും. ആ ചോദ്യത്തിലെന്തെങ്കിലും അർത്ഥമുണ്ടോ ഇല്ലയോ എന്നത് കാര്യമാക്കേണ്ട. ഒരു നിമിഷത്തേ ക്കെങ്കിലും താങ്കളുടെ ഹൃദയത്തെ വിമ്മിഷ്ടപ്പെടുത്തുന്ന ഭാരമൊന്ന് നീങ്ങിക്കിട്ടും എന്നത് മാത്രമാണതിലെ കാര്യം."

റിൻഡ പൊട്ടിച്ചിരിച്ചു. ആ സ്വരമായിരിക്കില്ല അപ്പോൾ നിങ്ങൾ അയാളിൽ നിന്ന് പ്രതീക്ഷിച്ചത്. അയാൾ ക്ഷീണിതനായിരുന്നു. ദീർഘ യാത്ര അയാളുടെ ഊർജ്ജമെല്ലാം ഊറ്റിക്കുടിച്ചിരുന്നു. വന്യതയിൽ ഒറ്റ യ്ക്ക് കറങ്ങിയപ്പോൾ ലഭിച്ചതാണോ ഇങ്ങനെ പൊട്ടിച്ചിരിക്കാനുള്ള വ്യഗ്രത? ഒരു പക്ഷേ ഒരു അപരിചിതന്റെ സ്വരം അയാളിൽ കുടിയേറി യിട്ടുണ്ടാകും. വേറിട്ടൊരു ശ്വാസം അയാളുടെ ശ്വാസകോശത്തിൽ നിറ ഞ്ഞിട്ടുണ്ടാകും. അയാൾ പെട്ടെന്ന് ചിരി നിർത്തി.

കഴുത്ത് മുന്നോട്ട് വളച്ച് നിന്ന അവാദീൻ തന്റെയുള്ളിലെ കരു ത്തെല്ലാം ചോരുന്നതായി അറിഞ്ഞു "ആദ്യം ഉടലെടുത്ത വെളിച്ചം തല്ലി ക്കെടുത്താനായി പ്രത്യക്ഷമായതാണോ തിന്മ? തുടക്കത്തിൽ വെളിച്ചം മാത്രമുള്ളപ്പോൾ, ഈ വിശ്വത്തിന്റെ, ജനത്തിന്റെ, പ്രവർത്തനത്തിൽ

തിന്മ ഭാഗമായെങ്കിൽ, ഈ അസ്തിത്വത്തിൽ നിന്നിനി നമുക്ക് എത്ര നന്മ പ്രതീക്ഷിക്കാനാകും? ഇതിന്റെ ഘടനയേ തിന്മയല്ലേ?" അയാൾ സ്വയം പറഞ്ഞു. അയാളുടെ വാർദ്ധക്യം നിറഞ്ഞ മുഖത്തപ്പോൾ ദുഃഖം നിഴലിച്ചു. പിന്നെ ചോദിച്ചു. "എനിക്കറിയാത്ത എന്തെങ്കിലും നിനക്കറിയുമോ?"

"താങ്കൾക്ക് അറിയാവുന്നതേ എനിക്കും അറിയൂ."

"എന്നിൽ നിന്ന് താങ്കൾ എന്താണ് പ്രതീക്ഷിക്കുന്നത്?" അവാദീൻ ചോദിച്ചു. സഹായമഭ്യർത്ഥിക്കുന്ന വൃദ്ധന്റെ സ്വരമായിരുന്നു അപ്പോൾ അയാളുടേത്.

"താങ്കളുടെ ജീവിത കഥ കേൾക്കണം."

"ഞാനെന്തിനത് നിങ്ങളോട് പറയണം?"

ആ നിമിഷംവരേയും അവർ പരസ്പരം പേരുവിളിച്ചിട്ടില്ല. അവർ ഇരുവരും ദീർഘമായി നിശ്വസിച്ചു. യാത്രയുടെ അവസാനത്തിലെത്തിയിരിക്കുന്നു എന്ന് അവർ ഇരുവർക്കും അറിയാം. പാറകളിൽ തട്ടിവീഴുന്ന മഞ്ഞിന്റെ സ്വരം അവർ കേട്ടു. മലയ്ക്ക് മുകളിൽ നിന്നുള്ള ഓരി കൂടുതൽ ശക്തമായിരിക്കുന്നു. താഴെയുള്ളവർക്ക് വരാനിരിക്കുന്ന ഹിമപാതത്തെക്കുറിച്ച് അറിവുണ്ടായിരുന്നില്ല.

റിൻഡ നിശ്ശബ്ദനാണെന്നറിഞ്ഞ അവാദീൻ തുടർന്നു. "ശരി. ജീവിതമാണെന്റെ രഹസ്യ കാതണി. അതൊരു ദിവസം ആരോടെങ്കിലും പറയേണ്ടി വരും എന്നെനിക്കറിയാമായിരുന്നു. ഞാനത് പറയാം. പകരം എനിക്ക് കാതണി എവിടെയെന്ന് പറഞ്ഞ് തരണം."

"താൻ ചെയ്യുന്ന പ്രവർത്തിയെ തിന്മ എന്ന് വിളിക്കണം എന്ന് പൂച്ചക്കണ്ണൻ പീഡകനെ താങ്കൾ പഠിപ്പിച്ചു എന്നയാൾ പറയുകയുണ്ടായി. അതല്ലെങ്കിൽ അയാളെ സംബന്ധിച്ചിടത്തോളം നന്മയും തിന്മയും ഒന്നു തന്നെയാകുമായിരുന്നു. അന്നു മുതൽ അതെന്റെ മനസ്സിൽ വേരുപിടിച്ചു. നന്മയുടെ മൂല്യമെന്തെന്ന് നിങ്ങൾക്കറിയില്ലെങ്കിൽ ചെയ്യുന്ന പ്രവർത്തിയെ തിന്മ എന്ന് വിളിക്കേണ്ടതില്ല. നിങ്ങളുടെ ഹൃദയം രണ്ട് കല്ലുകൾക്കിടയിൽ വച്ച് ഞെരിച്ചമർത്തിയിരിക്കുകയായിരുന്നു. നിങ്ങൾക്ക് സ്വന്തം ഓർമ്മയെ തുടച്ച് വൃത്തിയാക്കണമായിരുന്നു. വീണ്ടും ഓർമ്മിച്ചെടുക്കാൻ കരുത്തില്ലാത്ത ഒരു ഹൃദയം പ്രക്ഷുബ്ധാവസ്ഥയിലാകും എന്ന് പറയപ്പെടുന്നു. കുട്ടിക്കാലത്ത് നിങ്ങൾ പീഡിപ്പിച്ച നായയെക്കുറിച്ച് നിങ്ങൾ മെറാനികളോട് പറഞ്ഞു. എന്നാൽ അതിനെക്കുറിച്ച് എന്നോട് പറയാൻ ലജ്ജിക്കുന്നു."

റിൻഡ ഒരിടവേളയെടുത്തു. വടക്കെത്തിയതിനു ശേഷം കയ്യിൽ കരുതിയ രണ്ട് നിധികളെക്കുറിച്ചും അവ കൊണ്ടുവന്ന ക്ലേശങ്ങളെക്കുറിച്ചുമോർത്തു. തന്റെ പേരും തന്റെ കയ്യിലുള്ള കാതണിയുമാണവ. പിന്നെ ദീർഘമായൊന്ന് നിശ്വസിച്ച് "താങ്കളുടെ കഥ പറയാമെങ്കിൽ ഞാൻ കാതണി തരാം" എന്ന് പറഞ്ഞു.

"എന്റെ ജീവിതകഥ കേട്ടിട്ട് താങ്കൾക്കെന്ത് ഉപകാരം?"

"ഓരോ ജീവിതവും മറ്റൊരു ജീവിതത്തിന്റെ പ്രതിഫലനമാണെന്ന് താങ്കൾ പറയുകയുണ്ടായി. താങ്കൾ പറയുന്നത് മുഴുവൻ കേട്ടാൽ എന്റെ ജീവിതത്തിന്റെ പ്രതിഫലനമെവിടെയെന്ന് എനിക്കറിയാനാകും."

അവാദീൻ തിരിഞ്ഞ് നോക്കി. മെറാനികൾ കഥ കേൾക്കാത്തത്ര സുരക്ഷിത ദൂരത്തിലാണെന്നുറപ്പായപ്പോൾ കഥ തുടങ്ങി.

"എന്റെ പേര് സെയ്ദിഗൾ എന്നാണ്. അവാദീൻ എന്നല്ല. ബാല്യത്തിൽ ചിലപ്പോൾ പലരും അകാരണമായി മറ്റുള്ളവരെ ഉപദ്രവിച്ച് രസിക്കാറുണ്ട്. അങ്ങനെയൊരു കാലത്ത് ഞങ്ങൾ ഒരു കൊച്ചു നായക്കുട്ടിയുമായി കളിക്കുകയായിരുന്നു. സായാഹ്നത്തിൽ വീട്ടിലേക്ക് മടങ്ങേണ്ട നേരമായപ്പോൾ ഞങ്ങൾ അതിനെ ഒരു മരത്തിൽ കെട്ടിയിട്ടു. പിറ്റേന്ന് ചെന്ന് നോക്കിയപ്പോൾ അതിനെ കണ്ടില്ല. അപ്പോൾ ചെറിയൊരു വിഷമമൊക്കെ തോന്നി. ആ നായക്കുട്ടിക്ക് അതിന്റെ പിൻകാലിൽ നിൽക്കേണ്ടി വന്നിരുന്നു. അത്ര ചെറുതായിരുന്നു ഞങ്ങൾ കെട്ടിയ കയർ. പക്ഷേ രണ്ട് ദിവസത്തിനുള്ളിൽ ഞങ്ങൾ അതൊക്കെ മറന്നു. നായ അതൊന്നും മറന്നില്ല. അതെന്നേയും മറന്നില്ല. അത് എന്റെ സ്വപ്നത്തിലെല്ലാം കയറി വന്നു.

വർഷങ്ങൾക്ക് ശേഷവും അതങ്ങനെ കയറി വന്നുകൊണ്ടിരുന്നു. ഒരു രാത്രിയിൽ കണ്ട സ്വപ്നത്തിൽ അതിനെ ഞാൻ ആ മരത്തിൽ കെട്ടിയിട്ടിരിക്കുന്ന നിലയിൽ കണ്ടു. പണ്ട് ഞങ്ങൾ കെട്ടിയിട്ടിരിക്കുന്നതുപോലെ തന്നെ. കഴുത്ത് വേദനിക്കുന്നു എന്ന് അതെന്നോട് യാചിക്കുന്നുണ്ടായിരുന്നു. ഞാൻ ഉണർന്നു. വിയർക്കുന്നുണ്ടായിരുന്നു. ഞാനേതോ ഇരുണ്ട ഗർത്തത്തിലേക്ക് വീണതുപോലെ. ഞാൻ ആ പട്ടിക്കുട്ടിയെപ്പോലെ ചിണുങ്ങിക്കരയാൻ തുടങ്ങി. ഈ സ്വപ്നങ്ങളിൽ നിന്നും പുറത്ത് കടക്കാനായി ഒന്നുകിൽ ആ നായയെപ്പോലെ കഴുത്തിൽ കയർ കെട്ടി നിൽക്കുക അല്ലെങ്കിൽ ഹൃദയം ഒരു കത്തിയെടുത്ത് കുത്തിക്കീറുക എന്നതല്ലാതെ മറ്റ് മാർഗ്ഗമില്ലെന്ന് തോന്നി. ഞാൻ പുറത്തിറങ്ങി. കഴുത്തിൽ ഒരു കയർ കെട്ടി. മറ്റേ അറ്റം ഉയരത്തിലെവിടേയോ കെട്ടി. മൂന്ന് ദിവസം പെരുവിരലൂന്നി നിന്നു. കെട്ടഴിക്കാൻ ആരേയും അനുവദിച്ചില്ല. അവസാനം, കഴുത്ത് ഇങ്ങനെ സ്ഥായിയായി ഒടിഞ്ഞെങ്കിലും ഹൃദയത്തിനൊരു ശാന്തിയുണ്ടായി. സമാധാനം എന്നാൽ എന്താണെന്ന് വീണ്ടും അറിഞ്ഞു.

കുട്ടിക്കാലം തൊട്ടേ സന്ന്യാസിമാരുടെ പ്രഭാഷണങ്ങൾ കേൾക്കാറുണ്ടായിരുന്നു. നക്ഷത്രങ്ങളുടെ പാതകളെക്കുറിച്ച് പഠിക്കാറുണ്ടായിരുന്നു. എന്നാൽ ആ സ്വപ്നം കണ്ടുതുടങ്ങിയതിനു ശേഷം ജീവിതത്തിന്റെ അർത്ഥമെന്ത് എന്ന അന്വേഷണത്തിലായി. അതിനായി പല ദേശങ്ങളിലേക്ക് യാത്ര ചെയ്തു. പല ചർച്ചകളിൽ പങ്കെടുത്തു. വിധി ആരുടെ അല്ലെങ്കിൽ എന്തിന്റെ ഭാഗത്താണെന്ന് അറിയുക അസാധ്യമാണ്.

വിധിക്ക് മാത്രം പോംവഴി കണ്ടെത്താവുന്ന ചില ചോദ്യങ്ങളുണ്ടെങ്കിലും ഏത് പക്ഷത്താണത് എന്ന് അറിയുക അസാധ്യമാണ്. ഒരു ദിവസം എന്റെ ബാല്യകാല സുഹൃത്തായിരുന്ന അവാദീനെ കണ്ടുമുട്ടി. ആ സംഗമം ജീവിതയാത്രയുടെ പാലം തകർക്കുമെന്ന് അപ്പോൾ അറിയില്ലായിരുന്നു. ദൂരെയേതോ നാട്ടിൽ സ്ഥിരതാമസമാക്കാനായി അവാദീനിന്റെ കുടുംബം ഞങ്ങളുടെ ഗ്രാമം വിട്ട് പോയിരുന്നു. കനമുള്ള ശാരീരവും നല്ല ശരീരവുമുള്ള ഒരുവനായാണ് ഇപ്പോൾ അവാദീൻ തിരിച്ചെത്തിയിരിക്കുന്നത്. വളഞ്ഞ കഴുത്ത് കണ്ടല്ല അയാൾ എന്നെ തിരിച്ചറിഞ്ഞത്. "ഞാൻ താങ്കളുടെ ബാല്യകാല സുഹൃത്തായ സെയ്ദിഗൾ" എന്ന് പറഞ്ഞ് പരിചയപ്പെടുത്തിയപ്പോൾ ആദ്യം അയാൾ അത് വിശ്വസിച്ചില്ല. പിന്നെ സന്തോഷം കൊണ്ട് എന്നെ ആലിംഗനം ചെയ്തു. എടുത്തുയർത്തി. ഞങ്ങൾ അന്ന് ഒന്നിച്ച് ഭക്ഷണം കഴിച്ചു. ഒരു കറുത്ത പാറയുടെ മുകളിലിരുന്ന് ദീർഘനേരം സംസാരിച്ചു.

എനിക്ക് നക്ഷത്രങ്ങളെക്കുറിച്ച് പാണ്ഡിത്യമുണ്ടെന്നറിഞ്ഞപ്പോൾ അയാൾ വിശ്വസിച്ചു. അതിൽ ഞാൻ അദ്ഭുതപ്പെടുന്നില്ല. കുട്ടിക്കാലത്തും അയാൾക്ക് എന്നെ വിശ്വാസമായിരുന്നു. സംസാരത്തിനിടയിൽ, ഒരു വൃദ്ധയുടെ പക്കലുള്ള ഫലകത്തിൽ എന്തെഴുതിയിരിക്കുന്നു എന്നെന്നോട് പറഞ്ഞു. ഈ ലോകം ആദ്യം ഝഷത്തിന്റെ വിന്യാസത്തിലേക്ക് കടക്കും. ആകാശത്തിന്റെ വാതായനത്തിൽ ആ സമയം ചെന്നു ചേർന്നാൽ നമുക്കും നക്ഷത്രമാകാം എന്ന് പറഞ്ഞു. അതിനു മുമ്പ് ഒരു നക്ഷത്രക്കല്ല് ഭൂമിയിൽ പതിക്കും. അത് വടക്ക് ദിക്കിലായിരിക്കും പതിക്കുക. എല്ലാ വിശദീകരണങ്ങളും സൂചിപ്പിക്കുന്നതതാണ്. എന്നെപ്പോലെ ഒരാളുടെ സഹായമില്ലാതെ ഈ സംരഭത്തിൽ വിജയിക്കുക അസാദ്ധ്യമാണെന്നറിയാമായിരുന്ന അവാദീൻ എന്നോട് ഒപ്പം ചേരാൻ താത്പര്യമുണ്ടോ എന്ന് ചോദിച്ചു. ഭാര്യയേയും മകളേയും അധിക ദിവസം പിരിഞ്ഞിരിക്കാൻ എനിക്കാകില്ല എന്ന് അറിയിച്ചു. ആകാശത്തിലെ രഹസ്യങ്ങളേക്കാളേറെ ഈ വിശ്വത്തിലെ രഹസ്യങ്ങൾ തേടുന്നതിലാണെനിക്ക് താത്പര്യമെന്ന് പറഞ്ഞു. അപ്പോൾ മാത്രമാണ് എന്റെ കഴുത്തിനെക്കുറിച്ച് ചോദിച്ചത്. അതുവരേയും അങ്ങനെയൊരു ചോദ്യം ഉയർത്തിയാൽ അതെനിക്ക് വിഷമമാകുമോ എന്ന് ഭയന്നിരിക്കുകയായിരുന്നു.

ഞാൻ കുട്ടിക്കാലത്ത് കെട്ടിയിട്ട നായയെക്കുറിച്ച് പറഞ്ഞു. അവാദീൻ അതുകേട്ട് ചിരിച്ചു. കണ്ണിൽ നിന്നും വെള്ളം വരുന്നതുവരെ ചിരിച്ചു. വെറുതെയല്ല ഞാൻ പീഡിപ്പിച്ചത് എന്ന് പറഞ്ഞു. അന്ന് രാത്രി താനാണ് ആ നായയെ അഴിച്ചുകൊണ്ടുപോയി കണ്ണ് കുത്തിത്തുരന്നെടുത്തത് എന്ന് പറഞ്ഞു. അങ്ങനെ കണ്ണ് കുത്തിയെടുത്തപ്പോൾ അതനുഭവിച്ച വേദന ആസ്വദിച്ചു എന്ന് പറഞ്ഞു. അതിന്റെ മരണം ആസ്വദിച്ചു എന്ന് പറഞ്ഞു. അതൊക്കെ പറയുമ്പോഴും അയാൾ ചിരിക്കുകയായിരുന്നു.

നായയെ എങ്ങനെയൊക്കെ പീഡിപ്പിച്ചു എന്ന് പറഞ്ഞ് അയാൾ ഉറക്കെ ചിരിക്കുകയായിരുന്നു.

“ഈ ലോകത്തിൽ പെട്ടെന്ന് ഇരുട്ട് വ്യാപിച്ചു. എന്റെ മനസ്സിലൊരു ഇടിവെട്ടി. അതെന്റെ തൊണ്ടയിലൂടെ താഴേക്കിറങ്ങി. ഞാൻ അവാദീനെ തള്ളി. നല്ല ശക്തിയിൽ തന്നെ. തിരിഞ്ഞുനോക്കാതെ, ഒരക്ഷരം പറയാതെ നടന്ന് നീങ്ങി. എന്റെയുള്ളിൽ അപ്പോഴുണ്ടായ വേദന എന്തെന്ന് വിവരിക്കാൻ വാക്കുകളില്ല. തല കറങ്ങുന്നതുപോലെ തോന്നി. കൈകൾ വിറയ്ക്കാൻ തുടങ്ങി. കുറച്ച് ദൂരം നടന്ന് അവിടെയിരുന്നു ഛർദ്ദിച്ചു. പുറകിൽ നിന്നും സ്വരമൊന്നും കേൾക്കാനില്ല. അവാദീനിന്റെ ഒച്ചയില്ല. എനിക്ക് ആകാംക്ഷയായി. തിരിഞ്ഞ് നോക്കി. ഞാൻ തള്ളിയപ്പോൾ അവാദീൻ തലയടിച്ച് വീണിരുന്നു. അയാൾ അവിടെ ജീവനില്ലാതെ കിടക്കുന്നു. അയാൾക്കരികിലെത്തി. അയാളുടെ മുഖം അപ്പോൾ പാറ പോലെയായിരിക്കുന്നു. കറുത്തിരിക്കുന്നു. അയാളെ തന്നെ നോക്കി നിന്നപ്പോൾ എനിക്കിതിൽ യാതൊരു മനഃസാക്ഷിക്കുത്തും തോന്നുന്നില്ല എന്ന് ഞാൻ തിരിച്ചറിഞ്ഞു.

ജീവിതത്തിന്റെ അർത്ഥമെന്തെന്നന്വേഷിച്ച് പല നാടുകൾ അലഞ്ഞ എനിക്ക്, പലതും വായിച്ച എനിക്ക്, പല ചർച്ചകളിലും പങ്കെടുത്ത എനിക്ക്, അന്ന് ആ നിമിഷത്തിൽ ആത്മാവൊന്ന് പിളർന്നിരുന്നെങ്കിൽ എന്നൊരു തോന്നലുണ്ടാകുന്നു. അങ്ങനെയൊന്ന് അപ്പോഴുണ്ടായെങ്കിൽ എന്നാഗ്രഹിച്ചു. ജീവിതത്തിന്റെ ഏറ്റവും ചെറിയ കാര്യങ്ങളുടെ മൂല്യനിർണയംപോലും നടത്തുന്നവനാണ് ഞാൻ. ലോലമായവയെ അന്വേഷിക്കുന്നവൻ. എല്ലാത്തിലും സൗന്ദര്യമന്വേഷിക്കുന്നവൻ. എന്നോട് വിദ്വേഷമുള്ള പല പണ്ഡിതരോടും ഞാൻ ക്ഷമയോടെ ഇടപഴകിയിട്ടുണ്ട്. എന്നാൽ എന്റെ കയ്യബദ്ധത്താൽ കൊല്ലപ്പെട്ട സുഹൃത്തിനെ കുറിച്ച് പരിതപിച്ചില്ല. ആ മരണം ഒരു ചലനവുമുണ്ടാക്കിയില്ല. ഇത് മനസ്സിൽ ഭയമായി പെയ്തിറങ്ങി. ഹിമപാതംപോലെയുള്ളൊരു ഭയം. ഇവിടെ നഷ്ടമായിരിക്കുന്നത് അവാദീനിനെയല്ല എന്ന് മനസ്സിലായി. ഇവിടെ നഷ്ടമായിരിക്കുന്നത് എന്നെത്തന്നെയാണ്. അതായത് ഉള്ളിൽ ഞാനറിയാത്ത ഒരു തിന്മ പതുങ്ങിയിരിപ്പുണ്ട് എന്നർത്ഥം. തല പൊക്കിക്കാണിക്കാൻ അവസരം പാർത്തിരിക്കുന്ന തിന്മ. എനിക്കെന്റെ കൈകൾ പോലും തിരിച്ചറിയാനായില്ല. എന്നെ കണ്ടവരോ, മേഘങ്ങളോ, വീടുകളോ, പക്ഷികളോ, മരങ്ങളോ, കറുത്ത കല്ലോ എന്നെ തിരിച്ചറിഞ്ഞില്ല. ഞാൻ അന്നു മുതൽ പഴയ സെയ്ദിഗല്ല. കണ്ണാടിയിൽ നോക്കാനെനിക്ക് ഭയമായി. ഞാനാരാണെന്ന് തിരിച്ചറിയുമെന്ന ഭയമല്ലായിരുന്നു അത്, ഞാനാരല്ലെന്ന് തിരിച്ചറിയും എന്ന ഭയമായിരുന്നു. മാസങ്ങളോളം വീട്ടിൽപോലും പോകാതെ അലഞ്ഞ് നടന്നു. എന്നെ ഭാര്യയോ മകളോ സ്നേഹിക്കില്ല. ഏത് തരക്കാരനാണെന്ന് അവർ തിരിച്ചറിയും. എന്റെ മുഖത്തേക്കൊന്ന് നോക്കിയാൽ അവർ തിരിച്ചറിയും.

തലയ്ക്കുള്ളിൽ കയറിപ്പറ്റിയ എലി, എന്റെ മാംസം കരണ്ട് തിന്നാനാരംഭിച്ചു. അതുമൂലം ഞനാരാണെന്ന് മറന്നു. എന്നും രാത്രിയിൽ കരഞ്ഞുകൊണ്ട്, വിയർത്തുകൊണ്ട് എഴുന്നേറ്റു. എന്റെ മാംസത്തിൽ നഖമമർത്തി അവാദീനോട് മാപ്പപേക്ഷിച്ചു. അപ്പോഴും ചെയ്ത പ്രവർത്തിയിൽ പശ്ചാത്താപമില്ലായിരുന്നു. ഇരുണ്ട കോണുകളിൽ അഭയം തേടുകയല്ലാതെ മറ്റൊരു പോംവഴിയും കണ്ടില്ല. ഇടയ്ക്ക് നാക്ക് കടിച്ച് മുറിക്കും. വടക്ക് എനിക്ക് ഈ വിധി സമ്മാനിച്ചിരിക്കുന്നു. ഒരു കാറ്റ് വീശിയാൽ ഞാൻ വെറും പൊടിപടലമാകും എന്ന വിധി. ഒരു സ്പർശം എന്നെ തുണ്ടുതുണ്ടാക്കും എന്ന വിധി.

നമ്മുടെ മനസ്സിന് നമ്മെ ശരിയായ പാത കാണിക്കാനാകും. എന്നാൽ ഹൃദയത്തിനു ബലഹീനതയുണ്ടെങ്കിൽ ജീവിതഭാരം നമ്മെ തകർക്കും. സത്യം എന്നത് ജീവിതമല്ല, അത് ഹൃദയത്തിൽ ഏത് രൂപം കൈക്കൊള്ളുന്നുവോ അതാണ്. എനിക്ക് കാരണം കണ്ടെത്താനായില്ല. എന്റെ മനസ്സിനുള്ളിലുള്ള കിരണങ്ങളുടെ ശോഭ കണ്ടെത്താനായില്ല.

സഫാലിയിലെ സുഹൃത്തുക്കൾക്കിടയിലാകുമ്പോൾ കുറച്ച് നേരത്തേക്ക് ഞാൻ ഞാനാകും. മനസ്സിനൊരു ആശ്വാസം തോന്നും. ഒറ്റയ്ക്കായാൽ വീണ്ടും മനസ്സിന്റെ പീഡ തിരിച്ചെത്തും.

അങ്ങനെ പീഡിപ്പിക്കപ്പെട്ടുകൊണ്ടിരുന്ന എനിക്ക് പിന്നെ ഏക രക്ഷാമാർഗ്ഗം ഈ കാതണികളിലാണെന്ന തോന്നലുണ്ടായി. കല്ലുകൊണ്ട് ചതച്ചരച്ച പുല്ലുപോലെയായിട്ടുണ്ടായിരുന്നു അപ്പോഴേക്കും ഞാൻ. ആ കാതണികൾ ഉപയോഗിച്ച് വിശ്വത്തിന്റെ രഹസ്യം കണ്ടെത്താനാകും എന്ന് മാത്രമല്ല, ഹൃദയത്തിന്റെ ശാന്തതയും വീണ്ടെടുക്കാം. അതുകൊണ്ട് മെറാനികളുമായി സഖ്യത്തിലായി. മറ്റുള്ളവരിൽ നിന്നും മറച്ച് പിടിച്ച പേര് എനിക്ക് വീണ്ടെടുക്കണം. ഒരു മുറിവായി മാറിയിരിക്കുന്ന എന്റെ ജീവിതം എനിക്ക് തിരിച്ച് പിടിക്കണം. അതിനായി നക്ഷത്രങ്ങളിൽ ഒളിഞ്ഞിരിക്കുന്ന അദ്ഭുതം സംഭവിക്കണം. ഈ വിശ്വത്തിന്റെ സത്ത അനന്തമായ നന്മയാണ്. അവിടെ എന്റെ ഹൃദയം പശ്ചാത്തപിക്കുന്നതെങ്ങനെ എന്ന് പഠിക്കും. അപ്പോൾ ദുഃഖമെന്തെന്നും അറിയും."

ഇത്രയും പറഞ്ഞപ്പോഴേക്കും സെയ്ദിഗൾ മഞ്ഞിൽ മുട്ടുകാലിൽ ഇരുന്നിട്ടുണ്ടായിരുന്നു.

"ആ കാതണി എന്തിനാണ് ഞാൻ അന്വേഷിക്കുന്നത് എന്ന് ഇപ്പോൾ നിങ്ങൾക്ക് മനസ്സിലായോ? മറ്റുള്ളവരേക്കാൾ എനിക്കതിന്റെ ആവശ്യമെന്തെന്ന് മനസ്സിലായോ?" അയാൾ തുടർന്നു. "വർഷങ്ങൾ കഴിഞ്ഞു. അവാദീനിന്റെ മരണത്തിൽ ദുഃഖിക്കാനാകുന്നില്ല. ഞാൻ മൂലം സംഭവിച്ച മരണമാണത്. ആ നായക്കുട്ടിയുടെ നിഴലിനോളം സ്ഥലമെങ്കിലും അവാദീനിന് മനസ്സിൽ ലഭിക്കുന്നില്ല. ചില രാത്രികളിൽ ഞാനാകെ വിയർത്ത് എഴുന്നേൽക്കും. ഞാൻ അവാദീനും സെയ്ദിഗളും ചേർന്നതാണെന്ന തോന്നലുണ്ടാകും. കിതയ്ക്കും. ഹൃദയമിടിപ്പിപ്പോൾ

അവസാനിക്കും എന്ന തോന്നലുണ്ടാകും. ഞാൻ എവിടെയാണ്...എന്നെക്കൂടാതെ മറ്റൊരു ഞാൻ കൂടി ഈ ലോകത്തിലുണ്ടോ? അപ്പോൾ ആരെങ്കിലുമൊന്ന് വന്ന് അവരുടെ തണുത്ത കരം എന്റെ നെറ്റിയിൽ വച്ചെങ്കിൽ എന്നൊരു തോന്നൽ എന്നിലുണ്ടാകും. ഇത് മരണത്തിന്റെ ലോകമാണോ അതോ ജീവിതത്തിന്റേയോ. എനിക്കറിയില്ല. എനിക്ക് സത്യം അറിയണം, സത്യം അനുഭവിക്കണം."

"അസ്-റി..." റിൻഡ മന്ത്രിച്ചു.

"എന്തെങ്കിലും പറഞ്ഞോ?" സെയ്ദിഗൾ ചോദിച്ചു. ദീർഘയാത്ര കഴിഞ്ഞ ഒരു അച്ഛന്റെ ക്ഷീണം അയാളിൽ അപ്പോൾ കണ്ടു. അയാളുടെ കവിളിലൂടെ കണ്ണീരൊഴുകുന്നുണ്ടായിരുന്നു.

"ഞാൻ റിൻഡയാണെന്ന് എനിക്കറിയാമായിരുന്നു. എന്നാൽ അതിപ്പോൾ കൂടുതൽ വ്യക്തമായി. വടക്ക് വഴി നഷ്ടമാകാൻ ആയിരക്കണക്കിനു മാർഗ്ഗങ്ങളുണ്ട്. സഫാലിയിൽ സ്വന്തം പേരുപയോഗിക്കാത്ത ആരുമുണ്ടായിരുന്നില്ലെങ്കിൽ ഞാനും എന്റെ സംശയം ഉന്നയിക്കുമായിരുന്നു. എന്റെ അച്ഛന്റെ പേരിൽ ഞാൻ നഷ്ടമാകുമായിരുന്നു. ഇപ്പോൾ എനിക്ക് എന്നേയും എന്റെ അച്ഛനേയും വ്യക്തമായി അറിയാം."

എന്നോ വിട്ടുപോയ ശാന്തത റിൻഡയുടെ സ്വരത്തിലേക്ക് തിരിച്ചെത്തി. തന്റേത് സ്വന്തം പേരാണെന്ന് അയാൾ നിർബന്ധം പിടിച്ചിരുന്നു. സഫാലിയിൽ എല്ലാവരും വ്യാജനാമം ഉപയോഗിച്ചപ്പോഴും അയാൾ സ്വന്തം പേരിൽ ഉറച്ച് നിന്നു. തന്നെപ്പോലെ ശുദ്ധഹൃദയരായ സഹോദരന്മാരുടെ ഇടയിൽ സ്വന്തം പേരുപയോഗിച്ച മറ്റൊരാൾ കൂടിയുണ്ട് എന്ന് ഇപ്പോൾ റിൻഡ അറിയുന്നു. റിൻഡ തന്റെ അവസാന സംശയങ്ങളുമായെത്തി. സെയ്ദിഗളിനു നന്ദി, സഫാലിയിൽ സ്വന്തം പേരുമുപയോഗിക്കാം എന്നിപ്പോൾ റിൻഡ അറിയുന്നു.

റിൻഡ തന്റെ വായിൽ നിന്ന് ഒരു ചെറിയ സാധനം പുറത്തെടുത്തു. അത് കൈവെള്ളയിൽ വച്ചു.

"ഇതാ കാതണി. ഞാനിത് എന്റെ അച്ഛന്റെ വായിൽ നിന്നാണ് കണ്ടെടുത്തത്. അച്ഛനൊളിപ്പിച്ചതുപോലെ ഞാനും ഒളിപ്പിച്ചു. ആദ്യമൊക്കെ അത് വല്ലാതെ അലോസരപ്പെടുത്തി. ഒരുപക്ഷേ, അറിയാതെ ഞാൻ വിഴുങ്ങിയേക്കും എന്ന് തോന്നി. എന്നാൽ പിന്നെപിന്നെ ശീലമായി. ഉറങ്ങുമ്പോൾ പോലും പുറത്തെടുക്കേണ്ടതില്ലെന്നായി. എന്റെ തൊണ്ണിനും കവിളിനുമിടയിൽ അത് ഒട്ടിയിരുന്നു. അവർ പീഡിപ്പിച്ചുകൊണ്ടിരുന്നപ്പോൾ അത് വല്ലാത്ത വിഷമം എനിക്ക് തന്നു. പ്രത്യേകിച്ചും എന്നെ വെള്ളത്തിൽ മുക്കിപ്പിടിച്ചപ്പോൾ. അപ്പോൾ എനിക്കെന്റെ ജീവൻ നഷ്ടമാകുമോ എന്ന ഭയമായിരുന്നില്ല, കാതണി നഷ്ടപ്പെടുമോ എന്ന ഭയമായിരുന്നു. "താങ്കൾക്ക് ഈ കാതണി വേണം. ലോറിക്കും താങ്കളുടെ അവസ്ഥ മനസ്സിലാകും."

സെയ്ദിഗൾ തുറിച്ച് നോക്കി. അയാൾക്ക് തന്റെ കണ്ണുകളെ വിശ്വസിക്കാനാകുന്നില്ല. ഒരു നിമിഷം അയാളുടെ ശ്വാസം നിലച്ചു. സ്വന്തം ഹൃദയത്തിന്റെ താഴുതുറക്കാനുള്ള ചാവി അവസാനം അയാൾ കണ്ടെത്തിയിരിക്കുന്നു. അതിപ്പോൾ അയാളിൽനിന്നും ഏതാനും അടി ദൂരെ മാത്രമാണ്. ഇനി താൻ തന്റെ ജീവിതത്തെ സ്നേഹിക്കാനാരംഭിക്കും. ഈ ലോകത്തിലെ ഏറ്റവും വലിയ ദയാലുവാകും. അയാളുടെ മുഖം സന്തോഷം കൊണ്ട് വിടർന്നു. അയാൾ പുഞ്ചിരിച്ചു. "താങ്കൾ റിൻഡയാണ്. ഞാൻ സെയ്ദിഗളും." അയാൾ പറഞ്ഞു.

ഹിമപാതം അടുത്ത് വരുന്നത് അയാൾ അറിഞ്ഞില്ല.

അയാൾ ഒരു പിടി മഞ്ഞ് വാരി. വന്യമായ ഒരു ചിരി അയാളിൽ നിന്നുയർന്നു. "ഹേയ്...ലൂൂ!" മലനിരകളിൽ നിന്നും മഞ്ഞ് പാളികൾ അടരുന്ന സ്വരം വന്നത് അയാൾ കേട്ടില്ല. അയാൾ വീണ്ടും കുറച്ചുകൂടി ഉച്ചത്തിലലറി.... "ഹീയ്... ലൂൂൂ!"

അയാൾ കുമ്പിട്ടിരുന്ന് കണ്ണടച്ചു. അവർ അനുവദിച്ചിരുന്നു എങ്കിൽ അയാൾ അന്ന് മുഴുവൻ അങ്ങനെ ഇരിക്കുമായിരുന്നു. കണ്ണുനീർ വറ്റുന്നതുവരേക്കും കരയുമായിരുന്നു.

പെട്ടെന്ന് ഒരു സ്വരം കേട്ട് റിൻഡ തലയുയർത്തി. മഞ്ഞുപാളികൾ മലമുകളിൽ നിന്നടർന്ന് വരുന്നത് റിൻഡ കണ്ടു. മിന്നൽ വേഗത്തിലാണത് വരുന്നത്. തന്റെ സ്വന്തം കാതിൽ നിന്നാണ് ആ സ്വരം വരുന്നത് എന്ന ചിന്തയിലായിരുന്നു സെയ്ദിഗൾ. റിൻഡയുടേയും മെറാനികളുടേയും ബഹളം അതുകൊണ്ടുതന്നെ അയാൾ കേട്ടില്ല.

ഒന്നനങ്ങാനുള്ള അവസരം ആർക്കും ലഭിച്ചില്ല.

രാക്ഷസീയമായ കരുത്തോടെയാണ് മഞ്ഞ് പാളികൾ പാഞ്ഞെത്തിയത്. മഞ്ഞ് പാളികൾ അവർ ഓരോരുത്തരേയും ഓരോ ദിശയിലേക്ക് വലിച്ചെറിഞ്ഞു. ഭൂമി കുലുങ്ങി. മലഞ്ചെരുവിൽ ഒരു വലിയ അലർച്ച പ്രതിധ്വനിച്ചു.

പിന്നെ സാവധാനത്തിൽ ശബ്ദംനിലച്ചു. കരച്ചിൽ ഇല്ലാതായി.

താഴെ നിന്ന് മഞ്ഞുമേഘമുയർന്നു.

അവശേഷിച്ചത് നഗ്നമായ ലോകം മാത്രം. വെളുത്ത ആകാശം. വെളുത്ത മലനിരകൾ. വെളുത്ത ഭൂമി.

മരണം എന്നാൽ ഇതുപോലെയാണോ? അനന്തമായ വെണ്മ. നിശ്ശബ്ദത. സമയം മുന്നോട്ട് നീങ്ങി. വേദനിപ്പിച്ചുകൊണ്ട് മുന്നോട്ട് നീങ്ങി. അഥവാ, അത് മുന്നോട്ട് നീങ്ങിയില്ല. സമയം എന്നൊന്നില്ലാതായി. മഞ്ഞിൽ പുതഞ്ഞ ശരീരങ്ങൾക്ക് അനങ്ങാനാകുന്നില്ല. വെണ്മയിലേക്ക് നോക്കി എന്റെ കണ്ണ് കഴയ്ക്കുന്നു. അതിൽ കുഴിച്ചുമൂടപ്പെട്ടവരിൽ ഒരാൾ ഞാനായിരുന്നു എന്ന മട്ടിലാണ് ആ കഴപ്പ്. എവിടേക്ക് തിരിഞ്ഞാലും മഞ്ഞ് മാത്രം കാണുന്നു. എനിക്കെന്റെ സമനില തെറ്റുന്നു. സഹനശക്തി

എന്നൊന്നില്ലാതാകുന്നു. എന്റെ സ്വപ്നത്തിലുള്ളവർ മരിച്ചുപോകുമ്പോൾ ഞാനും സമയത്തിനുള്ളിൽ ബന്ധിതനാക്കപ്പെടുന്നു.

അനേകം ചോദ്യങ്ങളുയർത്തുകയും വളരെക്കുറച്ച് ഉത്തരം നൽകുകയും ചെയ്യുന്നതിനെയാണ് നമ്മൾ സ്വപ്നം എന്ന് വിളിക്കുന്നത്. അത് വളരെയധികം കാര്യങ്ങൾ പറയുന്നു എന്നാൽ വളരെ കുറച്ചേ പഠിപ്പിക്കുന്നുള്ളൂ. ഈ സ്വപ്നത്തിലേക്ക് വഴുതി വീണതുമുതൽ എനിക്കിതറിയാം. ഒരു വെള്ളക്കുറുക്കനായതുമുതൽ. ഞാനൊരു കഥപറച്ചിലുകാരനായിരുന്നെങ്കിൽ ഇവിടെ നടന്ന എല്ലാ സംഭവങ്ങൾക്കുമുള്ള വിവരണം നൽകുമായിരുന്നു. ഉദാഹരണം, റിൻഡയെക്കാപ്പം ആരോ ഉണ്ടായിരുന്നു എന്ന് ഗ്ലട്ട് എങ്ങനെ അറിഞ്ഞു എന്നതിന്. എന്നാൽ നിങ്ങളെയൊക്കെപ്പോലെ ഞാനും പലതും ഊഹിക്കാൻ ശ്രമിക്കുന്നു. റിൻഡ മുറിവേറ്റ് കിടന്നപ്പോൾ ഗ്ലട്ട് റിൻഡയുടെ കാലടിപ്പാടുകൾ തുടച്ച് മാറ്റാൻ പുറത്തിറങ്ങി. റിൻഡയ്ക്ക് പുറകെ ആരും വന്നിട്ടില്ല എന്നയാൾ തീർച്ചപ്പെടുത്തി. റിൻഡയെ അമ്പെയ്തയാൾ റിൻഡയേക്കാൾ പ്രധാനിയായ ഒരാളെ അപ്പോൾ പിന്തുടരുകയായിരുന്നു. അയാളെ പിടികൂടിയിരുന്നെങ്കിൽ അവർ പിന്നെ റിൻഡയെ അന്വേഷിച്ച് വരുമായിരുന്നു. അതിനർത്ഥം അവരപ്പോഴും മറ്റേയാളെ പിന്തുടരുകയാണെന്നാണ്. മറ്റു വാക്കുകളിൽ പറഞ്ഞാൽ അവരുടെ ഇര പിടികൊടുക്കാതെ പോയിരിക്കുന്നു എന്ന്. ഈ സിദ്ധാന്തമാണ് ഗ്ലട്ട് റിൻഡയ്ക്ക് മേൽ പ്രയോഗിച്ചത്. അത് ലക്ഷ്യം കാണുകയും ചെയ്തു. തനിക്ക് വേറൊരു മനസ്സുണ്ടെന്ന് വരുത്തിതീർത്ത് അയാൾ അങ്ങനെ മാന്ത്രികനായി.

അതേ വിദ്യതന്നെയാണ് ഗ്ലട്ട് വീണ്ടും പ്രയോഗിച്ചത്. റിൻഡ വെള്ളം കുടിക്കാൻ അരുവിക്കരയിലേക്ക് പോയപ്പോൾ മാൻപേടകളുടെ കാലടി അരുവിക്കരയിൽ ഇല്ലാതായിരുന്നു. അത് കണ്ട് റിൻഡ അദ്ഭുതപ്പെട്ടിരുന്നു. അതിഥി അസ്സലമാണെന്ന് കരുതി, അയാൾ ഭയക്കാതിരിക്കാനും അന്വേഷണം അവസാനിപ്പിക്കാതിരിക്കാനും അയാളുടെ ആകാംക്ഷയ്ക്ക് എണ്ണയിടാൻ ഗ്ലട്ട് തിരുമാനിച്ചു. അന്നയാൾ പ്രഭാതമായപ്പോൾ ആദ്യം ചെയ്തത് ഒരു കെട്ട് വിറകുമായി അരുവിക്കരയിലേക്ക് പോകുകയാണ്. എന്നിട്ട് അരുവിക്കപ്പുറത്തുള്ള മാൻ പേടകൾ പോയ കാൽപാദത്തിന്റെ പാടുകൾ മായ്ച്ച് കളഞ്ഞു. അതിനു ശേഷം തന്റെ യാത്രയുടെ തെളിവും അതുപോലെ മായ്ച്ച് കളഞ്ഞു. അപ്പോൾ അവശേഷിച്ചത് അരുവിക്കരയിലേക്ക് പോയ മാൻപേടകളുടെ കാലടിപ്പാടുകൾ മാത്രം. ഇത് അയാളുടെ അതിഥിയെ ആകാംക്ഷാഭരിതനാക്കി. ആ ആകാംക്ഷ അയാളിലെ ഭയം ഇല്ലാതാക്കി. "മാൻപേടകൾ പോയതുവരെ മാത്രം പോകുക, അതിനപ്പുറമരുത്," എന്ന് അയാളെ ഉപദേശിച്ചിരുന്നു. അവിടേക്ക് അയാൾ പോയിട്ടില്ലെങ്കിൽ പിന്നെ മാൻ പേടകളുടെ കാലടി അരുവിക്കരയിലവസാനിക്കുന്നു എന്ന് അയാൾക്കെങ്ങനെ മനസ്സിലായി?

എനിക്ക് ഉത്തരം ലഭിക്കാത്ത ചോദ്യങ്ങൾ അനവധിയുണ്ട്. ഉത്തരം ഊഹിക്കാൻ പോലുമാകുന്നില്ല. വഴിവാണിഭക്കാരന്റെ വണ്ടിയിലുണ്ടായിരുന്ന ശവപ്പെട്ടിയെക്കുറിച്ച് കൊച്ചുസുൽത്താൻ അറിഞ്ഞത്, സഫാലിയുടെ കോട്ടവാതിൽക്കലുണ്ടായിരുന്ന ജലധാരയ്ക്ക് സമീപം കളിച്ചുകൊണ്ടിരുന്ന കുട്ടികൾ ആ വണ്ടിയിൽ കയറി ഒളിച്ച് കളിച്ചതിനാലാകാം, അവരായിരിക്കണം കൊച്ചുസുൽത്താനോട് ആ പെട്ടിയെക്കുറിച്ച് പറഞ്ഞത്. ഇത്രയും എനിക്കൂഹിക്കാം. എന്നാൽ ഓസെയുടെ മരിച്ച നിഴലിനെന്ത് പറ്റി, തന്റെ സുഹൃത്തിനെ അയാൾ എന്തുകൊണ്ട് കോൺഫിഡന്റ് എന്ന് വിളിച്ചു, വഴിവാണിഭക്കാരൻ സഫാലിയുടെ നിറം കണ്ടെത്തുന്നതിൽ വിജയിച്ചുവോ എന്നിങ്ങനെ അനേകം ചോദ്യങ്ങൾക്ക് ഉത്തരമില്ല. വർണ്ണക്കല്ലുകൾ പതിച്ച ചുമരുപോലെയാണ് സ്വപ്നങ്ങൾ. അവയ്ക്കിടയിൽ ചെറിയ വിടവുകൾ സ്വാഭാവികമാണ്. അതിലൊരു കല്ല്, ഉദാഹരണം പതിനേഴാമത്തേത്, നഷ്ടപ്പെട്ടിട്ടുണ്ടാകാം. പൂർണമായ സ്വപ്നം എന്നൊന്നില്ല. ജീവിതം പോലെ തന്നെയാണതും.

കഥയുടെ ആരംഭത്തിൽ പ്രത്യക്ഷപ്പെടുന്ന ഒരു കത്തി ഒന്നുകിൽ രക്തംചിന്തും അല്ലെങ്കിൽ കഥയവസാനിക്കുന്നതിനു മുമ്പ് ഒടിഞ്ഞ് പോകും എന്ന് പറയുന്നവർ സ്വപ്നത്തിൽ സാധുതകളൊന്നും കാണാത്തവരാണ്. ഒരാളും അവരുടെ സ്വപ്നത്തിന്റെ അധിപരല്ലാത്തതുപോലെ അവർ ജീവിതത്തിന്റേയും അധിപരാകുന്നില്ല.

ഈ ലോകം നമ്മുടെ തടവറയാണെന്ന് സെയ്ദിഗൾ പറഞ്ഞപ്പോൾ ഞാനും അതിൽ ഉൾപ്പെടുമോ എന്ന് അദ്ഭുതപ്പെടാതിരുന്നില്ല. ഒരു പക്ഷേ ഉണരുക എന്നൊന്നുണ്ടാകില്ല. ഞാനിനി മറ്റൊരു ജീവിതത്തിലേക്ക് പോകുക എന്നൊന്നുണ്ടാകില്ല. ഞാൻ എന്നെന്നും കുറുക്കനായി അവശേഷിക്കും. ഒരു സ്വപ്നമെന്ന് ഞാൻ കരുതിയ ഈ ജീവിതം മാത്രമായിരിക്കും യാഥാർത്ഥ്യം. ഞാൻ ഗ്രാമത്തിലെ വിഡ്ഢിയാണെന്ന മട്ടിൽ എന്നെ ജനങ്ങൾ നോക്കുന്നു എങ്കിൽ അതിന് അവരെ കുറ്റപ്പെടുത്താനാകില്ല.

അസ്തിത്വത്തിന്റെ ആകാംക്ഷ അസ്തിത്വമില്ലായ്മയുടെ ഭയത്തിനോടൊപ്പം ചേരുന്നു.

ഇതാ, ഇപ്പോൾ ഈ ഹിമപാതമുണ്ടായപ്പോൾ, ഞാൻ വീണ്ടും, ജീവിതത്തിനൊരു അർത്ഥമുണ്ടോ, ഉണ്ടാകണോ എന്നൊക്കെ ചിന്തിച്ചു. ജീവിതത്തിലെ സാധാരണമായ ഏതൊരു സംഭവവും പോലെ, കാറ്റ് പിടിച്ച ഒരിലപോലെ, ഞാൻ വന്നു, അതുപോലെ പോകുകയും ചെയ്യും. അവർ ഇത്തരം ചോദ്യങ്ങളൊന്നും ചോദിക്കാറില്ല. അവരിനി ചോദിക്കുകയുമില്ല. അർത്ഥം തേടിയലഞ്ഞ് സ്വയം പരവശപ്പെടാതെ എനിക്കും വെറുതെ ഇങ്ങനെ ജീവിച്ചുകൂടേ?

ആ നിമിഷത്തിൽ മഞ്ഞിന്റെ വെളുത്ത പുതപ്പിനുള്ളിൽ ഒരനക്കം ശ്രദ്ധിച്ചു. ഒരു കൈ. വളരെ സാവധാനത്തിൽ റിൻഡ മഞ്ഞിൽ നിന്നും പുറത്ത് വന്നു. പുറത്ത് വന്ന് മലർന്ന് കിടന്നു. അയാൾ വല്ലാതെ

ക്ഷീണിച്ചിരിക്കുന്നു. ശ്വാസം കഴിക്കാൻ തന്നെ ബുദ്ധിമുട്ടുന്നു. തല യൊന്നുയർത്തി അയാൾ ചുറ്റിലും നോക്കി.

“സെയ്ദിഗൾ....!” അയാൾ വിളിച്ചു. ഉത്തരത്തിനായി കാത്തു. എഴു ന്നേറ്റ് ഒന്നുരണ്ടടി നടന്നു...“ഹേയ്... ഞാൻ വിളിക്കുന്നത് കേൾക്കാമോ?” മറുപടി ഒന്നും വന്നില്ല. സെയ്ദിഗൾ എവിടെയാകും എന്നൂഹിക്കാൻ അയാളൊരു ശ്രമം നടത്തി. കുറച്ച് ദൂരം നടന്ന് മഞ്ഞ് മാന്താനാരംഭിച്ചു. അവിടെ തന്നെയാണെന്നുറപ്പൊന്നുമില്ല. അയാൾ ഇടത്തും വലത്തും നോക്കി വിളിച്ച് കൂവുന്നുണ്ടായിരുന്നു. ശൂന്യതയിലേക്ക് അലറിവിളി ക്കുന്നുണ്ടായിരുന്നു. ഹിമപാതം ആ മലഞ്ചെരുവിനെ മൈതാനമാക്കി യിരിക്കുന്നു. അവിടെ ആരെയെങ്കിലും കുഴിച്ച് മൂടിയിട്ടുണ്ട് എന്ന് പറയുക തന്നെ അസാധ്യമായിരുന്നു.

റിൻഡ പ്രതീക്ഷയെല്ലാം ഉപേക്ഷിച്ചപ്പോഴേക്കും രാത്രിയായിട്ടുണ്ടാ യിരുന്നു. വിരലുകൾ മഞ്ഞ് മാന്തി മരവിച്ചിട്ടുണ്ടായിരുന്നു. അനക്ക മില്ലാത്ത പുറം ചട്ടപോലെ നിന്നിരുന്ന മേഘങ്ങൾ അവസാനം പിൻ വാങ്ങിയിരിക്കുന്നു. ആകാശം തെളിഞ്ഞിരിക്കുന്നു. അയാൾ ധ്രുവ നക്ഷത്രത്തെ നോക്കി. അത് അയാൾക്ക് നേരെ മുകളിലായിരുന്നു. വ്യാളിവ്യൂഹം എന്ന വിന്യാസം വലത്തോട്ട് നീങ്ങിയിരിക്കുന്നു. ‘മഹാനായ കരടി’ ചുരുണ്ട് കൂടിയിരിക്കുന്നു. പുതുവർഷത്തിന്റെ ആരംഭമായിരി ക്കുന്നു.

ഹിമപാതത്തെ അവിടെ ഉപേക്ഷിച്ച് റിൻഡ നടന്നു തുടങ്ങി. അയാൾ ക്കൊപ്പം നീങ്ങാൻ അപ്പോഴൊരു നിഴലുണ്ടായിരുന്നോ? കാറ്റപ്പോഴും വീശുന്നുണ്ടായിരുന്നോ? അതോ അത് രാവിന്റെ ബഹുമാന്യതയിലേക്ക് ഉൾവലിഞ്ഞിരുന്നോ? അയാൾക്കതൊന്നും അറിയില്ലായിരുന്നു. മഞ്ഞ് വെട്ടിത്തിളങ്ങുന്നുണ്ടായിരുന്നു. സമയം എന്ന രഹസ്യപച്ചമരുന്നിന്റെ ഗന്ധം താഴ്വാരത്തിൽ നിറഞ്ഞ് നിന്നിരുന്നു. പൊയ്പോയ കാലങ്ങളിൽ ഈ പച്ചമരുന്നെവിടെ വളരുന്നു എന്നന്വേഷിച്ച് പലരും പല തോട്ട ങ്ങളിലും തിരഞ്ഞിട്ടുണ്ട്. എന്നാൽ ആ പ്രദേശങ്ങളിലേതിലെങ്കിലും എത്തിച്ചേരുന്നതിനു മുമ്പേ, അതിന്റെ നിറമൊന്നറിയുന്നതിനു മുമ്പേ, അവർക്ക് അവരുടെ ജീവൻ നഷ്ടമായി. വടക്കുള്ള കറുത്ത കാറ്റിനും അപ്പുറത്തായിരുന്നു അത്. അവിടെ എത്തിപ്പെടണമെങ്കിൽ ഒരു നക്ഷത്ര ത്തിന്റെ ആയുസ്സാവശ്യമായിരുന്നു.

ആരോ തന്നെയിപ്പോൾ വിളിക്കും എന്ന മട്ടിൽ റിൻഡ ഇടയ്ക്കിടെ നിന്ന് തിരിഞ്ഞ് നോക്കി. തന്റെ ഏകാന്തതയിലേക്ക് മറ്റൊരു ഏകാന്തത കൂടി ചേക്കേറിയിരിക്കുന്നു എന്നയാളറിഞ്ഞു. മാസങ്ങളായി കുന്നുകൂടി യിരുന്ന വിശപ്പിനെപ്പോലും അയാൾ മറന്നു. അത് അയാളുടെ ശരീര പ്രകൃതിയുടെ ഭാഗമാണെന്ന മട്ടിൽ അതിനെ മറന്നു. ഒന്ന് ഒച്ചവച്ചാലും അപ്പോൾ ആരും കേൾക്കില്ലായിരുന്നു. തിരിഞ്ഞ് നടന്നാൽ വഴി തെറ്റു മായിരുന്നു.

ദീർഘനേരം നടന്നതിനു ശേഷം, കുത്തനെയുള്ള ഒരു കയറ്റം കയറിയതിനു ശേഷം, അയാളൊരു സമതലത്തിലെത്തി.

അവിടെ അരുവിക്കര വരെ നീളുന്ന മാൻപേടകളുടെ കാലടി കണ്ടു. അയാൾ നിലത്തിലിരുന്ന് മഞ്ഞിൽ വിരലോടിച്ചു. അത് പൊടിയായിരിക്കുന്നതും മൃദുവായിരിക്കുന്നതും അയാളെ സന്തോഷിപ്പിച്ചു.

ഏതാനും നിമിഷങ്ങൾക്ക് മുമ്പ് ഇതിലൂടെ ഒരു മാൻ പോയിട്ടുണ്ട്. കാലുകൾ നീട്ടി വലിച്ചുവച്ചാണത് പോയിരിക്കുന്നത്. മഞ്ഞിൽ കാൽ നല്ല ആഴത്തിൽ അമർന്നിട്ടുണ്ട്.

റിൻഡ്ഡ ബൂട്ടഴിച്ചു. അത് സഞ്ചിയിൽ വച്ചു. മാൻപേട നീങ്ങിയ പാതയിലൂടെ നടന്നു. തണുപ്പുകൊണ്ട് കാല്പാദം ചുവന്നു. കാലുകൾ മഞ്ഞിൽ പൂഴ്ന്ന് പോയി. താനും ആ മാനിനെപ്പോലെ നഗ്നനാണെന്ന് അയാൾക്ക് തോന്നി. അവരിരുവരും അപ്പോൾ ഒന്നിച്ച് നടക്കുകയാണെന്ന പോലെ. മാൻപേടയെ ഭയപ്പെടുത്തും എന്ന ഭയത്താൽ അയാൾ നടത്തം സാവധാനത്തിലാക്കി. തന്റെ ശ്വസനസ്വരം പോലും ഇല്ലാതാക്കി. തന്റെ രോമക്കുപ്പായംകൊണ്ട് വാളിനെ മറച്ച് പിടിച്ചു.

മാൻപേടയുടെ കാലടികൾ അവിടവിടെ കനം കുറഞ്ഞിരിക്കുന്നത് കണ്ടു. അത് ബലഹീനമായിരിക്കുന്നു എന്നായിരുന്നു അതിന്റെ അർത്ഥം. തല ഒരുവശത്തേക്ക് ചരിച്ചാണ് അത് നടന്നത്. ക്ഷീണത്തെ അവഗണിച്ച്. അതിന്റെ കാലുകൾ വിറയ്ക്കുന്നുണ്ടായിരുന്നു. ദീർഘഋതുക്കളെ പുറകിലാക്കിയതിനാൽ റിൻഡ്ഡയ്ക്ക് പലപ്പോഴും തല കറങ്ങുന്നുണ്ടായിരുന്നു. പരിചിതമായ ഗ്രാമത്തിൽ നിന്നും ദൂരെയായതിന്റെ ഒരു പാരവശ്യം അയാളിലുണ്ടായിരുന്നു. പരിചിതമായ ചിലമ്പിച്ച സ്വരങ്ങൾ കേൾക്കാത്തതിന്റെ, കിളികളുടെ പാട്ട് കേൾക്കാത്തതിന്റെ. മൂടൽ മഞ്ഞിൽ തട്ടിത്തടഞ്ഞപ്പോൾ അയാളുടെ കണ്ണിൽ മഞ്ഞുമൂടി. അവസാനം സമതലത്തിന്റെ അറ്റത്തെത്തിയപ്പോൾ താൻ നിൽക്കുന്നതിനു കീഴെ അനേകായിരം വിളക്കുകൾ തെളിഞ്ഞിരിക്കുന്നത് അയാൾ കണ്ടു. താൻ എന്തിലേക്കാണ് നടന്നെത്തിയിരിക്കുന്നത് എന്നറിയാതെ അയാൾ അവിടെത്തന്നെ നിന്നു.

ഇത്തിരി ദൂരെ മഞ്ഞ് അവസാനിക്കുന്നു. നക്ഷത്രങ്ങൾ തിളങ്ങുന്ന കടൽ ആരംഭിക്കുന്നു.

മരുഭൂമിയിലെ അസംഖ്യം മണൽ തരികൾ പോലെ. പെരുമഴയിലെ അസംഖ്യം ജലകണങ്ങൾ പോലെ. പക്ഷേ, ഇത്രയധികം നക്ഷത്രങ്ങൾ ഭൂമിയിലേക്ക് ഒന്നിച്ചിറങ്ങി വരുമെന്നും കടലിൽ ഇങ്ങനെ വെളിച്ചം നിറയ്ക്കുമെന്നും വിശ്വസിക്കാൻ റിൻഡ്ഡയ്ക്കാകുന്നില്ല. അത്തരം സ്വപ്നങ്ങൾ കാണാൻ കുട്ടികൾക്ക് മാത്രമേ ആകുകയുള്ളൂ. അവർ വലുതാകുമ്പോൾ കണ്ട സ്വപ്നം മറക്കുന്നു. വഴി നഷ്ടപ്പെട്ട ഒരു കാട്ടിലെ മരങ്ങളിൽ

എത്ര ഇലകളുണ്ടോ അത്രയും വിളക്കുകൾ ചുറ്റിലും തിളങ്ങുന്നു. അനന്ത മാണ് ആ എണ്ണം. അതിനാൽ അദ്ഭുതകരവും. വളരെ അടുത്താണവ, അതിനാൽ ഭയപ്പെടുത്തുന്നതും. കടലുമായി ഇഴുകിച്ചേർന്ന നക്ഷത്ര ങ്ങൾ സാവധാനത്തിൽ ഇളകുന്നുണ്ടായിരുന്നു. അവ ആ പ്രദേശം മുഴു വൻ നിറഞ്ഞിരുന്നു.

കരയിൽ ഒരു പെൺകുട്ടി നിൽക്കുന്നു. പച്ച തൊപ്പി കണ്ടാലറിയാം അത് ലോറിയയാണെന്ന്.

കാർത്തിക, പറക്കും കുതിര, വേട്ടക്കാരൻ, അങ്ങനെ എല്ലാ ഋതു ക്കളിലേയും നക്ഷത്രങ്ങൾ ജലത്തിലേക്കിറങ്ങിയിരിക്കുന്നു. റാം, ഝഷം എന്നിവ ഒന്നിച്ചവിടെ തിളങ്ങുന്നു. ഒരു പുതുയുഗത്തിന്റെ ആരംഭമാണത്. ആകാശത്തേക്കുള്ള വാതായനം തുറക്കപ്പെടുകയാണ്. റിൻഡയെപ്പോലെ പാദരക്ഷയൊന്നുമില്ലാതെയാണ് ലോറിയയും നിൽക്കുന്നത്. അവളും വിശാലമായ കടലിലേക്ക് തുറിച്ച് നോക്കി നിൽക്കുകയാണ്.

ഇത് അവസാനമാണോ, അതോ ആരംഭമോ? റിൻഡ അതിനെക്കുറി ച്ചൊന്നും ചിന്തിച്ചില്ല. ചോദ്യങ്ങൾ അവസാനിക്കുന്നതിന്റെ അതിരിലാ ണിപ്പോൾ എന്ന് മാത്രം അയാൾ തിരിച്ചറിഞ്ഞു. ഉത്തരങ്ങൾ തുറക്ക പ്പെടുന്ന പടിവാതിലിനു സമീപമാണിപ്പോൾ. ചുമതലകളിൽ നിന്ന് മുക്തമായി, ഹൃദയം ശാന്തമാക്കി അയാൾ അവിടെ നിന്നു. തണുത്ത് മരവിച്ച വിരലുകൾക്ക് അപ്പോൾ സുഖം തോന്നി. ശ്വാസം മന്ദഗതിയി ലായി. തലയൊന്നുയർത്തി ആകാശത്തേക്ക് നോക്കിയപ്പോൾ മഞ്ഞ ക്കുതിരകൾ പോകുന്നത് കണ്ടു. വഴിതെറ്റിയ കാടുകളുടെ പ്രതിധ്വനി കേട്ടു.

ഇരുണ്ട പാതകൾ, നീളൻ ഗുഹകൾ, വേദന മാത്രം തന്ന ചോദ്യ ങ്ങൾ, എല്ലാം ഇപ്പോൾ വെള്ളത്തിലാണ്ടുപോയ കല്ലു പോലെ അങ്ങ് ദൂരെയെവിടേയോ ആയിരിക്കുന്നു. ഭൂതം അവസാനിച്ച ചക്രവാളത്തിൽ ഇപ്പോൾ അവശേഷിക്കുന്ന ഏകദിശ ഭാവിയുടേതാണ്. ഒരു ലോകത്തി ന്റെയല്ല, അനേകായിരം ലോകങ്ങളുടെ പടിവാതിലാണിപ്പോൾ തുറക്ക പ്പെടുന്നത്. ഓരോ മലനിരയും രണ്ടായി വിഭജിക്കപ്പെടുന്നു, ഓരോ മഞ്ഞു പാളിയും ശാശ്വതമാകുന്നു, അനശ്വരമാകുന്നു. ഒരാളുടെ ആയുഷ്കാലം ചിലപ്പോൾ ഒരു കിണറിനു തുല്യമാകും. റിൻഡ ഇപ്പോൾ ആ കിണറി നരികിൽ എത്തിയിരിക്കുന്നു.

അപ്പുറത്തെ സ്ത്രീയുടെ പ്രതീക്ഷകളും അതേ ആകാശത്തിലേക്ക് ഒഴുകിയെത്തിയപ്പോൾ കാറ്റ് നിലച്ചു. കരയിലെ എല്ലാ കൊടുങ്കാറ്റും ശമിച്ചു. കറുത്ത ചെന്നായ്ക്കളുടെ നിരാശ, വെളുത്ത കുറുക്കന്മാരുടെ പ്രതീക്ഷ എന്നിവയെല്ലാം ഇവിടേക്കെത്തിയിരിക്കുന്നു. ലോകത്തിലെ എല്ലാ നദികളും അത്യാവേശത്താൽ കുത്തിയൊലിക്കുന്നു. അവയെല്ലാം

ഒരേ കടലിന്റെ ഭാഗമാകുന്നു. വടക്കിന്റെ അവസാനത്തിൽ, ആകാശത്തിന്റെ അതിരിൽ, ശുദ്ധമായ പ്രതീക്ഷ പദാർത്ഥമായി. റിൻഡ മാത്രമല്ല, എല്ലാ ആയുസ്സും കാത്തിരുന്നത് ലോറിയയ്ക്ക് വേണ്ടിയായിരുന്നു. അവൾ ഇതാ താഴെ കാത്ത് നിൽക്കുന്നു.

റിൻഡ ലോറിയയ്ക്ക് സമീപത്തേക്ക് നടന്നു. അവളുടെ വലത് ഭാഗത്ത് നിന്നു. അവർ ഉടൻ പരസ്പരം തിരിച്ചറിഞ്ഞു. ഇരുവരും ക്ഷീണിതരായിരുന്നു. ശോഷിച്ചിരുന്നു. ലോറിയയുടെ ഒറ്റക്കാതണി അവളുടെ കാതിൽ വെട്ടിത്തിളങ്ങുന്നുണ്ടായിരുന്നു. റിൻഡ തന്റെ കാതണി വായിൽ നിന്നെടുത്ത് അവൾക്ക് നേരെ നീട്ടി. ലോറിയയുടെ മുഖം സന്തോഷത്താൽ തിളങ്ങി. അവൾ ആ കാതണി വാങ്ങി. അത് അവൾ സ്പർശിച്ച നിമിഷത്തിൽ ഒരു വാൽനക്ഷത്രം അതിലൂടെ പറന്നിറങ്ങി.

തിരകൾ കരയെ ലക്ഷ്യമാക്കി വീശിയടിച്ചു. അവ അവരുടെ കാലടികളെ തഴുകി.

കടൽ അതിന്റെ ചലനത്തിന് ചന്ദ്രനെ ആശ്രയിക്കുന്നു. എന്നാൽ ഈ വിശ്വം അതിന്റെ ചലനത്തിന് ആശ്രയിക്കുന്നത് അതിലെ മനുഷ്യരെയാണ്.

ഒരടി മുന്നോട്ട് വച്ചാൽ അവർ ആ അനന്തതയിൽ ലയിക്കും. നക്ഷത്രങ്ങളിൽ മുങ്ങിപ്പോകും.

എപ്പോഴും വ്യത്യസ്തമായി അവസാനിക്കുന്ന, എല്ലാവരാലും മറക്കപ്പെട്ട ഒരു പഴയ കഥയുണ്ട്. നഷ്ടപ്പെട്ട പട്ടണങ്ങളെപ്പോലെ അതിനേയും മണ്ണിൽ കുഴിച്ച് മൂടിയിരിക്കുന്നു. ദിവസങ്ങൾ കഴിഞ്ഞു. യുഗങ്ങൾ മാറിവന്നു. എന്നാൽ ഈ അനിശ്ചിതമായ ജീവിതത്തിൽ ആ കഥ വേരോടിച്ച് നിന്നു. അവരുടെ ഹൃദയത്തെ നിറച്ച ശാന്തത ആ മണ്ണിന്റെ ഗന്ധത്തിൽ നിന്നും വന്നതാണ്.

ഈ വിശ്വത്തിലിപ്പോൾ നക്ഷത്രങ്ങളും ലോറിയയും റിൻഡയും മാത്രമേയുള്ളൂ.

പുഞ്ചിരിച്ചുകൊണ്ട് ലോറിയ രണ്ടാമത്തെ കാതണി റിൻഡയുടെ കാതിലണിയിച്ചു. അവന് കൈ കൊടുത്തു.

അപരിമിതമായ, അനന്തമായ വെളിച്ചത്തിന്റെ പൊട്ടിത്തെറിയുണ്ടായി.

■

www.ingramcontent.com/pod-product-compliance
Lightning Source LLC
LaVergne TN
LVHW101352051026
849519LV00005BC/1509
* 9 7 8 9 3 8 7 3 5 7 7 5 4 *